ಬಿ.ಆರ್. ಶಂಕರ್ ಅನುವಾದ ಸಾಹಿತ್ಯ ಮಾಲೆ

ಫಾಲೋಯಿಂಗ್ ಫಿಶ್

ಭಾರತದ ಕರಾವಳಿಗುಂಟ ಮೀನಿನ ಸಂಸ್ಕೃತಿಯ ಹುಡುಕಾಟ

ಸಮಂತ್ ಸುಬ್ರಮಣಿಯನ್

ಕನ್ನಡಕ್ಕೆ: ಸಹನಾ ಹೆಗಡೆ

ಛಂದ
ಪುಸ್ತಕ

ಓದಿ ಓದಿ ಮರುಳಾಗಿ!

Following Fish
-A book about fish and its culture by Samanth Subramanian
Translated to Kannada by Sahana Hegde
Published by Chanda Pustaka,
I-004, Mantri Paradise,
Bannerughatta Road, Bangalore-560 076
ISBN: 978-93-84908-62-1

ಕನ್ನಡ ಅನುವಾದ ©: ಅನುವಾದಕರವು

ಮೊದಲ ಮುದ್ರಣ: 2020

ಮುಖಪುಟ ಚಿತ್ರ: ಕಿರಣ್ ಅಕ್ಕಿ
ಮುಖಪುಟ ವಿನ್ಯಾಸ: ಸೌಮ್ಯ ಕಲ್ಯಾಣಕರ್
ಕರಡು ತಿದ್ದುವಿಕೆ: ಪುನರ್ವಸು
ಪುಟಗಳು: 240 ಬೆಲೆ: ₹ 220
ಕಾಗದ: ಎನ್‌ಎಸ್ ಮ್ಯಾಪ್ಲಿತೊ 70 ಜಿಎಸ್‌ಎಂ, 1/8 ಡೆಮಿ

ಪ್ರತಿಗಳಿಗಾಗಿ ಸಂಪರ್ಕಿಸಿ:

ಛಂದ ಪುಸ್ತಕ
ಐ-004, ಮಂತ್ರಿ ಪ್ಯಾರಡೈಸ್
ಬನ್ನೇರುಘಟ್ಟ ರಸ್ತೆ
ಬೆಂಗಳೂರು-560 076
ಸೆಲ್: 98444 22782
me@vasudhendra.com

ಮುದ್ರಣ

Pustaka Digital Media Pvt Ltd, Dindigal - 624005

ಸಮಂತ್ ಸುಬ್ರಮಣಿಯನ್

ಆಯ್ಕೆ ಮತ್ತು ಸನ್ನಿವೇಶ ಎರಡೂ ಕಾರಣಗಳಿಂದಾಗಿ ಸಮಂತ್ ಸುಬ್ರಮಣಿಯನ್ ಒಬ್ಬ ಪತ್ರಕರ್ತರು. ಪೆನ್ಸಿಲ್ವೇನಿಯಾ ಸ್ಟೇಟ್ ಯುನಿವರ್ಸಿಟಿಯಿಂದ ಪತ್ರಿಕೋದ್ಯಮದಲ್ಲಿ ಪದವಿ ಪಡೆದ ಅವರು ಕೊಲಂಬಿಯಾ ಯುನಿವರ್ಸಿಟಿಯಿಂದ ಅಂತಾರಾಷ್ಟ್ರೀಯ ಸಂಬಂಧಗಳ ವಿಷಯದಲ್ಲಿ ಸ್ನಾತಕೋತ್ತರ ಪದವಿ ಪಡೆದಿದ್ದಾರೆ. ಪತ್ರಿಕೋದ್ಯಮದಲ್ಲಿನ ದೀರ್ಘ ಸ್ವರೂಪದ ನಿರೂಪಣಾ ಮಾದರಿಯ ಅವತರಣಿಕೆಗಳೆಡೆಗೆ ಅವರಿಗಿರುವ ಸಹಜ ಒಲವಿನಿಂದಾಗಿ ಅದು ಅವರ ಆದ್ಯತೆಯೂ ಆಗಿದೆ. ಈ ಮಾದರಿಯು ಇತ್ತೀಚೆಗೆ ಕಡಿಮೆಯಾಗುತ್ತ ಬಂದಿದ್ದರೂ ಬರಹಗಾರರು ಮತ್ತು ಓದುಗರಿಬ್ಬರ ಪಾಲಿಗೆ ಅದು ಇಂದಿಗೂ ತೃಪ್ತಿಕರವೂ ವಿಶದಪೂರ್ಣವೂ ಆಗಿದೆ. ಇತರ ಪ್ರಕಟಿತ ಬರಹಗಳ ಜೊತೆಗೆ ಅವರು ಮಿಂಟ್, ಫಾರ್ ಈಸ್ಟರ್ನ್ ಎಕನಾಮಿಕ್ ರಿವ್ಯೂ, ಫಾರಿನ್ ಪಾಲಿಸಿ, ದ ನ್ಯೂ ರಿಪಬ್ಲಿಕ್, ಫಾರಿನ್ ಅಫೇರ್ಸ್, ದ ನ್ಯಾಷನಲ್ ಮತ್ತು ದ ಹಿಂದೂ ಪತ್ರಿಕೆಗಳಿಗೂ ಬರೆದಿದ್ದಾರೆ. ಇದು ಅವರ ಮೊದಲ ಪುಸ್ತಕ.

ಸಹನಾ ಹೆಗಡೆ

ಮೂಲತಃ ಉತ್ತರ ಕನ್ನಡ ಜಿಲ್ಲೆಯ ಸಿದ್ದಾಪುರದ ಬಳಿಯ ಕಿಲಾರದವರಾದ ಸಹನಾ, ಸದ್ಯ ಬೆಂಗಳೂರಿನಲ್ಲಿ ನೆಲೆಸಿದ್ದಾರೆ. ಪ್ರಾಥಮಿಕ ವಿದ್ಯಾಭ್ಯಾಸವನ್ನು ತಮ್ಮ ಹಳ್ಳಿಯಲ್ಲಿಯೇ ಮುಗಿಸಿದ ಇವರು ಎಮ್.ಜಿ.ಸಿ. ಕಾಲೇಜ್ ಸಿದ್ದಾಪುರದಿಂದ ಪದವಿಯನ್ನು ಪಡೆದರು. ಕರ್ನಾಟಕ ವಿಶ್ವವಿದ್ಯಾನಿಲಯ, ಧಾರವಾಡದಿಂದ ಅರ್ಥಶಾಸ್ತ್ರದಲ್ಲಿ ಸ್ನಾತಕೋತ್ತರ ಪದವಿ ಹಾಗೂ ಕುವೆಂಪು ವಿಶ್ವವಿದ್ಯಾನಿಲಯದಿಂದ ದೂರಶಿಕ್ಷಣದ ಮೂಲಕ ಕೌನ್ಸೆಲಿಂಗ್ ಮತ್ತು ಸೈಕೋಥೆರಪಿಯಲ್ಲಿ ಸ್ನಾತಕೋತ್ತರ ಪದವಿಯನ್ನು ಪಡೆದಿದ್ದಾರೆ. ಇವರ ಕೆಲವು ಲೇಖನಗಳು, ಕವಿತೆಗಳು, ಕತೆ ಹಾಗೂ ಅನುವಾದಿತ ಕತೆಗಳು ಪತ್ರಿಕೆಗಳಲ್ಲಿ ಪ್ರಕಟವಾಗಿವೆ. 'ಸೂರ್ಯನ ನೆರಳು' ಇವರ ಮೊದಲ ಅನುವಾದಿತ ಕೃತಿ.

sahanahegde1411@gmail.com

ಓದಲು ಬರೆಯಲು ಕಲಿಸಿದ ತಂದೆ–ತಾಯಿಗಳಿಗೆ
ಎಷ್ಟು ಧನ್ಯವಾದಗಳನ್ನು ಅರ್ಪಿಸಿದರೂ ಕಡಿಮೆಯೇ...

ಸಮಂತ್

ಮನದ ಮಾತು

ಅನುವಾದ ಕ್ಷೇತ್ರಕ್ಕೆ ಕಾಲಿಟ್ಟಿದ್ದೇ ಒಂದು ಆಕಸ್ಮಿಕ. ಹಾಗೆ ಇಟ್ಟ ಒಂದು ಹೆಜ್ಜೆ ಇಂದು ಎರಡನೆಯ ಅನುವಾದಿತ ಪುಸ್ತಕದ ಪ್ರಕಟಣೆಯ ಹಂತಕ್ಕೆ ತಂದು ನಿಲ್ಲಿಸಿದೆ. ನಾನೇ ಮೂಲ ಪುಸ್ತಕದಿಂದ ಪ್ರಭಾವಿತಳಾಗಿ ಅನುವಾದಕ್ಕೆ ತೊಡಗಿದ್ದಿರಬಹುದು ಅಥವಾ ಇಂತಹದೊಂದು ಆಲೋಚನೆಯನ್ನು ಬೇರೊಬ್ಬರು ಪ್ರೇರೇಪಿಸಿರಬಹುದು. ಅದೇನೇ ಇದ್ದರೂ ಅನುವಾದ ಪ್ರಕ್ರಿಯೆಯನ್ನು ಅದರ ಒಟ್ಟಂದದಲ್ಲಿ ಪ್ರತಿಕ್ಷಣವೆಂಬಂತೆ ಮನಃಪೂರ್ವಕವಾಗಿ ಆಸ್ವಾದಿಸಿದ್ದಂತೂ ನಿಜ. ಆಯ್ದುಕೊಂಡ ವಿಷಯ, ವಸ್ತುಗಳು ಗಂಭೀರವಾಗಿದ್ದವು, ನಾನೂ ಅವುಗಳ ಅನುವಾದದಲ್ಲಿ ಗಂಭೀರವಾಗಿಯೇ ತೊಡಗಿಕೊಂಡೆ... ನನ್ನನ್ನೇ ನಾನು ಕಳೆದುಕೊಂಡೆ.

ವಿಭಿನ್ನ ಪ್ರದೇಶಗಳು, ಪ್ರಾಂತಗಳು, ಅಲ್ಲಿಯ ಜನಜೀವನ, ಇತಿಹಾಸ, ಭಾಷೆ, ಸಂಸ್ಕೃತಿ, ಆಹಾರಪದ್ಧತಿ ಇವು ನನಗೆಂದಿಗೂ ಆಸಕ್ತಿಕರ ಸಂಗತಿಗಳೇ. ಅದಕ್ಕೆ ತಕ್ಕಂತೆ ಓದಿನ ಆಯ್ಕೆಯೂ ನೋಡುವ ಕಾರ್ಯಕ್ರಮಗಳೂ ಇರುವುದು ಸ್ವಾಭಾವಿಕ. ಇವೆಲ್ಲವೂ ನನ್ನ ಅರಿವಿನ ವಿಸ್ತಾರಕ್ಕೆ ಪೂರಕವಾಗಿ ಕೆಲಸ ಮಾಡುತ್ತಿರುವಾಗಲೇ ಅನುವಾದಕ್ಕೆ ತೆರೆದುಕೊಂಡ ಪುಸ್ತಕಗಳೂ ಇಂತಹುದೇ ವಿಷಯಕ್ಕೆ ಸಂಬಂಧಿಸಿದ್ದಾಗಿರುವುದು ಎಷ್ಟು ಸಹಜವೋ ಅಷ್ಟೇ ಕಾಕತಾಳೀಯ... ಇಷ್ಟು ದಿನ, ಇಷ್ಟು ವರ್ಷ ಇದಕ್ಕೇ ಕಾದಿದ್ದೆನೆನ್ನುವಂತೆ.

ವಿನಿಮಯ–ವಿಕಸನಗಳು ಜೊತೆಜೊತೆಯಾಗಿ ಸಾಗುತ್ತವೆ ಎಂಬ ಮಾತಿದೆ. ಅಂತಹ ವಿಕಸನದ ಹಾದಿಯಲ್ಲಿ ಇಟ್ಟ ವಿನಿಮಯದ ಇನ್ನೊಂದು ಹೆಜ್ಜೆ ಈ ಅನುವಾದ. "ಪುಸ್ತಕ ಓದಿ ನೋಡಿ, ನಿಮಗಿಷ್ಟವಾದರೆ, ಅನುವಾದ ತರಬಹುದು" ಎಂಬುದಾಗಿ ವಸುಧೇಂದ್ರರ ಕರೆಬಂದ ಮರುದಿನವೇ ಪುಸ್ತಕ ನನ್ನ ಕೈಯಲ್ಲಿತ್ತು. ಓದಿದೆ, ಮರುಳಾದೆ... ಮುಂದೆ ನಡೆದಿದ್ದೆಲ್ಲ, ಇಂದು ನಿಮ್ಮ ಕೈಯಲ್ಲಿದೆ.

ಅನೇಕ ರಾಜ್ಯಗಳಲ್ಲಿ ಸುತ್ತಾಡಿ, ಅಲ್ಲಿನ ಕರಾವಳಿ ಪ್ರದೇಶದಲ್ಲಿ ಮೀನು ಮತ್ತದಕ್ಕೆ ಸಂಬಂಧಿಸಿದ ಸಂಗತಿಗಳ ಬಗ್ಗೆ ಬೆಳಕು ಚೆಲ್ಲುತ್ತ, ಅದು ಹುಟ್ಟುಹಾಕಿದ ಜೀವನ ಶೈಲಿ, ಆಹಾರ–ಸಂಸ್ಕೃತಿಗಳನ್ನು ಅನಾವರಣಗೊಳಿಸುತ್ತ ಸಾಗುವ ಸಮಂತ್ ಸುಬ್ರಮಣಿಯನ್‌ರವರ ಬರಹ ತನ್ನ ಮಟ್ಟಸವಾದ ದನಿ ಮತ್ತು ಬರಹದುದ್ದಕ್ಕೂ

ಅವರು ಕಾಯ್ದುಕೊಂಡ ಸಮಚಿತ್ತದ ಕಾರಣ ಮನಸ್ಸನ್ನು ಸೆಳೆಯಿತು. ಶಿಸ್ತುಬದ್ಧ ಆಲೋಚನಾಕ್ರಮ, ಅಚ್ಚುಕಟ್ಟಾದ ಪ್ರಸ್ತುತಿ, ಶೈಲಿ, ಸಭ್ಯಭಾಷೆಯ ಬಳಕೆ, ಸಮಯೋಚಿತ ಪದಪ್ರಯೋಗ, ಉತ್ತಮ ಅಭಿರುಚಿ–ಅಭಿವ್ಯಕ್ತಿ, ವಿಷಯದ ಗಾಂಭೀರ್ಯ, ಆ ಕುರಿತು ಚಿಂತನೆಗೆ ಹಚ್ಚುವ ವಿಧಾನ, ತುಟಿಯಂಚಿನಲ್ಲಿ ಮೆಲುನಗೆಯೊಂದನ್ನು ತರುವ ತಿಳಿಹಾಸ್ಯ, ನೋವನ್ನುಂಟುಮಾಡದ ಲಘು ವಿನೋದಗಳೆಲ್ಲವೂ ಆಕರ್ಷಿಸಿದವು... ಅದೆಷ್ಟೋ ಮಾಹಿತಿ, ಜ್ಞಾನಗಳಿಗೆ ಅದು ಬಾಗಿಲು ತೆರೆಯಿತು.

ಅನುವಾದಿಸುವುದೆಂದರೆ, ನನ್ನ ಮಟ್ಟಿಗೆ ಅದೊಂದು ಧ್ಯಾನಸ್ಥ ಸ್ಥಿತಿ. ಈ ಸ್ಥಿತಿಗೆ ಬೇಕುಬೇಕಾದಾಗಲೆಲ್ಲ ಏರಲು, ಏರಿದ ಮೇಲೆ ಅಲ್ಲಿಯೇ ಇದ್ದು ವಿಹರಿಸಲು ಅಗತ್ಯವಾಗಿದ್ದ ಕುಟುಂಬದ ಸದಸ್ಯರ ಪ್ರೀತಿ, ಸಹಕಾರ ನನಗೆ ಸಿಕ್ಕಿದೆ. ಮೂಲ ಇಂಗ್ಲಿಷ್ ಪುಸ್ತಕವನ್ನು ಓದಿ, ಒಳ್ಳೆಯ ಆಯ್ಕೆ, ಅನುವಾದಿಸು ಎಂದು ಪ್ರೋತ್ಸಾಹಿಸಿದ ಮಗ ಡಾ.ಸಮರ್ಥ್ ಹೆಗಡೆ, ಫಿಶ್ ಫಾಲೋ ಮಾಡ್ತಾ ಮಾಡ್ತಾ ಎಲ್ಲಿಯವರೆಗೆ ಬಂದೆ, Are you not following fish today? ಎಂದು ಆಗಾಗ ಪ್ರಶ್ನಿಸುತ್ತ ಮತ್ತೆ ಮತ್ತೆ ನಾನು ಕೆಲಸದಲ್ಲಿ ತಲ್ಲೀನಳಾಗುವಂತೆ ಮಾಡಿದ ಮಗಳು ಸೃಷ್ಟಿ, ಅದೆಷ್ಟೋ ವಿಷಯಗಳ ಬಗ್ಗೆ ನಿಖರ ಮಾಹಿತಿ, ಅಧಿಕೃತತೆಯನ್ನು ಪಡೆಯುವ ಹುಡುಕಾಟದಲ್ಲಿಯೂ ನೆರವಾದರು. ಪುಸ್ತಕ ಪ್ರೀತಿಯನ್ನು ಹುಟ್ಟಿನೊಂದಿಗೇ ಹಾಕಿಕೊಟ್ಟು, ನೀರೆರೆದು ಪೋಷಿಸಿದ ಅಪ್ಪ–ಅಮ್ಮ, ಒಡಹುಟ್ಟಿದವರು ಹಾಗೂ ವಿಸ್ತೃತ ಕುಟುಂಬದ ಆಪ್ತ–ನಿಕಟ ಸದಸ್ಯರು, ತಂತ್ರಜ್ಞಾನ–ಸೌಲಭ್ಯಗಳ ವಿಷಯದಲ್ಲಿ ಬೆನ್ನೆಲುಬಾದ ಹಾಗೂ ಜೀವನ ನಿರ್ವಹಣೆಗೆ ಸಂಬಂಧಿಸಿದಂತೆ ಯಾವ ರೀತಿಯಲ್ಲಿಯೂ ತಲೆಕೆಡಿಸಿಕೊಳ್ಳಬೇಕಿಲ್ಲದೇ ನಿರಾಳವಾಗಿ ಓದಿ, ಬರೆದು ಮಾಡಿಕೊಂಡಿರಬಹುದಾದ ಸ್ಥಿತಿಯಲ್ಲಿ ನನ್ನನ್ನು ಸದಾ ಇಟ್ಟಿರುವ ಪತಿ ಸುಬ್ಬರಾವ್ ಹೆಗಡೆ, ವಿನಾಕಾರಣ ಪ್ರೀತಿಸುವ ಅಪಾರ ಸ್ನೇಹಿತರು ಎಲ್ಲರಿಗೂ... ಎದೆಯಾಳದಿಂದೊಂದು ನಲುಮೆಯ ನುಡಿ.

ಲೇಖಕರು ಉಲ್ಲೇಖಿಸಿದ ವಿವಿಧ ಭಾಷೆಗಳ ಪದಗಳು ಹಾಗೂ ಅನೇಕಾನೇಕ ಸ್ಥಳನಾಮಗಳ ಆದಷ್ಟೂ ಸರಿಯಾದ ಉಚ್ಚಾರಗಳನ್ನು ಅಧಿಕೃತ ಮೂಲಗಳಿಂದ ಹುಡುಕಿ ಕನ್ನಡದಲ್ಲಿಡುವುದು ನನ್ನ ಉದ್ದೇಶವಾಗಿತ್ತು. ಇದಕ್ಕೆ ಪ್ರೀತಿಯಿಂದ ಸಹಕರಿಸಿದ, ಶ್ರೀಮತಿ ಅದಿತಿ ಮುಖರ್ಜಿ (ಬಂಗಾಳಿ), ಶ್ರೀಮತಿ ಲಕ್ಷ್ಮೀ ಶಂಕರ ಅಯ್ಯರ್ (ತಮಿಳು), ಶ್ರೀ ಮಲಿಪೆಡ್ಡಿ ರಮೇಶ ರೆಡ್ಡಿ (ತೆಲುಗು), ಶ್ರೀಮತಿ ಪ್ರಿಯಾ ವಿನೋದ್ (ಮಲಯಾಳಂ), ಟ್ರಿಶಾ ಸಾಲ್ಡಾನಾ (ಗೋವಾ), ಶ್ರೀ ವಸಂತ. ಜಿ. ಟಿಕೇಕಾರ್ (ಮರಾಠಿ), ಹಾಗೂ ಡಾ. ಅನುಪಮಾ ದೇಸಾಯಿ (ಗುಜರಾತಿ) ಇವರೆಲ್ಲರಿಗೂ... ಹೃತ್ಪೂರ್ವಕ ಧನ್ಯವಾದಗಳು.

ಕರಾವಳಿಯಗುಂಟ ಹೀಗೆ ಒಮ್ಮೆ ಸುತ್ತಾಡಿ, ನಮ್ಮದೇ ನಾಡಿನ ಸಮೃದ್ಧ ನೆಲದಲ್ಲಿ ತಿರುಗಾಡೋಣ. ಆ ಮೂಲಕ ವಿಭಿನ್ನ ಆಚಾರ, ವಿಚಾರಗಳನ್ನು ಅರಿಯುತ್ತ ಅರಿವಿನ ದಿಗಂತವನ್ನು ವಿಸ್ತರಿಸಿಕೊಳ್ಳೋಣ.

ಸಹನಾ ಹೆಗಡೆ
94814 04166

ಬಿ.ಆರ್. ಶಂಕರ್ ಅನುವಾದ ಸಾಹಿತ್ಯ ಮಾಲೆ

ದಿ. ಶ್ರೀ ಬಿ.ಆರ್. ಶಂಕರ್ (1933–2016) ಕನ್ನಡ ಸಾಹಿತ್ಯ ಲೋಕದಲ್ಲಿ ಸುಮಾರು ಐದು ದಶಕಗಳ ಕಾಲ ತಮ್ಮನ್ನು ತೊಡಗಿಸಿಕೊಂಡಿದ್ದರು. ಮಕ್ಕಳ ಸಾಹಿತ್ಯ, ಅನುವಾದ, ವಿಶಿಷ್ಟ ವಿಚಾರಗಳ ಸಂಕಲನ ಇವರ ಕಾರ್ಯಕ್ಷೇತ್ರಗಳಾಗಿದ್ದವು. ಕನ್ನಡದ ಬಹುತೇಕ ಜನಪ್ರಿಯ ಪತ್ರಿಕೆಗಳಲ್ಲಿ ಇವರ ಮಕ್ಕಳ ಕಥೆಗಳು ಹಾಗೂ ಅನುವಾದಿತ ಲೇಖನ, ಕಥೆ, ಕಾದಂಬರಿಗಳು ಪ್ರಕಟವಾಗಿದ್ದವು. 'ಪ್ರಿಯಾ', 'ಗುರುತು', 'ತೀರ್ಪು', 'ಬಾಡದ ಕುಸುಮ', 'ಮಗಳ ಕೈಗಳು' – ತಮಿಳಿನಿಂದ ಕನ್ನಡಕ್ಕೆ ಅನುವಾದಿಸಿದ ಪ್ರಮುಖ ಕಾದಂಬರಿಗಳು. 'ದೇಶ ವಿದೇಶದ ಕಥೆಗಳು', 'ಪುಟಾಣಿಗಳಿಗಾಗಿ ಪುಟ್ಟ ಪುಟ್ಟ ಕಥೆಗಳು' – ಚಿಣ್ಣರಿಗಾಗಿ ಬರೆದಿದ್ದ ಕಥಾ ಸಂಕಲನ. ಭಾರತ–ಭಾರತಿ ಪುಸ್ತಕ ಮಾಲೆಯಲ್ಲಿ 'ಚಿದಂಬರಂ ಪಿಳ್ಳೈ' ಮತ್ತು 'ತಿರುವಳ್ಳುವಾರ್' – ಮುಖ್ಯ ಪ್ರಕಟಣೆಗಳು. ಜೀವನದಲ್ಲಿ ಅಪಾರವಾದ ಆಸಕ್ತಿಯನ್ನು ಹೊಂದಿದ್ದ ಶಂಕರ್, ಜಗತ್ತಿನ ಹಾಗೂ ಜೀವನದ ಸ್ವಾರಸ್ಯಕರ ಘಟನೆಗಳನ್ನು ತಮ್ಮ ಬರಹಗಳ ಮೂಲಕ ಜನರಿಗೆ ತಲುಪಿಸುವುದರಲ್ಲಿ ಸಕ್ರಿಯವಾಗಿದ್ದರು. ಈ ನಿಟ್ಟಿನಲ್ಲಿ ಜಗತ್ತಿನ ಅತ್ಯುತ್ತಮ ಪುಸ್ತಕಗಳ ಅನುವಾದದ ಮೂಲಕ ವಿಭಿನ್ನ ಸಂಸ್ಕೃತಿ, ಜನಜೀವನವನ್ನು ಕನ್ನಡದ ಜನರಿಗೆ ತಲುಪಿಸುವುದು ಈ ಸಾಹಿತ್ಯ ಮಾಲೆಯ ಉದ್ದೇಶವಾಗಿದೆ. ಅವರ ಕುಟುಂಬದವರು ಈ ಮಾಲೆಯ ಪ್ರಕಟಣೆಗಾಗಿ 'ಛಂದ ಪುಸ್ತಕ'ದೊಡನೆ ಕೈ ಜೋಡಿಸಿದ್ದಾರೆ.

ಕೃತಿ ಪರಿಚಯ

ನಾವು ಇಂಡೋನೇಷಿಯಾದಲ್ಲಿ ನೆಲೆಸಿದ್ದಾಗ, ನಾನು ಹನ್ನೆರಡರ ಬಾಲಕ. ಒಮ್ಮೆ ನಾನು ಮತ್ತು ನನ್ನ ಸಹೋದರಿ, ನಮ್ಮ ತಂದೆತಾಯಿಯರೊಡನೆ ರಾತ್ರಿಯ ಭೋಜನಕೂಟವೊಂದಕ್ಕೆ ಹೋಗಿದ್ದೆವು. ಅಲ್ಲಿಯ ಭಾರತೀಯ ನಿವಾಸಿಗಳ ದಿನಚರಿಗಳಲ್ಲಿ ಈ ಕೂಟಗಳು ಸಾಮಾನ್ಯವಾಗಿದ್ದವು. ಯಾವತ್ತಿನಂತೆ ಚಿಕ್ಕವರಾದ ನಮ್ಮನ್ನು ಗೆಳೆಯ-ಗೆಳತಿಯರೊಡನೆ ಕುಳಿತು ಟಿವಿ ನೋಡಲು ಹಾಗೂ ವೀಡಿಯೋ ಗೇಮ್ಸ್ ಆಡಲು ಮಹಡಿಗೆ ಕಳುಹಿಸಲಾಯಿತು. ಬಹುಶಃ ತಮ್ಮ ಮಕ್ಕಳು ಇತ್ತೀಚೆಗೆ ಹೇಗೆ ಕೇವಲ ಟಿವಿ ನೋಡುವುದರಲ್ಲಿ ಮತ್ತು ವೀಡಿಯೋ ಗೇಮ್ಸ್ ಆಡುವುದರಲ್ಲಿಯೇ ಸಮಯ ಕಳೆಯುತ್ತಾರೆ ಎಂದು ದೂರುವುದಕ್ಕೆಂದೇ ನಮ್ಮ ಪಾಲಕರು ಮತ್ತು ಇನ್ನಿತರ ಪಾಲಕರು ಕೆಳಗೆ ಕುಳಿತಿದ್ದರು.

ಒಂದು ಅಥವಾ ಒಂದೂವರೆ ಗಂಟೆಯ ನಂತರ ಬರಹೇಳಿದಾಗ ನಾವು ಕೆಳಗಿಳಿದು ಊಟದ ಕೋಣೆಗೆ ಬಂದೆವು. ಅಲ್ಲಿ ದೊಡ್ಡದೊಂದು ಮೇಜಿನ ಮೇಲೆ ಹಲವಾರು ತಟ್ಟೆಗಳಲ್ಲಿ ಆಹಾರವನ್ನು ಇಡಲಾಗಿತ್ತು. ನನ್ನ ನೆನಪಿನಲ್ಲಿ ಅದೊಂದು ದೃಶ್ಯ ಹಾಗೇ ಉಳಿದುಕೊಂಡಿತ್ತು ಎಂದು ಕಾಣುತ್ತದೆ. ತರಲೆ ವಿನ್ಯಾಸಕಾರನ ಹಾಗೆ ಅನಂತರ ಅದನ್ನು ಮನಸ್ಸಿನ ಫೋಟೋಶಾಪಿನಲ್ಲಿ ತೀಕ್ಷ್ಣಗೊಳಿಸಿದೆ. ಅನವಶ್ಯಕ ಇತರ ವ್ಯಂಜನಗಳ ವಿವರಗಳನ್ನು ಮಸುಕುಗೊಳಿಸಿದೆ. ಮೇಜಿನ ಮೇಲೆ ಕೇಂದ್ರಸ್ಥಾನದಲ್ಲಿದ್ದುದನ್ನು ನಿಚ್ಚಳವಾಗಿರುವಂತೆ ಮಾಡಿದೆ. ಅದೊಂದು ಹಬೆಯಲ್ಲಿ ಬೇಯಿಸಿದ ಇಡೀ ಮೀನಾಗಿತ್ತು. ಅದರ ಕೆಟ್ಟ ಬೂದು ಬಣ್ಣವು ನನಗೆ ಆ ಕ್ಷಣ ಸಾವನ್ನು ನೆನಪಿಸಿತು. ಅದೃಶ್ಯ ಎಚ್ಚರಿಕೆಯೊಂದರ ಹಾಗೆ ಮೇಜಿನ ಮೇಲೆ ಕಂಡೂ ಕಾಣದಂತೆ ಸುಳಿದಾಡುತ್ತಿದ್ದ ಒಂದು ವಾಸನೆಯೂ ನೆನಪಿದೆ. ಅಂದು ರಾತ್ರಿ ನಾನು ಹೆಚ್ಚೇನೂ ಊಟ ಮಾಡಲಿಲ್ಲ.

ರುಚಿ ಎನ್ನುವುದು ನಮ್ಮ ಇಂದ್ರಿಯಾನುಭವಗಳಲ್ಲಿ ಅತ್ಯಂತ ಅನೂಹ್ಯವಾದದ್ದು. ಸಾಮಾನ್ಯವಾಗಿ ತನ್ನ ಮೊದಲಿನ ಸಹಜಸ್ಥಿತಿಗೆ ಹಿಂದಿರುಗುವ ಶಕ್ತಿಯನ್ನು ಅದು ಹೊಂದಿದ್ದರೂ, ಕೆಲವು ಬಾರಿ ಮಾತ್ರ ಒಂದು ಕೆಟ್ಟ ಅನುಭವದಿಂದಾಗಿ ಜೀವನಪರ್ಯಂತ ವಿಮುಖಗೊಳ್ಳುವಷ್ಟು ಕೋಮಲವೂ ಆಗಿರುತ್ತದೆ. ಅಂದಿನ ಭೋಜನಕೂಟವು ನನ್ನನ್ನು ಮುಂದೆ ದಶಕದ ಕಾಲ ಮೀನಿನಿಂದ ದೂರವೇ ಇರುವಂತೆ ಮಾಡಿಬಿಟ್ಟಿತ್ತು. ಇಪ್ಪತ್ತರ ಆರಂಭದಲ್ಲಿ ನಾನು ಜಾಗರೂಕತೆಯಿಂದ ಕಡಲ ಉಣಿಸುಗಳನ್ನು ಮತ್ತೆ ರುಚಿ ನೋಡಲು ಆರಂಭಿಸಿದಾಗ ಸಾಧ್ಯವಿದ್ದಲ್ಲೆಲ್ಲ ಸುರಕ್ಷಿತವಾದ, ಹಿಟ್ಟಿನಿಂದ ಮುಚ್ಚಿ ವಾಸನೆಯನ್ನು ಹತ್ತಿಕ್ಕಿದ ಅಥವಾ ಕರಿದ ಪದಾರ್ಥಗಳನ್ನೇ ಹುಡುಕಿಕೊಳ್ಳುತ್ತಿದ್ದೆ. ಮೀನು ಮತ್ತು ಚಿಪ್ಸ್ ಅನ್ನು ಹೇಗಾದರೂ ಎದುರಿಸಿಬಿಡುತ್ತಿದ್ದೆ. ಆದರೆ ಹಸಿಮೀನು ಹಾಕಿದ ಸೂಪ್, ಭಟ್ಟಿಯಲ್ಲಿ ಸುಟ್ಟ ಅಥವಾ ಹುರಿದ ಮೀನನ್ನು ತಿನ್ನಲು ಆಗುತ್ತಿರಲಿಲ್ಲ. ಹಬೆಯಲ್ಲಿ ಬೇಯಿಸಿದ ಮೀನೆಂದರೆ ಇನ್ನೂ ಕಷ್ಟವೆನಿಸಿದರೂ ಹೇಳಿಕೊಳ್ಳುವಷ್ಟು ಕಠಿಣವಾಗೇನೂ ಇರಲಿಲ್ಲ. ನನ್ನ ಕುಟುಂಬದವರೆಲ್ಲ ಕಟ್ಟಾ ಸಸ್ಯಾಹಾರಿಗಳಾಗಿದ್ದರೂ, ಊಟಕ್ಕೆಂದು ಹೊರಗೆ ಹೋದಾಗೆಲ್ಲ ನಾನು ಮೊಟ್ಟೆಮಾಂಸಗಳನ್ನು ತಿಂದುಂಡು ಸಾಕಷ್ಟು ಸಂತೋಷವಾಗಿದ್ದೆ.

ಈ ಸಂಗತಿಗಳನ್ನು ನೀವು ಹೇಗೆ ಸ್ವೀಕರಿಸುತ್ತೀರಿ ಎನ್ನುವುದರ ಮೇಲೆ, ಮೀನುಗಳ ಬಗ್ಗೆ ಬರೆಯಲು ನಾನು ಅತ್ಯಂತ ಅಸಮರ್ಪಕ ವ್ಯಕ್ತಿಯೇ ಅಥವಾ ಅತ್ಯಂತ ಸಮರ್ಪಕ ವ್ಯಕ್ತಿಯೇ ಎನ್ನುವುದು ನಿರ್ಧಾರವಾಗುತ್ತದೆ. ಸಹಜವಾಗಿಯೇ ನಾನು ಎರಡನೇ ಅಭಿಪ್ರಾಯವನ್ನು ಸ್ವೀಕರಿಸಲು ಇಷ್ಟಪಡುತ್ತೇನೆ. ಮೀನಿಗೆ ಸಂಬಂಧಿಸಿದ ಮಡಿವಂತ ನೆನಪುಗಳ ಭಾರ ಈಗ ಇರದಿರುವುದೂ ಒಂದು ವಿಶಿಷ್ಟವಾದ ಲಾಭವೆಂದು ನಂಬುತ್ತೇನೆ. ಆದರೆ ಈ ಪುಸ್ತಕವು ಮೀನನ್ನು ಕೇವಲ ಒಂದು ಆಹಾರವೆಂದು ಪರಿಗಣಿಸುವುದಿಲ್ಲ, ಅದರಾಚೆಗೆ ದೃಷ್ಟಿ ನೆಟ್ಟಿದೆ. ದೀರ್ಘವಾದ ಹಾಗೂ ವೈವಿಧ್ಯಮಯವಾದ ತೀರಪ್ರದೇಶವನ್ನು ಹೊಂದಿರುವ ಭಾರತದಂತಹ ದೇಶದಲ್ಲಿ ಮೀನು ಎನ್ನುವುದು ಸಂಸ್ಕೃತಿ, ಇತಿಹಾಸ, ಕ್ರೀಡೆ, ವಾಣಿಜ್ಯ, ಸಮಾಜ ಹೀಗೆ ಹಲವಾರು ಜಗತ್ತುಗಳ ಕೇಂದ್ರಬಿಂದುವಾಗಬಹುದು. ಕರಾವಳಿಯನ್ನೇ ಒಟ್ಟಾಗಿ ಹೆಣೆದುಬಿಡಬಹುದಾದ ನಾಟಕೀಯ ಬೀಸು ಸಂಗತಿ ಇದಾಗಬಹುದು. ಬಂಗಾಳದ ಹೆಮ್ಮೆ ಮತ್ತು ಸಂಭ್ರಮದ ಸಂಗತಿಯಾದ ಹಿಲ್ಸಾ ಮೀನು, ಕೊಲಕತ್ತಾ ಕರಾವಳಿಯ ವಿರುದ್ಧ ದಿಕ್ಕಾದ ಗುಜರಾತಿನ ಮೀನು ಮಾರುಕಟ್ಟೆಗಳಿಂದ ಇತ್ತೀಚೆಗೆ ಸರಬರಾಜಾಗುವುದನ್ನು ಕಾಣಬಹುದು. ಅಥವಾ ಈ ಸಂಗತಿಯು ಕರಾವಳಿಯನ್ನು ಹಲವಾರು ರೀತಿಯ ಉತ್ಕಟತೆಗಳಲ್ಲಿ,

ಸಂಪ್ರದಾಯ–ಪದ್ಧತಿಗಳಲ್ಲಿ ವಿಭಜಿಸಬಹುದು. ಪ್ರತಿಯೊಂದು ವಿಭಜನೆಯೂ ತನಗಿಂತ ನೂರು ಕಿಲೋಮೀಟರ್ ಉತ್ತರಕ್ಕೋ ದಕ್ಷಿಣಕ್ಕೋ ಕಂಡುಬರುವುದಕ್ಕಿಂತ ಭಿನ್ನ. ಈ ಜಗತ್ತುಗಳ ಒಂದೇ ಒಂದು ಅಂಶವನ್ನು ಹೆಚ್ಚು ನಿಕಟವಾಗಿ ಅವಲೋಕಿಸುವುದೆಂದರೂ, ಮೀನಿನ ಬಲೆಯಲ್ಲಿ ಅತ್ಯಂತ ಸ್ಫುಟವಾಗಿ ಕಣ್ಣಿಗೆ ಕಾಣುವ ಎಳೆಯೊಂದನ್ನು ಹಿಡಿದು ಎತ್ತಿದಾಗ ಇದ್ದಕ್ಕಿದ್ದಂತೆ ಇಡೀ ಬಲೆಯೇ ಎದ್ದು ನೋಟಕ್ಕೆ ದಕ್ಕುವ ಹಾಗೆ.

II

ಕೊಲಕತ್ತಾದಿಂದ ಆರಂಭಿಸಿ, ಭಾರತದ ತೀರದುದ್ದಕ್ಕೂ ಹಲವಾರು ತಿಂಗಳುಗಳ ಕಾಲ ನಿರಂತರ ಅಡ್ಡಾಡುತ್ತ ತಿರುಗಾಡಲು ಇಷ್ಟಪಡುತ್ತಿದ್ದೆನಾದರೂ ಹಾಗೆ ಪ್ರಯಾಣ ಮಾಡಲು ನನಗೆ ಸಾಧ್ಯವಾಗಲಿಲ್ಲ. ಬದಲಿಗೆ, ಉದ್ಯೋಗದ ಬದುಕಿನಿಂದ ಆಗಾಗ ತುಸು ದೊಡ್ಡ ರಜೆ ಪಡೆದುಕೊಂಡು ಬೇರೆ ಬೇರೆ ಭಾಗದ ಕಡೆ ಪ್ರಯಾಣ ಮಾಡಿದೆ. ಆ ಪ್ರಯಾಣಗಳೇ ಈ ಪುಸ್ತಕದ ಪ್ರತ್ಯೇಕ ಅಧ್ಯಾಯಗಳಾದವು. ಬಹಳಷ್ಟು ಬಾರಿ ವಿಮಾನದಲ್ಲಿ ಪ್ರಯಾಣ ಮಾಡಿದೆ. ಬಸ್ಸು, ಮೋಟಾರ್ ಸೈಕಲ್, ರೈಲು, ಕಾರುಗಳಲ್ಲಿಯೂ ತಿರುಗಾಡಿದೆ. ಡಜನ್ನುಗಟ್ಟಲೆ ಆಟೋ ರಿಕ್ಷಾಗಳಲ್ಲಿ (ಜನಸಂಚಾರವಿರದ ಕೇರಳದ ಹೆದ್ದಾರಿಯಲ್ಲಿ ಕೆಟ್ಟದಾಗಿಯಾದರೂ ಸರಿ, ನಾನೇ ಆಟೋ ಓಡಿಸಿದ್ದನ್ನೂ ಸೇರಿಸಿ), ಮುರಿದು ಬೀಳುವಂತೆ ಕಾಣುತ್ತಿದ್ದ ಹಲವಾರು ದೋಣಿಗಳಲ್ಲಿ, ಎರಡು ಬಾರಿ ಸೈಕಲ್ ಮೇಲೆ ಹಾಗೂ ಒಮ್ಮೆ ತಾಂತ್ರಿಕ ಹೆಸರೇ ಇಲ್ಲದ, ಸುಧಾರಿತ ಸೈಕಲ್ ರಿಕ್ಷಾವೊಂದರ ಮೇಲೆ ಓಡಾಡಿದೆ.

ಬಹುತೇಕ ಎಲ್ಲಾ ವೇಳೆಯೂ ನಾನು ಪಯಣಿಸಿದ್ದು ಒಬ್ಬಂಟಿಯಾಗಿಯೇ. ಹಾಗಾಗಿ, ನನ್ನ ಸ್ನೇಹಿತರು ಪರಿಚಯಿಸಿದ ಅಪರಿಚಿತ ಜನರ ಒಳ್ಳೆಯತನವನ್ನೇ ಅವಲಂಬಿಸಿದ್ದೆ. ಅಪರಿಚಿತ ಲೋಕವೊಂದನ್ನು ಪ್ರವೇಶಿಸುವಾಗ ಅವರು ಕನಿಷ್ಠಪಕ್ಷ ಅಂತಹ ಪ್ರವೇಶದ ಆರಂಭಿಕ ಹಂತವನ್ನಾದರೂ ಸುಗಮಗೊಳಿಸುತ್ತಿದ್ದರು. ಸ್ಥಳೀಯ ಭಾಷೆ ಅರ್ಥವಾಗದಿದ್ದಾಗ ಅವರು ಭಾಷಾಂತರಿಸುತ್ತಿದ್ದರು, ಉಪಯುಕ್ತ ಟಿಪ್ಪಣಿಗಳನ್ನು ಸೇರಿಸುತ್ತಿದ್ದರು. ಅವರ ಹಿತಕರವಾದ ನೆರಳಿನಲ್ಲಿ, ನಾನಲ್ಲದಿದ್ದರೂ ಅವರು ಇಲ್ಲಿಗೆ ಸೇರಿದವರು ಎಂಬ ಧೈರ್ಯದಲ್ಲಿ ನಾನು ನಿರಂತರವಾಗಿ ಮನಬಂದಂತೆ ಅಡ್ಡಾಡಬಹುದಿತ್ತು, ನೋಡಬಹುದಿತ್ತು, ಕೇಳಬಹುದಿತ್ತು, ಬೇಕಾದಲ್ಲಿ ಸಂಭಾಷಣೆಯನ್ನು ಶುರುಮಾಡಬಹುದಿತ್ತು. ವಿ.ಎಸ್. ನೈಪಾಲ್ ಅವರು ಹೇಳಿದಂತೆ, 'ಜನರ ಅನ್ವೇಷಕ, ಕತೆಗಳ ಶೋಧಕ' ನಾಗಲು ಬಯಸಿದೆ.

ಭಾರತದ ಕರಾವಳಿಯುದ್ದಕ್ಕೂ ಆರಾಮವಾಗಿ ಸುತ್ತುವುದರಲ್ಲಿ ಹಾಗೂ ಆ ಕುರಿತು ಬರೆಯುವುದರಲ್ಲಿ ಇತರರನ್ನು ನನ್ನದೇ ಮಾರ್ಗದಲ್ಲಿ ಮುನ್ನಡೆಯುವಂತೆ ಮಾಡುವ ಯಾವ ಉದ್ದೇಶವೂ ನನಗಿಲ್ಲ. ಆ ಅರ್ಥದಲ್ಲಿ ಇದು ಪ್ರವಾಸವನ್ನು ಹೇಗೆ ಮಾಡಬೇಕು ಎನ್ನುವುದನ್ನು ಹೇಳುವ ಪುಸ್ತಕವಲ್ಲ. ಬದಲಿಗೆ ಇದೊಂದು ಕೇವಲ ಪ್ರವಾಸ ಕಥನ. ನನ್ನ ಪ್ರವಾಸಗಳ ಅನುಭವ ಹಾಗೂ ಅವಲೋಕನಗಳ, ನಾನು ಭೇಟಿಮಾಡಿದ ಜನರೊಂದಿಗೆ ಆಡಿದ ಮಾತುಕತೆಗಳ, ಯಾವ ವಿಷಯಗಳು ನನ್ನನ್ನು ತುಂಬಾ ಸೆಳೆದವೋ ಅವುಗಳನ್ನು ಕುರಿತು ನಾನು ಮಾಡಿದ ಶೋಧನೆಗಳ ದಾಖಲೆಯಷ್ಟೆ. ಎಲ್ಲಾ ಪ್ರವಾಸ ಬರಹಗಳೂ ಒಟ್ಟಾರೆ ಇರಬೇಕಾದ್ದೇ ಹೀಗೆ ಎಂದು ನಾನು ನಂಬುತ್ತೇನೆ. ಇದೊಂದು ಸರಳವಾದ, ಯಾವುದೇ ಆಲೋಚನೆ–ವಿಚಾರಗಳು ತಪ್ಪಾಗಿದ್ದರೆ ಮನವೊಲಿಸುವ, ಪೂರ್ವಗ್ರಹ ಪೀಡಿತ ನಂಬಿಕೆಗಳನ್ನು ನಾಶಪಡಿಸುವ, ಬದಲಾಗುತ್ತಲೇ ಇರುವ ಮತ್ತು ಸಾಪೇಕ್ಷ ಗುಣಸ್ವರೂಪವನ್ನು ಹೊಂದಿರುವ, ಸತ್ಯವನ್ನು ಅನ್ವೇಷಿಸುವ ಹಳೆಯ ಕಾಲದ ಪತ್ರಿಕೋದ್ಯಮ.

ಸಮಂತ್ ಸುಬ್ರಮಣಿಯನ್

ನವದೆಹಲಿ, ಜನವರಿ 2010

ಪರಿವಿಡಿ

ಎದ್ದೇಳಿ ಅಣ್ಣಾ! ತೆರೆಯುತಿದೆ ಆಗಸವು ಕಣ್ಣಾ
ಉದಯ ಕಿರಣಗಳಿಗೊಮ್ಮೆ ನಮಿಸಿರಣ್ಣಾ.
ನಸುಕಿನ ತೋಳುಗಳಲಿ ಮಲಗಿದೆ ಗಾಳಿ
ಇರುಳೆಲ್ಲ ಅತ್ತ ಎಳೆಯ ಕಂದನ ಚಾಳಿ.
ಬಲೆಗಳನು ತೀರದಿಂದೆತ್ತಿಕೊಳ್ಳೋಣ ಬನ್ನಿ
ಕಟ್ಟಿದ ದೋಣಿಗಳನು ಬಿಚ್ಚೋಣ ಬನ್ನಿ.
ಅಲೆಯುಬ್ಬರದ ಸಿರಿ ಸೂರೆಗೈಯಲು ಹೊರಡಿ
ಸಾಗರದ ಅರಸರು ನಾವೇ ನೋಡಿ!
ಹೊರಡೋಣ ಇನ್ನು ಅವಸರಿಸಿ
ಕಡಲಹಕ್ಕಿಗಳ ಕರೆಯನನುಸರಿಸಿ.
ಕಡಲು ನಮ್ಮಮ್ಮ, ಮುಗಿಲೆಮ್ಮ ಅಣ್ಣ
ಅಲೆಗಳೆಲ್ಲ ನಮ್ಮ ಒಡನಾಡಿಗಳಣ್ಣಾ.
ಮರಳಿ ಬರುವುದು ನಾವು ಸಂಜೆಯೊಳಗೆ
ಕಡಲ ದೇವರ ಕರವು ನಮ್ಮನೊಯ್ಯುವುದೆಲ್ಲಿಗೆ?
ಬಿರುಗಾಳಿಯ ಜುಟ್ಟು ಹಿಡಿದಿಟ್ಟುಕೊಂಡವನು
ತನ್ನೆದೆಯ ಗೂಡಿನಲಿ ನಮ್ಮ ಬಿಡದೆ ಕಾಯುವನು.
ತೆಂಗಿನ ಗರಿಗಳ ನೆರಳದು ಹಿತವು
ಮಾವಿನ ತೋಪಿನ ಸಿಹಿ ಪರಿಮಳವು.
ಹುಣ್ಣಿಮೆಯ ರಾತ್ರಿಯಲಿ ಕಂಗೊಳಿಸುವುದು ಮರಳು
ಪ್ರೀತಿಯ ನುಡಿಗಳ ಸದ್ದು ಜೊತೆಯಲಿರಲು.
ಎಲ್ಲಕೂ ಮಿಗಿಲು ತುಂತುರಿನ ಸವಿಯು
ಸಂತಸದಿ ನಲಿವ ನೊರೆಯ ನರ್ತನವು.
ಹಾಕುತ ದೋಣಿಯ ಹುಟ್ಟು, ಹೋಗೋಣ ಬನ್ನಿ
ಬಾಗಿದ ಆಗಸ ಸಾಗರ ತಾಕುವ ಅಂಚಿನೆಡೆಗೆ ಸಾಗೋಣ ಬನ್ನಿ.

– ಕೋರಮಂಡಲದ ಮೀನುಗಾರರು, ಸರೋಜಿನಿ ನಾಯ್ಡು

ಅಧ್ಯಾಯ 1

ಹಿಲ್ಸಾ ಮೀನಿನ ಬೇಟೆ ಹಾಗೂ ಅದರ ಮೂಳೆಗಳ ಮೇಲೆ ನಿಯಂತ್ರಣ ಸಾಧಿಸಿದ್ದು

ನಾನು ಕೊಲಕತ್ತಾಕ್ಕೆ ಬರುವ ಒಂದು ದಿನ ಮುಂಚೆಯಷ್ಟೆ ಬಡಾಬಜಾರ್ ಹೊತ್ತಿ ಉರಿಯಲು ಶುರುವಾಗಿತ್ತು. ನಂದಾರಾಮ್ ಮಾರುಕಟ್ಟೆ ಸಂಕೀರ್ಣದ ಹದಿನಾಲ್ಕು ಮಹಡಿಗಳು ಹಾಗೂ ಅದಕ್ಕೆ ತಾಗಿಕೊಂಡಿದ್ದ ಅಂಗಡಿಗಳನ್ನು ಬೆಂಕಿಯ ಕೆನ್ನಾಲಗೆ ನೆಕ್ಕಿ ಹಾಕಿತ್ತು. ಸಾಯಂಕಾಲದ ವೇಳೆಯಾದರೂ ಗಾಳಿಯಲ್ಲಿ ಹೊಗೆ ಇನ್ನೂ ಇದೆಯೆಂದು ನನಗನ್ನಿಸುತ್ತಿತ್ತು. ಕಟ್ಟಡವೊಂದರ ಮೇಲೆ ಏರಿಸಿದ ಬಿಳಿ ಫಲಕದ ಮೇಲಿನ ಹಸಿರು ಅಕ್ಷರಗಳನ್ನು ನನಗೆ ಓದಲು ಸಾಧ್ಯವಾಗದೇ ಹೋದುದಕ್ಕೆ ಅಥವಾ ಆಕಾಶದಲ್ಲಿ ಕಾಲ್ಬೆರಳಿನ ಉಗುರಿನಾಕಾರದಲ್ಲಿ ಮೂಡಿದ ಪುಟ್ಟ ಸಪೂರ ಚಂದ್ರಮನನ್ನು ಗಮನಿಸಲು ಆಗದಿರುವುದಕ್ಕೆ ಕೇವಲ ಸಂಚಾರ ದಟ್ಟಣೆಯಿಂದ ಹುಟ್ಟಿಕೊಂಡ ಮಂಜುಮಿಶ್ರಿತ ಹೊಗೆಯೊಂದೇ ಕಾರಣವಾಗಿರಲಿಲ್ಲ. ತಾಜಾ ಹೊಗೆಯ ತೀಕ್ಷ್ಣತೆ ನಿಜಕ್ಕೂ ಮೂಗಿಗಡರುತ್ತಿತ್ತು. ವಾಸ್ತವದಲ್ಲಿ ನನಗೆ ಬರುತ್ತಿದ್ದ ಹೊಗೆಯ ವಾಸನೆಯು ಸುಡುತ್ತಿದ್ದ ಎಲೆಗಳದ್ದಾಗಿತ್ತು. ನಾಯಿಯನ್ನು ಓಡಾಡಿಸುವ ಅಥವಾ ಬ್ಯಾಡ್ಮಿಂಟನ್ ಆಡುವ ಹಾಗೆ ಒಣಗಿದ ಎಲೆ ಸುಡುವುದೂ ಕೊಲಕತ್ತಾದ ಚಳಿಗಾಲದ ಸಂಜೆಯ ಕಾಲಹರಣದ ಒಂದು ಚಟುವಟಿಕೆ ಎಂದು ನನ್ನೊಬ್ಬ ಗೆಳೆಯನ ತಂದೆ ಹೇಳಿದರು. (ಅಂದಹಾಗೆ, ಆ ಬಿಳಿ – ಹಸಿರು ಬಣ್ಣದ ಸೂಚನಾ ಫಲಕವು ಮಾಲಿನ್ಯ ನಿಯಂತ್ರಣ ಮಂಡಳಿಯ ಆವರಣವನ್ನು ಸೂಚಿಸುವುದಕ್ಕಾಗಿತ್ತು ಎಂದು ತಿಳಿದಿದ್ದು ಆಮೇಲೆ.)

ತರಗೆಲೆಗಳಿಂದ ಹೊಗೆ ಹಾಯುತ್ತಿದ್ದರೂ ಸರಿ, ಕೊಲಕತ್ತಾಕ್ಕೆ ಭೇಟಿ ನೀಡಲು ಚಳಿಗಾಲವೇ ಅತ್ಯಂತ ಸೂಕ್ತ ಎಂದವರ ಮಾತನ್ನು ತೆಗೆದು ಹಾಕುವಂತಿರಲಿಲ್ಲ. ವಾತಾವರಣವು ತನ್ನ ಪಾಡಿಗೆ ತಾನು ಗೋಲ್ಡಿಲಾಕ್ಸ್[1] ಸ್ಥಿತಿಯನ್ನು ತಲುಪಿಬಿಡುತ್ತದೆ. ಅಂದರೆ, ಬಿಸಿಯೂ ಅಲ್ಲದ ತಂಪೂ ಅಲ್ಲದ, ತೇವವೂ ಅಲ್ಲದ ಶುಷ್ಕವೂ ಅಲ್ಲದ ಸ್ಥಿತಿಯನ್ನು ಹೊಂದುತ್ತದೆ. ಕೊಲಕತ್ತಾದ ಮಾನದಂಡದಲ್ಲಿಯೇ ಅಳೆದರೂ ಬದುಕಿನ ಗತಿ ನಿಧಾನವಾಗುತ್ತದೆ, ಉದ್ವಿಗ್ನತೆ ಹದಕ್ಕೆ ಬರುತ್ತದೆ, ಸಂಚಾರ ಸಹನೀಯವೆನಿಸತೊಡಗುತ್ತದೆ, ಪಾನಿಪೂರಿಯ ಸ್ವಾದ ಕೂಗಿ ಕರೆಯುತ್ತದೆ. ಹಿಲ್ಸಾ ಮೀನನ್ನು ತಿನ್ನುವುದಕ್ಕೆ ಚಳಿಗಾಲ ಒಳ್ಳೆಯ ಸಮಯವಲ್ಲ ಎಂದು ಹೇಳಿದ್ದರೂ ನಾನದನ್ನು ತಿನ್ನಲೇಬೇಕೆಂದು ಹಟ ಹಿಡಿದಿದ್ದೆ. ಹಾಗಾಗಿ ನನ್ನ ಮತ್ತು ಈ ಚಳಿಗಾಲದ ಕೊಲಕತ್ತಾದ ನಡುವೆ ಪರಸ್ಪರ ಹೊಂದಾಣಿಕೆಯಾಗುತ್ತಿರಲಿಲ್ಲ. ಪ್ರತಿ ತಿರುವಿನಲ್ಲಿಯೂ ಸಿಕ್ಕ ಬಂಗಾಳಿ ಪಂಡಿತರು– ಅಂತಹವರು ಸಾಕಷ್ಟು ಜನ– ನಾನು ಹಿಲ್ಸಾ ತಿನ್ನಲಿಕ್ಕೆ ಮಳೆಗಾಲದಲ್ಲಿಯೇ ಬರಬೇಕೆಂದು ಸಲಹೆ ನೀಡುತ್ತಿದ್ದರು. ಈಗ ಹಿಲ್ಸಾ ಸಿಗುವುದಿಲ್ಲ, ಸಿಕ್ಕರೂ ಒಳ್ಳೆಯ ಹಿಲ್ಸಾ ಸಿಗುವುದಿಲ್ಲ ಎಂಬುದು ಅವರ ಖಡಾಖಂಡಿತ ಹೇಳಿಕೆಯಾಗಿತ್ತು. ಮನಸ್ಸು ಗಟ್ಟಿ ಮಾಡಿ ನಿನ್ನ ಆಸೆಯನ್ನು ಮುಂದೂಡಿ, ಮುಂದಿನ ಕೆಲವು ತಿಂಗಳುಗಳನ್ನು ಕಳೆದು ಮತ್ತೆ ಕೊಲಕತ್ತಾಕ್ಕೆ ಬಾ ಎನ್ನುತ್ತಿದ್ದರು. ಅವರ ಮಾತಿನ ಪ್ರಕಾರ, ಹಿಲ್ಸಾ ಏಕಕಾಲಕ್ಕೆ ಒಂದು ಮೀನೂ ಹೌದು, ಕಾದವರಿಗಷ್ಟೇ ಒಳ್ಳೆಯದು ಸಿಗುತ್ತದೆ ಎನ್ನುವ ನೀತಿ ಶಾಸ್ತ್ರದ ಒಂದು ಪಾಠವೂ ಹೌದು.

ಆದರೆ ಅಷ್ಟೇನೂ ಪಂಡಿತರಲ್ಲದ ಕೊಲಕತ್ತಾದ ಮೀನು ಮಾರಾಟದ ದೊರೆಗಳು, ನೀತಿ ಪಾಠಕ್ಕಿಂತ ಮೀನೇ ಹೆಚ್ಚು ಲಾಭದಾಯಕ ಎಂದು ನಿರ್ಧರಿಸಿಬಿಟ್ಟಿದ್ದಾರೆ. ಆ ಜನವರಿಯ ಮಧ್ಯಭಾಗದಲ್ಲಿ ಎಲ್ಲಿ ನೋಡಿದರೂ ಹಿಲ್ಸಾ ಮೀನೇ ಕಾಣುತ್ತಿತ್ತು. ಹೋಟೆಲ್ಲುಗಳಲ್ಲಿ ಕೇಳಿದರೆ ಮರುಮಾತಿಲ್ಲದೆ ತಂದಿಡುತ್ತಿದ್ದರು. ಬಾಂಗ್ಲಾದೇಶದಿಂದ ಸಾಲುಸಾಲು ಟ್ರಕ್ಕುಗಳು ಅವುಗಳನ್ನು ತಂದು ಸುರಿಯುತ್ತಿದ್ದವು. ನದಿಯ ಪಕ್ಕದಲ್ಲಿ ಅಡ್ಡಾದಿಡ್ಡಿ ತಲೆ ಎತ್ತಿನಿಂತಿರುವ ತಿಂಡಿತಿನಿಸುಗಳ ಅಂಗಡಿಗಳಲ್ಲಿ ಅವು ಎದ್ದು ಕಾಣುತ್ತಿದ್ದವು. ಮೀನು ಮಾರುಕಟ್ಟೆಯಲ್ಲಿ ತುಂಬಿತುಳುಕುತ್ತಿದ್ದವು. ಜೇಬಿನಲ್ಲಿ ಕೇವಲ ಅರವತ್ತೇ ರೂಪಾಯಿಗಳಿದ್ದವನಿಗೂ ಒಳ್ಳೆಯದು ಎನ್ನುವ ಹಿಲ್ಸಾಮೀನಿನ ತಿನಿಸು ಲಭ್ಯವಾಗುತ್ತಿತ್ತು. ಹೀಗಾಗಿ, ಸುಡುತ್ತಿದ್ದ ಎಲೆಗಳ ಕಾರಣ ಕೆಮ್ಮಲು ಆರಂಭಿಸಿದ ಮೂರೇ ಗಂಟೆಗಳ ಒಳಗೆ, ನಾನು ಅನ್ನ ತುಂಬಿದ ತಟ್ಟೆ ಹಾಗೂ ಶೋರ್ಶೆ ಇಲ್ಲಿಶ್

---

1 ಹತ್ತೊಂಬತ್ತನೆಯ ಶತಮಾನದಲ್ಲಿ ರಾಬರ್ಟ್ ಸೌಥಿಯು ಪರಿವರ್ತಿಸಿ ನಿರೂಪಿಸಿದ ಎನ್ನಲಾದ ಒಂದು ಪ್ರಸಿದ್ಧ ಕಾಲ್ಪನಿಕ ಕತೆ

(ರುಬ್ಬಿದ ಸಾಸಿವೆ ಮಸಾಲೆಯಲ್ಲಿ ಬೇಯಿಸಿದ ಹಿಲ್ಸಾ ಮೀನು) ತುಂಬಿದ ಅಗಲ ಬಟ್ಟಲನ್ನು ಎದುರಿಗೆ ಇಟ್ಟುಕೊಂಡು ಕುಳಿತಿದ್ದೆ.

II

ಬಂಗಾಳಿ ಅಡುಗೆಯನ್ನು ವಿಂಬಲ್ಡನ್ ಎಂದುಕೊಂಡರೆ, ಹಿಲ್ಸಾ ಮೀನು ಆಡುವುದು ಸದಾ ಸೆಂಟರ್ ಕೋರ್ಟ್‌ನಲ್ಲಿಯೇ ಆಗಿರುತ್ತಿತ್ತು. ಭಾರತದ ಈ ಭಾಗದಲ್ಲಿ ಹಿಲ್ಸಾಕ್ಕೆ ಮೀನುಗಳಲ್ಲೇ ಅಗ್ರಸ್ಥಾನ ಎನ್ನುವುದು ನಿರ್ವಿವಾದ. ಅದು ಹೊಂದಿರುವ ನಿಗೂಢ ಸ್ವಾದ ಮತ್ತು ನಿರ್ದಿಷ್ಟ ಋತುಮಾನದಲ್ಲಷ್ಟೇ ಸಿಕ್ಕು ಉಳಿದಂತೆ ದುರ್ಲಭ

ಎನ್ನುವ ಜಂಬ, ಹೆಚ್ಚುಗಾರಿಕೆಯಿಂದಾಗಿ ಇನ್ನಷ್ಟು ಅಪೇಕ್ಷಿತವೆನಿಸಿಕೊಂಡಿದೆ. ಎಷ್ಟೋ ಕವಿಗಳು ಇದನ್ನು ಕುರಿತು ಬರೆದಿದ್ದಾರೆ. ಒಬ್ಬ ಕವಿಯಂತೂ ಬಂಗಾಳಿಯಲ್ಲಿ ಇಲ್ಲಿಶ್ ಎಂದು ಕರೆಯಲ್ಪಡುವ ಹಿಲ್ಸಾವನ್ನು, 'ಮುದ್ದು ಜಲಚರ' ಎಂದು ವರ್ಣಿಸಿದ್ದಾನೆ. ಹಿಲ್ಸಾ ಬಂಗಾಳಿ ಅಸ್ಮಿತೆಯ ಪ್ರತೀಕವಾಗಿರುವ ಹಾಗೆಯೇ ಪೂರ್ವ ಮತ್ತು ಪಶ್ಚಿಮ ಬಂಗಾಳಗಳ ನಡುವೆ ದಾಯಾದಿ ಪೈಪೋಟಿಗೂ ಕಾರಣವಾಗಿದೆ. ಅವರಿಬ್ಬರ ನಡುವೆ ಇರುವ ಬೇರೊಂದೇ ಪೈಪೋಟಿಯಲ್ಲಿ ಅದು ಸ್ಪಷ್ಟವಾಗುತ್ತದೆ: ಪೂರ್ವ ಬಂಗಾಳ ಫುಟ್‌ಬಾಲ್ ತಂಡವು ಗೆದ್ದಾಗ ಅದರ ಅಭಿಮಾನಿಗಳು ಹಿಲ್ಸಾ ಮೀನಿನ ಊಟ ಮಾಡುವ ಸಂಪ್ರದಾಯವಿದ್ದರೆ, ಪಶ್ಚಿಮ ಬಂಗಾಳದ ಮೋಹುನ್ ಬಗಾನ್ ಅಭಿಮಾನಿಗಳಿಗೆ ಸೀಗಡಿ ಮೀನಿನ ಭೋಜನವೇ ಬೇಕು. ಮೀನಿನ ಭರ್ಜರಿ ವ್ಯಾಪಾರವಾಗುವ ಸ್ಥಳಗಳಲ್ಲೆಲ್ಲಾ, ಗ್ರಾಹಕರನ್ನು ಕೂಗಿ ಆಕರ್ಷಿಸಲು ತಾಜಾ ಹಿಲ್ಸಾ ಮೀನು ಅತಿ ದೊಡ್ಡ ಆಮಿಷವಾಗಿದೆ.

'ಮೀನು ಮಾರುಕಟ್ಟೆ' ಎಂದ ತಕ್ಷಣ ಚೆನ್ನೈನ ನನ್ನ ಶಾಲಾ ಶಿಕ್ಷಕರು ಹೇಳುತ್ತಿದ್ದ ಎಚ್ಚರಿಕೆಯ ಮಾತುಗಳೇ ನನಗೆ ಬಹಳ ಕಾಲ ನೆನಪಾಗುತ್ತಿದ್ದವು. ಅವರಲ್ಲಿ ಬಹುತೇಕ ಶಿಕ್ಷಕರು ಇಂತಹ ಒಂದು ಮಾರುಕಟ್ಟೆಗೆ ಹೋಗಿರಲಿಕ್ಕೂ ಇಲ್ಲ ಎಂಬುದು ಸ್ಪಷ್ಟ. ವಿಶೇಷವಾಗಿ ಗದ್ದಲದಿಂದ ಕೂಡಿರುತ್ತಿದ್ದ ಆ ಮಧ್ಯಾಹ್ನಗಳ ಅವಧಿಯಲ್ಲಿ ಶಿಕ್ಷಕರು ಅತ್ತಿಂದಿತ್ತ ಓಡಾಡುತ್ತ, ಅಲಂಕಾರಿಕ ಗತ್ತಿನಲ್ಲಿ "ನೀವೇನು ಮೀನು ಮಾರ್ಕೆಟ್‌ನಲ್ಲಿ ಇದೀರಿ ಅಂದ್ಕೊಂಡಿದೀರಾ?" ಎಂದು ಬೈಯುತ್ತಿದ್ದರು. ಆ ಕ್ಷಣ ನನ್ನೆಲ್ಲ ಕಿಲಾಡಿತನ, ತುಂಟತನಗಳನ್ನು ನಿಲ್ಲಿಸಿ, ಕಿವಿಗಡಚಿಕ್ಕುವ ಸದ್ದು ಗದ್ದಲದಿಂದ ಕೂಡಿದ ಮೃತ್ಯುಕೂಪವೊಂದರ ಕಲ್ಪನೆಯಲ್ಲಿ ನಾನು ತೇಲಿಹೋಗುತ್ತಿದ್ದೆ. ಅಲ್ಲಿರುವ ಜನರು ರಕ್ತ–ಮಾಂಸಗಳಿಂದ ಕೂಡಿದ ನದಿಯೊಂದರಲ್ಲಿ ಈಜಾಡುತ್ತಾ, ಅಸಹ್ಯ ವಾಸನೆಯೊಡನೆ ಹೋರಾಡುತ್ತಾ, ಮೊದೆ ಹುಬ್ಬಿನ ಕ್ರೂರ ಮನಸ್ಸಿನ ಸಾವಿನ ವ್ಯಾಪಾರಿಗಳಿಂದ ಮೀನನ್ನು ಖರೀದಿಸುತ್ತಿರುವ ದೃಶ್ಯ ಕಣ್ಮುಂದೆ ಬರುತ್ತಿತ್ತು.

ಲೇಕ್ ಮಾರ್ಕೆಟ್‌ನ ಮೀನಂಗಡಿಗಳು ಆ ಘೋರ ಕಲ್ಪನೆಗಿಂತಲೂ ಸಾಕಷ್ಟು ಉತ್ತಮವಾಗಿದ್ದವು. ವಿನಾಶದ ಅಧಿದೇವತೆಗಳಾದ ಶಿವ ಮತ್ತು ಕಾಳಿಯ ಮುದ್ರಿತ ಚಿತ್ರಗಳನ್ನು ಗೋಡೆಯುದ್ದಕ್ಕೂ ಹಚ್ಚಿರುವ ಒಂದು ಉದ್ದನೆಯ ಜಾಗದಲ್ಲಿ, ಕಾಂಕ್ರೀಟ್ ಕಟ್ಟೆಯ ಮೇಲೆ ತಮ್ಮ ತಮ್ಮ ಮೀನಿನ ರಾಶಿಗಳ ಹಿಂದೆ ಮಾರಾಟಗಾರರು ವಿರಾಜಮಾನರಾಗಿದ್ದರು. ಮೀನನ್ನು ಕತ್ತರಿಸುವ ಕತ್ತಿಗಳು ಅವರ ಮಂಡಿಗಳ ಅಡಿಯಿಂದ ಹೊರಚಾಚಿಕೊಂಡಿದ್ದವು. ಅವುಗಳ ಕಪ್ಪನೆಯ ಅಲಗು, ಘೀಳಿಡುವ ಆನೆಯ ಸೊಂಡಿಲಿನಂತೆ ಎದ್ದುನಿಂತಿದ್ದವು. ಕರಗಿದ ಮಂಜುಗಡ್ಡೆಯ

ನೀರು ಮತ್ತು ತೊಟ್ಟಿಕ್ಕಿದ ಮೀನಿನ ನೆತ್ತರು ಸೇರಿ, ಸಣ್ಣ ತೊರೆಯಾಗಿ ದಿಬ್ಬದುದ್ದಕ್ಕೂ ಹೊಂದಿಕೊಂಡಿದ್ದ ಚರಂಡಿಗೆ ಹರಿದು ಹೋಗುತ್ತಿತ್ತು. ಪ್ರತಿ ಕಟ್ಟೆಯ ಮೂಲೆಯಲ್ಲಿಯೂ ಮೀನಿನ ಶರೀರದ ಒಳಭಾಗಗಳನ್ನು ಪಿರಾಮಿಡ್ಡಿನ ಆಕೃತಿಯಲ್ಲಿ ಅಚ್ಚುಕಟ್ಟಾಗಿ ಪೇರಿಸಿಡಲಾಗಿತ್ತು. ಮೀನುಗಳು ಎಷ್ಟು ತಾಜಾ ಇದ್ದವೆಂದರೆ, ಅಲ್ಲಿ ಸ್ವಲ್ಪವೂ ವಾಸನೆ ಇರಲಿಲ್ಲ. ವಾತಾವರಣದಲ್ಲಿದ್ದ ನಾತಕ್ಕೆ ದೂರದಲ್ಲಿ ಗೋಡೆಯ ಬಳಿ ಕುಳಿತು ಚಿಕನ್ ಮಾರುತ್ತಿದ್ದವರ ಒಂದೇ ಒಂದು ಸಾಲು ಸಂಪೂರ್ಣ ಹೊಣೆಯಾಗಿತ್ತು. ಆದರೂ ಗಮನಾರ್ಹ ಸಂಗತಿಯೆಂದರೆ, ವಹಿವಾಟು ಅತ್ಯಂತ ನಾಗರಿಕ ರೀತಿಯಲ್ಲಿ ನಡೆಯುತ್ತಿತ್ತು; ನನ್ನ ಶಿಕ್ಷಕರು ಇಂತಹ ಮೀನು ಮಾರುಕಟ್ಟೆ ನೋಡಿದ್ದರೆ ಆಶ್ಚರ್ಯ ಪಡದೇ ಇರುತ್ತಿರಲಿಲ್ಲ.

ಹಂಗಾಮು ಅಲ್ಲದೇ ಹೋದರೂ ಕೊಲಕತ್ತಾದಲ್ಲಿ ಈಗ ಒಳ್ಳೆಯ ಹಿಲ್ಸಾವನ್ನು ತಿನ್ನಲು ಸಾಧ್ಯ ಎಂದು ಸಣಕಲು ದೇಹದ ನನ್ನ ಮಾರ್ಗದರ್ಶಿ ಕೋಕೋನ್ ಎಲ್ಲರಿಗಿಂತ ಮೊದಲೇ ಭರವಸೆ ನೀಡಿದ್ದ. ತಲೆಗೆ ಸದಾ ರುಮಾಲು ಸುತ್ತಿಕೊಂಡೇ ಇರುವ ಕೋಕೋನ್ ತನ್ನ ಮಾತು ನಿಜವೆಂದು ತೋರಿಸಲು ವ್ಯಾಪಾರಸ್ಥನೊಬ್ಬನ ಬಳಿ ನನ್ನನ್ನು ಕರೆದುಕೊಂಡು ಹೋದ. ಸಾಂಪ್ರದಾಯಿಕವಾಗಿ ಹಿಲ್ಸಾ ಹಂಗಾಮು ಶುರುವಾಗುವುದು ಸರಸ್ವತಿ ಪೂಜೆಯ ವೇಳೆಗೆ; ಅಂದರೆ ಇನ್ನೂ ಒಂದು ತಿಂಗಳ ನಂತರ. ವರ್ಷದ ಉಳಿದೆಲ್ಲ ಸಮಯ ಸಮುದ್ರವಾಸಿಗಳಾಗಿರುವ ಮೀನುಗಳು ಮೊಟ್ಟೆ ಇಡುವುದಕ್ಕಾಗಿ ಆ ಸಮಯದಲ್ಲಿ ಅಗಾಧ ಸಂಖ್ಯೆಯಲ್ಲಿ ನದಿಯಲ್ಲಿ ಮೇಲ್ಮುಖವಾಗಿ ಈಜಲಾರಂಭಿಸುತ್ತವೆ. ಚಳಿಗಾಲದಲ್ಲಿಯೂ ನದಿಯಲ್ಲಿ ಹಿಲ್ಸಾ ಮೀನುಗಳನ್ನು ಕಾಣಲು ಸಾಧ್ಯವಿದೆ. ಒಂದು ಸಿದ್ಧಾಂತದ ಪ್ರಕಾರ, ಪರಿಸರದ ಕುರಿತು ಅಪಾರ ಅರಿವು ಮತ್ತು ಕಾಳಜಿಯನ್ನು ಹೊಂದಿದ್ದ ಕಳೆದ ಶತಮಾನದ ಬಂಗಾಳಿಗಳು, ಹಿಲ್ಸಾ ಮೀನನ್ನು ವರ್ಷದ ಒಂದು ನಿರ್ದಿಷ್ಟ ಕಾಲಾವಧಿಯಲ್ಲಿಯೇ ತಿನ್ನಬೇಕು ಎನ್ನುವ ನಂಬಿಕೆಯನ್ನು ಕೃತಕವಾಗಿ ಸೃಷ್ಟಿಸಿದ್ದರು. ಅತಿ ಮೀನುಗಾರಿಕೆಯನ್ನು ತಪ್ಪಿಸುವ ಉದ್ದೇಶದಿಂದಲೇ ಅದನ್ನು ಧಾರ್ಮಿಕ ಸಂಗತಿಗಳಿಗೆ ತಳುಕು ಹಾಕಿ ಪಂಚಾಂಗದಲ್ಲಿಯೂ ಸೇರಿಸಿ ಬಿಟ್ಟಿದ್ದರು.

ನನ್ನ ಕೈಗೆ ನೀಡಲಾದ ಹಿಲ್ಸಾ ಸಾಂದ್ರವಾಗಿತ್ತು, ದೃಢವಾಗಿತ್ತು, ಜಿಡ್ಡಿನಿಂದ ಕೂಡಿತ್ತು. ಅದರ ನುಣುಪಾದ ಬೆಳ್ಳಿ ಹುರುಪೆಗಳು (scales) ಸ್ಪರ್ಶಕ್ಕೆ ಕೂಡಲೇ ಸಿಗದಿದ್ದರೂ, ಇಳಿಬಿದ್ದಿದ್ದ ದೀಪದ ಬೆಳಕಿಗೆ ಅಮೂಲ್ಯ ಹರಳುಗಳಂತೆ ಹೊಳೆಯುತ್ತಿದ್ದವು. ಅಂದು ಮಾರುಕಟ್ಟೆಯಲ್ಲಿ ಲಭ್ಯವಿದ್ದ, 800 ಗ್ರಾಮ್‌ನಿಂದ ಒಂದೂವರೆ ಕಿಲೋಗ್ರಾಂ ತನಕ ತೂಗುತ್ತಿದ್ದ ಎಲ್ಲಾ ಹಿಲ್ಸಾ ಮೀನುಗಳೂ ಬಾಂಗ್ಲಾದೇಶದಿಂದ ಬಂದಿದ್ದವು. ಕೇವಲ ಹತ್ತೇ ದಿನಗಳ ಹಿಂದಾಗಿದ್ದರೂ ಅವು

ಅಲ್ಲಿ ಸಿಗುತ್ತಿರಲಿಲ್ಲ. ತನ್ನ ದೇಶದೊಳಗಿನ ಹಿಲ್ಸಾ ಬೇಡಿಕೆಗೆ ಸ್ಪಂದಿಸಿ ಪ್ರಾಮುಖ್ಯತೆ ನೀಡಿದ ಬಾಂಗ್ಲಾದೇಶ ಸರ್ಕಾರವು, ಭಾರತಕ್ಕೆ ಮಾಡುವ ರಫ್ತಿನ ಮೇಲೆ ಆರು ತಿಂಗಳು ನಿಷೇಧ ಹೇರಿತ್ತು. ನಾನು ಕೊಲಕತ್ತಾ ತಲುಪುವ ಒಂದು ವಾರದ ಹಿಂದಷ್ಟೇ ಆ ನಿಷೇಧದ ಅವಧಿ ಮುಗಿದು ಬೇನಾಪೋಲ್-ಪೆಟ್ರಾಪೋಲ್ ಗಡಿಯುದ್ದಕ್ಕೂ ಮೀನುಗಳ ಸಾಗಾಟ ಪುನಃ ಆರಂಭವಾಗಿತ್ತು.

ಹಿಲ್ಸಾ ಮೀನನ್ನು ಇಷ್ಟಪಡುವ ವಿಷಯದಲ್ಲಿ ಬಂಗಾಳಿಗಳೆಲ್ಲ ಒಂದೇ! ಆದರೂ ಅವರು ಪದ್ಮಾ ನದಿಯ ಹಿಲ್ಸಾ ಉತ್ತಮವೋ ಗಂಗಾನದಿಯ ಹಿಲ್ಸಾ ಉತ್ತಮವೋ ಎಂಬ ಸಾಪೇಕ್ಷ ಗುಣವೈಶಿಷ್ಟ್ಯಗಳ ತುಲನೆಯ ಕುರಿತಂತೆ ಭೌಗೋಳಿಕವಾಗಿ ವಿಭಜಿಸಲ್ಪಟ್ಟಿದ್ದಾರೆ. ಬಾಂಗ್ಲಾದೇಶೀಯರಿಗೆ ಪದ್ಮಾ ನದಿಯಲ್ಲಿ ಸಿಗುವ ದಷ್ಟಪುಷ್ಟ ಮೀನುಗಳೆಂದರೆ ಮಹಾ ಪ್ರೀತಿ. ಆದರೂ ಗಂಗಾ ನದಿಯಲ್ಲಿ ಸಿಗುವ ಹಿಲ್ಸಾವನ್ನು ಕೇವಲ ಬಾಯಿಮಾತಿಗೆ ಹಿಲ್ಸಾ ಅಂತ ಹೇಳಬಹುದು ಎಂದು ಉದಾತ್ತ ಮನಸ್ಸಿನಿಂದ ಒಪ್ಪಿಕೊಳ್ಳುತ್ತಾರೆ. ಪಶ್ಚಿಮ ಬಂಗಾಳದ ಜನರಾದರೋ, ತಮ್ಮ ಪೂರ್ವದ ಸಹೋದರರಿಗೆ ಗಂಗಾ ನದಿಯ ಮೀನಿನ ತೀಕ್ಷ್ಣ ರುಚಿ ವಾಸನೆಯನ್ನು ಮೆಚ್ಚುವ ಯೋಗ್ಯತೆಯಿಲ್ಲ ಎಂದು ತುಸು ಕನಿಕರದಿಂದಲೇ ನೋಡುತ್ತಾರೆ. ಬಾಂಗ್ಲಾದೇಶೀಯರ ತೀರ್ಮಾನವು ಜನ್ಮಜಾತ ದೋಷದ ಪರಿಣಾಮವಾಗಿದ್ದು ಅವರನ್ನು ಜರಿಯುವುದಕ್ಕಿಂತಲೂ ಅನುಕಂಪದಿಂದ ನೋಡುವುದೇ ಸರಿ ಎಂಬುದು ಅವರ ಸಾಮೂಹಿಕ ಅಭಿಪ್ರಾಯ.

ಲೇಕ್ ಮಾರ್ಕೆಟ್‌ನ ಮೀನು ಮಾರಾಟಗಾರರು, ಮೀನೊಂದು ಪದ್ಮಾ ನದಿಯದೋ ಅಥವಾ ಗಂಗಾ ನದಿಯದೋ ಎಂಬುದನ್ನು ತಾವು ಕೇವಲ ಮುಟ್ಟಿ ನೋಡಿ ಗುರುತಿಸಬಲ್ಲೆವೆಂದು ಬೀಗುತ್ತಿದ್ದರು. ಅದು ಹೇಗೆ? ಎಂದು ಕೇಳಿದರೆ, 'ನಮ್ಮ ಮೀನುಗಳು ಹೆಚ್ಚು ಹೊಳೆಯುತ್ತವೆ...' ಎಂದೇನೋ ಹೇಳಲು ಆರಂಭಿಸಿದವನೊಬ್ಬ, ಇನ್ನೆಲ್ಲಿ ತನ್ನ ವೃತ್ತಿಯ ಗುಟ್ಟು ರಟ್ಟಾಗಿ ಬಿಡುತ್ತದೋ ಎಂದು ಕಳವಳಕ್ಕೊಳಗಾಗುವ ಫ್ರೀಮೇಸನ್[1] ಪಂಥದವನಂತೆ ಅಲ್ಲಿಗೇ ಮಾತು ನಿಲ್ಲಿಸಿ, ಆ ಅತೀಂದ್ರಿಯ ಕಲೆಯ ಸುಳಿವನ್ನು ಸುತ್ತಿ ಬಳಸಿ ಹೀಗೆ ನೀಡತೊಡಗಿದ – 'ಅದು ಸ್ಪರ್ಶದಲ್ಲಿದೆ. ನಿಮಗೆ ಮಾತಲ್ಲಿ ಅರ್ಥವಾಗುವುದಿಲ್ಲ... ಬರೀ ಮುಖ ನೋಡಿ ನೀವು ಒಬ್ಬ ವ್ಯಕ್ತಿ ಒಳ್ಳೆಯವನೋ ಕೆಟ್ಟವನೋ ಅಂತ ಹೇಳುವುದಕ್ಕಾಗುವುದಿಲ್ಲವಲ್ಲ, ಇದು ಸ್ವಲ್ಪ ಹಾಗೇ. ಮೀನುಗಳ ಕುರಿತು ಆಳವಾಗಿ ತಿಳಿದುಕೊಂಡರಷ್ಟೇ ನಿಮಗೆ ಆ ಕಲೆ ದಕ್ಕುತ್ತದೆ.'

---

1 ಮಧ್ಯಯುಗದಿಂದಲೂ ಅಸ್ತಿತ್ವದಲ್ಲಿರುವ, ರಹಸ್ಯ ಕುರುಹು-ಆಚರಣೆಗಳನ್ನು ಹೊಂದಿರುವ ಅಂತಾರಾಷ್ಟ್ರೀಯ ದತ್ತಿ ಸಂಘಟನೆ. ಕಲ್ಲುಕುಟಿಗ ಸಮುದಾಯದ ಕುಶಲಕರ್ಮಿಗಳೇ ಇದರ ಮೂಲವೆಂದು ಹೇಳಲಾಗುತ್ತದೆ.

ಅವನಿಗಿಂತಲೂ ಕಿರಿಯನಾದ, ಅಷ್ಟೇನೂ ಟೆಂಪ್ಲರ್[1] ಅಲ್ಲದ ಅವನ ನೆರೆಯವನೊಬ್ಬ ಸ್ವಲ್ಪ ಉದಾರಿಯಾಗಿದ್ದ. 'ಪದ್ಮಾ ನದಿಯ ಮೀನುಗಳಿಗೆ ಜಿಡ್ಡು ಜಾಸ್ತಿ. ಗಂಗಾ ನದಿಯಲ್ಲಿ ಹೆಚ್ಚು ಹೂಳು ಇರುವ ಕಾರಣ ಮೀನುಗಳು ಹೂಳಿನ ಜೊತೆ ಮತ್ತು ನದಿಯ ಹರಿವಿನಲ್ಲಿ ಮೇಲ್ಮುಖವಾಗಿ ಈಜಲು ಒದ್ದಾಡಬೇಕಾಗುತ್ತದೆ. ಹಾಗಾಗಿ ಅವು ತೆಳ್ಳಗಿರುತ್ತವೆ. ಈ ಗೊಡವೆಗಳೊಂದೂ ಇಲ್ಲದ ಪದ್ಮಾ ನದಿಯ ಮೀನುಗಳು ಮೈತುಂಬಿಕೊಂಡಿರುತ್ತವೆ. ಅದೂ ಅಲ್ಲದೆ, ಬಾಂಗ್ಲಾದೇಶದ ಮೀನುಗಳ ಹೊಟ್ಟೆಯ ಅಡಿಭಾಗದಲ್ಲಿ ಎದ್ದುಕಾಣುವ ಗುಲಾಬಿ ಬಣ್ಣದ ಗೆರೆಯೊಂದಿರುತ್ತದೆ' ಎಂದು ಸೀಳುಸೀಳಾದ ತನ್ನ ಉಗುರುಗಳಿಂದ ಮೀನಿನ ಅಡಿಭಾಗದಲ್ಲಿ ಹರಡಿದ್ದ ಗುಲಾಬಿ ಬಣ್ಣವನ್ನು ತೋರಿಸುತ್ತಲೇ ಹೇಳಿದ.

ನಾನು ಹೊರಡುವ ಸೂಚನೆ ನೀಡಿದರೂ, ಆ ವ್ಯಾಪಾರಿಗೆ ಇನ್ನೂ ಸ್ವಲ್ಪ ಹೊತ್ತು ಆರಾಮವಾಗಿ ಮಾತನಾಡುವ ಆಸೆ ಇದ್ದಂತೆ ತೋರುತ್ತಿತ್ತು. 'ಯಾಕೋ ಜನ ಕಡಿಮೆ ಇದ್ದಾರೆ ಅಲ್ಲವಾ?' ಎಂದು ಕೇಳಿದೆ. ಅದಾಗಲೇ ಹತ್ತು ಗಂಟೆಯಾಗಿತ್ತು. ಬುಟ್ಟಿಗಟ್ಟಲೆ ಸೀಗಡಿ, ಏಡಿ, ಮೂಳೆಗಳನ್ನು ತೆಗೆದ ಹಿಲ್ಸಾ ಹಾಗೂ ಬಾಳೆ ಎಲೆಯ ಮೇಲೆ ಹರಡಿದ್ದ ದೈತ್ಯಗಾತ್ರದ ಕಾತ್ಲಾ ಮೀನುಗಳು ಗಿರಾಕಿಗಳಿಗಾಗಿ ಕಾಯುತ್ತಿದ್ದವು. 'ಇವತ್ತು ಸೋಮವಾರ ಅಲ್ವಾ? ಮೀನು ಕೊಳ್ಳುವವರು ತುಂಬಾ ಕಡಿಮೆ ಜನ' ಎಂದು ಉತ್ತರಿಸಿದ.

ನನಗಿದು ಒಗಟಾಗಿ ಕಂಡಿತು. ನನಗೆ ತಿಳಿದಂತೆ ಕೊಲಕತ್ತಾದಲ್ಲಿ ಅಂತಹ ಧಾರ್ಮಿಕ ನಿಬಂಧನೆಯೇನೂ ಇರಲಿಲ್ಲ. ಆದರೆ ಸೋಮವಾರದಂದು ಮೀನನ್ನು ಏಕೆ ಖರೀದಿಸಬಾರದು ಎಂಬುದು ಯಾರಿಗೂ ತಿಳಿದಿರಲಿಲ್ಲ. ಆದರೆ ವಾರಗಳ ತರುವಾಯ ನನಗೊಂದು ಸಂಭಾವ್ಯ ಪರಿಹಾರ ಹೊಳೆಯಿತು. 'ಕಿಚನ್ ಕಾನ್ಫಿಡೆನ್ಶಿಯಲ್' ಎನ್ನುವ ನಿಯತಕಾಲಿಕೆಯಲ್ಲಿ ನ್ಯೂಯಾರ್ಕ್‌ನ ಬಾಣಸಿಗ ಆಂಟನಿ ಬೌರ್ಡೆನ್ ತನ್ನ ಓದುಗರಿಗೆ ಸೋಮವಾರದ ಬೆಳಿಗ್ಗೆ ಉಪಾಹಾರ ಗೃಹಗಳಲ್ಲಿ ಮೀನಿನ ಉಣಿಸನ್ನು ತಿನ್ನಬಾರದು ಎಂಬ ಕಿವಿಮಾತನ್ನು ಹೇಳುತ್ತಾನೆ. ವಾರಾಂತ್ಯದಲ್ಲಿ ಉಳಿದುಹೋದ ಮೀನುಗಳನ್ನು ವಾರದ ಆರಂಭದಲ್ಲಿ ಖಾಲಿ ಮಾಡಲು ಬಾಣಸಿಗ ಪ್ರಯತ್ನ ಪಡುತ್ತಿರುತ್ತಾನೆ. 'ಸೋಮವಾರ ಬೆಳಿಗ್ಗೆ ಕೆಲವು ಮೀನುಗಳು ಇನ್ನೂ ಉಳಿದಿದ್ದರೆ, ತನ್ನ ಗಿರಾಕಿಗಳಿಗೆ ವಿಷವನ್ನೇನೂ ಉಣಿಸುತ್ತಿಲ್ಲ ಎಂದು ಸಮಾಧಾನ ಮಾಡಿಕೊಳ್ಳುತ್ತಾ ಆತ ಅದನ್ನೇ ಬಡಿಸಿ ಹಣ ಮಾಡಿಕೊಳ್ಳುತ್ತಾನೆ' ಎಂದು ಬೌರ್ಡೆನ್ ವಿವರಿಸುತ್ತಾನೆ. 'ಸೋಮವಾರ ರಾತ್ರಿಯ ಊಟಕ್ಕಾದರೆ ಪರವಾಗಿಲ್ಲ;

---

1 ಚರ್ಚ್‌ಗೆ ಸಂಬಂಧಿಸಿದ (ಕ್ಯಾಥೋಲಿಕ್ ಪಂಥಕ್ಕೆ ಸಂಬಂಧಿಸಿದ) ಮಧ್ಯಯುಗೀನ ಧಾರ್ಮಿಕ ಸೇನಾಪಡೆ.

ಮೀನಿನ ವಾಸನೆ ಸರಿಯಾಗಿದೆ ಎಂದೆನಿಸಿದರೆ ನೀವದನ್ನು ತಿನ್ನಬಹುದು' ಎಂದೂ ತಿಳಿ ಹೇಳುತ್ತಾನೆ. ಕೆಲವೊಂದು ಖತರ್‌ನಾಕ್ ಮೀನುಗಳ ವಿಷಯದಲ್ಲಿ ಇಂತಹ ಮುನ್ನೆಚ್ಚರಿಕೆ ಇರುವುದು ಒಳ್ಳೆಯದು.

II

ಹಿಲ್ಸಾ ಬಳಸಿ ತಯಾರಿಸುವ ಖಾದ್ಯಗಳಲ್ಲಿಯೇ 'ಶೋರ್ಶೆ ಇಲ್ಲಿಶ್' ಅತ್ಯಂತ ಜನಪ್ರಿಯವಾದದ್ದು. ಇದನ್ನು ತಯಾರಿಸಲು ಮೀನಿನ ತುಂಡುಗಳನ್ನು ಸಾಸಿವೆ ಮಸಾಲೆಯಲ್ಲಿ ಹಾಕಿ, ಸಣ್ಣಗಿನ ಉರಿಯಲ್ಲಿ ಕುದಿಸಬೇಕು. ಸಾಸಿವೆಯ ಮಸಾಲೆಯ ವಾಸನೆ ಅದೆಷ್ಟು ಸುಟಿಯಾಗಿರುತ್ತದೆಂದರೆ, ನೇರವಾಗಿ ಹೋಗಿ ಮೂಗಿನ ಒಳಭಾಗಕ್ಕೇ ಬಡಿಯುತ್ತದೆ. ತರಿತರಿಯಾದ ಸಾಸಿವೆಕಾಳು–ಮೊಸರು–ಮೆಣಸು–ಅರಿಶಿನ–ಲಿಂಬೆಹುಳಿಯ ಅದ್ಭುತ ಮಿಶ್ರಣವಾದ ಮಸಾಲೆಯ ದಟ್ಟ ಹಳದಿ ಬಣ್ಣವನ್ನು ಇಲ್ಲಿ ಬಿಟ್ಟರೆ ಭಿತ್ತಿಪತ್ರಗಳಿಗೆ ಬಳಿಯುವ ಬಣ್ಣದ ಡಬ್ಬಿಗಳಲ್ಲಷ್ಟೇ ಕಾಣಲು ಸಾಧ್ಯ. ಆದರೆ ಈ ಗಾಢ ಗುಣವೇ ಮೀನಿನ ಸಹಜವಾದ ಹಾಗೂ ಕೋಮಲ ಸ್ವಾದವನ್ನು ಮರೆಮಾಚುತ್ತದೇನೋ ಎಂಬ ವಿಷಾದವೂ ಸುಳಿಯುತ್ತದೆ.

ಮೊಟ್ಟ ಮೊದಲ ಬಾರಿಗೆ ಶೋರ್ಶೆ ಇಲ್ಲಿಶ್‌ನ್ನು ತಿಂದಾಗ ಹೀಗೇನೂ ಅನ್ನಿಸಿರಲಿಲ್ಲ. ಅದರೊಳಗಿನ ಮೂಳೆಗಳು ನನ್ನ ಪ್ರಾಣ ತೆಗೆಯದಿದ್ದರೆ ಸಾಕು ಎನ್ನುವುದರ ಮೇಲಷ್ಟೇ ನನ್ನ ಗಮನ ಕೇಂದ್ರೀಕೃತವಾಗಿತ್ತು. ಹಿಲ್ಸಾ ಮೀನಿನ ಮೂಳೆಗಳ ಹಂದರವು ಅತ್ಯಂತ ಭೀಕರ ವಿನ್ಯಾಸವನ್ನು ಹೊಂದಿದೆ. ಜೀವಂತ ಹಿಲ್ಸಾದ ಮೇಲೆ ಆಕ್ರಮಣ ಮಾಡಿ ತಿನ್ನಲು ಬರುವ ಭಕ್ಷಕ ಜೀವಿಗೆ, ಬೇರೆ ಏನಾದರೂ ಭೋಜನ ಮಾಡು ಎಂದು ಪರೋಕ್ಷವಾಗಿ ಮನದಟ್ಟು ಮಾಡಿಕೊಡುವ ಜೀವವಿಕಾಸದ ಪರಿಯಿದು. ನಿರ್ದಿಷ್ಟ ಮಿತಿಯನ್ನು ಮೀರಿ ಕಟ್ಟಿದ ಮನೆಯಂತೆ, ಇದರ ಉನ್ನತ ರಚನೆಯಲ್ಲಿ ಎರಡು ದೊಡ್ಡ ಆಧಾರಮೂಳೆಗಳಿವೆ. ಮುಳ್ಳು ಎಂದು ಕರೆಯಲ್ಪಡುವ ಗರಿಯಂತಹ ಪುಟ್ಟ ಮೂಳೆಗಳು ತಪ್ಪಿನಿಂದ ಗಂಟಲಿನಲ್ಲಿ ಏನಾದರೂ ಇಳಿದುಬಿಟ್ಟರೆ ಕಚಗುಳಿಯಿಡುತ್ತ ಸಾಗುತ್ತವೆ. ಇವಲ್ಲದೇ ಇನ್ನೂ ಅನೇಕ ನಿರುಪದ್ರವಿ ಮೂಳೆಗಳಿದ್ದು ಅವುಗಳಿಗೆ ಯಾವ ಉದ್ದೇಶವೂ ಇದ್ದಂತೆ ತೋರುವುದಿಲ್ಲ. ಆದರೆ ಒಮ್ಮೆ ನುಂಗಿದರೆ, ಜೀರ್ಣಾಂಗವ್ಯೂಹದಲ್ಲಿ ರಂಧ್ರಗಳನ್ನುಂಟುಮಾಡುವ ಶಕ್ತಿ ಅವುಗಳಿಗಿದೆ. ಕೊಲಕತ್ತಾದ ಪಾರ್ಕ್ ಹೋಟೆಲ್ಲಿನಲ್ಲಿ ಕಾರ್ಯನಿರ್ವಾಹಕ ಬಾಣಸಿಗನಾಗಿ ಕೆಲಸ ಮಾಡುವ ಶರದ್ ದಿವಾನ್ ಒಮ್ಮೆ ಹೀಗೆ ಹೇಳಿದ: 'ಬಂಗಾಳಿಗಳು ಯಾವಾಗಲೂ ಒಂದು ತಮಾಷೆ ಮಾಡುತ್ತಿರುತ್ತಾರೆ. ಒಬ್ಬ ಪಕ್ಕಾ ಬಂಗಾಳಿ ಬಾಯಿತುಂಬ ಹಿಲ್ಸಾವನ್ನು

ತುಂಬಿಕೊಂಡು ಬಾಯಿಯಲ್ಲಿಯೇ ಮೂಳೆ ಮತ್ತು ಮಾಂಸವನ್ನು ಬೇರ್ಪಡಿಸಬಲ್ಲ. ಮಾಂಸವನ್ನು ಮಾತ್ರ ನುಂಗಿ, ಮೂಳೆಗಳನ್ನು ನಂತರ ಹೊರತೆಗೆಯಲು ಆಗುವಂತೆ ಬಾಯಿಯಲ್ಲಿಯೇ ಒಂದು ಬದಿಗೆ ಇಟ್ಟುಕೊಳ್ಳಬಲ್ಲ. ಹೀಗೆ ಮಾಡಲು ಆಗದಿದ್ದವನು ಅಸಲಿಗೆ ಬಂಗಾಳಿಯೇ ಅಲ್ಲ.'

ಸ್ವತಃ ಹೊಸದಿಲ್ಲಿಯವನಾದ ದಿವಾನ್ ಮೊದಲ ಬಾರಿಗೆ ಹಿಲ್ಸಾ ತಿಂದಿದ್ದು, ಬಂಗಾಳಿ ಸಮುದಾಯದವರು ಹೆಚ್ಚಿನ ಸಂಖ್ಯೆಯಲ್ಲಿ ವಾಸಿಸುವ ಚಿತ್ತರಂಜನ್ ಪಾರ್ಕ್‌ನಲ್ಲಿನ ತನ್ನೊಬ್ಬ ಗೆಳೆಯನ ಮನೆಯಲ್ಲಿ. 'ಅವರು ಇಡೀ ಮೀನನ್ನು ಹೇಗೆ ಬೇಯಿಸುತ್ತಿದ್ದರೆಂಬುದು ನನಗೆ ನೆನಪಿದೆ. ಒಂದು ಭಾಗವೂ ವ್ಯರ್ಥವಾಗುತ್ತಿರಲಿಲ್ಲ. ಸಾಯಂಕಾಲ ಶುರುವಾಗುವುದೇ ಕರಿದ ಹಿಲ್ಸಾದೊಂದಿಗೆ. ಆಮೇಲೆ ಸಾಸಿವೆಯ ಮಸಾಲೆಯಿಂದ ಕೂಡಿದ ಸಾಂಬಾರು. ನಂತರ ಹಿಲ್ಸಾ ಮೀನಿನ ಮೊಟ್ಟೆಗಳ ಚಿಕ್ಕ ಚಿಕ್ಕ ಕಟ್ಲೆಟ್‌ಗಳು. ರಾತ್ರಿ ನಾನು ಅಲ್ಲಿಯೇ ಉಳಿದೆನೆಂದರೆ, ಮರುದಿನ ಬೆಳಿಗ್ಗೆ ಏಳುತ್ತಲೇ ಮೀನಿನ ತಲೆಯ ಭಾಗವನ್ನು ಬಳಸಿ ತಯಾರಿಸಿದ – ಝೋಲ್ ಎಂದು ಕರೆಯಲ್ಪಡುವ ಸೂಪ್‌ನಂತಹ ಮಂದ ದ್ರವ ಅಥವಾ ನುರಿದು ಮಾಡಿದ ಚಟ್ನಿ – ಉಪಾಹಾರವೇ ಇರುತ್ತಿತ್ತು. 'ಆಂಬೋಲ್ ಇಲ್ಲಿಶ್' ಎಂದು ಕರೆಯುವ ಚಟ್ನಿಯನ್ನು ಮಾಡಲು ಮೀನಿನ ಶಿರೋಭಾಗವನ್ನು ಎಣ್ಣೆಯಲ್ಲಿ ಕರಿದು, ಚಿಕ್ಕ ಚಿಕ್ಕ ತುಂಡುಗಳನ್ನಾಗಿ ಮಾಡಿ, ಹುಣಸೇಹಣ್ಣಿನ ಹಸಿ ರಸ, ಸಕ್ಕರೆ, ಲಿಂಬೆರಸ ಹಾಗೂ ಬಂಗಾಳಿಯಲ್ಲಿ 'ಪಾಂಚ್ ಫೋರನ್[1]' ಎಂದು ಕರೆಯಲಾಗುವ ಐದು ಮಸಾಲೆಗಳ ಮಿಶ್ರಣವನ್ನು ಲೇಪಿಸಿಡಬೇಕು.'

ಹಿಲ್ಸಾ ತಿನ್ನುವುದಕ್ಕೆ ಇರುವ ಅತ್ಯುತ್ತಮ ಜಾಗ ಅಂದರೆ ಬೆಂಗಾಲ್ ಕ್ಲಬ್ ಎನ್ನುವುದು ಬಹುಜನರ ಅಭಿಪ್ರಾಯ. ನನಗಂತೂ ಅಲ್ಲಿಗೆ ಹೋಗಲಿಕ್ಕೆ ಆಗಲಿಲ್ಲ, ಸಾಧ್ಯವಾದರೆ ನೀವು ಹೋಗಿ ಬನ್ನಿ. ಆದರೆ ಪಾರ್ಕ್ ಹೋಟೆಲ್‌ನಲ್ಲಿರುವ ದಿವಾನ್‌ನ ಅಡುಗೆಮನೆ ಕೂಡ ಯಾವುದಕ್ಕೂ ಕಡಿಮೆಯಿಲ್ಲ. ಅವನ ಮೇಲ್ವಿಚಾರಕ ಪಡೆಯಲ್ಲಿದ್ದ ವಾಸಂತಿಯ ಕಾರಣದಿಂದಾಗಿ ನನ್ನ ಹಿಲ್ಸಾ ಜ್ಞಾನ ಇದ್ದಕ್ಕಿದ್ದಂತೆ ಹರಿತಗೊಂಡಿತು. ಆಕೆ ಅಗಲಕ್ಕೆ ಹಲ್ಲು ಕಿರಿದು ನಿರುದ್ವಿಗ್ನವಾಗಿ ನಗುವುದನ್ನಷ್ಟೇ ನೋಡಿ ಮೂಗು ಮುರಿದಿದ್ದರೆ, ಅವಳ ಕೈಗಳ ಚುರುಕುತನವನ್ನಾಗಲೀ, ಆಕೆಯ ಜಾಗರೂಕ ದೃಷ್ಟಿಯನ್ನೇ ಆಗಲೀ, ಅಡ್ಡಾದಿಡ್ಡಿಯಾಗಿ ಕೆಲಸ ಮಾಡುತ್ತಿದ್ದ ಸಹಾಯಕನೊಡನೆ ಕಟ್ಟುನಿಟ್ಟಾಗಿ ಆಕೆ ನಡೆದುಕೊಳ್ಳುವುದನ್ನಾಗಲೀ ಗ್ರಹಿಸುವುದಕ್ಕೆ ಆಗುತ್ತಿರಲಿಲ್ಲ.

---

1 ಮೆಂತೆ, ಜೀರಿಗೆ, ಸಾಸಿವೆ, ಬಡೆಸೋಪು (ಸೋಂಪು) ಮತ್ತು ಈರುಳ್ಳಿ ಬೀಜಗಳನ್ನು ಸಮಭಾಗದಲ್ಲಿ ಸೇರಿಸಲಾದ, ಒಗ್ಗರಣೆಗೆ ಬಳಸುವ ಮಸಾಲೆಕಾಳುಗಳ ಮಿಶ್ರಣ. ಬಾಂಗ್ಲಾದೇಶ, ಪೂರ್ವ ಭಾರತ ಹಾಗೂ ದಕ್ಷಿಣ ನೇಪಾಳದಲ್ಲಿ ಬಳಕೆಯಲ್ಲಿದೆ.

'ಮೊದಲು ಕತ್ತರಿಸುವುದನ್ನು ಕಲಿಯಬೇಕು' ಎಂದು ಮಾತು ಪ್ರಾರಂಭಿಸಿದಳು. ಹಿಲ್ಸಾವೊಂದನ್ನು ಕತ್ತರಿಸುವಾಗ, ದೃಢವಾದ ಒಂದು ತಾಜಾ ಟೊಮ್ಯಾಟೊವನ್ನು ಕತ್ತರಿಸಿದ ಹಾಗೆಯೇ ಆಗುತ್ತದೆ. ಮೊದಲು ಒಂದು ಹೊಡೆತ ಕುತ್ತಿಗೆಯ ಬಳಿ, ಆಮೇಲೆ ಬಾಲದ ಬಳಿ, ನಂತರ ಉದ್ದಕ್ಕೂ ಕತ್ತರಿಸಿ ಮೀನಿನ ಆ ಬದಿಯಲ್ಲಿನ ಮೂಳೆರಹಿತವಾದ ಮಾಂಸವನ್ನು ಸುಲಿದು ತೆಗೆಯಬೇಕು. ಸದ್ಯ ಕತ್ತರಿಸಿದ ಈ ಹಿಲ್ಸಾ ಉಜ್ವಲ ಗುಲಾಬಿವರ್ಣದ, ತುಸು ಕೊಬ್ಬು ಮತ್ತು ಸ್ನಾಯುವಿನ ಎಳೆಗಳನ್ನುಳ್ಳ ಮಾಂಸವನ್ನು ಹೊಂದಿತ್ತು. 'ಮೂಳೆಗಳಿರದ ಪ್ರತಿಯೊಂದು ಮಾಂಸದ ಕೆಳಭಾಗದಲ್ಲಿಯೂ ಅದರ ಹೊಟ್ಟೆಗೆ ತಾಗಿಕೊಂಡಂತೆ ಚಿಕ್ಕದೊಂದು ಕಪ್ಪು ಪಟ್ಟಿ ಇರುತ್ತದೆ. ಅದನ್ನು ಕತ್ತರಿಸಿ ಹಾಕಬೇಕು. ಅದಕ್ಕೆ ಯಾವ ರುಚಿಯೂ ಇರುವುದಿಲ್ಲ' ಎಂದು ತಿಳಿಸಿದಳು. ಮತ್ತೊಂದು ಮೀನಿನ ತಲೆಯನ್ನು ಸವರಿದ ನಾವು ಅದರ ಪಾಚಕ ರಂಧ್ರದ ಮೂಲಕ ಹೆಪ್ಪುಗಟ್ಟಿದ ರಕ್ತದ ಒಂದು ಮುದ್ದೆಯನ್ನು ಹಾಗೂ ಒಳಾಂಗಗಳನ್ನು ತೋಡಿ ತೆಗೆದೆವು. ಆಮೇಲೆ ಕರಿಯುವುದಕ್ಕೆಂದೇ ಮೀನನ್ನು ದಪ್ಪ ದಪ್ಪ ಬಿಲ್ಲೆಯಾಕಾರದ ತುಂಡುಗಳಾಗಿ ಕತ್ತರಿಸಿದೆವು. ವಾಸಂತಿ ಅವುಗಳನ್ನು 'ಸಾಂಬಾರಿನ ತುಂಡು' ಗಳು ಎಂದು ಕರೆಯುತ್ತಾಳೆ. 'ನಾವು ಬಂಗಾಳಿಗಳು ಮೀನಿನ ಈಜುರೆಕ್ಕೆಗಳನ್ನು ಹಾಗೆಯೇ ಇಡುತ್ತೇವೆ, ಕತ್ತರಿಸುವುದಿಲ್ಲ' ಎಂದು ತಿಳಿಸಿ, 'ಇಲ್ಲಿ ನೋಡು, ಇದು ಮೊಟ್ಟೆ. ಇದನ್ನು ಹೊರತೆಗೆದು, ಸಾಸಿವೆ, ಈರುಳ್ಳಿ ಹಾಗೂ ಹಸಿಮೆಣಸನ್ನು ಹಾಕಿ ಕರಿಯಬಹುದು' ಎಂದಳು. ಯಕೃತ್ತಿನ ಸುತ್ತಲೂ ಕಡುಗೆಂಪು ಬಣ್ಣದ ಕೊಬ್ಬಿನ ಪದರಗಳು, ತುಂಬು ಬಾಳನ್ನು ಬಾಳಿದ ಹಿಲ್ಸಾದ ಲಕ್ಷಣವೆಂಬಂತೆ ಕುಳಿತಿದ್ದವು. 'ಆ ಯಕೃತ್ತು ಕರಿಯಲು ತುಂಬಾ ಚೆನ್ನಾಗಿರುತ್ತದೆ' ಎಂದು ವಿವರಿಸಿದಳು.

ಈ ಹಂತದಲ್ಲಿ, ಯಾರೋ ಎಲ್ಲಿಯೋ ಗುಂಡಿ ಅದುಮಿರಬೇಕು ಎನ್ನುವ ಹಾಗೆ ವಾಸಂತಿಯ ಕೈಗಳ ಚಲನೆ ದುಪ್ಪಟ್ಟಾಯಿತು. ಹಾಕಬೇಕಾದ ಪದಾರ್ಥಗಳನ್ನು ಅವಳು ಒಟ್ಟುಗೂಡಿಸಿಕೊಳ್ಳುತ್ತ ಹೋದಂತೆ ನನ್ನ ಟಿಪ್ಪಣಿಗೆ ಇನ್ನಷ್ಟು ಮತ್ತಷ್ಟು ಅಂಶಗಳು ಸೇರಿಕೊಳ್ಳತೊಡಗಿದವು. ಹಿಲ್ಸಾದ ಜೊತೆಗೆ ಪುದೀನಾ ಸೊಪ್ಪು ಹಾಕಿ ಸುಟ್ಟು ತಯಾರಿಸುವ ಭಕ್ಷ್ಯಕ್ಕೆಂದು ಒಂದು ತುಂಡಿಗೆ ಉಪ್ಪು ಸವರಿಟ್ಟಳು. ಸ್ವಲ್ಪ ಪುದೀನಾ ಚಟ್ನಿಯನ್ನು ಮೊಸರು (ನಾನು ಬರೆದುಕೊಂಡ ಪ್ರಕಾರ ಮೊಸರೇ ಇದ್ದಿರಬೇಕು), ಸಾಸಿವೆ ಎಣ್ಣೆ ಹಾಗೂ ತೆಂಗಿನ ತುರಿಗೆ ಸೇರಿಸಿ, ಆ ಮಿಶ್ರಣವನ್ನು ಮೀನಿನ ತುಂಡಿಗೆ ಹಚ್ಚಿ ಹತ್ತು ನಿಮಿಷ ಹೀರಿಕೊಳ್ಳಲು ಬಿಟ್ಟಳು. ಎಂಟು ನಿಮಿಷಗಳ ಅವಧಿಗೆ ಸಮಯವನ್ನು ನಿಗದಿ ಪಡಿಸಿ, ಮುಚ್ಚಿದ ತಟ್ಟೆಯನ್ನು ಮೈಕ್ರೋವೇವ್‌ನೊಳಗೆ ತೂರಿಸಿಟ್ಟು, ಮೂರೇ ಮೂರು ಕ್ಷಣ ವಿಶ್ರಾಂತಿ ಪಡೆದು, ಮತ್ತೆ ಶೋರ್ಶೆ ಇಲ್ಲಿಶ್ ಕಡೆಗೆ ತಿರುಗಿದಳು.

ವಾಸಂತಿ ಮಿಂಚಿನ ವೇಗದಲ್ಲಿ ತಯಾರಿಸಿದ್ದರೂ, ನಾನು ಕೊಲಕತ್ತಾದಲ್ಲಿ ಇದ್ದಷ್ಟೂ ದಿನ ತಿಂದ ಶೋರ್ಶೆ ಇಲ್ಲಿಶ್‌ಗಳಲ್ಲಿಯೇ ಅದು ಅತ್ಯುತ್ತಮವಾದುದಾಗಿತ್ತು. ಆ ದಿನಗಳಲ್ಲಿ ಅದೆಷ್ಟು ಶೋರ್ಶೆ ಇಲ್ಲಿಶ್‌ಗಳನ್ನು ತಿಂದಿದ್ದೆನೆಂದರೆ, ನೆನೆಸಿಕೊಂಡರೆ ಸಾಕು, ಒಂದು ಗಾಢ ಹಳದಿ ವರ್ಣದ ಸಾಸಿವೆಮಯವಾದ, ತೀಕ್ಷ್ಣವಾದ ಘಾಟು ಮೂಗಿನಿಂದ ನೇರವಾಗಿ ನೆತ್ತಿಯನ್ನೇ ತಲುಪಿದಂತಾಗುತ್ತದೆ. 'ಸಾಸಿವೆಯ ಪೇಸ್ಟ್ ತಯಾರಿಸಿಟ್ಟುಕೊಳ್ಳಲು ಮೊದಲು ಹಳದಿ, ಕಪ್ಪು ಸಾಸಿವೆಯನ್ನು ಒಣಮೆಣಸಿನಕಾಯಿಗಳ ಜೊತೆಗೆ ಅರ್ಧ ಗಂಟೆ ನೀರಿನಲ್ಲಿ ನೆನೆಸಿಡಬೇಕು, ನಂತರ ಅದನ್ನು ತೀರ ನುಣುಪಲ್ಲದ ಹಾಗೆ ತರಿತರಿಯಾಗಿ ರುಬ್ಬಬೇಕು' ಎಂದಳು. ಆ ಪೇಸ್ಟಿಗೆ ಮೊಸರು, ಅರಿಶಿನ, ಉಪ್ಪು ಮತ್ತು ಲಿಂಬೆಹುಳಿಯನ್ನು ಸೇರಿಸಿದಳು. ನಾನು ಮೊಸರು-ಲಿಂಬೆರಸ-ಅರಿಶಿನದ ಮಿಶ್ರಣವನ್ನು ಕೈಯಲ್ಲಿಟ್ಟುಕೊಂಡು ಆಟವಾಡಿ ಮರೆಯುವಂತಹವನು ಎಂಬುದನ್ನು ಅದು ಹೇಗೋ ಗ್ರಹಿಸಿ, 'ಅದನ್ನು ರುಬ್ಬಿದ ತಕ್ಷಣವೇ ಸೇರಿಸಬೇಕು' ಎಂದು ನಿಷ್ಠುರವಾಗಿ ಎಚ್ಚರಿಕೆ ನೀಡಿ, 'ಕೆಲವೇ ಕ್ಷಣ ತಡ ಮಾಡಿದರೂ ಪೇಸ್ಟ್ ಕಹಿಯಾಗಿಬಿಡುತ್ತದೆ' ಎಂದು ಸೇರಿಸಿದಳು.

ಬಾಣಲೆಯೊಂದರಲ್ಲಿ ಸಾಸಿವೆ ಎಣ್ಣೆಯನ್ನು ಕಾಯಿಸಿ ಒಂದಾದ ಮೇಲೊಂದರಂತೆ ಸಾಸಿವೆ ಪೇಸ್ಟ್, ನೀರು, ಸೀಳಿದ ಹಸಿ ಮೆಣಸಿನಕಾಯಿ, ಉಪ್ಪು, ಟೊಮ್ಯಾಟೊ ಹೋಳುಗಳು ಹಾಗೂ ಕೊನೆಯಲ್ಲಿ ಹಿಲ್ಸಾ ಮೀನಿನ ಎರಡು 'ಸಾಂಬಾರು ತುಂಡು' ಗಳನ್ನು ಸೇರಿಸಿದಳು. ಶೋರ್ಶೆ ಇಲ್ಲಿಶ್ ನಿಧಾನಕ್ಕೆ ಕುದಿಯುತ್ತ ತಯಾರಾಗುತ್ತಿದ್ದಾಗ, ಮೀನಿನ ಮತ್ತೆರಡು ತುಂಡುಗಳನ್ನು ಸಾಸಿವೆ ಪೇಸ್ಟ್‌ನಲ್ಲಿ ಹೊರಳಾಡಿಸಿ ಇಂಗಲು ಬಿಟ್ಟಳು. ತಯಾರಾದ ಮೇಲೆ ಅವುಗಳನ್ನು ಬಾಳೆ ಎಲೆಗಳಲ್ಲಿ ಸುತ್ತಿ ರಂಧ್ರಗಳಿರುವ ಪಾತ್ರೆಯೊಂದರಲ್ಲಿಟ್ಟು ಇಪ್ಪತ್ತು ನಿಮಿಷಗಳವರೆಗೆ ಹಬೆಯಲ್ಲಿ ಬೇಯಿಸಿದಳು. ಅದನ್ನು ನೋಡಿದರೆ, ಟರ್ಕಿಶ್ ಟವೆಲ್ಲನ್ನು ಸುತ್ತಿಕೊಂಡ ಇಬ್ಬರು ದಡೂತಿ ಸದ್ಗೃಹಸ್ಥರು ಆವಿಸ್ನಾನದ ತೊಟ್ಟಿಯಲ್ಲಿ ಬೆವರುತ್ತ ಕುಳಿತಂತೆ ಕಾಣುತ್ತಿತ್ತು. 'ಇದು ಇಲ್ಲಿಶ್ ಪಾತೂರಿ, ತುಂಬಾ ಜನಪ್ರಿಯವಾದ, ತುಂಬಾ ಶ್ರೇಷ್ಠವಾದ ಖಾದ್ಯ ಪದಾರ್ಥ' ಎಂದಳು. ಮೀನುಗಳು ಪಾತ್ರೆಯಲ್ಲಿ ಇದ್ದಂತೆಯೇ, ಅವುಗಳನ್ನು ಹೇಗೆ ಕತ್ತರಿಸುವುದೆಂದು ತೋರಿಸಲು ಕತ್ತರಿಸುವ ಹಲಗೆಯ ಮೇಲೆ ಚಾಕುವಿನಿಂದ ನಕ್ಷೆ ಗೀಚುತ್ತಿದ್ದಳು; ಅವಳ ಕೈಗಳಿಗೆ ಮುಂದಿನ ಕೆಲಸ ಮಾಡಲು ಎಲ್ಲಿಲ್ಲದ ತುರಿಕೆ.

ವಾಸಂತಿ ನಿಜಕ್ಕೂ ತನ್ನ ಚಾತುರ್ಯವನ್ನು ತೋರತೊಡಗಿದ್ದು ಮಾಂಸದಿಂದ ಮೂಳೆಯನ್ನು ಬೇರ್ಪಡಿಸುವಾಗ. ತಮ್ಮ ಬಾಯೊಳಗೆ ಮೂಳೆಗಳನ್ನು ಜರಡಿ ಹಿಡಿಯಲಾರದ ಬಂಗಾಳಿಯೇತರರಿಗಾಗಿ ಈ ವಿಧಾನ ಇತ್ತೀಚೆಗಷ್ಟೇ ಜನಪ್ರಿಯವಾಗಿದೆ. ಹಬೆಯಲ್ಲಿ ಮೃದುವಾಗಿ ಬೆಂದ, ಪುದೀನಾ ಸೊಪ್ಪಿನ ಕವಚ

ತೊಟ್ಟ ತುಂಡುಗಳನ್ನು ನೇರವಾಗಿಟ್ಟು ಒಂದೊಂದನ್ನೂ ನಾಲ್ಕು ಉದ್ದುದ್ದ ಹೋಳುಗಳಾಗಿ ಕತ್ತರಿಸಿದಳು. ಚಾಕುವಿನಿಂದ ಗಟ್ಟಿಯಾಗಿ ಒತ್ತಿ ಮಾಂಸದ ಇಡೀ ಒಂದು ತುಂಡನ್ನು ಅದರ ಮೂಳೆಗಳ ಹಂದರದಿಂದ ಬಿಡಿಸಿ ಎತ್ತಿದಳು. ಇದು ಅತ್ಯಂತ ಚಾಕಚಕ್ಯತೆಯಿಂದ ಕೂಡಿದ ಕೆಲಸ. ಒಂದೋ ಚೂರೇ ಚೂರು ಮಾಂಸ ಕೈಗೆ ಬಂದು ಹೆಚ್ಚಿನದು ಮೂಳೆಗಳ ಮೇಲೇ ಉಳಿದುಬಿಡುತ್ತದೆ. ಅಥವಾ ನೀವು ಎಷ್ಟು ಗಟ್ಟಿಯಾಗಿ ಹೆರೆದು ತೆಗೆದಿರುತ್ತೀರೆಂದರೆ, ಡಜನ್ನುಗಟ್ಟಲೆ ಚಿಕ್ಕಚಿಕ್ಕ ಮೂಳೆಗಳು ಮಾಂಸದ ಜೊತೆಗೇ ಬಂದುಬಿಟ್ಟಿರುತ್ತವೆ. ಪುರಾತತ್ವಶಾಸ್ತ್ರಜ್ಞನೊಬ್ಬ ಅಸ್ಥಿಪಂಜರದ ಪಳೆಯುಳಿಕೆಗಳನ್ನು ನಾಜೂಕಾಗಿ ಹಿಡಿದು ಧೂಳು ತೆಗೆಯುವಂತೆ, ಮೂಳೆ ಬಿಟ್ಟು ಮತ್ತೇನೂ ಉಳಿಯದ ಹಾಗೆ ಜಾಗರೂಕತೆಯಿಂದ ವಾಸಂತಿ ತನ್ನ ಚಾಕುವನ್ನು ಪ್ರಯೋಗಿಸುತ್ತಿದ್ದಳು.

ಅಂತಿಮ ಕಾರ್ಯಾಚರಣೆಯೂ ಅತ್ಯಂತ ನೇರವಾದುದಾಗಿತ್ತು. ಇನ್ನೊಂದು ಒಲೆಗೆ ಬೆಂಕಿ ಹೊತ್ತಿಸಿದಳು. ಭುಗ್ಗನೇ ಹೊತ್ತಿಕೊಂಡ ಆ ಒಲೆಯ ಮೇಲೆ ಒಂದು ನಾನ್‌ಸ್ಟಿಕ್ ಬಾಣಲೆಯನ್ನಿಟ್ಟು ಅದರಲ್ಲಿ ಸಾಸಿವೆ ಎಣ್ಣೆಯನ್ನು ಉದಾರವಾಗಿಯೇ ಬಗ್ಗಿಸಿದಳು. ಉಪ್ಪು ಮತ್ತು ಅರಿಶಿನವನ್ನು ಮಾತ್ರ ಹಚ್ಚಿದ ಹಿಲ್ಸಾದ ಎರಡು ತುಂಡುಗಳನ್ನು ಅದರಲ್ಲಿ ಇಳಿಬಿಟ್ಟು ಮೇಲ್ಮೈ ಹೊಂಗಂದು ಬಣ್ಣಕ್ಕೆ ತಿರುಗುವವರೆಗೂ ಕರಿದು, ಎಣ್ಣೆಯನ್ನು ಬದಿಯಲ್ಲಿಟ್ಟಳು. ಹಿಲ್ಸಾ ನೈಸರ್ಗಿಕವಾಗಿಯೇ ಕೊಬ್ಬನ್ನು ಹೊಂದಿರುವ ಮೀನು. ಬಾಣಲೆಯ ಬಿಸಿಗೆ ಅದರ ಜಿಡ್ಡು ಹೊರಬಂದು ಸಾಸಿವೆ ಎಣ್ಣೆಯ ಜೊತೆಗೆ ಸೇರಿಕೊಳ್ಳುತ್ತದೆ. ಈ ಪರಿಮಳವರ್ಧಿತ ಸಾಸಿವೆ ಎಣ್ಣೆಯು ಕಾಯ್ದಿಟ್ಟುಕೊಳ್ಳುವಂಥದ್ದು. ಬೇರೆ ಪದಾರ್ಥಗಳಿಗೆ ಪರಿಮಳವನ್ನು ಕೊಡಲು ಸೇರಿಸಬಹುದು ಅಥವಾ ಬಹಳಷ್ಟು ಜನ ಬಂಗಾಳಿಗಳು ಮಾಡುವಂತೆ ಅನ್ನದ ಜೊತೆ ಕೂಡ ಮಿಶ್ರಣ ಮಾಡಿ ತಿನ್ನಬಹುದು.

ಅಂದು ವಾಸಂತಿಯು ಆರಿಸಿಕೊಂಡ ದಷ್ಟಪುಷ್ಟ ಹಿಲ್ಸಾ ಬಾಂಗ್ಲಾದೇಶದಿಂದ ಬಂದುದಾಗಿತ್ತು. ನೈಸರ್ಗಿಕವಾದ ತೀಕ್ಷ್ಣ ಪರಿಮಳದ ಕೊರತೆಯಿದ್ದಂತೆ ತೋರಿದರೂ ಅವು ಸಂರಚನೆಯಲ್ಲಿ ಆ ಕೊರತೆಯನ್ನು ನೀಗಿಸಿದ್ದವು. ಕ್ರಿಸ್‌ಮಸ್ ಕೊಡುಗೆಯೊಂದನ್ನು ಬಿಚ್ಚುವ ಹಾಗೆ ಪಾತೂರಿಯನ್ನು ಅತ್ಯಂತ ಜಾಗರೂಕತೆಯಿಂದ ಬಿಚ್ಚಲಾಯಿತು. ಸಾಸಿವೆಯ ಮಸಾಲೆಯನ್ನು ಲೇಪಿಸಿದ, ಹಸಿ ಬಾಳೆಎಲೆಯ ಆರ್ದ್ರತೆ ಮತ್ತು ಸ್ವಾದವನ್ನು ಹೀರಿಕೊಂಡ ಅದರ ನಯವಾದ ಮಾಂಸವು ಪದರ ಪದರವಾಗಿ ಹರಡಿಕೊಂಡಿತು. ಹೊರಭಾಗದಲ್ಲಿ ಗರಿಗರಿಯಾದ ಪೊರೆಯನ್ನು ಹೊಂದಿದ್ದ ಕರಿದ ತುಂಡುಗಳು ಒಳಗೆ ಮೃದುವಾಗಿದ್ದವು. ತಾಜಾತಾಜಾ ಮತ್ತು ಬಿಸಿಬಿಸಿಯಾಗಿದ್ದವು. ಅದನ್ನು ತಿನ್ನುವಾಗ ನನ್ನಿಂದ ಶೋರ್ಶೆ ಇಲ್ಲಿಶ್‌ಗೆ ತುಸು

ಅನ್ಯಾಯವಾಯಿತೆ ಎಂದು ಒಂದು ಕ್ಷಣ ಅನಿಸಿತು. ಮಸಾಲೆಯ ರಸವನ್ನು ಪೂರ್ಣ ಆಕ್ರಮಿಸಿಕೊಂಡ ಹಿಲ್ಸಾದ ಜಿಡ್ಡು– ಅದರ ಸಾರ ಸತ್ವ– ಹೇರಳವಾಗಿದ್ದರೂ ಕೇವಲ ತರಿತರಿಯಾದ, ಆ ದುಷ್ಟ ಮಸಾಲೆಗೆ ಮರುಳಾದ ನಾನು, ಮೀನಿನ ತುಂಡನ್ನು ಆಗೀಗ ಕಚ್ಚಿದ್ದನ್ನು ಬಿಟ್ಟರೆ ಉಳಿದಂತೆ ರಸವನ್ನು ಅಲಕ್ಷಿಸಿದೆ.

ಊಟದಲ್ಲಿ ತಲ್ಲೀನನಾದಾಗ ನನ್ನ ಜಾಗ್ರತಪ್ರಜ್ಞೆ ಮಂಕಾಗಿರುತ್ತಿತ್ತು. ಆದ್ದರಿಂದ ಅತ್ಯಂತ ನಿರ್ಲಕ್ಷ್ಯದಿಂದ ಬಾಯಲ್ಲಿಟ್ಟರೂ ವಸಡು ಅಥವಾ ನಾಲಿಗೆಯನ್ನು ಸೀಳಿ ಗಾಯ ಮಾಡಿ ರಕ್ತ ಬರಿಸದಂತಹ, ಮೂಳೆಗಳನ್ನು ತೆಗೆದ ಹಿಲ್ಸಾವನ್ನು ಮಾತ್ರ ತಿನ್ನುತ್ತಿದ್ದೆ. ಹಲವು ದಿನಗಳ ಕಾಲ ಬೆಳಗಿನ ತಿಂಡಿ, ಮಧ್ಯಾಹ್ನದ ಊಟ ಮತ್ತು ರಾತ್ರಿ ಭೋಜನ ಎಲ್ಲದಕ್ಕೂ ಹಿಲ್ಸಾವನ್ನೇ ತಿಂದ ಮೇಲೆ ನನ್ನ ಮೂಳೆಶೋಧಕ ಪ್ರಜ್ಞೆ ತನ್ನಿಂದ ತಾನೇ ಜಾಗೃತವಾಗಿರುವ ಹಾಗೆ ಕಾಣುತ್ತಿತ್ತು. ಅದೊಂದು ವರವಾಗಿಯೂ ಪರಿಣಮಿಸಿತು. ಒಮ್ಮೆ, ಒಂದೇ ಒಂದು ಬಾರಿ ಮಾತ್ರ ಹಿಲ್ಸಾವನ್ನು ಬಾಯಿಗಿಟ್ಟು ಸಾವಕಾಶವಾಗಿ ಅಗಿಯುವಾಗ, ಮಾಂಸದ ನಡುವೆ ಬಳ್ಳಿಬಳ್ಳಿಯಾದ ಪುಟ್ಟಪುಟ್ಟ ಪ್ರಾಣಾಂತಿಕ ತಂತುಗಳ ರೂಪದಲ್ಲಿದ್ದ ಮುಳ್ಳುಗಳ ಗುಚ್ಛವೊಂದು ಸಿಕ್ಕಿಬಿಟ್ಟಿತ್ತು.

ಅಗಿಯುವುದನ್ನು ನಿಲ್ಲಿಸಿ ಸನ್ನಿವೇಶವನ್ನು ಅವಲೋಕಿಸಿದೆ. ಬಾಯಲ್ಲಿದ್ದುದನ್ನು ನಾಲಿಗೆಯಿಂದ ಅತ್ತಿತ್ತ ಹೊರಳಿಸಿ, ಹಲ್ಲುಗಳಿಂದ ದೂರವಿರುವ ಹಾಗೆ ಅಥವಾ ಬಾಯಿಯ ಮೇಲ್ಭಾಗದಲ್ಲಿ ಇರುವಂತೆ ನೋಡಿಕೊಂಡು ತಾಳ್ಮೆಯಿಂದ ಮಾಂಸವನ್ನು ಅಷ್ಟಷ್ಟೇ ಬಿಡಿಸಿಕೊಂಡೆ. ನೋಡಿದವರಿಗೆ, ಧ್ಯಾನಸ್ಥವಾಗಿ ಮೆಲುಕು ಹಾಕುತ್ತಿರುವ ಹಸುವಿನ ಹಾಗೆ ನಾನು ಕಂಡಿರಬಹುದು. ಇಷ್ಟೆಲ್ಲಾ ಪರಿಶ್ರಮದ ಕೊನೆಯಲ್ಲಿ ಸಿಕ್ಕಿದ್ದು ಒಂದರೊಳಗೊಂದು ಬೆಸೆದುಕೊಂಡ ಒಂದು ಹಿಡಿ ಮೂಳೆ! ತೆಗೆದು ಅಚ್ಚುಕಟ್ಟಾಗಿ ನನ್ನ ತಾಟಿನ ಒಂದು ಬದಿಯಲ್ಲಿ ಪೇರಿಸಿಟ್ಟೆ, ಉಳಿದ ಹಿಲ್ಸಾವನ್ನು ಸಂತೃಪ್ತಿಯಾಗಿ ತಿಂದೆ. ಅದು ನನ್ನ ಜೀವನದ ಅತ್ಯಂತ ಹೆಮ್ಮೆಯ ಕ್ಷಣಗಳಲ್ಲೊಂದಾಗಿತ್ತು.

II

ಪಾರ್ಕ್ ಹೋಟೆಲ್ಲಿಗೆ ಬರುವ ಹಿಲ್ಸಾ ಮತ್ತಿತರ ಮೀನುಗಳು ಬಹುತೇಕ ಹೌಡಾದ (ಹೌರಾ) ಸಗಟು ಮಾರುಕಟ್ಟೆಯಿಂದ ಬರುತ್ತವೆ. ಅಲ್ಲಿ ಬೆಳಗಿನ ಜಾವ ಮೂರು ಗಂಟೆಗೇ ವ್ಯಾಪಾರ ಶುರುವಾಗುತ್ತದೆ ಎಂದು ಹೇಳಿದ್ದನ್ನು ನಂಬಿಬಿಟ್ಟಿದ್ದೆ. ಮೂರು ಗಂಟೆ ಐದು ನಿಮಿಷಕ್ಕೆ, ಅದೂ ಬೆಳಗಿನ ಆ ಚಳಿಯಲ್ಲಿ ಅಲ್ಲಿಗೆ ಹೋದರೆ ಅಲ್ಲಿ ಕಂಡಿದ್ದು ಒಂದೇ ಒಂದು ಟ್ರಕ್. ಅದರಿಂದ ಮೀನು ಮತ್ತು ಮಂಜುಗಡ್ಡೆ ತುಂಬಿದ ಪ್ಲಾಸ್ಟಿಕ್ ಕ್ರೇಟ್ ಹಾಗೂ ಬೆತ್ತದ ಬುಟ್ಟಿಗಳನ್ನು, ಉದ್ದನೆಯ ಕೈಗಾಡಿಗಳ

ಮೇಲೆಯೋ ಅಥವಾ ತಾತ್ಕಾಲಿಕವಾಗಿ ಬಟ್ಟೆಯನ್ನು ಮಡಚಿ ಮೆತ್ತನೆಯ ಸಿಂಬೆ ಮಾಡಿ ಇಟ್ಟುಕೊಂಡು ಹೊರಲು ಸಿದ್ಧರಾದ ಕೂಲಿಗಳ ತಲೆಯ ಮೇಲೆಯೋ ಇಳಿಸಲಾಗುತ್ತಿತ್ತು. ಮುಂದಿನ ಟ್ರಕ್ ಬರುವುದು ನಾಲ್ಕು ಗಂಟೆಗೇ! ಕಾಲ್ಬೆರಳುಗಳು ಹೊರಗೆ ಕಾಣುತ್ತಿದ್ದ ಪಾದರಕ್ಷೆಗಳನ್ನು ಧರಿಸಿ ಬೆಳಗಿನ ಆ ತಾಪಮಾನದಲ್ಲಿ ಒಂದು ತಾಸಿನ ಕಾಲ ನಿಲ್ಲುವುದೆಂದರೆ ತುಂಬಾ ದೀರ್ಘವೇ.

ಹೌಡಾ ಮೀನು ಮಾರ್ಕೆಟ್ ಎಂದರೆ ತೆರೆದ ಮುಂಭಾಗವನ್ನುಳ್ಳ ಅಂಗಡಿಗಳ ಒಂದು ಚಕ್ರವ್ಯೂಹ. ಬೆಳಕಿಲ್ಲದಿದ್ದರೆ ಒಳಹೋಗುವ ಹಾಗೇ ಇಲ್ಲ. ಮೇಲಿನಿಂದ ಹಾದುಹೋಗುವ ಒಂದು ಸೇತುವೆ ಕೆಲವು ಅಂಗಡಿಗಳಿಗೆ ಛಾವಣಿಯೂ ಆಗಿದೆ. ಪೇರಿಸಿಟ್ಟ ಇಟ್ಟಿಗೆಗಳು ಒಂದು ಅಂಗಡಿಯನ್ನು ಇನ್ನೊಂದರಿಂದ ಪ್ರತ್ಯೇಕಿಸುತ್ತವೆ. ಸರಕನ್ನು ಇಳಿಸುವ ಕೆಲಸ ನಡೆಯುವುದು ಚಕ್ರವ್ಯೂಹದ ಹೊರಗೆ ತುಸುವೇ ದೂರದಲ್ಲಿ; ಸೇತುವೆಯ ಕೆಳಗಿನ ಬೀದಿಯನ್ನು ಅಲ್ಲಲ್ಲಿ ಬೆಳಗುವ ಸೋಡಿಯಂ ದೀಪಗಳ ಬುಡದಲ್ಲಿ. ಮೂರು ಮತ್ತು ನಾಲ್ಕು ಗಂಟೆಗಳ ನಡುವಿನ ಅವಧಿಯಲ್ಲಿ ಹೆಚ್ಚಿನದೇನೂ ಘಟಿಸುವುದಿಲ್ಲ. ಒಂದೆಡೆ ದೊಡ್ಡದಾಗಿ ನಡೆಯುತ್ತಿದ್ದ ವಾಗ್ಯುದ್ಧವನ್ನು ಕದ್ದಾಲಿಸಿದೆ. ಸಿಯಲ್ದಾಹ್ ಮಾರುಕಟ್ಟೆಗೆ ಒಯ್ಯಬೇಕಾದ ಮೀನನ್ನು ತಪ್ಪಿನಿಂದ ಇಲ್ಲಿಗೆ ತರಲಾಗಿದೆ ಅಥವಾ ಇಲ್ಲಿಗೆ ತರಬೇಕಾಗಿದ್ದನ್ನು ಸಿಯಲ್ದಾಹ್ ಮಾರುಕಟ್ಟೆಗೆ ಒಯ್ಯಲಾಗಿದೆ ಎಂದೇನೋ ಮಹಾಶಯನೊಬ್ಬ ವಾದಿಸುತ್ತಿದ್ದ – ಸರಿಯಾಗಿ ಏನು ವಿಷಯ ಎನ್ನುವುದು ನನಗೆ ತಿಳಿಯಲಿಲ್ಲ. ಸಾಕಷ್ಟು ಬಿಡುವಿತ್ತು. AIDS and Blind Sex ಎಂಬ ಸಿನೆಮಾದ ಹರುಕಲು ಭಿತ್ತಿಚಿತ್ರದ ಮೇಲೆ ಕಣ್ಣಾಡಿಸಿದೆ. ನಿಜ ಹೇಳಬೇಕೆಂದರೆ, ಎರಡೂ ಸಂಗತಿಗಳ ಸದ್ಗುಣಗಳನ್ನು ಆ ಭಿತ್ತಿಪತ್ರ ಪ್ರಚಾರ ಮಾಡುತ್ತಿರುವ ಹಾಗೆ ಕಾಣುತ್ತಿತ್ತು.

ಸುಮಾರು ನಾಲ್ಕು ಗಂಟೆಯಾಗಿರಬಹುದು. ಪ್ರತಿ ಐದೋ ಆರೋ ನಿಮಿಷಕ್ಕೊಮ್ಮೆ ಒಳಬರುವ ಟ್ರಕ್ಕಿನ ಸದ್ದನ್ನು ಸೇತುವೆಯ ಉಬ್ಬು ಪ್ರತಿಧ್ವನಿಸತೊಡಗಿತು. ತ್ವರಿತಗೊಂಡ ಸರಕು ಇಳಿಸುವ ಕಾರ್ಯವನ್ನು ನೋಡಿದರೂ ಸಾಕು, ದಣಿವಾಗುತ್ತಿತ್ತು. 'Fis' ಎಂದು ಗುರುತು ಮಾಡಲಾದ ರಟ್ಟಿನ ಪೆಟ್ಟಿಗೆಗಳು ಟ್ರಕ್ಕಿನಿಂದಿಳಿದು ಚಕ್ರವ್ಯೂಹದ ಕರುಳಿನಲ್ಲಿ ಸಾಗಿ ನಿಮಿಷಗಳ ನಂತರ ಖಾಲಿಯಾಗಿ ಮರಳಿ ದಡಬಡನೆ ಬಂದು ಟ್ರಕ್ಕನ್ನೇರಿ ಸಮಾಧಾನದಿಂದ ಕುಳಿತುಕೊಳ್ಳುತ್ತಿದ್ದವು. ಪ್ರತಿಯೊಬ್ಬರೂ ಕೆಲಸದಲ್ಲಿ ನಿರತರಾಗಿದ್ದರು. ಆ ವ್ಯವಸ್ಥಿತ ಕಾರ್ಯಚಟುವಟಿಕೆಗಳ ನಡುವೆ ಟಿಪ್ಪಣಿ ಪುಸ್ತಕವೊಂದನ್ನು ಹಿಡಿದುಕೊಂಡು ದಿಕ್ಕುದೆಸೆಯಿಲ್ಲದೇ ಅಲೆಯುತ್ತಿದ್ದ ನಾನು ಒಬ್ಬ ದಾರಿತಪ್ಪಿದವನಂತೆ ಕಾಣುತ್ತಿದ್ದೆ. ಎಲ್ಲರ ಗಮನವೂ ನನ್ನತ್ತಲೇ ಹರಿಯಲು ಕಾರಣನಾಗಿದ್ದೆ. ಕೂಲಿಗಳು ಕುತೂಹಲದಿಂದ ನಿಂತು

'ಸರಕು ನಿಮ್ಮದೆ?' ಎಂದು ಕೇಳಲಾರಂಭಿಸಿದರು. ನನ್ನನ್ನು ತಪ್ಪಾಗಿ ಒಬ್ಬ ಮೀನಿನ ವ್ಯಾಪಾರದ ದೊರೆಯೆಂದು ಭಾವಿಸದಿರಲಿ ಎಂಬ ಕಾರಣಕ್ಕೆ ಮೊದಮೊದಲು ಅಲ್ಲಗಳೆದೆ. ಆದರೆ ಇದು ಕೂಲಿಗಳನ್ನು ಮತ್ತಷ್ಟು ಗೊಂದಲಕ್ಕೀಡುಮಾಡಿದಂತೆ ತೋರಿತು. ಏನು ಬೇಕಾದರೂ ಅರ್ಥೈಸಿಕೊಳ್ಳಲಿ ಎಂದು ಒರಟಾಗಿ ತಲೆಯನ್ನು ಅರ್ಥಂಬರ್ಥ ಅಲ್ಲಾಡಿಸತೊಡಗಿದೆ.

ಸಮಯ ನಾಲ್ಕೂವರೆ ಗಂಟೆ. ಮಾರುಕಟ್ಟೆಯಲ್ಲಿ ಎಲ್ಲೆಡೆ ಒಂದೇ ಸಮನೆ ಜೀವಸಂಚಾರ. ಮೊದಲು ಕೇಂದ್ರಭಾಗದಲ್ಲಿ ಏಳುವ ಚಟುವಟಿಕೆಯ ಅಲೆಗಳು ನಂತರ ಹೊರಮುಖವಾಗಿ ಹರಡತೊಡಗಿದವು. ಮೀನುಗಳದೀಗ ಇಮ್ಮುಖ ಸಾಗಾಟ. ಚಿಲ್ಲರೆ ವ್ಯಾಪಾರಕ್ಕೆಂದು ಸಣ್ಣ ಸಣ್ಣ ಪ್ರಮಾಣದಲ್ಲಿ ಹೊರಹೋಗುವುದಕ್ಕೂ ಆರಂಭ. ಅಂಗಡಿಗಳ ಮಾಲೀಕರು ಎದ್ದು ಮೈಮುರಿದು, ಕೈಕಾಲು ಕೆರೆದುಕೊಳ್ಳುತ್ತಿದ್ದರು. ತಾವಿನ್ನೂ ಮಲಗಿರುವಾಗಲೇ ತಮ್ಮ ಮೀನುಗಳಿಗೆ ಇಟ್ಟುಹೋದ ಖಾಯಂ ಬೇಡಿಕೆ ಪಟ್ಟಿಯ ಮೇಲೆ ಕಣ್ಣಾಡಿಸುತ್ತಿದ್ದರು. 'ಈ ಕ್ರೇಟ್‌ನಲ್ಲಿ ಮೀನಿಗಿಂತ ಜಾಸ್ತಿ ಮಂಜುಗಡ್ಡೆಯನ್ನೇ ಹಾಕಿ ತಂದಿಟ್ಟಿದ್ದಾನೆ ಅಯೋಗ್ಯ' ಎಂದೋ ಅಥವಾ 'ನನಗೆ ಈ ಮೀನುಗಳು ಕಣ್ಣಿಗೂ ಕಾಣಿಸುವುದಿಲ್ಲ. ಅಷ್ಟು ಸಣ್ಣಕ್ಕಿವೆ' ಎಂಬಂತಹ ಗೊಣಗಾಟವೋ ಕಡ್ಡಾಯವಾಗಿ ಕೇಳುತ್ತಿತ್ತು. ಚಹಾ ಮಾರುವ ಹುಡುಗನನ್ನು ಕೂಗಿ ಕರೆಯುತ್ತಿದ್ದರು. ಮೊದಲಿಗೆ ತಕ್ಕಡಿಯ ಅಂಚಿನ ಸುತ್ತಲೂ ವಿಧ್ಯುಕ್ತವಾಗಿ ಅಗರಬತ್ತಿಯನ್ನು ಸುತ್ತಿ ಸುಳಿದು ದಿನದ ಮಾರಾಟವನ್ನು ಆರಂಭಿಸುವ ಸಂಪ್ರದಾಯವನ್ನು ಪಾಲಿಸಿದರು. ಆಮೇಲೆ ಹೆಚ್ಚುತ್ತಿದ್ದ ಜನದಟ್ಟಣೆಯಲ್ಲಿ ಭಾವಿ ಗಿರಾಕಿಗಳಿಗಾಗಿ ಹುಡುಕಾಟ ಆರಂಭಿಸುತ್ತಿದ್ದರು.

ಹೌದಾ, ಮಾರಾಟಗಾರರದೇ ಮಾರುಕಟ್ಟೆ ಎಂಬುದಂತೂ ಸ್ಪಷ್ಟ. ವ್ಯಾಪಾರಿಗಳು ಇಟ್ಟುಕೊಂಡು ಕುಳಿತಿದ್ದ ಬುಟ್ಟಿಗಳಲ್ಲಿ ಕಡಿಮೆ ಎಂದರೂ ಎಳೆಯ ಶಾರ್ಕ್‌ನಷ್ಟು ದೊಡ್ಡದಾದ ಕಾತ್ಲಾ ಮೀನು, ಬಿಳಿಹೊಟ್ಟೆಯ ಮಂಜಿ ಮೀನು (ಪಾಮ್‌ಫ್ರೆಟ್), ಮಂಜುಗಡ್ಡೆಯ ಮೇಲಿಟ್ಟಿರುವ ಬಾಂಗ್ಲಾದೇಶದ ಹಿಲ್ಸಾ ಮತ್ತು ಪುಟ್ಟ ಪುಟ್ಟ ತಾಟೆಮೀನುಗಳು ತುಂಬಿದ್ದವು. ಸೀಗಡಿ ತುಂಬಿದ ಕ್ರೇಟ್‌ಗಳು ಬಂದಾಗ ಅವುಗಳನ್ನು ಮಾರ್ಕೆಟ್ಟಿನ ಕೆಸರು ನೆಲದ ಮೇಲೆಯೇ ಸುರಿದು, ತಕ್ಕಡಿಯ ತಟ್ಟೆಗಳಿಗೆ ಗೋರಿಕೊಳ್ಳಲಾಯಿತು. ಚೌಕಾಶಿ ಎಂಬುದು ಇರಲೇ ಇಲ್ಲ. ಮಫ್ಲರ್ ಸುತ್ತಿಕೊಂಡು, ಸಾಧಾರಣವಾದ ಪಟ್ಟೆಪಟ್ಟೆಯ ಬಟ್ಟೆಯೊಂದನ್ನೋ ಅಥವಾ ಪ್ಲಾಸ್ಟಿಕ್ ಚೀಲವೊಂದನ್ನೋ ಹಿಡಿದುಕೊಂಡಿದ್ದ ಗಿರಾಕಿಯೊಬ್ಬ ನಿಧಾನಕ್ಕೆ ಅಡ್ಡಡ್ಡ ನಡೆಯುತ್ತ ಬಂದ. ವ್ಯಾಪಾರಿಯು ಅಂದಿನ ದರವನ್ನು ಘೋಷಿಸಿ, ಬಲೆಯಲ್ಲಿಯೇ ಬೇಟೆಗಾಗಿ ಕಾದು ಕುಳಿತ ಜೇಡನಂತೆ ಗ್ರಾಹಕನನ್ನು ನೋಡುತ್ತಾ

ಕುಳಿತ. ಮನದೊಳಗೆ ಆಲೋಚನೆಯಲ್ಲಿ ಮಗ್ನನಾದ ಗ್ರಾಹಕ ಮೀನನ್ನು ಖರೀದಿಸಬಹುದಿತ್ತು ಅಥವಾ ಬಿಟ್ಟು ಹೋಗಲೂಬಹುದಿತ್ತು. ಬಿಟ್ಟು ಹೋದರೆ ಅವನು ಹೋಗುವುದನ್ನೇ ಉಪೇಕ್ಷೆಯಿಂದ ನೋಡುತ್ತಿದ್ದ ವ್ಯಾಪಾರಿ, ನಂತರ ಮುಂದಿನ ಗಿರಾಕಿಯತ್ತ (ಮನದೊಳಗೇ ಆಲೋಚನೆಯಲ್ಲಿ ಮಗ್ನನಾಗುವ ಮತ್ತೊಂದು ಬೇಟೆ) ದರ ಕೂಗಲು ಹೊರಳುತ್ತಿದ್ದ.

ಅಂಗಡಿಯಿಂದ ಅಂಗಡಿಗೆ ತಿರುಗಿ, ನಾನು ನನ್ನ ಹಿಲ್ಸಾ ಜ್ಞಾನವನ್ನು ಪರೀಕ್ಷೆಗೊಡ್ಡಿ. ಒಂದೊಂದು ನಮೂನೆಯೂ ದಷ್ಟಪುಷ್ಟವಾಗಿತ್ತು, ಮೃದುವಾಗಿತ್ತು, ಹೊಟ್ಟೆಯ ಅಡಿಭಾಗದಲ್ಲಿ ಉದ್ದಕ್ಕೂ ಅದರ ಗುರುತಾದ ಗುಲಾಬಿ ಬಣ್ಣದ ಗೆರೆಯಿತ್ತು. ಅವೆಲ್ಲವೂ ಪೆಟ್ರಾಪೋಲ್‌ನಿಂದ ಹೌಡಾಕ್ಕೆ, ರಾತ್ರಿಯಿಡೀ ಬಾಂಗ್ಲಾದೇಶದಿಂದ ಟ್ರಕ್ಕಿನಲ್ಲಿ ಸವಾರಿ ಮಾಡಿ ಬಂದಿದ್ದವು, ಪ್ರತಿಯೊಂದು ಅಂಗಡಿಗೂ ಅವು ಹೆಮ್ಮೆಯ ಪ್ರದರ್ಶನದ ವಸ್ತುಗಳಾಗಿದ್ದವು. ಅಂಗಡಿಯ ಮುಂದೆ ಪ್ರಪ್ರಥಮವಾಗಿ, ಮಂಜುಗಡ್ಡೆಯ ದಪ್ಪ ದಪ್ಪ ಹಾಸುಗಳ ಮೇಲೆ ಅವುಗಳನ್ನು ಇಡಲಾಗಿತ್ತು. 'ಅವು ಅದ್ಭುತವಾದ ಹಿಲ್ಸಾಗಳು' ಎಂದು ಒಬ್ಬ ವ್ಯಾಪಾರಿ ನನ್ನ ಬಳಿ ಹೇಳಿದ. ಅವುಗಳ ಬುಡಕ್ಕೆ ಶಂಖಪಾಷಾಣ ಬಳಿದಿದ್ದರೂ ಸಹ ಆತ ಬೇರೆ ಏನಾದರೂ ಹೇಳುತ್ತಿದ್ದನೇ ಎಂಬುದರ ಬಗ್ಗೆ ನನಗೆ ಅನುಮಾನ. ನನ್ನದು ಮೀನಿನ ಅಂಗಡಿಯೇನಾದರೂ ಇದೆಯೇ ಎಂದು ಅನಂತರ ಪ್ರಶ್ನಿಸಿದ. ಗೋಣನ್ನು ಅಲ್ಲಾಡಿಸಿ ಮುಂದುವರೆದೆ.

ಆರು ಗಂಟೆಗೆ ಇಪ್ಪತ್ತು ನಿಮಿಷಗಳಿವೆ ಎನ್ನುವಾಗ ಬೆಳಕು ಹರಿಯಿತು. ಕೆಲ ಕ್ಷಣಗಳಲ್ಲಿಯೇ ಹೆಂಗಸೊಬ್ಬಳು ಮೊದಲಿಗೆ ಮಾರುಕಟ್ಟೆಯನ್ನು ಪ್ರವೇಶಿಸಿದಳು. ಅಷ್ಟು ಹೊತ್ತಿಗೆ ಎಲ್ಲ ಅಂಗಡಿಗಳೂ ತೆರೆದಿದ್ದು ಮಾರುಕಟ್ಟೆಯೆನ್ನುವುದು ಸದ್ದಿನ ವಾದ್ಯಮೇಳವಾಯಿತು; ಕ್ರೇಟ್‌ಗಳನ್ನು ಎಳೆದಾಗ ಅವುಗಳ ತಳಭಾಗವು ನೆಲವನ್ನು ಕೆರೆಯುವ ಸದ್ದು, ಮೀನಿನ ದರವನ್ನು ಕೂಗುವಾಗ ಸ್ವರದಲ್ಲಾಗುವ ಏರಿಳಿತ, ತಕ್ಕಡಿಯ ತಟ್ಟೆಗಳು ಬಡಿದುಕೊಳ್ಳುವಾಗಿನ ಖಣಿಲು, ಪಿಟೀಲಿನ ಶ್ರುತಿಯಂತೆ ನಿರಂತರವಾಗಿ ಹಿನ್ನೆಲೆಯಲ್ಲಿದ್ದ ಸಂಭಾಷಣೆಯ ಧ್ವನಿ, ತುಬಾದ (ಒಂದು ಸಂಗೀತ ವಾದ್ಯ) ಸದ್ದೊಂದು ಸಿಡಿದಂತೆ ಆಗಾಗ ಕೇಳುವ ಸರಕನ್ನು ಇಳಿಸಲು ಕಾಯುತ್ತ ನಿಂತ ಟ್ರಕ್ಕಿನ ಹಾರ್ನ್. ಆರೂವರೆ ಆಗುವಷ್ಟರಲ್ಲಿ ಕೊಲಕತ್ತಾ ಮೈಮುರಿದೆದ್ದು ಸಂಚಾರದ ಶಬ್ದವು ಮಾರುಕಟ್ಟೆಯನ್ನು ತುಂಬಿಕೊಳ್ಳುವುದರ ಜೊತೆಗೆ, ಪ್ರಾಸ್ತಾವಿಕ ರಾಗಗಳೆಲ್ಲ ಮುಗಿದು ಕಛೇರಿಯ ಉಳಿದ ಭಾಗಗಳಿಗೆ ದಾರಿಯಾಯಿತು. ಇನ್ನು ಈ ಗಲಾಟೆ ಸಂಜೆಯವರೆಗೂ ಮತ್ತು ನಂತರವೂ ಹಾಗೆಯೇ ಇರುತ್ತದೆ.

II

ಬಂಗಾಳಿ ಪಂಡಿತರುಗಳ ನಿರಾಶಾವಾದದ ಹೊರತಾಗಿಯೂ ಕೊಲಕತ್ತಾದಲ್ಲಿ ಬೇಕಾದಷ್ಟು ಹಿಲ್ಸಾವನ್ನು ತಿಂದೆ. ಮೇಲ್ದರ್ಜೆಯ ಹೋಟೆಲ್‌ಗಳಲ್ಲಿ ಒಂದಾದ 'ಓಹ್! ಕೊಲಕತ್ತಾ' ದಲ್ಲಿ ಮೊದಲ ಬಾರಿಗೆ ಮೂಳೆರಹಿತ ಹಿಲ್ಸಾವನ್ನು ತರಿಸಿದೆ. ಅದಕ್ಕೆ ಲೇಪಿಸಿದ ತುಸು ಸಿಹಿಯಾದ ಮಸಾಲೆಯು ಹಿಲ್ಸಾ ಕೊಬ್ಬಿನ ಗಾಢವಾದ

ಮತ್ತು ತೀಕ್ಷ್ಣವಾದ ರುಚಿಯನ್ನು ಮರೆಮಾಚಲು ಸಂಪೂರ್ಣವಾಗಿ ಸೋತಿತ್ತು. ನ್ಯೂ ಮಾರ್ಕೆಟ್‌ನಲ್ಲಿರುವ ಮಿರ್ಜಾ ಘಾಲಿಬ್ ಮಾರ್ಗದಲ್ಲಿ ನಾನು ಮೊದಲ ಬಾರಿಗೆ ಶೋರ್ಶೆ ಇಲ್ಲಿಶ್‌ನ ಪದಾರ್ಥವೊಂದರಲ್ಲಿ ಹಿಲ್ಸಾ ಮೊಟ್ಟೆಗಳನ್ನು ನೋಡಿದೆ. ಮೊದಲ ನೋಟಕ್ಕೆ ಅವು ಅಸ್ಪಷ್ಟವಾಗಿ ಕಿಡ್ನಿಯಂತೆ ಕಾಣುತ್ತಿದ್ದವು. ವಾಸ್ತವದಲ್ಲಿ ತೆಳುವಾದ ಕಪ್ಪು ಗೆರೆಯನ್ನು ಹೊಂದಿರುವ ಸಾವಿರಾರು ಪುಟ್ಟಪುಟ್ಟ ಮೊಟ್ಟೆಗಳ ದಟ್ಟ ಸಮೂಹವಾಗಿದ್ದ 'ಮೊಟ್ಟೆ'ಯು ನಾಲಿಗೆಗೆ ಜಿಗುಟಾಗಿತ್ತು. ಪ್ರತಿಬಾರಿ ಅಗಿದಾಗಲೂ ಹರಳು ಹರಳಾಗಿ ಬಿಟ್ಟುಕೊಳ್ಳುತ್ತಿತ್ತು. ಈರುಳ್ಳಿ– ಹಸಿಮೆಣಸಿನ ಜೊತೆಗೆ ವಾಸಂತಿಯು ಅದನ್ನು ಕರಿದ ರೀತಿಯಿಂದ ತಯಾರಾದ ಪದಾರ್ಥ ಹೇಗೆ ನಮ್ಮ ನಾಲಿಗೆಯ ಮೇಲೆ ಕೆಲಸ ಮಾಡುತ್ತದೆ ಎನ್ನುವುದನ್ನು ನೋಡಿದ್ದೆನಾದರೂ ಹಿಲ್ಸಾವು ರೂಢಿಸಿಕೊಳ್ಳಬೇಕಾದ ಸ್ವಾದ ಎಂಬ ನಿರ್ಧಾರಕ್ಕೆ ಬಂದೆ.

ಆ ವ್ಯಾಪಾರಿ ಸಂಸ್ಥೆಯ ಮಾಲೀಕ, ಭೂಪೇನ್ ಶಾ, ಗುಂಡುಗುಂಡಾದ ಕುಳ್ಳನೆಯ ಮನುಷ್ಯ. ಪದ್ಮಾ ನದಿಯ ಹಿಲ್ಸಾದಂತೆಯೇ ಮೃದು ಸ್ವಭಾವದವ. ದಶಕಗಳ ಹಿಂದೆ ಕೊಲಕತ್ತಾಕ್ಕೆ ಬಂದು ನೆಲೆಗೊಂಡಿದ್ದರೂ ಆತ ಬೆಳೆದಿದ್ದು ಬಾಂಗ್ಲಾದೇಶದಲ್ಲಿ; ಪದ್ಮಾ ನದಿಯಲ್ಲಿ ನಿರ್ದಿಷ್ಟವಾಗಿ ಒಳ್ಳೆಯ ಹಿಲ್ಸಾ ಎಲ್ಲಿ ಸಿಗುತ್ತದೆ ಎಂದು ಹೇಳಲಾಗುತ್ತದೆಯೋ ಅದರ ಬಳಿಯಲ್ಲಿಯೇ. 'ನಾನು ಸಣ್ಣವನಿದ್ದಾಗ ಪದ್ಮಾ ನದಿ ಇಂದಿಗಿಂತಲೂ ಆಳವಾಗಿತ್ತು, ಹೆಚ್ಚು ಮೀನುಗಳೂ ಸಿಗುತ್ತಿದ್ದವು' ಎಂದು ಹೇಳಿದ ಅವನು, ನಂತರ ಯಾವುದೋ ತರದ ನಿಷ್ಪಕ್ಷಪಾತತನವನ್ನು ಖಾತ್ರಿಪಡಿಸಲೋ ಎಂಬಂತೆ ಸೇರಿಸಿದ: 'ಗಂಗಾನದಿಯಲ್ಲಿ ಈಗ ಮೊದಲಿನ ಹಾಗೆ ಮೀನು ಇಲ್ಲ. ಹೂಳು ಹಾಗೂ ಮಾಲಿನ್ಯ ನಿನಗೆ ಗೊತ್ತಲ್ಲ. ಮೀನುಗಳು ನದಿಯೊಳಗೆ ಬರುತ್ತವೆ. ಬಂದ ಹಾಗೇ ಸಾಯತೊಡಗುತ್ತವೆ. ಈಗ ಸಿಗುವ ಮೀನು ಗಾತ್ರದಲ್ಲಿಯೂ ಚಿಕ್ಕದು. ತಿನ್ನಲಿಕ್ಕೆ ಅಷ್ಟು ಚೆನ್ನಾಗಿರುವುದೂ ಇಲ್ಲ.'

ಕ್ಷೀಣಿಸುತ್ತಿರುವ ಹಿಲ್ಸಾದ ರುಚಿಯ ಕುರಿತು ವ್ಯಕ್ತವಾಗುವ ಖೇದವನ್ನು ಆಗಾಗ ಕೇಳುತ್ತಲೇ ಇದ್ದೆ. ಅಂದ ಹಾಗೆ, ಯಾವುದೇ ಆಹಾರವೂ ಬಾಲ್ಯದಲ್ಲಿದ್ದ ಹಾಗೆ ಈಗ ರುಚಿಯೆನ್ನಿಸುವುದಿಲ್ಲ. ಆದರೆ ದಿನದಿನಕ್ಕೂ ಹೆಚ್ಚುತ್ತಲೇ ಇರುವ ಗಂಗಾ ನದಿಯ ಕೆಸರು, ಹೂಳು, ಮಾಲಿನ್ಯ ಮತ್ತು ನನಗೆ ಜನವರಿಯಲ್ಲಿಯೂ ಹಿಲ್ಸಾವನ್ನು ಒದಗಿಸಿದ ಅಡೆತಡೆಯಿಲ್ಲದ ಅತಿಮೀನುಗಾರಿಕೆಗಳು ಈ ರುಚಿಹೀನತೆಗೆ ಸಾಕಷ್ಟು ಕಾರಣವಾಗಿದ್ದವು. 'ಹಿಂದೆ ಮೀನುಗಳು ನದಿಯಲ್ಲಿ ಮೇಲ್ಮುಖವಾಗಿ ಎಪ್ಪತ್ತು ಕಿಲೋಮೀಟರ್‌ಗಳವರೆಗೂ ಈಜಿಕೊಂಡು ಬರುತ್ತಿದ್ದವು' ಎಂದು ಹೌಡಾದ ಒಬ್ಬ ಮೀನು ಮಾರಾಟಗಾರ ನನಗೆ ಹೇಳಿದ. 'ಈಗ ಅವು ಸಮುದ್ರದಿಂದ ಒಳನಾಡಿನಲ್ಲಿ ಇಪ್ಪತ್ತು ಕಿಲೋಮೀಟರ್ ದೂರ ಕೂಡ ಬರುವುದಿಲ್ಲ' ಎಂದ. ಹೂಗ್ಲಿ ನದಿಯನ್ನು

ನೋಡಿದರೂ ಅದು ತಿಳಿಯುತ್ತದೆ. ಅಂದ ಹಾಗೆ ಕೊಲಕತ್ತಾದಲ್ಲಿ ದಟ್ಟ ಮಾಲಿನ್ಯತೆಗೆ ಒಳಗಾಗಿ ಉಸಿರುಕಟ್ಟಿಕೊಂಡಂತೆ ಕಾಣುವ ನದಿ, ತನ್ನ ಮೇಲ್ಭಾಗದಲ್ಲಿ ಉದ್ದಕ್ಕೂ ಹಬ್ಬಿರುವ ಪೂರ್ವ ಮೇದಿನೀಪುರ ಜಿಲ್ಲೆಯ ಕೋಲಾಘಾಟ್‌ನಲ್ಲಿಯೂ ಹರಿಯದೇ ನಿಂತ ಹೂಳಿನ ದ್ರಾವಣದ ಪಟ್ಟಿಯಂತೆ ಕಾಣುತ್ತದೆ. ಕೋಲಾಘಾಟ್‌ನ ಮೀನುಗಾರರು ರೂಪ್‌ನಾರಾಯಣ್ ಎಂಬ ಉಪನದಿಯೊಂದರಲ್ಲಿ ಬಲೆ ಹಾಕುತ್ತಾರೆ. ಅದೂ ಅಷ್ಟೇ ಕೆಸರು ತುಂಬಿದಂತೆ ಕಾಣುತ್ತಿದ್ದು, ಜಲಚರಗಳಿಗೆ ಹಾಗೂ ನೀರಿನಲ್ಲಿರುವ ಜೀವಸಂಕುಲಕ್ಕೆ ಅಷ್ಟೇ ಪ್ರತಿಕೂಲವಾಗಿದೆ.

ಮೀನು ಸಿಗುವ ಕಾಲದಲ್ಲಾದರೆ, ಕೋಲಾಘಾಟ್ ಹಿಲ್ಸಾಕ್ಕೆ ಹೆಸರುವಾಸಿ. ಅಲ್ಲಿನ ಹಾಳಾದ ರಸ್ತೆಗಳೊಳಗೆ ಕೊಲಕತ್ತಾದಿಂದ ದಿನನಿತ್ಯವೂ ಕಾರುಗಳು ಬರುತ್ತವೆ. ಅಂದಿನ ದಿನ ಬಲೆಗೆ ಬಿದ್ದ ಅತ್ಯುತ್ತಮ ಮೀನನ್ನು ತರಲು ಸರ್ಕಾರಿ ಅಧಿಕಾರಿಗಳು ಅಥವಾ ಖಾಸಗಿ ಸಂಸ್ಥೆಗಳ ಕಾರ್ಯನಿರ್ವಾಹಕ ಅಧಿಕಾರಿಗಳು ಕಳುಹಿಸುವ ಕಾರುಗಳು ಅವು ಎಂದು ಮೀನು ಮಾರುವವರು ತೋರಿಸಿದರು. ನಿತ್ಯವೂ ಸಂತೆ ನಡೆಯುವ ಜಾಗ ಪಟ್ಟಣದ ಕೇಂದ್ರಭಾಗದಲ್ಲಿದೆ. ಎಲ್ಲ ಬೀದಿಗಳಲ್ಲಿಯೂ ಧಾನ್ಯ ಮಾರುವವರು ಕುಳಿತಿರುತ್ತಾರೆ. ಅವರ ಸುತ್ತ ಆರೆಂಟು ತರದ ಧಾನ್ಯಗಳಿಂದ ತುಂಬಿದ ಚೀಲಗಳು ಇರುತ್ತವೆ. ಮೀನು ಕತ್ತರಿಸುವವರ ಹಿಂದೆ ಬೆಸ್ತ ಮಹಿಳೆಯರು ಕುಕ್ಕರುಗಾಲಿನಲ್ಲಿ ಕುಳಿತಿರುತ್ತಾರೆ. ಮೀನಿನ ರಕ್ತದಿಂದ ಅವರ ಕಾಲ್ಬೆರಳು ಕೆಂಪಾಗಿವೆ. ಚಿಕ್ಕ ಸ್ಟೀಲ್ ಪಾತ್ರೆಗಳಲ್ಲಿ ಹೆಮ್ಮೀನುಗಳು ಹಾಗೂ ಅರಿಶಿನ ಬಳಿದ ಮೀನಿನ ತುಂಡುಗಳು ಈಜುತ್ತಿವೆ. ನೀಲಿ ತಾಡಪಾಲಿನ ಮೇಲೆ ತರಕಾರಿ ಮಾರುವವರು ಜೋಡಿಸಿಟ್ಟ ಆಲೂಗಡ್ಡೆ, ಸೋರೆಕಾಯಿ, ಕೆಂಪು ಈರುಳ್ಳಿ, ಫ್ರೆಂಚ್ ಅವರೆ ಮತ್ತು ಹುರುಳೀಕಾಯಿ, ಸಣ್ಣ ದೊಡ್ಡ ಬದನೆಕಾಯಿ, ಕುಂಬಳಕಾಯಿ ಹಾಗೂ ದೊಡ್ಡ ದೊಡ್ಡ ಎಲೆಕೋಸು ಇತ್ಯಾದಿಗಳಿವೆ. ಕೋಲಾಘಾಟ್‌ನ ಅರ್ಧ ದಿನ ಸಂತೆಯಲ್ಲಿಯೇ ಕಳೆದುಹೋಗುತ್ತದೆ. ಅದು ಮುಗಿದ ಮೇಲೆ, ಇನ್ನೂ ಅಪರಾಹ್ನದ ನಡುವೇಳೆಯಾಗಿದ್ದರೂ ಕೂಡ ಜಡತೆಯ ಸ್ಥಿತಿಯೊಂದು ಪಟ್ಟಣವನ್ನು ಆವರಿಸಿದೆ. ಮರುದಿನ ಬೆಳಿಗ್ಗೆ ಮಾರುಕಟ್ಟೆಯು ಮತ್ತೆ ತೆರೆಯುವವರೆಗೂ ಅದು ಹಾಗೆಯೇ ಇರುತ್ತದೆ.

(ಕೋಲಾಘಾಟ್‌ನ ಮಾರುಕಟ್ಟೆಯ ಮಧ್ಯೆ ಮಾರಾಟದ ಸದ್ದುಗದ್ದಲವನ್ನು ಆಲಿಸುತ್ತಿರುವಾಗ, ಚಲಾವಣೆಯಲ್ಲಿರುವ ಹಣ ಒಂದೇ ಆದರೂ, ಅದರ ಹೆಸರು ಪ್ರದೇಶದಿಂದ ಪ್ರದೇಶಕ್ಕೆ ಬದಲಾಗುವುದು ಜಗತ್ತಿನಲ್ಲಿ ಬಹುಶಃ ಭಾರತವೊಂದರಲ್ಲಿ ಮಾತ್ರ ಇರಬೇಕು ಎಂದು ನನಗನ್ನಿಸಿತು. ಕೋಲಾಘಾಟ್‌ನಲ್ಲಿ ಬೆಸ್ತ ಮಹಿಳೆಯರು, 'ರೂಪಾಯಿ' ಯನ್ನು 'ಟಾಕಾಸ್' ಎಂದು ಬೇರೆಯದೇ ದೇಶದ ಹಣದ ಹೆಸರಿನಲ್ಲಿ ಕರೆಯುತ್ತಿದ್ದರು. 'ರುಪೀ' ಎನ್ನುವ ಪದ ತಿರುಚಿ ಬಾಗಿ, ಇಂಡೋನೇಷಿಯಾದ

'ರುಪಿಯಾ' ದಂತೆ ಕೇಳುವ 'ರುಪಯೇ' ಎಂದೋ, 'ರೂಬಾ,' 'ರೂಪಾಯಲು,' 'ರುಪ್ಯೆ' ಏನೆಲ್ಲ ಆಗುತ್ತದೆ. ಅಧಿಕೃತವಾದ 'ರುಪೀ' ಎಂಬ ಹೆಸರನ್ನು ದೈನಂದಿನ ಜೀವನದಲ್ಲಿ ಬಳಸುವ ಭಾರತೀಯರ ಸಂಖ್ಯೆ ನಿಜಕ್ಕೂ ಕಡಿಮೆಯೇ ಇರಬೇಕು.)

ಕೋಲಾಘಾಟ್‌ನಲ್ಲಿ ಮಾರಾಟಕ್ಕಿದ್ದ ಹಿಲ್ಸಾ, ಹಸಿವನ್ನು ಉತ್ತೇಜಿಸುವುದಕ್ಕಿಂತಲೂ ಪ್ರತಿಷ್ಠೆಗಾಗಿ ಇಟ್ಟುಕೊಂಡ ಹಾಗೆ ನಿರುತ್ಸಾಹದಾಯಕವಾಗಿ ಕಾಣುತ್ತಿತ್ತು. ಹಿಲ್ಸಾ ಇರದಿದ್ದರೆ ಅದೊಂದು ಬಂಗಾಳಿ ಮೀನಂಗಡಿ ಎನಿಸಿಕೊಳ್ಳುವುದೇ ಇಲ್ಲ ಎನ್ನುವ ಭಾವವಿತ್ತು. ಅಲ್ಲಿ ಬಾಂಗ್ಲಾದೇಶದಿಂದ ಆಮದಾದ ಮೀನುಗಳಿರಲಿಲ್ಲ. ಒಂದೆರಡು ದಿನಗಳ ಹಿಂದೆ ಸಮುದ್ರದಲ್ಲಿ ಹಿಡಿದು ಈಗ ಮಂಜುಗಡ್ಡೆಯ ಮೇಲೆ ಇಟ್ಟ ದೊಡ್ಡ ಹಿಲ್ಸಾಗಳು ತುಂಬಾ ಮೃದುವಾಗಿದ್ದವು. ಹುರುಪೆಗಳಡಿಯ ಅವುಗಳ ಮಾಂಸ ಇನ್ನೂ ಕಲ್ಲಾಗಿರಲಿಲ್ಲ. ಬಂಗಾಳಿ ಆಡುನುಡಿಯಲ್ಲಿ 'ಚಿಕ್ಕ ಬಾಲಕರು' ಎಂದು ಕರೆಯಿಸಿಕೊಳ್ಳುವ ಸಣ್ಣ ಗಾತ್ರದ ಹಿಲ್ಸಾ ಮೀನುಗಳನ್ನು ನದಿಯಲ್ಲಿ ಹಿಡಿಯಲಾಗಿತ್ತು. ಆದರೆ ಜೀವನಚಕ್ರದ ಮೊದಲ ಹಂತದಲ್ಲಿಯೇ ಅವುಗಳನ್ನು ಎಳೆದು ತಂದ ಕಾರಣ ಸಪೂರಕ್ಕೆ ಬಾಡಿದಂತಿದ್ದು, ಒಳ್ಳೆಯ ಮೀನುಗಳಾಗಿರಲಿಲ್ಲ. ಹಾಗಿದ್ದರೂ ಉಳಿದೆಲ್ಲ ಮೀನುಗಳಿಗಿಂತ ಮೊದಲೇ ಖರ್ಚಾಗಿಬಿಡುತ್ತಿದ್ದವು. ವಿಪರೀತ ಹಿಲ್ಸಾ ವ್ಯಾಮೋಹವು ಮೀನು ಖರೀದಿಯ ಕುರಿತಾಗಿ ಸಂಪಾದಿಸಿದ ಜ್ಞಾನವನ್ನೆಲ್ಲ ಸಾರಾಸಗಟಾಗಿ ಹೊಸಕಿ ಹಾಕಿಬಿಡುತ್ತಿತ್ತು. ನಿಜ ಹೇಳಬೇಕೆಂದರೆ ಕೋಲಾಘಾಟ್ ಮಾರ್ಕೆಟ್‌ನ ನಾಡಿ ಮಿಡಿತವಿರುವುದೇ ಹಿಲ್ಸಾ ಮೀನಿನಲ್ಲಿ. ಅದನ್ನು ದೈವಿಕವಾಗಿ ಸಾರಲೆಂಬಂತೆ ಕಣ್ಣಮುಂದೆ ಘಟನೆಯೊಂದು ನಡೆಯಿತು. ಸೈಕಲ್ಲನ್ನೇರಿದ್ದ ಇಬ್ಬರು ಯುವಕರು ನಮ್ಮ ಬಳಿಯಿಂದಲೇ ಸಾಗಿಹೋದರು. ಹಿಂದೆ ಕುಳಿತಿದ್ದವನು ತನ್ನ ಮನಸ್ಸಿನಲ್ಲಿದ್ದ ವಿಚಾರವನ್ನು ಸಂಗಾತಿಯ ಬಳಿ ದೊಡ್ಡದಾಗಿಯೇ ತೋಡಿಕೊಳ್ಳುತ್ತಿದ್ದ: 'ಹಿಲ್ಸಾ ತಿನ್ನದಿದ್ದರೆ ಇಡೀ ದಿನ ನನ್ನ ಮನಃಸ್ಥಿತಿಯೇ ಸರಿ ಇರುವುದಿಲ್ಲ.'

II

ಹಿಲ್ಸಾಕ್ಕೆ ಪ್ರಸಿದ್ಧವಾದ, ಕೊಲಕತ್ತಾಕ್ಕೆ ಸಮೀಪವೇ ಇರುವ ಇನ್ನೊಂದು ಜಾಗವೆಂದರೆ ಡೈಮಂಡ್ ಹಾರ್ಬರ್. ಸಮುದ್ರದಲ್ಲಿ ಹಿಡಿದ ಮೀನುಗಳನ್ನು ಅಲ್ಲಿ ಆಗಾಗ ನೇರವಾಗಿ ಚಿಲ್ಲರೆ ವ್ಯಾಪಾರಿಗಳ ಬಳಿಯೇ ಇಳಿಸಲಾಗುತ್ತದೆ. ಅಲ್ಲಿಂದ ಅವು ಅತ್ಯಂತ ಶೀಘ್ರವಾಗಿ ಉಪಾಹಾರ ಗೃಹಗಳನ್ನು ತಲುಪುತ್ತವೆ. ಡೈಮಂಡ್ ಹಾರ್ಬರ್ ನಗರದಿಂದ ಐವತ್ತೈದು ಕಿಲೋಮೀಟರ್ ದೂರದಲ್ಲಿದೆ. ಆದರೆ ನದಿಯು ಸಮುದ್ರವನ್ನು ಸೇರುವ ಗಂಗಾಸಾಗರ ಎಂಬ ಸ್ಥಳದಲ್ಲಿ ಸಂಕ್ರಾಂತಿಯ ಮರುದಿನ

ನಡೆಯುವ ಜಾತ್ರೆಗೆ ಸಾವಿರಾರು ಜನ ಧಾವಿಸುತ್ತಲೇ ಇದ್ದರು. ಎರಡು ತಾಸಿನ ಪ್ರಯಾಣಕ್ಕೆ ನಾಲ್ಕು ತಾಸು ಅಥವಾ ಅದಕ್ಕಿಂತಲೂ ಹೆಚ್ಚು ಸಮಯ ಹಿಡಿದೀತು ಎಂದು ಎಚ್ಚರಿಸಿದ್ದರು. ಆದ್ದರಿಂದ ನಾನು ಬಾಲಿಗಂಜ್ ಜಂಕ್ಷನ್‌ನಿಂದ ರೈಲಿನಲ್ಲಿ ಹೋದೆ. ಆ ರೈಲಿನಲ್ಲಿ ಕೂಡಲು ಆಸನಗಳಿರಲಿಲ್ಲ; ನಿಂತೇ ಪಯಣಿಸಬೇಕಿತ್ತು. ಸಾಕಷ್ಟು ಗದ್ದಲ ಮಾಡುವ ವಿದ್ಯಾರ್ಥಿಗಳು ತುಂಬಿದ್ದರು. ಶುಮಿತ್ ದಾ ಎಂಬ ಕಡ್ಲೆಕಾಯಿ ಮಾರುವವ ಆ ರೈಲಿನಲ್ಲಿ ಸಾಕಷ್ಟು ಬೇಡಿಕೆಯಲ್ಲಿದ್ದ. ಮುಚ್ಚಳ ತೆರೆದರೆ ರಿವಾಲ್ವರ್‌ನಿಂದ ಗುಂಡು ಹೊಡೆದಂತೆ ಸದ್ದು ಮಾಡುತ್ತಿದ್ದ ನಿಗೂಢ ಪಾನೀಯವೊಂದನ್ನು ಸ್ಪ್ರೈಟ್ ಬಾಟಲಿಯಲ್ಲಿ ತುಂಬಿಸಿ ಒಬ್ಬ ಮಹಾಶಯ ಮಾರುತ್ತಿದ್ದ.

ಮೂಲಭೂತವಾಗಿ ಡೈಮಂಡ್ ಹಾರ್ಬರ್‌ನಲ್ಲಿ ಇರುವುದು ತಿರುವುಳ್ಳ ಒಂದು ಮುಖ್ಯರಸ್ತೆ. ಅದನ್ನು 'ಮಶಾಲ್ ಸಾಸಿವೆ ಎಣ್ಣೆ' ಕಂಪನಿಯವರ ಪ್ರಾಯೋಜಕತ್ವದಲ್ಲಿ ನಿರ್ಮಿಸಲಾಗಿದ್ದು, ನದಿಯ ಏರಿಯೊಂದರ ಮುಂಭಾಗಕ್ಕೆ ಹೊಂದಿಕೊಂಡಿದೆ. ಏರಿಯ ಬಿರುಕುಗಳಲ್ಲಿ ತುರಿಕೆ ಗಿಡಗಳು ಬೆಳೆಯುತ್ತಿವೆ. ಸಾಂಪ್ರದಾಯಿಕ ಸವಾರಿ ಬಂಡಿಯಲ್ಲಿರುವ ಎರಡು ಆಸನಗಳ ವ್ಯವಸ್ಥೆಯನ್ನು ತೆಗೆದುಹಾಕಿ, ಮರದ ದಪ್ಪ ಹಲಗೆಗಳನ್ನು ಜೋಡಿಸಿದ ಸುಧಾರಿತ ಸೈಕಲ್ ರಿಕ್ಷಾಗಳು ಅಲ್ಲಿ ಸಂಚರಿಸುತ್ತವೆ. ಒಬ್ಬರಿಗೆ ಹತ್ತು ರೂಪಾಯಿಯಂತೆ ತೆಗೆದುಕೊಂಡು ಅವು ನಿಲ್ದಾಣದಿಂಧ ಜನರನ್ನು ಡೈಮಂಡ್ ಹಾರ್ಬರ್ ಪ್ರದೇಶಕ್ಕೆ ಕರೆದೊಯ್ಯುತ್ತವೆ. (ರಿಕ್ಷಾದಲ್ಲಿ ಹೋಗುತ್ತಿರುವಾಗ ಕಾಲುಗಳನ್ನು ಅಲ್ಲಾಡಿಸುವುದು ಒಳ್ಳೆಯದಲ್ಲ. ಅಕಸ್ಮಾತ್ತಾಗಿ ಡೈಮಂಡ್ ಹಾರ್ಬರ್‌ನ ಯಾರಾದರೊಬ್ಬ ವಯಸ್ಸಾದ ಪಾದಚಾರಿಯ ಮೊಣಕಾಲಿಗೆ ಅದು ಬಡಿಯಿತೆಂದರೆ, ಬಯ್ಗುಳದ ಮಹಾಪೂರವನ್ನೇ ಎದುರಿಸಬೇಕಾಗುತ್ತದೆ. ಅದನ್ನು ನೋಡಿ ನಿಮ್ಮ ರಿಕ್ಷಾ ಚಾಲಕ ನಗುತ್ತಾನೆ. ಹೀಗೇ ಆಗುತ್ತದೆ ಅಂತ ಅವನಿಗೆ ಚೆನ್ನಾಗಿ ಗೊತ್ತು.)

ಎಸ್‌ಪ್ಲನೇಡ್ ಪ್ರದೇಶವು ಬಹುಶಃ ಜನಪ್ರಿಯ ಪಿಕ್‌ನಿಕ್ ತಾಣವಿರಬೇಕು. ಜನರು ರಸ್ತೆಬದಿಯ ಉದ್ದಕ್ಕೂ ಬಸ್ ಮತ್ತು ವ್ಯಾನ್‌ಗಳನ್ನು ನಿಲ್ಲಿಸುತ್ತಿದ್ದರು. ಕೆಲವರು ತಿಂಡಿತಿನಿಸು ತಿನ್ನುತ್ತಿದ್ದರೆ ಇನ್ನು ಕೆಲವರು ಅಲ್ಲಿದ್ದ ಬೆಂಚುಗಳ ಮೇಲೆ ಕುಳಿತು ಸೂರ್ಯನ ಕಿರಣಗಳಿಗೆ ಕಣ್ಣು ಕೋರೈಸುವಂತೆ ಹೊಳೆಯುತ್ತಿದ್ದ ವಿಶಾಲ ನದೀಮುಖದ ನೀಲ ಮನೋಹರ ದೃಶ್ಯವನ್ನು ಸವಿಯುತ್ತಿದ್ದರು. ರಸ್ತೆಯ ಆಚೆ ಬದಿಗೆ, ಎಸ್‌ಪ್ಲನೇಡ್‌ನ ಉದ್ದಕ್ಕೂ ಅಂಗಡಿಗಳ ಒಂದು ಸಾಲು ಇತ್ತು. ಅಲ್ಲಿರುವ ಹೆಸರಿಲ್ಲದ ಉಪಾಹಾರಗೃಹಗಳು ಹಿಲ್ಸಾಕ್ಕೆ ನಿಜವಾಗಿ ನ್ಯಾಯ ಒದಗಿಸುತ್ತವೆ ಎಂದು ಹೇಳಿದ ಮನುಷ್ಯನೇ, ಕಲ್ನಾರಿನ ಸೂರಿರುವ ಉಪಾಹಾರಗೃಹ ಉತ್ತಮ ಎಂದೂ ಸೇರಿಸಿದ್ದ. ಇದು ಅವನ ಮೊದಲಿನ ಹೇಳಿಕೆಗೆ ಸಂಪೂರ್ಣ ವಿರುದ್ಧವಾಗಿದ್ದಂತೆ ಕಾಣುತ್ತಿತ್ತು.

ಓಡಾಡುತ್ತಲೇ ಒಂದು ಅಂಗಡಿಯ ಒಳಹೊಕ್ಕು ಕುಳಿತೆ. 'ಶೋರ್ಶೆ ಇಲ್ಲಿಶ್?' ಎಂದು ಕೇಳಿದ್ದಕ್ಕೆ, 'ಶೋರ್ಶೆ ಇಲ್ಲಿಶ್' ಎಂದು ತಲೆ ಅಲ್ಲಾಡಿಸಿದ. ಆ ವ್ಯಕ್ತಿ ಪರದೆಯ ಹಿಂದಿದ್ದ ಅಡ್ಡ ಹಲಗೆಯ ಮೇಲಿನಿಂದ ಸ್ಟೀಲ್ ತಟ್ಟೆಯೊಂದನ್ನು ತೆಗೆದ. ಅದರಲ್ಲಿ ಅನ್ನ, ಬೇಯಿಸಿದ ಆಲೂಗಡ್ಡೆಯ ಎರಡು ಉದ್ದನೆಯ ತುಂಡು ಮತ್ತು ತೆಳುವಾದ ಒಂದಿಷ್ಟು ಹಳದಿ ನೀರು – ಅದು ತಯಾರಿಸಿದಾಗ ಬಹುಶಃ ತೊವ್ವೆಯ ರೂಪದಲ್ಲಿ ಇತ್ತೇನೋ – ತುಂಬಿದ ಬಟ್ಟಲು ಇದ್ದವು. ಅಲ್ಲಿ ನೊಣಗಳು ಉಚಿತವಾಗಿ ಲಭ್ಯವಿದ್ದವು. ಅತಿ ಸಾಮಾನ್ಯವಾದ ಅಡುಗೆಮನೆಯಿದಾಗಿತ್ತು. ಆದ್ದರಿಂದ ಶೋರ್ಶೆ ಇಲ್ಲಿಶ್ ಇರುವ ಬಟ್ಟಲೊಂದನ್ನು ಯಾವುದಾದರೂ ಮೇಜಿನ ಅಡಿಯಿಂದಲೋ ಅಥವಾ ಅಂಗಿಯ ಜೇಬಿನಿಂದಲೋ ಹೊರತೆಗೆದು ಕೊಡಬಹುದೆ ಎಂದು ನಾನು ಅಚ್ಚರಿಪಡುತ್ತಿದ್ದೆ.

ಅಷ್ಟರಲ್ಲಿ ಈ ನನ್ನ ಮುಖ್ಯ ಬಾಣಸಿಗನ ಹೆಂಡತಿ ಕಾರ್ಯಪ್ರವೃತ್ತಳಾದಳು. ಸಣ್ಣದೊಂದು ರೆಫ್ರಿಜರೇಟರ್ ಇದ್ದಲ್ಲಿಗೆ ನಡೆದು ಹೋದ ಅವಳು ಅದರ ಬಾಗಿಲನ್ನು ಅಕ್ಷರಶಃ ತೆಗೆದು ಆ ಕಡೆಗಿಟ್ಟಳು. ಕಾರಣ, ಅದರ ಇಡೀ ಬಾಗಿಲು ಕೀಲನ್ನು ಬಿಟ್ಟು ಹೊರಬಂದಿತ್ತು. ಹಾಗಾಗಿ ಅದನ್ನು ಅಚ್ಚುಕಟ್ಟಾಗಿ ಎತ್ತಿಯೇ ಆಚೆಗಿಡಬೇಕಿತ್ತು. ಸಾಂಪ್ರದಾಯಿಕ ಫ್ರಿಡ್ಜ್‌ನಲ್ಲಿ ಫ್ರೀಜರ್ ಇರಬೇಕಿದ್ದ ಭಾಗದಿಂದ ಮೀನಿನ ತುಂಡುಗಳ ಚೀಲವೊಂದನ್ನು ಹೊರತೆಗೆದು ಬಾಗಿಲನ್ನು ಮತ್ತೆ ಎಂದಿನಂತೆ ಫ್ರಿಡ್ಜ್‌ಗೆ ಒರಗಿಸಿಟ್ಟಳು.

'ಮೀನು ತಾಜಾ ಇದೆ ತಾನೇ?'

'ಓಹ್, ಖಂಡಿತಾ. ಇವತ್ತು ಬೆಳಿಗ್ಗೆಯಷ್ಟೇ ತಂದಿದ್ದು, ಗಂಗಾನದಿಯ ಹಿಲ್ಸಾ ಇದು. ತುಂಬಾ ಚೆನ್ನಾಗಿರುತ್ತದೆ. ಇರು ನೀನೇ ನೋಡುವಿಯಂತೆ.'

ಇದ್ದ ಎರಡು ಒಲೆಗಳಲ್ಲಿ ಒಂದನ್ನು ಹೊತ್ತಿಸಿ, ಬಾಣಲೆಯೊಂದನ್ನು ತೊಳೆದು ಉರಿಯ ಮೇಲಿಟ್ಟಳು. ಅದರಲ್ಲಿ ತುಸು ಸಾಸಿವೆ ಎಣ್ಣೆಯನ್ನು ಬಗ್ಗಿಸಿದಳು. ಮೀನಿನ ಎರಡು ತುಂಡುಗಳಿಗೆ ಅರಿಶಿನ ಹಚ್ಚಿ ಎಣ್ಣೆಯಲ್ಲಿ ಇಳಿಬಿಟ್ಟಳು. ಅದಕ್ಕೆ ಸಾಕಷ್ಟು ಕೆಂಪು ಮೆಣಸಿನ ಪುಡಿಯನ್ನು ಹಾಕಿದಳು. ಅಷ್ಟರಲ್ಲಿ ಅಡುಗೆ ತಯಾರಿಗಾಗಿ ಪರದೆ ಇಳಿಬಿಟ್ಟು ತುಂಬಾ ಹೊತ್ತಾಯಿತು ಎಂದು ಮುಖ್ಯ ಬಾಣಸಿಗನಿಗೆ ಸಿಟ್ಟು ಬರಲು ಶುರುವಾಗಿರಬೇಕು. ಗೋಡೆಯ ಮೇಲಿದ್ದ ಚಿತ್ರಪಟಗಳ ಹಿಂಭಾಗವನ್ನು ತನಿಖೆ ಮಾಡುತ್ತಿದ್ದ ಹ್ಯಾಮ್ಲೆಟ್‌ನ ಹಾಗೆ, ಪರದೆಯನ್ನು ಬದಿಗೆತ್ತಿ ನೋಡಿದ. ಗಾಢ ಸಂತೃಪ್ತಿಯ ಮುಖ ಹೊತ್ತು, ಮೊದಲೇ ತಯಾರಿಸಿಟ್ಟ, ಎಣ್ಣೆಮಯವಾದ ಸಾಸಿವೆಯ ಮಸಾಲೆರಸ ತುಂಬಿದ ಒಂದು ದೊಡ್ಡ ಬಟ್ಟಲನ್ನು ತಂದಿಟ್ಟ.

ಊಟ ಚೆನ್ನಾಗಿರಲಿಲ್ಲ. (ಅನ್ನ, ಆಲೂಗಡ್ಡೆ ಮತ್ತು ಹಳದಿ ನೀರು ಖಂಡಿತವಾಗಿಯೂ ಚೆನ್ನಾಗಿರಲಿಲ್ಲ. ರುಚಿ ನೋಡಲೆಂದು ಒಂದು ತುತ್ತು ಬಾಯಿಗಿಟ್ಟೆ.

ನಂತರ ಅವುಗಳನ್ನು ಮುಟ್ಟಲೇ ಇಲ್ಲ.) ಆದರೆ ಶೋರ್ಶೆ ಇಲ್ಲಿಶ್ ವಿಶೇಷವಾಗಿತ್ತು. ಬೀದಿಬದಿಯ ಆಹಾರವನ್ನು ಅದರದೇ ವೈಶಿಷ್ಟ್ಯಗಳಿಂದ ಸೊಗಸಾಗಿ ಮಾಡುವ ರಸವಿದ್ಯೆಯನ್ನು ಬಲ್ಲವರು ತಯಾರಿಸಿದಂತಿತ್ತು. ಎಣ್ಣೆಯಲ್ಲಿ ಕರಿಯುತ್ತಿದ್ದಂತೆ ಹಿಲ್ಸಾ ಬೀರುವ ಪರಿಮಳ ದೈವಿಕವಾದದ್ದು. ಬಾಣಸಿಗನೊಬ್ಬ ಆ ತುಂಡುಗಳನ್ನು ಸಾಸಿವೆಯ ಮಸಾಲೆಯಲ್ಲಿ ಮೀಯಿಸಿ, ಬೇಗ ಒಂದು ಕುದಿ ಬರಿಸಿ, ಸೌಟಿನಿಂದೆತ್ತಿ ಸ್ಟೇನ್ಲೆಸ್ ಸ್ಟೀಲ್ ಬಟ್ಟಲೊಂದರಲ್ಲಿ ತೆಗೆದಿಡುತ್ತಿದ್ದ. ಮಸಾಲೆಯ ರಸದಲ್ಲಿ ಸಿಡಿದ ಸಾಸಿವೆಯ ಕಪ್ಪು ಸಿಪ್ಪೆ ಇನ್ನೂ ಕಾಣುತ್ತಿತ್ತು. ಅದು ಬಿಸಿಯಿತ್ತು, ಖಾರವೂ ಇತ್ತು. ಅನ್ನ ಇರದೇ ಹೋಗಿದ್ದರೆ, ಈ ಶೋರ್ಶೆ ಇಲ್ಲಿಶ್ನ್ನು ಒಂದು ಪರಿಪೂರ್ಣವಾದ ಮೀನಿನ ಸೂಪ್ ಎನ್ನಬಹುದಿತ್ತು.

ಬಿಸಿ ಆರಿ, ತಿನ್ನಲು ಸಾಧ್ಯವಾಗುವಷ್ಟು ತಣ್ಣಗಾದ ಮೇಲೆ ಹಿಲ್ಸಾ ಮೀನು ದೃಢವೂ ಜಿಗುಟೂ ಆಯಿತು. ಜಿಡ್ಡು ಕಡಿಮೆಯಾಯಿತು ಹಾಗೂ ನಾನು ಈ ಹಿಂದೆ ತಿಂದ ಯಾವುದೇ ಪದಾರ್ಥಕ್ಕಿಂತ ಹೆಚ್ಚು ತೀಕ್ಷ್ಣವಾಯಿತು. ಮಾಂಸದ ಸುತ್ತ ಕೊಬ್ಬಿನ ಬೆಳ್ಳಿ ಉಂಗುರಗಳಿರಲಿಲ್ಲ. ಚಿಕ್ಕದಾಗಿದ್ದ ತುಂಡುಗಳಲ್ಲಿ ಮಾಂಸ ಅಷ್ಟೇನೂ ಹೆಚ್ಚಿರಲಿಲ್ಲ. ಇದು ಖಂಡಿತಾ ಬಾಂಗ್ಲಾದೇಶದ ಹಿಲ್ಸಾ ಅಲ್ಲ. ಅಲ್ಲವೇ?

'ಅಲ್ಲ, ಇದು ನದಿಯಿಂದ ತಂದಿದ್ದು. ಬೆಳಿಗ್ಗೆಯಷ್ಟೇ ಹಿಡಿದಿದ್ದು.'

'ಈಗ ನದಿಯಲ್ಲಿ ಹಿಲ್ಸಾ ಸಿಗುತ್ತದೆಯೇ? ಇಷ್ಟು ಬೇಗ?'

'ಕೆಲವೊಮ್ಮೆ ಸಿಗುತ್ತದೆ, ನಿನಗೆ ಅಂತಹ ಅದೃಷ್ಟವಿತ್ತು' ಎಂದು ಅವಳು ಭುಜ ಕೊಡಹಿದಳು.

ಕಲ್ಲು ಬೆಂಚೊಂದರ ಮೇಲೆ ಕುಳಿತುಕೊಳ್ಳಲು ರಸ್ತೆ ದಾಟಿ ಹೋದೆ. ಆಗ ಮಧ್ಯಾಹ್ನ ಸುಮಾರು ನಾಲ್ಕು ಗಂಟೆ. ನದಿಯಾಚೆ ಇನ್ನೇನು ಸೂರ್ಯ ಮುಳುಗುವುದರಲ್ಲಿದ್ದ. ಪೂರ್ವ ಮೇದಿನೀಪುರದ ಬಾಹ್ಯರೇಖೆಗಳು ಮಸುಕಾಗಿ ಕಾಣುತ್ತಿದ್ದವು. ನೀರಿನ ಮೇಲೆ ಬೆಸ್ತರ ದೋಣಿಗಳು ಮತ್ತು ಚಿಕ್ಕ ನಾವೆಗಳು ಪ್ರಶಾಂತವಾಗಿ ತೇಲುತ್ತಿದ್ದವು. ಬಯಲು ಪ್ರದೇಶದಲ್ಲಿ ರಭಸವಾಗಿ ಹರಿದು ಬಂದ ಭಾರತದ ಅತ್ಯಂತ ಪೂಜ್ಯ ನದಿಯು ದಕ್ಷಿಣಕ್ಕೆ ಕೆಲವು ಕಿಲೋಮೀಟರ್ ದೂರದಲ್ಲಿ ಸಮುದ್ರದಲ್ಲಿ ಬರಿದಾಗುತ್ತಿತ್ತು. ಭಾರತದ ಸುದೀರ್ಘ ಹಾಗೂ ಭವ್ಯವಾದ ಕರಾವಳಿಯೆಂಬ ಕಂಠೀಹಾರ, ಒಂದರ್ಥದಲ್ಲಿ ಇಲ್ಲಿಂದಲೇ, ಬಹುಶಃ ಎಸ್ಪ್ಲನೇಡ್ನಲ್ಲಿ ನಾನು ಕುಳಿತ ಬೆಂಚಿನಿಂದಲೇ ಆರಂಭವಾಗಿದೆಯೇನೋ ಎಂದು ನನಗನ್ನಿಸಿತು.

ಅಧ್ಯಾಯ 2

ಜೀವಂತ ಮೀನನ್ನು ನುಂಗಿದ್ದು

ನನ್ನ ಅಜ್ಜ, ಅಂದರೆ ಅಪ್ಪನ ಅಪ್ಪ, ತನ್ನ ಎಂಬತ್ತನೆಯ ವಯಸ್ಸಿನಲ್ಲಿ ಕಣ್ಣಿನ ದೃಷ್ಟಿ ಇಲ್ಲದಿದ್ದಾಗಲೂ ಕೂಡ ವಿಶಿಷ್ಟವಾದ ಚಿಕಿತ್ಸೆಯೊಂದರಲ್ಲಿ ಪರಿಣಿತನಾಗಿದ್ದ. ಅದು ಅವನ ನಂಬಿಕೆಯನ್ನು ಆಧರಿಸಿತ್ತು ಮತ್ತು ರೋಗಿಯನ್ನು ಗುಣಪಡಿಸುತ್ತಿತ್ತು ಎಂಬ ಒಂದೇ ಕಾರಣಕ್ಕಾಗಿ ಅದನ್ನು 'ಫ್ಲೇಥ್ ಹೀಲಿಂಗ್' ಎಂದು ಕರೆಯಬಹುದು. ಅವನು ಈ ಕಲೆಯನ್ನು ಎಲ್ಲಿಂದ ಕಲಿತ, ಹೇಗೆ ಕರಗತ ಮಾಡಿಕೊಂಡ ಎನ್ನುವುದು ನನ್ನ ಕುಟುಂಬದ ಯಾವ ಸದಸ್ಯರಿಗೂ ನಿಖರವಾಗಿ ತಿಳಿದಿರಲಿಲ್ಲ. ಅದು ಹೇಗೆ ಕೆಲಸ ಮಾಡುತ್ತದೆ ಎಂಬುದನ್ನು ವಿವರಿಸುವ ಪ್ರಯತ್ನವನ್ನೇನಾದರೂ ಮಾಡಬಲ್ಲವನು ನನ್ನ ಅಪ್ಪನೊಬ್ಬನೇ ಆಗಿದ್ದ. ತಮಿಳಿನಲ್ಲಿ 'ಮಾಂದ್ರಿಕರ್ದು' ಎಂಬ ಕ್ರಿಯಾಪದದ ರೂಪದಲ್ಲಿ ಉಚ್ಚರಿಸಲಾಗುವ ಈ ಕ್ರಮವು ಇಂದ್ರಜಾಲ ಕಾಮಿಕ್ಸ್‌ನ ನಾಯಕ, ಜಾದೂಗಾರ 'ಮಾಂಡ್ರೇಕ್'ನ ಹೆಸರಿನಂತೆ ಕೇಳುತ್ತದೆ. ಚಿಕ್ಕವನಿದ್ದಾಗ ಅಜ್ಜನ ಈ ಕಲಾಕೌಶಲ್ಯವನ್ನು ನಾನು ಮಾಂಡ್ರೇಕ್‌ನ ಜಾದೂ ಅಂತಲೇ ಭಾವಿಸಿಬಿಟ್ಟಿದ್ದೆ.

ಅಜ್ಜ ನಮ್ಮೊಂದಿಗೆ ಇರಲು ಬಂದಾಗಲೆಲ್ಲಾ ಅವನ ಸುತ್ತ ಓಡಾಡಿಕೊಂಡಿದ್ದು, ಅವನು ಮಾಡುವ ಕೆಲಸವನ್ನು ನೋಡುವ ಅವಕಾಶ ನನಗೆ ಸಿಗುತ್ತಿತ್ತು. ಮೇಲ್ವಸ್ತ್ರವನ್ನು ಧರಿಸದ, ಆರೋಗ್ಯದಿಂದ ತುಂಬಿತುಳುಕುವ ನನ್ನಜ್ಜ ಮತ್ತು ಅನಾರೋಗ್ಯದಿಂದ ಚಡಪಡಿಸುತ್ತಿದ್ದರೂ ಸಂಪೂರ್ಣವಾಗಿ ಅಜ್ಜನನ್ನು ನಂಬಲು ಇಚ್ಛಿಸುತ್ತಿದ್ದ ರೋಗಿ, ಇಬ್ಬರೂ ಎರಡು ಮಣೆಗಳ ಮೇಲೆ ಎದುರುಬದುರಾಗಿ ಕುಳಿತುಕೊಳ್ಳುತ್ತಿದ್ದರು. ಅಜ್ಜ ಮೊಟ್ಟಮೊದಲು ಕಣ್ಣುಮುಚ್ಚಿ ತುಸು ಹೊತ್ತು ಧ್ಯಾನದಲ್ಲಿ ಮಗ್ನನಾಗುತ್ತಿದ್ದ. ಅವನ ತುಟಿಗಳು ನಿಶ್ಶಬ್ದವಾಗಿ ಗುನುಗುತ್ತಿದ್ದವು. ನಂತರ ತನ್ನೆದುರಿಗಿಟ್ಟ ಹಿತ್ತಾಳೆಯ

ಹರಿವಾಣದಲ್ಲಿದ್ದ ಪವಿತ್ರ ಭಸ್ಮದಲ್ಲಿ ತೋರುಬೆರಳಿನಿಂದ ಅದೇನೋ ನಿಗೂಢ ಪ್ರಾರ್ಥನೆಯನ್ನು ಬರೆಯುತ್ತಿದ್ದ. ಆ ಸಮಯದಲ್ಲಿ ರೋಗಿಯು ಮೌನವಾಗಿ ಕುಳಿತಿರುತ್ತಿದ್ದ.

ಇನ್ನಷ್ಟು ಹೊತ್ತು ಇದೇ ಪ್ರಕ್ರಿಯೆಯಲ್ಲಿ ಚಲಿಸುವ ಅಜ್ಜನ ಬೆರಳುಗಳು ಕೊನೆಗೊಮ್ಮೆ ಬರೆಯುವುದನ್ನು ಮುಗಿಸಿ ನಿಲ್ಲುತ್ತಿದ್ದವು. ನಂತರ ಅಜ್ಜ ಒಂದಿಷ್ಟು ಭಸ್ಮವನ್ನು ಬಾಯೊಳಗೆ ತುಂಬಿಕೊಂಡು ರೋಗಿಯ ಮೈಮೇಲೆಲ್ಲ ಊದುತ್ತಿದ್ದ. ರೋಗಿಯ ಹಣೆಯ ಮೇಲೆ ಉದ್ದಕ್ಕೂ ಭಸ್ಮದಿಂದ ನಾಮವೊಂದನ್ನು ಎಳೆದು, ಅವರ ಬಾಯಲ್ಲಿ ತುಸು ಭಸ್ಮವನ್ನು ಹಾಕುತ್ತಿದ್ದ. ಉಳಿದುದನ್ನು ಹಳೆಯ ದಿನಪತ್ರಿಕೆಗಳ ತುಂಡಿನಿಂದ ಮಾಡಿದ ಪೊಟ್ಟಣಗಳಲ್ಲಿ ಮಡಚಿ ಕೊಟ್ಟು, ಮುಂದಿನ ಒಂದು ವಾರ ಅಥವಾ ಹತ್ತುದಿನಗಳ ಕಾಲ ಕಂತಿನಲ್ಲಿ ಬಾಯಿಗೆ ಹಾಕಿಕೊಳ್ಳುವಂತೆ ಹೇಳುತ್ತಿದ್ದ. ಜೀವನಿರೋಧಕವನ್ನೋ (ಆಂಟಿಬಯೋಟಿಕ್) ಅಥವಾ ಇನ್ನಾವುದೋ ಹೆಚ್ಚು ಸಾಂಪ್ರದಾಯಿಕವಾದ ಔಷಧಗಳನ್ನೋ ತೆಗೆದುಕೊಳ್ಳುವ ಹಾಗೆ ಅದನ್ನು ಕಟ್ಟುನಿಟ್ಟಾಗಿ ತೆಗದುಕೊಳ್ಳಬೇಕಾಗುತ್ತಿತ್ತು.

ಅಜ್ಜ ನೀಡುತ್ತಿದ್ದ ಆ ಶಕ್ತಿಶಾಲಿ ಭಸ್ಮವು, ವಿಷಕಾರಿ ಕೀಟಗಳ ಕಡಿತ ಹಾಗೂ ಕಾಮಾಲೆಗೆ ಅತ್ಯಂತ ಪರಿಣಾಮಕಾರಿಯಾಗಿರುತ್ತಿತ್ತು ಎಂದು ಹೇಳುತ್ತಾರೆ. ಅದಕ್ಕೆ ಸಂಬಂಧಿಸಿದಂತೆ ನಮ್ಮ ಕುಟುಂಬದ ಕತೆಯೊಂದು ಹೀಗಿದೆ: ನನ್ನ ಅಜ್ಜ ಇನ್ನೂ ನಾಗರಿಕ ಸೇವಾ ಅಧಿಕಾರಿಯಾಗಿ ನವದೆಹಲಿಯಲ್ಲಿ ಕೆಲಸಮಾಡುತ್ತಿದ್ದಾಗ, ಆ ಕಾಲದ ಅತ್ಯಂತ ಪ್ರಸಿದ್ಧ ಭೌತವಿಜ್ಞಾನಿಗಳಲ್ಲೊಬ್ಬರು ಅವರನ್ನು ಭೇಟಿಯಾಗಲು

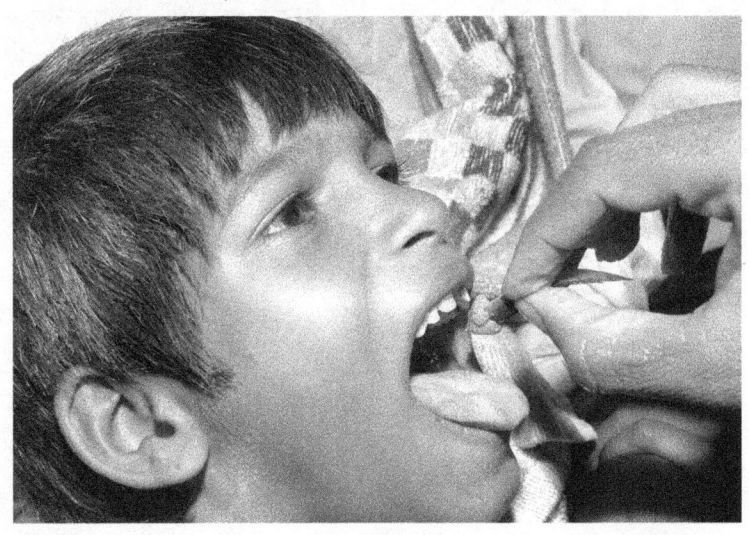

ಬಂದರಂತೆ. ಅವರ ವೈಜ್ಞಾನಿಕ ದೃಷ್ಟಿಕೋನವು ಇಂತಹ ಅಸಂಬದ್ಧಗಳನ್ನೆಲ್ಲ ನಿಜಕ್ಕೂ ನಂಬಲು ಬಿಡುತ್ತಿರಲಿಲ್ಲವಂತೆ. ಆದರೆ ತಮ್ಮ ಹೆಂಡತಿಯ ಕೋಪಕ್ಕೆ ಹೆದರಿ, ಅವರು ತಮ್ಮ ವೈಜ್ಞಾನಿಕ ದೃಷ್ಟಿಕೋನವನ್ನು ಬದಿಗೊತ್ತಿ, ತಾವು ಬಳಲುತ್ತಿದ್ದ ತೀವ್ರಸ್ವರೂಪದ ಕಾಮಾಲೆಗೆ ಚಿಕಿತ್ಸೆ ಪಡೆಯಲು ನನ್ನಜ್ಜ 'ರಾಮಚಂದ್ರನ್ ಮಾಮ'ರವರ ಬಳಿ ಬಂದಿದ್ದರು.

ಬರುವಾಗ ಆ ವಿಜ್ಞಾನಿಯು ಅತಿಯಾದ ಪಿತ್ತರಸ ಹಾಗೂ ಅಪನಂಬಿಕೆಗಳಿಂದ ಉಬ್ಬಿ ಒಡೆಯುವ ಸ್ಥಿತಿಯಲ್ಲಿದ್ದರು. ನನ್ನ ಅಜ್ಜ ತನ್ನ ಎಂದಿನ ವಿಧಾನವನ್ನು ಆರಂಭಿಸಿದರು. ರೋಗಿಯ ಬಳಿ ಇಟ್ಟಿದ್ದ ನೀರಿನ ಅಗಲಬಾಯಿಯ ಪಾತ್ರೆಯನ್ನು ಬಿಟ್ಟರೆ ಕಾಮಾಲೆಗೆಂದು ಹೆಚ್ಚುವರಿ ಕ್ರಮವಿನ್ನೇನೂ ಇರಲಿಲ್ಲ. ಅಜ್ಜ ಬೆರಳಾಡಿಸುತ್ತ ಗುನುಗುನಿಸುತ್ತಿದ್ದ. ಅವನ ಕೈ ರೋಗಿಯಿಂದ ಪಾತ್ರೆಗೆ, ಪಾತ್ರೆಯಿಂದ ರೋಗಿಗೆ ಚಲಿಸುತ್ತಿತ್ತು. ನಿಧಾನಕ್ಕೆ ಪಾತ್ರೆಯೊಳಗಿನ ನೀರು ನಿಸ್ಸಾರವಾದ ಹಸಿರು-ಹಳದಿ ಬಣ್ಣಕ್ಕೆ ತಿರುಗಿತು.

"ಅದು ಏನು?" ಎಂದು ವಿಜ್ಞಾನಿ ಗದರಿದರು.

"ಅದು ನಿಮ್ಮ ದೇಹದಲ್ಲಿದ್ದ ಹೆಚ್ಚುವರಿ ಪಿತ್ತರಸ, ಬಿಲಿರುಬಿನ್."

"ಹಾಗಾಗಲು ಸಾಧ್ಯವಿಲ್ಲ" ಎಂದಾತ ಮಾರ್ನುಡಿದ.

ಚಿಕಿತ್ಸೆ ಮುಗಿದಿದ್ದೇ ತಡ, ಆ ವಿಜ್ಞಾನಿಯು ಪ್ರಯೋಗಾಲಯದಲ್ಲಿ ಪರೀಕ್ಷಿಸಲೆಂದು ಆ ಪಾತ್ರೆಯನ್ನು ಕೊಂಡೊಯ್ದರು.

ನಮ್ಮ ಕುಟುಂಬದ ಕತೆಯೇ ಆಗಿರುವ ಕಾರಣ ನನ್ನ ಹಿರಿಯರು ಹೇಳುವ ಕತೆಯ ಮುಕ್ತಾಯವು ನಾಟಕೀಯವಾಗಿರುವುದು ಸಹಜವಾಗಿದೆ. ಮರುದಿನವೋ, ಆ ಮರುದಿನವೋ ತಿರುಗಿಬಂದ ಆ ವಿಜ್ಞಾನಿ, ಅಜ್ಜನ ಕಾಲಿಗೆ ಬಿದ್ದು ತನ್ನ ಸಿನಿಕತನಕ್ಕೆ, ಸಂದೇಹಪೂರಿತ ಮನೋಭಾವಕ್ಕೆ ಕ್ಷಮೆ ಕೋರಿದರಂತೆ. ನೀರಿನಲ್ಲಿ ಬಿಲಿರುಬಿನ್ ಅಂಶವಿರುವುದು ಪ್ರಯೋಗಾಲಯದಲ್ಲಿ ದೃಢಪಟ್ಟಿತ್ತು. ಅದಕ್ಕೂ ಮುಖ್ಯವಾದದ್ದೆಂದರೆ, ಅದಾಗಲೇ ಆ ವಿಜ್ಞಾನಿಯ ಆರೋಗ್ಯದಲ್ಲಿ ಸಾಕಷ್ಟು ಸುಧಾರಣೆ ಕಂಡುಬಂದಿದ್ದು, ಕಾಮಾಲೆಯು ನಿಧಾನಕ್ಕೆ ಬಿಟ್ಟುಹೋಗುವುದರಲ್ಲಿತ್ತು.

ನನಗೆಂದೂ ಕಾಮಾಲೆ ಬಂದಿರಲಿಲ್ಲ. ನಿತ್ಯವೂ ಮನೆಗಳಲ್ಲಿ ಕಂಡುಬರುವ ಸೊಳ್ಳೆ, ಇರುವೆಗಳಂತಹ ಕೀಟಗಳನ್ನು ಬಿಟ್ಟರೆ ಮತ್ತ್ಯಾವುದೇ ವಿಷಜಂತು ನನಗೆ ಕಚ್ಚಿದ್ದೂ ಇಲ್ಲ. ಆದರೆ ಚಿಕ್ಕಂದಿನಲ್ಲಿ ನನ್ನನ್ನು ತೀವ್ರವಾಗಿ ಬಾಧಿಸುತ್ತಿದ್ದ ಅಸ್ತಮಾಕ್ಕೆ ಅಜ್ಜನ ಭಸ್ಮವೇ ಪರಮೌಷಧವಾಗಿತ್ತು. ಆಗಾಗ ನಾನು ಉಬ್ಬಸ, ಗೂರಲಿನಿಂದ ಬಳಲುತ್ತ, ಉಸಿರಿಗಾಗಿ ಒದ್ದಾಡುತ್ತ ಅಜ್ಜನ ಎದುರಿಗೆ ಕುಳಿತಿರುತ್ತಿದ್ದೆ. ಅವರೋ ಇನ್ನಷ್ಟು ತೀವ್ರವಾಗಿ ಗಮನವನ್ನು ಕೇಂದ್ರೀಕರಿಸಿ, ಮತ್ತಷ್ಟು ಉದ್ದೇಶಪೂರ್ವಕವಾಗಿ

ಬೆರಳನ್ನೊಡಿಸುತ್ತಿದ್ದರು. ನನ್ನ ಶಾಲಾಚೀಲದಲ್ಲಿ ಯಾವಾಗಲೂ ಇರುತ್ತಿದ್ದ ಊಟದ ಡಬ್ಬಿಯ ಜೊತೆಗೆ ಭಸ್ಮದ ಪೊಟ್ಟಣವನ್ನೂ ಅಚ್ಚುಕಟ್ಟಾಗಿ ಮಡಚಿ ಇಟ್ಟಿರುತ್ತಿದ್ದರು. ಅದನ್ನು ವಿರಾಮದ ವೇಳೆಯಲ್ಲಿ ತೆಗೆದುಕೊಳ್ಳಬೇಕಾಗಿತ್ತು. ಕೆಫೀನ್ ವ್ಯಸನಿಯೊಬ್ಬನಿಗೆ ಎಸ್‌ಪ್ರೆಸೋ ಕಾಫಿಯ ರುಚಿಯು ತಿಳಿಯುವಂತೆ, ನಾನದರ ರುಚಿಯನ್ನು ಗುರುತಿಸತೊಡಗಿದೆ.

ಆದರೆ ಅದರಿಂದ ಯಾವ ಪ್ರಯೋಜನವೂ ಆಗಲಿಲ್ಲ. ಉಬ್ಬಸ ಕಡಿಮೆಯಾದರೂ ಧೂಳಿರುವ ಜಾಗಕ್ಕೆ ಹೋದರೆ, ಋತುಮಾನ ಬದಲಾದರೆ, ತಣ್ಣೀರನ್ನು ಕುಡಿದರೆ ಕೂಡಲೆ ಉಲ್ಬಣಗೊಳ್ಳುತ್ತಿತ್ತು. ನಂಬಿಕೆಯಿರದೆ ಬಂದಿದ್ದ ವಿಜ್ಞಾನಿಯ ಕತೆ ಏನೇ ಇರಲಿ, ನನಗೆ ಅಷ್ಟೊಂದು ಬಲವಾದ ನಂಬಿಕೆ ಇಲ್ಲದಿರುವುದರಿಂದ ಹೀಗಾಗುತ್ತದೆಯೇ, ಫ್ಲೇಥ್ ಹೀಲಿಂಗ್‌ನಲ್ಲಿ ಚಿಕಿತ್ಸಕನಿಗಿರುವ ಹಾಗೇ ರೋಗಿಗೂ ಚಿಕಿತ್ಸೆಯಲ್ಲಿ ನಂಬಿಕೆ ಇರಬೇಕಾದದ್ದು ಅಷ್ಟೇ ಮುಖ್ಯವೇ ಎಂದು ಯಾವಾಗಲೂ ಒಳಗೊಳಗೇ ಅಂದುಕೊಳ್ಳುತ್ತಿದ್ದೆ.

II

ಕಾಲಕ್ರಮೇಣ ನಾನು ಬೆಳೆದಂತೆ ನನ್ನ ಅಸ್ತಮಾ ಸಮಸ್ಯೆಯೂ ಕಡಿಮೆಯಾಯಿತು. ನನ್ನ ಪೋಷಕರ ಅಗಾಧ ಚೈತನ್ಯ ಹಾಗೂ ಅವರು ಅನುಸರಿಸಿದ ಹಲವಾರು ಬಗೆಯ ಚಿಕಿತ್ಸಾ ವಿಧಾನಗಳಿಂದಾಗಿ ರೋಗ ದುರ್ಬಲವಾಗಿರಬೇಕು. ಎಲ್ಲೋ ಆಗೊಮ್ಮೆ ಈಗೊಮ್ಮೆ ಕಾಣಿಸಿಕೊಳ್ಳುತ್ತಿತ್ತು. ಅಕ್ಷರಶಃ ಎಲ್ಲ ಬಗೆಯ ಚಿಕಿತ್ಸೆಗಳನ್ನೂ, ಅಂದರೆ ಔಷಧವನ್ನು ಶ್ವಾಸದ ಮೂಲಕ ಒಳಗೆಳೆದುಕೊಳ್ಳಲು ನೆಬ್ಯುಲೈಸರ್, ನುಂಗಲು ಮಾತ್ರೆಗಳು, ಯೋಗ, ವ್ಯಾಯಾಮ, ಹೋಮಿಯೋಪತಿ, ವಿವಿಧ ಬಗೆಯ ನಿಯಮಿತ ಪಥ್ಯಗಳು, ಐಸ್‌ಕ್ರೀಮ್‌ಮುಕ್ತ ಬದುಕು ಹಾಗೂ ಆಯುರ್ವೇದವನ್ನು ಕೂಡ ನಾವು ಪ್ರಯತ್ನಿಸಿದ್ದೆವು. ಬೇಯಿಸಿದ ಮೊಟ್ಟೆಯು ನನ್ನ ದೈಹಿಕ ಸ್ಥಿತಿಯನ್ನು ಬಲಪಡಿಸಲು ಸಹಾಯ ಮಾಡುತ್ತದೆ ಎಂದು ವೈದ್ಯರೊಬ್ಬರು ಹೇಳಿಬಿಟ್ಟಿದ್ದರು. ಹಾಗಾಗಿ ಅದನ್ನೂ ತಿಂಗಳುಗಟ್ಟಲೆ ತಿಂದೆ. ಹೂಬೆಚ್ಚಗಿನ ಉಪ್ಪುನೀರನ್ನು ಮೂಗಿನ ಒಂದು ಹೊಳ್ಳೆಯಲ್ಲಿ ಸುರಿದುಕೊಂಡು, ಅದರಿಂದ ಉಸಿರಾಟದ ಹಾದಿಯನ್ನು ಸ್ವಚ್ಛ ಮಾಡಿ, ಇನ್ನೊಂದು ಹೊಳ್ಳೆಯಿಂದ ಹೊರಹಾಕುವ ಯೋಗಕ್ರಿಯೆಯೊಂದನ್ನು ಅನುಸರಿಸುವಂತೆ ಮತ್ತೊಬ್ಬರು ಹೇಳಿದರು. ಅದನ್ನು ತಪ್ಪಾಗಿ ಮಾಡಿ, ಮೂಗಿನಿಂದ ದ್ರಾವಣವೆಲ್ಲ ಬಳಬಳ ಹೊರಬಿದ್ದು ಮೈಕೈ ಪೂರಾ ಒದ್ದೆ ಮಾಡಿಕೊಂಡಿದ್ದೆ. ಏಳೋ ಎಂಟೋ ವರ್ಷದವನಾಗಿದ್ದ ನನಗೆ ಹಾಗೆ ಆಗಿದ್ದರಲ್ಲಿ ಆಶ್ಚರ್ಯವೇನೂ ಇರಲಿಲ್ಲ.

ಈಗಲೂ ಕೆಲವೊಮ್ಮೆ ಕಾರು ಅತ್ತಿತ್ತ ವಾಲುತ್ತ ಚಲಿಸಿದಾಗ ಅಥವಾ ವಿಮಾನವು ವಾಯು ಪ್ರಕ್ಷುಬ್ಧತೆಗೆ ಒಳಗಾದಾಗ ಉಪ್ಪಿನ ದ್ರಾವಣವು ನನ್ನ ಪುಪ್ಪುಸಗಳಲ್ಲಿ ತುಳುಕಾಡಿದಂತೆ ಭಾಸವಾಗುತ್ತದೆ.

ನಾನು ಪ್ರಯತ್ನಿಸದ ಒಂದು ಮದ್ದೆಂದರೆ, ಹೈದರಾಬಾದಿನ 'ಮತ್ಸ್ಯಚಿಕಿತ್ಸೆ.' ಇದು ನನ್ನ ತಂದೆತಾಯಿಗಳಿಗೂ ತುಂಬಾ ವಿಲಕ್ಷಣವಾಗಿ ಕಂಡಿತ್ತು. ಆ ಚಿಕಿತ್ಸೆಯ ಪ್ರಕಾರ ಯಾವುದೋ ಒಂದು ಔಷಧವನ್ನು ಕಿವಿರುಗಳವರೆಗೂ ತುಂಬಿಕೊಂಡಿರುವ ಮುರ್ರೆಲ್ ಮೀನಿನ (ಹಾವು ಮೀನನ್ನು ಹೋಲುವ ಸಣ್ಣ ಜಾತಿಯ ಮೀನು, ಬೋಂಕೆ ಮೀನು) ಜೀವಂತ ಮರಿಗಳನ್ನು ಇಚ್ಛಾಪೂರ್ವಕವಾಗಿ ಸೇವಿಸಬೇಕಾಗಿತ್ತು. ಬಹುಶಃ ನಾವು ಅನುಸರಿಸುವುದೇ ಬೇಡವೆಂದುಕೊಂಡ ಚಿಕಿತ್ಸಾ ಪ್ರಕಾರ ಇದೊಂದೇ ಆಗಿದ್ದಕ್ಕೋ ಏನೋ ಅದರ ಕುರಿತು ಹೇಳಲಾಗದ ಕುತೂಹಲವೊಂದು ನನ್ನಲ್ಲಿ ಉಳಿದುಬಿಟ್ಟಿತ್ತು; ಅನ್ವೇಷಣೆಗೆ ಒಳಗಾಗದೇ ಉಳಿದ ಒಂದೇ ಒಂದು ಖಂಡವೆಂದರೆ ಆಫ್ರಿಕಾ ಎಂಬುದು ತಿಳಿದಾಗ ಅದರ ರಹಸ್ಯಗಳ ಮೇಲೆ ದೃಷ್ಟಿ ನೆಡತೊಡಗಿದ ಐರೋಪ್ಯ ವಸಾಹತುಗಾರರಿಗೂ ಹೀಗೇ ಅನ್ನಿಸಿರಬೇಕು.

ಬೇಯಿಸಿದ ಮೊಟ್ಟೆ ತಿನ್ನುವ ಅಥವಾ ಮೂಗಿನಲ್ಲಿ ನೀರನ್ನು ಹರಿಸುವ ವಿಧಾನಕ್ಕಿಂತಲೂ ಮೀನಿನ ಚಿಕಿತ್ಸೆಯು ಹೆಚ್ಚು ನೇರವಾಗಿತ್ತು ಮತ್ತು ಕುತೂಹಲಕಾರಿಯಾಗಿತ್ತು. ಶ್ವಾಸಕೋಶಕ್ಕೆ ಸಂಬಂಧಿಸಿದ ತೊಂದರೆ ಇದ್ದವರು ಪ್ರತಿ ಬೇಸಿಗೆಯಲ್ಲಿಯೂ ಈ ಉಚಿತ ಚಿಕಿತ್ಸೆಗಾಗಿ ಹೈದರಾಬಾದಿಗೆ ಲಗ್ಗೆ ಇಡುತ್ತಿದ್ದರು. ಬಹುತೇಕವಾಗಿ ಇವರು ಭಾರತದ ವಿವಿಧ ಮೂಲೆಗಳಿಂದ ಈ ಉದ್ದೇಶಕ್ಕಾಗಿಯೇ ಓಡಿಸಲಾಗುವ ವಿಶೇಷ ರೈಲುಗಳಲ್ಲಿ ಬಂದಿಳಿದವರಾಗಿರುತ್ತಿದ್ದರು. ತಾಳ್ಮೆಯಿಂದ ಸರತಿ ಸಾಲಿನಲ್ಲಿ ನಿಂತುಕೊಳ್ಳುತ್ತಿದ್ದರು. ಈ ದೃಶ್ಯ ವೈಭವವನ್ನು ದೂರದರ್ಶನದ ಸುದ್ದಿಗಳಲ್ಲಿ ದಣಿಯದಂತೆ ಮತ್ತೆಮತ್ತೆ ತೋರಿಸುತ್ತಿದ್ದರು. ಈ ಉಚಿತ ಚಿಕಿತ್ಸೆಗಾಗಿ ಸಾವಿರಾರು ಜನ ಸೇರುತ್ತಾರೆಂದು ಅಂದಾಜಿಸಲಾಗಿದೆ. ಹತ್ತೊಂಬತ್ತನೆಯ ಶತಮಾನದ ಮಧ್ಯಭಾಗದಿಂದಲೇ ಈ ಔಷಧವನ್ನು ಕೊಡಲಾಗುತ್ತಿತ್ತೆಂದು ಹೇಳುತ್ತಾರೆ. ಇದೆಲ್ಲವೂ ನಡೆಯುವ ಪ್ರಮಾಣವನ್ನು ನೋಡಿದರೆ, ಅವರು ಹೇಳುತ್ತಿದ್ದುದು ಸಂಪೂರ್ಣ ಸರಿಯೆಂದೇ ನನಗನಿಸುತ್ತಿತ್ತು. ಎಷ್ಟೆಂದರೂ ಜೀವದ ಉಸಿರನ್ನೇ ಕಸಿದುಕೊಳ್ಳುವ ಅಸ್ತಮಾದಂತಹ ಮೂಲ ತೊಂದರೆಗೆ ನೀಡುವ ಚಿಕಿತ್ಸೆಯಲ್ಲವೆ? ಅಂದ ಮೇಲೆ ಆ ಚಿಕಿತ್ಸೆ ಮಹಾನ್ ಸ್ವರೂಪದ್ದೂ, ಗೂಢವಾದದ್ದೂ ಹಾಗೂ ಅದ್ಭುತವಾದ ರೀತಿಯಲ್ಲಿ ಗುಣಪಡಿಸುವ ಶಕ್ತಿಯನ್ನು ಹೊಂದಿದ್ದೂ ಆಗಿರಲೇಬೇಕು.

ಈ ಚಿಕಿತ್ಸೆಯ ಇತಿಹಾಸವು ದೀರ್ಘವಾಗಿದೆ. ಈ ಚಿಕಿತ್ಸೆಯ ರಹಸ್ಯವನ್ನು ಈ ತನಕ ತನ್ನ ಒಡೆತನದಲ್ಲಿ ಗಟ್ಟಿಯಾಗಿ ಕಾಪಾಡಿಕೊಂಡು ಬಂದಿರುವ ಬಥಿನಿ

ಗೌಡರ ಕುಟುಂಬವು ಹೇಳುವ ಹಾಗೆ ಏನಿಲ್ಲವೆಂದರೂ ಅದು 1845 ನೆಯ ಇಸವಿಯಷ್ಟು ಹಿಂದಕ್ಕೆ ಹೋಗುತ್ತದೆ. ಆ ವರ್ಷ ವೀರಣ್ಣ ಗೌಡ ಎನ್ನುವವರ ಬದುಕು ನಾಟಕೀಯವಾದ ರೀತಿಯಲ್ಲಿ ಬದಲಾಗಿ ಹೋಯಿತು. ಅಲ್ಲಿಯವರೆಗೆ ಕಳ್ಳು ಇಳಿಸುವವರ ಜಾತಿಗೆ ಸೇರಿದ್ದ ಆತನ ವೃತ್ತಿಯೂ ಅದೇ ಆಗಿತ್ತು. ಆಂಧ್ರಪ್ರದೇಶದಲ್ಲಿದ್ದ ಕಳ್ಳು ಇಳಿಸುವವರಲ್ಲಿಯೇ ಹೆಚ್ಚು ಲೋಕೋಪಕಾರಿಗಳಾಗಿದ್ದವರಲ್ಲಿ ಈತನೂ ಒಬ್ಬನಾಗಿದ್ದ. 'ಅದೆಷ್ಟೇ ಚಿಕ್ಕದಿರಲಿ, ದೊಡ್ಡದಿರಲಿ, ತಾನು ಗಳಿಸಿದ್ದರಲ್ಲಿ ಮೂರನೆಯ ಒಂದು ಭಾಗವನ್ನು ಬಡವರಿಗೆ ಕೊಟ್ಟುಬಿಡುತ್ತಿದ್ದ; ಅವನು ಇದ್ದಿದ್ದೇ ಹಾಗೆ' ಎಂದು ಬಥಿನಿ ಹರಿನಾಥ ಗೌಡರು ಹೇಳಿದರು.

ನಾನು ಹರಿನಾಥರನ್ನು ಭೇಟಿಯಾದಾಗ ಅವರಿಗೆ ಅರವತ್ತೆಂಟು ವರ್ಷ ವಯಸ್ಸು. ಅವರದು ಕಡ್ಡಿಯಂತಹ ತೆಳು ಶರೀರ; ಬಿಳಿ ಗಡ್ಡಕ್ಕೆ ಹೊಂದುವಂತಹ ಅಷ್ಟೇ ಬಿಳಿಯಾದ ಮತ್ತು ಬಿರುಸಾದ ಕೂದಲು ಕಿವಿಯಿಂದ ಹೊರಚಾಚಿತ್ತು. ಕಳೆದ ಅರವತ್ಮೂರು ವರ್ಷಗಳಿಂದ ತನ್ನ ಮನೆತನದ ವಾರ್ಷಿಕ ಆಚರಣೆಗಳಲ್ಲಿ ಅವರು ಭಾಗವಹಿಸುತ್ತ ಬಂದಿದ್ದಾರೆ. 'ವೀರಣ್ಣ ಗೌಡ ನನ್ನ ಮುತ್ತಜ್ಜ. ಅವರ ಒಬ್ಬನೇ ಮಗನಾದ ಶಿವರಾಮನಿಗೂ ಶಂಕರ ಎಂಬ ಒಬ್ಬನೇ ಮಗ' ಎಂದು ಹರಿನಾಥ ಗೌಡರು ಹೇಳಿದರು. ಆದರೆ ಶಂಕರನಿಗೆ ಐದು ಗಂಡು ಮತ್ತು ನಾಲ್ಕು ಹೆಣ್ಣು ಮಕ್ಕಳು. '1962 ರಲ್ಲಿ ನಮ್ಮ ತಂದೆ ತೀರಿಕೊಂಡಾಗಿನಿಂದಲೂ ನಾವು ನಮ್ಮಲ್ಲಿಯೇ ಚಿಕಿತ್ಸೆ ನೀಡುವ ಕೆಲಸವನ್ನು ಮುಂದುವರೆಸಿಕೊಂಡು ಬಂದಿದ್ದೇವೆ' ಎಂದರು.

ವೀರಣ್ಣ ಗೌಡರ ಪಾಲಿಗೆ 1845 ಅತ್ಯಂತ ಮಹತ್ವಪೂರ್ಣವಾದ ವರ್ಷ; ಮಳೆಗಾಲದ ಆರಂಭದ ದಿನಗಳವು. ಹಿಮಾಲಯದಿಂದ ಬಯಲುಪ್ರದೇಶಕ್ಕೆ ಇಳಿದು ಬಂದು ಭಾರತದಲ್ಲಿ ಸಂಚರಿಸುತ್ತಿದ್ದ ಮುನಿಯೊಬ್ಬರು ವೀರಣ್ಣ ಗೌಡರಿಗೆ ಎದುರಾದ ಸಮಯದಲ್ಲಿ ಸಂಪೂರ್ಣ ತೊಯ್ದು ತೊಪ್ಪಡಿಯಾಗಿದ್ದರು. ಹಸಿವು ಅವರನ್ನು ಬಾಧಿಸುತ್ತಿತ್ತು ಮತ್ತು ಇರಲು ಯಾವುದೇ ಆಶ್ರಯವಿರಲಿಲ್ಲ. 'ಪ್ರತಿಫಲವಾಗಿ ಏನನ್ನೂ ಅಪೇಕ್ಷಿಸದ ವೀರಣ್ಣ ಅವರಿಗೆ ಆಹಾರ, ಬಟ್ಟೆಗಳನ್ನು ಒದಗಿಸಿದ. ಇಂತಹವನಿಗೆ ಯಾವುದೇ ಕೊಡುಗೆಯನ್ನು ನೀಡಿದರೂ ಅದನ್ನು ಕೇವಲ ಲಾಭಕ್ಕಾಗಿ ಬಳಸುವುದಿಲ್ಲವೆಂದೂ, ತಮ್ಮ ಸಹಜೀವಿಗಳಿಗೆ ಸಹಾಯ ಮಾಡಲು ಬಳಸುತ್ತಾನೆಂದೂ ಆ ಮುನಿ ಕಂಡುಕೊಂಡರು. ಹಾಗಾಗಿ ಈ ಔಷಧ ತಯಾರಿಸುವ ಕಲೆಯನ್ನು ವೀರಣ್ಣನಿಗೆ ಕಲಿಸಿಕೊಟ್ಟರು' ಎಂದು ಹರಿನಾಥರು ಹೇಳಿದರು.

ಅಲ್ಲಿಂದ ಈ ಔಷಧ ತಯಾರಿಸುವ ವಿಧಾನವು ಗೌಡರ ಕುಟುಂಬವನ್ನು ಬಿಟ್ಟು ಇನ್ನೊಬ್ಬರ ಕಡೆ ಹೋಗಿಯೇ ಇಲ್ಲ; ನಿಜ ಹೇಳಬೇಕೆಂದರೆ, ಗೌಡರ ಮನೆಯ ಹೆಣ್ಣುಮಕ್ಕಳು ಕೂಡ ಇದನ್ನು ಎಂದಿಗೂ ಕಲಿಯುವುದಿಲ್ಲ. 'ಎಷ್ಟೆಂದರೂ

ಮದುವೆಯಾದ ಮೇಲೆ ಅವರು ಬೇರೆ ಕುಟುಂಬಕ್ಕೆ ಸೇರುತ್ತಾರೆ' ಎಂದು ಹರಿನಾಥರು ಕಾರಣ ಕೊಡುತ್ತಾರೆ. ಅದೊಂದು ಗಾಢ ಹಳದಿ ಬಣ್ಣದ ಕಣಕದ ಮುದ್ದೆ ಎನ್ನುವುದಷ್ಟೇ ಗೊತ್ತು. ಕಣಕವನ್ನು ಉಂಡೆ ಮಾಡಿ, ಎರಡಿಂಚು ಉದ್ದದ, ಕೇವಲ ಒಂದು ತಿಂಗಳ ಪ್ರಾಯದ ಮುರ್ರೆಲ್ ಮೀನಿನ ಬಾಯೊಳಕ್ಕೆ ತುರುಕಿ, ಚಿಕಿತ್ಸೆಗಾಗಿ ನಿರೀಕ್ಷಿಸುತ್ತಾ ಕುಳಿತ ರೋಗಿಯ ಗಂಟಲಿನಲ್ಲಿ ಆ ಮೀನನ್ನು ಇಳಿಬಿಡಲಾಗುತ್ತದೆ. ಅದನ್ನು ಹಾಗೆಯೇ ಇಡಿಯಾಗಿ ನುಂಗಬೇಕು. 'ಮೀನು ನುಲಿಯುತ್ತ ಕೆಳಗೆ ಹೋಗುವಾಗ ಔಷಧವು ಹೆಚ್ಚು ಪರಿಣಾಮಕಾರಿಯಾಗಿ ಹರಡಿಕೊಳ್ಳುತ್ತದೆ' ಎಂಬುದು ಚಿಕಿತ್ಸೆಯ ಪರವಾದ ಒಂದು ಹುಸಿ–ವೈಜ್ಞಾನಿಕ ವಾದ. ಹಾಗೆ ಹೇಳುವಾಗ ಅಸ್ತಮಾ ತೊಂದರೆಯು ಶ್ವಾಸನಾಳಗಳನ್ನು ಕಾಡುತ್ತದೆ, ಅನ್ನನಾಳವನ್ನಲ್ಲ ಎಂಬುದನ್ನು ಅನುಕೂಲಕರವಾಗಿ ಮರೆಯಲಾಗುತ್ತದೆ.

ಮೃಗಶಿರ ಕಾರ್ತಿಯು ಮಳೆಗಾಲದ ಆಗಮನವನ್ನು ಸಾರುವ ದಿನ. ಪ್ರತಿವರ್ಷ ಆ ದಿನದಂದು ಇಪ್ಪತ್ನಾಲ್ಕು ಗಂಟೆಯೂ ಎಡೆಬಿಡದೇ ಗೌಡರುಗಳು ಮೀನನ್ನು ರೋಗಿಗಳ ಗಂಟಲುಗಳಲ್ಲಿ ಇಳಿಸುತ್ತಲೇ ಇರುತ್ತಾರೆ. ಅದಕ್ಕೆ ಎರಡು ದಿನ ಮೊದಲು ಹೈದರಾಬಾದಿನ ಕವಾಡಿಗುಡ ಭಾಗದಲ್ಲಿರುವ ಹರಿನಾಥರ ಮನೆಯು ಆಶ್ಚರ್ಯವೆನ್ನುವಂತೆ ಪ್ರಶಾಂತವಾಗಿತ್ತು. ಆದರೆ ಸೆಲ್‌ಫೋನ್‌ಗಳು ಎಂದಿಗಿಂತಲೂ ಹೆಚ್ಚಾಗಿಯೇ ರಿಂಗಣಿಸುತ್ತಿದ್ದವು. ಸಿಕ್ಕ ಜಾಗದಲ್ಲೆಲ್ಲ ಗುಲಾಬಿ ಮತ್ತು ನೀಲಿ ಕರಪತ್ರಗಳನ್ನು ಪೇರಿಸಿಡಲಾಗಿತ್ತು, ಚಿಕಿತ್ಸೆಗೆ ನೆರವಾಗಲು ಹೈದರಾಬಾದಿಗೆ ಬಂದಿಳಿದಿದ್ದ ನೆಂಟರಿಷ್ಟರು ಮನೆಯ ಒಳಹೊರಗೆ ಓಡಾಡುತ್ತ ನಮ್ಮೆದುರು ಕವಾಯತನ್ನೇ ನಡೆಸಿದ್ದರು. ನನಗೋ ಗಡಿಬಿಡಿಯಲ್ಲಿ ನಿಗೂಢವಾಗಿ ನಡೆಯುವ ಗುಣುಗುಣು ಮಂತ್ರಪಠಣದ ಜೊತೆಗೆ, ಔಷಧವನ್ನು ಕುದಿಸಿ ಭಟ್ಟಿ ಇಳಿಸುವಾಗ ಬರುವ ವಿಚಿತ್ರ ವಾಸನೆ ಅಲ್ಲಿರಬಹುದೇನೋ ಎಂಬ ನಿರೀಕ್ಷೆ ಇತ್ತು. ಇಲ್ಲಿ ನೋಡಿದರೆ, ಮಾಟಗಾರರು ನಡೆಸುತ್ತಾರೆ ಎನ್ನುವಂತಹ ಯಾವ ಚಟುವಟಿಕೆಗಳೂ ಕಾಣಿಸಲಿಲ್ಲ. ಬದಲಾಗಿ ಹರಿನಾಥರು ಸೋಫಾದ ಮೇಲೆ ಆರಾಮವಾಗಿ ವಿಶ್ರಮಿಸಿದ್ದರು. ಅದೇ ತಾನೇ ಸ್ನಾನ ಮಾಡಿ ಹೊರಬಂದ ಅವರ ಇಬ್ಬರು ಮೊಮ್ಮಕ್ಕಳು ಕನ್ನಡಿಯೆದುರು ನಿಂತು ನೈಸಿಲ್ ಪೌಡರ್‌ನ್ನು ಧಾರಾಳವಾಗಿ ಸುರುವಿಕೊಳ್ಳುತ್ತಿದ್ದರು.

ಚಿಕಿತ್ಸೆಯ ದಿನ ಹಂಚಲಾಗುವ ಕರಪತ್ರಗಳಲ್ಲಿ ಒಂದನ್ನು ಹರಿನಾಥರು ನನ್ನ ಕೈಗಿತ್ತರು. ಚಿಕಿತ್ಸೆಯ ನಂತರ ನಲವತ್ತೈದು ದಿನಗಳವರೆಗೆ ರೋಗಿಯು ಅನುಸರಿಸಬೇಕಾದ ಕಟ್ಟುನಿಟ್ಟಿನ ಪಥ್ಯದ ವಿವರ ಅದರಲ್ಲಿತ್ತು. ನಿಖರವಾಗಿ ಇಪ್ಪತ್ತೇಳು ಪದಾರ್ಥಗಳ ಪಟ್ಟಿಯಿದ್ದ ಆ ಪಥ್ಯವನ್ನು ತೆಲುಗು, ಇಂಗ್ಲಿಷ್ ಮತ್ತು ಹಿಂದಿ – ಮೂರು ಭಾಷೆಗಳಲ್ಲಿಯೂ ಬರೆದಿದ್ದರು. ವಾಡಿಕೆಯ ಪಥ್ಯದ ಪಟ್ಟಿ ಅದಾಗಿರಲಿಲ್ಲ.

ಹಳೆ ಅಕ್ಕಿ, ಒಣಗಿಸಿದ ಮಾವಿನಕಾಯಿ ಹೋಳುಗಳಲ್ಲದೇ ಅದರಲ್ಲಿ ಆಡಿನ ಮಾಂಸವೂ ಇತ್ತು. ಇಡ್ಲಿಗೆ ಅನುಮತಿಯಿತ್ತು, ಚಟ್ನಿಗೆ ಇರಲಿಲ್ಲ. ಅರಿಶಿಣ, ಉಪ್ಪು, ಕಾಳುಮೆಣಸುಗಳಂತಹ ಮಸಾಲೆಗಳನ್ನು ಕಷ್ಟಪಟ್ಟು ಪ್ರತ್ಯೇಕವಾಗಿ ಬರೆಯಲಾಗಿತ್ತು. ರಸಾಯನಶಾಸ್ತ್ರದ ವಿಲಕ್ಷಣ ಪ್ರಯೋಗವೊಂದರಂತೆ ಕಾಣುತ್ತಿದ್ದ 27 ನೆಯ ಅಂಶ ಮಾತ್ರ ವಿಚಿತ್ರವಾಗಿತ್ತು: "ಕಬ್ಬಿಣದ ಸಲಾಕೆಯೊಂದನ್ನು ಬಿಸಿ ಮಾಡಿ, ಆಕಳ ಹಾಲಿನಿಂದ ಮಾಡಿದ ಮಜ್ಜಿಗೆಯಲ್ಲಿ ಅದ್ದಿ, ಕುಡಿಯಿರಿ."

'ಮಾತ್ರೆಯ ರೂಪದಲ್ಲಿರುವ ಔಷಧವನ್ನು ಪ್ರತಿ ಹದಿನೈದು ದಿನಗಳಿಗೊಮ್ಮೆ ನೀವು ಆ ನಲವತ್ತೈದು ದಿನ ತೆಗೆದುಕೊಳ್ಳಬೇಕು, ಆಮೇಲೆ ಮತ್ತೆರಡು ವರ್ಷ ಮೀನು ಚಿಕಿತ್ಸೆಗೆ ಬರಬೇಕಾಗುತ್ತದೆ' ಎಂದು ಹರಿನಾಥರು ಹೇಳಿದರು. ಆದರೂ ಇತ್ತೀಚೆಗೆ ಆಹಾರದಲ್ಲಿರುವ ರಸಗೊಬ್ಬರಗಳ ಅಂಶ ಹಾಗೂ ವಾತಾವರಣದಲ್ಲಿನ ಮಾಲಿನ್ಯದಿಂದಾಗಿ ಚಿಕಿತ್ಸೆಯು ಆಳವಾಗಿ ಬೇರೂರಲು ಮೂರೋ ನಾಲ್ಕೋ ವರ್ಷ ಹಿಡಿದರೂ ಹಿಡಿಯಬಹುದು ಎಂದು ಅಸ್ಪಷ್ಟವಾಗಿ ಸೇರಿಸಿದರು. ಅದನ್ನು ಕೇಳಿದ್ದೇ ನನ್ನ ಬಾಲ್ಯದ ನಂಬಿಕೆಯು ತೀವ್ರವಾಗಿ ಅಲುಗಾಡಿಬಿಟ್ಟಿತು. ಮಹಾ ಎನ್ನುವಂಥದ್ದು, ನಿಗೂಢವಾದದ್ದು ಅಥವಾ ಅದ್ಭುತವಾದದ್ದು ಎಂಬುದೇನೂ ಈ ಚಿಕಿತ್ಸೆಯಲ್ಲಿ ಕಂಡುಬರಲಿಲ್ಲ. ಅದಷ್ಟೇ ಏನು? ಈ ಚಿಕಿತ್ಸೆಯಲ್ಲಿ ಗುಳಿಗೆಯಷ್ಟು ಪ್ರಮಾಣದಲ್ಲಿ ಔಷಧಿಯನ್ನೂ ಕೊಡಲಾಗುತ್ತಿತ್ತು! ಅದು ಹೋಮಿಯೋಪತಿ ಔಷಧಿಯೂ ಆಗಿರಬಹುದು!

II

ಹರಿನಾಥರು ಮಾತನಾಡುವಾಗ ತೋರಿಬರುತ್ತಿದ್ದ ಒಂದು ವಿಚಿತ್ರ ರೀತಿಯ ಶಾಬ್ದಿಕ ಆವರ್ತನೆಯಿಂದ (verbal tic) ನನಗೆ ಮೊದಮೊದಲು ಗೊಂದಲವಾಯಿತು. ತಮ್ಮ ಕುಟುಂಬದ ಇತಿಹಾಸದ ಕುರಿತು ಬಹುತೇಕ ಮೊದಲೇ ಹೆಣೆದುಕೊಂಡಿದ್ದ ವಾಕ್ಯಗಳನ್ನು ಆರಾಮವಾಗಿ ಉದ್ದಕ್ಕೆ ಹೇಳುತ್ತ ಹೋಗುತ್ತಿದ್ದರು. ಆದರೆ ಪ್ರತಿ ಬಾರಿ 'ದವಾಯಿ', 'ಚಿಕಿತ್ಸೆ' ಅಥವಾ 'ಔಷಧ' ಎಂಬ ಪದಗಳನ್ನು ಹೇಳುವಾಗ ತಪ್ಪು ಮಾಡಿದಂತೆ ಅವರಿಗೆ ಕಸಿವಿಸಿ ಆಗುತ್ತಿತ್ತು. ತಕ್ಷಣ ಅದನ್ನು 'ಪ್ರಸಾದಂ' ಎಂದು ಬದಲಾಯಿಸಿಕೊಳ್ಳುತ್ತಿದ್ದರು. ನಿರ್ದಿಷ್ಟವಾದ ಪದಗಳನ್ನು ಆಯ್ದು ಆಯ್ದು ಸೇರಿಸಿ ಮಾತನಾಡುತ್ತಿದ್ದರು.

ಗೌಡರ ಈ ವಿಚಿತ್ರ ವರ್ತನೆಯ ಹಿಂದೆ, ಮೀನುಚಿಕಿತ್ಸೆಗೆ ಹೈದರಾಬಾದಿನಲ್ಲಿ ಹತ್ತು ವರ್ಷದಷ್ಟು ಹಿಂದೆಯೇ ಎದ್ದಿದ್ದ ವಿರೋಧಕ್ಕೆ ಸಂಬಂಧಿಸಿದ ದೀರ್ಘ

ಕತೆಯೊಂದಿದೆ ಎನ್ನುವುದು ನನಗೆ ಆಮೇಲೆ ತಿಳಿಯಿತು. ಎರಡು ಸಂಘಟನೆಗಳು ಈ ವಿರೋಧದ ನಾಯಕತ್ವ ವಹಿಸಿದ್ದವು. ಒಂದು, ಜನವಿಜ್ಞಾನ ವೇದಿಕೆ ಎಂಬ ಒಂದು ಸರ್ಕಾರೇತರ ಸಂಘಟನೆ. ಇದು ಕಮ್ಯೂನಿಸ್ಟ್ ಪಾರ್ಟಿ ಆಫ್ ಇಂಡಿಯಾ –ಮಾರ್ಕ್ಸಿಸ್ಟ್ (CPI-M) ದಿಂದಲೇ ಹುಟ್ಟಿದ್ದರೂ ನಂತರ ಅದರ ಜೊತೆಗಿರಲಿಲ್ಲ. ಮತ್ತೊಂದು, ಸೆಂಟರ್ ಫಾರ್ ಇನ್‌ಕ್ವಾಯಿರಿ ಎಂಬ ಹೆಸರಿನ, ಅಮೆರಿಕ ಮೂಲದ ಸಂಘಟನೆಯೊಂದರ ಹೈದರಾಬಾದ್ ವಿಭಾಗ. ಲಾಭದ ಉದ್ದೇಶವಿರದ ಈ ಸಂಸ್ಥೆಯು ಮೂಢನಂಬಿಕೆಯ ವಿರುದ್ಧವಾಗಿ ತರ್ಕ ಹಾಗೂ ವಿಜ್ಞಾನವನ್ನು ಬೆಳೆಸುವ ಕಾರ್ಯದಲ್ಲಿ ತೊಡಗಿಕೊಂಡಿದೆ. 2000 ನೆಯ ಇಸವಿಯ ಮೊದಲ ಭಾಗದಲ್ಲಿ ಈ ಚಿಕಿತ್ಸೆಯ ಕುರಿತ ವಿರೋಧವು ಪ್ರತಿಯೊಂದನ್ನೂ ಅಂದರೆ, ಅದರ ಪರಿಣಾಮಕಾರಿತ್ವ, ನಿಗೂಢತೆ, ಅದರಿಂದಾಗಬಹುದಾದ ತೊಂದರೆ ಹಾಗೂ ಅದಕ್ಕೆ ಆಂಧ್ರಪ್ರದೇಶ ಸರ್ಕಾರವು ನೀಡುತ್ತಿದ್ದ ಉತ್ತೇಜನ ಹೀಗೆ ಎಲ್ಲವನ್ನೂ ತೀವ್ರವಾಗಿ ಪ್ರಶ್ನಿಸತೊಡಗಿತು. ಸರ್ಕಾರದ ಐದು ಇಲಾಖೆಗಳನ್ನು ಮತ್ತು ಗೌಡರನ್ನು ಪ್ರಶ್ನಿಸಿ, ಹೈದರಾಬಾದಿನ ಸಿವಿಲ್ ನ್ಯಾಯಾಲಯವೊಂದರಲ್ಲಿ ಸಾರ್ವಜನಿಕ ಹಿತಾಸಕ್ತಿಯ ದಾವೆಯೊಂದನ್ನು ಹೂಡಲಾಗಿತ್ತು. ಇದು ವಿಚಾರಣೆಗೆ ಬಂದ ಎರಡು ವಾರಗಳ ಹಿಂದಷ್ಟೇ ನಾನು ಹರಿನಾಥರನ್ನು ಭೇಟಿಯಾಗಿದ್ದೆ. ಇಂತಹ ವಿರೋಧದಿಂದಾಗಿ, ಎರಡು ವರ್ಷಗಳ ಹಿಂದೆಯಷ್ಟೇ 'ಔಷಧಿ'ಯು ಕಾಯಿಲೆಯನ್ನು ಗುಣಪಡಿಸುವ ಗುಣಗಳನ್ನು ಹೊಂದಿಲ್ಲ ಎಂಬ ಬ್ಯಾನರ್‌ನ್ನು ಚಿಕಿತ್ಸೆ ನಡೆಸುವ ಪ್ರದೇಶದಲ್ಲಿ ಒತ್ತಾಯಪೂರ್ವಕವಾಗಿ ಹಾಕುವ ಸ್ಥಿತಿ ಸರ್ಕಾರಕ್ಕೆ ಬಂದಿತ್ತು. 'ಹಾ! ಅದರಿಂದಾಗಿ ಬರುವ ಜನರ ಮೇಲೆ ಯಾವ ಪರಿಣಾಮವೂ ಆಗಲಿಲ್ಲ' ಎಂದು ಬುಸುಗುಡುತ್ತ ಹರಿನಾಥರು ಹೇಳಿದರು.

ಮಾಜಿ ಪತ್ರಕರ್ತ ಹಾಗೂ ಸೆಂಟರ್ ಫಾರ್ ಇನ್‌ಕ್ವಾಯಿರಿಯ ಸ್ಥಳೀಯ ವಿಭಾಗದ ಅಧ್ಯಕ್ಷರಾದ ಇನ್ನಯ್ಯ ನರಿಸೆಟ್ಟಿಯವರದು ಘನವಾದ ವ್ಯಕ್ತಿತ್ವ; ಸ್ಪಷ್ಟ ವಿಚಾರಗಳನ್ನುಳ್ಳ ಮನುಷ್ಯ. ಬೆನ್ನ ತುಂಬ ಮೊನಚಾದ ಮುಳ್ಳುಗಳನ್ನು ಹೊಂದಿರುವ ಮುಳ್ಳುಹಂದಿಯಂತೆ, ವಿಚಾರಹೀನವಾದ ಮತ್ತು ತರ್ಕರಹಿತವಾದ ಅಂಧವಿಶ್ವಾಸ–ಮೂಢನಂಬಿಕೆಗಳ ವಿರುದ್ಧ ಅವರು ದಾಳಿ ಮಾಡುತ್ತಿದ್ದರು. 'ಇದೊಂದು ಪಂಥೀಯ ಸಂಘಟನೆ; ಇದು ವೈಜ್ಞಾನಿಕವಾದುದೂ ಅಲ್ಲ, ಆರೋಗ್ಯಕರವೂ ಅಲ್ಲ ಎಂದು ವೈದ್ಯರು ಹೇಳುತ್ತಾರೆ. ರೋಗಿಯ ದಾಖಲೆಗಳನ್ನು ಇಡುವುದಿಲ್ಲ, ಅನುಸರಣಾ ಭೇಟಿಗಳೂ ಇಲ್ಲ. ಆದರೂ ಇದು ಗುಣಪಡಿಸುತ್ತದೆ ಎಂದು ಗೌಡರು ಹೇಳುತ್ತಾರೆ! ಅದು ಶುದ್ಧ ಮೋಸ' ಎಂದು ನರಿಸೆಟ್ಟಿ ಹೇಳಿದರು. ಇದಕ್ಕೆ ಚಿಕಿತ್ಸೆಯ ಬದಲಾಗಿ 'ಪ್ರಸಾದಂ' ಎಂಬ ಹಣೆಪಟ್ಟಿ ಹಚ್ಚುವ ಹರಿನಾಥರ ವಿಚಿತ್ರ ವರ್ತನೆಯನ್ನು ನಾನವರಿಗೆ

ಹೇಳಿದಾಗ ನರಿಸೆಟ್ಟಿಯವರು 'ನ್ಯಾಯಾಲಯಗಳು ಇದನ್ನೆಲ್ಲ ಒಪ್ಪುವುದಿಲ್ಲ. ಇದರ ಒಳಗೇನಿದೆ ಎಂದು ನೋಡುತ್ತಾರೆ; ಇದೊಂದು ತಂತ್ರ ಮಾತ್ರ ಎನ್ನುವುದು ಅವರಿಗೆ ಗೊತ್ತಾಗುತ್ತದೆ' ಎಂದು ಹೇಳಿ ನಕ್ಕರು.

ನರಿಸೆಟ್ಟಿಯವರ ಆರ್ಭಟದ ಮಾತುಗಳಲ್ಲಿ ತೆರಿಗೆ ಕೊಡುವವನ ಮೇಲಾದ ಅನ್ಯಾಯದ, ಅರ್ಥಕ್ಕೆ ನಿಲುಕುವ ಸಂಕಟವೂ ಸೇರಿತ್ತು. 1997 ರವರೆಗೂ ಗೌಡರು ತಮ್ಮ ಕಾರ್ಯಕ್ರಮವನ್ನು ಹೈದರಾಬಾದಿನ ಹಳೆಯ ದೂಧ್ ಬೌಲಿ ಪ್ರದೇಶದಲ್ಲಿದ್ದ ತಮ್ಮ ಪೂರ್ವಜರ ಮನೆಯಲ್ಲಿ ತಮ್ಮ ಖರ್ಚಿನಲ್ಲಿಯೇ ನಡೆಸುತ್ತಿದ್ದರು. 'ಇದಕ್ಕೆಂದೇ ಜನ ನಮ್ಮ ಮನೆಯ ಹತ್ತಿರದ ಓಣಿಗಳಲ್ಲಿ, ರಸ್ತೆಬದಿಯ ಕಾಲುಹಾದಿಯ ಮೇಲೆ ಮಲಗಿಕೊಳ್ಳುತ್ತಿದ್ದರು. ರಾತ್ರಿಯಿಡೀ ಅವರು ಬರೀ ಕೆಮ್ಮುತ್ತಲೇ ಇರುವುದನ್ನು ಕೇಳಿದ್ದರೆ ನಿಮಗೆ ಕಣ್ಣೀರು ಬರುತ್ತಿತ್ತು' ಎಂದು ಹರಿನಾಥರು ನೆನಪಿಸಿಕೊಂಡರು. 1997 ರಲ್ಲಿ ಯಾವುದೋ ಕೋಮುವಾರು ಗಲಭೆಯ ಕಾರಣ ದೂಧ್ ಬೌಲಿಯಲ್ಲಿ ನಿಷೇಧಾಜ್ಞೆ ಹೇರಲಾಗಿತ್ತು. ಆಂಧ್ರಪ್ರದೇಶದ ಅಂದಿನ ಮುಖ್ಯಮಂತ್ರಿ ಎನ್. ಚಂದ್ರಬಾಬು ನಾಯ್ಡುರವರು ಗೌಡರಿಗೆ ದೊಡ್ಡ ದೊಡ್ಡ ಸಾರ್ವಜನಿಕ ಜಾಗಗಳನ್ನು ಉಚಿತವಾಗಿ ಉಪಯೋಗಿಸಿಕೊಳ್ಳಲು ನೀಡಲಾರಂಭಿಸಿದರು. ಒಂದು ವರ್ಷ ನಿಜಾಮ್ ಕಾಲೇಜಿನ ಫುಟ್‌ಬಾಲ್ ಮೈದಾನವನ್ನು ನೀಡಿದರೆ, ಮುಂದೆ ನಾಂಪಲ್ಲಿಯಲ್ಲಿರುವ ಎಕ್ಸಿಬಿಷನ್ ಗ್ರೌಂಡ್ಸ್ ಅವರ ಹೊಸ ತಾಣವಾಯಿತು.

ವರುಷಗಳ ನಂತರ ನಾನು ಎಕ್ಸಿಬಿಷನ್ ಗ್ರೌಂಡ್ಸ್‌ಗೆ ಹೋದಾಗಲೂ, ಅಲ್ಲಿದ್ದ ಎಂಟು ಆಂಬುಲೆನ್ಸ್‌ಗಳು, 1100 ಪೊಲೀಸರು, ಆರು ಸಿಸಿ ಟಿವಿಗಳು ಹಾಗೂ 1000 ಕಿಲೋವಾಟ್‌ಗಳಷ್ಟು ಖಚಿತ ವಿದ್ಯುತ್ ಪೂರೈಕೆ ವ್ಯವಸ್ಥೆ – ಇತ್ಯಾದಿಗಳು ಅವರಿಗಿದ್ದ ಸರಕಾರಿ ಬೆಂಬಲಕ್ಕೆ ಇನ್ನಷ್ಟು ಸಾಕ್ಷಿಯೊದಗಿಸಿದ್ದವು. ಜಿಲ್ಲಾಧಿಕಾರಿ ನವೀನ್ ಮಿತ್ತಲ್‌ರವರು ಸ್ಥೂಲವಾಗಿ ಲೆಕ್ಕಹಾಕಿ ನನಗೆ ಹೇಳಿದ ಪ್ರಕಾರ, ಸರಕಾರವು ಸುಮಾರು 60 ಲಕ್ಷ ರೂಪಾಯಿಗಳಷ್ಟು ತೆರಿಗೆದಾರರ ಹಣವನ್ನು ಮಾನವಶಕ್ತಿ ಮತ್ತು ಸಂಪನ್ಮೂಲಗಳ ರೂಪದಲ್ಲಿ ಈ ಕಾರ್ಯಕ್ರಮಕ್ಕಾಗಿ ಖರ್ಚು ಮಾಡುತ್ತದೆ; ಇದು ತೆರಿಗೆದಾರರ ಹಣ. ಮಿಲ್ಟನ್ ಫ್ರೀಡ್‌ಮನ್[1] ಹೇಳಿದ್ದು ಸರಿಯಾಗಿಯೇ ಇತ್ತು ಎಂಬುದನ್ನು ಇದು ಸಾಬೀತುಪಡಿಸುತ್ತದೆ: ಪುಕ್ಕಟೆ ಊಟ ಅನ್ನುವುದೇನೂ ಇರುವುದಿಲ್ಲ, ಅಥವಾ ಪುಷ್ಟಿಕರ ಮುರ್ರೆಲ್ ಮೀನಿನ ಉಚಿತ ಉಪಾಹಾರವೆನ್ನುವುದು ಕೂಡ ಇರುವುದಿಲ್ಲ.

---

1 1912–2006. ಅಮೆರಿಕಾದ ಖ್ಯಾತ ಅರ್ಥಶಾಸ್ತ್ರಜ್ಞ, ನೊಬೆಲ್ ಪ್ರಶಸ್ತಿ ವಿಜೇತ. ಸಂಖ್ಯಾಶಾಸ್ತ್ರಜ್ಞನೂ ಆಗಿದ್ದ ಈತ ಮುಕ್ತ ಮಾರುಕಟ್ಟೆ ಬಂಡವಾಳವಾದದ ಪ್ರಬಲ ಪ್ರತಿಪಾದಕನಾಗಿದ್ದ.

‘ಆದರೆ ಅದಷ್ಟೇ ಅಲ್ಲ, ದೊಡ್ಡಪ್ರಮಾಣದಲ್ಲಿ ನಷ್ಟವಾಗುತ್ತಿದೆ. ಮೀನನ್ನೂ ಒದಗಿಸುವ ಸರ್ಕಾರ, ಹತ್ತು ರೂಪಾಯಿಗೆ ಒಂದರಂತೆ ಅದನ್ನು ಜನರಿಗೆ ಮಾರುತ್ತದೆ. ಈ ಮೀನುಗಳನ್ನೆಲ್ಲ ಇದಕ್ಕೆಂದೇ ತರಿಸಲಾಗಿದೆ. ಆದರೆ ಈ ಚಿಕಿತ್ಸೆ ಫಲ ನೀಡುತ್ತಿಲ್ಲ ಅಂತ ಸುದ್ದಿ ಹಬ್ಬಿರುವುದರಿಂದ ಜನಸಂದಣಿ ಕಡಿಮೆಯಾಗಿದೆ. ಕಳೆದ ವರ್ಷ ಸಾವಿರಾರು ಮೀನುಗಳು ಹಾಳಾಗಿ ಹೋದವು’ ಎನ್ನುವ ನರಿಸೆಟ್ಟಿ, ಮತ್ತೊಂದಿಷ್ಟು ಹೇಳಲು ಆತುರ ತೋರಿದರು,

ಮತ್ತೊಬ್ಬರ ಕಾಲೆಳೆಯುವ ನನ್ನ ಸ್ವಭಾವ ಸುಮ್ಮನಿರಲು ಬಿಡಲಿಲ್ಲ. ‘ಆದರೆ ಕಳೆದ ವರ್ಷ ನಾಲ್ಕು ಲಕ್ಷ ಜನ ಸೇರಿದ್ದರು ಅಂತ ಹರಿನಾಥರು ಹೇಳಿದರು’ ಎಂದು ನಿಧಾನಕ್ಕೆ ಉಸುರಿದೆ.

‘ಇಲ್ಲವೇ ಇಲ್ಲ, ಬಂದಿದ್ದು ಬರೀ ಇಪ್ಪತ್ತು ಸಾವಿರ ಜನ’ ಎಂದರು ನರಿಸೆಟ್ಟಿ.

II

ಈ ಸಂಖ್ಯೆಯನ್ನು ಸ್ಪಷ್ಟ ಮಾಡಿಕೊಳ್ಳಲೇಬೇಕೆಂದು ನಿರ್ಧರಿಸಿ, ಮರುದಿನ ಬೆಳಿಗ್ಗೆ ಮೀನುಗಾರಿಕೆ ಇಲಾಖೆಯನ್ನು ಹುಡುಕಿಕೊಂಡು ಹೋದೆ. ವಿ. ರಘೋತ್ತಮ ಸ್ವಾಮಿಯವರು ಇಲಾಖೆಯ ಜಂಟಿ ನಿರ್ದೇಶಕರಾಗಿದ್ದರು. ಆಂಧ್ರಪ್ರದೇಶದ ಹಲವಾರು ಕೆರೆಕೊಳಗಳಿಂದ ಹೈದರಾಬಾದಿಗೆ ಬಂದುಸೇರಿದ್ದ ಸಾವಿರಾರು ಮುರ್ರೆಲ್ ಮೀನುಮರಿಗಳ ಪ್ರಯಾಣದ ಉಸ್ತುವಾರಿಯನ್ನು ದೂರದಿಂದಲೇ ನೋಡಿಕೊಳ್ಳುತ್ತಿದ್ದ ಆತಂಕಭರಿತ ಮೇಲ್ವಿಚಾರಕನ ಹಾಗೆ, ಅವುಗಳ ಲೆಕ್ಕವನ್ನು ನೋಡುತ್ತ ಕುಳಿತಿದ್ದರು.

‘ಹಾಗಾದರೆ, ಕಳೆದ ವರ್ಷ ನಿರ್ದಿಷ್ಟವಾಗಿ ಎಷ್ಟು ಮೀನನ್ನು ಹಂಚಿದಿರಿ?’ ಎಂದು ಕೇಳಿದೆ.

‘ನಲವತ್ತೈದು ಸಾವಿರ’ ಎಂದು ಸ್ವಾಮಿ ಸ್ಪಷ್ಟ ಪಡಿಸಿದರು.

ನಾಲ್ಕು ಲಕ್ಷ ಜನ ಸೇರಿದ್ದರು ಎಂದು ಗೌಡರು ಹೇಳಿದ್ದ ಸಂಖ್ಯೆಯನ್ನು ಅವರಿಗೆ ಹೇಳಿದೆ. ಸಾಂತಾಕ್ಲಾಸ್ ಎನ್ನುವುದು ಬರೀ ಕಟ್ಟುಕಥೆ ಎಂದು ಪ್ರಥಮ ಬಾರಿಗೆ ತಿಳಿದ ಮಗುವಿಗೆ ಆದ ಆಘಾತವನ್ನು ತಿಳಿಗೊಳಿಸುವ ಹಾಗೆ ಕರುಣಾಪೂರ್ವಕವಾಗಿ ನಕ್ಕ ಅವರು, ಸಹೋದ್ಯೋಗಿಯೊಬ್ಬನೆಡೆಗೆ ದೃಷ್ಟಿಬೀರಿ ಹೇಳಿದರು: ‘ಆ ಔಷಧವನ್ನು ಬೆಲ್ಲದೊಡನೆ ಸೇವಿಸಿದ ಸಸ್ಯಾಹಾರಿಗಳೂ ಸುಮಾರು ಹತ್ತು ಸಾವಿರದಷ್ಟು ಇದ್ದರು ಮತ್ತು ಅಸ್ತಮಾ ರೋಗಿಗಳ ಜೊತೆ ಅವರನ್ನು ನೋಡಿಕೊಳ್ಳಲು ಬಂದವರೂ ಇದ್ದರು ಎನ್ನುವುದನ್ನು ನೀವು ನೆನಪಿನಲ್ಲಿಟ್ಟುಕೊಳ್ಳಬೇಕು. ಹಾಗಾಗಿ ಸಂದಣಿ ದೊಡ್ಡದಿತ್ತು.’

‘ಆದರೆ, ಅದು ನಾಲ್ಕು ಲಕ್ಷದಷ್ಟಿತ್ತಾ?’

'ಇಲ್ಲ, ಖಂಡಿತವಾಗಿಯೂ ಇಲ್ಲ' ಎಂದು ಸ್ವಾಮಿ ಉತ್ತರಿಸಿದರು.

ಮೆಟ್ಟಿಲಿಳಿಯುತ್ತ ಬರುವಾಗ ಗೋಡೆಯ ಮೇಲೆ ನೇತಾಡುತ್ತಿದ್ದ ಭಿತ್ತಿಚಿತ್ರವೊಂದನ್ನು ನೋಡಿದೆ. ಸಮುದ್ರದಿಂದ ಹಿಡಿದು ತಂದ ಮೀನುಗಳು, ಬಲೆಯಲ್ಲಿ ಸತ್ತಂತೆ ಬಿದ್ದಿದ್ದ ಚಿತ್ರ ಅದರಲ್ಲಿತ್ತು. 'ಮೀನಿನಿಂದಲೇ ನಮ್ಮ ಆರೋಗ್ಯ' ಎನ್ನುವ ತಲೆಬರಹ ಅದಕ್ಕಿತ್ತು. ನನಗೇಕೋ ನಂಬಿಕೆ ಬರಲಿಲ್ಲ.

II

ತೆರಿಗೆ ಕಕ್ಕುತ್ತಿರುವ ಜನರ ಮಾತಂತಿರಲಿ, ಚಿಕಿತ್ಸೆಯನ್ನು ವಿರೋಧಿಸುತ್ತಿದ್ದವರ ಶೂಲವು ನೇರವಾಗಿ ಗೌಡರ ಕುಟುಂಬವು ಆಯುರ್ವೇದ ತತ್ತ್ವಗಳ ಆಧಾರದ ಮೇಲೆ ತಯಾರಿಸುತ್ತೇವೆ ಎಂದು ಹೇಳಿಕೊಳ್ಳುತ್ತಿದ್ದ ಹಳದಿ ಬಣ್ಣದ ಕಣಕದ ಮೇಲೇ ದಾಳಿ ಮಾಡಿತು. ಕೆಲವು ವರ್ಷಗಳ ಮೊದಲು ಗೌಡರು ಲಖನೌದಲ್ಲಿರುವ ಕೇಂದ್ರೀಯ ಔಷಧ ಸಂಶೋಧನಾ ಸಂಸ್ಥೆ (ಸೆಂಟ್ರಲ್ ಡ್ರಗ್ ರಿಸರ್ಚ್ ಇನ್ಸ್ಟಿಟ್ಯೂಟ್) ಮತ್ತು ಕೊಲಕತ್ತಾದಲ್ಲಿರುವ ಭಾರತೀಯ ರಾಸಾಯನಿಕ ಜೀವವಿಜ್ಞಾನ ಸಂಸ್ಥೆಗಳಿಗೆ (ಇಂಡಿಯನ್ ಇನ್ಸ್ಟಿಟ್ಯೂಟ್ ಆಫ್ ಕೆಮಿಕಲ್ ಬಯಾಲಜಿ) ಕಣಕದ ಮಾದರಿಯನ್ನು ಕಳುಹಿಸಿಕೊಟ್ಟಿದ್ದರು. ಇದರಲ್ಲಿ ಎರಡನೆಯ ಸಂಸ್ಥೆಯು ನೀಡಿದ ವರದಿಯ ಪ್ರತಿಯೊಂದನ್ನು ಹರಿನಾಥರು ನನಗೆ ನೀಡಿದರು. ವರದಿಯು ಕಣಕದ ಚಿಕಿತ್ಸಾ ಸಾಮರ್ಥ್ಯವನ್ನು ಕುರಿತಂತೆ ಯಾವುದೇ ಅಭಿಪ್ರಾಯವನ್ನೂ ನೀಡಲು ನಿರಾಕರಿಸಿತ್ತು. ಕಣಕದಿಂದ ಜೀವಕ್ಕೆ ನಿಜವಾಗಿಯೂ ಅಪಾಯವೇನೂ ಇಲ್ಲ ಹಾಗೂ ಅಸ್ತಮಾದ ವಿರುದ್ಧ ಗುಟ್ಟಿನಲ್ಲಿ ಕೆಲಸಮಾಡುವ ಸ್ಟಿರಾಯ್ಡ್‌ಗಳೇನೂ ಅದರಲ್ಲಿಲ್ಲ ಎಂದು ಒಲ್ಲದ ಮನಸ್ಸಿನಿಂದಲೇ ಅದು ಹೇಳಿತ್ತು. ಆ ಕಣಕದಲ್ಲಿ ಭಾರಲೋಹಗಳ ಸಾಂದ್ರತೆಯು ಕಾನೂನು ನಿಗದಿಪಡಿಸಿದ ಮಿತಿಗಳೊಳಗೇ ಇದೆ ಎಂಬುದಾಗಿ ಲೋಹಪರೀಕ್ಷಾ ವಿಶ್ಲೇಷಣೆಯೊಂದರಲ್ಲಿ ಬಹಿರಂಗಪಡಿಸಲಾಗಿತ್ತು.

ಹರಿನಾಥರ ಬಳಿ ಇನ್ನೊಂದು ಪತ್ರವೂ ಇತ್ತು. ಅದನ್ನವರು ನನಗೆ ಗುಟ್ಟಾಗಿ, ಆದರೆ ಮುಕ್ತಮನಸ್ಸಿನಿಂದ ತೋರಿಸಿದರು. ಅದು ಆಯುರ್ವೇದ, ಯೋಗ, ನಿಸರ್ಗಚಿಕಿತ್ಸೆ, ಯುನಾನಿ, ಸಿದ್ಧ ಮತ್ತು ಹೋಮಿಯೋಪತಿಗಳಂತಹ ಪರ್ಯಾಯ ಔಷಧ ಪದ್ಧತಿಗಳನ್ನು ನಿಯಂತ್ರಿಸುವ ಉದ್ದೇಶದಿಂದ ಸ್ಥಾಪಿತವಾದ AYUSH ಇಲಾಖೆಯಿಂದ ಬಂದಿತ್ತು. ಈ ಪತ್ರವು ಗೌಡರ ಚಿಕಿತ್ಸೆಯನ್ನು ಆಯುರ್ವೇದಕ್ಕೆ ಸೇರಿದುದೆಂದು ವರ್ಗೀಕರಿಸಲು ಒಪ್ಪಿರಲಿಲ್ಲ. 'ಹೆಚ್ಚೆಂದರೆ... ಸಾಂಸ್ಥಿಕ ಅರ್ಹತೆಯನ್ನು

ಹೊಂದಿರದ, ಸಾಂಪ್ರದಾಯಿಕ ವೈದ್ಯನೊಬ್ಬನು ನೀಡುವ ಒಂದು ಜಾನಪದ ಔಷಧಿ' ಎಂದಷ್ಟೇ ಹೇಳಿತ್ತು.

ಈ ಅಚಲ ವಿಶ್ವಾಸವೆನ್ನುವುದೇ ಹಾಗೆ; ನಂಬಿಕೆ ಅಥವಾ ಅಪನಂಬಿಕೆಗಳ ಯಾವುದೇ ದಿಕ್ಕಿನಲ್ಲಿಯೂ ಅತಿದೂರದವರೆಗೆ ಕ್ರಮಿಸಬಲ್ಲದು. ಹರಿನಾಥರು ತಮ್ಮ ಔಷಧಿಯು ಹೊಂದಿರುವ ಚಿಕಿತ್ಸಾಗುಣದ ಕುರಿತಾಗಿ ನನ್ನ ಮನವೊಲಿಸುವ ಭರದಲ್ಲಿ ಕ್ಲೀಷೆಯ ಮಾತುಗಳ ಪ್ರವಾಹದಲ್ಲಿ ತಾವೇ ಕೊಚ್ಚಿಹೋಗತೊಡಗಿದರು. 'ನಮ್ಮಲ್ಲೀಗ ಪ್ರನಾಳಶಿಶುಗಳಿವೆ. ಆದರೂ ದುರ್ಯೋಧನ ಮತ್ತವನ ಸಹೋದರರು ಮಾಂಸದ ಮುದ್ದೆಯೊಂದರಿಂದ ಹುಟ್ಟಿದರು ಎಂಬ ಪುರಾಣಕತೆಯನ್ನು ನಾವೇಕೆ ನಂಬುವುದಿಲ್ಲ?' 'ನಮ್ಮ ಬಳಿ ಈಗ ಕ್ಷಿಪಣಿನೌಕೆಗಳಿವೆ; ಆದರೂ ರಾಮಾಯಣದ ವಿಮಾನಗಳನ್ನು ನಾವೇಕೆ ನಂಬುವುದಿಲ್ಲ?' ಎಂಬ ಪ್ರಶ್ನೆಗಳನ್ನು ಮುಂದಿಟ್ಟರು.

ವಿಚಾರವಾದದ ಪ್ರತಿಪಾದಕರಾದ ನರಿಸೆಟ್ಟಿಯವರೂ ಪ್ರಚೋದನಕಾರಿ ಹೇಳಿಕೆಗಳನ್ನು ನೀಡುವುದರಲ್ಲಿ ಹಿಂದೆ ಬಿದ್ದಿಲ್ಲ. 'ಸರಕಾರವು ಸಂಸ್ಕೃತಿಯನ್ನಷ್ಟೇ ಬೆಂಬಲಿಸಬೇಕು, ಧರ್ಮವನ್ನಲ್ಲ. ಧರ್ಮವೆನ್ನುವುದು ಒಂದು ಮೂಢನಂಬಿಕೆ. ಅದು ಸಂಸ್ಕೃತಿಯ ಭಾಗವಲ್ಲ' ಎಂದರು. ಭಾರತದಲ್ಲಿ ಸಂಸ್ಕೃತಿಯ ಬಗ್ಗೆ ಹೇಳುವುದಾದರೆ ಧರ್ಮವೆನ್ನುವುದು ನಾವು ತಿನ್ನುವ ಆಹಾರ, ಹಾಕಿಕೊಳ್ಳುವ ಬಟ್ಟೆ, ಆಚರಿಸುವ ಹಬ್ಬಹರಿದಿನಗಳು, ಕೇಳುವ ಶಾಸ್ತ್ರೀಯ ಸಂಗೀತ, ಪೋಷಿಸುವ ಕಲೆ ಹಾಗೂ ರಂಗಭೂಮಿ ಹೀಗೆ ಎಷ್ಟೊಂದನ್ನು ತಿಳಿಸಿಕೊಡುತ್ತದೆಯಲ್ಲವೆ ಎಂದು ಹೇಳಿದೆ. 'ಅವೆಲ್ಲವೂ ಧರ್ಮವಿಲ್ಲದೆಯೂ ಉಳಿಯಬಲ್ಲವು' ಎಂದು ಸಿಡಿದರು. ನಂತರ ಒಂದು ಹೆಜ್ಜೆ ಮುಂದೆ ಹೋಗಿ, 'ಈ ಕುರಿತು ಜನರಿಗೆ ಅರಿವು ಮೂಡಿಸುವುದು, ಧರ್ಮವೆನ್ನುವುದು ಕೇವಲ ಒಂದು ಮೂಢನಂಬಿಕೆ ಎನ್ನುವುದನ್ನು ತೋರಿಸಿಕೊಡುವುದು ಸರ್ಕಾರದ ಕೆಲಸ. ಸರಕಾರವು ಧರ್ಮದ ಇರುವಿಕೆಯನ್ನು ನಿಧಾನಕ್ಕೆ ಕಡಿಮೆ ಮಾಡುತ್ತ ಬಂದು ಕೊನೆಗೊಂದು ದಿನ ಅದು ಇಲ್ಲವಾಗಿಬಿಡಬೇಕು. ಆಗಷ್ಟೇ ನಾವು ನಿಜಕ್ಕೂ ಧರ್ಮನಿರಪೇಕ್ಷ ಸಮಾಜದಲ್ಲಿ ಬದುಕಬಹುದು' ಎಂದು ಹೇಳಿದರು.

ಒಂದರ್ಥದಲ್ಲಿ ಇಬ್ಬರೂ ಪರಸ್ಪರ ಮೋಜಿನಮನೆಯ ವಿಕ್ಷಿಪ್ತ ಕನ್ನಡಿಗಳಂತೆ ಇದ್ದರು. ಹರಿನಾಥರಿಗೆ ತಮ್ಮದೇ ಆದ ನಂಬಿಕೆ, ನರಿಸೆಟ್ಟಿಯವರಿಗೆ ಆ ನಂಬಿಕೆಯ ಅಪ್ರಸ್ತುತತೆಯಲ್ಲಿ ನಂಬಿಕೆ. ಗೌಡರ ಅಸ್ತಮಾ ಚಿಕಿತ್ಸೆಯೆನ್ನುವುದು ಆಧಾರರಹಿತವಾದದ್ದು ಎಂದು ತೋರಿದರೂ, ನನಗೇಕೋ ಹರಿನಾಥರ ನಂಬಿಕೆ ನರಿಸೆಟ್ಟಿಯವರ ಒಟ್ಟಾರೆ ಧರ್ಮವನ್ನೇ ಧಿಕ್ಕರಿಸುವ ನಂಬಿಕೆಗಿಂತ ಕಡಿಮೆ ಆಘಾತಕಾರಿಯೆನಿಸಿತ್ತು. ನಂಬಿಕೆಯುಳ್ಳವರ ನಿಲುವುಗಳಿಗಿಂತಲೂ

ಹೆಚ್ಚಾಗಿ ನಂಬಿಕೆರಹಿತರ ಘೋರ ಅಭಿಪ್ರಾಯಗಳಿಂದ ಮೊಟ್ಟ ಮೊದಲ ಬಾರಿಗೆ ವಿಚಲಿತನಾದೆ.

II

ಒಂದು ವೇಳೆ ಈ ಚಿಕಿತ್ಸೆ ಎನ್ನುವ ಇಡೀ ಕಾರ್ಯಕ್ರಮವು ಸೋಗಿನ ಪ್ರದರ್ಶನವೇ ಆಗಿದ್ದರೂ (ಅರಿವಿಲ್ಲದೇ ನಡೆಯುವ ಸೋಗಿಗೂ ಮೋಸ ಮಾಡುವ ಉದ್ದೇಶದಿಂದಲೇ ಮಾಡಿರುವ ಸೋಗಿಗೂ ತುಂಬಾ ವ್ಯತ್ಯಾಸವಿದೆ), ಇಂತಹ ಸೋಗು ಯಾವ ಉದ್ದೇಶವನ್ನು ಈಡೇರಿಸುತ್ತಿತ್ತು ಎಂದು ಖಚಿತವಾಗಿ ನನಗೆ ಹೇಳಬಲ್ಲವರು ಯಾರೂ ಇರಲಿಲ್ಲ. ಆಂಧ್ರಪ್ರದೇಶದಲ್ಲಿ ಗೌಡರದು ಒಂದು ಮುಖ್ಯ ಸಮುದಾಯ. ಹಾಗಾಗಿ ಅಲ್ಲಿನ ರಾಜಕಾರಣಿಗಳಿಗೆ ಅವರ ಮತದ ಮೇಲೆ ಕಣ್ಣಿತ್ತು. ಸಮುದಾಯದ ಭಾವನೆಗಳಿಗೆ ಧಕ್ಕೆ ತರುವುದಕ್ಕಿಂತಲೂ ಬಥಿನಿ ಗೌಡರ ಕುಟುಂಬವನ್ನು ಬೆಂಬಲಿಸುವುದೇ ಹೆಚ್ಚು ಲಾಭದಾಯಕ ಎಂದವರು ತಿಳಿದಿದ್ದರು. ಆದರೆ ಪ್ರತಿ ವರ್ಷ ಯಾವುದೇ ಪ್ರತಿಫಲವಿಲ್ಲದೇ ಅಥವಾ ಸಂಭಾವನೆ ಪಡೆಯದೇ ಇದನ್ನು ನಡೆಸಲು ಗೌಡರಿಗಿರುವ ಪ್ರೇರಣೆಯಾದರೂ ಏನು ಎನ್ನುವುದು ನನ್ನನ್ನು ಹೆಚ್ಚು ಕಾಡುತ್ತಿತ್ತು. ಕಣಕ ತಯಾರಿಸುವುದು, ಜನರ ಗದ್ದಲವನ್ನು ನಿಭಾಯಿಸುವುದು, ಮೈರೇಜಿಗೆಯೇಳುವ ಸೆಕೆಯನ್ನು ನಿಭಾಯಿಸುವುದು, ಜನರಿಗೆ ಮಾರ್ಗದರ್ಶನ ಮಾಡುತ್ತ ನಿಂತುಕೊಳ್ಳುವುದು ಹಾಗೂ ಪ್ರತಿ ಗಂಟೆಗೂ ಡಜನ್ನುಗಟ್ಟಲೆ ಅಪರಿಚಿತ ಗಂಟಲುಗಳಲ್ಲಿ ಕೈತೂರುವುದು... ಯಾವುದೂ ಸುಲಭದ್ದಾಗಿರಲಿಲ್ಲ. ಇದನ್ನು ಕೇವಲ ಒಂದು ಹವ್ಯಾಸ ಎಂದುಕೊಂಡರೂ ಅತಿರೇಕವೇ ಎನಿಸುತ್ತದೆ; ಅನಿಸುವುದೇನು, ಅದು ಅತಿರೇಕವೇ ಆಗಿದೆ.

ಇದಕ್ಕೂ ಕೂಡ ಕುತೂಹಲಭರಿತ ಕತೆಗಳಿವೆ. ಕೆಲವು ವರ್ಷಗಳ ಹಿಂದೆ ಚಂದ್ರಬಾಬು ನಾಯ್ಡು ಸರ್ಕಾರವು, ಹಳೆ ಹೈದರಾಬಾದಿನಲ್ಲಿ ಗೌಡರಿಗೆ ಒಂದಿಷ್ಟು ಜಮೀನನ್ನು ಹಸ್ತಾಂತರಿಸಿದ್ದರಿಂದ ಗೌಡರ ಅದೃಷ್ಟ ಖುಲಾಯಿಸಿತಂತೆ. 'ಅಲ್ಲಿಯವರೆಗೆ ತಾವು ಗಿಡಮೂಲಿಕೆಗಳನ್ನು ಹಿಮಾಲಯದಿಂದ ತರಿಸಿಕೊಳ್ಳುತ್ತಿದ್ದೆವು. ಈಗ ಈ ಭೂಮಿಯಲ್ಲಿ ತಮಗೆ ಬೇಕಾದ ಗಿಡಮೂಲಿಕೆಗಳನ್ನು ಬೆಳೆಸಬಹುದು. ಇದು ತಮ್ಮ ಕೆಲಸವನ್ನು ಸುಗಮಗೊಳಿಸುತ್ತದೆ ಎಂದು ಗೌಡರು ಹೇಳುತ್ತಿದ್ದರು' ಎಂಬುದಾಗಿ ನರಿಸೆಟ್ಟಿ ಆಪಾದಿಸಿದರು. ಅದಲ್ಲದೇ, ಪ್ರತಿ ವರ್ಷ ಎಕ್ಸಿಬಿಷನ್ ಗ್ರೌಂಡ್ಸ್‌ನಲ್ಲಿ ನಡೆಯುವ ಈ ಮುಖ್ಯ ಕಾರ್ಯಕ್ರಮಕ್ಕಾಗಿ ಸಾವಿರಾರು ಜನ ನೆರೆಯುತ್ತಾರೆ. ಕೈದಿಗಳಂತೆ ಬಹಳ ಸಮಯ ಅಲ್ಲೇ ಕಳೆಯಬೇಕಾದ ಈ ಜನರನ್ನು ಲಕ್ಷ್ಯದಲ್ಲಿಟ್ಟುಕೊಂಡೇ ಸುತ್ತಮುತ್ತ

ಆಟಿಕೆ ಸಾಮಾನುಗಳು, ಬಟ್ಟೆಯಂಗಡಿ, ಆಹಾರ ಮಳಿಗೆಗಳು, ಪೂಜಾ ಸಾಮಗ್ರಿಗಳ ಕೈಗಾಡಿಗಳು ತಲೆಯೆತ್ತುತ್ತವೆ. ಗೌಡರಿಗೆ ಈ ಪೂರಕ ವ್ಯಾಪಾರ ವ್ಯವಹಾರಗಳಲ್ಲಿಯೂ ಪಾಲು ಸಿಗುತ್ತಿತ್ತು ಎಂದು ನರಿಸೆಟ್ಟಿ ಹೇಳಿದರು.

ಇದೂ ಸಾಧ್ಯವೆಂದು ಅನ್ನಿಸಿದರೂ, ಹಣಗಳಿಕೆಗೆ ಇದಕ್ಕಿಂತಲೂ ಸುಲಭವಾದ ಮತ್ತು ಪರಿಣಾಮಕಾರಿಯಾದ ಮಾರ್ಗಗಳಿವೆಯಲ್ಲವೆ ಎಂದು ಅನುಮಾನವಾಯ್ತು. ಇಷ್ಟಾದರೂ ಚಿಕಿತ್ಸೆಯ ಹಿಂದಿನ ದಿನ ಎಕ್ಸಿಬಿಷನ್ ಗ್ರೌಂಡ್ಸ್‌ನಲ್ಲಿರುವ ಪುಟ್ಟ ಕಚೇರಿಗೆ ಹರಿನಾಥರು ಹೋದಾಗ, ಕೌಂಟರಿನ ಹಿಂಬದಿ ಕುಳಿತು ಮುಂಗಡ ಟೋಕನ್‌ಗಳನ್ನು ಕೊಡುತ್ತಿದ್ದ ಹುಡುಗಿಯ ಬಳಿ ನೇರವಾಗಿ ಹೋಗಲಿಲ್ಲ. ಎಷ್ಟು ಟೋಕನ್‌ಗಳನ್ನು ಹಂಚಲಾಯಿತು ಅಥವಾ ಸ್ಪಂದನೆ ಹೇಗಿದೆ ಎಂದು ತಿಳಿದುಕೊಳ್ಳಲು ಪ್ರಶ್ನಿಸಲಿಲ್ಲ. ಬದಲಾಗಿ ಪುಸಕ್ಕನೆ ಕಚೇರಿಯೊಳಗೆ ನುಗ್ಗಿ, ಆಗಷ್ಟೇ ಮುದ್ರಕರು ಸೊಂಟದೆತ್ತರ ಪೇರಿಸಿಟ್ಟು ಹೋದ ಬೆಚ್ಚಗಿನ ಕರಪತ್ರಗಳ ರಾಶಿಯೆಡೆಗೆ ನಡೆದರು. ಮೇಲಿನಿಂದ ಒಂದು ಕರಪತ್ರವನ್ನು ಹಿಡಿದೆಳೆದು, ಸೂಚನೆಗಳನ್ನು ಹಾಗೂ ರೋಗಿಯು ತಿನ್ನಬಹುದಾದ ಇಪ್ಪತ್ತೇಳು ಪದಾರ್ಥಗಳನ್ನು ನಮೂದಿಸಿದ್ದ ಪಥ್ಯದ ಪಟ್ಟಿಯನ್ನು ಪರಿಶೀಲಿಸಿದರು. ನಂತರ ಸಮಾಧಾನದಿಂದ ನಕ್ಕು 'ಎಲ್ಲವೂ ಇವೆ, ಎಲ್ಲವೂ ಸರಿ ಇವೆ' ಎಂದು ತಮ್ಮ ಜೊತೆಗಾರನಿಗೆ ಹೇಳಿದರು. ಅಗ್ಗದ ಪ್ಲಾಸ್ಟಿಕ್ ಸೀಟಿ ಅಥವಾ ಬಣ್ಣಬಣ್ಣದ ಟೀ-ಶರ್ಟ್‌ಗಳ ಮಾರಾಟದಿಂದ ಬಂದ ಹಣದಲ್ಲಿ ಪಾಲನ್ನು ಪಡೆಯುವ ವ್ಯಕ್ತಿಯ ನಡತೆಯಂತೆ ನನಗದು ಕಾಣಲಿಲ್ಲ.

II

ಚಾರ್ಮಿನಾರ್‌ನಿಂದ ಒಂದೆರಡು ಕಿಲೋಮೀಟರ್ ದೂರದಲ್ಲಿರುವ ಹೈದರಾಬಾದಿನ ದೂಧ್ ಬೌಲಿ ಪ್ರದೇಶವು ಹಳೆಯ ಮಸೀದಿಗಳಿರುವ ಪ್ರದೇಶ. ಕಿರಿದಾದ ಬೀದಿಗಳಲ್ಲಿ ನಡೆಯುತ್ತಾ ಹೋದರೆ ಮತ್ತೆ ಹೋದ ದಾರಿಗೇ ಮರಳಿ ಬಂದು ಸೇರುತ್ತೇವೆ. ಬಥಿನಿ ಗೌಡರ ಪೂರ್ವಜರ ಮನೆಯು ಈ ಬೀದಿಗಳಲ್ಲೊಂದರಲ್ಲಿಯೇ ಇದೆ. ಅದಕ್ಕೆ ಹೊಸದಾಗಿ ಸುಣ್ಣ ಬಳಿದಿದ್ದು, ಗಿಳಿಹಸಿರು ವರ್ಣದ ಕಿಟಕಿ ಚೌಕಟ್ಟುಗಳಿಗೆ ಮತ್ತೆ ಬಣ್ಣ ಹಚ್ಚಲಾಗಿದೆ. 'ಹಿಂದಿನ ದಿನ ದೂಧ್ ಬೌಲಿಯಲ್ಲಿರುವ ಮನೆಯಲ್ಲಿ ನಾವು ಪೂಜೆ ಮಾಡುತ್ತೇವೆ. ಸಾಮಾನ್ಯವಾಗಿ ಕುಟುಂಬದವರಷ್ಟೇ ಇರುವುದು. ಆದರೆ ನೀನು ಬರಲೇಬೇಕು' ಎಂದು ಹರಿನಾಥರು ಹೇಳಿದ್ದ ಕಾರಣ, ಮನೆತನದವರನ್ನೆಲ್ಲ ನೋಡುವ ಕುತೂಹಲದಿಂದ ಹೋಗಿದ್ದೆ.

ನಾನು ಮತ್ತು ಹರಿನಾಥರು ಹೋಗುವಷ್ಟರಲ್ಲಿ, ಮಾಳಿಗೆಯ ಮೇಲೆ ತಾತ್ಕಾಲಿಕವಾಗಿ ಎತ್ತಿ ನಿಲ್ಲಿಸಿದ್ದ ಬಟ್ಟೆಯ ಛಾವಣಿಯಡಿ ಕುಟುಂಬದ ಜನರೆಲ್ಲ ಬಂದು ಸೇರಿದ್ದರು. ಒಂದು ಮೂಲೆಯಲ್ಲಿ, ಪುಟ್ಟ ವೇದಿಕೆಯೊಂದರ ಪಕ್ಕಕ್ಕೆ ತನ್ನಷ್ಟಕ್ಕೆ ಗುಣುಗುಡುತ್ತ ಕುಳಿತಿದ್ದ ಮನೆತನದ ಪುರೋಹಿತರು ಆಗಾಗ್ಗೆ ಹೊರ ಪ್ರಪಂಚದತ್ತ ದೃಷ್ಟಿ ಹಾಯಿಸುತ್ತಿದ್ದರು. ಹರಿನಾಥರು ಅಂಗಿ ಕಳಚಿಟ್ಟು, ಮುಂದಿನ ಸಾಲಿನಲ್ಲಿ ತನ್ನಿಬ್ಬರು ಅಣ್ಣಂದಿರ ಪಕ್ಕ ಕುಳಿತರು. ನಾನು ಹಿಂಬದಿಯಲ್ಲಿ ಒಂದು ಆಸನ ಹುಡುಕಿಕೊಂಡೆ. ಡಿಜಿಟಲ್ ವೀಡಿಯೋ ಕ್ಯಾಮರಾವೊಂದನ್ನು ಹಿಡಿದ ಫ್ರೆಂಚ್ ಸಾಕ್ಷ್ಯಚಿತ್ರಕಾರನೊಬ್ಬ ಒಳನುಸುಳುವ ತನಕವೂ ನಾನು ತುಸು ಇರಿಸುಮುರಿಸು ಭಾವನೆಯನ್ನು ಅನುಭವಿಸುತ್ತಿದ್ದೆ. ಶ್ರದ್ಧಾಪೂರ್ವಕವಾಗಿ ಸುತ್ತುವ ಗ್ರಹವೊಂದರಂತೆ, ಆತ ನೆರೆದಿದ್ದ ಜನರ ಸುತ್ತ ಸುತ್ತಿ ಇಡೀ ಪೂಜಾ ಪ್ರಕ್ರಿಯೆಯನ್ನು ಚಿತ್ರೀಕರಿಸುತ್ತಿದ್ದ.

ನಿಜ ಹೇಳಬೇಕೆಂದರೆ, ಅಲ್ಲಿ ಚಿತ್ರೀಕರಿಸುವುದು ಅಷ್ಟೇನೂ ಇರಲಿಲ್ಲ. ಅದೊಂದು ಸಾಧಾರಣವಾದ ಸತ್ಯನಾರಾಯಣ ಪೂಜೆಯಾಗಿತ್ತು. ಬಹಳಷ್ಟು ಹಿಂದೂ ಕುಟುಂಬಗಳಲ್ಲಿ ಯಾವುದೇ ಮಹತ್ವದ ಸಂದರ್ಭಕ್ಕೂ ಮೊದಲು ಈ ಪೂಜೆಯನ್ನು ಮಾಡುತ್ತಾರೆ. ಯಾವುದೇ ಸಾಮೂಹಿಕ ಪೂಜಾ ಕಾರ್ಯಕ್ರಮದಲ್ಲಿ ಇದ್ದ ಹಾಗೆ ಇಲ್ಲಿಯೂ ಕುಳಿತಲ್ಲಿ ಕುಳಿತಿರಲಾರದ ಮಕ್ಕಳು, ಸಣ್ಣಗೆ ಕುಂಯ್ಗುಡುವ ಶಿಶುಗಳು, ಮುಂದಿನ ಸಾಲಿನ ಗಂಭೀರ ಸದ್ಗೃಹಸ್ಥರು ಹಾಗೂ ಹಿಂಬದಿಯಲ್ಲಿ ಮನಸ್ಸಿಗೆ ಹಾಯೆನಿಸುವ ರೀತಿಯಲ್ಲಿ ತೂರಿ ಬರುತ್ತಿದ್ದ ಹೆಂಗಳೆಯರ ಮಾತು, ನಗುಗಳೆಲ್ಲವೂ ಇದ್ದವು. ನಡು ಮಧ್ಯಾಹ್ನದ ಸೆಕೆಯನ್ನು ಸೀಳಿ ಸುಳಿಯುತ್ತಿದ್ದ ಮಳೆಗಾಲದ

ತಂಪುಗಾಳಿಯಲ್ಲಿಯೂ ಬೆವರುತ್ತಿದ್ದ ಹರಿನಾಥರು ತುಸುವೂ ಅಲುಗಾಡದೇ ಕಣ್ಮುಚ್ಚಿ, ಕೈಮುಗಿದು ಕುಳಿತಿದ್ದರು.

ಈ ರೀತಿಯಾಗಿ ನಾವು ಸುಮಾರು ಒಂದು ಗಂಟೆಯ ಕಾಲ ಕುಳಿತಿದ್ದೇವೇನೋ, ಎಲ್ಲರ ಲಕ್ಷ್ಯ ಅತ್ತಿತ್ತ ಹರಿದಾಡಲಾರಂಭಿಸಿತು. ಚಿತ್ರೀಕರಣ ಮಾಡುತ್ತಿದ್ದಾತ ಅಷ್ಟೇನೂ ಉತ್ತಮವಲ್ಲದ ಕೋನಗಳಿಂದಲೂ ಚಿತ್ರಿಸಿದ; ಪುಟ್ಟ ಮಗು ದೊಡ್ಡದಾಗಿಯೇ ರಾಗ ಆರಂಭಿಸಿತು; ಹರಿನಾಥರು ಇನ್ನಷ್ಟು ಬೆವರತೊಡಗಿದರು; ತಾಳ್ಮೆ ಕಳೆದುಕೊಂಡ ಮಕ್ಕಳು ತುಸು ತಂಪನ್ನರಸಿ ಕೆಳಗೆ ಹೋಗಿ ಬಂದು ಮಾಡತೊಡಗಿದವು. ಸ್ವಲ್ಪ ಹೊತ್ತಿನ ನಂತರ ಕೆಲವು ಜನರು ದೊಡ್ಡ ದೊಡ್ಡ ಬೆತ್ತದ ಬುಟ್ಟಿಗಳಲ್ಲಿ ಅನ್ನ, ಸಿಹಿತಿಂಡಿ ಹಾಗೂ ಪೂರಿಗಳನ್ನು, ಸ್ಟೀಲ್ ಬಕೆಟ್ಟುಗಳಲ್ಲಿ ಸಾಂಬಾರ್ ಮತ್ತು ರಸಂಗಳನ್ನು ಮೇಲಕ್ಕೆ ಹೊತ್ತು ತರಲಾರಂಭಿಸಿದರು. ಛಾವಣಿಯ ಸೀಮಿತ ಜಾಗ, ಸೆಕೆ ಬೇರೆ. ಊಟದಿಂದ ಹೊಮ್ಮುತ್ತಿದ್ದ ದಟ್ಟ, ಅದ್ಭುತ ಪರಿಮಳವು ಮಸಾಲೆಯುಕ್ತ ಮಳೆಮೋಡದ ಹಾಗೆ ಜನರ ತಲೆಯ ಮೇಲೆ ತೂಗತೊಡಗಿತು. ಪೂಜೆಯ ಮೇಲೆ ಇದ್ದ ಅಷ್ಟಿಷ್ಟು ಗಮನವೂ ಮತ್ತಷ್ಟು ಮುದುಡಿ ಹೋಗಿದ್ದರೆ ಆಶ್ಚರ್ಯವಿಲ್ಲ.

ಕೊನೆಯಲ್ಲಿ ಹರಿನಾಥರು ತೆಂಗಿನಕಾಯೊಂದನ್ನು ಒಡೆದರು. ಹುಡುಗಿಯೊಬ್ಬಳು ಬಂದು, ವೀಳ್ಯದೆಲೆಯೊಂದಿಗೆ ಕೆಂಪು-ಹಳದಿ ದಾರವೊಂದನ್ನು ನಮ್ಮ ಮಣಿಕಟ್ಟಿನ ಸುತ್ತಲೂ ಕಟ್ಟಿದಳು. ಪುರೋಹಿತರು ಆರತಿ ಎತ್ತಿ, ಕಲ್ಲುಸಕ್ಕರೆ ಮತ್ತು ಬಾಳೆಹಣ್ಣಿನ ತುಂಡುಗಳನ್ನು ದೇವರಿಗೆ ನೈವೇದ್ಯ ಮಾಡಿದರು. ಎಲ್ಲವೂ ಮುಗಿದಂತೆ ತೋರುತ್ತಿತ್ತು. ಆದರೆ ಕೆಳಮನೆಗೆ ನಡೆದ ಗುಂಪು ಮೊದಲು ಕಿಕ್ಕಿರಿದ ದೇವರಕೋಣೆಗೆ ಹೋಗಿ, ನಂತರ ಈ ಎಲ್ಲ ಶುದ್ಧೀಕರಣ-ಅಭಿಷೇಕ-ಪೂಜೆಯ ನಿಜವಾದ ಕೇಂದ್ರ ಬಿಂದುವಾದ ಬಾವಿಯ ಬಳಿಗೆ ಬಂದಿತು.

ಒಬ್ಬ ಸಂಚಾರಿ ವೈದ್ಯ ಅಥವಾ ಔಷಧ ವ್ಯಾಪಾರಿಯ ಹಾಗೆ ಚಿಕಿತ್ಸೆಯನ್ನು ಭಾರತದುದ್ದಕ್ಕೂ ಒಯ್ಯುವ ವಿಚಾರವು ಅವರಿಗೇನಾದರೂ ಬಂದಿತ್ತಾ ಎಂದು ಮೊದಲಬಾರಿಗೆ ಹರಿನಾಥರನ್ನು ಭೇಟಿಯಾದಾಗ ಪ್ರಶ್ನಿಸಿದ್ದೆ. ಅದನ್ನು ಕೇಳಿ ಮೊದಲಿಗೆ ಅವರಿಗೆ ಅಸಮಾಧಾನವಾಯಿತು. ಅನಂತರ 'ನಮಗೆ ನಮ್ಮ ದೂಧ್ ಬೌಲಿ ಬಾವಿಯ ಅಗತ್ಯವಿದೆ' ಎಂದು ಗುಟ್ಟಾಗಿ ಹೇಳಿದರು. ಆ ಹೇಳಿಕೆಯ ಕುರಿತು ವಿವರಿಸುವಂತೆ ಆಮೇಲೆ ನಾನು ಅವರ ಮನವೊಲಿಸಿದೆ. ದೂಧ್ ಬೌಲಿ ಮನೆಯಲ್ಲಿನ ಬಾವಿಯ ನೀರನ್ನೇ ಬಳಸಿ ಔಷಧಿಯನ್ನು ತಯಾರಿಸುವುದರ ಮಹತ್ವವನ್ನು ಅವರು ಹೇಳಿದರು. 'ಅದೇ ನೀರೇ ಆಗಬೇಕು. ಬೇರೆ ಯಾವುದೂ ಆಗುವುದಿಲ್ಲ' ಎಂದರು. ಒಂದು ಸಾರಿ ಬೇಸಿಗೆಯಲ್ಲಿ ದೂಧ್ ಬೌಲಿ ಬಡಾವಣೆಯಲ್ಲಿನ ಬೇರೆಲ್ಲಾ

ಬಾವಿಗಳೂ ಬತ್ತಿಹೋಗಿದ್ದವು. ಇಡೀ ಹೈದರಾಬಾದ್ ನೀರಿಗಾಗಿ ಹಪಹಪಿಸುತ್ತಿತ್ತು. ಆದರೂ ತಮ್ಮ ಪೂರ್ವಜರ ಮನೆಯಲ್ಲಿನ ಬಾವಿಯಲ್ಲಿ ತಂಪಾದ ಸಿಹಿನೀರು ಚಿಮ್ಮುತ್ತಿತ್ತು ಎಂದವರು ಹೆಮ್ಮೆ ಪಟ್ಟುಕೊಂಡಿದ್ದರು.

ನಿಜ ಹೇಳಬೇಕೆಂದರೆ ಆ ಬಾವಿಯು ಅಂಗಳದಲ್ಲಿದ್ದ ಒಂದು ಸಣ್ಣ ಚೌಕಾಕಾರದ ತೂತಾಗಿತ್ತು. ಮನೆಯ ಪ್ರವೇಶ ದ್ವಾರದ ಹಿಂಬದಿ, ಅಂಗಳದ ಒಂದು ಕಡೆಗೆ ಅದನ್ನು ನಿರ್ಮಿಸಲಾಗಿತ್ತು. ಅದರ ಮೇಲೆ ತಾರಸಿಗೆ ಹೋಗಲು ಕಟ್ಟಿದ್ದ ಮೆಟ್ಟಿಲುಮಾಡವಿತ್ತು. ಅಲ್ಲಿ ಗೋಪುರದಂತೆ ಹಬ್ಬಿದ್ದ ತುಳಸಿಯ ಪೊದೆಯೊಂದು ಈ ಬಾವಿಗೆ ಯಾವಾಗಲೂ ಪಾವಿತ್ರ್ಯ ಕೊಡುತ್ತಿರುವಂತೆ ಕಾಣುತ್ತಿತ್ತು. ಬಾವಿಯಲ್ಲಿ ನೀರು ಅಷ್ಟೇನೂ ತಳದಲ್ಲಿರಲಿಲ್ಲ. ಆದರೆ ಅದು ಎಷ್ಟು ತಂಪಾಗಿ ಇತ್ತೆಂದರೆ, ಬೇಸಿಗೆಯಲ್ಲಿ ಬಾವಿಯ ಮೇಲೆ ಬಗ್ಗಿದರೂ ಸಾಕು, ಹವಾನಿಯಂತ್ರಣ ಯಂತ್ರದಿಂದ ತಂಪುಗಾಳಿ ಮುಖಕ್ಕೆ ನುಗ್ಗಿದಂತೆ ಭಾಸವಾಗುತ್ತಿತ್ತು.

ಪುರೋಹಿತರು ಬಂದು ಬಾವಿಯ ಬಳಿ ಕುಳಿತು ಅರಿಶಿನ, ಕುಂಕುಮ, ಅಕ್ಷತೆಗಳಿಂದ ಪೂಜೆ ನೆರವೇರಿಸಿದರು. ದೊಡ್ಡ ಕಾಳಗವೊಂದಕ್ಕಾಗಿ ಜಟ್ಟಿಯನ್ನು ಹುರಿದುಂಬಿಸುತ್ತಿರುವ, ಶಕ್ತಿ-ಚೈತನ್ಯಗಳನ್ನು ತುಂಬುತ್ತಿರುವ ತರಬೇತುದಾರನಂತೆ, ಮಂತ್ರಗಳನ್ನು ಪಠಿಸುತ್ತಲೇ ಪುರೋಹಿತರು ಬಾವಿಯ ನೀರನ್ನು ಗಂಗೆ, ಯಮುನೆ, ನರ್ಮದೆ, ಸಿಂಧು, ಕಾವೇರಿಯರ ಸಾಕಾರರೂಪವೆಂದು ಗುಣಗಾನ ಮಾಡಿದರು. ನಮ್ಮ ಹಿಂಭಾಗದಲ್ಲಿದ್ದ ದೇವರ ಕೋಣೆಯಲ್ಲಿ, ಮಹಿಳೆಯರು ತಮ್ಮದೇ ಗುಂಪಿನಲ್ಲಿ ರಾಗತಾಳರಹಿತ ಸ್ವರದಲ್ಲಿ ಸಣ್ಣಗೆ ಹಾಡುತ್ತಿದ್ದರು. ಅದಾದ ಮೇಲಷ್ಟೇ ಊಟ.

ಊಟವಾದ ನಂತರ, ಬಥಿನಿ ಗೌಡರ ಮನೆಯು ಅತಿಥಿಗಳಿಂದ ತುಂಬಿಹೋಯಿತು. ಸಿದ್ಧತೆ ಹೇಗೆ ನಡೆಯುತ್ತಿದೆ ಎಂದು ನೋಡಲು ಬರುವ ಅಕ್ಕಪಕ್ಕದವರು, ಕುಟುಂಬದ ಇನ್ನುಳಿದ ಜನ, ಕಾರ್ಯಕ್ರಮಕ್ಕೆಂದು ನೇಮಿಸಲ್ಪಟ್ಟ ಸಂಪರ್ಕಾಧಿಕಾರಿಯಂತೆ ತೋರುತ್ತಿದ್ದ ಹರಿನಾಥರನ್ನು ಸಂದರ್ಶಿಸಲು ಬರುವ ವರದಿಗಾರರು ಹಾಗೂ ಚಿತ್ರೀಕರಣದ ಸಿಬ್ಬಂದಿ ಹೀಗೆ ಜನವೋ ಜನ. ಹರಿನಾಥರ ಎರಡೂ ಸೆಲ್‌ಫೋನ್‌ಗಳು ಅವರ ಮಗಳು ಅಲಕಾಳ ಸುಪರ್ದಿಯಲ್ಲಿದ್ದವು. ಅವಳು ಕೆಲವು ಕರೆಗಳಿಗೆ ಉತ್ತರಿಸುತ್ತಿದ್ದಳು. ಇನ್ನು ಕೆಲವನ್ನು ತಂದೆಗೆ ಕೊಡುತ್ತಿದ್ದಳು. ಅಷ್ಟು ಹೊತ್ತಿಗೆ ಮಧ್ಯಾಹ್ನ ಮೂರು ಗಂಟೆ ಕಳೆದಿತ್ತು.

'ನೀವು ನಿಜವಾಗಿ ಔಷಧಿಯನ್ನು ತಯಾರಿಸಲು ಆರಂಭಿಸುವುದು ಯಾವಾಗ?' ನಾನು ಹರಿನಾಥರನ್ನು ಕೇಳಿದೆ.

'ನಾವು ಸಾಯಂಕಾಲದ ಹೊತ್ತಿಗೆ ಶುರು ಮಾಡಬಹುದೇನೋ ಅಥವಾ ಇದೆಲ್ಲ ಮುಗಿದ ಮೇಲೆ ರಾತ್ರಿಯೂ ಆಗಬಹುದು.'

ಅದನ್ನು ಕೇಳಿಸಿಕೊಂಡು ಆಲೋಚಿಸುತ್ತಾ 'ನಾನದನ್ನು ನೋಡಲು ಇಲ್ಲಿಯೇ ಉಳಿಯಬಹುದೆ?' ಎಂದು ಕೇಳಿದೆ.

ಹರಿನಾಥರು ಸೊಗಸಾಗಿ ನಕ್ಕು 'ಅದು ಸಾಧ್ಯವಿಲ್ಲ ಅಂತ ನಿನಗೆ ಗೊತ್ತು' ಎಂದರು. ನನಗೆ ಗೊತ್ತಿತ್ತು. ಆದರೂ ಕೇಳುವುದರಿಂದ ಆಗುವ ನಷ್ಟವೇನು ಎಂದು ಭಾವಿಸಿ ಕೇಳಿದ್ದೆ.

II

ಚಿಕಿತ್ಸೆಯು ಮರುದಿನ ಸಂಜೆ ಶುರುವಾಗುವುದಿತ್ತು. ಅಲ್ಲಿಯವರೆಗೆ ನನಗೆ ಮಾಡಲು ಅಂತಹ ಕೆಲಸವೇನೂ ಇರಲಿಲ್ಲ. ಹಾಗಾಗಿ, ಎಕ್ಸಿಬಿಷನ್ ಗ್ರೌಂಡ್ಸ್‌ಗೆ ಮರಳಿ ಬಂದು, ಅಲ್ಲಿದ್ದ ಪುಟ್ಟ ಕಚೇರಿಯಲ್ಲಿ ಬಾಟ್ರೋನಿಕ್ಸ್‌ನವರ ಮೇಜಿನ ಬಳಿ ಕುಳಿತೆ. ಹೈದರಾಬಾದ್ ಮೂಲದ ಈ ಸಂಸ್ಥೆಯು ಹಿಮಾಲಯದಲ್ಲಿರುವ ವೈಷ್ಣೋದೇವಿ ಮಂದಿರ, ತಿರುಪತಿಯಲ್ಲಿರುವ ತಿರುಮಲ ದೇವಸ್ಥಾನ ಇತ್ಯಾದಿ ಅಗಾಧ ಜನಸಂದಣಿಯಿರುವ ಸ್ಥಳಗಳಲ್ಲಿ ಸ್ವಯಂಚಾಲಿತ ಪ್ರವೇಶ ಯಂತ್ರಗಳನ್ನು ಕೂರಿಸಿತ್ತು. ಆ ಹಿಂದಿನ ವರ್ಷ ಎಕ್ಸಿಬಿಷನ್ ಗ್ರೌಂಡ್ಸ್‌ನಲ್ಲಿಯೂ ಅಂತಹುದೇ ವಿಧಾನವನ್ನು ಅಳವಡಿಸುವ ಕೆಲಸವನ್ನು ಬಾಟ್ರೋನಿಕ್ಸ್ ಸಂಸ್ಥೆಗೆ ವಹಿಸಲಾಗಿತ್ತು. ಎಲ್ಲಿಲ್ಲದ ಉಮೇದಿನಲ್ಲಿ ಬೆರಳಚ್ಚು ಮತ್ತು ಛಾಯಾಚಿತ್ರಗಳನ್ನು ದಾಖಲಿಸುವ, ಅತ್ಯಾಧುನಿಕ ಬಯೋಮೆಟ್ರಿಕ್ ಯಂತ್ರವನ್ನು ಸ್ಥಾಪಿಸಲಾಗಿತ್ತು.

'ಆದರೆ ಬಯೋಮೆಟ್ರಿಕ್ ತಪಾಸಣೆಗೆ ಹೆಚ್ಚಿನ ಸಮಯ ಹಿಡಿಯುತ್ತಿದ್ದುದರಿಂದ ಜನರು ಕೂಗಾಡಲು, ಆಕ್ಷೇಪಿಸಲು ಆರಂಭಿಸಿದರು' ಎಂದು ಬಾಟ್ರೋನಿಕ್ಸ್‌ನ ಉದ್ಯೋಗಿಯೊಬ್ಬ ಹೇಳಿದ. 'ಅಷ್ಟಕ್ಕೂ ಇಲ್ಲಿ ಯಾವುದೇ ಮೋಸ ನಡೆಯುವ ಅಪಾಯ ನಿಜಕ್ಕೂ ಇಲ್ಲ. ಏಕೆಂದರೆ ಇದೆಲ್ಲವೂ ಉಚಿತ' ಎಂದ. ಆದ್ದರಿಂದ ಈ ವರ್ಷ ಬಯೋಮೆಟ್ರಿಕ್ಸ್ ಯಂತ್ರ ಹೊರಗೆ ಸುಮ್ಮನೆ ಕುಳಿತಿತ್ತು. ಬದಲಾಗಿ, ಜನ ಎರಡು–ಮೂರು ದಿನ ಮುಂಚಿತವಾಗಿ ಬಂದು ಎರಡೆರಡು ಮುಂಗಡ ಚೀಟಿಗಳನ್ನು (ಟೋಕನ್) ಪಡೆದುಕೊಳ್ಳುತ್ತಿದ್ದರು. ಒಂದು ಚೀಟಿ ಮೀನಿನ ಕೌಂಟರ್‌ಗೆ. ಮತ್ತೊಂದು ಅವರಿಗೆ ಬರಹೇಳಿದ ನಿರ್ದಿಷ್ಟವಾದ ಒಂದು ಗಂಟೆಯ ಅವಧಿಯ ಮಾಹಿತಿಗೆ. 'ಒಂದು ವೇಳೆ ಅಗತ್ಯಬಿದ್ದರೆ ಅಂತ..' ಒಬ್ಬನೆಂದ. 'ಯಾವುದಕ್ಕೂ ಸ್ವಲ್ಪ ಮುಂಚೆ ಬಂದರೆ ಒಳ್ಳೆಯದು...' ಅಂತ ಒಬ್ಬರಿಗೊಬ್ಬರು ಹೇಳಿಕೊಳ್ಳುತ್ತಾ ಅವರು ಹೊರಟುಬಿಡುತ್ತಿದ್ದರು.

ಚೀಟಿಗಳನ್ನು ಕೊಡುವ ಮೇಜಿನ ಪಕ್ಕದಲ್ಲೇ ಕುಳಿತಿದ್ದ ನಾನು, ಮರುದಿನ

ಹರಿನಾಥರ ಬಳಿ ಬರಬಹುದಾದ ರೋಗಿಗಳನ್ನು ಗಮನಿಸತೊಡಗಿದೆ. ಹಲವು ವರ್ಷಗಳ ಹಿಂದೆ ನನ್ನ ಅಜ್ಜನ ಬಳಿ ಬರುತ್ತಿದ್ದ ಜನರಲ್ಲಿ ಕಂಡಿದ್ದ ಅನಿಶ್ಚಿತ ಭರವಸೆಯೇ ಇವರಲ್ಲಿಯೂ ಕಾಣುತ್ತಿತ್ತು. 'ಇದು ನಿಜವಾಗಿ ಕೆಲಸ ಮಾಡುತ್ತಾ?' ಸುತ್ತಲೂ ಮುತ್ತಿಕೊಂಡಿರುವ ಜನರು ಈ ಪ್ರಶ್ನೆ ಕೇಳುತ್ತಲೇ ಇದ್ದುದರಿಂದ ಆ ಬಾಟ್ರೋನಿಕ್ಸ್ ಮಹಿಳೆ ತಾನು ಕೇವಲ ಚೀಟಿ ನೀಡುವವಳು ಎಂದು ಹೇಳಲೇಬೇಕಾಯಿತು. ಕೆಲವರು ತಮ್ಮ ಭರವಸೆ, ನಿರೀಕ್ಷೆಗಳಿಗೆ ತಕ್ಕ ಹಾಗೆ ಏನಾದರೂ ಸುಳಿವನ್ನು ಆ ಚೀಟಿಗಳು ಹೊಂದಿರಬಹುದೇನೋ ಎಂಬಂತೆ ಅದನ್ನೇ ಗಮನವಿಟ್ಟು ಪರೀಕ್ಷಿಸಿದರು. ಇನ್ನು ಕೆಲವರು ಚೀಟಿಗಳನ್ನು ಕಿಸೆಗೆ ಹಾಕಿಕೊಂಡಾದ ಮೇಲೆ, ಸಹ–ರೋಗಿಗಳ ನೋಟವು ಈ ಅಸಾಂಪ್ರದಾಯಿಕ ಆಸ್ಪತ್ರೆಯ ಕುರಿತು ಉತ್ತಮ ಮಾಹಿತಿಯನ್ನೇನಾದರೂ ನೀಡುವುದೇನೋ ಎನ್ನುವ ಹಾಗೆ, ತಮ್ಮ ನಂತರ ಬಂದವರನ್ನು ಗಮನಿಸಲು ಅಲ್ಲಿಯೇ ಸುಳಿದಾಡುತ್ತಿದ್ದರು.

ಮಧ್ಯವಯಸ್ಕನೊಬ್ಬ ಚಿಕಿತ್ಸೆಯ ಸಮಯಕ್ಕೆ ಹೈದರಾಬಾದಿನಲ್ಲಿ ಇರಬೇಕೆಂದು ಮಾಂಟ್ರಿಯಲ್‌ನಿಂದ ವಿಮಾನದಲ್ಲಿ ಬಂದಿದ್ದ. 'ನನ್ನ ಶ್ವಾಸಕೋಶಗಳು ತಮ್ಮ ಸಾಮರ್ಥ್ಯದ 38% ರಷ್ಟೇ ಕೆಲಸ ಮಾಡುತ್ತವೆ. ಚೀಲದ ತುಂಬ ಔಷಧಗಳನ್ನಿಟ್ಟುಕೊಂಡೇ ನಾನು ಪ್ರಯಾಣ ಮಾಡಬೇಕು' – ಮಾತ್ರೆ– ಕ್ಯಾಪ್ಸೂಲ್‌ಗಳು, ನೆಬ್ಯುಲೈಸರ್ ಹಾಗೂ ಸಿರಿಂಜ್ (ಚುಚ್ಚುಮದ್ದು ನೀಡುವ ಸೂಜಿ)ಗಳನ್ನುಳ್ಳ ಪ್ಲಾಸ್ಟಿಕ್ ಕೈಚೀಲವೊಂದನ್ನು ತೋರಿಸುತ್ತ ಆತ ಹೇಳಿದ. ನೋಡಲು ಆರೋಗ್ಯದಿಂದ ನಳನಳಿಸುತ್ತಿರುವಂತೆ ಕಾಣುತ್ತಿದ್ದ. ಆದರೆ ಹಲವಾರು ಔಷಧಿಗಳನ್ನು ಅವುಗಳ ಮೂಲಸ್ಥಾನಕ್ಕೇ ಹೋಗಿ ತೆಗೆದುಕೊಳ್ಳುವುದರಲ್ಲಿ ತನ್ನ ಬದುಕು ಕಳೆದಿದೆ ಎಂದು ಹೇಳಿದ. 'ನಾನು ಒಂಟಿಯಾಗಿ ಪ್ರಯಾಣ ಮಾಡಲು ಆಗುವುದಿಲ್ಲ. ಸದಾ ಜೊತೆಯಲ್ಲಿ ಯಾರಾದರೊಬ್ಬರು ಇರಲೇಬೇಕು' ಎಂದೂ ಸೇರಿಸಿದ. ಆತ ಬಥಿನಿ ಗೌಡರ ಚಿಕಿತ್ಸೆಯ ಕುರಿತು ಅಂತರ್ಜಾಲದಲ್ಲಿ ಓದಿದ್ದ. 'ಈಗ ಅವರು ಏನು ಕೊಟ್ಟರೂ ತೆಗೆದುಕೊಳ್ಳಲು ಸಿದ್ಧ' ಎಂದ.

ಬಿಹಾರದಿಂದ ಬಂದ ವಾಹನಗಳ ವ್ಯಾಪಾರಿ, ಅಮರೇಂದ್ರ ಕುಮಾರ್ ಮತ್ತವನ ಹೆಂಡತಿ ಇಬ್ಬರೂ ಈಗ ಮತ್ತೆ ಸರಾಗವಾಗಿ ಉಸಿರಾಡಲು ಸಾಧ್ಯವಾದವರಂತೆ ಕಾಣುತ್ತಿದ್ದರು. ಆತ ಹಿಂದಿನ ದಿನ ಬೆಳಿಗ್ಗೆಯೇ ಹೈದರಾಬಾದಿಗೆ ಬಂದಿದ್ದ. ನಾನು ಅವರನ್ನು ಭೇಟಿಯಾದ ದಿನವೇ ಚಿಕಿತ್ಸೆ ಶುರುವಾಗುತ್ತದೆಂದು ತಪ್ಪಾಗಿ ಭಾವಿಸಿ 'ನಾಳೆ ಮಧ್ಯಾಹ್ನದ ರೈಲಿಗೆ ವಾಪಸ್ಸು ಹೋಗಲು ಟಿಕೆಟ್ ತೆಗೆದುಕೊಂಡುಬಿಟ್ಟಿದ್ದೇನೆ. ಈಗ ಅವುಗಳನ್ನು ರದ್ದು ಮಾಡಿ ಭಾನುವಾರಕ್ಕೆ ಮತ್ತೆ ತೆಗೆದುಕೊಳ್ಳಬೇಕು' ಎಂದು ಚಿಂತೆಯಲ್ಲಿಯೇ ಹೇಳಿದ.

ಮಧ್ಯಾಹ್ನ ಬಂದವರಲ್ಲಿ ಅತ್ಯಂತ ಅನಿಶ್ಚಿತ ಮನಃಸ್ಥಿತಿಯಲ್ಲಿದ್ದವರೆಂದರೆ, ಜೈನ ಪರಿವಾರವೊಂದರ ನಾಲ್ಕು ಜನ ಸದಸ್ಯರು. ಒಟ್ಟಿಗೇ ಪ್ರವೇಶಿಸಿದ ಅವರು ನನ್ನ ಪಕ್ಕದಲ್ಲಿಯೇ ನಿಂತು, ಚೀಟಿಗಳು ಕೈಬದಲಾಯಿಸುತ್ತಿದ್ದುದನ್ನು ಸುಮ್ಮನೇ ನೋಡುತ್ತಿದ್ದರು. ನಂತರ ಅವರಲ್ಲಿ ಅಪ್ಪನಾದವ ನನ್ನ ಹೆಗಲನ್ನು ತಟ್ಟಿ ಕೇಳಿದ: 'ಈ ಔಷಧ ಮೀನಿನ ಜೊತೆ ತೆಗೆದುಕೊಂಡರೆ ಹೆಚ್ಚು ಪರಿಣಾಮಕಾರಿಯಾಗಿರುತ್ತಾ?'

'ರೂಢಿಯಲ್ಲಿ ಮೀನಿನ ಜೊತೆಗೇ ತೆಗೆದುಕೊಳ್ಳುತ್ತಾರೆ. ಸಸ್ಯಾಹಾರಿಗಳಿಗೆ ಬೇರೆ ತರಹದಲ್ಲಿಯೂ ಕೊಡುತ್ತಾರೆ. ಆದರೆ ಮೀನು ಹೆಚ್ಚು ಪರಿಣಾಮಕಾರಿ ಅಂತ ಹೇಳುತ್ತಾರೆ' ನಾನೆಂದೆ.

ಒಂದು ಕ್ಷಣ ಸುಮ್ಮನಾದ ಅವರು ಬಹುತೇಕ ತಮ್ಮಷ್ಟಕ್ಕೆ ತಾವು 'ನಾವು ಮಾಂಸ ತಿನ್ನುವುದಿಲ್ಲವಲ್ಲ' ಎಂದು ಪೇಚಾಡಿದರು.

ಮತ್ತೆ ಒಂದಿಷ್ಟು ಸಮಯ ಮೌನ. ಎಷ್ಟು ತಿಳಿದಿರಬೇಕಿತ್ತೋ ಅಷ್ಟು ಮಾಹಿತಿ ಆ ಪರಿವಾರಕ್ಕೆ ದೊರಕಿರಲಾರದು ಎನಿಸಿ ನಾನೆಂದೆ: 'ಅದು ಜೀವಂತ ಮೀನು ಎನ್ನುವುದು ನಿಮಗೆ ಗೊತ್ತಿದೆಯಲ್ಲವಾ?'

ಇದನ್ನು ಕೇಳಿದ್ದೇ ತಮಾಷೆ ಭುಗಿಲೆದ್ದಿತು. ಅಪ್ಪ ಗಾಢ ಚಿಂತೆಯಲ್ಲಿ ಮುಳುಗಿಬಿಟ್ಟರು. ಅಮ್ಮನಂತೂ ಹುಚ್ಚು ಹಿಡಿದಿದೆಯೆನ್ನುವಷ್ಟು ನಕ್ಕರು. ನಂತರ ಗಟ್ಟಿ ನಿರ್ಧಾರ ಮಾಡಿ ಬಾಗಿಲೆಡೆಗೆ ಹೋದವರು ಹೊಟ್ಟೆ ಹಿಡಿದುಕೊಂಡು ವಾಂತಿಯ ಅಣಕು ಮಾಡಿ ತೋರಿದರು. ಮುಖದ ಮೇಲೆ ವಿಚಿತ್ರವಾದ ತುಂಟ ನಗು. ಭಾರವಾದ ಹೆಜ್ಜೆಗಳನ್ನಿಡುತ್ತಲೇ ನಡುನಡುವೆ 'ಬನ್ನಿ, ಮೀನೆಲ್ಲ ಬೇಡ, ಹೋಗೋಣ' ಎಂದು ಹೇಳುತ್ತಿದ್ದರು. ಸುಮಾರು ಹತ್ತು ವರ್ಷ ವಯಸ್ಸಿನ ಅವರ ಹಿರಿಯ ಮಗ, ಈ ಚಿಕಿತ್ಸೆಯು ಪಡೆದುಕೊಂಡ ಹೊಸ ಹಾಗೂ ವಿಕ್ಷಿಪ್ತ ರೂಪಕ್ಕೆ ಆಕರ್ಷಿತನಾಗಿದ್ದ. ಆದರೆ ಅವನ ಆರೇಳು ವರ್ಷದ ತಮ್ಮ ಮಾತ್ರ ಅಪ್ಪನ ಅಂಗಿಯನ್ನು ಎಳೆದು ಎಳೆದು ದೂರ ಕರೆದೊಯ್ಯುತ್ತಿದ್ದ. ಹೆದರಿಕೆಯಿಂದ ಮುಖ ನಿಧಾನಕ್ಕೆ ಸೆಲ್ಲೋಫೇನ್ ಹಾಳೆಯಂತೆ ಮುರುಟತೊಡಗಿತು.

ಅಪ್ಪ ಪೂರಾ ಐದು ನಿಮಿಷ ಮನಸ್ಸಿನಲ್ಲಿಯೆ ಒದ್ದಾಡಿದರು. ನಂತರ ಸೀದಾ ಬಾಟ್ರೋನಿಕ್ಸ್ ಕೌಂಟರ್ ಬಳಿ ಬಂದು ತನ್ನ ಮಕ್ಕಳಿಗಾಗಿ ಎರಡೂ ಬಗೆಯ ಚೀಟಿ ಕೊಡುವಂತೆ ಕೇಳಿದರು. 'ಒಂದು ವೇಳೆ ಮೀನಿನ ಚಿಕಿತ್ಸೆಯೇ ಬೇಕು ಅಂತ ಅನ್ನಿಸಿದರೆ ಕಷ್ಟ. ಯಾವುದಕ್ಕೂ ಎರಡೂ ಚೀಟಿ ಇರಲಿ' ಎಂದು ತನ್ನ ಪರಿವಾರಕ್ಕೆ ಸಮಜಾಯಿಷಿ ನೀಡಿದರು. ಧಾರ್ಮಿಕ ನಂಬಿಕೆಗಳಿಗಿಂತಲೂ ತನ್ನ ಮಕ್ಕಳ ಪರಿಪೂರ್ಣ ಆರೋಗ್ಯವೇ ಮುಖ್ಯವೆಂದು ಅವರಿಗೆ ಅನ್ನಿಸಿದರೆ ಯಾರು ತಾನೆ ಆಕ್ಷೇಪಿಸಲು ಸಾಧ್ಯವಿತ್ತು?

II

ಶನಿವಾರ ಸಾಯಂಕಾಲ ತುಂಬಾ ಸೆಕೆ ಇತ್ತು. ಗಾಳಿಯಿಂದ ತೇವವನ್ನು ಹಿಂಡಿ ತೆಗೆಯಬಹುದೇನೋ ಎನ್ನುವಷ್ಟು ಅಂಟಂಟು ಆರ್ದ್ರ ವಾತಾವರಣ. ಎಕ್ಸಿಬಿಷನ್ ಗ್ರೌಂಡ್ಸ್‌ಗೆ ಹೋಗುವ ಮಾರ್ಗವನ್ನು ಸರಾಗವಾಗಿರಿಸಲು, ಅತ್ಯಂತ ಸಮಸ್ಯಾತ್ಮಕವಾಗಿದ್ದ ಹೈದರಾಬಾದಿನ ಸಾರಿಗೆ ಸಂಚಾರವನ್ನು ನಾಂಪಲ್ಲಿಯ ಬಳಿಯೇ ಬೇರೆ ಮಾರ್ಗಕ್ಕೆ ತಿರುಗಿಸಲಾಗಿತ್ತು. ಏಳೂವರೆಗೆ ಚಿಕಿತ್ಸೆ ಆರಂಭವಾಗಬೇಕಿತ್ತು. ನಾನು ಎಂಟೂವರೆಗೆ ಎಕ್ಸಿಬಿಷನ್ ಗ್ರೌಂಡ್ಸ್‌ನ್ನು ಪ್ರವೇಶಿಸಿದೆ. ಆದರೆ ನಾನೇನೂ ಚಿಂತೆ ಮಾಡಬೇಕಾಗಿರಲಿಲ್ಲ. ಪೊಲೀಸ್ ಕಾವಲಿನಲ್ಲಿ ತಮ್ಮ ಔಷಧಿಯ ಪಾತ್ರೆಗಳನ್ನು ತೆಗೆದುಕೊಂಡು ದೂಧ್ ಬೌಲಿಯಿಂದ ಹೊರಟಿದ್ದ ಬಥಿನಿ ಗೌಡರು, ತಮ್ಮ ಅನುಕೂಲಕ್ಕೆಂದೇ ಮಾಡಿದ್ದ ಬದಲಿ ಸಂಚಾರ ಮಾರ್ಗ ವ್ಯವಸ್ಥೆಯಲ್ಲಿಯೂ ಸಿಕ್ಕಿಹಾಕಿಕೊಂಡಿದ್ದರಿಂದ ನಿಗದಿತ ಸ್ಥಳವನ್ನು ತಲುಪುವಷ್ಟರಲ್ಲಿ ಗಂಟೆ ಎಂಟಾಗಿತ್ತು.

ನಾನು ಬರುವ ಹೊತ್ತಿಗಾಗಲೇ ಮೈದಾನದ ಅಜಂತಾ ಗೇಟ್‌ಗೆ ಕರೆದೊಯ್ಯುವ ಚಿಕ್ಕ ರಸ್ತೆ ಜನರಿಂದ ತುಂಬಿಹೋಗಿತ್ತು. ಎರಡೂ ಬದಿಗಳಲ್ಲಿ ನರಿಸೆಟ್ಟಿಯವರು ಹೇಳಿದ್ದ 'ಪೂರಕ ವ್ಯಾಪಾರ ವ್ಯವಹಾರ' ಗಳದೇ ಭರಾಟೆ. ನೆಲದ ಮೇಲೆ ಹಾಸಿದ ತಾಡಪಾಲಿನ ಮೇಲೆ ಅಥವಾ ಆಗಲೋ ಈಗಲೋ ಬೀಳುವಂತಿರುವ ತಳ್ಳುಗಾಡಿಯ ಮೇಲೆ ಟೀ–ಶರ್ಟ್, ಮಕ್ಕಳ ಪಾದರಕ್ಷೆಗಳು, ಬಣ್ಣಬಣ್ಣದ ದೀಪಗಳು ಝಗಮಗಿಸಿ ಗೋಳಿಡುವ ಶಬ್ದವನ್ನುಂಟುಮಾಡುವ ಆಟಿಕೆಗಳು, ಬಟ್ಟೆ ಮತ್ತು ಪ್ಲಾಸ್ಟಿಕ್ ಚೀಲಗಳು ಹರಡಿದ್ದವು. ನಾನು ಕೇಳಿದ ಯಾವ ವಸ್ತುವಿಗೂ ಇಪ್ಪತ್ತು ರೂಪಾಯಿಗಿಂತ ಹೆಚ್ಚು ಬೆಲೆ ಇರಲಿಲ್ಲ. ವ್ಯಾಪಾರಸ್ಥರು ತಮ್ಮ ಇಡೀ ದಿನದ ಭರ್ಜರಿ ಮಾರಾಟದ ಭರವಸೆ ಮತ್ತು ನಿರೀಕ್ಷೆಯಿಂದ ಉತ್ಸಾಹ ತಾಳುವ ಬದಲು, ತಮ್ಮನ್ನು ದಾಟಿ ಸಾಗುತ್ತಿದ್ದ ಸಂದಣಿಯನ್ನು ದೀನರಾಗಿ, ಹತಾಶೆಯಿಂದ ನೋಡುತ್ತಿದ್ದರು.

ಅಂದು ಸಂಜೆ 5 ಗಂಟೆಯ ವೇಳೆಗೆ, ಸುಮಾರು 35000 ಮುಂಗಡ ಚೀಟಿಗಳನ್ನು ನೀಡಿದ್ದೇವೆ ಎಂದು ಬಾಟ್ರೋನಿಕ್ಸ್‌ನ ಜನ ಹೇಳಿದ್ದರು. ಆದರೆ ಮೈದಾನದ ಪ್ರವೇಶದ್ವಾರವು ಪ್ರಶಾಂತವಾಗಿರುವುದನ್ನು ನೋಡಿದರೆ ಆಶ್ಚರ್ಯವಾಗುತ್ತಿತ್ತು. ಹೆಚ್ಚು ಎತ್ತರವಿಲ್ಲದ, ಅಗಲವಾದ ಕಾಂಕ್ರೀಟ್ ಕಟ್ಟೆಯ ಮೇಲೆ ಕುಳಿತೋ ತಿನ್ನುತ್ತಲೋ ನಿದ್ದೆ ಮಾಡುತ್ತಲೋ ಆಡುತ್ತಲೋ ಇದ್ದ ಜನರು ಟೋಕನ್‌ನಲ್ಲಿ ಕೊಟ್ಟ ತಮ್ಮ ಸಮಯಕ್ಕಾಗಿ ತಾಳ್ಮೆಯಿಂದ ಕಾಯುತ್ತಿದ್ದರು. ಶಹನಾಯಿಯ ವಾದ್ಯಸಂಗೀತದ ಅಬ್ಬರದ ನಡುವೆ, ಆಗಲೇ ಒರಟಾಗಿದ್ದ ಸ್ವರದಲ್ಲಿ ಉದ್ಘೋಷಕನೊಬ್ಬ 'ಮೀನುಗಳಿಗೆ ಉಸಿರುಗಟ್ಟುತ್ತದೆ. ಆದ್ದರಿಂದ ಚೀಲದ

ಬಾಯನ್ನು ತೆರೆದೇ ಇಡಿ' ಎಂದು ಸಾರ್ವಜನಿಕ ಸಂಪರ್ಕ ವ್ಯವಸ್ಥೆಯ ಮೂಲಕ ಮೀನಿರುವ ಪ್ಲಾಸ್ಟಿಕ್ ಚೀಲವನ್ನು ಹಿಡಿದುಕೊಳ್ಳುವ ಕುರಿತು ಜನರಿಗೆ ಎಚ್ಚರಿಕೆ ನೀಡುತ್ತಿದ್ದ. ನಂತರ ಅದೇ ಪ್ರಕಟಣೆಯನ್ನು ಹಿಂದಿ ಹಾಗೂ ತೆಲುಗಿನಲ್ಲಿಯೂ ಮಾಡುತ್ತಿದ್ದ.

ಪೊಲೀಸ್ ಮತ್ತು ವೈದ್ಯಕೀಯ ನೆರವಿನ ಬೂತ್‌ಗಳನ್ನು, ಉಚಿತ ಆಹಾರದ–ನೀರಿನ ಕೌಂಟರ್‌ಗಳನ್ನು, ನಿದ್ದೆ ಮಾಡುತ್ತಿದ್ದ ಅಗ್ನಿಶಾಮಕ ಯಂತ್ರವನ್ನು ದಾಟಿ, ವೇದಿಕೆಯತ್ತ ಸಾಗುವ ಚಕ್ರವ್ಯೂಹವನ್ನು ಪ್ರವೇಶಿಸಿದೆ. ಮುಂಭಾಗದಲ್ಲಿ ಮೂವತ್ತೊಮ್ರು ಕೌಂಟರ್‌ಗಳನ್ನು ನಿರ್ಮಿಸಲಾಗಿತ್ತು. ತಾತ್ಕಾಲಿಕವಾಗಿ ನಿಲ್ಲಿಸಿದ ತಗಡಿನ ಛಾವಣಿಯೊಂದರ ಕೆಳಗೆ, ಕಬ್ಬಿಣದ ಕಟಾಂಜನ ಹಾಗೂ ಅಲುಗಾಡುವ ಮರದ ಕೋಲುಗಳನ್ನು ಬಳಸಿ ಕಿರುಹಾದಿಗಳನ್ನು ನಿರ್ಮಿಸಲಾಗಿತ್ತು. ಜನರನ್ನು ಕೌಂಟರ್‌ಗಳೆಡೆಗೆ ಕರೆದೊಯ್ಯುವಂತೆ ಅವುಗಳನ್ನು ವಿನ್ಯಾಸಗೊಳಿಸಲಾಗಿತ್ತು. ಅವು ದೊಡ್ಡ ದೊಡ್ಡ ಅಂತಾರಾಷ್ಟ್ರೀಯ ವಿಮಾನ ನಿಲ್ದಾಣಗಳಲ್ಲಿ ಕಾಣುವ ವಲಸೆ ವಿಭಾಗದಲ್ಲಿನ ಸರತಿ ಸಾಲನ್ನು ನನಗೆ ನೆನಪಿಗೆ ತಂದವು. ಚೀಟಿಯ ವ್ಯವಸ್ಥೆಯಿಂದ ಸಂದಣಿಯನ್ನು ಆ ಕಿರುಹಾದಿಗಳ ಒಳಗೆ ನಿಯಂತ್ರಣದಲ್ಲಿಡಲು ಸಾಧ್ಯವಾಗಿರಬಹುದು, ಆದರೆ ಕೌಂಟರ್‌ಗಳ ಹತ್ತಿರ ಪ್ರತಿಯೊಬ್ಬರೂ ಒಟ್ಟಿಗೇ ಮುಗಿಬೀಳುವುದನ್ನು ತಪ್ಪಿಸಲು ಅದರಿಂದ ಯಾವ ಪ್ರಯೋಜನವೂ ಆಗುತ್ತಿರಲಿಲ್ಲ. ಚಕ್ರವ್ಯೂಹವು ಮೂರರಲ್ಲಿ ಎರಡು ಭಾಗ ಖಾಲಿಯಾಗಿತ್ತು. ಆದರೆ ಮೂವತ್ತೊಮ್ರು ಕೌಂಟರ್‌ಗಳಲ್ಲಿ ಪ್ರತಿಯೊಂದರ ಬಳಿಯೂ ಜನರು ನಾ ಮೊದಲು ತಾ ಮೊದಲು ಎಂದು ಗದ್ದಲವೆಬ್ಬಿಸಿದ್ದರು. ರಾಕ್ ಸಂಗೀತ ಮೇಳದಲ್ಲಿ ಸಿಗರೇಟ್ ಲೈಟರ್‌ನ್ನು ಹಿಡಿದುಕೊಂಡ ಹಾಗೆ ಜನರು ಮೀನಿನ ಚೀಲವನ್ನು ಮೇಲೆತ್ತಿ ಹಿಡಿದಿದ್ದರು.

ಈ ನೃತ್ಯಾಂಗಣದ ಭಯಂಕರ ಸೆಕೆಯಲ್ಲಿ ದಾರಿ ಮಾಡಿಕೊಂಡು ಸಾಗಿ, ಹಿಚುಕಲ್ಪಟ್ಟ ಹಾಗೆ ವೇದಿಕೆಯ ಮುಂಭಾಗಕ್ಕೆ ಬಂದೆ. ಅಲ್ಲಿ ಹರಿನಾಥರು ಹಳದಿ ಶಾಲು, ಬಿಳಿ ದೋತರ ಧರಿಸಿ, ಮುಖದಲ್ಲಿ ಅಪರೂಪದ ಪ್ರಸನ್ನ ಕಳೆ ಹೊತ್ತು ಕುಳಿತಿದ್ದರು. 'ಈ ವಯಸ್ಸಿನಲ್ಲಿ ನನಗೆ ಆ ಕೌಂಟರ್‌ಗಳಲ್ಲಿ ನಿಂತುಕೊಳ್ಳಲಾಗಲಿ, ಅಷ್ಟೊಂದು ವೇಗದಲ್ಲಿ ಕೆಲಸ ಮಾಡಲಾಗಲಿ ಸಾಧ್ಯವಿಲ್ಲ' ಎಂದರು. ಉಳಿದವರು ಇನ್ನೂ ಹೆಚ್ಚು ವೇಗವಾಗಿ ಕೆಲಸ ಮಾಡುತ್ತಾರೆ. ತಾವು ಗಲಾಟೆಯಲ್ಲಿ ನಿಂತಿರುವುದನ್ನು ಹಾಗೂ ತಮ್ಮ ಪಾದದ ಸುತ್ತಲೂ ಹೆಚ್ಚುತ್ತಿರುವ ಕೊಳಚೆ ನೀರಿನ ಅರಿವೂ ಆಗದೆ, ನಿಮಿಷಕ್ಕೆ ಐದೋ ಆರೋ ಗಂಟಲುಗಳಲ್ಲಿ ಮೀನನ್ನು ಇಳಿಬಿಡುತ್ತಾರೆ. ತುಸು ಎತ್ತರಕ್ಕೆ ನಿರ್ಮಿಸಿದ್ದ ವೇದಿಕೆಯ ಭಾಗದಲ್ಲಿ, ತನ್ನ ಕುಟುಂಬದ ಇತರ ಸದಸ್ಯರಿಗಿಂತ ಒಂದು ಸಾಲು ಹಿಂದೆ ಜಾಗ ಮಾಡಿಕೊಂಡ ಹರಿನಾಥರು ಅಲ್ಲಿಂದಲೇ ತಮ್ಮ

ಪಾತ್ರವನ್ನು ನಿರ್ವಹಿಸುತ್ತಿದ್ದರು. ಅಲ್ಲವರು ಕುಳಿತುಕೊಂಡೇ ತಮ್ಮ ಮುಂದೆ ಇದ್ದ ಜನಸಾಗರವನ್ನು ವೀಕ್ಷಿಸಬಹುದಾಗಿತ್ತು.

ಕುಟುಂಬದ ಹಿರಿಯ ಹೆಂಗಸೊಬ್ಬಳು ಹರಿನಾಥರ ಹಿಂಭಾಗದಲ್ಲಿ ಕುಳಿತು, ಔಷಧಿಯ ಚಿಕ್ಕಚಿಕ್ಕ ಉಂಡೆಗಳನ್ನು (ಚಿಕಣಿ ಫಿರಂಗಿ ಗುಂಡು) ಮಾಡುತ್ತಿದ್ದಳು. ಅವುಗಳಲ್ಲೊಂದನ್ನು ನನಗೆ ಕೊಟ್ಟಳು. ಉಜ್ವಲ ಹಳದಿವರ್ಣದ ಅರಿಶಿನದ ಆ ಮುದ್ದೆ ಬಹುಮಟ್ಟಿಗೆ ಶುದ್ಧ ಇಂಗಿನ ವಾಸನೆ ಹಾಗೂ ರುಚಿಯನ್ನು ಹೊಂದಿತ್ತು. ಮಸಾಲೆ ಪದಾರ್ಥಗಳಲ್ಲೊಂದಾಗಿರುವ ಈ ಇಂಗಿನ ಪದದ ಮೂಲವೇ 'ತೀಕ್ಷ್ಣ, ದುರ್ವಾಸನೆ' ಎಂಬರ್ಥದ ಪದ. ಸಣ್ಣವನಿದ್ದಾಗ ಒಮ್ಮೆ ಉಪ್ಪಿಟ್ಟು ತಿನ್ನುವಾಗ, ಒಡ್ಡೊಡ್ಡಾದ ಇಂಗಿನ ಚೂರೊಂದನ್ನು ಶೇಂಗಾ ಎಂದೆಣಿಸಿ, ಆಸೆಯಿಂದ ಅಗಿದು ನಂತರ ಕಾರಿಕೊಳ್ಳಲು ಜೋರಾಗಿ ಓಡಿದ್ದೆ. ಅದಾದ ಮೇಲಿಂದ ಈವರೆಗೂ ನನಗೆ ಇಂಗನ್ನು ಹೊಟ್ಟೆಗಿಳಿಸಲು ಆಗುತ್ತಿರಲಿಲ್ಲ. ಔಷಧಿಯ ಆ ಮುದ್ದೆಯನ್ನು ಕೆಲವೇ ಕ್ಷಣ ಮಾತ್ರ ಬೆರಳುಗಳಿಂದ ಆಡಿಸುತ್ತ ಇದ್ದೆ. ಆದರೆ ಮರುದಿನ ಬೆಳಿಗ್ಗೆ ಕೂಡ ಬೆರಳುಗಳಿಂದ ಇಂಗಿನ ವಾಸನೆಯು ಬರುತ್ತಲೇ ಇತ್ತು.

ನಾನು ಹರಿನಾಥರ ಬಳಿ ತಲುಪಿದೆ. ಅವರು ಸಂದಣಿಯಲ್ಲಿದ್ದ ಪರಿಚಿತ ಮುಖಗಳನ್ನು ಗುರುತಿಸಿ ಕರೆತಂದು ನನಗೆ ಪರಿಚಯಿಸತೊಡಗಿದರು.

'ಈ ಮಹಿಳೆ ಮಹಾರಾಷ್ಟ್ರದಿಂದ ಬಂದಿದ್ದಾರೆ. ಆಗಲೇ ಎರಡು ಬಾರಿ ಬಂದಿದ್ದರು. ಅವರ ಅಸ್ತಮಾ ಸಮಸ್ಯೆ ಮೊದಲಿಗಿಂತ ಎಷ್ಟೋ ಸುಧಾರಿಸಿದೆ' ಎಂದು ಹೇಳಿ, ಆ ಮಹಿಳೆಯನ್ನುದ್ದೇಶಿಸಿ,

'ಹೇಳಿ! ನಿಮ್ಮ ಅಸ್ತಮಾ ಎಷ್ಟು ಗುಣವಾಗಿದೆ ಅಂತ ಇವರಿಗೆ ಹೇಳಿ' ಎಂದರು.

'ಸಾಕಷ್ಟು ಗುಣವಾಗಿದೆ,' ಎಂದು ಮಹಿಳೆ ಪ್ರಾಮಾಣಿಕವಾಗಿ ನುಡಿದರು.

'ನೋಡಿ, ಅವಳಿಗೆ ಸಾಕಷ್ಟು ಗುಣವಾಗಿದೆ' ಹರಿನಾಥರು ಬೀಗಿದರು.

ನನಗೆ ಮನದಟ್ಟು ಮಾಡಿಸಲೆಂದು ಹರಿನಾಥರು ಈ ಪ್ರಮಾಣ, ಪುರಾವೆಗಳನ್ನು ತಂದು ತೋರಿಸಿದ್ದರು. ಆದರೆ ಪುರಾವೆಗಳ ಅವಶ್ಯಕತೆಯಿಲ್ಲದಂತೆ ಜನರು ಧನ್ಯವಾದಗಳನ್ನು ಹೇಳುವುದಕ್ಕೋ ಅಥವಾ ಅವರನ್ನು ಮುಟ್ಟಿದರೂ ಸಾಕು ಅದೇ ಆಶೀರ್ವಾದಕ್ಕೆ ಸಮ ಎಂದೋ ಹರಿನಾಥರ ಬಳಿ ಧಾವಿಸುತ್ತಲೇ ಇರುವುದು ಕಾಣುತ್ತಿತ್ತು. ಒಬ್ಬ ವ್ಯಕ್ತಿಯಂತೂ ಒಂದು ಕಾಲು ಸರಿಯಿಲ್ಲದಿದ್ದರೂ ಅವರ ಕಾಲಿಗೆರಗುವುದಕ್ಕೆಂದು ಅದು ಹೇಗೋ ಊರುಗೋಲನ್ನೇ ಬಿಟ್ಟುಹಾಕಿದ್ದ. ಇನ್ನುಳಿದವರು ಹೆತ್ತವರಿಗೆ ತಮ್ಮ ಗಣಿತದ ಅಂಕವನ್ನು ಹೆಮ್ಮೆಯಿಂದ ವರದಿ ಮಾಡುವ ಮಕ್ಕಳ ಹಾಗೆ, '75% ಉತ್ತಮ,' ಎಂದೋ ಅಥವಾ '98%ನಷ್ಟು ಸುಧಾರಿಸಿದೆ'ಯೆಂದೋ ಹೇಳುತ್ತಿದ್ದರು. ಉಳಿದುಕೊಂಡ ಅಸ್ತಮಾವನ್ನೂ

ನಿಖರವಾಗಿ 2% ಎಂದು ಅಳೆದು ಹೇಳಲು ಅವರಿಗೆ ಸಾಧ್ಯವೇನೋ ಎಂಬಂತೆ ತೋರುತ್ತಿತ್ತು.

ಆದರೆ ಬಥಿನಿ ಗೌಡರ ಈ ಮಹಾ ಕಷ್ಟಕರ ಚಿಕಿತ್ಸೆಗೆ ಸುಸ್ಪಷ್ಟವಾದ ಸ್ವರದ ಜಾಡೆಂದರೆ ಅಳು, ಕರೆ ಹಾಗೂ ಕಾರಿಕೊಳ್ಳುವ ಸದ್ದು. ಮಕ್ಕಳಿಗೂ ಕೂಡ ಇದರಂತಹ ಕಷ್ಟ ಬೇರೊಂದಿರಲಿಲ್ಲ. ಹೆತ್ತವರು ಮಕ್ಕಳನ್ನು ಎತ್ತಿಕೊಂಡು ಅವರ ಬಾಯಿಯನ್ನು ತೆರೆಸಿ ಹಿಡಿದುಕೊಂಡಿರುತ್ತಿದ್ದರು. ಹರಿನಾಥರು ಪ್ಲಾಸ್ಟಿಕ್ ಚೀಲದಿಂದ ಮುರ್ರೆಲ್ ಮೀನನ್ನು ಹೊರಜಾರಿಸಿ, ಅದರ ಕತ್ತನ್ನು ಅಮುಕಿ ಬಾಯ್ದೆರೆಸಿ ಔಷಧವನ್ನು ಒಳಸೇರಿಸುತ್ತಿದ್ದರು. ನಂತರ ಉದ್ದನೆಯ ನಿಪುಣ ಬೆರಳುಗಳೆರಡರಿಂದ ಮೀನನ್ನು ಗಂಟಲಿನ ಹಿಂಬದಿಯವರೆಗೂ ತೂರಿಸಿ, ಮಗುವಿನ ದವಡೆಯನ್ನು ತಟ್ಟನೇ ಮುಚ್ಚಿಬಿಡುತ್ತಿದ್ದರು. ಮೂಗನ್ನು ಹಿಂಡಿ, ಮಗು ಅದನ್ನು ಬಲವಂತವಾಗಿ ಗುಟುಕರಿಸುವಂತೆ, ನುಂಗದೇ ವಿಧಿಯಿಲ್ಲದಂತೆ ಮಾಡುತ್ತಿದ್ದರು.

ಇದರ ಪರಿಣಾಮವು ಬಹಳಷ್ಟು ಬಾರಿ ಘೋರ ಅನರ್ಥಕಾರಿಯಾಗಿ ತಿರುಗಿದ್ದರಲ್ಲಿ ಆಶ್ಚರ್ಯವೇ ಇರಲಿಲ್ಲ. ಹನ್ನೆರಡೋ ಹದಿಮೂರೋ ವರ್ಷದ ಹುಡುಗಿಯೊಬ್ಬಳು, ಮೀನು ನುಂಗಿದ್ದೇ ವಾಂತಿ ಮಾಡಲು ಪ್ರಯತ್ನಿಸಿದಳು. ಅವಳಪ್ಪನೂ ಅಷ್ಟೇ ಹಟಮಾರಿ, ಅವಳ ಬಾಯನ್ನು ಬಲವಂತವಾಗಿ ಮುಚ್ಚಲು ಪ್ರಯತ್ನಿಸಿದ. ಎಳೆ ಶಿಶುಗಳೂ ಸೇರಿದಂತೆ, ಇನ್ನುಳಿದ ಮಕ್ಕಳು ಬಾಯಿಗೆ ಹಾಕಲಾದ ಮೀನುಗಳನ್ನು ಸರಿಯಾಗಿ ನುಂಗಿದರು. ಆದರೆ, ಸಹಜ ಪ್ರವೃತ್ತಿಯಿಂದಾಗಿ ಅಥವಾ ಇಡೀ ಪ್ರಕ್ರಿಯೆಗೆ ಸಂಬಂಧಿಸಿದಂತೆ ಏನೋ ಅಸಹಜವಾದುದು ಬಲವಂತವಾಗಿ ಈಗಷ್ಟೇ ನಡೆದಿದೆಯೆಂದು ಅವರಿಗೆ ಅನ್ನಿಸಿತೇನೋ ಎನ್ನುವ ಹಾಗೆ, ಆ ಕೂಡಲೇ ಭಯದಿಂದ ಅಳಲು ಪ್ರಾರಂಭಿಸಿದರು. ಒಬ್ಬ ಹುಡುಗ ಗಾಬರಿಯಲ್ಲಿ ಕೂಗುತ್ತಿದ್ದ, 'ಅಮ್ಮಾ ಅದು ನನ್ನ ಗಂಟಲಿನಲ್ಲಿಯೇ ಇದೆ. ಅದು ಇರುವುದು ನನಗಿನ್ನೂ ಗೊತ್ತಾಗುತ್ತಿದೆ!' ಮೀನು ತನ್ನ ಅಂತ್ಯದವರೆಗೂ ಪ್ರಯಾಣವನ್ನು ಮುಗಿಸುವಂತೆ ಅದನ್ನು ಹುರಿದುಂಬಿಸುವ ಆಸೆಯಲ್ಲಿ ತಾಯಿ ಅವನ ಕುತ್ತಿಗೆಯ ಮೇಲೆ ಕೆಳಮುಖವಾಗಿ ನೀವತೊಡಗಿದರು.

ದೊಡ್ಡವರು ಮಕ್ಕಳಿಗಿಂತ ಉತ್ತಮವಾಗಿ ನಿಭಾಯಿಸಿದರು ಅಂತೇನೂ ಇಲ್ಲ. ಹಲವರು ಎರಡೇ ಸೆಕೆಂಡುಗಳಲ್ಲಿ ನುಂಗಿ, ಹೊರಟು ಹೋದರು ಎನ್ನುವುದು ನಿಜ. ಶಾರೀರಿಕ ನಿಯಂತ್ರಣ ಸಾಧಿಸಲು ಸಾಹಸಪಡುತ್ತಿದ್ದ ಶಾಂತ ಸ್ವಭಾವದ ವ್ಯಕ್ತಿಯೊಬ್ಬ ಮೀನು ತಪ್ಪಾಗಿ ಬೇರೆ ನಾಳದಲ್ಲಿ ಹೋಗಿಬಿಟ್ಟಿದೆಯೆಂದು ಜೊತೆಯಲ್ಲಿ ಬಂದವನಿಗೆ ಸೂಚಿಸಿ ತೋರಿಸಲೂ ಸಮರ್ಥನಾಗಿದ್ದ. ಮತ್ತದನ್ನು ತಿರುಗಿ ಬಾಯಿಗೆ ತಂದುಕೊಂಡು, ತಟಕ್ಕನೆ ನುಂಗಿದ್ದ. ಆದರೆ ಹೆಂಗಸೊಬ್ಬಳು

ಮೀನು ಅವಳ ಗಂಟಲಲ್ಲಿ ಇರುವಂತೆಯೇ ತನ್ನೆದೆಯ ಮೇಲೆ ಬಡಿದುಕೊಂಡು ಅದನ್ನು ಹೊರಹಾಕಿದ್ದಳು. ನೆಲದ ಮೇಲೆ ಹಾಸಿದ್ದ ತೆಂಗಿನ ನಾರಿನ ಚಾಪೆಯ ಮೇಲೆ ಬಿದ್ದ ಆ ಮೀನನ್ನು ಎತ್ತಿ ಹರಿನಾಥರು ಅದು ಇನ್ನೂ ಬದುಕಿದೆಯೇ ಎಂದು ಪರೀಕ್ಷಿಸಿದರು. ಕ್ಲೋರಿನ್‌ಯುಕ್ತ ನೀರಿನಲ್ಲಿ ಅದನ್ನೊಮ್ಮೆ ಆಡಿಸಿ, ಮತ್ತೆ ನುಂಗಿಸುವ ಪ್ರಯತ್ನ ಮಾಡಿದರು.

ನಂತರ ನನ್ನ ಸರದಿ ಬಂತು.

ಇಡೀ ಪ್ರಕ್ರಿಯೆಯಲ್ಲಿ ಅತ್ಯಂತ ಕಂಗೆಡಿಸುವ ಕ್ಷಣವೆಂದರೆ, ಬಾಯಲ್ಲಿ ಉಜ್ವಲವರ್ಣದ ಔಷಧಿಯನ್ನು ತುಂಬಿಕೊಂಡ ಮೀನನ್ನು ಹರಿನಾಥರು ಮೇಲೆತ್ತಿ ಹಿಡಿದುಕೊಂಡ ಹೊತ್ತಿನಲ್ಲಿ, ನಾನು ಬಾಗಿ, ಹೊರಳಿ ಓಡಿಹೋಗಲು ಇನ್ನೂ ಸಾಧ್ಯವಿದೆ ಎಂಬ ಅಸ್ಪಷ್ಟ ಅರಿವಿದ್ದರೂ ಇದು ಯೂಕರಿಸ್ಟ್‌ನ [1] ಶುದ್ಧೀಕೃತ ಬಿಲ್ಲೆಯೇನೋ ಎಂಬಂತೆ ಬಾಯ್ದೆರೆದು ನಿಂತ ಕೆಲವೇ ಸೆಕೆಂಡುಗಳ ಕಾಲದ ಆ ಸ್ತಬ್ಧತೆ. ಆಮೇಲೆ ಆ ಸ್ತಬ್ಧತೆ ಚೂರು ಚೂರಾಯಿತು. ಮೀನನ್ನು ಹಿಡಿದ ಹರಿನಾಥರ ಕೈ ನನ್ನ ಬಾಯೊಳಗಿತ್ತು.

ಮೀನನ್ನು ಸರಿಯಾಗಿ ಹೇಗೆ ನುಂಗಬೇಕು ಎನ್ನುವುದನ್ನು ನಾನು ಈ ಮುಂಚೆಯೇ ಕಲಿತಿರಬೇಕಿತ್ತು ಎಂದು ನನ್ನ ಅನುಭವದಿಂದಾಗಿ ಅನ್ನಿಸಿತು. ಏಕೆಂದರೆ ಬಾಲ ಮುಂದಾದ ಸ್ಥಿತಿಯಲ್ಲಿ ಮೀನು ನಾನು ನಿರೀಕ್ಷಿಸಿದ್ದಕ್ಕಿಂತಲೂ ಹೆಚ್ಚು ಸುಲಭವಾಗಿ ಗಂಟಲಲ್ಲಿಳಿಯುತ್ತಿತ್ತು. ಆ ಚಿಕ್ಕ ಒದ್ದೆ ಮೀನಿನ ಮೈ ನುಣುಪಾಗಿತ್ತು, ಜಾರುತ್ತಿತ್ತು. ಮೊದಲು ಕಚಗುಳಿಯಾದರೂ ಮೀನು ಗಂಟಲಿನಿಂದ ಕೆಳಗೆ ಮುಕ್ಕಾಲು ಭಾಗ ಪ್ರಯಾಣ ಮಾಡಿದ ಮೇಲೆ ನಿಂತುಹೋದಂತೆ ಅನಿಸಿತು. ಆದರೂ ಜನ ವಾಂತಿ ಮಾಡಿಕೊಳ್ಳುವುದಕ್ಕೆ ಕಾರಣ ಮೀನಲ್ಲ, ಇಂಗು ಎಂದು ನನಗೆ ಮನದಟ್ಟಾಗಿಹೋಯಿತು. ಮೊದಲ ಕ್ಷಣದಲ್ಲಿಯೇ ಅದರ ಕಟುವಾಸನೆಗೆ ಕಣ್ಣಿನಲ್ಲಿ ನೀರು ಹರಿಯಲಾರಂಭಿಸುತ್ತದೆ. ನಂತರ ಅದು ಕೆಳಗೆ ಜಾರುತ್ತ ಹೋದಂತೆ, ಗಂಟಲಿನುದ್ದಕ್ಕೂ ಎಂತಹ ಸುಟಿಯನ್ನು ಬಿಡುತ್ತ ಹೋಗುತ್ತದೆಯೆಂದರೆ, ಕೂದಲು ನಿಮಿರಿ ನಿಲ್ಲುತ್ತದೆ. ಬೆರಳುಗಳು ತಮ್ಮಷ್ಟಕ್ಕೆ ತಾವೇ ಮುಷ್ಟಿ ಕಟ್ಟಿಕೊಳ್ಳುತ್ತವೆ. ಕಣ್ಣಿನಿಂದ ನೀರು ಇನ್ನೂ ಹರಿಯುತ್ತಿರುತ್ತದೆ. ಇಂಗಿನ ಸುಟಿಗೆ ಕತ್ತರಿಸಿದ ತಾಜಾ ಮಾವು ಸರಿಯಾದ ಪರಿಹಾರವೆಂದು ನನ್ನ ಮನಸ್ಸು ಒಳಗೊಳಗೇ ನಿರ್ಧರಿಸಿಕೊಂಡಿತ್ತು. ಆದರೂ ಹರಿನಾಥರ ಹಿಂದೆ ಇದ್ದ ನೀರಿನ ಬಾಟಲಿಯೊಂದಕ್ಕೆ ಕೈ ಚಾಚಿದೆ.

---

1 ಬಹಳಷ್ಟು ಚರ್ಚ್‌ಗಳಲ್ಲಿ ಆಚರಿಸಲಾಗುವ, ದೇವರ ಕೊನೆಯ ಭೋಜನ ಅಥವಾ ಪವಿತ್ರ ಸಹಭೋಜನದ ಸ್ಮರಣಾರ್ಥ ಪವಿತ್ರೀಕರಿಸಿದ ಬ್ರೆಡ್ ಮತ್ತು ದ್ರಾಕ್ಷಾರಸವನ್ನು ಸೇವಿಸುವ ಒಂದು ಧಾರ್ಮಿಕ ಆಚರಣೆ.

ರಾತ್ರಿ ಇನ್ನಷ್ಟು ತಾಸುಗಳ ಕಾಲ ಹರಿನಾಥರ ಹಿಂದೆಯೇ ಕುಳಿತಿದ್ದು ಸಂದಣಿಯಲ್ಲಿನ ಹಲವಾರು ಜನರನ್ನು ಗಮನಿಸುತ್ತಿದ್ದೆ. ಬಹಳಷ್ಟು ಜನ ಧೈರ್ಯ ಮಾಡಿ, ತಮಗೆ ಮುಂದೇನು ಸಂಭವಿಸಲಿದೆ ಎಂಬುದನ್ನು ಸಂಪೂರ್ಣವಾಗಿ ತಿಳಿದೇ ಹರಿನಾಥರ ಬಳಿ ಬರುತ್ತಿದ್ದರು. ನಂತರ ಕಣ್ಣ ಮುಂದೆ ನಡೆಯುವ ಆ ಸಂಗತಿಯು ನಡುಕ ಮೂಡಿಸಿ, ಆವರೆಗೆ ಮಾಡಿಕೊಂಡ ಭರವಸೆ ಮತ್ತು ಹುಸಿ ಧೈರ್ಯಗಳು ಹಿಮ್ಮೆಟ್ಟಿದಂತೆ ಹಿಂದೆ ಸರಿದುಬಿಡುತ್ತಿದ್ದರು. ವಾಪಾಸು ಹೋಗುತ್ತಿದ್ದಾಗ ತಾವು ಸ್ವಲ್ಪದರಲ್ಲಿಯೇ ಆಘಾತದಿಂದ ತಪ್ಪಿಸಿಕೊಂಡೆವೆನ್ನುವ ಸಮಾಧಾನಕ್ಕಿಂತ ಹೆಚ್ಚಾಗಿ, ನಂಬಿಕೆಯನ್ನು ಇದ್ದಕ್ಕಿದ್ದಂತೆ ಕಳೆದುಕೊಂಡದ್ದಕ್ಕೆ ಗೊಂದಲಕ್ಕೊಳಗಾಗಿ ಆತಂಕದಲ್ಲಿದ್ದಂತೆ ಕಾಣುತ್ತಿದ್ದರು. ಏನೇ ಆಗಲಿ ನಂಬಲೇಬೇಕು ಎನ್ನುವ ಬಯಕೆ ಬಹುಶಃ ಅವರದ್ದಾಗಿತ್ತೇನೋ. ಆದರೆ ತಮ್ಮ ಅತ್ಯಂತ ಆಪ್ತ ಸಹಯೋಗಿ, ತಮ್ಮದೇ ಶರೀರ ಕೊನೆಗೂ ಕೈಕೊಟ್ಟಿತಲ್ಲಾ ಎಂಬ ಖೇದ ಅವರಲ್ಲಿ ಕಾಣುತ್ತಿತ್ತು.

ಹರಿನಾಥರನ್ನೂ ಗಮನಿಸಿದೆ. ಚುಟುಕಾಗಿ ಕೆಲವೇ ನಿಮಿಷಗಳ ಕಾಲ ಮಾತ್ರ ವಿಶ್ರಮಿಸುತ್ತಿದ್ದ ಅವರು ಬಹುತೇಕ ಯಾವಾಗಲೂ ಮಾತನಾಡುತ್ತಲೇ, ವಿಚಾರಿಸುತ್ತಲೇ, ಆಶೀರ್ವದಿಸುತ್ತಲೇ ಇರುತ್ತಿದ್ದರು. ಅವರಿಗೆ ಇದರಲ್ಲಿ ಸಿಗುವುದೇನು– ಪ್ರತಿ ವರ್ಷ ಕನಿಷ್ಠ ಪಕ್ಷ ಒಂದು ದಿನ ಹೈದರಾಬಾದಿನಲ್ಲಿ ಬಥಿನಿ ಗೌಡರು ಅತ್ಯಂತ ಮುಖ್ಯ ಹಾಗೂ ಪ್ರಭಾವಶಾಲಿ ವ್ಯಕ್ತಿಗಳಾಗಿ ಮೆರೆಯುತ್ತಾರೆ ಎನ್ನುವ ಭಾವವೇ? ನೀಡುತ್ತಿದ್ದ ಮೀನು'ಚಿಕಿತ್ಸೆ'ಯು–ಚಿಕಿತ್ಸೆ ಹೌದೋ ಅಲ್ಲವೋ–ಅವರಿಗೆ ಹೆಸರು, ಖ್ಯಾತಿಯನ್ನು ತಂದುಕೊಟ್ಟೀತೆ? ಗುಪ್ತ ವಾಣಿಜ್ಯ ಉದ್ದೇಶವೇನಾದರೂ ಇದೆಯೆ? ಅಥವಾ ತಾವು ಜನರನ್ನು ಅಸ್ತಮಾಮುಕ್ತರನ್ನಾಗಿ ಮನೆಗೆ ಕಳುಹಿಸುತ್ತಿದ್ದೇವೆಂದು ಗೌಡರು ನಿಜಕ್ಕೂ ನಂಬುತ್ತಾರೆಯೆ? – ಹೀಗೆ ನಾನು ಅಚ್ಚರಿ ಪಟ್ಟಿದ್ದು ಇದೇ ಮೊದಲಲ್ಲ. ನಿರ್ದಿಷ್ಟವಾಗಿ ಏನೆಂದು ಹೇಳಲು ಯಾವ ಮಾರ್ಗವೂ ಇರಲಿಲ್ಲ. ಆದರೆ ಹರಿನಾಥರು ಕೆಲಸ ಮಾಡುತ್ತಿರುವಾಗ ಕೆಲವೇ ಕ್ಷಣಗಳ ಮಟ್ಟಿಗೆ ಅವರನ್ನು ಗಮನಿಸಿದಾಗ ನನಗೆ ನನ್ನ ಅಜ್ಜ, ಅವನು ನೀಡುತ್ತಿದ್ದ ಚಿಕಿತ್ಸೆ, ಅದರಲ್ಲಿ ಅವನಿಗಿದ್ದ ಪ್ರಚಂಡ ನಂಬಿಕೆಗಳು ನೆನಪಿಗೆ ಬಂದವು. ನಿಖರವಾಗಿ ಆ ಕಾಲಖಂಡದಲ್ಲಿ, ಕೇವಲ ಚಿಕಿತ್ಸಕ ಹಾಗೂ ಚಿಕಿತ್ಸಿತ ಇಬ್ಬರು ಮಾತ್ರವಲ್ಲದೆ, ಅಪನಂಬಿಕೆಯನ್ನು ಅಮಾನತ್ತಿನಲ್ಲಿಟ್ಟ ಮಗುವಂತೆ ನೋಡುತ್ತಿದ್ದ ನನ್ನ ಪಾಲಿಗೆ ಕೂಡಾ ಹೇಗೆ ಎಲ್ಲವೂ ಸಾಧ್ಯವಿತ್ತು ಎಂಬ ನೆನಪು ಜೋರಾಗಿ ಒತ್ತರಿಸಿಕೊಂಡು ಬಂದಿತು. ನಾವೆಲ್ಲರೂ ಮತ್ತೆ ಸ್ವಸ್ಥರಾಗಲು ಸಾಧ್ಯವಿತ್ತು.

ಅಧ್ಯಾಯ 3

ಇತಿಹಾಸವನ್ನು ಬದಲಿಸಿದ ಕಿವಿಹಾಲೆ

ಮಣಪ್ಪಾಡು ತಮಿಳುನಾಡಿನ ದಕ್ಷಿಣ ಕರಾವಳಿಯಲ್ಲಿದೆ. ಅಲ್ಲಿನ ಚರ್ಚ್ ಆಫ್ ದ ಹೋಲಿ ಕ್ರಾಸ್‌ಗೆ ಹೋಗಲು ಏರುಹಾದಿಯನ್ನು ಬಳಸಬೇಕು. ಹಾದಿಯ ಎರಡೂ ಬದಿಗಳಲ್ಲಿ, ಕ್ರಿಸ್ತನು ಕ್ಯಾಲ್ವರಿ ಪರ್ವತ ಹತ್ತಿಹೋಗುವಾಗಿನ ಸಂಕಟವನ್ನು ನೆನಪಿಸುವಂತಹ ಚಿಕ್ಕಚಿಕ್ಕ ಪ್ಲಾಸ್ಟರ್ ಆಫ್ ಪ್ಯಾರೀಸ್ ಶಿಲ್ಪಗಳನ್ನು ದಾರಿಯುದ್ದಕ್ಕೆ ನೆಡಲಾಗಿದೆ. ಹಾಗೆ ನೆಡುವುದರ ಮೂಲಕ ಯಾವುದೋ ಸೃಜನಶೀಲ ಆತ್ಮವೊಂದು ಆ ಮಾರ್ಗಕ್ಕೆ ಜೀವ ತುಂಬಿದೆ. ಒಂದೆಡೆ ಕ್ರಿಸ್ತನು ಶಿಲುಬೆಯನ್ನು ಹೆಗಲಿಗೇರಿಸಿಕೊಂಡಿದ್ದರೆ, ಇನ್ನೊಂದೆಡೆ ಆತ ಅದರ ಭಾರದಿಂದ ಮುಗ್ಗರಿಸುತ್ತಿದ್ದಾನೆ. ಮುಂದೆ ಮತ್ತೊಂದೆಡೆ, ಆತನಿಗೆ ಬೆವರೊರೆಸಿಕೊಳ್ಳಲು ತನ್ನ ಮುಸುಕಿನ ಬಟ್ಟೆಯನ್ನು ನೀಡುತ್ತಿರುವ ವೆರೋನಿಕ ಇದ್ದಾಳೆ. 'ಈ ಗುಡ್ಡವನ್ನು ನಿಧಾನಕ್ಕೆ ಹತ್ತಿಬರಲೂ ಗೊಣಗಾಟವೇ? ನಿಮ್ಮ ದೇವನು ನಿಮಗೋಸ್ಕರ ನಡೆದ ಹಾದಿಯ ಕುರಿತು ಆಲೋಚಿಸಿ!' ಎಂದು ತನ್ನ ಸೋಮಾರಿ ಗ್ರಾಮಸ್ಥರಿಗೆ ಸವಾಲೆಸೆಯುವ ಹಾಗೆ ಚರ್ಚಿನ ಧೂರ್ತ ಹಿರಿಯನೊಬ್ಬ ಈ ಸರಣಿಯನ್ನು ನಿಯೋಜಿಸಿದ್ದಿರಬೇಕು. ಅಂತಹ ಭಾವ ತುಂಬುವ ಉದ್ದೇಶ ಇದ್ದಿದ್ದೇ ಆದರೆ, ಈ ಶಿಲ್ಪಗಳ ಅವಶ್ಯಕತೆಯೂ ಇರಲಿಲ್ಲ. ಏಕೆಂದರೆ ಆ ಗುಡ್ಡದ ಏರು ಅಷ್ಟೇನೂ

ಕಡಿದಾಗಿಲ್ಲ ಮತ್ತು ಪಾದಗಳಿಗೆ ಅಷ್ಟೊಂದು ಕಷ್ಟದಾಯಕವಾಗಿಯೂ ಇಲ್ಲ. ಜೊತೆಗೆ ಇಗರ್ಜಿಯೂ ತುಂಬಾ ಆಕರ್ಷಕವಾಗಿದೆ. ನಿಜ ಹೇಳಬೇಕೆಂದರೆ, ಇನ್ನಷ್ಟು ಕಡಿದಾದ ಬೆಟ್ಟದ ಮೇಲೆ ಇರಬಹುದಾದಂತಹ ಸೊಗಸಾದ ಕಟ್ಟಡವದು.

ನಾನು ಅಲ್ಲಿಗೆ ಭೇಟಿಯಿತ್ತಿದ್ದು ಡಿಸೆಂಬರ್ ತಿಂಗಳಿನಲ್ಲಿ. ಬೆಳಗಿನ ಸಮಯವಾದ್ದರಿಂದ ಸಮುದ್ರದೆಡೆಯಿಂದ ಜೋರಾಗಿ ಬೀಸುವ ಗಾಳಿ ಬೆಟ್ಟದ ತುದಿಯನ್ನು ಸೊಯ್ಯನೆ ಸುತ್ತಿ ಕೀರಲು ಸ್ವರದಲ್ಲಿ ಕಟ್ಟಡಗಳ ಮೂಲೆಯ ಸುತ್ತ ಗಿರಕಿ ಹೊಡೆಯುತ್ತಿತ್ತು. ಬಿಸಿಲು ಅಷ್ಟೇನೂ ಪ್ರಖರವಾಗಿರಲಿಲ್ಲ, ಆದರೆ ಪ್ರಕಾಶಮಾನವಾಗಿತ್ತು. ಅಚ್ಚ ಬಿಳಿ ಬಣ್ಣ ಬಳಿದಿದ್ದ ಇಗರ್ಜಿಯ ಗೋಡೆಗಳನ್ನು ಕಣ್ಣು ಕಿರಿದುಗೊಳಿಸಿ ನೋಡಬೇಕಿತ್ತು. ನಿಧಾನವಾಗಿ ತಾನೇ ಮಡಚಿಕೊಳ್ಳುತ್ತ, ಬಿಚ್ಚಿಕೊಳ್ಳುತ್ತ ಇರುವ ವಿಶಾಲವಾದ ಅಲ್ಯುಮಿನಿಯಮ್ ಹಾಳೆಯಂತೆ ಕಾಣುತ್ತಿದ್ದ ಸಮುದ್ರ. ಇಗರ್ಜಿಯ ಉತ್ತರ ದಿಕ್ಕಿನ ಗೋಡೆಯ ಬಳಿ ನಿಂತಿದ್ದ ನನಗೆ ಮಣಪ್ಪಾಡುವಿನ ಸಂಪೂರ್ಣ ನೈಸರ್ಗಿಕ ಬಂದರು ಕಾಣುತ್ತಿತ್ತು. ಅರ್ಧಚಂದ್ರಾಕೃತಿಯ, ಮರಳು ತುಂಬಿದ ಉದ್ದನೆಯ ಕರಾವಳಿ. ಉದ್ದಗಿಡ್ಡ ಸಾಲುಗಳಲ್ಲಿ ಮರಳಿನ ತೀರದುದ್ದಕ್ಕೂ ನಿಲ್ಲಿಸಲಾದ ಮೀನುದೋಣಿಗಳು. ನೀರಿನ ಆಳ ಎಷ್ಟು ಕಡಿಮೆ ಇತ್ತೆಂದರೆ, ಹೊಳೆಯುವ ನೀರಿನ ಅಡಿ ಕೊಳಕು ಕಂದು ಬಣ್ಣದ ಕಡಲತಳ ಕಾಣುತ್ತಿತ್ತು. ಅದು ಕ್ರಿಸ್‌ಮಸ್‌ಪೂರ್ವದ ಸೋಮವಾರ ಹಾಗೂ ನನ್ನ ಪ್ರಕಾರ ಅಲ್ಲಿ ಇದ್ದುದು ನಾನೊಬ್ಬನೇ.

ಹೋಲಿ ಕ್ರಾಸ್ ಇಗರ್ಜಿಯು ಬಿಳಿಯ ಬಣ್ಣದ ಒಂದು ಸರಳ ಕಟ್ಟಡ. ತನ್ನ ಗಾಢ ನೀಲಿ ವರ್ಣದ ಅಂಚಿನಿಂದಾಗಿ ಮೆಡಿಟರೇನಿಯನ್ ಶೈಲಿಯ ನಿರ್ಮಿತಿಯನ್ನು ತುಂಬಾ ಹೋಲುತ್ತದೆ. ಅದರೊಳಗೆ ಮಹಾತ್ಮರೊಬ್ಬರ ನಿಜವಾದ (ಮೂಲ) ಶಿಲುಬೆಯ ಚೂರಿನ ಅವಶೇಷ ಇದೆ ಎಂದು ಹೇಳುತ್ತಾರೆ. 1583 ರಲ್ಲಿ ಅದನ್ನು ಕೋಚಿನ್‌ದಿಂದ ಮಣಪ್ಪಾಡುವಿಗೆ ವೈಭವೋಪೇತ ಮೆರವಣಿಗೆಯಲ್ಲಿ ತರಲು ಎಂಟು ತಿಂಗಳಿಗೂ ಹೆಚ್ಚು ಕಾಲ ತಗುಲಿತಂತೆ. ದುರದೃಷ್ಟವಶಾತ್ ಆ ಅವಶೇಷವನ್ನು ಪ್ರದರ್ಶನಕ್ಕೆ ಇಟ್ಟಿಲ್ಲ. ಅದು ಇದೆ ಎಂಬ ಭರವಸೆಯೂ ನನಗಿಲ್ಲ. ಪೂಜಾವೇದಿಕೆಯ ಎದುರು ಕೈಗಳನ್ನು ತೆಕ್ಕೆಯಾಗಿಸಿಕೊಂಡು ಕುಳಿತ ಹಿರಿಯ ಮಹಿಳೆಯೊಬ್ಬಳು ಸದ್ದಿಲ್ಲದೇ ಪ್ರಾರ್ಥಿಸುತ್ತಿದ್ದಳು. ನಾನು ಇಲ್ಲದಿರುತ್ತಿದ್ದರೆ ಸಂಪೂರ್ಣವಾಗಿ ಆ ಚಿಕ್ಕ ಇಗರ್ಜಿಯಲ್ಲಿ ಇರುತ್ತಿದ್ದವಳು ಅವಳೊಬ್ಬಳೇ. ಕಮಾನುಗೂಡಿನಲ್ಲಿದ್ದ ಬೃಹತ್ ಶಿಲುಬೆಯ ಬಳಿ ಒಂದು ಅಗಲವಾದ ಮೇಜಿನ ಮೇಲೆ ಹಳೆಯ ಬೈಬಲ್ಲೊಂದು ತೆರೆದು ಕುಳಿತಿತ್ತು. ಸಾಕಷ್ಟು ಉಪಯೋಗಿಸಿದ್ದ ಕಾರಣ ಅದರ ಪುಟಗಳು ಬಳಲಿದಂತೆ ತೋರುತ್ತಿದ್ದವು. ಕಮಾನುಗೋಡೆಯ ಎರಡೂ ಬದಿಗಿದ್ದ ನೀಲಿ

ಕಿಟಕಿಗಳು ಗಾಳಿಗೆ ಹೊಡೆದುಕೊಳ್ಳುತ್ತಾ ಕಿರ್ರೆಂದು ನರಳುತ್ತಿದ್ದವು. ಆ ಕರ್ಕಶ ಶಬ್ದ ಹಾಗೂ ಅವಿರತವಾಗಿ ತೀರಕ್ಕೆ ಬಂದು ಬಡಿಯುತ್ತಿದ್ದ ಅಲೆಗಳ ಹೊರತಾಗಿಯೂ ನನಗೆ ಇಗರ್ಜಿಯು ಪ್ರಶಾಂತವಾಗಿದ್ದಂತೆಯೇ ನೆನಪು. ಬಹುಶಃ ಆಗ ಅಷ್ಟೇನೂ

ನಿಶ್ಶಬ್ದವಿರಲಿಕ್ಕಿಲ್ಲ. ಆದರೆ ನೆನಪು ಯಾವಾಗಲೂ ಪ್ರಶಾಂತತೆಯನ್ನು ನಿಶ್ಶಬ್ದದ ಜೊತೆಯಲ್ಲಿಯೇ ಕಲ್ಪಿಸಿಕೊಳ್ಳುತ್ತದೆ.

ಇಗರ್ಜಿಯಲ್ಲಿರುವ ಲೋಹದ ಸೂಚನಾ ಫಲಕವೊಂದು ಹೇಳುವಂತೆ, ಸೇಂಟ್ ಫ್ರಾನ್ಸಿಸ್ ಝೇವಿಯರ್[1]ರವರು 1542ರಲ್ಲಿ ಇಲ್ಲಿ ಸಾಮೂಹಿಕ ಪ್ರಾರ್ಥನೆಯನ್ನು ನಡೆಸಿಕೊಟ್ಟಿದ್ದರು. ಅದು ಭಾರತದ ಪೂರ್ವ ಕರಾವಳಿಯಲ್ಲಿ ಅವರ ಮೊದಲ ಪ್ರಾರ್ಥನಾ ಸಭೆಯಾಗಿತ್ತು. ಅವರು ದಕ್ಷಿಣ ಪ್ರಸ್ಥಭೂಮಿಯನ್ನು ತಬ್ಬಿಕೊಂಡಿರುವ ಕರಾವಳಿಯ ಮತ್ತೊಂದು ಬದಿಯಿಂದ ಸಮುದ್ರ ಮಾರ್ಗವಾಗಿ ಸುತ್ತಿ ಬಂದಿದ್ದರು. ಪ್ರಯಾಣದುದ್ದಕ್ಕೂ ಅಲ್ಲಲ್ಲಿ ನಿಲುಗಡೆಯಾಗಿತ್ತು. ಮಣಪ್ಪಾಡುವಿನಲ್ಲಿಳಿದು ಅಲ್ಲಿನ

---

1 16 ನೆಯ ಶತಮಾನದಲ್ಲಿ ಬದುಕಿದ್ದ ರೋಮನ್ ಕ್ಯಾಥೋಲಿಕ್ ಮಿಶನರಿ (ಧರ್ಮಪ್ರಚಾರಕ). ಜೆಸ್ಯುಟ್ ಅರ್ಡರ್‌ನ ಏಳು ಜನರಲ್ಲಿ ಒಬ್ಬ. ಬಲೋನೀ ವಿಶ್ವವಿದ್ಯಾನಿಲಯದಿಂದ ಡಾಕ್ಟರೇಟ್ ಪಡೆದಿದ್ದ. ಧರ್ಮಪ್ರಚಾರದ ಉದ್ದೇಶದಿಂದ ಭಾರತ, ದಕ್ಷಿಣಪೂರ್ವ ಏಷಿಯಾ ಹಾಗೂ ಜಪಾನ್‌ಗಳಲ್ಲಿ ಸಂಚರಿಸಿದ್ದ ಈತನನ್ನು ರೋಮನ್ ಕ್ಯಾಥೋಲಿಕ್ ಮಿಶನ್‌ದ ರಕ್ಷಕ ಸಂತನೆಂದು ಪರಿಗಣಿಸಲಾಗಿದೆ.

ಗುಹೆಯೊಂದರಲ್ಲಿ ಕೆಲ ವಾರಗಳ ಕಾಲ ನೆಲೆಸಿದ್ದರು. ಹಾಗೆ ಅಲ್ಲಿಗೆ ಬಂದು ಗುಹೆಯಲ್ಲಿ ನೆಲೆಸುವುದಕ್ಕೆ ಕಾರಣವೇನಿತ್ತು ಎಂಬುದು ಅವರಿಗಷ್ಟೇ ಗೊತ್ತಿರಲು ಸಾಧ್ಯ. ಇಗರ್ಜಿಯಿಂದ ಸಮುದ್ರದೆಡೆಗೆ ಹೋಗುವ ಮರಳಿನ ಕಾಲ್ದಾರಿಯಲ್ಲಿ, ಸಂತರ ಹೆಸರಿನಲ್ಲಿ ಚಿಕ್ಕ ಆರಾಧನಾ ಮಂದಿರವನ್ನು ಹೊಸದಾಗಿ ಕಟ್ಟಲಾಗಿದೆ. ಅದರ ಹಿಂಭಾಗದಲ್ಲಿ ಬಂಡೆಗಳಿಂದ ತುಂಬಿದ ತೀರದ ಅಂಚಿನಲ್ಲಿ ಆ ಗುಹೆ ಈಗಲೂ ಇದೆ. ಅಲ್ಲಿರುವ ಸೂಚನಾ ಫಲಕವೊಂದರಲ್ಲಿ ಹೀಗಿದೆ:

"ಸೇಂಟ್ ಫ್ರಾನ್ಸಿಸ್ ಝೇವಿಯರ್ ಅವರು ಕೈಗೊಂಡ ಪ್ರಾರ್ಥನೆ ಹಾಗೂ ಪ್ರಾಯಶ್ಚಿತ್ತ ಕ್ರಿಯೆಯಿಂದಾಗಿ (ಹಿಂದೊಮ್ಮೆ ಶೈವ ಸನ್ಯಾಸಿಯೊಬ್ಬರ ವಾಸಸ್ಥಾನವಾಗಿದ್ದ) ಈ ಗುಹೆಯು ಪವಿತ್ರಗೊಳಿಸಲ್ಪಟ್ಟಿದೆ."

ಸಮುದ್ರದ ಅಕ್ಕಪಕ್ಕದಲ್ಲಿರುವ ಇತರ ಗುಹೆಗಳನ್ನು ಗಮನಿಸಿದರೆ, ಇದೊಂದು ಅತ್ಯಂತ ಅಸಹಜವಾದ ಗುಹೆಯಾಗಿ ತೋರುತ್ತಿತ್ತು. ಛಾವಣಿಯಲ್ಲಿ ಕೆಲವೆಡೆ ಇರುವ ಮರದ ತೊಲೆಗಳು, ಕಲ್ಲಿನಲ್ಲಿಯೇ ಕೆತ್ತಿ ನಿಲ್ಲಿಸಿದ ಚೌಕಾಕಾರದ ಕಂಬಗಳು, ಗೋಡೆಯ ಮೇಲಣ ನೀಲಿ ಬಣ್ಣ, ಬಾಗಿಲ ಕಮಾನಿನ ಕೆಳಗಿದ್ದ ಮರದ ದಪ್ಪನೆಯ ಅಡ್ಡಹಲಗೆಗಳೆಲ್ಲವೂ ಅದರ ಅಸಹಜತೆಯನ್ನು ಇನ್ನಷ್ಟು ಹೆಚ್ಚಿಸಿದ್ದವು. ಗವಿಯ ಅತ್ಯಂತ ಆಳದ ಜಾಗದಲ್ಲಿ ಅದರ ಹಿಂಬದಿಯ ಗೋಡೆಗೆ ತಾಗಿದಂತೆ ಝೇವಿಯರ್‌ರವರ ಸಣ್ಣದೊಂದು ಪ್ರತಿಮೆಯಿತ್ತು. ಅಲ್ಲಿದ್ದ ಎರಡು ದೀಪಗಳಿಗಾಗಿ ಮಿರಿಂಡಾ ಬಾಟಲಿಯೊಂದರಲ್ಲಿ ಅರ್ಧದಷ್ಟು ಎಣ್ಣೆಯನ್ನು ಇಡಲಾಗಿತ್ತು. ಪ್ರವೇಶದ್ವಾರದಲ್ಲಿ ಒಳಹೊಕ್ಕಿದ್ದೇ ಬಲಭಾಗದಲ್ಲೊಂದು ಅಷ್ಟೇನೂ ಆಳವಿಲ್ಲದ ಬಾವಿಯಿತ್ತು. ಹೊರಗೇ ಇರುವ ಸಾಗರದಿಂದ ಅದರೊಳಕ್ಕೆ ನೀರು ಬರುತ್ತದೆ ಎನ್ನಲಾಗುತ್ತದೆ. 'ಅದು ನಿಜ, ಬೇಕಾದರೆ ನೀವೊಂದು ಲಿಂಬೆ ಹಣ್ಣನ್ನು ಬಾವಿಯೊಳಗೆ ಹಾಕಿ ನೋಡಿ, ಕೆಲ ನಿಮಿಷಗಳ ನಂತರ ಅದು ಹೋಗಿ ಸಮುದ್ರವನ್ನು ಸೇರಿರುತ್ತದೆ' ಎಂದು ಹಲವರು ನನಗೆ ಹೇಳಿದರು. (ವಿಚಿತ್ರವೆಂದರೆ ನನಗೆ ಹೇಳಿದ ಬಹುತೇಕರು ಲಿಂಬೆಹಣ್ಣನ್ನೇ ಉದಾಹರಿಸುತ್ತಿದ್ದರು. ಬಾಳೆಹಣ್ಣೋ ಅಥವಾ ತಗಡಿನ ಡಬ್ಬವೋ ಅಲ್ಲ. ಆಮ್ಲ-ಕ್ಷಾರವೆಂದು ಪತ್ತೆ ಹಚ್ಚಲು ಲಿಟ್ಮಸ್ ಕಾಗದವನ್ನು ಬಿಟ್ಟು ಇನ್ನೇನನ್ನೋ ಉಪಯೋಗಿಸಬಾರದಲ್ಲವೆ? ಹಾಗೆ ಇಲ್ಲಿ ಲಿಂಬೆಹಣ್ಣು.) ಬಾವಿಯ 'ಪವಾಡ' ವೇನೆಂದರೆ ಸಮುದ್ರದ ಸಂಪರ್ಕವನ್ನು ಹೊಂದಿದ್ದರೂ ಅದರ ನೀರು ಸಿಹಿಯಾದ ಮತ್ತು ತಾಜಾ ರುಚಿಯನ್ನು ಹೊಂದಿರುತ್ತದೆ ಎಂಬುದು. ಬಾವಿಯ ಬಳಿಯಿದ್ದ ಬಾಲ್ಟಿಯೊಂದರಿಂದ ಅರ್ಧ ಲೋಟದಷ್ಟು ನೀರನ್ನು ತೆಗೆದುಕೊಂಡು ಕುಡಿದೆ. ನೀರು ತುಸುವೇ ಉಪ್ಪುಪ್ಪಾಗಿತ್ತು. ಖಂಡಿತವಾಗಿಯೂ ಅದು ಸಮುದ್ರದ ನೀರಾಗಿರಲಿಲ್ಲ.

ಫ್ರಾನ್ಸಿಸ್ ಝೇವಿಯರ್‌ರವರು ಗುಹೆಯೊಳಗೆ ಹೋಗುವ ವೇಳೆಗಾಗಲೇ ಹೋಲಿ ಕ್ರಾಸ್ ಇಗರ್ಜಿಯು ಇಲ್ಲಿತ್ತು. 1530 ರಲ್ಲಿ ಮಣಪ್ಪಾಡುವಿನ ಬಳಿ ಸ್ಯಾಂಟಿಯಾಗೋ ಎಂಬ ಹೆಸರಿನ ಪೋರ್ತುಗೀಸ್ ವಾಣಿಜ್ಯ ಹಡಗೊಂದು ಮುಳುಗಿ ಹೋಗಿತ್ತು. ಅದರ ಪಟಸ್ತಂಭವು (ಕೂವೆಮರ) ಮರಳಿನ ತೀರಕ್ಕೆ ಬಂದು ಬಿದ್ದಿತ್ತು. 'ಆದರೆ ಯಾರೋ ಒಬ್ಬ ತಪ್ಪಾಗಿ ಅದರ ಮೇಲೆ ಕಾಲಿಟ್ಟುಬಿಟ್ಟಾಗ ಭಯಂಕರವಾದದ್ದೊಂದು ಘಟಿಸಿಹೋಯಿತು' ಎಂದು ಕಣ್ಣುಗಳನ್ನು ತಿರುಗಿಸುತ್ತ ನಾಟಕೀಯ ಹಾವಭಾವಗಳ ಸಹಿತ ವ್ಯಾಲೆಂಟಿನ್ ಇಳಂಗೋ ಎಂಬುವವರೊಬ್ಬರು ನನಗೆ ಹೇಳಿದರು. ಪ್ರೌಢಶಾಲೆಯೊಂದರಲ್ಲಿ ತಮಿಳು ಕಲಿಸುವ ಅವರು ಮಣಪ್ಪಾಡುವಿನ ಕುರಿತಾಗಿ ಉತ್ಕಟ ಆಸಕ್ತಿಯನ್ನು ಹೊಂದಿರುವ ಇತಿಹಾಸಜ್ಞರೂ ಹೌದು. ಶಾಲೆಗೆ ಶಾಲೆಯೇ ಪರೀಕ್ಷೆಯ ಆತಂಕದಲ್ಲಿ ನೀರವತೆಯನ್ನು ಹೊದ್ದು ಕುಳಿತಿದ್ದ ಆ ಸಮಯದಲ್ಲಿ, ನಾವು ಅವರ ಸಿಬ್ಬಂದಿಕೋಣೆಯಲ್ಲಿ ಹರಟುತ್ತಾ ಕುಳಿತಿದ್ದೆವು. 'ಪಟಸ್ತಂಭದ ಮೇಲೆ ಕಾಲಿಟ್ಟ ಆ ಮನುಷ್ಯ ಗಂಭೀರ ಕಾಯಿಲೆಗೆ ಬಿದ್ದ. ದೇಹ ಊದಿಕೊಂಡಿತು. ಆಗ ಪಟಸ್ತಂಭವನ್ನು ಶಿಲುಬೆಯನ್ನಾಗಿ ನಿಲ್ಲಿಸಬೇಕೆಂತಲೂ ಅದಕ್ಕಾಗಿ ಅದನ್ನು ತೊಳೆದು, ಎಣ್ಣೆಯನ್ನು ಲೇಪಿಸಬೇಕೆಂತಲೂ ಹಡಗಿನ ಕಪ್ತಾನನಿಗೆ ಕನಸು ಬಿತ್ತು. 1540 ರಲ್ಲಿ ಕಪ್ತಾನನು ಹಾಗೆಯೇ ಮಾಡಿದಾಗ ಆ ಬಡಪಾಯಿಯ ಆರೋಗ್ಯ ಸುಧಾರಿಸಿತು' ಎಂದು ಇಳಂಗೋ ಹೇಳಿದರು. 1582 ರ ವೇಳೆಗೆ, ಆ ಮೂಲ ಪಟಸ್ತಂಭದ ಸುತ್ತಲೂ ಇಗರ್ಜಿಯು ಬೆಳೆದು ನಿಂತಿತ್ತು. ಆ ಪಟಸ್ತಂಭವೀಗ ಹೊಸದಾದ ಹಾಗೂ ದೊಡ್ಡದಾದ ಶಿಲುಬೆಗೆ ಬೆನ್ನೆಲುಬಾಗಿ ನಿಂತಿದೆ. ಹಬ್ಬದ ಸಂದರ್ಭಗಳಲ್ಲಿ ಅದನ್ನು ಈಗಲೂ ತೊಳೆದು ಎಣ್ಣೆ ಹಚ್ಚಲಾಗುತ್ತದೆ.

ಪಟಸ್ತಂಭವು ಶಿಲುಬೆಯಾದ ಒಂದೆರಡು ವರುಷಗಳ ನಂತರ ಝೇವಿಯರ್ ಇಲ್ಲಿಗೆ ಬಂದರು. 'ಆ ಗುಹೆಯಲ್ಲಿ ವಾಸಿಸುತ್ತಿದ್ದ ಅವರು ರಾತ್ರಿಯಿಡೀ ಪ್ರಾರ್ಥನೆಯಲ್ಲಿ ನಿರತರಾಗಿರುತ್ತಿದ್ದರು. ತಿಂದರೂ ದಿನಕ್ಕೆ ಒಂದೇ ಊಟ ಅಷ್ಟೇ! ಸ್ಥಳೀಯ ಮೀನುಗಾರರು ತಂದುಕೊಡುವ ಅಕ್ಕಿಯ ಗಂಜಿ, ಒಣಗಿಸಿದ ಮೀನು ಅಥವಾ ಅಂತಹುದೇ ಇನ್ನೇನೋ ಆಹಾರವನ್ನು ಸೇವಿಸುತ್ತಿದ್ದರು. ಗುಹೆಯಿಂದಲೇ ಲಯೋಲಾದ ಸಂತ ಇಗ್ನೇಶಿಯಸ್[1] ಅವರಿಗೆ ಹನ್ನೆರಡು ಪತ್ರಗಳನ್ನು ಬರೆದರು ಅಂತ ಭಾವಿಸಿರುವೆ. ಅವು ಈಗ ರೋಮ್‌ನಲ್ಲಿರುವ ವ್ಯಾಟಿಕನ್ ಗ್ರಂಥಾಲಯದಲ್ಲಿ ಇವೆಯೆಂದು ಹೇಳುತ್ತಾರೆ' ಎಂದರು ಇಳಂಗೋ. ಅಂತೂ ಕೊನೆಗೆ ಗುಹೆಯಿಂದ ಝೇವಿಯರ್ ಹೊರಬಂದರು. ಈ ಭಾಗದ ಮೀನುಗಾರ ಸಮುದಾಯವನ್ನು

---

1 1491–1556. ಸ್ಪೇನಿಷ್ ಬಾಸ್ಕ್ ಕ್ಯಾಥೋಲಿಕ್ ಪಂಥದ ಪಾದ್ರಿ ಹಾಗೂ ಧರ್ಮಶಾಸ್ತ್ರಜ್ಞ ಹಾಗೂ ಸೊಸೈಟಿ ಆಫ್ ಜೀಸಸ್‌ನ ಸಂಸ್ಥಾಪಕ.

ಕ್ಯಾಥೋಲಿಕ್ ಪಂಥಕ್ಕೆ ಪರಿವರ್ತಿಸುವುದು ಅವರ ಉದ್ದೇಶವಾಗಿತ್ತು. ಆ ಕಾರ್ಯವನ್ನು ಗಟ್ಟಿಗೊಳಿಸುವುದಕ್ಕಾಗಿ ಟ್ಯೂಟಿಕೊರಿನ್‌ಗೆ (ತೂತ್ತುಕುಡಿಗೆ) ಹೋದರು.

II

ಜೂಲ್ ವರ್ನ್[1] ಎಂಬ ಲೇಖಕನ "20000 ಲೀಗ್ಸ್ ಅಂಡರ್ ದ ಸೀ" ಎಂಬ ಪುಸ್ತಕದ ಅಧ್ಯಾಯವೊಂದರಲ್ಲಿ, ಕ್ಯಾಪ್ಟನ್ ನಿಮೋ ಎಂಬುವವನು ಸಮುದ್ರದೊಳಗೆ ಈಜುತ್ತಾ ದೈತ್ಯಾಕಾರದ ಮತ್ತು ಪರಿಪೂರ್ಣವಾದ ಮುತ್ತೊಂದನ್ನು ನೇವರಿಸುತ್ತಿರುವ ಸನ್ನಿವೇಶವಿದೆ. ಅಮೆರಿಕಾದ ಜಲಾಂತರ್ಗಾಮಿ ನೌಕೆಯೊಂದರಲ್ಲಿ ಕುಳಿತು ವೀಕ್ಷಿಸಿದ ಅನುಭವವನ್ನು ಕಾದಂಬರಿಯಾಗಿ ಬರೆಯಲಾಗಿದೆ. ಅದರ ನಿರೂಪಕನಾದ ಎಮ್. ಅರೋನಾಕ್ಸ್ ಹೀಗೆ ಹೇಳುತ್ತಾನೆ. ಆಗ ನೀರಿನಲ್ಲಿ ಕ್ಯಾಪ್ಟನ್ ನಿಮೋಗೆ ನೆರಳೊಂದು ಗೋಚರಿಸಿತು. ಅದೊಂದು ಶಾರ್ಕ್ ಮೀನು ಇರಬಹುದು ಎಂಬ ಭಯ ಆತನಿಗೆ. ಅನಂತರ ಅವನಿಗೆ ಅದು ಒಬ್ಬ ಮನುಷ್ಯನೆಂದು ತಿಳಿಯುತ್ತದೆ. ನಿರೂಪಣೆ ಮುಂದುವರೆಯುತ್ತದೆ...

......ಒಬ್ಬ ಜೀವಂತ ಮನುಷ್ಯ, ಭಾರತೀಯ ಮೀನುಗಾರ. ಪಾಪ ಬಡಪಾಯಿ. ಬೆಳೆ ಬರುವುದಕ್ಕಿಂತ ಮೊದಲೇ ಕೊಯ್ಲು ಮಾಡಲು ಬಂದಿದ್ದನೆಂದು ಕಾಣುತ್ತದೆ. ಅವನ ತಲೆಯ ಮೇಲ್ಗಡೆ ಕೆಲವೇ ಅಡಿಗಳಲ್ಲಿ ನಿಂತಿದ್ದ ಕಿರುದೋಣಿಯ ತಳಭಾಗವನ್ನು ನಾನು ನೋಡಬಲ್ಲವನಾಗಿದ್ದೆ. ನೀರಿಗೆ ಧುಮುಕಿ, ಮುಳುಗಿ ಮತ್ತೆ ಮೇಲೆದ್ದು ಬಂದ. ತನ್ನ ಪಾದಗಳ ನಡುವೆ ಆತ ಹಿಡಿದಿಟ್ಟುಕೊಂಡಿದ್ದ ಶಂಖುವಿನಾಕೃತಿಯ, ಸಕ್ಕರೆ ಅಚ್ಚಿನಂತಹ ಕಲ್ಲು ಮತ್ತು ಆತನನ್ನು ನಾವೆಗೆ ಬಂಧಿಸಿದ್ದ ಒಂದು ಹಗ್ಗ, ಇವೆರಡೂ ಕ್ಷಿಪ್ರವಾಗಿ ನೀರಿನಲ್ಲಿ ಇಳಿಯಲು ಆತನಿಗೆ ಸಹಾಯ ಮಾಡುತ್ತಿದ್ದವು. ಅದಷ್ಟೇ ಆತನ ಸಲಕರಣೆಯಾಗಿತ್ತು. ಸುಮಾರು ಹದಿನೈದು ಅಡಿ ಆಳದಲ್ಲಿರುವ ತಳವನ್ನು ಮುಟ್ಟಿ, ಮಂಡಿಯೂರಿ, ಸಿಕ್ಕ ಚಿಪ್ಪಿಗಳನ್ನು ಎತ್ತಿ ತನ್ನ ಚೀಲಕ್ಕೆ ತುಂಬಿಕೊಂಡ. ನಂತರ ಮೇಲಕ್ಕೆ ಬಂದು, ಅದನ್ನು ಬರಿದು ಮಾಡಿ, ಕಲ್ಲನ್ನೆಳೆದುಕೊಂಡು, ಮತ್ತೊಮ್ಮೆ ತನ್ನ ಕಾರ್ಯಾಚರಣೆಯನ್ನು ಆರಂಭಿಸಿದ. ಪ್ರತಿ ಬಾರಿ ಅವನು ನೀರಿನಲ್ಲಿ ಮುಳುಗಿ ಎದ್ದು ಬರಲು ಮೂವತ್ತು ಸೆಕೆಂಡುಗಳು ಬೇಕಾಗುತ್ತಿದ್ದವು.

---

1 1828–1905, ಫ್ರೆಂಚ್ ಕಾದಂಬರಿಕಾರ, ಕವಿ ಹಾಗೂ ನಾಟಕಕಾರ. 'ವೋಯೇಜಸ್‌ಎಕ್ಸ್ಟ್ರಾರ್ಡಿನೇರ್' ಎಂಬ ಸಾಹಸಮಯ ಕಾದಂಬರಿ ಅಥವಾ ಸರಣಿಗಳಿಂದಾಗಿ ಖ್ಯಾತ.

ಅರೋನಾಕ್ಸ್‌ನು ಕುಳಿತಿದ್ದ ನೌಟಿಲಸ್ ಹೆಸರಿನ ನೌಕೆಯು ಆ ಹೊತ್ತಿನಲ್ಲಿ ಭಾರತದ ಪೂರ್ವ ಕರಾವಳಿಯ ಕಟ್ಟಕಡೆಯ ತಿರುವಿನಲ್ಲಿ ಓಡಾಡಿಕೊಂಡಿತ್ತು. ಆತನು ಇಂಡಿಯನ್ ಎಂದು ಕರೆದ ಆ ಮನುಷ್ಯನು ಬಹುಶಃ ಮುತ್ತನ್ನು ಸಂಗ್ರಹಿಸುವ ಸಮುದಾಯಕ್ಕೆ ಸೇರಿದ ಭಾರತೀಯನೇ ಆಗಿರಬೇಕು. ಈ ಸಮುದಾಯದವರು ರಾಮೇಶ್ವರಮ್ ಮತ್ತು ಕನ್ಯಾಕುಮಾರಿಯ ನಡುವೆ, ಅದರಲ್ಲಿಯೂ ನಿರ್ದಿಷ್ಟವಾಗಿ ಟ್ಯೂಟಿಕೊರಿನ್ ಮತ್ತು ಅದರ ಸುತ್ತಮುತ್ತಲಿನ ಹಳ್ಳಿಗಳಲ್ಲಿಯೇ ಗುಂಪುಗುಂಪಾಗಿ ನೆಲೆಸಿದ್ದಾರೆ. ಮೀನುಗಾರರು ತಾವು ಪ್ರಾಚೀನ ಕಾಲದಿಂದಲೂ ಇದ್ದವರೆಂದು ಹೇಳಿಕೊಳ್ಳುತ್ತಾರೆ. ಆದರೆ ಅವರ ಹೆಸರು, ಪದನಾಮಗಳ ಕುರಿತಾಗಿ ಪಂಡಿತರ ನಡುವೆ ಇನ್ನೂ ವಿಭಿನ್ನ ಚರ್ಚೆಗಳು ನಡೆಯುತ್ತಿವೆ. ಕ್ರಿಸ್ತಪೂರ್ವ 300 ಮತ್ತು ಕ್ರಿಸ್ತಶಕ 200 ನೆಯ ವರ್ಷಗಳ ನಡುವಿನ ಅವಧಿಯಲ್ಲಿನ ತಮಿಳು ಸಂಗಂ ಸಾಹಿತ್ಯವು ಅವರನ್ನು 'ನೆಯ್ದಲ್‌ಮಕ್ಕಳ್' ಅಥವಾ 'ಕರಾವಳಿ ದಂಡೆಯ ಜನ' ಎಂಬುದಾಗಿ ಉಲ್ಲೇಖಿಸುತ್ತದೆ. ಆದರೆ ಈ ಸಾಹಿತ್ಯವು ತುಂಬಾ ಕಾವ್ಯಾತ್ಮಕವಾಗಿದ್ದು, ನಿರ್ದಿಷ್ಟವಾಗಿ ಒಂದು ಸಮುದಾಯವನ್ನು ಹೆಸರಿಸುತ್ತಿರುವ ಹಾಗೆ ಕಾಣುವುದಿಲ್ಲ. ಬಹಳ ಸಮಯದವರೆಗೆ ಮೀನುಗಾರರನ್ನು ಅವರ ಜಾತಿಯಿಂದ ಅಂದರೆ 'ಪರವಾ' ಎಂಬ ಹೆಸರಿನಿಂದಲೇ ಗುರುತಿಸಲಾಗುತ್ತಿತ್ತು. ಆದರೆ ಈಗ ಬಹಳಷ್ಟು ಜನ ತಮ್ಮನ್ನು 'ಭರತರು' ಅಥವಾ 'ಭರತಕುಲ'ದವರು ಎಂದು ಗುರುತಿಸಿಕೊಳ್ಳಲು ಇಷ್ಟಪಡುತ್ತಾರೆ. ಇದು ಅವರಿಗೆ ತಮ್ಮ ಮೂಲವನ್ನು ಅಯೋಧ್ಯೆಯ ರಾಜ ಮತ್ತು ರಾಮನ ಸಹೋದರನಾಗಿದ್ದ ಭರತನ ಕಾಲಕ್ಕೆ ಸೇರಿದ ಸೈನಿಕರ ವಂಶದ ಜೊತೆ ಹೆಣೆದುಕೊಳ್ಳುವ ಅವಕಾಶವನ್ನು ದಯಪಾಲಿಸಿಬಿಡುತ್ತದೆ. ತುಸು ಅತಿರೇಕವೆನ್ನಬಹುದಾದ ಮತ್ತೊಂದು ಸಿದ್ಧಾಂತವು ಹೇಳುವ ಪ್ರಕಾರ, ಪರವಾಗಳು ಇಸ್ರೇಲಿನ ಅಳಿದುಹೋದ ಜನಾಂಗಗಳಲ್ಲಿ ಒಂದಕ್ಕೆ ಸೇರಿದವರು. ಅವರ ಹಿಂದೂ ಅಥವಾ ಯಹೂದಿ ಮೂಲಗಳೇನೇ ಇರಲಿ, ಈಗ ಅವರು ಬಹುತೇಕ ಕಟ್ಟಾ ಕ್ಯಾಥೋಲಿಕ್ಕರೇ! ಅದಕ್ಕೆ ಕಾರಣವೇನೆಂದರೆ, ಒಬ್ಬ ಮನುಷ್ಯನ ಕಿವಿಯ ಹಾಲೆ.

ಹದಿನಾರನೆಯ ಶತಮಾನದ ಆರಂಭದಲ್ಲಿ, ಅರಬ್ಬೀ ವರ್ತಕರು ಕಯಲಾರ್ ಸಮುದಾಯದ ನಾವಿಕನೊಬ್ಬನನ್ನು ಆಗತಾನೇ ಇಸ್ಲಾಮಿಗೆ ಪರಿವರ್ತಿಸಿದ್ದರು. ಆತ ಪರವಾ ಜನಾಂಗದ ಮಹಿಳೆಯೊಬ್ಬಳಿಗೆ ಕೀಳು ಅರ್ಥವುಳ್ಳ ಯಾವುದೋ ಪದವೊಂದನ್ನು ಬಳಸಿ ಅಪಮಾನಿಸಿದ. ಅದು ಯಾವ ಗುಣವಾಚಕವೋ ಗೊತ್ತಿಲ್ಲ. ದುರ್ದೈವವಶಾತ್ ಇತಿಹಾಸದಲ್ಲಿ ಅದು ಅಳಿದುಹೋಗಿದೆ. ಅವಳ ಗಂಡ ಮಧ್ಯೆ ಪ್ರವೇಶಿಸಲು ಪ್ರಯತ್ನಿಸಿದ. ಆದರೆ ಅವನ ಕಿವಿಯ ಹಾಲೆಯನ್ನೇ ಕತ್ತರಿಸಲಾಯಿತು. ಈ ಗಲಾಟೆಯಲ್ಲಿ ಅವನ ಕಿವಿಯಲ್ಲಿದ್ದ ಮುತ್ತಿನ ಕಡಕು ಕೂಡ

ಕಳೆದು ಹೋಯಿತು. ಕಿವಿಹಾಲೆಯ ಘಟನೆಯಿಂದಾಗಿ ಪರವಾ ಮತ್ತು ಕಯಲಾರ್ ಸಮುದಾಯಗಳ ನಡುವೆ ದೀರ್ಘಕಾಲದಿಂದ ಒಳಗೊಳಗೇ ಕುದಿಯುತ್ತಿದ್ದ ವೈಮನಸ್ಸು ಈಗ ಉಕ್ಕಿ ಹೊರಬಂದಂತಾಯಿತು. ಪರವಾಗಳು ರಕ್ಷಣೆಗೋಸ್ಕರ ಅದೇ ತಾನೇ ಆಗಮಿಸಿದ್ದ ಪೋರ್ಚುಗೀಸರನ್ನು ಸಂಪರ್ಕಿಸಿದರು. ರಕ್ಷಣೆಯ ಭರವಸೆಯೇನೋ ಅವರಿಗೆ ದೊರೆಯಿತು. ಆದರೆ ಅದಕ್ಕೆ ಬದಲಾಗಿ ಅವರು ತಮ್ಮ ಧರ್ಮವನ್ನು ಮತ್ತು ಮುತ್ತುಗಳನ್ನು ಸಂಗ್ರಹಿಸುವ ಹಕ್ಕಿನ ಮೇಲಿನ ಏಕಸ್ವಾಮ್ಯವನ್ನು ಬಿಟ್ಟುಕೊಡಬೇಕಾಯಿತು. 1530 ರ ಮಧ್ಯಭಾಗದಲ್ಲೊಮ್ಮೆ ನಡೆದ ಸಾಮೂಹಿಕ ಕ್ರೈಸ್ತಸ್ನಾನದಲ್ಲಿ (ಶುದ್ಧೀಕರಣ) ಮೂವತ್ತು ಹಳ್ಳಿಗಳಿಗೆ ಸೇರಿದ ಸರಿಸುಮಾರು ಇಪ್ಪತ್ತು ಸಾವಿರ ಜನರು ಕ್ರೈಸ್ತಪಂಥಕ್ಕೆ ಪರಿವರ್ತನೆಗೊಂಡರು. ಬಹುಶಃ ಇದು ಇತಿಹಾಸದಲ್ಲಿಯೇ ಅತ್ಯಂತ ದೊಡ್ಡ ಪ್ರಮಾಣದಲ್ಲಿ ಹಾಗೂ ಏಕಕಾಲಕ್ಕೆ ನಡೆದ ಮತಾಂತರವಿರಬೇಕು. ಇಲ್ಲಿ 'ಮತಾಂತರ' ಎನ್ನುವ ಕ್ರಿಯೆಯನ್ನು ಅತ್ಯಂತ ಪ್ರಾಥಮಿಕ ಮಟ್ಟದಲ್ಲಿ ನಡೆಸಲಾಗಿತ್ತು. ಸೂಸನ್ ಬೇಯ್ಲಿ ಎನ್ನುವವಳು ತನ್ನ 'ಸೇಂಟ್ಸ್, ಗಾಡೆಸ್ಸೆಸ್ ಎಂಡ್ ಕಿಂಗ್ಸ್' ಎಂಬ ಪುಸ್ತಕದಲ್ಲಿ ಬರೆದಿರುವ ಪರವಾಗಳ ಕುರಿತಾದ ಅಧ್ಯಾಯದಲ್ಲಿ ಹೇಳುವ ಪ್ರಕಾರ, ಮತಾಂತರವು ಕೇವಲ 'ಎದೆಯ ಮೇಲೆ ಶಿಲುಬೆಯ ಗುರುತನ್ನು ಮಾಡಿಕೊಳ್ಳುವುದು ಮತ್ತು ದುರ್ಬಲವಾಗಿ ತಮಿಳಿಗೆ ಅನುವಾದಗೊಂಡ ಮತೀಯ ಗೀತೆಗಳನ್ನು ಹಾಗೂ ಆವೆ ಮರಿಯಳ ಪ್ರಾರ್ಥನೆಗಳನ್ನು ಹೇಳಲು' ಕಲಿಸುವುದಷ್ಟೇ ಆಗಿತ್ತು. ಅರ್ಧ ಸಹಸ್ರಮಾನ ವರ್ಷಗಳ ನಂತರ ಆ ಘಟನೆಯನ್ನು ಅವಲೋಕಿಸಿದಾಗ, ಬಹುಶಃ ತನ್ನ ಸರಳತೆಯ ಕಾರಣದಿಂದಲೇ ಆ ಮತಾಂತರವು ಅತ್ಯಂತ ಕ್ಷಿಪ್ರವಾಗಿ ನಡೆಯಿತೆಂದು ಮೇಲ್ನೋಟಕ್ಕೆ ಕಾಣುತ್ತದೆ.

ಪರವಾಗಳ ಕ್ಯಾಥೋಲಿಕ್ ಪಂಥಾಚರಣೆಯ ಕೇಂದ್ರವೆಂದರೆ, ಟ್ಯೂಟಿಕೊರಿನ್‌ನ ಸೌಥ್ ಬೀಚ್ ರೋಡ್‌ನಲ್ಲಿರುವ ಅವರ್ ಲೇಡಿ ಆಫ್ ದ ಸ್ನೋವ್ಸ್ ಇಗರ್ಜಿ. ಸ್ಥಳೀಯರು ಪೆರಿಯ ಕೋವಿಲ್ ಎಂದು ಕರೆಯುವ ಈ ದೊಡ್ಡ ಇಗರ್ಜಿಯು ಹಳೆ ಬಂದರಿನಿಂದ ಸಾಗುವ ರಸ್ತೆಯಲ್ಲಿಯೇ ಇದೆ. ಹಿಂದೆ ಅಲ್ಲಿ ಶ್ರೀಲಂಕಾದಿಂದ ಕುಡಿಯುವ ನೀರಿನ ಪೀಪಾಯಿಗಳನ್ನು ಆಮದು ಮಾಡಿಕೊಳ್ಳಲಾಗುತ್ತಿತ್ತು. ಅಲ್ಲಿಂದ ಈಗಲೂ ಸರಕುಗಳು ಹಡಗಿನಲ್ಲಿ ಮಾಲ್ದೀವ್ಸ್‌ಗೆ ಹೋಗುತ್ತವೆ. ಚರ್ಚಿನಿಂದ ಬರುವ ರಸ್ತೆಯ ಆಚೆಗಿರುವ ಸಪೂರ ಶಿಲುಬೆಯು, ಪಟಸ್ತಂಭವನ್ನು ಪರಿವರ್ತಿಸಿ ಮಾಡಿದ್ದೆಂದು ಸ್ಪಷ್ಟವಾಗಿ ಗೋಚರಿಸುತ್ತದೆ. ನಾವಿಕರು ಸಮುದ್ರಯಾನಕ್ಕೆ ಬಳಸುವ ಪತಾಕೆಗಳಂತೆ ಕಾಣುವ ತೋರಣಗಳನ್ನು ಅದಕ್ಕೆ ಈಗಲೂ ಕಟ್ಟಿ ಅಲಂಕರಿಸಲಾಗಿತ್ತು. (ನಾನು ಗಮನಿಸುವಂತೆ, ಟ್ಯೂಟಿಕೊರಿನ್‌ನಲ್ಲಿ ಪಟಸ್ತಂಭವು ಶಿಲುಬೆಯಾಗಿರುವ

ಪ್ರತೀಕವನ್ನು ಬಹಳಷ್ಟು ಕಡೆಗಳಲ್ಲಿ ಬಳಸಲಾಗಿದೆ. ಇದು ಈ ಭಾಗದಲ್ಲಿ ಚರ್ಚು ಮತ್ತು ಮೀನುಗಾರರ ಮಧ್ಯೆ ಇರುವ ಬೆಸುಗೆಯನ್ನು ಬಿಂಬಿಸುತ್ತದೆ. ಇನ್ನೊಂದು ಇಗರ್ಜಿಯಲ್ಲಿ ಪೂಜಾ ವೇದಿಕೆಯ ಮೇಲೆ ತೀರಾ ದೊಡ್ಡದಾದ, ಕೆನೆಬಣ್ಣದ ಮುತ್ತೊಂದನ್ನು ತನ್ನ ಒಡಲಲ್ಲಿ ಇಟ್ಟುಕೊಂಡಿದ್ದ ದೊಡ್ಡ ಚಿಪ್ಪಿನ ಶಿಲ್ಪವೊಂದಿತ್ತು.) ಅವರ್ ಲೇಡಿ ಆಫ್ ದ ಸ್ನೋವ್ಸ್ ಇಗರ್ಜಿಯಿಂದ ಕೆಲವೇ ಕಟ್ಟಡಗಳ ಆಚೆ ಬಹುತೇಕ ಮರಮಟ್ಟುಗಳಿಂದಲೇ ಮಾಡಿದ, ನೀಲಿ ಬಣ್ಣದ ಒಂದು ಕಟ್ಟಡವಿತ್ತು. ಅದರ ಮೇಲೆ 'ಜಸ್ಟಿನ್ ಫೋಟೋ ಕಲರ್ ಲ್ಯಾಬ್' ಎಂಬ, ಬಣ್ಣದಲ್ಲಿ ಬರೆದ ನಾಮಫಲಕವಿತ್ತು. ಅದರಲ್ಲಿ ಭಯಭೀತ ಕಣ್ಣುಗಳನ್ನುಳ್ಳ ಒಂದು ಮಗುವಿನ ಚಿತ್ರವೂ ಇತ್ತು. ಬಹುಶಃ ಫೋಟೋ ತೆಗೆಯುವಾಗ ಅದು ಅತೀವವಾಗಿ ಭಯಬಿದ್ದಿತ್ತೇನೋ ಎಂಬಂತೆ ಕಾಣುತ್ತಿತ್ತು. ನಾಮಫಲಕವೂ ಆ ಕಟ್ಟಡದಷ್ಟೇ ಹಳೆಯದಾಗಿ ಕಾಣುತ್ತಿತ್ತು. ತನ್ನ ಮೋಟಾರ್‌ಸೈಕಲ್‌ನಲ್ಲಿ ನನ್ನನ್ನು ಕುಳ್ಳಿರಿಸಿಕೊಂಡು ಆ ಕಟ್ಟಡದ ಮುಂದೆ ಹಾದುಹೋಗುತ್ತಿದ್ದಾಗ ಗೆಳೆಯ ಅಮಲರಾಜ್ ಫರ್ನಾಂಡೋ 'ಅದು ಈ ಮುಂಚೆ ಪಾಂಡಿಯಪತಿಯ ಮನೆಯಾಗಿತ್ತು. ಆಮೇಲೆ ಆ ಕುರಿತು ವಿವರವಾಗಿ ಹೇಳುತ್ತೇನೆ' ಎಂದು ಹೇಳಿದ.

ಪೋರ್ಚುಗೀಸರಿಂದ ಸ್ಫೂರ್ತಿ ಪಡೆದ ಅನೇಕಾನೇಕ ಸ್ಥಳೀಯ ಇಗರ್ಜಿಗಳಂತೆ ಅವರ್ ಲೇಡಿ ಆಫ್ ದ ಸ್ನೋವ್ಸ್ ಇಗರ್ಜಿಗೆ ಕೂಡ ಬಿಳಿ ಮತ್ತು ಪ್ರಖರ ನೀಲಿ ಬಣ್ಣವನ್ನು ಬಳಿಯಲಾಗಿದೆ. ಅದನ್ನು 1582 ರಲ್ಲಿ ಪ್ರತಿಷ್ಠಾಪಿಸಲಾಯಿತೆಂದು ಸೂಚನಾಫಲಕವೊಂದು ಹೇಳುತ್ತದೆ. ನನಗೇನೋ ಅದು ಇನ್ನೂರು ವರ್ಷಕ್ಕಿಂತ ಹೆಚ್ಚು ಹಳೆಯದು ಎಂದು ತೋರಲಿಲ್ಲ. (1707 ರಲ್ಲಿ ಈ ಇಗರ್ಜಿಯು, ಆ ಪಟ್ಟಣ ಮತ್ತು ಸುತ್ತಲಿನ ಹಳ್ಳಿಗಳನ್ನು ಅಗಾಧ ಗುಡುಗು ಸಿಡಿಲುಗಳಿಂದ, ಬಹುಶಃ ಬೃಹತ್ ಶಬ್ದವೊಂದರಿಂದ, ಅತ್ಯಾಶ್ಚರ್ಯಕರ ರೀತಿಯಲ್ಲಿ ರಕ್ಷಿಸಿತು ಎಂದು ಸೂಚನಾಫಲಕವು ಹೇಳುತ್ತದೆ.) ಇಗರ್ಜಿಯ ಹಳೆಯ ಹಾಗೂ ಮಟ್ಟಸವಾದ ಕೇಂದ್ರ ಸಭಾಂಗಣದ ತುದಿಗೆ ಆಯತಾಕಾರದ ಕೊಠಡಿಯೊಂದನ್ನು ಹೊಸದಾಗಿ ಸೇರಿಸಲಾಗಿತ್ತು. ತುದಿಯಲ್ಲಿರುವ ಬಾಗಿಲುಗಳ ಮೂಲಕ ಪೂಜಾ ವೇದಿಕೆಯು ಕಾಣದೇ ಹೋದರೆ, ಅಚ್ಚ ಬಿಳಿ ಬಣ್ಣದ ಈ ಜಾಗವು ಆಸ್ಪತ್ರೆಯಲ್ಲಿ ರೋಗಿಗಳು ಕುಳಿತು ಕಾಯುವ ಕೋಣೆಯಂತೆಯೇ ಕಾಣುತ್ತದೆ. 'ಕ್ರಿಸ್‌ಮಸ್‌ಗೆಂದು ಇತ್ತೀಚೆಗಷ್ಟೇ ಇದಕ್ಕೆ ಬಣ್ಣ ಬಳಿಯಲಾಗಿದೆ. ಅದಕ್ಕೇ ಹಾಗೆ ಕಾಣುತ್ತದೆ' ಎಂದು ಫರ್ನಾಂಡೊ ಹೇಳಿದ.

ಫರ್ನಾಂಡೊ, ಅಚ್ಚುಕಟ್ಟಾದ ಸಣ್ಣ ಶರೀರದ ಮನುಷ್ಯ. ಹೆಸರಿಗೆ ಟ್ಯೂಟಿಕೊರಿನ್‌ನಲ್ಲಿ ಮೊಬೈಲ್ ರೀಚಾರ್ಜ್ ಅಂಗಡಿಯೊಂದನ್ನು ನಡೆಸುತ್ತಾನೆ.

ಆದರೆ ದಿನದ ಹೆಚ್ಚು ವೇಳೆಯನ್ನು ಪಟ್ಟಣದ ಇತಿಹಾಸದಲ್ಲಿ ತನಗಿರುವ ಶ್ರದ್ಧಾಪೂರ್ಣ ಆಸಕ್ತಿಯನ್ನು ಬೆಳೆಸಿಕೊಳ್ಳಲು, ಅಕ್ಷರಶಃ ಪ್ರತಿಯೊಬ್ಬರನ್ನೂ ಪರಿಚಯಿಸಿಕೊಳ್ಳಲು ವ್ಯಯಿಸುತ್ತಾನೆಂದು ಅವನ ಹೆಂಡತಿಗೆ ಅಸಮಾಧಾನ. ಪೆರಿಯ ಕೋವಿಲ್‌ಗೆ ನೀಡಿದ ಮೊದಲ ಭೇಟಿಯ ಸಮಯದಲ್ಲಿ ಮೇರಿ ಆಫ್ ದ ಸ್ನೋ ಕುರಿತು ಕಂಡಿದ್ದು, ಕೇಳಿದ್ದು, ನೆನಪಾಗಿದ್ದನ್ನೆಲ್ಲ ವಿವರವಾಗಿ ಹೇಳಿದ. 'ನಾಲ್ಕನೆಯ ಶತಮಾನದಲ್ಲಿ ರೋಮ್‌ನಲ್ಲಿ ಭೀಕರ ಕ್ಷಾಮ ತಲೆದೋರಿತ್ತು. ಆದರೂ ಎಸ್ಕ್ವಲೈನ್[1] ಬೆಟ್ಟದ ಮೇಲೆ ಹಿಮ ಬಿದ್ದಿತ್ತು. ಆಗ ಪೋಪ್ ಲೈಬೀರಿಯಸ್‌ರಿಗೆ ಮೇರಿ ಕನಸಿನಲ್ಲಿ ಕಾಣಿಸಿಕೊಂಡಳು. ಆ ಬೆಟ್ಟದ ಮೇಲೆ ಇಗರ್ಜಿಯೊಂದನ್ನು ಕಟ್ಟುವಂತೆ ಅವರಿಗೆ ನಿರ್ದೇಶಿಸಿದಳು. ಈಗ ಅದು ಬೆಸಿಲಿಕ ಆಫ್ ಸಂತ ಮಾರಿಯ ಮಜ್ಜೋಯೆ ಎಂದು ಕರೆಸಿಕೊಳ್ಳುತ್ತಿದೆ' ಎಂದು ಫರ್ನಾಂಡೊ ಹೇಳಿದ. ಮೇರಿಯ ಐತಿಹ್ಯಪೂರ್ಣ ಪ್ರತಿಮೆಯೊಂದು ಅವರ್ ಲೇಡಿ ಆಫ್ ದ ಸ್ನೋವ್ಸ್ ಇಗರ್ಜಿಯಲ್ಲಿದೆ. ಲೋಹದ ಹಾಳೆಗಳನ್ನು ಹೊದೆಸಲಾದ ಆ ಪ್ರತಿಮೆಯ ಸುತ್ತ ಇನ್ನಷ್ಟು ಮುದ್ದು ಮಕ್ಕಳ ಶಿಲ್ಪಗಳಿವೆ. ಅದನ್ನು ಹದಿನಾರನೆಯ ಶತಮಾನದಲ್ಲಿ ಫಿಲಿಪ್ಪೀನ್ಸ್ ದೇಶದ ಮನಿಲಾದಿಂದ ಟ್ಯೂಟಿಕೊರಿನ್‌ಗೆ ತರಲಾಗಿದೆ ಎಂದು ಫರ್ನಾಂಡೊ ಸೇರಿಸಿದ.

ಕ್ರಿಸ್‌ಮಸ್‌ಗಿಂತ ಮೂರು ದಿನ ಮೊದಲು, ಒಂದು ಭಾನುವಾರ ಬೆಳಿಗ್ಗೆ ನಾನು ಅವರ್ ಲೇಡಿ ಆಫ್ ದ ಸ್ನೋವ್ಸ್ ಇಗರ್ಜಿಯಲ್ಲಿನ ಮೊದಲೆರಡು ಸಾಮೂಹಿಕ ಪ್ರಾರ್ಥನೆಗಳಲ್ಲಿ ಭಾಗಿಯಾದೆ. ಎಲ್ಲರಿಗಿಂತ ಮುಂದೆ, ನೆಲದ ಮೇಲೆ ಮಹಿಳೆಯರು ತಮ್ಮ ಮಕ್ಕಳೊಂದಿಗೆ ಕುಳಿತಿದ್ದರು. ಅವರ ಹಿಂದೆ, ಲಭ್ಯವಿದ್ದ ಪ್ಯೂಗಳಲ್ಲಿ (ಇಗರ್ಜಿಗಳಲ್ಲಿ ಪ್ರಾರ್ಥನೆಗೆಂದು ಹಾಕಿಟ್ಟಿರುವ ಉದ್ದನೆಯ ಒರಗು ಆಸನ) ಪುರುಷರು ಮತ್ತು ಹಿರಿಯ ನಾಗರಿಕರು ಕುಳಿತಿದ್ದರು. ಅಂದವಾದ ಪಾರದರ್ಶಕ ಐಬೀರಿಯನ್[2] ಮುಸುಕನ್ನು ತಮ್ಮ ತಲೆಯ ಮೇಲೆ ಶಂಖುವಿನಾಕೃತಿಯಲ್ಲಿ ಧರಿಸಿದ್ದ ಕೆಲವು ಮಹಿಳೆಯರು ವೆಲಾಸ್ಕ್ವೆಜ್‌ನ[3] ವರ್ಣಚಿತ್ರಗಳಿಂದ ಹೊರಗೆ ಕಾಲಿಟ್ಟವರಂತೆ

---

1 ಇಟಲಿ ದೇಶದ ರೋಮ್ ನಗರವನ್ನು ಏಳು ಬೆಟ್ಟಗಳ ಮೇಲೆ ಕಟ್ಟಲಾಗಿದ್ದು ಅವುಗಳಲ್ಲಿ ಅತ್ಯಂತ ಎತ್ತರದ ಹಾಗೂ ದೊಡ್ಡದಾದ ಈ ಬೆಟ್ಟವು ಮೂರು ಮುಖ್ಯ ಭಾಗಗಳನ್ನೊಳಗೊಂಡಿದೆ

2 ಸ್ಪೇನ್ ಮತ್ತು ಪೋರ್ತುಗಲ್ ದೇಶಗಳನ್ನೊಳಗೊಂಡ ದಕ್ಷಿಣ ಯುರೋಪಿನ ಪ್ರದೇಶ. ಪುರಾತನ ಕಾಲದಲ್ಲಿ ಮಧ್ಯ ಏಷಿಯಾದ ಭಾಗವಾಗಿದ್ದು ಮುಸ್ಲಿಂ ಆಳ್ವಿಕೆಗೆ ಒಳಪಟ್ಟಿತ್ತು. ಈ ಪ್ರದೇಶದಲ್ಲಿ ಸ್ತ್ರೀಯರು ಬಳಸುತ್ತಿದ್ದ ತಲೆವಸ್ತ್ರದ ಒಂದು ವಿಧ.

3 17 ನೆಯ ಶತಮಾನದಲ್ಲಿ ಬದುಕಿದ್ದ ಸ್ಪೇನ್ ದೇಶದ ವಾಸ್ತವವಾದಿ ಹಾಗೂ ಇಂಪ್ರೆಶನಿಸ್ಟ್ ಚಿತ್ರಕಲಾವಿದ. 110 ರಿಂದ 120 ಚಿತ್ರಗಳನ್ನಷ್ಟೇ ರಚಿಸಿದ್ದರೂ ಇವು ತುಂಬಾ ಪ್ರಸಿದ್ಧ ಹಾಗೂ ಪ್ರಭಾವಕಾರಿಯಾಗಿದ್ದ ಕಾರಣ ಪ್ರಪಂಚದ ಮಹಾನ್ ಕಲಾವಿದರಲ್ಲಿ ಒಬ್ಬನೆಂದು ಖ್ಯಾತಿ ಪಡೆದಿದ್ದಾನೆ.

ಕಾಣುತ್ತಿದ್ದರು. ಪುರುಷರು, ಟ್ಯೂಟಿಕೊರಿನ್‌ನಲ್ಲಿ ಕಂಡುಬರುವ XXL ಗಾತ್ರದ, ನನ್ನ ಹೆಬ್ಬೆರಳಿಗಿಂತಲೂ ಉದ್ದವಾದ ನೊಣಗಳನ್ನು ತಮ್ಮ ಕೈಯಲ್ಲಿದ್ದ ಕರವಸ್ತ್ರಗಳಿಂದ ಹೊಡೆಯುತ್ತಿದ್ದರು. ಹೊರಗಡೆ ರಸ್ತೆಯ ಮೇಲೆ ಸಾಂತಾಕ್ಲಾಸ್‌ನ ಟೋಪಿ ಧರಿಸಿದ್ದ ಮೋಟಾರ್‌ಸೈಕಲ್ ಸವಾರರ ನಿರುಪದ್ರವಿ ಗುಂಪೊಂದು, 'ಮೆರ್ರಿ ಕ್ರಿಸ್‌ಮಸ್' ಎಂದು ಹಾದಿಹೋಕರಿಗೆ ಶುಭ ಕೋರುತ್ತ ಸಾಗಿಹೋಗುತ್ತಿತ್ತು. ದೂರದ ಆ ಧ್ವನಿಯನ್ನು ಹೊತ್ತ ಮಂದ ಮಾರುತವು ಇಗರ್ಜಿಯುದ್ದಕ್ಕೂ ಬೀಸುತ್ತಿತ್ತು.

ತಮಿಳಿನಲ್ಲಿ ನಡೆದ ಸಾಮೂಹಿಕ ಪ್ರಾರ್ಥನೆಯನ್ನು ನಾನು ಅಷ್ಟೊಂದು ನಿಕಟವಾಗಿ ಗಮನಿಸಲಿಲ್ಲ. ಕಿರಿಯ ಪೂಜಾರಿಯೊಬ್ಬರು ಅಂದಿನ ಪ್ರಾರ್ಥನೆಯನ್ನು ನಡೆಸಿಕೊಟ್ಟರು. ಅವರ ಪಠಣವು ವಿಶ್ವವಿದ್ಯಾನಿಲಯದ ಪ್ರಾಧ್ಯಾಪಕರ ವಾಚನದಂತೆ ಒಂದೇ ಸ್ವರದಲ್ಲಿ ದೀರ್ಘವಾಗಿ ನಡೆಯಿತು. ನನ್ನ ನೆನಪನ್ನು ನಂಬುವುದಾದರೆ, ದಯೆ-ಅನುಕಂಪ-ಸಹಾನುಭೂತಿಗಳ ಮೇಲಿದ್ದ ಅವರ ಒಣ ಪ್ರವಚನವು ಉಲ್ಲಾಸದಾಯಕವಾಗಿರಲಿಲ್ಲ. ತಿರುಗುತ್ತಿದ್ದ ಪಂಖವೊಂದರ ಮುಂದೆ ಅವರು ನಿಂತುಕೊಂಡಿದ್ದರು. ಅವರ ನೇರಳೆ ಬಣ್ಣದ ಉಡುಪು ಆಗೀಗ ಅವರ ಬಿಳಿ ನಿಲುವಂಗಿಯನ್ನು ಬಿಟ್ಟು ಮೇಲೆದ್ದು ಹಾರುತ್ತಿತ್ತು. ಅದನ್ನು ನೋಡಿದರೆ, ಯಾವುದೋ ದೂರದೇಶದ ವಿಲಕ್ಷಣ ಪಕ್ಷಿಯೊಂದು ಮೈಕೊಡಹಿ ಗರಿಗಳನ್ನು ಒಣಗಿಸಿಕೊಳ್ಳುತ್ತಿರುವ ಹಾಗೆ ಕಾಣುತ್ತಿತ್ತು. ನೆಲದ ಮೇಲೆ ನನ್ನ ಪಕ್ಕ ಕುಳಿತಿದ್ದ ಪುಟ್ಟ ಹುಡುಗಿಯೊಬ್ಬಳು ಇದನ್ನು ನೋಡಿದಾಗಲೆಲ್ಲ ಪ್ರತಿಸಲವೂ ಮುಸಿಮುಸಿ ನಗುತ್ತಿದ್ದಳು. ಬಾಲ್ಕನಿಯಲ್ಲಿದ್ದ ಹಾಡುಗಾರರ ತಂಡವೊಂದು ಆಗಾಗ ಸಂಗೀತವನ್ನು ಒದಗಿಸುತ್ತಲೇ ಇತ್ತು. ಅವರ ಬಳಿಯಿದ್ದ ಕೀಬೋರ್ಡ್, ಸ್ತುತಿಗೀತೆಗಳಿಗೆ ತಕ್ಕ ಹಾಗೆ ಲಯವನ್ನು ನೀಡುತ್ತಿತ್ತು.

ಅನಂತರ ಅವರ್ ಲೇಡಿ ಆಫ್ ದ ಸ್ನೋವ್ಸ್ ಇಗರ್ಜಿಯ ಮುಖ್ಯಾಧಿಕಾರಿ (ರೆಕ್ಟರ್) ಹಾಗೂ ಪಾದ್ರಿಯಾಗಿರುವ ಫಾದರ್ ಜೆರೋಸಿನ್ ಕಟ್ಟರ್‌ರವರು ಇಂಗ್ಲೀಷಿನಲ್ಲಿ ಪ್ರಾರ್ಥನಾ ಸಭೆಯನ್ನು ನಡೆಸಿಕೊಟ್ಟರು. ಅವರೋ ಮಾತಿನಲ್ಲಿ ಬೆಂಕಿಯುಂಡೆ. ಕಡಿಮೆ ಜನರಿದ್ದರೂ, ಇದ್ದವರೆಲ್ಲ ಸಾಕಷ್ಟು ಗಮನವಿಟ್ಟು ಕೇಳುತ್ತಿದ್ದರು. ಕ್ರಿಸ್ತನಿಗೆ ತನ್ನ ಪ್ರಜೆಗಳ ಕುರಿತಾಗಿ ಇರುವ ಪ್ರೀತಿಯ ಬಗ್ಗೆ, ಅದು ಬಹುತೇಕ ತಾಯಿಯ ಪ್ರೀತಿಗೆ ಸಮನಾದದ್ದು, ಕನ್ಯೆ ಮೇರಿಯಿಂದ ಸಾಕಾರಗೊಂಡ ಪ್ರೀತಿಯ ತರಹದ್ದು ಎಂಬ ವಿಷಯದ ಬಗ್ಗೆ ಅವರು ಮಾತಾಡಿದರು ಎಂದು ತಿಳಿಯುತ್ತಿತ್ತು. ಕಟ್ಟರ್ ಕುಳ್ಳಗಿದ್ದ ಕಾರಣ ಪ್ರವಚನ ಪೀಠದ ಹಿಂದೆ ಆತ ಕಾಣದೇ ಹೋಗುವ ಸಾಧ್ಯತೆ ಇತ್ತು. ಆದರೆ ಅವರ ಆಳವಾದ ಧ್ವನಿ, ಸ್ಪಷ್ಟವಾಗಿ ಹಾವಭಾವಗಳೊಂದಿಗೆ ಮಾತನಾಡುತ್ತಿದ್ದ ರೀತಿಯು ಅದನ್ನು ಸರಿದೂಗಿಸುತ್ತಿತ್ತು. ಸಭೆಯತ್ತ ಚಾತುರ್ಯಪೂರ್ಣ

ಪ್ರಶ್ನೆಗಳನ್ನೆಸೆಯುತ್ತಾ, ತಾವೇ ಅವುಗಳಿಗೆ ಅತ್ಯಂತ ತೃಪ್ತಿಕರವಾಗಿ ಉತ್ತರಿಸುತ್ತಿದ್ದರು. ತಮ್ಮ ಉತ್ತರಗಳಿಗೆ ಆಧಾರವಾಗಿ ಬೈಬಲ್‌ನ ಯಾವುಯಾವುದೋ ಉಕ್ತಿಗಳನ್ನು ತಂದು ಉಲ್ಲೇಖಿಸುತ್ತಿದ್ದರು, ಅಲ್ಲಗಳೆಯಲು ಸಾಧ್ಯವೇ ಇಲ್ಲದಂತಹ, ತಪ್ಪುಗಳೇ ಕಾಣದಂತಹ ತೀರ್ಮಾನಗಳನ್ನು ನೀಡಿಬಿಡುತ್ತಿದ್ದರು. ಅವರಿಗಿಂತ ಮೊದಲು ಪ್ರವಚನ ನೀಡಿದವರು ಮಾತನಾಡುತ್ತಿದ್ದಾಗ, ಇಗರ್ಜಿಯ ಒಳಗೆ ಕೆಲವರ ಗುಸುಗುಸು ಮಾತು ಕೇಳಿಬರುತ್ತಿತ್ತು. ಆದರೆ ಕಟ್ಟರ್ ಪ್ರವಚನ ನೀಡುತ್ತಿದ್ದಾಗ, ನೆರೆದವರು ಅವರ ಒಂದೊಂದು ಪದಕ್ಕೂ ಅಂಟಿಕೊಂಡಂತೆ ಸುಮ್ಮನೆ ಕೇಳಿಸಿಕೊಳ್ಳುತ್ತಿದ್ದರು.

ಐವತ್ತರ ಗಡಿ ದಾಟಿದ್ದ ಕಟ್ಟರ್ ದಡೂತಿ ಮನುಷ್ಯ. ಅಗಲವಾದ ದಪ್ಪನೆಯ ಕೈಗಳು, ಹಣೆಯಿಂದ ಅಚ್ಚುಕಟ್ಟಾಗಿ ಹಿಂದಕ್ಕೆ ಬಾಚಿದ ನರೆಗೂದಲು ಹಾಗೂ ಧೂಳುದುರಿಸಿದಂತೆ ತೋರುವ ಬಿಳಿ ಗಡ್ಡ. ಮಬ್ಬು ಬಿಳಿ ನಿಲುವಂಗಿಯ ಮೇಲೆ, ಮೇಲುಹೊಟ್ಟೆಯನ್ನು ಆರಾಮವಾಗಿ ಆವರಿಸಿ ಕುಳಿತಿದ್ದ ಕೆಂಪು ಪಟ್ಟಿ. ಅವರು ಟ್ಯೂಟಿಕೊರಿನ್‌ನಲ್ಲಿ ಐದುವರ್ಷದ ಅವಧಿಗೆ ಕರ್ತವ್ಯ ನಿರ್ವಹಿಸಲೆಂದು ಬಂದಿದ್ದರು. ನಾನು ಅವರನ್ನು ಭೇಟಿಯಾದಾಗ, ಅವರ ಕಚೇರಿಯು ಅವರ್ ಲೇಡಿ ಆಫ್ ದ ಸ್ನೋವ್ಸ್ ಇಗರ್ಜಿಯ ಆವರಣದಲ್ಲಿಯೇ ಇತ್ತು. ಅವರ ಬಳಿಯಿದ್ದ ಮೃದುವಾದ ಹೊದಿಕೆಯನ್ನುಳ್ಳ, ಜಿಪ್‌ನಿಂದ ಭದ್ರಪಡಿಸಬಹುದಾದ ಪೆಟ್ಟಿಗೆಯೊಂದರಲ್ಲಿ ತಮಿಳು ಬೈಬಲ್ ಇತ್ತು. ಅವರ ಮೊಬೈಲ್‌ನಲ್ಲಿ 'ಹಾರ್ಕ್ ನೌ ಹಿಯರ್, ದ ಏಂಜಲ್ಸ್ ಸಿಂಗ್' ಎಂಬ ಆಂಗ್ಲ ಗೀತೆಯೊಂದರ ಧ್ವನಿಯು ರಿಂಗಣಿಸುತ್ತಿತ್ತು. ಅದೊಂದು ಶುದ್ಧ ಕಾಲೋಚಿತ ಆಯ್ಕೆಯಾಗಿದ್ದಿರಬಹುದು. 'ಇದಕ್ಕೂ ಮೊದಲು ಎರಡು ವರ್ಷದ ಮಟ್ಟಿಗೆ ರೋಮ್‌ನಲ್ಲಿದ್ದೆ. ಆದರೆ ನನಗಲ್ಲಿ ಇಷ್ಟವಾಗಲಿಲ್ಲ. ಅಲ್ಲಿಯದು ತುಂಬಾ ತುಂಬಾ ಅಧಿಕಾರಶಾಹಿ. ಇಲ್ಲಿಗೆ ಬರಲು ಕಾತರಿಸುತ್ತಿದ್ದೆ. ನನಗೆ ಇಲ್ಲಿ ಸಮುದಾಯದೊಂದಿಗೆ ಹೆಚ್ಚು ತೊಡಗಿಕೊಂಡಂತೆನಿಸುತ್ತದೆ' ಎಂದರು.

ಕಟ್ಟರ್‌ರವರು ಉಪದೇಶ ಮಾಡಿದ ಹಾಗೇ ಮಾತಾಡುತ್ತಾರೆ. ಆಗಾಗ ತುಸು ನಿಲ್ಲುತ್ತ, ಧ್ವನಿ ಏರಿಸುತ್ತ, ಬೋಧಪ್ರದವಾದ ಹಾಗೂ ಇತಿಹಾಸದ ಸ್ಪಷ್ಟ ಪ್ರಜ್ಞೆಯನ್ನುಳ್ಳ ವಾಕ್ಯಗಳನ್ನು ಬಳಸುತ್ತಾರೆ. ಒಮ್ಮೆ ನಾವು ಚರ್ಚಿಸುತ್ತಿದ್ದಾಗ, ಅಂದಿನ ಭಾನುವಾರದ ಬೆಳಿಗ್ಗೆ ಬೋಧಿಸಿದ ತಾಯಿಪ್ರೇಮದ ಕುರಿತಾದ ಪ್ರಾರ್ಥನಾ ಸಭೆಯತ್ತ ಮಾತು ಹೊರಳಿತು. ಆಗ ಅವರದರ ಮೂಲವನ್ನು ಕ್ಷಿಪ್ರವಾಗಿ ಪೋರ್ಚುಗೀಸ್ ಮತಾಂತರದ ದಿನಗಳಿಗೆ ಕೊಂಡೊಯ್ದರು. 'ಕ್ರೈಸ್ತಪಂಥ ಬರುವುದಕ್ಕೂ ಮೊದಲು ಇಲ್ಲಿನ ಬೆಸ್ತರು ಮೀನಾಕ್ಷಿ ಅಥವಾ ಭಗವತಿ ಅಮ್ಮನನ್ನು ಪೂಜಿಸುತ್ತಿದ್ದರು. ಅವರಿಗೆ ತಮ್ಮ ಈ ಹೆಣ್ಣು ದೈವಗಳೆಂದರೆ ತುಂಬಾ ಇಷ್ಟ ಮತ್ತು ಆಳವಾದ ನಂಬಿಕೆ ಎಂಬುದು ಝೇವಿಯರ್ ಅವರಿಗೆ ತಿಳಿದಿತ್ತು. ಅದಕ್ಕೇ ಅವರು ಒಬ್ಬಳು

ಮಾತೃದೇವತೆಯು ಮತ್ತೊಬ್ಬಳ ಜಾಗದಲ್ಲಿ ಸೇರಿಕೊಳ್ಳಲಿಕ್ಕಾಗಿ ಕ್ರಿಸ್ತನ ಬದಲಾಗಿ ಮೇರಿಯ ಪಾತ್ರಕ್ಕೆ ಹೆಚ್ಚು ಒತ್ತು ಕೊಟ್ಟರು' ಎಂದು ಹೇಳಿದರು. ಪರವಾ ಜನರು ಸಮುದ್ರ ದೇವತೆಗಳ ಕುರಿತಾಗಿ ಹೊಂದಿರುವ ಭಯಭಕ್ತಿಯುತವಾದ ನಂಬಿಕೆಗಳು ಮೂಢನಂಬಿಕೆಗಳೇನೋ ಎಂದು ಭಾಸವಾದರೂ ಕನ್ಯೆ ಮೇರಿಯು ಅವುಗಳನ್ನು ತನ್ನದಾಗಿಸಿಕೊಂಡುಬಿಟ್ಟಳು. ಇಂದು ಟ್ಯೂಟಿಕೊರಿನ್‌ನ ಪರವಾ ಜನರು ಅವಳನ್ನು ಹೆಚ್ಚಾಗಿ ಕರೆಯುವುದು ಕಡಲಮಾತೆ ಅಥವಾ ಸಮುದ್ರಮಾತೆ ಎಂದೇ.

'ಪರವಾಗಳು ತುಂಬಾ ಧಾರ್ಮಿಕ ಜನರು. ದಿನನಿತ್ಯ ಜೀವವನ್ನು ಪಣಕ್ಕೊಡ್ಡಿ ಪ್ರಕೃತಿಯೊಂದಿಗೆ ವ್ಯವಹರಿಸಬೇಕಾದಾಗ, ಅವರು ಅಲೌಕಿಕ ಸಂಗತಿಗಳ ಬಗ್ಗೆ, ಸಮುದ್ರವನ್ನು ಸೃಷ್ಟಿಸಿದ ಶಕ್ತಿಯ ಬಗ್ಗೆ ಹೆಚ್ಚಿನ ಗೌರವ, ವಿಶ್ವಾಸಗಳನ್ನು ಬೆಳೆಸಿಕೊಳ್ಳುತ್ತಾರೆ' ಎಂದು ಕಟ್ಟರ್ ಹೇಳಿದರು. ಕಟ್ಟರ್ ಸ್ವತಃ ಒಬ್ಬ ಪರವಾ. ಹಾಗಾಗಿಯೇ ತನ್ನ ಸಮುದಾಯದ ಕುರಿತು ಮೊಂಡಾಗಿ ಮಾತನಾಡಲು ಧೈರ್ಯ ಬಂದಿರಬೇಕು. ಎಷ್ಟು ಮೊಂಡಾಗಿ ಎಂದರೆ ಒಮ್ಮೊಮ್ಮೆ ಅವರ ಮಾತುಗಳಲ್ಲಿ ಶ್ರೇಷ್ಠತೆಯ ಅಥವಾ ತಿರಸ್ಕಾರದ ಚಿಕ್ಕದೊಂದು ಸುಳಿವು ಸಿಕ್ಕಿಬಿಡುತ್ತಿತ್ತು. 'ಬೆಸ್ತ ಸಮುದಾಯವು ಬುಡಕಟ್ಟು ಜನಾಂಗಗಳ ತರಹವೇ ಇದೆ. ಅವರ ಕೆಲಸ ಮತ್ತು ಪರಿಸ್ಥಿತಿಗಳು ಬದುಕನ್ನು ರೂಪಿಸಿವೆ. ಆರು ನೂರು ವರ್ಷಗಳಲ್ಲಿ ಅವರು ಹೆಚ್ಚು ಬದಲಾಗಿಯೇ ಇಲ್ಲ. ಇತ್ತೀಚಿನವರೆಗೂ ಅವರಲ್ಲಿ ಬಹಳಷ್ಟು ಜನ ಅನಕ್ಷರಸ್ಥರೇ ಇದ್ದರು. ಸಂತಾನೋತ್ಪತ್ತಿಯೊಂದೇ ಅವರ ಮನರಂಜನೆಯಾಗಿತ್ತು' ಎಂದೊಮ್ಮೆ ಹೇಳಿದ್ದರು.

ನಂತರ ಆತ ಸ್ವಲ್ಪ ಮೆದುವಾದರು. 'ಅವರನ್ನು ಕುರಿತು ಏನಾದರೂ ಒಳ್ಳೆಯ ಕೆಲಸ ಮಾಡಬೇಕೆಂದರೆ, ಮುಖ್ಯವಾಗಿ ಅವರನ್ನು ಅರ್ಥ ಮಾಡಿಕೊಳ್ಳಬೇಕು. ನನಗಿಂತ ಮೊದಲು ಇದ್ದ ಹಲವಾರು ಬಿಷಪ್ ಮತ್ತು ಪಾದ್ರಿಗಳು ಅವರನ್ನು ಅರ್ಥ ಮಾಡಿಕೊಳ್ಳಲಿಲ್ಲ. ಉದಾಹರಣೆಗೆ ಬಹಳಷ್ಟು ಜನ ಬೆಸ್ತರು ದೊಡ್ಡ ಧ್ವನಿಯಲ್ಲಿ ಮಾತನಾಡುತ್ತಾರೆ. ಏಕೆಂದರೆ, ಗಾಳಿ ಮತ್ತು ಅಲೆಗಳ ಶಬ್ದದಲ್ಲಿ ಹೀಗೆ ಕೂಗಿಕೂಗಿ ಮಾತನಾಡುವುದು ಅವರಿಗೆ ಅಭ್ಯಾಸವಾಗಿ ಹೋಗಿದೆ. ಉಳಿದವರು ಅದನ್ನು ಕಿರುಚುತ್ತಾರೆ ಎಂದು ತಪ್ಪಾಗಿ ತಿಳಿಯಲೂಬಹುದು' ಎಂದು ಹೇಳಿದ ಕಟ್ಟರ್, ತಮ್ಮ ಜನರಲ್ಲಿ ಕುಡಿತದ ಸಮಸ್ಯೆಗಳಿದ್ದವು ಮತ್ತು ನಿರಂತರವಾಗಿ ಅಡಿಕೆಯನ್ನು ಅಗಿಯುವ ಚಟವಿತ್ತು ಎಂದು ಒಪ್ಪಿಕೊಂಡರು. ಆದರೆ ಸಮುದಾಯದೊಳಗೆ 'ಅಪ್ಪಟ' ಕವಿಗಳು, ಸಂಗೀತಗಾರರು ಕೂಡ ಇದ್ದಾರೆ. 'ಅವರೆಲ್ಲರೂ ಬಹಳ ಬುದ್ಧಿವಂತರು, ತುಂಬಾ ಕ್ರಮಬದ್ಧರು. ಹಳ್ಳಿಗಳಲ್ಲಿ ಅವರು ಜಗಳತಂಟೆಗಳನ್ನು ಅಥವಾ ವಾದವಿವಾದಗಳನ್ನು ಪರಿಹರಿಸಿಕೊಳ್ಳುವುದನ್ನು ನೀವು ನೋಡಬೇಕು. ಒಳಿತು ಕೆಡುಕುಗಳನ್ನು ತೂಗಿ ನೋಡಿದ ಮೇಲಷ್ಟೇ, ನಿಜಕ್ಕೂ ವಿವೇಚನೆಯಿಂದ

ಕೂಡಿದ ನಿರ್ಧಾರಕ್ಕೆ ಬರುತ್ತಾರೆ' ಎನ್ನುವಾಗ ಅವರ ಹೇಳಿಕೆಯಲ್ಲಿ ಅತ್ಯಂತ ಬೀಸಾದ ಮಾನವಶಾಸ್ತ್ರೀಯ ಸಾಮಾನ್ಯೀಕರಣವೊಂದನ್ನು ಕಾಣಬಹುದಿತ್ತು.

ಕಟ್ಟರ್ ಜೊತೆಗಿನ ಮಾತುಕತೆಯಲ್ಲಿ ನನಗೆ ತಿಳಿದು ಬಂದಿದ್ದೆಂದರೆ, ಇಲ್ಲಿನ ಕ್ಯಾಥೋಲಿಕ್ ಪಂಥವು ಹಳೆಯ ಹಿಂದೂ ಸಂಪ್ರದಾಯಗಳು ಮತ್ತು ಜಾತಿಪದ್ಧತಿಗಳ ಅಂತರಂಗದ ಮೇಲೆ ಹೊದಿಸಿದ ಬಾಹ್ಯ ಹೊದಿಕೆ ಎಂದು. ಅವುಗಳಲ್ಲಿ ಕೆಲವೊಂದು ಮುನ್ನೆಲೆಗೆ ಬರಲು ಚರ್ಚ್ ಬುದ್ಧಿವಂತಿಕೆಯಿಂದ ಅನುಮತಿಯನ್ನೂ ನೀಡಿದೆ. ಭಾಷೆಯಲ್ಲಿ ಮಿಶ್ರಣವಿದೆ. ದೇಗುಲಗಳು ಮತ್ತು ಹಿಂದೂಧರ್ಮೀಯ ಪೂಜೆ-ಆಚರಣೆಗಳನ್ನು ಸೂಚಿಸಲು ಪರಂಪರಾಗತವಾಗಿ ಬಳಸುತ್ತಿದ್ದ 'ಕೋವಿಲ್' ಮತ್ತು 'ಆರಾಧನಾ' ಗಳಂತಹ ಪದಗಳನ್ನು ಈಗ ಇಗರ್ಜಿಗಳಿಗೆ ಮತ್ತು ಕ್ಯಾಥೋಲಿಕ್ ಉತ್ಸವಾಚರಣೆಗಳಿಗೆ ಬಳಸಲಾಗುತ್ತದೆ. ಆಚರಣೆಗಳಲ್ಲಿ ಮಿಶ್ರಣವಿದೆ. ಮೋಂಬತ್ತಿಯ ಬದಲಾಗಿ ಎಣ್ಣೆಯ ದೀಪಗಳನ್ನು ಉರಿಸಲಾಗುತ್ತದೆ. ಅವರ್ ಲೇಡಿ ಆಫ್ ದ ಸ್ನೋವ್ಸ್‌ನಲ್ಲಿ ಗಂಡಸರು ಉದ್ದಂಡ ನಮಸ್ಕಾರ ಮಾಡುತ್ತಾರೆ. ಬಸುರಿ ಹೆಂಗಸರಿಗೆ ಮಾಡುವ ವಳೆಕಾಪು ಕಾರ್ಯಕ್ರಮ, ನವಜಾತ ಶಿಶುಗಳಿಗೆ ಮಾಡುವ ನಾಮಕರಣ ಕಾರ್ಯಕ್ರಮಗಳಲ್ಲಿ ಮಿಶ್ರಣವಿದೆ. ಗೌರವದ ಪ್ರತೀಕವಾಗಿ ಇಗರ್ಜಿಯ ಪ್ರವೇಶದ್ವಾರದ ಹೊರಗೆ ಪಾದರಕ್ಷೆಗಳನ್ನು ಬಿಟ್ಟು ಒಳಬರುವುದರಲ್ಲಿ ಅದು ಕಾಣುತ್ತದೆ. ಅಲ್ಲದೇ ಕೆಲವು ಬಾರಿ ಚಿಂತನೆ, ಆಲೋಚನೆಗಳಲ್ಲಿಯೂ ಮಿಶ್ರಣವಿದೆ. ಕ್ರೈಸ್ತಪಂಥೀಯ ಮೀನುಗಾರನೊಬ್ಬ ಹಿಂದೂ ದೇವರಾದ ಮುರುಗನ್‌ನನ್ನು ಆರಾಧಿಸುತ್ತಾನೆ. ಅವನನ್ನು 'ಮಚ್ಚಾನ್' ಅಥವಾ 'ಭಾವ' ಎಂದು ಉಲ್ಲೇಖಿಸುತ್ತಾನೆ. ಪರವಾ ದಂತಕತೆಯೊಂದರ ಪ್ರಕಾರ, ಮುರುಗನ್‌ನ ಹೆಂಡತಿ ದೇವಯಾನಿಯು ಪರವಾ ಕುಲದಿಂದಲೇ ಬಂದವಳು. ಈ ಕತೆ ಅದು ಹೇಗೋ ಐನೂರು ವರ್ಷಗಳ ಕಾಲ ಇನ್ನೊಂದು ಮತಧರ್ಮದ ನಂಬಿಕೆಗಳಲ್ಲಿ ಯಾವ ತೊಂದರೆಯೂ ಇಲ್ಲದೆ ನೆಲೆಯೂರಿ ಕುಳಿತಿದೆ.

II

ಆ ಭಾನುವಾರದ ಬೆಳಿಗ್ಗೆ, ಕಟ್ಟರ್‌ರವರ ಇಂಗ್ಲಿಷ್ ಪ್ರಾರ್ಥನಾ ಸಭೆಯ ನಂತರ ಫರ್ನಾಂಡೊ ನನ್ನನ್ನು ಅವರ್ ಲೇಡಿ ಆಫ್ ದ ಸ್ನೋವ್ಸ್ ಇಗರ್ಜಿಯ ಹಿಂಭಾಗದ ಕಿರಿದಾದ ರಸ್ತೆಯೊಂದರಲ್ಲಿದ್ದ, ಸ್ವಲ್ಪ ಚಿಕ್ಕದಾದ ಸೇಕ್ರೆಡ್ ಹಾರ್ಟ್ ಚರ್ಚ್‌ಗೆ ಕರೆದೊಯ್ದ. ಅದು ಚರ್ಚ್‌ಗಿಂತಲೂ ಹೆಚ್ಚಾಗಿ ಪ್ರಾರ್ಥನಾ ಮಂದಿರದಂತೆ ಕಾರ್ಯ ನಿರ್ವಹಿಸುತ್ತಿತ್ತು. ಆ ಸಮಯದಲ್ಲಿ ಅಲ್ಲಿ ಯಾರೂ ಇರಲಿಲ್ಲ. ಆದರೆ ಮುಖ್ಯ ಕಟ್ಟಡಕ್ಕೆ

ಹೊಂದಿಕೊಂಡಂತೆ ಇದ್ದ ನೀಲಿ–ಬಿಳಿ ಬಣ್ಣದ ದೊಡ್ಡದಾದ ಸೂರಿನಡಿಯಲ್ಲಿ ಪರವಾ ಮಿಶ್ರಣದ ಇನ್ನೊಂದು ಪ್ರತೀಕವಿತ್ತು. ಅದು, ಪೊನ್‌ತೇರ್ ಅಥವಾ ಬಂಗಾರದ ತೇರು. ಅವರ್ ಲೇಡಿ ಆಫ್ ದ ಸ್ನೋವ್ಸ್ ಪ್ರತಿಮೆಯನ್ನು ತೇರಿನಲ್ಲಿ ಪ್ರತಿಷ್ಠಾಪಿಸಿ, ಹೂವಿನಿಂದ ಅಲಂಕರಿಸಿ ಅದನ್ನು ಪಟ್ಟಣದ ತುಂಬೆಲ್ಲ ವಿಜೃಂಭಣೆಯಿಂದ ಎಳೆಯುವ ಕ್ರಮವು 1806 ರಿಂದಲೂ ಜಾರಿಯಲ್ಲಿದೆ. ಮೊದಲು ಪ್ರತಿವರ್ಷ ನಡೆಯುತ್ತಿದ್ದ ಈ ತೇರು ನಂತರದಲ್ಲಿ ಹನ್ನೆರಡು ವರ್ಷಕ್ಕೊಮ್ಮೆಯಾಯಿತು. ಮತ್ತೆ ಈಗ ಅದು ಐದು ವರ್ಷಗಳಿಗೊಮ್ಮೆ ನಡೆಯುತ್ತಿದೆ. ಇದು ದಕ್ಷಿಣ ಭಾರತದ ದೇಗುಲಗಳ ರಥೋತ್ಸವದಂತೆಯೇ ಇರುತ್ತದೆ. ಬೇಲ್ಲಿ ತನ್ನ ಪುಸ್ತಕದಲ್ಲಿ ಈ ರೀತಿ ಉಲ್ಲೇಖಿಸುತ್ತಾಳೆ: 'ಬಹಳ ವರ್ಷಗಳವರೆಗೆ ಅಲ್ಲಿ ನಡೆಯುತ್ತಿದ್ದ ಮೆರವಣಿಗೆಯಲ್ಲಿ ವರ್ಣಮಯವಾದ ಇಪ್ಪತ್ತೊಂದು ಧ್ವಜ, ಪತಾಕೆಗಳನ್ನು ಬಳಸಲಾಗುತ್ತಿತ್ತು. ಅವುಗಳನ್ನು ಶಿವನ ಒಡನಾಡಿ ನಂದಿ, ವಿಷ್ಣುವಿನ ವಾಹನ ಗರುಡ, ವಿಷ್ಣುವಿನ ವರಾಹ ಅವತಾರವನ್ನು ಪ್ರತಿನಿಧಿಸುವ ಹಂದಿ, ಹೀಗೆ ಶೈವರ ಹಾಗೂ ವೈಷ್ಣವರ ಪವಿತ್ರ ದ್ಯೋತಕಗಳನ್ನು ಒಟ್ಟಾಗಿಸಿಯೇ ಅಲಂಕರಿಸಲಾಗುತ್ತಿತ್ತು.'

ಆ ಮಾಡಿಗೆ ಬೀಗ ಹಾಕಿದ್ದರು. ನನ್ನನ್ನು ಕರೆದು, ಸಣ್ಣ ಬಾಗಿಲಿನ ಅಗಲ ಕೀಲುಗಳ ಮೂಲಕ ಹಣುಕಿ ಮಂದಗತ್ತಲಿನ ಒಳಾವರಣವನ್ನು ನೋಡುವಂತೆ ಹೇಳಿದ ಫರ್ನಾಂಡೊ,

'ನಿನಗೇನು ಕಾಣುತ್ತದೆ?' ಎಂದು ಕೇಳಿದ.

'ಅಲ್ಲಿ ಕಾಣುತ್ತಿರುವುದು ತೇರಲ್ಲ, ಬದಲಿಗೆ ದೊಡ್ಡದೊಂದು ಪಲ್ಲಕ್ಕಿ. ಕೆಲವೆಡೆ ಬಣ್ಣವು ಚಕ್ಕಳಿಕೆಯಾಗಿ ಎದ್ದು ಬರುತ್ತಿದೆ. ಪೀಠ ಖಾಲಿ ಇದೆ' ಎಂದೆ.

'ನನಗನ್ನಿಸುವ ಪ್ರಕಾರ ಅದು ದೊಡ್ಡ ಪಲ್ಲಕ್ಕಿಯಾಗಿರಬೇಕು. ತೇರು ಇಲ್ಲದ ವರ್ಷ ಅದನ್ನು ಹೊರತೆಗೆಯಲಾಗುತ್ತದೆ. ಅದರ ಹಿಂದೆ ಸಣ್ಣದೊಂದು ಪಲ್ಲಕ್ಕಿ ಇದ್ದಿರಬೇಕು. ನಿನಗದು ಕಾಣುತ್ತಿದೆಯೇ?' ಎಂದು ಫರ್ನಾಂಡೊ ಕೇಳಿದ.

ನನಗೆ ಅದು ಕಾಣಿಸಿತು. 'ಅದನ್ನು ಪ್ರತಿ ತಿಂಗಳು ಮೊದಲನೆಯ ಶನಿವಾರ ಹೊರತೆಗೆಯಲಾಗುತ್ತದೆ. ಬಂಗಾರದ ತೇರು ಪಕ್ಕದ ಕೋಣೆಯಲ್ಲಿದೆ' ಎಂದು ಸೇರಿಸಿದ.

ನಾನು ಹಿಂದೆ ಸರಿದು ಮತ್ತೊಮ್ಮೆ ಮಾಡಿನೆಡೆಗೆ ನೋಡಿದೆ. ಏನೋ ಗೊಂದಲಕ್ಕೆ ಬಿದ್ದೆ. ಅದೇನೆಂದು ಸ್ಪಷ್ಟವಾಗಲು ಒಂದೆರಡು ನಿಮಿಷಗಳು ಹಿಡಿದವು. ಮಾಡಿಗೆ ತೇರಿನ ಗಾತ್ರದ ಬಾಗಿಲೇ ಇರಲಿಲ್ಲ. ಅರ್ಧ ದಶಕಕ್ಕೊಮ್ಮೆ ಕಾಲು ಚಾಚಲು ತಾಳ್ಮೆಯಿಂದ ಕಾಯುತ್ತ ಕುಳಿತಿರುವ ತೇರಿನ ಮುಂಭಾಗದಲ್ಲಿ ಗಟ್ಟಿ ಇಟ್ಟಿಗೆಯ ಗೋಡೆಯೊಂದೇ ಇತ್ತು.

'ಅದು ನಿಜ, ತೇರನ್ನು ಹೊರತೆಗೆಯುವ ಸಮಯ ಬಂದಾಗ ಗೋಡೆಯನ್ನು ಮತ್ತು ರಸ್ತೆಯಿಂದ ಅದನ್ನು ಪ್ರತ್ಯೇಕಿಸುವ ಪಾಗಾರದ ಒಂದು ಭಾಗವನ್ನು ಒಡೆಯುತ್ತಾರೆ' ಎಂದು ನಗುತ್ತ ಹೇಳಿದ ಫರ್ನಾಂಡೊ. ಆತ ಬೊಟ್ಟು ಮಾಡಿ ತೋರಿಸಿದೆಡೆಗೆ ನೋಡಿದೆ. ಈಗ ಪಾಗಾರದ ಆ ಅರ್ಧ ಭಾಗ ಉಳಿದರ್ಧಕ್ಕಿಂತ ತೀರ ಇತ್ತೀಚಿನದು ಎನ್ನುವುದು ಸ್ಪಷ್ಟವಾಗಿ ಕಾಣಿಸಿತು. 'ಒಮ್ಮೆ ಮೆರವಣಿಗೆ ಮುಗಿದ ಮೇಲೆ ಮತ್ತೆ ಇಟ್ಟಿಗೆಯಿಟ್ಟು ಗೋಡೆ ಕಟ್ಟಿಬಿಡುತ್ತಾರೆ' ಎಂದ ಫರ್ನಾಂಡೊ. ಹೀಗೆ ಐದು ವರ್ಷಗಳಿಗೊಮ್ಮೆ ಸಂತಸ ಹಾಗೂ ಪರಿಶ್ರಮಸಹಿತವಾಗಿ ಟ್ಯೂಟಿಕೊರಿನ್‌ನೊಳಕ್ಕೆ ಓಡಾಡಿ ಬರಲು ತೇರನ್ನು ಬಂಧಮುಕ್ತಗೊಳಿಸಲಾಗುತ್ತದೆ.

II

ಮೆರವಣಿಗೆಯ ಸಮಯದಲ್ಲಿ ಬಳಸುವ ತೇರಿನ ಇಪ್ಪತ್ತೊಂದು ಪತಾಕೆಗಳನ್ನು ಪಾಂಡಿಯಪತಿಯ ಸುಪರ್ದಿಯಲ್ಲಿ ಇಡಲಾಗಿದೆ. ಟ್ಯೂಟಿಕೊರಿನ್‌ಗೆ ನಾನು ಬಂದ ಮೊದಲ ದಿನ ಯಾರ ಕುರಿತಾಗಿ ವಿವರಿಸುತ್ತೇನೆಂದು ಫರ್ನಾಂಡೊ ಹೇಳಿದ್ದನೋ ಅದೇ ಮಹಾಶಯ ಈತ. ಆ ಪ್ರದೇಶದಲ್ಲಿ ಮೂಲತಃ ವಯಿಪ್ಪಾರು, ವೇಂಪಾರು, ವೀರಪಾಂಡಿಯಪಟ್ಟಿನಮ್, ಟ್ಯೂಟಿಕೊರಿನ್, ಪುನ್ನಕಾಯಲ್, ಮಣಪ್ಪಾಡು ಮತ್ತು ಆಲಂತಲೈ ಎಂಬ ಏಳು ಪರವಾ ಹಳ್ಳಿಗಳಿದ್ದವು ಎಂದಾತ ಹೇಳಿದ. ಮೀನುಗಾರರ ಈ ಪ್ರತಿಯೊಂದು ಹಳ್ಳಿಗೂ ತನ್ನದೇ ಆದ ಮುಖಂಡರಿದ್ದರು. ನಾಯಕತ್ವವು ವಂಶಪಾರಂಪರ್ಯವಾಗಿ ಬರುತ್ತಿತ್ತು. ಆದರೆ ನಾಯಕರ ನಾಯಕ, ಅಂದರೆ ಈ ಏಳೂ ನಾಯಕರ ಮುಖ್ಯಸ್ಥ ಯಾವಾಗಲೂ ಟ್ಯೂಟಿಕೊರಿನ್‌ದ ಮುಖಂಡನೇ ಅಥವಾ ಜಾತಿ ತಲೈವನ್‌ನೇ[1] ಆಗಿರುತ್ತಿದ್ದ. 'ಜಾತಿ ತಲೈವನ್‌ನ ವಂಶವು ಪಾಂಡ್ಯ ರಾಜಕುಮಾರರಲ್ಲೊಬ್ಬರಿಂದ ಬಂದಿದೆ ಎಂದು ನಾವು ನಂಬುತ್ತೇವೆ. ಅದಕ್ಕೇ ಅವನನ್ನು ಪಾಂಡಿಯಪತಿ ಎಂದು ಕರೆಯಲಾಗುತ್ತದೆ' ಎಂದು ಹೇಳಿದ.

ಈಗ ಜಾತಿ ತಲೈವನ್ ಆಗಿರುವ ಜೆ. ಬರ್ಚಮನ್ಸ್ ಮೋಥಾ ಹೋರಾಟದ ಪ್ರವೃತ್ತಿಯನ್ನು ಹೊಂದಿರುವ ಮನುಷ್ಯ. ಎಪ್ಪತ್ತರ ವಯಸ್ಸು. ಕಟ್ಟರ್ ಅವರ ಪ್ರಾರ್ಥನಾ ಸಭೆ ನಡೆಯುತ್ತಿದ್ದ ವೇಳೆ, ಪಕ್ಕದಲ್ಲಿದ್ದ ಕಾಲುಮಣೆಯ ಮೇಲೆ 45 ನಿಮಿಷಗಳ ಕಾಲ ಅಲುಗಾಡದೇ ಅವರು ಕುಳಿತಿದ್ದುದನ್ನು ನೋಡಿದ್ದೆ. ಹಿಂದಿನ ದಿನ ಮಧ್ಯಾಹ್ನ ಫರ್ನಾಂಡೊ ನನ್ನನ್ನು ಅವರ ಮನೆಗೆ ಕರೆದುಕೊಂಡು ಹೋಗಿದ್ದ. ಕೆರೆಕೋಪ್ ಬೀದಿಯಲ್ಲಿರುವ ಸಾಧಾರಣ ಮಟ್ಟದ ಕಂದು ಬಣ್ಣದ ಬಂಗಲೆಯದು; ಜಸ್ಟಿನ್ ಕಲರ್ ಲ್ಯಾಬ್‌ನ ಹಿಂದಕ್ಕೇ ಇತ್ತು. ಮಧ್ಯಾಹ್ನ ಎರಡು ಗಂಟೆಯಾಗಿತ್ತು. ನಾವು ಒಂದೇಸಮನೆ ಕರೆಗಂಟೆ ಬಾರಿಸಿದ್ದ ಕಾರಣ, ತನ್ನ ಮಧ್ಯಾಹ್ನದ ತಿಳಿನಿದ್ದೆಯ ನಡುವೆ ಎಚ್ಚೆತ್ತ ಮೋಥಾ ಜಗುಲಿ ಬಾಗಿಲಿಗೆ ಬಂದು ನಿಂತರು. ಕೂದಲು ಕೆದರಿತ್ತು, ಮುಖ ಸಿಂಡರಿಸಿಕೊಂಡಿದ್ದರು. ತೊಂದರೆ ಕೊಟ್ಟಿದ್ದಕ್ಕೆ ಫರ್ನಾಂಡೊನನ್ನು ಗದರಿ, ಮತ್ತೆ ಎಂದಾದರೂ ಬರುವಂತೆ ನಮಗೆ ಹೇಳಿದರು. ಟ್ಯೂಟಿಕೊರಿನ್‌ನಲ್ಲಿ ಇದ್ದಷ್ಟು ದಿನದಲ್ಲಿ ಫರ್ನಾಂಡೊಗೆ ಹಿನ್ನಡೆಯಾಗಿದ್ದನ್ನು ನಾನು ನೋಡಿದ್ದು ಇದೊಂದೇ ಬಾರಿ. ಆ ಬೇಸರ ಒಂದು ಐದು ನಿಮಿಷ ಇತ್ತೇನೋ, ಅಷ್ಟೇ.

ಮೊದಲೇ ಕರೆ ಮಾಡಿಕೊಳ್ಳುವ ಕಾಳಜಿಯನ್ನು ಫರ್ನಾಂಡೊ ತೆಗೆದುಕೊಂಡಿದ್ದ ಪರಿಣಾಮವಾಗಿ, ನಾವು ಮತ್ತೆ ಮೋಥಾರವರ ಮನೆಗೆ ಬಂದಾಗ ಒಪ್ಪವಾಗಿ

---

1 ತಮಿಳಿನಲ್ಲಿ ನಾಯಕ ಎಂದರ್ಥ.

ಕೂದಲು ಬಾಚಿಕೊಂಡಿದ್ದ, ಬೆಚ್ಚನೆಯ ನಗುಮುಖದ ಮೋಥಾ ನೋಡಲು ಸಿಕ್ಕರು. ದಟ್ಟ ಮೀಸೆಯನ್ನು ಹಾದು ಹೊರಬರಬೇಕಿದ್ದ ನಗು ಅವರಿಗೆ ಹಿತಕರವಾದ ಅಭಿವ್ಯಕ್ತಿಯೇನೂ ಆಗಿರಲಿಲ್ಲ. ಕೆಲಸಕ್ಕೆ ಬಾರದ ತನ್ನ ಮಗನ ಬಗ್ಗೆ ಅಪ್ಪನೊಬ್ಬ ಹೊಂದಿರುವ ತಾತ್ಸಾರ ಭಾವನೆಯ ಹಾಗೆ, ಮೋಥಾ ಅವರಿಗೆ ಮನುಷ್ಯ ಕುಲವನ್ನು ಕಂಡರೆ ಮೊದಲಿನಿಂದಲೂ ಅಸಮಾಧಾನವಿತ್ತೆಂದು ಕಾಣುತ್ತದೆ. ಕಣ್ಣುಗಳು ಕನ್ನಡಕವನ್ನು ಹಾದು, ಬೇರೆಯವರ ದೃಷ್ಟಿಯನ್ನು ಸಂಧಿಸುವುದೇ ಕಡಿಮೆಯಾಗಿತ್ತು. ಮಾತುಕತೆಯೂ ಒಲ್ಲದ ಮನಸ್ಸಿನದೇ ಆಗಿರುತ್ತಿತ್ತು. ಈ ಅಯೋಗ್ಯ ಪ್ರಪಂಚಕ್ಕೆ ಹೇಳಬೇಕೋ ಬೇಡವೋ ಎಂಬುದನ್ನು ತೀರ್ಮಾನಿಸಲು ಪ್ರತಿಯೊಂದು ವಾಕ್ಯವನ್ನೂ ತೂಗಿ ತೂಗಿ ನೋಡುವ ಒಂದು ಮಾನಸಿಕ ತಕ್ಕಡಿ ಸದಾ ಕೆಲಸ ಮಾಡುತ್ತಿತ್ತು. ಆದರೆ ಅವರೆಂದೂ ಅಹಿತಕರವಾಗಿ ನಡೆದುಕೊಂಡಿದ್ದಿಲ್ಲ. ತನ್ನ ಸಮಯದ ಕುರಿತಾಗಿ ಅವರು ನಾನು ಊಹಿಸಬಹುದಾದ್ದಕ್ಕಿಂತಲೂ ಹೆಚ್ಚು ಉದಾರವಾಗಿದ್ದರು.

ಇಪ್ಪತ್ತೆರಡು ತಲೆಮಾರುಗಳ ಹಿಂದೆ, ಜಾತಿ ತಲೈವನ್ ಆಗಿದ್ದವನು ಜೊವಾ ಡಿ ಕ್ರುಜ್. ಮೋಥಾರವರ ನೇರ ಪೂರ್ವಜನಾಗಿದ್ದ ಈತ ತನ್ನ ಜನರನ್ನು ಕ್ಯಾಥೋಲಿಕ್ ಪಂಥಕ್ಕೆ ಪರಿವರ್ತನೆ ಹೊಂದುವಂತೆ ಮಾಡಿದ. ಆಗಿನಿಂದಲೂ ಆ ಹುದ್ದೆಯು ತಂದೆಯಿಂದ ಮಗನಿಗೆ ವರ್ಗಾಯಿಸಲ್ಪಡುತ್ತಲೇ ಇದೆ. ಪ್ರತಿಯೊಬ್ಬ ಜಾತಿ ತಲೈವನ್‌ನೂ ಒಂದೆಡೆ ಪರವಾ ಹಾಗೂ ಮತ್ತೊಂದೆಡೆ ಪೋರ್ಚುಗೀಸರು ಮತ್ತು ಚರ್ಚ್ ನಡುವೆ ಪ್ರಮುಖ ಸಂಬಂಧಸೇತುವಾಗಿ ಕಾರ್ಯನಿರ್ವಹಿಸುತ್ತಲೇ ಬಂದಿದ್ದಾನೆ. ಆದರೆ ಈ ಪದವಿಯು ಈಗಿನಷ್ಟು ನಗಣ್ಯ ಎಂದೂ ಆಗಿರಲಿಲ್ಲ. 'ಅದು ಕಾಲದ ಲಕ್ಷಣ. ಇಂದು ಜನರು ಪ್ರಜಾಸತ್ತಾತ್ಮಕ ಹಾಗೂ ಆರ್ಥಿಕ ಸ್ವಾತಂತ್ರ್ಯವನ್ನು ಹೊಂದಿದ್ದಾರೆ. ಹಾಗಾಗಿ ಮೋಥಾರವರಿಗೆ ಮಹತ್ವವನ್ನು ಕೊಡಬೇಕು ಅಥವಾ ಮೊದಲಿನ ಮುಖಂಡರಿಗೆ ಕೊಟ್ಟ ಗೌರವವನ್ನೇ ಇವರಿಗೂ ಕೊಡಬೇಕು ಅಂತ ಯಾರಿಗೂ ಅನ್ನಿಸುತ್ತಿಲ್ಲ' ಎಂದು ಕಟ್ಟರ್ ನನಗೆ ಈ ಮೊದಲೇ ಹೇಳಿದ್ದರು.

ಜಾತಿ ತಲೈವನ್‌ರು ಹೊಂದಿದ್ದ ಕೆಲವು ಸಾಂಪ್ರದಾಯಿಕ ಹಕ್ಕುಗಳನ್ನು ಮೋಥಾರವರ ತಂದೆಯೂ ಹೊಂದಿದ್ದರು. 1947 ರಲ್ಲಿ ಭಾರತವು ಸ್ವತಂತ್ರವಾದ ನಂತರ ಇವು ಕಣ್ಮರೆಯಾದವು. 'ನನ್ನಪ್ಪ ದಿವಾಳಿಯಾಗಿದ್ದ. ಅವನಿಗೆ ಹಲವಾರು ಶತ್ರುಗಳಿದ್ದರು' ಎಂದು ಮೋಥಾ ಹೇಳಿದರು. ಮೋಥಾ ಸ್ವತಃ ಮರ್ಚಂಟ್ ನೇವಿ[1]ಯಲ್ಲಿ ಸೀಮನ್ ಹುದ್ದೆಗೆ ಸೇರಿದವರು ಕ್ಯಾಪ್ಟನ್ ಆಗಿ ನಿವೃತ್ತಿಯಾಗಿದ್ದರು.

1 ವಾಣಿಜ್ಯೋದ್ದೇಶವನ್ನು ಹೊಂದಿರುವ ಯಾವುದೇ ದೇಶದ ನೌಕಾಸಾರಿಗೆ. ಇದರ ನಿಯಂತ್ರಣವು ಖಾಸಗಿ ಮತ್ತು ಸರ್ಕಾರಿ ನೌಕಾ ಸಂಸ್ಥೆಗಳದ್ದಾಗಿರಬಹುದು.

'ಟ್ಯೂಟಿಕೊರಿನ್‌ನಲ್ಲಿರುವ ಒಂದಿಷ್ಟು ಹಿರಿಯರು ಜಾತಿ ತಲೈವನ್ ಸ್ಥಾನಕ್ಕೆ ಇನ್ನೂ ಗೌರವ ನೀಡುತ್ತಾರೆ. ಅಷ್ಟೇ! ಅದಿಲ್ಲದಿದ್ದರೆ ನನಗೆ ಸ್ನೇಹಿತರೇ ಇಲ್ಲ; ನಾನು ಒಬ್ಬಂಟಿ' ಎಂದರು.

ಮೋಥಾರವರ ಮನೆಯ ಬಾಗಿಲಿನಿಂದ ಒಳಮನೆಗೆ ಹೋಗುವ ಕಿರಿದಾದ ಆವಾರದಲ್ಲಿ ಒಂದು ಬದಿಯ ಗೋಡೆಯ ಮೇಲೆ ದೊಡ್ಡದೊಂದು ವರ್ಣಚಿತ್ರ ರಾರಾಜಿಸುತ್ತಿತ್ತು. ಉಬ್ಬು ಮೀಸೆಯ ಸದ್ಗೃಹಸ್ಥರೊಬ್ಬರ ತೈಲಚಿತ್ರ. ನೇತಾಡುತ್ತಿದ್ದ ಒಂದು ಬ್ಯಾನರ್ 'ಗೇಬ್ರಿಯಲ್ ಡಾಕ್ರಸ್ ವಾಸ್ ಗೋಮಸ್ ಸಾದಿತಲೈವರ್ , 1753– 1808' ಎಂದು ಅವರ ಪರಿಚಯವನ್ನು ಸಾರುತ್ತಿತ್ತು. ಪತ್ರವ್ಯವಹಾರಗಳನ್ನು ನಡೆಸುವಾಗ ಅಥವಾ ಔಪಚಾರಿಕ ಭಾಷಣಗಳಲ್ಲಿ ಪೋರ್ತುಗೀಸರು ಬಳಸುವ, ಸೆನ್ಹೊರ್ ಸೆನ್ಹೊರ್ ಡಾನ್ ಎಂಬ ಗೌರವಸೂಚಕ ಪದವನ್ನು ಆ ಹೆಸರಿನ ಹಿಂದೆ ಬಳಸುತ್ತಿದ್ದಿರಬೇಕು. ಚಿತ್ರದಲ್ಲಿ ಸೆನ್ಹೊರ್ ಸೆನ್ಹೊರ್ ಡಾನ್ ಗೇಬ್ರಿಯಲ್ ಡಾಕ್ರಸ್‌ನು ಒಂದು ಕೈಯಲ್ಲಿ ಮುತ್ತೊಂದನ್ನು ಹಿಡಿದಿದ್ದಾನೆ, ಮತ್ತದನ್ನು ಸ್ವಲ್ಪ ಓರೆಗಣ್ಣಿನಿಂದ ನೋಡುತ್ತಿದ್ದಾನೆ. ಜೊತೆಗೆ ಅಲ್ಲಿ ಕಾಣುವ ಮೀನಿನ ಲಾಂಛನವೊಂದು ಆತನಿಗೆ ಪರವಾ ಸಮುದಾಯದೊಂದಿಗೆ ಇದ್ದ ಸಂಪರ್ಕ, ಸಂಬಂಧವನ್ನು ತೋರಿಸುತ್ತದೆ. 'ಪೊನ್‌ತೇರ್‌ನ ನಿರ್ಮಾಣಕ್ಕೆ ಕಾರಣನಾದ ಪೂರ್ವಜ ಇವನೇ' ಎಂದು ಮೋಥಾ ನಮಗೆ ಹೇಳಿದರು. ಚಿತ್ರದ ಎರಡೂ ಬದಿಗೆ, ಮೋಥಾರವರ ತಂದೆ–ತಾಯಿ ಮತ್ತು ಅಜ್ಜ–ಅಜ್ಜಿಯ ಭಾವಚಿತ್ರಗಳಿದ್ದವು. ಆ ಕಪ್ಪು–ಬಿಳಿ ಭಾವಚಿತ್ರಗಳ ಮೇಲೆ ಚುಕ್ಕೆಗಳು ಬಿದ್ದಿದ್ದವು. ಗಂಡಸರಿಬ್ಬರೂ ಉದ್ದನೆಯ ಚೂಪಾದ ಟೋಪಿ ಧರಿಸಿದ್ದರು. ಅಜ್ಜಿಯಂದಿರ ಕಿವಿ ಹಾಲೆಗಳು ಓಲೆಗಳ ಭಾರಕ್ಕೆ ಜಗ್ಗಿದ್ದರಿಂದ ಹಿಗ್ಗಿಸಿ ಎಳೆದ ಗ್ಯಾಸ್ಕೆಟ್‌ಗಳಂತೆ ಕಾಣುತ್ತಿದ್ದವು.

ನಾನು ಕುಳಿತಿದ್ದ ಕುರ್ಚಿಯ ಹಿಂದೆ ('ಆ ಕುರ್ಚಿ ಇನ್ನೂರು ವರ್ಷ ಹಳೆಯದು' ಎಂದು ನನಗೆ ಹೇಳಿದರು.) ದಟ್ಟ ಹಸಿರು ಬಣ್ಣದ ಕುಸುರಿ ಕೆತ್ತನೆ ಮಾಡಿದ ಮರದ ಭಾಗವೊಂದಿತ್ತು. ಅದು ತನ್ನ ಪೂರ್ವಜರೊಬ್ಬರ ಪಲ್ಲಕ್ಕಿಯ ಭಾಗವೆಂದು ಮೋಥಾ ಗುರುತಿಸಿದ್ದನ್ನು ಹೇಳಿಕೊಂಡರು. 'ಪೆನ್ಸಿಲ್‌ನಲ್ಲಿ – 1782.22.2 – ಎಂದು ಗೀಚಿದ್ದು ಕಾಣುತ್ತದೆ. ಈ ಭಾಗದಲ್ಲಿದ್ದ ಡಚ್ಚರನ್ನು ಬ್ರಿಟಿಶರು ಓಡಿಸಿದ ಸಮಯಕ್ಕೆ ಇದು ಸೇರಿದ್ದು ಎಂಬುದನ್ನದು ಅಜಮಾಸಾಗಿ ತಿಳಿಸಿತು' ಎಂದು ಅವರು ಹೇಳಿದರು. ಪಲ್ಲಕ್ಕಿಯ ಬಾಗಿಲನ್ನು ತೆರೆದು, ರಾಜೋಚಿತವಾದ ಬ್ರಿಟಿಶ್ ಸಿಂಹವೊಂದರ ಚಿನ್ನದ ಲಾಂಛನವನ್ನು ತೋರಿಸುತ್ತ, 'ನೋಡಿದೆಯಾ? ಜಾತಿ ತಲೈವನ್ ಗ್ರೇಟ್ ಬ್ರಿಟನ್‌ಗೆ ತನ್ನ ನಿಷ್ಠೆ, ವಿಧೇಯತೆಯನ್ನು ತೋರಿ ಪ್ರತಿಜ್ಞೆಗೈದಾಗ ಇದನ್ನು ಕೆತ್ತಲಾಯಿತು. ಆದರೆ ಈಗ ಇಂತಹ ಸಂಗತಿಗಳ ಕುರಿತು ಯಾರಿಗೆ

ಗೊತ್ತಿದೆ ಅಥವಾ ತಿಳಿದುಕೊಳ್ಳುವ ಇಚ್ಛೆ ಇದೆ?' ಎಂದವರು ಕೇಳಿದರು.

ಇಂದಿನ ಆಧುನಿಕ ಪೀಳಿಗೆಯು ತನ್ನ ತಲೆಮಾರಿನ ಜನರಿಗೆ ಹೆಚ್ಚು ಕಾಳಜಿ ತೋರಿಸುವುದಿಲ್ಲ ಎಂದು ಎಲ್ಲಾ ವೃದ್ಧರ ಹಾಗೆ ಮೋಥಾ ಅವರಿಗೂ ಅಸಮಾಧಾನವಿದೆ. ಇದು ಅವರ ಪೀಳಿಗೆಯ ಎಲ್ಲರಿಗೂ ಇರುವ ವಿಶಿಷ್ಟವಾದ ಅಸಮಾಧಾನ. ಆದರೆ ಚರ್ಚ್‌ನ ವಿರುದ್ಧದ ಅವರ ಅಸಮಾಧಾನಗಳು ಹೆಚ್ಚು ಮೊನಚಾಗಿದ್ದವು. 1530ರ ದಶಕದಲ್ಲಿ ನಡೆದ ಸಾಮೂಹಿಕ ಪರಿವರ್ತನೆಯ ನಂತರ ಟ್ಯೂಟಿಕೊರಿನ್‌ಗೆ ಲಗ್ಗೆಯಿಟ್ಟ ಪಾದ್ರಿಗಳು, ಜಾತಿ ತಲೈವನ್‌ನ ಅಧಿಕಾರದ ಕುರುಹೂ ಉಳಿಯದಂತೆ ಮಾಡಲು ದೃಢಸಂಕಲ್ಪ ತೊಟ್ಟರು ಮತ್ತು ಅದರಂತೆಯೇ ಕೆಲಸ ಮಾಡಿದರು ಎಂದು ಅವರು ಹೇಳಿದರು. 'ಹಲವರಂತೂ ವಂಶಪಾರಂಪರ್ಯವಾದ ಮುಖಂಡತ್ವ ಇತ್ತು ಎನ್ನುವುದನ್ನೂ ನಿರಾಕರಿಸಿದರು. ಅವರು ಪ್ರತ್ಯೇಕ ಹಳ್ಳಿಗಳ ಮುಖಂಡರನ್ನು ಕುರಿತು ಮಾತನಾಡುತ್ತಿದ್ದರೂ, ಪರಮೋಚ್ಚ ನಾಯಕನೊಬ್ಬನಿದ್ದಾನೆ ಎಂಬುದನ್ನು ಒಪ್ಪಿಕೊಳ್ಳುತ್ತಿರಲಿಲ್ಲ. ಆದರೆ ಅವರೆಲ್ಲರಿಗೂ ಒಬ್ಬನೇ ಮುಖಂಡನಿದ್ದಾನೆ ಎನ್ನುವ ಕಾರಣದಿಂದಲೇ ಇಡೀ ಸಮುದಾಯವನ್ನು ಏಕಕಾಲಕ್ಕೆ ಮತಾಂತರ ಮಾಡುವುದು ಸಾಧ್ಯವಾಯಿತು' ಎಂದರು.

ಪರವಾಗಳ ಒಲವು ಚರ್ಚ್‌ನೆಡೆಗೆ ಹೇಗೆ ಹೊರಳಿತು ಎಂಬುದರ ಕುರಿತಾಗಿ ಮೋಥಾರವರ ಭಾವನೆಗಳಿಂದ ಸ್ವಲ್ಪ ಸ್ವಲ್ಪವಾಗಿ ಗ್ರಹಿಸಿಕೊಳ್ಳತೊಡಗಿದೆ. ಕ್ಯಾಥೋಲಿಕ್ ಪಂಥದಲ್ಲಿನ ಅವರ ನಂಬಿಕೆ ಇನ್ನೂ ಬಲವಾಗಿಯೇ ಇದೆ. ಆ ಪ್ರದೇಶದಲ್ಲಿ ಕಂಡುಬರುವ ದೈತ್ಯಗಾತ್ರದ ನೊಣಗಳಿಂದಲೇ ಜ್ಞಾನವು ಹರಡುತ್ತದೇನೋ ಎನ್ನುವ ಹಾಗೆ, ತಮ್ಮ ಚರ್ಚ್‌ನ ಇತಿಹಾಸದ ಬಗ್ಗೆ ಸಾಮಾನ್ಯವಾಗಿ ಎಲ್ಲರೂ ತಿಳಿವಳಿಕೆ ಹೊಂದಿದ್ದಾರೆ. ಮಣಪ್ಪಾಡುವಿನ ಆ ಸಿಬ್ಬಂದಿಕೋಣೆಯಲ್ಲಿ ನಾನು ಕುಳಿತಿದ್ದಾಗಲೇ ಪ್ರೌಢಶಾಲೆಗಳಲ್ಲಿ ವಿವಿಧ ವಿಷಯಗಳನ್ನು ಪಾಠ ಮಾಡುವ ಬೋಧಕರ ಗುಂಪೊಂದು ಝೇವಿಯರ್‌ನ ಪ್ರಯಾಣದ ಭೌಗೋಳಿಕತೆ ಮತ್ತು ಕಾಲಾನುಕ್ರಮಣಿಕೆಯನ್ನು ಚರ್ಚಿಸುತ್ತಿತ್ತು. ವಿಶ್ವವಿದ್ಯಾನಿಲಯದ ಪಂಡಿತರುಗಳಲ್ಲಿ ಕಂಡುಬರುವಂತಹ ಜ್ಞಾನ, ಉತ್ಸಾಹ ಅವರ ಮಾತುಗಳಲ್ಲಿ ಕಾಣುತ್ತಿತ್ತು. ಫರ್ನಾಂಡೊನ ಮೊಬೈಲ್ ರೀಚಾರ್ಜ್ ಅಂಗಡಿಯಲ್ಲಿ ನಾನು ಕುಳಿತಿದ್ದಾಗ, ಆತ ಮೇಜಿನ ಡ್ರಾಯರ್‌ನಿಂದ ಟಿಪ್ಪಣಿ ಪುಸ್ತಕಗಳ ಕಂತೆಯೊಂದನ್ನು ಹೊರತೆಗೆದು ಸಂಕೋಚದಿಂದಲೇ ತೋರಿಸಿದ. ಅವು ಟ್ಯೂಟಿಕೊರಿನ್‌ನ ಚರಿತ್ರೆಯ ಮೇಲೆ ಪುಟಗಟ್ಟಲೆ ಬರೆದ ಅಚ್ಚುಕಟ್ಟಾದ ಟಿಪ್ಪಣಿಗಳಾಗಿದ್ದವು. ಇಂತಹ ಸೇವೆಯನ್ನು ಒದಗಿಸುವ ಬೇರೆ ಯಾವುದೇ ಮೊಬೈಲ್ ರೀಚಾರ್ಜ್ ಅಂಗಡಿಯನ್ನು ನಾನು ಕಲ್ಪಿಸಿಕೊಳ್ಳಲಾರೆ.

ತಮ್ಮ ಇತಿಹಾಸದ ಕುರಿತಾದ ಪರವಾಗಳ ಹೆಮ್ಮೆಯು ನಿಯಮಿತವಾಗಿ ಮತ್ತಷ್ಟು ಹಿಂದಕ್ಕೆ ಅಂದರೆ ಪೋರ್ತುಗೀಸರು ಕಾಲಿಡುವುದಕ್ಕಿಂತಲೂ ಹಿಂದಕ್ಕೆ ಹೋಗುತ್ತಲೇ ಇರುತ್ತದೆ. ಇಂತಹ ಪರಂಪರೆಯನ್ನು ಕಳೆದುಕೊಂಡಿದ್ದಕ್ಕಾಗಿ ಅದು ಪಶ್ಚಾತ್ತಾಪ ಅಥವಾ ಕೋಪದ ಲೇಪನವನ್ನು ಬಳಿದುಕೊಂಡಂತೆ ತೋರುತ್ತದೆ. ಸ್ಪಷ್ಟವಾಗಿ ಏನನ್ನೋ ಕಳೆದುಕೊಂಡ ಭಾವವಿರುವುದು ಮೋಥಾರವರಿಗೆ ಮಾತ್ರವಲ್ಲ, ಚೆನ್ನೈ ಮೂಲದ ಲೇಖಕ ಹಾಗೂ ಯಶಸ್ವಿ ಉದ್ಯಮಿ ಜೋ ಡಿ ಕ್ರುಜ್‌ನಂತಹವರೂ ಅದನ್ನು ವ್ಯಕ್ತಪಡಿಸುತ್ತಾರೆ. ಡಿ ಕ್ರೂಜ್ ಒಬ್ಬ ಮಾನವ ಶಕ್ತಿ ಉತ್ಪಾದನಾ ಯಂತ್ರದ ಹಾಗೆ. ಅವರ ಪಕ್ಕದಲ್ಲಿ ಸುಮ್ಮನೆ ಕುಳಿತುಕೊಳ್ಳುವುದಕ್ಕೆ ಸಾಧ್ಯವೇ ಇಲ್ಲ. ಟ್ಯೂಟಿಕೊರಿನ್‌ನಲ್ಲಿದ್ದ ಪರವಾ ಸಮುದಾಯವನ್ನು ಪ್ರವೇಶಿಸಲು ಡಿ ಕ್ರೂಜ್‌ರವರೇ ಹೆಬ್ಬಾಗಿಲು ಎಂದು ನನಗನ್ನಿಸುತ್ತದೆ. ಅವರು ಅಲ್ಲಿ ಎಷ್ಟು ಪರಿಚಿತರೆಂದರೆ, ಕೇವಲ 'ಜೋ ಕಳಿಸಿದ್ದಾರೆ' ಎಂದು ಫರ್ನಾಂಡೋ ಹೇಳಿದ ಮಾತ್ರಕ್ಕೇ ನನ್ನ ಎಷ್ಟೋ ಭೇಟಿಗಳು ಸುಗಮವಾಗಿ ನಡೆದವು. ನಮ್ಮ ಮೊಟ್ಟಮೊದಲ ಸಂಭಾಷಣೆಯಲ್ಲಿಯೇ ಡಿ ಕ್ರೂಜ್‌ರವರು ಮುಂದೆ ಒಂದು ದಿನ ನಾನು ಮೋಥಾರವರನ್ನು ಭೇಟಿ ಮಾಡಲಿರುವೆನೆಂಬ ಮುನ್ಸೂಚನೆಯನ್ನು ನೀಡಿಬಿಟ್ಟಿದ್ದರು. ಒಂದು ದಿನ ಸಂಜೆ ಮೋಥಾ ಮತ್ತು ನಾವು ಅವರದೇ ಕಾರಿನಲ್ಲಿ ಅವರ ಮನೆ ಮತ್ತು ಕಚೇರಿಯ ನಡುವೆ ಹೊಯ್ದಾಡುತ್ತಿದ್ದೆವು. ಆಗ ಅವರು 'ಟ್ಯೂಟಿಕೊರಿನ್‌ನಲ್ಲಿದ್ದ ವಂಶಪಾರಂಪರಿಕ ಮುಖಂಡತ್ವವನ್ನು ಚರ್ಚ್ ನಾಶಮಾಡಿಬಿಟ್ಟಿದೆ. ಕ್ರೈಸ್ತ ಪಂಥವನ್ನು ಹರಡಲು ಮೀನುಗಾರರನ್ನು ಬಳಸಿಕೊಂಡಿದೆ ಅಷ್ಟೇ' ಎಂದು ಹೇಳಿದರು. ಅವರ ಬ್ಲ್ಯಾಕ್‌ಬೆರ್ರಿ ಫೋನ್ ಆಗಾಗ ಮಂದ ಬೆಳಕನ್ನು ಸೂಸುತ್ತಿತ್ತು. 'ಎಷ್ಟೋ ವರ್ಷಗಳಿಂದಲೂ ನನ್ನ ರಕ್ತ ಹಿಂದೂ. ನನ್ನ ಹೆಸರಷ್ಟೇ ಕ್ರಿಶ್ಚಿಯನ್. ನನ್ನದೇ ಸಂಸ್ಕೃತಿ ಅಥವಾ ಧರ್ಮವು ಭವ್ಯವಾಗಿದ್ದಾಗ, ವೈಭವಪೂರ್ಣವಾಗಿದ್ದಾಗ ನಾನೇಕೆ ಯಾವುದೋ ಬೇರೆಯದನ್ನು, ಅದೂ ಹೊರಗಿನದನ್ನು ಸ್ವೀಕರಿಸಬೇಕು?' ಎಂಬುದು ಅವರ ಪ್ರಶ್ನೆ.

ಚರ್ಚ್‌ನ ಇತಿಹಾಸದ ಕುರಿತು ಹೇಳಲಾದ ಕೆಲವು ಸಂಗತಿಗಳು ನಿಜವಲ್ಲ, ಅವುಗಳನ್ನು ಹಾಗೆ ಹೆಣೆಯಲಾಗಿದೆ ಅಷ್ಟೇ ಎಂದು ಮೋಥಾ ಹೇಳುತ್ತಾರೆ. 'ಅವರ್ ಲೇಡಿ ಆಫ್ ದ ಸ್ನೋವ್ಸ್‌ನ್ನು 1582 ರಲ್ಲಿ ಪ್ರತಿಷ್ಠಾಪಿಸಲಾಯಿತು ಎಂದು ಬರೆದ ಸೂಚನಾ ಫಲಕವನ್ನು ನೀನು ನೋಡಿರಬೇಕಲ್ಲವೇ?' ಎಂದು ಅವರು ಕೇಳಿದಾಗ ತಲೆಯಾಡಿಸಿದೆ. 'ಸರಿ, ಆದರದು ಹಾಗಾಗೇ ಇಲ್ಲ. ಮೂಲ ಇಗರ್ಜಿಯು ಇಲ್ಲೇ ಇದೇ ಕೆರೆಕೋಪ್ ಬೀದಿಯಲ್ಲಿಯೇ ಈ ಮನೆಯ ಎದುರಿಗೇ ಇತ್ತು. ಆ ಜಾಗದಲ್ಲಿ ವಿದೇಶಿ ಧರ್ಮಪ್ರಚಾರಕರು ಹಾಗೂ ಪ್ರವಾಸಿಗರಿಗೆಂದು ವಸತಿಗೃಹವೊಂದಿತ್ತು. ಈಗಿನ ಚರ್ಚ್‌ನ್ನು 1712 ರಲ್ಲಷ್ಟೇ ನಿರ್ಮಿಸಲಾಗಿದೆ.

ಆದರೆ ತಮ್ಮ ಚರಿತ್ರೆಯಲ್ಲಿ ಅವರು ಎರಡೂ ಕಟ್ಟಡಗಳನ್ನು ಸೇರಿಸಿಬಿಟ್ಟಿದ್ದಾರೆ ಅಷ್ಟೇ' ಎಂದು ಮೋಥಾ ಹೇಳಿದರು. ಮಹಾತ್ಮರ ಅವಶೇಷಗಳಲ್ಲಿ ಒಂದಾದ, ವರ್ಜಿನ್ ಮೇರಿಯ ಕೂದಲಿನ ಎಳೆಯೊಂದು ಚರ್ಚ್‌ನಲ್ಲಿ ಇದ್ದರೂ ಅದರ ಅಧಿಕೃತತೆಯನ್ನು ಚರ್ಚ್ ನಿರಾಕರಿಸಿದೆಯೆಂದು ಮೋಥಾ ಒತ್ತಿ ಹೇಳಿದರು. ಅದರ ಪುರಾವೆಗಾಗಿ ದಾಖಲೆಗಳನ್ನು ಕೆದಕಲು ಮತ್ತೊಂದು ಕೋಣೆಗೆ ಹೋದರು. ನಾನು ಮತ್ತು ಫರ್ನಾಂಡೊ ಅಲುಗಾಡದೇ ಒಬ್ಬರನ್ನೊಬ್ಬರು ನೋಡುತ್ತ ಕುಳಿತಿದ್ದೆವು. ಮನೆಯಲ್ಲೆಲ್ಲೋ ಒಂದೆಡೆ, ಪ್ರಸಿದ್ಧ ಕ್ರಿಸ್‌ಮಸ್ ಗೀತೆ, ಸೈಲೆಂಟ್ ನೈಟ್‌ನ MIDI[1] ಅವತರಣಿಕೆ ನುಡಿಯುತ್ತಿರುವುದು ಕೇಳಿಬರುತ್ತಿತ್ತು.

ಕೆಲವು ನಿಮಿಷಗಳ ನಂತರ ಮೋಥಾರವರು ಕಡತಗಳ ರಾಶಿಯನ್ನೆತ್ತಿಕೊಂಡು ಬಂದರು. ದಪ್ಪ ದಪ್ಪ ಲೋಹದ ಸುರುಳಿಗಳಲ್ಲಿ ಒಂದೊಂದರಲ್ಲೂ ಕಡತಗಳು ತುಂಬಿತುಳುಕುತ್ತಿದ್ದವು. ಅವು ಅವರ ಪೂರ್ವಜರು ಹಾಗೂ ಚರ್ಚ್‌ನ ಪೋರ್ತುಗೀಸ್ ಪ್ರತಿನಿಧಿಗಳು ಅಥವಾ ಅಧಿಕಾರಿಗಳ ನಡುವೆ ವಿನಿಮಯಗೊಂಡಿದ್ದ ಪತ್ರಗಳಾಗಿದ್ದವು. ಈ ಪತ್ರಗಳು ಇಂಗ್ಲಿಷ್, ತಮಿಳು ಇಲ್ಲವೇ ಪೋರ್ತುಗೀಸ್ ಭಾಷೆಗಳಲ್ಲಿದ್ದವು. ಕಾಗದಗಳೆಲ್ಲವೂ ಕಾಲದ ಹೊಡೆತಕ್ಕೆ ಸಿಕ್ಕು ಹಳದಿ ಬಣ್ಣಕ್ಕೆ ತಿರುಗಿದ್ದವು. ಅವುಗಳ ಅಂಚುಗಳು, ನಿಗಾ ವಹಿಸದ ಕಾಲುಗುರುಗಳಂತೆ ಒಡೆದು ಮುರುಟಿದ್ದವು. ಒಬ್ಬ ವಿಧೇಯ ಶಾಲಾ ವಿದ್ಯಾರ್ಥಿಯಂತೆ ಕೆಲವು ಪತ್ರಗಳನ್ನು ಶ್ರಮಪಟ್ಟು ಖಿರ್ದಿಪುಸ್ತಕದ ತಾಜಾ ಹಾಳೆಗಳ ಮೇಲೆ ಮೋಥಾ ನಕಲು ಮಾಡಿದ್ದರು. ಚರ್ಚ್‌ನ ಪೋರ್ತುಗೀಸ್ ಅಧಿಕಾರಿಯೊಬ್ಬನ ಪತ್ರವೊಂದನ್ನು ತೋರಿಸಿದರು, ಅದು ಹರಿದು ಪುಡಿಯಾಗುವ ಸ್ಥಿತಿಯಲ್ಲಿತ್ತು. 'ನೋಡಿಲ್ಲಿ, ಇದು 1789 ನೆಯ ಇಸವಿಯದು. ಆ ಕೂದಲಿನೆಳೆಯ ಅಧಿಕೃತತೆಯ ಬಗ್ಗೆ ನೀಡಿದ ಪ್ರಮಾಣಪತ್ರ. ಆ ಕೋಣೆಯಲ್ಲಿ ಇನ್ನೂ ಹಳೆಯ ಕಾಗದಗಳೂ ಇವೆ. ಆದರೆ, ಅವು ಒಮ್ಮೆ ಮುಟ್ಟಿದರೆ ಸಾಕು, ಪುಡಿಪುಡಿಯಾಗುತ್ತವೆ.' ಎಂದು ಹೇಳಿದರು.

ಮೋಥಾ ಅವರ ಪ್ರಕಾರ, ಇದಕ್ಕೂ ಹೆಚ್ಚು ದುಷ್ಟ ಉದ್ದೇಶಗಳೂ ಚಲಾವಣೆಯಲ್ಲಿದ್ದವು. ಚರ್ಚ್‌ನಲ್ಲಿ ರತ್ನಾಭರಣಗಳಿಂದ ತುಂಬಿದ್ದ ಪೆಟ್ಟಿಗೆಯೊಂದಿತ್ತು. ಪೊನ್‌ತೇರ್ ಸಮಯದಲ್ಲಿ ಅವರ್ ಲೇಡಿ ಆಫ್ ದ ಸ್ನೋವ್ಸ್ ಪ್ರತಿಮೆಯನ್ನು ಅವುಗಳಿಂದ ಸಿಂಗರಿಸಲಾಗುತ್ತಿತ್ತು ಎನ್ನುವಾಗ ಅವರ ಸ್ವರ ತುಸು ತಗ್ಗಿತು. 'ಆ ಪೆಟ್ಟಿಗೆಗಳಿಗೆ ಸಂಪ್ರದಾಯದಂತೆ ಎರಡು ಕೀಲಿಕೈಗಳಿವೆ. ಒಂದು ಜಾತಿ ತಲೈವನ್ ಬಳಿ ಇರುತ್ತದೆ, ಮತ್ತೊಂದು ಹಳ್ಳಿಯ ಪಾದ್ರಿಯ ಬಳಿ ಇರುತ್ತದೆ. ಆದರೆ ಈಗ ಅವರು ಆ ಕೀಲಿಕೈಯನ್ನೂ ನನ್ನಿಂದ ತೆಗೆದುಕೊಳ್ಳಲು ಪ್ರಯತ್ನಿಸುತ್ತಿದ್ದಾರೆ' ಎನ್ನುವಾಗ

---

1 Musical Instrument Digital Interface version

ಅವರ ಮುಖದಲ್ಲಿ ಸಿಟ್ಟು ಆವರಿಸಿತು. 'ಹತ್ತೊಂಬತ್ತನೆಯ ಶತಮಾನದವರೆಗೂ ಜಾತಿ ತಲೈವನ್ ಚರ್ಚ್‌ನ ವಿರುದ್ಧ ತನ್ನ ನಿಲುವನ್ನು ತಳೆಯಬಲ್ಲವನಾಗಿದ್ದ. ಆಮೇಲೆ ಅವೆಲ್ಲವೂ ಜಾರಿಹೋಯಿತು.' ಎಂದು ವಿಷಾದದಿಂದ ನುಡಿದರು.

ಮೋಥಾರವರ ಪತ್ನಿ ಗತಿಸಿಹೋಗಿದ್ದಾರೆ. ಅವರ ಇಬ್ಬರು ಹೆಣ್ಣುಮಕ್ಕಳಲ್ಲಿ ಒಬ್ಬಳು ಚೆನ್ನೈನಲ್ಲಿದ್ದಾಳೆ. ಇನ್ನೊಬ್ಬಳ ಮನೆ ಮೋಥಾರ ಮನೆಯಿರುವ ರಸ್ತೆಯಲ್ಲಿಯೇ ಇದೆ. ಆಸ್ಟ್ರೇಲಿಯಾದಲ್ಲಿ ಭೂವಿಜ್ಞಾನಿಯಾಗಿರುವ ಅವರ ಒಬ್ಬನೇ ಮಗ ಟ್ಯೂಟಿಕೊರಿನ್‌ಗೆ ಹಿಂದಿರುಗುವ ಸಂಭವ ಕಡಿಮೆ ಎಂಬುದು ಮೋಥಾರ ಅಭಿಪ್ರಾಯ. ಹಾಗೇನಾದರೂ ಆದರೆ ಶತಮಾನಗಳ ಕಾಲ ವೈಭವದಿಂದ ಮೆರೆದ ಸ್ಥಳೀಯ ಮುಖಂಡತ್ವದ ಕೊನೆಯ ಕೊಂಡಿ ಮೋಥಾರವರೇ ಆಗುತ್ತಾರೆ. ಹಲವು ಷಡ್ಯಂತ್ರಗಳು ಹಾಗೂ ಸ್ವಲ್ಪ ಮಟ್ಟಿಗೆ ಇತಿಹಾಸದ ನಿಷ್ಠುರ ಮುನ್ನಡೆಯು ಕೂಡ ಇದಕ್ಕೆ ಕಾರಣವಾಗಲಿದೆ. ಈ ಅಂಶವನ್ನು ಮನಗಂಡ ಮೇಲೆ, ಉದಾತ್ತವಾದ ಕೌಟುಂಬಿಕ ಪರಂಪರೆಯೊಂದು ತಾವು ನೋಡನೋಡುತ್ತಲೇ ಕಣ್ಮರೆಯಾಗುವುದರ ಕುರಿತು ಅವರು ಹೊಂದಿರುವ ದುಃಖ, ಬೇಸರ ಹಾಗೂ ಆ ಕುರಿತು ತಾವೇನೂ ಮಾಡಲಾಗದ ಅವರ ಅಸಹಾಯಕತೆಯನ್ನು ಇನ್ನಷ್ಟು ಚೆನ್ನಾಗಿ ಅರ್ಥ ಮಾಡಿಕೊಳ್ಳಲು ಸಾಧ್ಯವಾಯಿತು.

II

ತಮಿಳುನಾಡಿನ ಈ ಭಾಗದಲ್ಲಿ ಪೋರ್ಚುಗೀಸರ ಉಪಸ್ಥಿತಿ ಇದ್ದಷ್ಟೂ ಕಾಲ, ಇಲ್ಲಿನ ಧರ್ಮ ಪರಿವರ್ತನೆಗೊಂಡರೂ ಉಣಿಸು ತಿನಿಸುಗಳು ಮಾತ್ರ ಬದಲಾಗಲೇ ಇಲ್ಲ ಎನ್ನುವ ಸಂಗತಿಯು ಒಂದು ಒಗಟಿನಂತೆ ಕಾಣುತ್ತದೆ. ಟ್ಯೂಟಿಕೊರಿನ್ ಮತ್ತು ಅಕ್ಕಪಕ್ಕದ ಹಳ್ಳಿಗಳಲ್ಲಿ ಎಲ್ಲಿಯೂ ಊಟ ತಿಂಡಿಗಳಲ್ಲಿ ನನಗೆ ಪೋರ್ಚುಗೀಸ್ ಪ್ರಭಾವ ಕಾಣಿಸಲಿಲ್ಲ. ಹಾಗಾದರೆ ನಾನು ಏನನ್ನಾದರೂ ತಪ್ಪಿಸಿಕೊಂಡೆನೇ ಅಥವಾ ಸರಿಯಾದ ಜಾಗದಲ್ಲಿ ತಿನ್ನಲೇ ಇಲ್ಲವೇ ಎಂದುಕೊಂಡು, ಚೆನ್ನೈಯಲ್ಲಿರುವ ಜೇಕಬ್ ಅರುಣಿಯವರ ಮೊರೆಹೋದೆ. ಅವರು ಆಹಾರಪದಾರ್ಥಗಳ ವಿಷಯದಲ್ಲಿ ಸಲಹೆಗಾರರು ಮತ್ತು ಸಂಶೋಧಕರು. 'ಅದು ನಿಜ ಹಾಗೂ ಅದೊಂದು ರಹಸ್ಯವೂ ಹೌದು. ಉದಾಹರಣೆಗೆ ಗೋವಾದ ಆಹಾರದಲ್ಲಿ ದಾಲ್ಚಿನಿ, ಬೆಳ್ಳುಳ್ಳಿ ಮತ್ತು ವೈನ್‌ನ ಬಳಕೆ ಆರಂಭವಾಗಿದ್ದು ಪೋರ್ಚುಗೀಸರ ಪ್ರಭಾವದಿಂದ. ಆದರೆ, ಟ್ಯೂಟಿಕೊರಿನ್‌ನ ಸುತ್ತಮುತ್ತಲಿನ ಕರಾವಳಿ ಪ್ರದೇಶದಲ್ಲಿ ಜನರು ಇಂದಿಗೂ ಉಪ್ಪು, ಹುಣಸೇಹಣ್ಣು ಮತ್ತು ತೆಂಗನ್ನು ಹೆಚ್ಚು ಬಳಸುತ್ತಾರೆ. ಇವು ಪೋರ್ಚುಗೀಸರು ಬರುವುದಕ್ಕಿಂತಲೂ

ಮುಂಚಿನಿಂದ ಅವರು ಬಳಸುತ್ತಿದ್ದ ಪದಾರ್ಥಗಳು' ಎಂದು ಅರುಣಿ ಹೇಳಿದರು.

ಅರುಣಿ ಒಬ್ಬ ವಿಚಿತ್ರ ಮನುಷ್ಯ. ಭೌತಶಾಸ್ತ್ರದಲ್ಲಿ ಪದವಿ ಪಡೆದ ಮೇಲೆ ಅದಕ್ಕೆ ಏನೇನೂ ಸಂಬಂಧವೇ ಇರದ ಅಡುಗೆಯ ಕಸುಬಿನತ್ತ ವಾಲಿದರು. ಸರಿಯಾಗಿ ಒಂದು ವರುಷದ ಕಾಲ ಅಡುಗೆ ಉದ್ಯಮದಲ್ಲಿ ಬಾಣಸಿಗನಾಗಿ ಕೆಲಸ ಮಾಡಿದ್ದರು. ಅಷ್ಟರಲ್ಲಿ ಅವರಿಗೆ ತಾನು ಪಾಠ ಮಾಡಬಹುದು ಎನ್ನಿಸಿತು. ಅಡುಗೆ ಮತ್ತಿತರ ಸಂಬಂಧಿತ ವಿಷಯಗಳನ್ನು ಬೋಧಿಸುವ ಕಾಲೇಜೊಂದರಲ್ಲಿ ಆರು ವರ್ಷ ಶಿಕ್ಷಕರಾಗಿ ಕೆಲಸ ಮಾಡಿದರು. ನಂತರ ಅವರಿಗೆ ತಾನು ಸಂಶೋಧನೆ ಮಾಡಬೇಕಿತ್ತು ಎನ್ನಿಸಿತು. 'ನನ್ನ ವಿದ್ಯಾರ್ಥಿಗಳು ಊಟದ ಡಬ್ಬಿ ತರುತ್ತಿದ್ದರು. ನನಗೆ ಯಾವಾಗಲೂ ಅದನ್ನು ಉಣ್ಣುವ ಹಾಗೂ ಅದನ್ನು ಹೇಗೆ ತಯಾರಿಸುತ್ತಾರೆ, ಮನೆಯಲ್ಲಿ ಜನ ಈಗಲೂ ಏನು ಅಡುಗೆ ಮಾಡುತ್ತಾರೆ ಎಂಬುದನ್ನು ತಿಳಿದುಕೊಳ್ಳುವ ಆಸಕ್ತಿ ಇತ್ತು. ಹಾಗಾಗಿ ತಮಿಳುನಾಡಿನ ಅಡುಗೆಗಳ ಕುರಿತು ಸಂಶೋಧನೆ ಮಾಡಲು ಆರಂಭಿಸಿದೆ' ಎಂದು ಹೇಳಿದರು. ಒಂದು ಹಳ್ಳಿಯಿಂದ ಮತ್ತೊಂದಕ್ಕೆ ಪಯಣಿಸುತ್ತ, ತನ್ನ ಅಪರಿಮಿತ ಕುತೂಹಲದ ಕಾರಣದಿಂದಾಗಿ ಅವರ ಅಡುಗೆಮನೆಗಳ ಮೇಲೆ ದಾಳಿ ಇಡುತ್ತ, ಅರುಣಿ ಮಾಡಿದ ಮೊದಲ ಕೆಲಸವೆಂದರೆ, ಕೊಯಮತ್ತೂರಿನ ಸುತ್ತಮುತ್ತ ಇರುವ ಕೊಂಗುನಾಡು ಪ್ರದೇಶ ಹಾಗೂ ಮಧುರೈನಿಂದ ಕನ್ಯಾಕುಮಾರಿಯವರೆಗೆ ಹಬ್ಬಿರುವ ನಾಂಜಿಲ್‌ನಾಡಿನಲ್ಲಿ ಮರೆಯಾಗಿಹೋದ ಅಡುಗೆಗಳನ್ನು ಶೋಧಿಸಿ ತೆಗೆದದ್ದು. ಅನಂತರ ಅವರು ಪುರಾತನ ಅಡುಗೆ ಕಲೆಯ ಕುರಿತು ಸಂಶೋಧನೆ ಮಾಡಿ, ಸಂಗಂ ಯುಗದ ಕೆಲವು ಪ್ರಾಚೀನ ಭಕ್ಷ್ಯಗಳನ್ನು ಪುನರುತ್ಥಾನಗೊಳಿಸಿದರು. ಹೂವುಗಳನ್ನು ಪ್ರಮುಖ ಪದಾರ್ಥವಾಗಿ ಬಳಸುವ ಅಡುಗೆಯ ವಿಧಾನವೊಂದನ್ನು ಹುಡುಕಿ ತೆಗೆದರು ಹಾಗೂ ಆಯುರ್ವೇದ-ಸಂತುಲಿತ ಆಹಾರವನ್ನು ಕುರಿತಂತೆ ತಮ್ಮ ಜ್ಞಾನವನ್ನು ಉಜ್ಜಿ ಹೊಳಪಾಗಿಸಿಕೊಂಡರು.

ಕನ್ಯಾಕುಮಾರಿ ಜಿಲ್ಲೆಯಲ್ಲಿರುವ ಮುಟ್ಟಮ್‌ಗೆ ಹೋಗಿದ್ದ ಅವಧಿಯಲ್ಲಿ ಅರುಣಿಯವರಿಗೆ ಒಂದು ಬಗೆಯ 'ಮೀನಿನ ಪೋಡಿ' ಯು ಮೊದಲ ಬಾರಿಗೆ ಕಾಣಸಿಕ್ಕಿತು. ನಂತರ ನಾಗಪಟ್ಟಿಣಮ್, ವೇಲಾಂಕಣಿ ಹಾಗೂ ಟ್ಯೂಟಿಕೊರಿನ್ ಬಳಿ, ದೀರ್ಘಕಾಲದಿಂದಲೂ ಬಳಕೆಯಲ್ಲಿದ್ದ ಒಣಗಿಸಿದ ಈ ಮೀನಿನ ಪುಡಿಯ ಹಲವಾರು ಬಗೆಗಳನ್ನು ಕಂಡರು. 'ನಿಜ ಹೇಳಬೇಕೆಂದರೆ, ತಮಿಳುನಾಡಿನಲ್ಲಿ ನಾನು ಭೇಟಿಯಿತ್ತ ಪ್ರತಿಯೊಬ್ಬ ಮೀನುಗಾರನ ಮನೆಯಲ್ಲಿಯೂ ಇದನ್ನು ನೋಡಿದೆ' ಎನ್ನುವ ಅವರು ಪೋಡಿಯು ತಮಿಳರ ಅಡುಗೆಯಲ್ಲಷ್ಟೇ ಕಂಡುಬರುವಂಥದ್ದು ಎಂದು ಒತ್ತಿ ಹೇಳುತ್ತಾರೆ. 'ಅದು ಆಂಧ್ರಪ್ರದೇಶದಲ್ಲಾಗಲೀ ಕೇರಳದಲ್ಲಾಗಲೀ ಅಥವಾ ಇನ್ನೆಲ್ಲಿಯೇ ಆಗಲೀ ಕಾಣಸಿಗುವುದಿಲ್ಲ. ಅದು ನಿಜಕ್ಕೂ ಮೀನುಗಾರರ

ಕುಟುಂಬಗಳಿಗೆ ಹೇಳಿ ಮಾಡಿಸಿದಂಥದ್ದು. ಒಣಗಿಸಿರುವುದರಿಂದ ಹಾಳಾಗುವುದಿಲ್ಲ. ಉಳಿದಿರುವ ಯಾವುದೇ ಮೀನನ್ನು ಮತ್ತು ಮಾರಾಟ ಮಾಡಲು ಸಾಧ್ಯವಾಗದೇ ಹೋದ ಪುಟ್ಟ ಸೀಗಡಿಗಳನ್ನು ಕೂಡ ಹೀಗೆ ಮಾಡಿಟ್ಟುಕೊಳ್ಳಬಹುದು. ಇದರೊಂದಿಗೆ ಬಿಸಿ ಅನ್ನ ಇದ್ದರೆ ಸಾಕು, ಊಟವಾಗಿಬಿಡುತ್ತದೆ' ಎಂದು ತಮ್ಮ ಜ್ಞಾನವನ್ನು ಹಂಚಿಕೊಂಡರು.

ಪೋಡಿಯ ಅತ್ಯಂತ ಹಳೆಯ ಹಾಗೂ ಮೂಲ ರೂಪವನ್ನು ಅರುಣಿ ನನಗೆ ಬಣ್ಣಿಸಿದರು. ಯಾವುದೇ ಮೀನಿರಲಿ, ಮೊದಲು ತುಂಡುಗಳಾಗಿ ಕತ್ತರಿಸಿ ಕರಿಯಲಾಗುತ್ತದೆ. ಅನಂತರ ತೆಂಗಿನತುರಿ, ಕಾಳುಮೆಣಸು, ಜೀರಿಗೆ, ಕರಿಬೇವು ಮತ್ತು ಅಕ್ಕಿಯನ್ನು ಬೇರೆ ಬೇರೆಯಾಗಿ ಹುರಿದು ಬಿಸಿಲಿನಲ್ಲಿ ಒಣಗಿಸಲಾಗುತ್ತದೆ. ಕರಿದ ಮೀನು ಮತ್ತು ಹುರಿದ ಪದಾರ್ಥಗಳನ್ನು ಸೇರಿಸಿ ಕೊನೆಯಲ್ಲಿ ಪುಡಿಮಾಡಲಾಗುತ್ತದೆ. 'ಕೆಲವೊಂದು ವಿಧಾನದಲ್ಲಿ ಕೊತ್ತಂಬರಿ ಬೀಜಗಳನ್ನು ಬಳಸುತ್ತಾರೆ. ಇನ್ನು ಕೆಲವದರಲ್ಲಿ ಕರಿದ ಹುಣಸೇಹಣ್ಣನ್ನು ಹಾಕುತ್ತಾರೆ. ಪುಡಿ ಎಷ್ಟು ಕಾಲ ಇಟ್ಟರೂ ಹಾಳಾಗುವುದಿಲ್ಲ. ನಾನು ಮನೆಯಲ್ಲಿ ಯಾವಾಗಲೂ ಮೂರು ದೊಡ್ಡ ಭರಣಿಗಳಷ್ಟು ಪುಡಿಯನ್ನು ಇಟ್ಟುಕೊಂಡಿರುತ್ತೇನೆ.' ಎಂದರು ಅರುಣಿ.

ಎರಡು ದಿನಗಳ ನಂತರ ತನ್ನ ಸಂಗ್ರಹದಲ್ಲಿದ್ದ ಒಣ ಬಂಗುಡೆ ಮೀನಿನ ಪುಡಿಯಲ್ಲಿ ಸಾಕಷ್ಟು ದೊಡ್ಡ ಪ್ರಮಾಣವನ್ನೇ ಎತ್ತಿ ಪ್ಲಾಸ್ಟಿಕ್ ಡಬ್ಬಿಯೊಂದಕ್ಕೆ ಹಾಕಿ ಅರುಣಿಯವರು ನನಗೆ ಕಳುಹಿಸಿಕೊಟ್ಟರು. ಪೋಡಿಯು ಪುಡಿ ಮಾಡಿದ ಬೆಲ್ಲದಂತೆ ಕಾಣುತ್ತಿತ್ತು. ಅಲ್ಲಲ್ಲಿ ಕಾಣುವ ತೆಂಗಿನ ತುರಿಯ ಬಿಳಿ ತೇಪೆಯಲ್ಲಿ, ಮೀನಿನ ಉಪಸ್ಥಿತಿಯು ಎದ್ದುಕಾಣುತ್ತಿತ್ತು. ಅದರಿಂದ ಗಾಢ ಮಸಾಲೆಯ ಪರಿಮಳವು ಹೊರಹೊಮ್ಮುತ್ತಿತ್ತು. ಹಾಗೇ ಬಾಯಿಗಿಟ್ಟರೆ ಗಂಟಲಿನ ಹಿಂಭಾಗಕ್ಕೆ ಧಾವಿಸಿ, ಟಾನ್ಸಿಲ್‌ಗೆ ಬೆಂಕಿ ಹಚ್ಚುತ್ತದೆ. ಆದರೆ ಅನ್ನ ಮತ್ತು ರಾಶಿ ತುಪ್ಪದೊಂದಿಗೆ ತಿಂದರೆ, ಅದು ಶಾಂತವಾಗುತ್ತದೆ. ನಂತರದಲ್ಲಿ ಆಗೀಗ ಖಾರವು ನಿಮ್ಮ ನಾಲಿಗೆಯ ಮೇಲೆ ತುಂಟಾಟವಾಡಬಹುದು ಅಷ್ಟೇ. ಆದರೆ ಅರುಣಿ ಒಳ್ಳೆಯ ಬಂಗುಡೆಗಳನ್ನೇ ಆರಿಸಿದ್ದರು. ಈ ಬಂಗುಡೆಗಳಿಗೆ ಅವುಗಳದೇ ಆದ ಗುಣವಿಶೇಷಗಳಿದ್ದವು. ಇಡಿಕಿರಿದ ಚಿತ್ರಕತೆಯೊಂದರಿಂದ ಪ್ರಬಲ ನಟರು ಹೊರಹೊಮ್ಮುವ ಹಾಗೆ ಅವು ತಮ್ಮ ಮಸಾಲೆಯ ಆವರಣದಿಂದ ಹೊರಬರುತ್ತಿದ್ದವು. ಅರುಣಿ ಕಳುಹಿಸಿದ ಡಬ್ಬಿಯನ್ನು ನಾನು ಯಾವ ಕೋಣೆಯಲ್ಲಿ ತೆರೆದು ನೋಡಿದ್ದೆನೋ ಅಲ್ಲಿ ಕರಿದ ಮೀನಿನ ಹಿತವಾದ ಮಸಾಲೆಯುಕ್ತ ಪರಿಮಳವು ಸಣ್ಣದಾಗಿ ಕನಿಷ್ಠ ಎರಡು ದಿನಗಳವರೆಗೆ ಹರಡಿಕೊಂಡಿತ್ತು. ಮಣಪ್ಪಾಡುವಿನ ಒಳ್ಳೆಯ ಬೆಸ್ತರು ಫ್ರಾನ್ಸಿಸ್

ಝೇವಿಯರ್‌ರವರಿಗೆ ಸಮುದ್ರದ ಬದಿಯಲ್ಲಿದ್ದ ಅವರ ಗುಹೆಯಲ್ಲಿ ಕೊಟ್ಟಿದ್ದು ಇದನ್ನೇ ಅಂತಾದರೆ – ಖಂಡಿತವಾಗಿಯೂ ಕೊಟ್ಟಿರಲೇ ಬೇಕು – ಅವರು ಇಲ್ಲಿಯೇ ಉಳಿಯುವ ನಿರ್ಧಾರವನ್ನೇಕೆ ಮಾಡಿದರು ಎಂಬುದನ್ನು ನಾನು ಅರ್ಥ ಮಾಡಿಕೊಳ್ಳಬಲ್ಲೆ.

II

ಒಂದು ದಿನ ನಾನು ಫಾದರ್ ಕಟ್ಟರ್‌ರವರ ಜೊತೆಗೆ ವೀರಪಾಂಡಿಯಪಟ್ಟಿನಮ್‌ಗೆ ಹೋದೆ. ಅದು ಅವರು ಹುಟ್ಟಿದ ಊರು. ಸರಿಸುಮಾರು ಐದು ಸಾವಿರ ಮೀನುಗಾರರಿರುವ ಈ ಊರು ದೇವಳಪಟ್ಟಣವಾದ ತಿರುಚೆಂದೂರಿನಿಂದ ಎರಡು ಕಿಲೋಮೀಟರ್‌ಗಿಂತಲೂ ಕಡಿಮೆ ದೂರದಲ್ಲಿದೆ. ವಾಹನದಲ್ಲಿ ಹೋದರೆ ಟ್ಯೂಟಿಕೊರಿನ್‌ನಿಂದ 45 ನಿಮಿಷಗಳ ಪ್ರಯಾಣ. ಅಂದು ವೀರಪಾಂಡಿಯಪಟ್ಟಿನಮ್‌ದ ರಕ್ಷಕ ಸಂತ, ಸೇಂಟ್ ಥಾಮಸ್‌ರ ಹೆಸರಿನಲ್ಲಿ ಊರಹಬ್ಬ ನಡೆಯಲಿತ್ತು. ಸಂಜೆಯ ಸಾಮೂಹಿಕ ಪ್ರಾರ್ಥನೆಯಲ್ಲಿ ಭಾಗವಹಿಸಲು ಕಟ್ಟರ್ ಅವರನ್ನು ಆಹ್ವಾನಿಸಲಾಗಿತ್ತು. 'ನಿನಗೆ ಗೊತ್ತಾ, ವೀರಪಾಂಡಿಯಪಟ್ಟಿನಮ್‌ದ ನಿವಾಸಿಗಳು ಮಾಟಮಂತ್ರ ಮಾಡುವವರು ಎಂದು ಒಮ್ಮೆ ಝೇವಿಯರ್ ಅವರು ರೋಮ್‌ಗೆ ಪತ್ರ ಬರೆದಿದ್ದರು' ಕಟ್ಟರ್ ನಗುತ್ತ ಹೇಳಿದರು. ಈಗ ಹಳ್ಳಿಯಲ್ಲಿ ಬಹುತೇಕರು ಕ್ಯಾಥೋಲಿಕ್ಕರು. 1886 ರಷ್ಟು ಹಳೆಯದಾದ, ಗಾಥಿಕ್ ಶೈಲಿಯ, ಸೇಂಟ್ ಥಾಮಸ್‌ರ ಚರ್ಚ್ ಇಂದು ಪಟ್ಟಣದ ಕೇಂದ್ರಬಿಂದುವಾಗಿದೆ. ಕಮಾನುಗಳಿರುವ ಅಚ್ಚಬಿಳಿ ಛಾವಣಿ ಹಾಗೂ ವರ್ಣಿಸಲು ಕಷ್ಟವಾದ ಸಿಮೆಂಟಿನ ಬಣ್ಣ ಬಳಿದ ಚರ್ಚ್‌ನ ಈ ಉದ್ದನೆಯ ಕಟ್ಟಡವು ಚಿರಯೌವನ ಹೊಂದಿರುವಂತೆ, ಯಾವಾಗ ನೋಡಿದರೂ ಇನ್ನೇನು, ಇದೀಗ ಪೂರ್ಣಗೊಳ್ಳುವುದು ಬಾಕಿಯಿದೆ ಎಂದೆನ್ನಿಸುವಂತೆಯೇ ಕಾಣುತ್ತಿತ್ತು.

ಪ್ರಾರ್ಥನೆ ಆರಂಭವಾಗುವುದಕ್ಕೂ ಮುಂಚಿನ ಆ ಒಂದು ಗಂಟೆಯ ಅವಧಿಯಲ್ಲಿ ಕಟ್ಟರ್ ತಮ್ಮ ತಾಯಿಯನ್ನು ಭೇಟಿ ಮಾಡಲು ಹೋದರು. ಫರ್ನಾಂಡೊ ನನ್ನನ್ನು ಫಾದರ್ ಸ್ಟೀಫನ್ ಗೊಮೆಜ್‌ರ ಬಳಿ ಕರೆದೊಯ್ದು. ಅವರು ಸಪೂರ ಶರೀರದ, ಚಟುವಟಿಕೆಯಿಂದ ಕೂಡಿದ, ಚಿಂತನಶೀಲರಾದ ಮಧ್ಯವಯಸ್ಕ ವ್ಯಕ್ತಿ. ಸೇಂಟ್ ಥಾಮಸ್ ಚರ್ಚ್‌ನಿಂದ ಒಂದು ಕಿಲೋಮೀಟರ್ ಅಂತರದೊಳಗೇ ಇರುವ ವಲಂಪುರಿನಾದಮ್ ಇನ್ಸ್ಟಿಟ್ಯೂಟ್ ಫಾರ್ ರಿಸರ್ಚ್ ಇನ್ ಸೊಸೈಟಿ ಎಂಡ್ ರಿಲಿಜನ್‌ದ (ಸಮಾಜ ಮತ್ತು ಧರ್ಮಕ್ಕೆ ಸಂಬಂಧಿಸಿದ ಸಂಗತಿಗಳ ಸಂಶೋಧನಾ

ಸಂಸ್ಥೆ) ನಿರ್ದೇಶಕರೂ ಹೌದು. ಫರ್ನಾಂಡೊ ಮಾಡಿಕೊಟ್ಟ ಪರಿಚಯವನ್ನು (ಅದು ಜೋ ಡಿ ಕ್ರೂಜ್‌ರ ಉಲ್ಲೇಖವನ್ನು ಕಡ್ಡಾಯವಾಗಿ ಒಳಗೊಂಡಿತ್ತು) ಹಾಗೂ ಪರವಾ ಸಮುದಾಯದ ಧಾರ್ಮಿಕ ಇತಿಹಾಸದಲ್ಲಿ ನನಗಿರುವ ಸ್ಪಷ್ಟ ಆಸಕ್ತಿಯ ಕುರಿತು ಗೊಮೆಜ್ ನಯವಾಗಿ ಕೇಳಿಸಿಕೊಂಡರು. ಅಂತೂ ಕೊನೆಗೆ 'ಹೌದು, ಅದೊಂದು ಕುತೂಹಲಕಾರಿ ವಿಷಯ' ಎಂದು ಹೇಳಿದರು. ಪರವಾಗಳ ಕುರಿತು ಅಷ್ಟು ಮೋಹಕವಾದ ಸಂಗತಿಗಳನ್ನು ಸ್ಪಷ್ಟವಾಗಿ ನಿರೂಪಿಸಿದ್ದು ಗೊಮೆಜ್ ಒಬ್ಬರೇ. ತನ್ನ ಬಲಕ್ಕೆ ಕೈಯನ್ನು ಅಸ್ಪಷ್ಟವಾಗಿ ಆಡಿಸುತ್ತ, 'ಈ ಸಮುದಾಯವು ನಾಲ್ಕು ನೂರು ವರ್ಷಗಳ ಹಿಂದೆ ಹೇಗಿತ್ತೋ ಅದೇ ಸ್ಥಿತಿಯಲ್ಲಿ ಪಳಯುಳಿಕೆಯಾಗಿ ಉಳಿದುಕೊಂಡಿದೆ. ಚರ್ಚ್ ಅವರ ದೈನಂದಿನ ಬದುಕಿನ ಕೇಂದ್ರವಾಗಿದೆ. ಅವರ ಮನೆಗಳು ಅದರ ಸುತ್ತಲೇ ಕಟ್ಟಲ್ಪಡುತ್ತವೆ ಹಾಗೂ ಅವರ ಬದುಕು ಅದರ ಸುತ್ತ ಗಿರಕಿ ಹೊಡೆಯುತ್ತದೆ' ಎಂದು ಹೇಳಿದರು.

ಹೊಳೆಯುವ ಮುಸ್ಸಂಜೆಯ ಬೆಳಕು ನಿಧಾನವಾಗಿ ಕ್ಷೀಣಿಸುತ್ತಾ ಬಂದು ಮಬ್ಬುಗತ್ತಲು ಆವರಿಸಿತು. ಟ್ಯೂಬ್‌ಲೈಟ್‌ಗಳ ಪ್ರಖರ ಬೆಳಕು ಮತ್ತು ಗ್ರಾಮಸ್ಥರ ಮಾತುಕತೆಯ ಗದ್ದಲದಲ್ಲಿ ಸೇಂಟ್ ಥಾಮಸ್ ಚರ್ಚ್‌ನ ಮುಂಭಾಗದ ಮೆಟ್ಟಿಲುಗಳು ಜೀವ ತಳೆದವು. ತಡವಾಗಿ ಬಂದ ಕೆಲವು ಜನರು ಒಳಗೆ ಕುಳಿತುಕೊಳ್ಳಲು ಆಸನ ಸಿಗದ ಕಾರಣ, ಹೊರಗೇ ನಿಂತಿದ್ದರು. ನಾನು ಅವರೊಂದಿಗೆ ಇಗರ್ಜಿಯ ಹೊರಭಾಗದಲ್ಲಿಯೇ ಕೆಲಹೊತ್ತು ನಿಂತುಕೊಂಡೆ. ನಂತರ ಇಗರ್ಜಿಯ ಬಾಲ್ಕನಿಗೆ ನಡೆದು ಹೋದೆ. ಅಲ್ಲಿದ್ದ ವೃತ್ತಾಕಾರದ ಭಿತ್ತಿಚಿತ್ರವೊಂದರಲ್ಲಿ ಕ್ರಿಸ್ತ ಮತ್ತು ಅವನ ಶಿಷ್ಯರ ವರ್ಣಚಿತ್ರಗಳಿದ್ದವು. ಅದರ ಎದುರು ಗಾಯಕವೃಂದವು ಹಾಡುತ್ತಿದ್ದುದನ್ನು ಕೆಲಕಾಲ ವೀಕ್ಷಿಸಿದೆ. ಮಲ್ಲಿಗೆ ಮುಡಿದ, ಕುಳ್ಳನೆಯ ಆರ್ಗನ್ ವಾದಕಿಯೊಬ್ಬಳು ವಾದ್ಯವೃಂದವನ್ನು ಮುನ್ನಡೆಸುತ್ತಿದ್ದಳು. ಅವಳು ಎಲೆಕ್ಟ್ರಾನಿಕ್ ಕೀಬೋರ್ಡ್‌ನಲ್ಲಿ ನುಡಿಸುತ್ತಿದ್ದ ಹಲವಾರು ಒಳ್ಳೆಯ ಜನಪ್ರಿಯ ಡಿಸ್ಕೋ ಹಾಡುಗಳು ಅವರ್ ಲೇಡಿ ಆಫ್ ದ ಸ್ನೋವ್ಸ್‌ನಲ್ಲಿ ಕೇಳಿದ್ದ ಹಾಡುಗಳೇ ಆಗಿದ್ದವು. ಮೊಗಸಾಲೆಯಿಂದ ಕೆಳಗೆ ದೃಷ್ಟಿ ಹಾಯಿಸಿದರೆ, ಇಗರ್ಜಿಯ ಉದ್ದಗಲಕ್ಕೂ ಸಭೆಯನ್ನು ನೋಡಬಹುದಿತ್ತು. ಸಭೆಯಲ್ಲಿ ಮಿಂಚುತ್ತಿದ್ದ ಬಣ್ಣಬಣ್ಣದ ಸೀರೆ–ಅಂಗಿಗಳು, ಬಣ್ಣದ ಗಾಜುಗಳಿಂದ ಮಾಡಿದ ಬೃಹದಾಕಾರದ ಕಲಾಕೃತಿಯ ಬಿಡಿ ಭಾಗಗಳಂತೆ ಕಾಣುತ್ತಿದ್ದವು.

ಮೊದಲಿಗೆ ಮಹಿಳೆಯೊಬ್ಬರು ಸಾಮೂಹಿಕ ಪ್ರಾರ್ಥನೆಯ ಮುಂದಾಳತ್ವ ವಹಿಸಿದರು. ಅರ್ಧಗಂಟೆಯ ನಂತರ, ಅವರು ನಿರ್ದೇಶಿಸಿದಂತೆ ಸಭಿಕರಲ್ಲಿದ್ದ ಅನೇಕ ಗಂಡಸರು ಎದ್ದುನಿಂತು, ಕೆಂಪು ಅಥವಾ ನೀಲಿಬಣ್ಣದ ವಸ್ತ್ರವನ್ನು ಹೆಗಲಿಗೇರಿಸಿಕೊಂಡರು. (ಅವರ ಬಳಿ ವೃತ್ತಾಕಾರದ ತಲೆಪಟ್ಟಿಗಳೂ ಇದ್ದವು.

ಆದರೆ ಧರಿಸುವುದನ್ನು ಸಾಧ್ಯವಾದಷ್ಟೂ ಕೊನೆಯ ಘಳಿಗೆಯವರೆಗೆ ಮುಂದೂಡುತ್ತ ಕಂಕುಳಲ್ಲಿ ಅದನ್ನು ಸಿಕ್ಕಿಸಿಕೊಂಡಿದ್ದರು.) 'ಇವೇ ಅವೆರಡು ಸಭೆಗಳು,' ಎಂದ ಫರ್ನಾಂಡೊ, ಅನಂತರ ಸೂಕ್ತವಾದ ಇಂಗ್ಲಿಷ್ ಪದವನ್ನು ಹುಡುಕಾಡಿ, 'ಅವು ಪರಿಚಾರಕರ (acolytes) ತಂಡಗಳು' ಎಂದು ಹೇಳಿದ. ಮುಂದೆ ನಡೆದಿದ್ದು ಅದನ್ನು ಸಾಬೀತುಪಡಿಸಿತು. ಒಂದು ಹಂತದಲ್ಲಿ ಅವರು ಶಿಲುಬೆಯೊಂದರ ಜೊತೆಗೆ ಕೆಲವು ಬ್ಯಾನರ್ ಮತ್ತು ಮೋಂಬತ್ತಿಗಳನ್ನು ತೆಗೆದುಕೊಂಡು ನಾವು ಅದಾಗಲೇ ನಿಂತುಕೊಂಡಿದ್ದ ಇಗರ್ಜಿಯ ಮೊಗಸಾಲೆಯಲ್ಲಿ ಮೆರವಣಿಗೆ ಹೊರಟರು. ನಮ್ಮ ಹತ್ತಿರದಲ್ಲಿಯೇ ಇದ್ದ ವಾದ್ಯವೃಂದವು, ಗಾಳಿವಾದ್ಯ ಹಾಗೂ ಮದ್ದಳೆಗಳ ನಾದದೊಡನೆ ಹಾಡತೊಡಗಿತು.

ಮೊಗಸಾಲೆಯಲ್ಲಿನ ಆಚರಣೆಯು ಸಂಕ್ಷಿಪ್ತವಾಗಿದ್ದು, ಸಂಪೂರ್ಣವಾಗಿ ಬುದ್ಧಿಗೆ ನಿಲುಕದಂತಿತ್ತು. ಕಟ್ಟರ್, ಗೊಮೆಜ್ ಮತ್ತೊಬ್ಬ ಮೂರನೆಯ ಪಾದ್ರಿ ಎಲ್ಲರೂ ತಮ್ಮ ತಮ್ಮ ಆಸನದಲ್ಲಿ ಕುಳಿತರು. ಹದಿನೈದು ನಿಮಿಷಗಳ ಕಾಲ ಧ್ವನಿವರ್ಧಕದ ಮೂಲಕ ಹರಿದು ಬಂದ ವಿವಿಧ ಭಾಷಣಗಳು, ನಮ್ಮ ಸುತ್ತಮುತ್ತಲೂ ಇಟ್ಟಿದ್ದ ಭಾರೀಗಾತ್ರದ ಸ್ಪೀಕರ್‌ಗಳ ಮೂಲಕ ಮತ್ತೊಮ್ಮೆ ಪ್ರತಿಧ್ವನಿಸುತ್ತಿದ್ದವು. ಒಂದರ ಹಿಂದೆ ಮತ್ತೊಂದು ನುಗ್ಗುವ ಮಾತುಗಳು ದಿಕ್ಕೆಟ್ಟ ಪಾದರಸದ ಪುಟ್ಟಪುಟ್ಟ ಬಿಂದುಗಳಂತೆ ಧಾವಿಸುತ್ತಿದ್ದವು. ಇದು ಸಭೆಯಲ್ಲಿದ್ದ ನನ್ನ ಇನ್ನಿತರ ಒಡನಾಡಿಗಳಿಗೆ ತೊಂದರೆ ಕೊಟ್ಟಂತೆ ಕಾಣಲಿಲ್ಲ. ಅವರು ತಲ್ಲೀನರಾಗಿ ಕೇಳುತ್ತಿದ್ದರು. ಪಕ್ಕದಲ್ಲಿದ್ದವನು 'ನಾಳೆ ನಿಜಕ್ಕೂ ನೀನು ಇಲ್ಲಿರಲೇಬೇಕು. ಹಳ್ಳಿಯಲ್ಲಿರುವ ಎಲ್ಲಾ ಮಕ್ಕಳೂ ಬಿಳಿಬಣ್ಣದ ಉಡುಪು ಧರಿಸಿ, ಮೋಂಬತ್ತಿಗಳನ್ನು ಹಿಡಿದು ಬರುತ್ತಾರೆ. ಅದೊಂದು ಸುಂದರವಾದ ದೃಶ್ಯ' ಎಂದು ಸಲಹೆ ನೀಡಿದ.

ಆಚರಣೆಗಳೆಲ್ಲ ಮುಗಿದ ಮೇಲೆ, ಕಟ್ಟರ್ ತಮ್ಮ ತಮಿಳು ಪ್ರವಚನವನ್ನು ನೀಡುವುದಷ್ಟೇ ಬಾಕಿಯಿತ್ತು. ಅವರದು ತಟಕ್ಕನೇ ದಿಕ್ಕು ಬದಲಾಯಿಸುವ ವಿಶಿಷ್ಟ ಶೈಲಿ. ಹಲವು ನಿಮಿಷಗಳ ಕಾಲ ಸತ್ಯದ ಕುರಿತಾಗಿ ಅವರಾಡಿದ ಮಾತುಗಳಿಗೆ ಯಾವುದೇ ಪೂರ್ವತಯಾರಿ ಮಾಡಿಕೊಂಡಿದ್ದಂತೆ ತೋರಲಿಲ್ಲ. ಉಲ್ಲೇಖದಿಂದ ಉಲ್ಲೇಖಕ್ಕೆ ಸರಾಗವಾಗಿ ನೆಗೆಯುತ್ತಿದ್ದರು. ಮೂರು ನಿಮಿಷ ನಿರಂತರವಾಗಿ ಅವರಾಡಿದ ಮಾತಿನ ಗುಚ್ಛದಲ್ಲಿ, ಮಹಾತ್ಮಾ ಗಾಂಧಿ, ಸರ್ವಪಲ್ಲಿ ರಾಧಾಕೃಷ್ಣನ್ ಹಾಗೂ ಬೃಹದಾರಣ್ಯಕ ಉಪನಿಷತ್ತುಗಳ ಪದಶಃ ಉಲ್ಲೇಖಗಳನ್ನು ಗುರುತಿಸಿದೆ. ಬಹುಶಃ ನನಗೆ ತಪ್ಪಿಹೋಗಿದ್ದು ಇದಕ್ಕೂ ಹೆಚ್ಚೇ ಇದೆಯೇನೋ. ಆಮೇಲೆ ಪಾದ್ರಿಗಳು ಹಾಗೂ ಆಮಂತ್ರಿತರಿಗಾಗಿ ಗಡಿಬಿಡಿಯಲ್ಲಿ ಏರ್ಪಡಿಸಿದ್ದ ಸಣ್ಣದೊಂದು ಅವ್ಯವಸ್ಥಿತ ರಾತ್ರಿಭೋಜನದಲ್ಲಿ ಅವರನ್ನು ಭೇಟಿಯಾದೆ. ಇಗರ್ಜಿಯ ಮುಚ್ಚಿದ

ವಾತಾವರಣದಲ್ಲಿ ತೀವ್ರಗತಿಯ ಭಾಷಣವನ್ನು ಮಾಡಿದ್ದರೂ ಕಟ್ಟರ್‌ರವರ ಮುಖ ಮೈಗಳಲ್ಲಿ ಬೆವರೊಡೆದಿರಲಿಲ್ಲ ಎಂಬುದನ್ನು ನಾನಾಗ ಗಮನಿಸಿದೆ. 'ಚೆನ್ನಾಗಿಯೇ ಆಯಿತು ಅಂತನ್ನಿಸ್ತು' ಎಂದರು.

ಟ್ಯೂಟಿಕೊರಿನ್‌ಗೆ ಹಿಂದಿರುಗಿ ಬರುತ್ತಿರುವಾಗ ಕಟ್ಟರ್ ಉತ್ಸಾಹಭರಿತ ಮನಃಸ್ಥಿತಿಯಲ್ಲಿದ್ದರು. 'ರೋಮ್‌ನಲ್ಲಿ ನನಗೆ ಜನರೊಂದಿಗೆ ಒಡನಾಡುವ ಶಕ್ತಿಯೇ ಇರಲಿಲ್ಲ. ಇಲ್ಲಿನ ಹಳ್ಳಿಗಳಿಗೆ ಈ ಹಿಂದೆ ಸರದಿಯ ಮೇಲೆ ಬಂದಾಗಲೆಲ್ಲ ನಾನು ಪ್ರತಿಯೊಬ್ಬ ವ್ಯಕ್ತಿಯನ್ನೂ ಬಲ್ಲವನಾಗಿದ್ದೆ. ಜಗಳ-ತಂಟೆಗಳಲ್ಲಿ ಮಧ್ಯಸ್ತಿಕೆ ವಹಿಸಲು ನನ್ನನ್ನು ಕರೆಯುತ್ತಿದ್ದರು. ನನ್ನನ್ನು ತಮ್ಮ ಮನೆಗಳಿಗೆ ಆಹ್ವಾನಿಸುತ್ತಿದ್ದರು. ಹಿಂದೂ ಕುಟುಂಬಗಳಲ್ಲಿನ ನವಜಾತ ಶಿಶುಗಳನ್ನು ಆಶೀರ್ವದಿಸಲು ಕೂಡ ನನ್ನನ್ನು ಕೇಳಿಕೊಳ್ಳುತ್ತಿದ್ದರು. ನನಗೆ ಎಲ್ಲರೊಡಗೂಡಿರುವ ಭಾವನೆಯಿರುತ್ತಿತ್ತು. ಜನರ ಸ್ಪಂದನೆಯು ಬೆಚ್ಚಗಿನ ಪ್ರೀತಿಯಿಂದ ಕೂಡಿತ್ತು' ಎಂದು ಹೇಳುತ್ತ ಹೋದರು. ನಾವು ಸಾಗಿದಂತೆ, ಪೊದೆಗಳಿಂದ ತುಂಬಿದ ನಮ್ಮ ಸುತ್ತಲಿನ ಭೂಭಾಗವನ್ನು ಕತ್ತಲು ಆವರಿಸಿತು. ಹೆಡ್‌ಲೈಟ್‌ನಿಂದ ಮುಂದಕ್ಕೆ ಕೆಲವು ಅಡಿಗಳಾಚೆ ರಸ್ತೆ ಕಾಣುತ್ತಿರಲಿಲ್ಲ. ನಮ್ಮ ಬಲಕ್ಕೆ ಎಲ್ಲೋ ದೂರದಲ್ಲಿ ನಿದ್ರಿಸುತ್ತಿದ್ದ ಸಮುದ್ರದ ಮೇಲಿನಿಂದ ಗಾಳಿ ನಿಡುಸುಯ್ಯುತ್ತಿತ್ತು.

ಅಧ್ಯಾಯ 4

ಕಳ್ಳು ಅಂಗಡಿಗಳನ್ನು ಹಾದು ಹೋದ ಮಹಾಪಯಣ

ಕೇರಳದ ಹೆದ್ದಾರಿಗಳ ಮೇಲೆ ಒಂದೆರಡು ತಾಸು ಸಂಚರಿಸುವ ಸಂದರ್ಭ ನಿಮಗೆಂದಾದರೂ ಬಂದಿದ್ದರೆ, ಹಾದಿಬದಿಯಲ್ಲಿ ಕಾಣುವ ವಿಶಿಷ್ಟವಾದ ಕಪ್ಪು-ಬಿಳುಪು ನಾಮಫಲಕಗಳ ಮೇಲೆ ಕಣ್ಣು ಹಾಯಿಸಿ. ಈ ಹಲಗೆಯ ಮಧ್ಯಬಾಗದಲ್ಲಿ 'ಕಳ್ಳು' ಎಂಬ ಒಂದೇ ಒಂದು ಪದವನ್ನು ಮಲಯಾಳಂನಲ್ಲಿ ಬರೆಯಲಾಗಿರುತ್ತದೆ. ಆ ಅಕ್ಷರಗಳ ಮೇಲೆ "T. S. No. 189' ಎನ್ನುವ ಸಂಕೇತಾಕ್ಷರವಿರುತ್ತದೆ. ಕೆಲವು ಕಿಲೋಮೀಟರ್‌ಗಳಿಗೊಮ್ಮೆ ಕೇವಲ ಸಂಖ್ಯೆ ಮಾತ್ರ ಬದಲಾದ ಇಂತಹದೇ ಫಲಕ ನಿಮಗೆ ಕಾಣುತ್ತಲೇ ಇರುತ್ತದೆ. ಒಂದು ವೇಳೆ ಅಪರೂಪಕ್ಕೆ ಹಾಗೆ ಕಾಣಿಸದಿದ್ದರೆ, ಆಗ ಮೊಟ್ಟ ಮೊದಲು ಕಣ್ಣಿಗೆ ಬೀಳುವ ಸೈಕಲ್ ಸವಾರ ಅಥವಾ ಪಾದಚಾರಿಯೊಬ್ಬನನ್ನು ಕೈ ಬೀಸಿ ನಿಲ್ಲಿಸಿ, 'ಶಾಆಆಆಆಆಪ್?' ಎಂಬ ಒಂದೇ ಪದವನ್ನು ಪ್ರಶ್ನಾರ್ಥಕವಾಗಿ ಎಳೆದು ಹೇಳಿ. ಅದು ಬೆಳ್ಳಂಬೆಳಿಗ್ಗೆಯ ಸಮಯವಾಗಿದ್ದರೆ, ಸುಮ್ಮನೆ ಒಂದು ಪೆಚ್ಚು ನಗೆ ಬೀರಿಬಿಡಿ. ನಿಮಗೆ ಅದರ ಖಯಾಲಿ ತುಸು ಹೆಚ್ಚು ಅಂತ ಅವರಿಗೆ ಅರ್ಥವಾಗುತ್ತದೆ.

'ಶಾಆಆಆಆಪ್' ಎನ್ನುವಾಗ ಪದವನ್ನು ಎಷ್ಟು ಎಳೆದು ಹೇಳುತ್ತೀರಿ ಎಂಬುದು ಇಲ್ಲಿ ಮುಖ್ಯ ಎನ್ನುವುದನ್ನು ಗಮನಿಸಿ. ನೀವು ಕೇವಲ 'ಶಾಪ್' ಎಂದಷ್ಟೇ ಕೇಳಿದರೆ, ಗೊತ್ತಿಲ್ಲವೆಂದು ಅಸಡ್ಡೆಯಿಂದ ಹೆಗಲು ಕೊಡಹಿ ಹೋಗಿಬಿಡಬಹುದು

ಅಥವಾ ಸಾಬೂನು, ಹಲ್ಲುಜ್ಜುವ ಬ್ರಶ್, ಆಲೂಗಡ್ಡೆ ಚಿಪ್ಸ್‌ಗಳನ್ನು ಮಾರುವ ಅಂಗಡಿಯೊಂದರ ಕಡೆ ಅಸ್ಪಷ್ಟವಾಗಿ ಕೈ ತೋರಬಹುದು. ಆದರೆ ನೀವು ಸರಿಯಾಗಿ 'ಶಾಆಆಆಆಪ್?' (ಇಂಗ್ಲೀಷಿನಲ್ಲಿ ಶಾರ್ಪ್ ಪದವನ್ನು ಉಚ್ಚರಿಸುವಂತೆ, ಆದರೆ ರ ಬೇಕಿಲ್ಲ) ಎಂದು ಹೇಳಿಬಿಟ್ಟರೆ ಸಾಕು, ಉತ್ಸಾಹದಿಂದ ತಲೆಯಲ್ಲಾಡಿಸಿ, ಸಮೀಪದ ಕಳ್ಳು ಅಂಗಡಿಗೆ ಹೋಗುವ ಹಾದಿಯನ್ನು ವಿವರವಾಗಿ ಹೇಳುತ್ತಾರೆ.

ಬಹುತೇಕ ನೀವು ನಿಮ್ಮ ವಾಹನವನ್ನು ತೆಗೆದುಕೊಂಡು ಹೋಗಿ, ಸುತ್ತಲೂ ತಡೆಗೋಡೆಯಿರುವ ಒಂದು ಆವರಣದಲ್ಲಿ ನಿಲ್ಲಿಸುತ್ತೀರಿ. ಅಲ್ಲಿರುವ ಪುಟ್ಟ ಕಟ್ಟಡವೊಂದನ್ನು ಅಡುಗೆಮನೆಯೆಂದು ಸುಲಭವಾಗಿ ಗುರುತಿಸಿಬಿಡಬಹುದು. ಮತ್ತೊಂದು ಚಿಕ್ಕ ಕಟ್ಟಡದ ಹೊರಗೆ ಸೈಕಲ್ಲುಗಳು ನಿಂತಿರುತ್ತವೆ. ಹಲವಾರು ಪುಟ್ಟಪುಟ್ಟ ಕೋಣೆಯಂತಹ ಮರೆದಾಣಗಳೂ ಅಲ್ಲಿರುತ್ತವೆ. ಮನಸ್ಸಿಗೆ ಖೇದವಾಗುವಂತಹ ಸಾಮಾಜಿಕ ನೀತಿಸಂಹಿತೆಯೊಂದು ಅಂಗಡಿಯ ಬಾಗಿಲಲ್ಲೇ ಸ್ಪಷ್ಟವಾಗಿ ಕಾಣಿಸುತ್ತದೆ. ನೀವು ಸ್ಥಳೀಯರಂತೆ ಅಥವಾ ಭತ್ತದ ಗದ್ದೆಯಲ್ಲಿ ಕೆಲಸ ಮಾಡುವವರಂತೆ ಕಂಡರೆ, ನಿಮಗೆ ಸಾಮಾನ್ಯವಾಗಿ ಸಾರಾಯಿ ಸರಬರಾಜು ಮಾಡುವ ಜಾಗದೆಡೆಗೆ ಹೋಗಲು ಹೇಳುತ್ತಾರೆ. ನೀವು ಹಾಗೆ ಕಾಣಿಸದಿದ್ದಲ್ಲಿ, ಖಾಲಿಯಿರುವ ಯಾವುದಾದರೂ ಮರೆದಾಣಕ್ಕೆ ಹೋಗಿ ಕುಳಿತುಕೊಳ್ಳುವಂತೆ ಅಷ್ಟೇ ಸ್ಪಷ್ಟವಾಗಿ ವಿನಂತಿಸುತ್ತಾರೆ. ಎಲ್ಲ ತರಹದ ಜನರೂ ಒಂದೇ ಕಡೆ ಕುಳಿತುಕೊಳ್ಳದಂತೆ ನೋಡಿಕೊಳ್ಳಲಾಗುತ್ತದೆ. ಜನಸಾಮಾನ್ಯರಿಗೆ ಹೆಂಡವನ್ನು ಪೂರೈಸುವ ಜಾಗವೇ ಬೇಕೆಂದು ನೀವು ಹಟ ಹಿಡಿದರೆ, ನಿಮ್ಮತ್ತ ಕೆಟ್ಟದಾಗಿ ನೋಡುತ್ತಾರೆ! ಆ ನೋಟ ನಿಜಕ್ಕೂ ತುಂಬಾ ಕೆಟ್ಟದಾಗಿರುತ್ತದೆ.

ಸ್ವಲ್ಪ ದುಬಾರಿ ಮರೆದಾಣಗಳಲ್ಲಿ ಛಾವಣಿಗೆ ನೇತಾಡುತ್ತಿರುವ ಚಿಕ್ಕ ಫ್ಯಾನ್, ಮೇಜಿನ ಸುತ್ತ ಇರುವ ಬೆಂಚುಗಳ ಮೇಲೆ ತೆಳುವಾದ ಮೆತ್ತೆ, ಕಲ್ನಾರಿನ ಮಾಡು ಹಾಗೂ ಜಾಳಿಗೆ ಹೊದೆಸಿದ ಕಿಟಕಿಗಳನ್ನು ಕಾಣಬಹುದು. ಕೆಲವೊಮ್ಮೆ ಪರದೆಗಳೂ ಇರುತ್ತವೆ. ಕಳ್ಳನ್ನು ಹೂಜಿಯೊಂದರಲ್ಲಿ ತುಂಬಿಸಿ ತಂದಿಡಬಹುದು ಅಥವಾ ಉದ್ದನೆಯ ಕಿಂಗ್‌ಫಿಷರ್ ಬಿಯರ್ ಬಾಟಲಿಗಳಲ್ಲಿಯೂ ನೀಡಬಹುದು. ಪಕ್ಕದಲ್ಲಿ ಗಾಜಿನ ಅಥವಾ ಮಣ್ಣಿನ ಲೋಟಗಳನ್ನು ಇಡುತ್ತಾರೆ. ಕಳ್ಳಿನ ಜೊತೆ ತಿನ್ನಲು ಅನಿವಾರ್ಯವಾಗಿ ನೀವು ಏನನ್ನಾದರೂ ತರಿಸಿಯೇ ತರಿಸುತ್ತೀರಿ. ಹೀಗೆ ಸಂಪೂರ್ಣವಾಗಿ ಹೊಸದಾದ ಆಹಾರದ ಉಪಸಂಸ್ಕೃತಿಯೊಂದನ್ನು ನೀವು ಪ್ರವೇಶಿಸುತ್ತೀರಿ.

II

ಬೆರಕೆಯಿಲ್ಲದ ಉತ್ಕೃಷ್ಟ ತಾಜಾ ಕಳ್ಳಾದರೆ, ರುಚಿಯಲ್ಲಿ ಹಾಲಿಗಿಂತ ತುಸು ಸೌಮ್ಯವಾಗಿರಬೇಕು. ಹೌದೋ ಅಲ್ಲವೋ ಎನ್ನುವ ಹಾಗೆ ಹುದುಗು ಬಂದಿದ್ದು, ಸ್ವಲ್ಪ ಸಿಹಿಯಾಗಿರಬೇಕು. ತೆಂಗಿನ ನಾರಿನ ಚೂರು ಚೂರು ಆಗಾಗ ಬಾಯಿಗೆ ಸಿಗುತ್ತಿರಬೇಕು. ಮರದಿಂದ ಇದನ್ನು ರಸದ ರೂಪದಲ್ಲಿ ಸಂಗ್ರಹಿಸಿದಾಗ, ಕಳ್ಳಿನಲ್ಲಿ ಮದ್ಯದ ಅಂಶವೇ ಇರುವುದಿಲ್ಲ. ಗಾಳಿಯಲ್ಲಿರುವ ಯೀಸ್ಟ್‌ನ (yeast) ಚಿಕ್ಕಚಿಕ್ಕ ಉಳಿಕೆಗಳನ್ನು ಪಡೆದುಕೊಂಡ ಮೇಲೆ ಇದರಲ್ಲಿ ಹುದುಗು ಬರಲು ಆರಂಭವಾಗುತ್ತದೆ. ಮುಂಜಾನೆ ಅಥವಾ ಹಿಂದಿನ ತಡರಾತ್ರಿ ಇಳಿಸಿದ ಕಳ್ಳು ಹೆಂಡವಾಗಿ ಪರಿವರ್ತನೆಯಾಗಿರುವುದೇ ಇಲ್ಲ. ಹಿಂದೆ ತೆಂಗಿನ ತೋಟಗಳ ಶ್ರೀಮಂತ ಮಾಲೀಕರು ತಮ್ಮ ಆರೋಗ್ಯಕ್ಕಾಗಿ ಪ್ರತಿದಿನ ಬೆಳಿಗ್ಗೆ ಐದೋ ಆರೋ ಲೋಟ ಕಳ್ಳನ್ನು ಹೊಟ್ಟೆಗಿಳಿಸುತ್ತಿದ್ದ ಕತೆಗಳು ಸಂಪೂರ್ಣವಾಗಿ ನಿಜವೆಂದೇ ತೋರುತ್ತವೆ. ಕುಡಿತದ ಚಟ ಹತ್ತಿಸುವಂತೆ ಕಂಡರೂ, ಅತ್ಯುತ್ತಮ ಕಳ್ಳನ್ನು ಕುಡಿಯಬೇಕೆಂದರೆ ಬೆಳಗಿನ ಹನ್ನೊಂದು ಗಂಟೆಯ ಸಮಯಕ್ಕೆ ಕಳ್ಳು ಅಂಗಡಿಗೆ ಹೋಗಬೇಕು.

ಮಧ್ಯಾಹ್ನ ಊಟದ ಹೊತ್ತಿಗೆಲ್ಲಾ ಕಳ್ಳಿನ ಸಿಹಿಗುಣ ಕಡಿಮೆಯಾಗುತ್ತ ಬರುತ್ತದೆ. ನಂತರದ ಕೆಲ ಗಂಟೆಗಳಲ್ಲಿ ಪ್ರಶ್ನಾರ್ಹವಾದ ಪ್ರಯೋಗಗಳು ಕೆಲಸ ಮಾಡಲಾರಂಭಿಸುತ್ತವೆ. ಶಾಆಆಆಆಪಿನ ಮಾಲೀಕ ಕಳ್ಳಿನ ರುಚಿಯನ್ನು ಹೆಚ್ಚಿಸಲು ಅದಕ್ಕೊಂದಿಷ್ಟು ಸಕ್ಕರೆಯನ್ನು ಸುರಿಯಬಹುದು. ಅಗ್ಗದ ವೋಡ್ಕಾ, ಕುಖ್ಯಾತ

ಸಾರಾಯಿ ಅಥವಾ ದೇಸೀ ಮದ್ಯವನ್ನು ಸೇರಿಸಿ, ಪಾನೀಯದ ಮತ್ತಿನಂಶವನ್ನು ಹೆಚ್ಚಿಸಬಹುದು. ಕೆಲವು ಮಾಲೀಕರು ಒಣಗಿದ ಗಾಂಜಾ ಎಲೆಗಳನ್ನು ಪುಡಿಮಾಡಿ, ತೆಳುವಾದ ಹತ್ತಿಯ ಬಟ್ಟೆಯಲ್ಲಿ ಕಟ್ಟಿ ಕಳ್ಳಿನಲ್ಲಿ ಇಳಿಬಿಡುತ್ತಾರೆ ಎಂದೂ ಕೇಳಿದೆ. ತ್ರಿವೇಂದ್ರಮ್‌ನಲ್ಲಿ ವಾಸಿಸುವ ಗೆಳೆಯ ಮಹೇಶ್ ತಂಪಿ, ಇದಕ್ಕಿಂತಲೂ ಹೆಚ್ಚು ಭಯಂಕರ ಕತೆಗಳನ್ನು ಕೇಳಿಬಲ್ಲ – ಅಮ್ಲವು ನಿಧಾನಕ್ಕೆ ಮದ್ಯದ ಜೊತೆಗೆ ಸೇರಿಕೊಳ್ಳುವ ಹಾಗೆ, ಕಳ್ಳಿನ ಪಾತ್ರೆಗಳಲ್ಲಿ ಹಳೆಯ ಬ್ಯಾಟರಿ ಸೆಲ್‌ಗಳನ್ನು ಹಾಕುತ್ತಾರಂತೆ.

'ಈ ಅಂಗಡಿಗಳಿಗೆ ಹೋಗುವ ಹೆಚ್ಚಿನ ಜನ ಆದಷ್ಟು ಬೇಗ ಅಮಲೇರಿಸಿಕೊಂಡು ಹೊರಟುಹೋಗಲು ಬಯಸುತ್ತಾರೆ ಎನ್ನುವುದನ್ನು ನೆನಪಿಡಬೇಕು. ಯಾರಿಗೂ ಹೆಚ್ಚು ಹೊತ್ತು ಅಲ್ಲಿಯೇ ಕುಳಿತು ಒಳ್ಳೆಯ ಕಳ್ಳನ್ನು ಚಪ್ಪರಿಸುತ್ತಾ ಕುಡಿಯುವುದು ಬೇಕಾಗಿಲ್ಲ. ಅದಕ್ಕಾಗಿಯೇ ಇಷ್ಟೊಂದು ಕೆಟ್ಟ ಕಳ್ಳು ಹರಿದಾಡುತ್ತಿದೆ. ಅಕ್ರಮ ಸಾರಾಯಿಯ ಕಾರಣದಿಂದಲೇ ಜನರು ಕುರುಡರಾಗಿರುವ, ಸತ್ತೂ ಹೋಗಿರುವ ಹಲವಾರು ಸುದ್ದಿ ಶೀರ್ಷಿಕೆಗಳು ದಿನಪತ್ರಿಕೆಗಳಲ್ಲಿ ಬರುತ್ತವೆ' ಎಂದು ತಂಪಿ ಹೇಳಿದ. ಅದರೊಟ್ಟಿಗೆ ತ್ರಿವೇಂದ್ರಮ್‌ನ ಮದ್ಯದಂಗಡಿಯೊಂದರಲ್ಲಿ ನಡೆದ ಅದ್ಭುತ ಕತೆಯೊಂದನ್ನೂ ಹೇಳಿದ. 'ಇದ್ದಕ್ಕಿದ್ದಂತೆ ಅಲ್ಲಿ ಕರೆಂಟ್ ಹೋಯ್ತು. ದೀಪಗಳೆಲ್ಲ ಆರಿಹೋದವು. ಆ ನಿಶ್ಶಬ್ದತೆಯಲ್ಲಿ "ಅಯ್ಯೋ ದೇವರೇ! ನನ್ನ ಕಣ್ಣೇ ಹೋಯ್ತಲ್ಲಪ್ಪ" ಎಂಬ ಗೋಳಿನ ಸ್ವರವೊಂದು ಕೇಳಿಬಂತು.'

ಸಾರಾಯಿ ಬೆರೆಸಿದ ಕಳ್ಳನ್ನು ಅಲ್ಲಿನ ಸ್ಥಳೀಯ ಮಾತಿನಲ್ಲಿ 'ಆನ ಮಯಿಕಿ' ಎಂದು ಕರೆಯುತ್ತಾರೆ; ಆನೆಗೂ ಅಮಲು ಬರಿಸುವಷ್ಟು ಪ್ರಬಲವಾಗಿದೆ ಎಂದು ಆ ಪದದ ಅರ್ಥ. ಇದು ಕುಡಿಯುವವರಿಗೆ ಮತ್ತಷ್ಟು ಭರವಸೆ ನೀಡುತ್ತದೆ. 'ಕೇರಳದಲ್ಲಿ ಸಾರಾಯಿಯ ವ್ಯವಹಾರದಲ್ಲಿ ತೊಡಗಿಕೊಂಡಿರುವ ಮಾಫಿಯಾವು ಇದೆಲ್ಲವನ್ನೂ ನಿಯಂತ್ರಿಸುತ್ತಿದೆ. ಎರಡು ವರ್ಷದ ಕೆಳಗೆ ಯಾರೋ ಹಾಕಿದ ಲೆಕ್ಕಾಚಾರದ ಪ್ರಕಾರ, ಒಂದು ವೇಳೆ ಕೇರಳದಲ್ಲಿರುವ ಪ್ರತಿ ತೆಂಗಿನ ಮರದಿಂದ ಕಳ್ಳು ಇಳಿಸಿದರೂ ಕೂಡಾ ರಾಜ್ಯದಲ್ಲಿ ಸದ್ಯಕ್ಕೆ ಸರಬರಾಜಾಗುತ್ತಿರುವ ಕಳ್ಳಿನ ಪ್ರಮಾಣದಷ್ಟು ಸಿಗುವುದಿಲ್ಲವಂತೆ' ಎಂದು ಹೇಳಿದ. ತ್ರಿವೇಂದ್ರಮ್‌ನಲ್ಲಿ ಕೂಡಾ ಸಾಕಷ್ಟು ಮದ್ಯದ ದೊರೆಗಳು ಆಳಿಕೊಂಡಿದ್ದಾರೆ. ಅವರಲ್ಲೊಬ್ಬ ಮಹಾಶಯನಿಗಂತೂ 'ಯಮಾಹಾ (Yamaha) ಸುರೇಂದ್ರನ್' ಅನ್ನೋ ಭರ್ಜರಿ ಹೆಸರೇ ಬಿದ್ದುಹೋಗಿದೆಯಂತೆ. 'ನಾನೇನೂ ಕಲ್ಪನೆ ಮಾಡಿ ಈ ಹೆಸರನ್ನು ಹೇಳುತ್ತಿಲ್ಲ' ಎಂದು ತಂಪಿ ಒತ್ತಿ ಹೇಳಿದ.

ತಂಪಿಯ ಭೇಟಿಯು ನನಗೆ ಹೊಸತೊಂದು ಪ್ರಪಂಚವನ್ನು ಪರಿಚಯಿಸಿತು. ಆ ಪ್ರಪಂಚದಲ್ಲಿ ಕಳ್ಳಿನ ಸಲುವಾಗಿ ಕಾಯಕವೇ ನಿಲ್ಲುತ್ತದೆ. ತಂಪಿಯದು ಅಚ್ಚುಕಟ್ಟಾಗಿ ಕತ್ತರಿಸಿದ ಮೀಸೆ. ತ್ರಿವೇಂದ್ರಮ್‌ನಲ್ಲಿ ಆತ ನಡೆಸುವ ರಿಯಲ್ ಎಸ್ಟೇಟ್ ವ್ಯವಹಾರವು

ಏಳಿಗೆಯಲ್ಲಿದೆ. ಅವನು MBA ಮಾಡಿದ್ದಾನೆ; ಬುದ್ಧಿವಂತ. ತನ್ನ ಕೆಲಸದ ಕುರಿತು ಅವನಿಗೆ ತೀವ್ರ ಆಸಕ್ತಿ, ಶ್ರದ್ಧೆ ಇದೆ. ಆದರೆ ಸೋಮವಾರದ ಬೆಳ್‌ಬೆಳಿಗ್ಗೆ, ಪಟ್ಟಣದಿಂದ ಹೊರಕ್ಕೆ ಹೆದ್ದಾರಿಯಲ್ಲಿ ಸಾಗಿ, ಒಳ್ಳೆಯ ಕಳ್ಳು ಸಿಗುವ ಅಂಗಡಿಯನ್ನು ನನಗಾಗಿ ಹುಡುಕುವ ಉತ್ಸಾಹ ಅವನಲ್ಲಿ ಪುಟಿಯುತ್ತಿತ್ತು. ನಮ್ಮ ಉದ್ದೇಶವನ್ನು ತಿಳಿದು ಗಾಬರಿಯಾದ ಒಬ್ಬನೇ ಒಬ್ಬನೆಂದರೆ, ಗಡ್ಡ ಮೀಸೆಯಿನ್ನೂ ಬಲಿತಿರದ ನಮ್ಮ ಟ್ಯಾಕ್ಸಿಚಾಲಕ! ಮಧ್ಯಾಹ್ನದ ಹೊತ್ತಿನಲ್ಲಿ ಕುಡಿದವರಿಬ್ಬರನ್ನು ಹಳ್ಳಿಗಾಡಿನಲ್ಲಿ ಸುತ್ತಾಡಿಸ ಬೇಕಲ್ಲಾ ಎಂದು ಅವನ ಮುಖದಲ್ಲಿ ಪೆಚ್ಚು ನಗು ಕಾಣಿಸಿಕೊಂಡಿತು.

ನಾವು ಹೊರಟ ಮುಹೂರ್ತವೇ ಸರಿ ಇರಲಿಲ್ಲ. ಮೊದಲ ಅಂಗಡಿಯನ್ನು ಪ್ರವೇಶಿಸಿದಾಗ, ಮಾಲೀಕ ಸ್ವತಃ ಹೊರಬಂದು, ತನ್ನ ಬಳಿ ಸದ್ಯಕ್ಕೆ ಒಳ್ಳೆಯ ಕಳ್ಳು ಇಲ್ಲ ಎಂದುಬಿಟ್ಟ. ಇನ್ನು ಅಲ್ಲಿ ನಿಲ್ಲುವುದರಿಂದ ಯಾವ ಪ್ರಯೋಜನವೂ ಇಲ್ಲವೆಂದು ಮತ್ತೆ ಮತ್ತೆ ಹೇಳಿದ. ಹಣ ನೀಡುವ ಗಿರಾಕಿಗಳನ್ನು ಸಾರಾಯಿ ಮಾರುವವನೊಬ್ಬ ಹೀಗೆ ಸಾಗಹಾಕುತ್ತಾನೆಂದರೆ ಆಶ್ಚರ್ಯವಾಗುತ್ತದೆ. ಕಳ್ಳಿನ ವಿಭಿನ್ನ ಉತ್ಪನ್ನಗಳಲ್ಲಿ ಸ್ಪಷ್ಟ ವ್ಯತ್ಯಾಸಗಳಿವೆಯೆಂದೂ, ನಿರ್ದಿಷ್ಟ ತರಹದ ಕಳ್ಳನ್ನು ನಿರ್ದಿಷ್ಟ ತರಹದ ಜನರಿಗಷ್ಟೇ ಮಾರಲಾಗುತ್ತದೆಯೆಂದೂ ತಂಪಿ ಹೇಳಿದುದನ್ನು ಈ ಘಟನೆ ದೃಢೀಕರಿಸಿತು. ಆದರೆ ಈ ವಿಚಿತ್ರ ಆರ್ಥಿಕತೆಯ ಸಂಗತಿಯನ್ನು ಕುರಿತು ಚಿಂತಿಸಲು ನನಗೆ ಐದು ನಿಮಿಷವೂ ಸಿಗಲಿಲ್ಲ. ಅಷ್ಟರಲ್ಲಿ ಅದೇ ರಸ್ತೆಯಲ್ಲಿ ಮುಂದೆ ಸಾಗಿದ ಟ್ಯಾಕ್ಸಿ, 'ಟಾಡ್ಡಿ ಗಾರ್ಡನ್' ಎಂಬ ಫಲಕ ಹೊತ್ತ ಅಂಗಡಿಯೊಂದರ ಬಳಿ ನಿಂತಿತು.

ಅಲ್ಲಿ ಏಳು ಮರೆದಾಣಗಳಿದ್ದವು. ಎಲ್ಲವಕ್ಕೂ ಕಡುಗೆಂಪು ಬಣ್ಣದ ಪರದೆಯನ್ನು ಹಾಕಲಾಗಿತ್ತು, ಅಲ್ಲಿದ್ದ ನೀಲಿ ಬಣ್ಣದ ಮರದ ಬೆಂಚುಗಳ ಮೇಲೆ ನಾವು ಕುಳಿತೆವು. ನಮಗೆಂದು ಮಣ್ಣಿನ ಕುಡಿಕೆಗಳಲ್ಲಿ ಕಳ್ಳು ತಂದಿಟ್ಟರು. ನೀರು ಬೆರೆಸಿದ ಮಜ್ಜಿಗೆಯಂತೆ ಅದು ಪೇಲವವಾಗಿತ್ತು. ನಾಲಿಗೆಗೆ ತಾಕಿದ ಕಳ್ಳಿನ ಸೌಮ್ಯ ಸುಟಿಯು, ಗಂಟಲಿನಿಂದ ಇಳಿಯುತ್ತ ಹೋದಂತೆ ನಿಧಾನಕ್ಕೆ ಅರಿವಿಗೆ ಬರತೊಡಗಿತು. ಎರಡು ಬಾರಿ ಅದನ್ನು ಹೀರಿದ ತಂಪಿ, ಕಳ್ಳು ತಾಜಾ ಇದೆಯೆಂದೂ ಹಾಗೂ ಈ ಹಿಂದೆ ತಾನು ಕುಡಿದ ಕಳ್ಳುಗಳಿಗೆ ಹೋಲಿಸಿದರೆ 'ತುಂಬಾ ಸಭ್ಯ' ವಾಗಿದೆಯೆಂದು ಘೋಷಿಸಿಬಿಟ್ಟ. ಬ್ಯಾಟರಿ-ಆಮ್ಲ ಬೆರೆಸಿದ ಕಳ್ಳಿಗೆ ಹೋಲಿಸಿದರೆ, ಅದೇನೂ ಘನಂದಾರಿ ಸಂಗತಿಯಲ್ಲ ಎಂದು ನಾನು ಮಾರುತ್ತರಿಸಲಿಲ್ಲ.

ಕಳ್ಳಿನ ಅಂಗಡಿಗಳಲ್ಲಿ ಮಾಡುವ ತಿಂಡಿತಿನಿಸುಗಳಿಗೆ ಹೆಚ್ಚು ಮಸಾಲೆ ಹಾಕುವುದೂ ಒಂದು ತಂತ್ರವೇ. ಉರಿಯುವ ನಾಲಿಗೆಯನ್ನು ಶಮನಗೊಳಿಸಲು ಗಿರಾಕಿಗಳು ಹೆಚ್ಚು ಹೆಚ್ಚು ಕಳ್ಳನ್ನು ಕೇಳುತ್ತಾರೆ. ನಮ್ಮೆದುರು ಮೊದಲಿಗೆ ತಂದಿಟ್ಟ ಚಿಪ್ಪಿಗಳನ್ನು (mussels) ತೆಂಗಿನತುರಿ, ಕರಿಬೇವಿನ ಎಲೆ, ಕೊತ್ತಂಬರಿಗಳ ಜೊತೆ

ತುಸು ಹುರಿದು ನಂತರ ಹೇರಳವಾದ ಮೆಣಸಿನ ಪುಡಿಯಡಿ ಹುದುಗಿಸಲಾಗಿತ್ತು. ಅದರ ಜೊತೆಗೆ ಮತ್ತೊಂದು ಪದಾರ್ಥವನ್ನೂ ತಂದಿಟ್ಟರು. ಅದನ್ನು ಬೇರೆ ವಿಧದಲ್ಲಿ ತಯಾರಿಸಿದ್ದರು. ಅದರಲ್ಲಿನ ಚಿಪ್ಪಿಗಳು, ಧೀರತನದಿಂದ ಹಸಿಹಿಟ್ಟಿನಲ್ಲೆಲ್ಲ ಓಡಾಡಿ, ಕೊನೆಗೆ ಆಕಸ್ಮಿಕವಾಗಿ ಹೋಗಿ ಕುದಿಯುವ ಕೊಬ್ಬರಿ ಎಣ್ಣೆಯಲ್ಲಿ ಬಿದ್ದ ದೈತ್ಯ ಜೇಡಗಳಂತೆ ಕಾಣುತ್ತಿದ್ದವು.

ಆದರೆ ಪ್ರತಿ ಕಳ್ಳು ಅಂಗಡಿಯಲ್ಲಿಯೂ ಸಿಗುವ ಮುಖ್ಯ ಆಹಾರವೆಂದರೆ ಕಪ್ಪಾ–ಮೀನಕರ್ರಿ. ಇದು ಮರಗೆಣಸನ್ನು ಮೀನುಸಾರಿನ ಜೊತೆಯಲ್ಲಿ ತಿನ್ನುವ ಜೋಡಿ–ತಿನಿಸು. ಹಬೆಯಲ್ಲಿ ಬೇಯಿಸಿದ ಮರಗೆಣಸಿನ ಸಪ್ಪೆ ಮುದ್ದೆಗೆ ತೆಂಗಿನ ತುರಿ ಮತ್ತು ಮೆಣಸಿನ ಕಾಯಿಗಳನ್ನು ಸೇರಿಸಿ ಕಪ್ಪಾವನ್ನು ಮಾಡಿರುತ್ತಾರೆ. ಇದು ಎಂತಹ ದಪ್ಪ ಗಂಜಿ ಎಂದರೆ, ಭೌತಶಾಸ್ತ್ರದ ನಿಯಮಗಳ ಪ್ರಕಾರ ಬೆಳಕು ಅದರಲ್ಲಿ ಹಾದು ಹೋಗಲು ಸಾಧ್ಯವೇ ಇಲ್ಲ. ಎಣ್ಣೆಯ ಪದರವೊಂದು ತೇಲುತ್ತಿರುವ ತೆಳ್ಳಗಿನ ಮೀನುಸಾರು ಇಲ್ಲದಿದ್ದರೆ ಇದನ್ನು ತಿನ್ನಲಾಗದು. ಅದೇ ರೀತಿ ಈ ಮೀನುಸಾರನ್ನು ಕೂಡಾ ಕಪ್ಪಾ ಇಲ್ಲದೆ ತಿನ್ನಲು ಸಾಧ್ಯವಿಲ್ಲ. ಸಂತಸದ ಕೂಡುಬಾಳ್ವೆ ಅವುಗಳದು. ಕಳ್ಳು ಮಾರುವ ಎಲ್ಲಾ ಅಂಗಡಿಗಳಲ್ಲಿಯೂ ಸಿಗುವ ಮೀನುಸಾರಿನದು ಕಡುಗೆಂಪು ಬಣ್ಣ, ಅದಕ್ಕೆ ತುಂಬಾ ಹೆಚ್ಚು ಮೆಣಸಿನ ಪುಡಿಯನ್ನು ಹಾಕಿರುತ್ತಾರೆ. ಸಾಮಾನ್ಯವಾಗಿ ಸಾರಿನಲ್ಲಿ ಮೀನಿನ ಪ್ರಮಾಣ ಗೌಣ ಎನ್ನಬಹುದು. ಅಗಾಧವಾದ ಸಾರಿನ ರಸದಲ್ಲಿ ಮನೆಮಾಲೀಕನಂತಿರದೆ ತಾತ್ಕಾಲಿಕವಾಗಿ ಇರಲು ಬಂದ ಬಾಡಿಗೆದಾರನಂತೆ ಮೀನುಗಳು ಕಾಣುತ್ತವೆ. ಸಾರಿನಲ್ಲಿ ಯಾವ ಮೀನು ಇರಬೇಕೆಂದು ನೀವು ಬಯಸುತ್ತೀರಿ ಎಂಬ ಪ್ರಶ್ನೆಯೇ ಹುರುಳಿಲ್ಲದ್ದು; ಕೇವಲ ಸೈದ್ಧಾಂತಿಕ ಕುತೂಹಲದ್ದು. ಸಾರಿನಲ್ಲಿರುವ ಮೀನುಗಳ ವ್ಯತ್ಯಾಸವನ್ನಂತೂ ಖಂಡಿತಾ ನೀವು ಹೇಳಲಾರಿರಿ.

ಟಾಡ್ಡಿ ಗಾರ್ಡನ್‌ನಲ್ಲಿ ಕುಳಿತಿದ್ದಾಗ ತಂಪಿ ಕರಿಮೀನನ್ನು ತರಿಸಿದ. ಪರಿಪೂರ್ಣ ಆಕಾರದ ಆ ಮೀನಿನ ಒಳಭಾಗವನ್ನೆಲ್ಲ ತೆಗೆದು, ಮಸಾಲೆ ತುಂಬಿ, ಗರಿಗರಿಯಾಗಿ ಕರಿದು, ಇಡಿಯಾಗಿ ತಂದಿಡಲಾಗಿತ್ತು. ಎರಡು ಬಾರಿ ಕಚ್ಚಿ ತಿಂದಿದ್ದೇ 'ಅಯ್ಯೋ, ಇದು ನಕಲಿ ಮೀನು' ಎಂದು ತಂಪಿ ರಾಗವೆಳೆದ. 'ಹಾಗೆಂದರೆ, ಮೇಡ್ ಇನ್ ಚೀನಾದ್ದಾ? ಕೇರಳದಿಂದ ಕಳುಹಿಸಲಾದ ಮಾದರಿ ವಿನ್ಯಾಸಕ್ಕೆ ಸರಿಯಾಗಿ ಕಾರ್ಖಾನೆಯಲ್ಲಿ ತಯಾರಾಗಿದ್ದೇ?' ಎಂದು ನಕ್ಕೆ. 'ಇದು ಕರಿಮೀನಲ್ಲ, ಯಾವುದೋ ಬೇರೆ ಮೀನನ್ನು ಕರಿಮೀನು ಅಂತ ಯಾಮಾರಿಸುತ್ತಿದ್ದಾರೆ. ನಕಲಿ ಮೀನಿಗೆ ಕರಿಮೀನಿನ ಬೆಲೆಯನ್ನು ತೆಗೆದುಕೊಳ್ಳುತ್ತಿದ್ದಾರೆ' ಎಂದ. ಅಂಗಡಿಯವರ ಈ ದೌರ್ಜನ್ಯ ತಂಪಿಯ ಮೇಲೆ ಭಾರೀ ಪರಿಣಾಮ ಬೀರಿದ ಹಾಗೆ ಕಾಣಿಸಿತು. ಈ ಮೀನುಗಳನ್ನು ಎಲ್ಲಿಂದ ತರಲಾಗಿದೆ ಎಂದು ವಿಚಾರಿಸಲು ಪರಿಚಾರಕನನ್ನು ಕರೆದ.

'ನದಿ ಮೀನನ್ನು ಕೊಯಿಲಾನ್‌ನಿಂದ ತರಲಾಗಿದೆ ಹಾಗೂ ಸಮುದ್ರದ ಮೀನು ಮಾತ್ರ ಇಲ್ಲೇ ಇದೇ ರಸ್ತೆ ಬದಿಯಿಂದಲೇ ತಂದಿದ್ದು' ಎಂದು ಪರಿಚಾರಕ ಒಪ್ಪಿಕೊಂಡ.

II

'ಇದೇ ರಸ್ತೆ ಬದಿಯಿಂದಲೇ' ಅಂತ ಅವನು ಹೇಳಿದುದರ ಅರ್ಥ, ಭಾರತದ ಅತ್ಯಂತ ಹಳೆಯ ಹಾಗೂ ಮುಖ್ಯ ಬಂದರುಗಳಲ್ಲೊಂದಾದ ವಿಝಿಂಜ್ಞಮ್ ಎಂದು. ಇದು ಬಹಳ ಆಳವಾದ ನೈಸರ್ಗಿಕ ಬಂದರುಗಳಲ್ಲಿ ಒಂದು. ನೀರು ಮತ್ತು ದಡಗಳು ಸೇರಿ ಅರ್ಧಚಂದ್ರಾಕೃತಿಯ ರಚನೆಯನ್ನು ಮಾಡಿದ್ದ ಆ ಬಂದರಿನಲ್ಲಿ ಮೀನಿನ ದೋಣಿಗಳು ಕಿಕ್ಕಿರಿದು ನೆರೆದಿದ್ದವು. ತಿಳಿಗಂದು-ಬಿಳಿ ಬಣ್ಣ ಹೊದ್ದ ಒಂದು ಹೊಸ ಮಸೀದಿ ಹಾಗೂ 1500 ರಷ್ಟು ಹಿಂದೆಯೇ ನಿರ್ಮಿಸಲಾದ ಒಂದು ಪೋರ್ತುಗೀಸ್ ಇಗರ್ಜಿ – ಇವೆರಡೂ ಅಸಂಬದ್ಧವಾಗಿ ಬಂದರನ್ನು ನೋಡುತ್ತ ಕುಳಿತಿದ್ದವು. ದೋಣಿಗಳಿಂದ ಹೊರಗೆಳೆದು ಎಣ್ಣೆ ಹಚ್ಚಿ ವ್ಯವಸ್ಥಿತವಾಗಿ ಬಂದರುಕಟ್ಟೆಯಲ್ಲಿ ಇಡಲಾದ ಮೋಟಾರುಗಳು ಲೋಹದ ಕಪ್ಪು ಮೃತದೇಹಗಳಂತೆ ಕಾಣುತ್ತಿದ್ದವು. ತೊಳೆದಿಟ್ಟ ಸರ್ವೋ ಎಂಜಿನ್ ಆಯಿಲ್‌ನ ಖಾಲಿ ಡಬ್ಬಿಯ ಸಮೂಹವು ಸಂಚುಹೂಡುತ್ತ ನೀರಿನೆಡೆಗೆ ಮುಖಮಾಡಿ ಕುಳಿತಿತ್ತು. ತಲೆಯ ಮೇಲೆ ಧ್ವನಿವರ್ಧಕವನ್ನು ಏರಿಸಿಕೊಂಡ ಆಟೋರಿಕ್ಷಾವೊಂದು ಶಬ್ದ ಮಾಡುತ್ತ ಉಬ್ಬಸಪಡುತ್ತಲೇ ಪಾದ್ರಿಗಳ ಉಪನ್ಯಾಸದ ಪಾಳಿಪಟ್ಟಿಯನ್ನು ಬಿತ್ತರಿಸುತ್ತ ಓಡಾಡುತ್ತಿತ್ತು.

ಮರಿಯಾದಾಸನ್‌ನನ್ನು ಭೇಟಿಯಾಗಿದ್ದು ಮತ್ತು ಅವನ ಕತೆ ಕೇಳಿದ್ದು ಒಂದು ಆಕಸ್ಮಿಕ. ಕೆಂಪು-ಕಪ್ಪು ಪ್ಲಾಸ್ಟಿಕ್ ಚಪ್ಪಲಿ, ನೀಲಿಬಣ್ಣದ ಅಂಗಿ ಹಾಗೂ ಜರಿಯಂಚಿನ ಅಚ್ಚ ಬಿಳಿ ಮುಂಡು ಧರಿಸಿದ್ದ ಆತ ಸಮುದ್ರವನ್ನು ನೋಡುತ್ತ, ಅದು ಹೊತ್ತು ತರುವ ಉಪ್ಪಿನ ಘಮದ ಗಾಳಿಯನ್ನು ಆಸ್ವಾದಿಸುತ್ತ ಬಂದರುಕಟ್ಟೆಯ ಅಂಚಿಗೆ ನಿಂತುಕೊಂಡಿದ್ದ. ನಾವು ಬಂದರುಕಟ್ಟೆಯಲ್ಲಿದ್ದ ಅನೇಕ ದೊಡ್ಡದೊಡ್ಡ ತಾಳೆ-ತೆಂಗಿನಗರಿಗಳ ರಾಶಿಗಳಲ್ಲೊಂದನ್ನು ಕುತೂಹಲದಿಂದ ಕೆದಕುತ್ತ, ಗೇಲಿಮಾಡುತ್ತ ನಿಂತಿದ್ದೆವು. ನಮ್ಮನ್ನು ಆತ ನೋಡಿರಬೇಕು. ಆದ್ದರಿಂದ ನಮ್ಮತ್ತ ನಡೆದು ಬಂದ. ನಾವು ಆ ರಾಶಿಯನ್ನು ಮನಸೋಯಿಚ್ಛೆ ತಮಾಷೆ ಮಾಡುವ ತನಕ ಕಾದಿದ್ದು, ಅನಂತರ 'ಇದು GPS ಸಲುವಾಗಿ' ಎಂದು ಹೇಳಿದ.

ನಾವು ಕೆಲವು ಕ್ಷಣಗಳ ಕಾಲ ಅರ್ಥವಾದವರ ಹಾಗೆ ನಟಿಸಿದೆವು. ಅವನಿಗೆ ಅದು ಗೊತ್ತಾಗಿ 'ನಾವು ಸಮುದ್ರದೊಳಕ್ಕೆ ಹೋಗುವಾಗ ಇವುಗಳನ್ನು ತೀರದಲ್ಲಿ ನೆಟ್ಟು ಹೋಗುತ್ತೇವೆ. GPS ನಲ್ಲಿ ಆ ಜಾಗವನ್ನು ಗುರುತು ಮಾಡಿಕೊಂಡು,

ಹಿಂತಿರುಗುವಾಗ ಅದನ್ನು ಅನುಸರಿಸುತ್ತೇವೆ' ಎಂದು ವಿವರಿಸಿದ. ಈ ಗರಿ–ತೆಂಗುಗಳ ಸಂಕೀರ್ಣ ರಾಶಿಯಲ್ಲಿ ಮೀನುಗಳು ಮೊಟ್ಟೆಯಿಟ್ಟು ಆರಾಮದಾಯಕವಾದ ಮಧ್ಯಮವರ್ಗದ ಬದುಕನ್ನು ಬದುಕಲಾರಂಭಿಸುತ್ತವೆ. ಕೆಲತಿಂಗಳುಗಳ ನಂತರ ತಮ್ಮ GPS ನ ಮಾರ್ಗದರ್ಶನದ ಮೇರೆಗೆ ತಪ್ಪಿಲ್ಲದಂತೆ ಇಲ್ಲಿಗೆ ಹಿಂತಿರುಗುವ ಮೀನುಗಾರರು, ಈ ಸಂಕೀರ್ಣದಲ್ಲಿ ಬದುಕು ಶುರು ಮಾಡಿದ ನಿವಾಸಿಗಳನ್ನು ಎತ್ತಿ ತಮ್ಮ ವಶಕ್ಕೆ ತೆಗೆದುಕೊಂಡುಬಿಡುತ್ತಾರೆ.

ಈ ಬಂದರಿನಲ್ಲಿರುವ ಪ್ರತಿ ದೋಣಿಯೂ ತನ್ನ ಕ್ಯಾಬಿನ್‌ನಲ್ಲಿ GPS ವ್ಯವಸ್ಥೆಯನ್ನು ಹೊಂದಿದೆ ಎಂದು ಹೇಳಿದ ಮರಿಯಾದಾಸನ್ ಅದನ್ನು ನೋಡಲೆಂದು ನಮ್ಮನ್ನು ತನ್ನ ದೋಣಿ 'ಜೂಲಿಮೋಳ್'ಗೆ ಆಹ್ವಾನಿಸಿದ. ನಾವು ತೋರಿದ ಆಸಕ್ತಿಯಿಂದ ಅವನಿಗೆ ಖುಷಿಯಾಯಿತು. ತುಸು ಅಭಿಮಾನದಿಂದಲೇ ಮುಂಡನ್ನು ಮೇಲೆತ್ತಿ ಕಟ್ಟಿ, ತನ್ನ ದೋಣಿಯನ್ನು ತೋರಿಸತೊಡಗಿದ. ಉಗ್ರಾಣದ ಜಾಗ ಬಾಯ್ದೆರೆದು ಕುಳಿತಿತ್ತು. ದೊಡ್ಡ ಹಾಸಿಗೆಯಷ್ಟು ಅಗಲದ, ದಪ್ಪನೆಯ, ಕಿತ್ತಳೆ ಬಣ್ಣದ ನೈಲಾನ್ ಬಲೆಯ ದೈತ್ಯಾಕಾರದ ಕಟ್ಟುಗಳು ಅಲ್ಲಿದ್ದವು. ಜೊತೆಗೆ ಬಿದಿರು ಗಳಗಳಿಗೆ ಸರ್ವೋ ಡಬ್ಬಿಗಳನ್ನು ಕಟ್ಟಿ ಮಾಡಿದ್ದ ನೀರಿನಲ್ಲಿ ತೇಲುವಂತಹ ಸಾಧನಗಳು ಅಲ್ಲಿದ್ದವು. 'ನೀರಿನಡಿಯಲ್ಲಿ ಎಲ್ಲಿ ಬಲೆ ಹಾಕಿರುತ್ತೇವೆಯೋ ಅಲ್ಲಿಯೇ ನಾವು ಆ ಗಳಗಳನ್ನು ನೆಟ್ಟಿರುತ್ತೇವೆ. ಹಗಲಿನಲ್ಲಿ ಅವುಗಳ ತುದಿಗೆ ಬಾವುಟವಿರುತ್ತದೆ, ರಾತ್ರಿ ವೇಳೆ ಫ್ಲ್ಯಾಶ್ ಲೈಟ್‌ಗಳಿರುತ್ತವೆ. ಅದರಿಂದಾಗಿ ಈ ದಿಕ್ಕಿನಲ್ಲಿ ಬರುವ ಇತರ ದೋಣಿಗಳಿಗೆ ತಾವು ಅಲ್ಲಿಗೆ ಹೋಗಬಾರದೆಂದು ನಿಖರವಾಗಿ ತಿಳಿಯುತ್ತದೆ' ಎಂದು ಮರಿಯಾದಾಸನ್ ವಿವರಿಸಿದ.

ಜೂಲಿಮೋಳ್‌ನ ಕ್ಯಾಬಿನ್ ಹಲವಾರು ವಸ್ತುಗಳಿಂದ ತುಂಬಿಹೋಗಿತ್ತು. ಅದರ ಒಳಭಾಗದಲ್ಲಿದ್ದ ತನ್ನ GPS ನತ್ತ ಪ್ರೀತಿಯಿಂದ ಕೈದೋರಿದ ಮರಿಯಾದಾಸನ್. ಆಮೇಲೆ ಅಲ್ಲಿದ್ದ ಇಕೋ ಸೌಂಡರ್, ವೈರ್‌ಲೆಸ್ ಹಾಗೂ CD ಪ್ಲೇಯರ್‌ಗಳನ್ನು ಒಂದೊಂದಾಗಿ ತೋರಿಸಿದ. 'ಕೇಳ್ತೀರಾ...' ಎಂದವನೇ ಪ್ಲೇಯರ್‌ನ ಗುಂಡಿ ಅದುಮಿದ. ಗದ್ದಲದಿಂದ ಕೂಡಿದ್ದರೂ ಏನೋ ಒಂದು ಸಂಗೀತ ತಗಡಿನ ಸ್ಪೀಕರ್‌ಗಳಿಂದ ಕೇಳಿಬರತೊಡಗಿತು. ಅದು ಬಹುಶಃ 1980 ರ ದಶಕದ ಬ್ರಿಟಿಷ್ ಪಾಪ್ ಸಂಗೀತವಾಗಿದ್ದಿರಬೇಕು. ಅದನ್ನು ನುಡಿಸುತ್ತಿದ್ದ ವಾದ್ಯತಂಡ ಯಾವುದು ಎಂಬ ಕುತೂಹಲದಿಂದ ನಾನು ಮರಿಯಾದಾಸನ್‌ನ ಗಮನ ಬೇರೆಡೆ ಇದ್ದಾಗ, CD ಪ್ಲೇಯರ್‌ನ ಇಜೆಕ್ಟ್ ಗುಂಡಿಯನ್ನು ಅದುಮಿದೆ. CD ಯೊಂದು ಹೊರಬಿತ್ತು. ಅದರ ಮೇಲೆ ಕೈಗಳಿಂದ ಮೊಲೆತೊಟ್ಟುಗಳನ್ನು ಮುಚ್ಚಿಕೊಂಡಿದ್ದ ನಗ್ನ ಸ್ತ್ರೀಯೋರ್ವಳ ಚಿತ್ರವನ್ನು ಅಂಟಿಸಿದ್ದರು. ಭಾರೀ ಚಾಲಾಕಿನ ಮನುಷ್ಯ, ಒಂದರಲ್ಲೇ ಎರಡು ತರಹದ

ಮನೋರಂಜನೆಗೆ ವ್ಯವಸ್ಥೆ ಮಾಡಿಕೊಂಡಿದ್ದಾನೆ ಎಂದು ನನ್ನಷ್ಟಕ್ಕೇ ಅಂದುಕೊಂಡೆ.

ಸಮುದ್ರಕ್ಕಿಳಿಯುವಾಗ ಜೂಲಿಮೋಳ್‌ನಲ್ಲಿ ಎಂಟರಿಂದ ಹತ್ತು ಜನ ಇರುತ್ತಾರೆ. 'ಸುಮಾರು ಇಪ್ಪತ್ತಾ ನಲ್ಕು ಗಂಟೆ ಸಾಗಿದ ಬಳಿಕ ನಾವು ನಮ್ಮ ಜಾಗ ತಲುಪುತ್ತೇವೆ. ಆಮೇಲೆ ಲಂಗರು ಹಾಕಿ ಮೀನು ಹಿಡಿಯುತ್ತೇವೆ' ಎಂದ ಮರಿಯಾದಾಸನ್. ಹಾಗೆ ಹೊರಟ ದೋಣಿ ಕೆಲವೊಮ್ಮೆ ಇಪ್ಪತ್ತು ದಿನಗಳವರೆಗೂ ಸಮುದ್ರದಲ್ಲಿಯೇ ಇರುವುದೂ ಇದೆ. ಅಷ್ಟರಲ್ಲಿ ಮೊದಲನೆಯ ದಿನ ಹಿಡಿದ ಮೀನುಗಳಿಂದ ದಟ್ಟ ವಾಸನೆ ಬರಲಾರಂಭಿಸುತ್ತದೆ ಎಂದು ಮರಿಯಾದಾಸನ್ ಒಪ್ಪಿಕೊಂಡ. ಅನಂತರ ಸುಮಾರು 4 ಲಕ್ಷ ರೂಪಾಯಿಗಳಷ್ಟು ಮೌಲ್ಯದ ಮೀನುಗಳನ್ನು ತನ್ನ ಉಗ್ರಾಣದಲ್ಲಿ ಹೊತ್ತ ದೋಣಿ ಮನೆಯೆಡೆಗೆ ಮುಖಮಾಡುತ್ತದೆ.

ಅದು 2004 ರ ಸಮಯ. ಮರಿಯಾದಾಸನ್ ಮುಂಬೈನಲ್ಲಿದ್ದ. ಒಮ್ಮೆ ಹೀಗೆ ಸಮುದ್ರಕ್ಕಿಳಿದಾಗ, ದಾರಿತಪ್ಪಿ ಪಾಕಿಸ್ತಾನದ ಜಲಪ್ರದೇಶವನ್ನು ಪ್ರವೇಶಿಸಿಬಿಟ್ಟ. ಆಗ ಆತನಿಗೆ ಮೂವತ್ತೈದು ವರ್ಷ ವಯಸ್ಸು. ಅವನ ಇಬ್ಬರು ಗಂಡುಮಕ್ಕಳು ಶಾಲೆಗೆ ಹೋಗುತ್ತಿದ್ದರು. 'ನಾನವರನ್ನು ಮತ್ತೆ ನೋಡುತ್ತೇನೋ ಇಲ್ಲವೋ ಎನ್ನುವುದೂ ತಿಳಿದಿರಲಿಲ್ಲ' ಎಂದು ಹಳೆಯದನ್ನೆಲ್ಲ ಮರಿಯಾದಾಸನ್ ನೆನಪಿಸಿಕೊಂಡ. ಅವನು ಮತ್ತು ಇತರ ಎಂಟು ಜನ ಮೀನುಗಾರರನ್ನು ಕರಾಚಿಯ ಸೆರೆಮನೆಯಲ್ಲಿ ಬಂಧಿಸಿಟ್ಟಿದ್ದರು. ಸಾಮಾನ್ಯವಾಗಿ ದಿನವೊಂದಕ್ಕೆ ಬರೀ ಐದು ರೊಟ್ಟಿ ಮತ್ತು ಮೂರು ಲೋಟ ಚಹ ಕೊಡುತ್ತಿದ್ದರು. 'ಸಿಕ್ಕಿ ಬಿದ್ದ ಮೊದಮೊದಲು ಸ್ವಲ್ಪ ಹೊಡೆದರು. ಅದೃಷ್ಟವಶಾತ್ ನಮ್ಮನ್ನು ಅವರು ಎತ್ತಿಹಾಕಿಕೊಂಡು ಹೋಗುವುದಕ್ಕೂ ಮೊದಲು ಅದು ಹೇಗೋ ನಾವು ಸಹಾಯಕ್ಕಾಗಿ ರೇಡಿಯೋ ಸಂದೇಶವನ್ನು ಕಳುಹಿಸಿದ್ದೆವು' ಎಂದ ಮರಿಯಾದಾಸನ್. ಹತ್ತು ತಿಂಗಳ ನಂತರ ಕೆಲವೊಂದು ಹೊಸ ಗಾಯ ಮತ್ತು ಕಲೆಗಳೊಂದಿಗೆ ಒಂಬತ್ತೂ ಜನರನ್ನು ಬಿಡುಗಡೆ ಮಾಡಲಾಯಿತು. ತನ್ನ ಸಾಮಾನು ಸರಂಜಾಮುಗಳನ್ನು ಕಟ್ಟಿಕೊಂಡು ಮರಿಯಾದಾಸನ್ ಕೇರಳಕ್ಕೆ ಹಿಂತಿರುಗಿ ಬಂದುಬಿಟ್ಟ. ಅದು ಡಿಸೆಂಬರ್ ತಿಂಗಳು. ಹಿಂದೂ ಮಹಾಸಾಗರದಲ್ಲಿ ಎದ್ದ ಸುನಾಮಿ ಇನ್ನೇನು ರಾಜ್ಯದ ಕರಾವಳಿಯನ್ನು ಅಪ್ಪಳಿಸಲಿದ್ದ ಹೊತ್ತು.

ಸುನಾಮಿಯ ನಂತರದಲ್ಲಿ ಇಡೀ ವರ್ಷ ತಮಿಳುನಾಡಿನ ಕರಾವಳಿಯುದ್ದಕ್ಕೂ ಪ್ರಯಾಣ ಮಾಡುತ್ತಿದ್ದಾಗ, ಮೀನುಗಾರಿಕೆಯನ್ನೇ ಅವಲಂಬಿಸಿದ ಹಳ್ಳಿ ಮತ್ತು ಬಂದರುಗಳ ಮೇಲೆ ಅದರಿಂದಾದ ನಿರ್ದಯ ಪರಿಣಾಮವನ್ನು ಕಣ್ಣಾರೆ ಕಂಡಿದ್ದೆ. ನಾನವನ ಶೋಚನೀಯ ಕತೆಗೆ ಅನುಕಂಪ ಮತ್ತು ಸಂತಾಪಗಳನ್ನು ವ್ಯಕ್ತಪಡಿಸಲು ಸಿದ್ಧನಾಗಿಯೇ 'ಇಲ್ಲಿಯೂ ಅಷ್ಟೊಂದು ನಷ್ಟ ಆಗಿತ್ತಾ? ಬಹಳಷ್ಟು ಮೀನುಗಾರರು ಸತ್ತರೆ?' ಎಂದು ಕೇಳಿದೆ.

'ಓಹ್, ಇಲ್ಲ ಇಲ್ಲ...' ಎಂದು ಉತ್ತರಿಸಿದ ಮರಿಯಾದಾಸನ್ ವಿವರಿಸತೊಡಗಿದ. 'ಅದು ಕ್ರಿಸ್‌ಮಸ್‌ನ ಮರುದಿನವಾಗಿತ್ತು. ಇಲ್ಲಿ ಸಮುದ್ರದ ಬಳಿ ಯಾರೂ ಇರಲಿಲ್ಲ. ನಾವೆಲ್ಲ ಹಿಂದಿನ ದಿನ ಕುಡಿದ ಕಳ್ಳಿನ ಮತ್ತಿನಲ್ಲಿಯೇ ಇನ್ನೂ ಮಲಗಿದ್ದೆವು.'

II

ಕೇರಳದಲ್ಲಿ ಕಳ್ಳು ಎಂದರೆ ಸಾಕು, ಫುಟ್‌ಬಾಲ್ ಅಥವಾ ಕಮ್ಯುನಿಸಂನ ಹಾಗೆ ರಾಜ್ಯಕ್ಕೆ ರಾಜ್ಯವೇ ಉತ್ಕಟ ಭಾವನೆಯನ್ನು ತಾಳಿಬಿಡುತ್ತದೆ. ಅಂತಹ ರಾಜ್ಯದಲ್ಲಿ ಸಿಗುವ ವೈವಿಧ್ಯ ಕಳ್ಳುಗಳ ಗುಣಾವಗುಣಗಳ ಬಗ್ಗೆ ಹೇಳಲು ಹೋಗುವುದು ನಿರರ್ಥಕ ಸಾಹಸವೇ ಸರಿ. ಇಲ್ಲಿಗೆ ಬರುವ ಅಥವಾ ಕೇರಳದ ಕುರಿತಾಗಿ ಅಷ್ಟೇನೂ ಪರಿಚಯವಿರದ ಹೊಸಬರಿಗೆ ನಾನು ಹೇಳಲು ಇಷ್ಟಪಡುವುದೆಂದರೆ, ಇಲ್ಲಿ ಪ್ರತಿಯೊಬ್ಬನೂ ಕಳ್ಳಿನ ಕುರಿತು ತನ್ನದೇ ಆದ ಅಭಿಪ್ರಾಯವನ್ನು ಹೊಂದಿರುತ್ತಾನೆ ಮತ್ತು ಸಾಧ್ಯವಿದ್ದಲ್ಲೆಲ್ಲ ನೈಜವಾದ ಸಾಕ್ಷಿ, ಪುರಾವೆಗಳನ್ನು ಸೇರಿಸಿ, ಅದರ ಎಲ್ಲಾ ಮುಖಗಳನ್ನೂ ಆತ ವಿವರಿಸಿ ಮುಗಿಸುವ ತನಕ ನೀವು ಆತನನ್ನು ತಡೆಯುವ ಹಾಗೇ ಇಲ್ಲ. ಆದರೆ ಕೇರಳದಲ್ಲಿ ಅತ್ಯುತ್ತಮ ಕಳ್ಳು ಎಲ್ಲಿ ಸಿಗುತ್ತದೆ ಎಂಬುದರ ಕುರಿತಾಗಿ ಮಾತ್ರ 'ಆಲಪ್ಪುರ್ರ ಜಿಲ್ಲೆಯಲ್ಲಿ' ಎಂಬ ಒಮ್ಮತದ ತೀರ್ಮಾನಕ್ಕೆ ಬರುತ್ತಾರೆ. ಈ ಜಾಗವು ಇಥಾಕಾದ[1] ಜನರನ್ನು ಮೋಹನಾಂಗಿಯರು ಸೆಳೆದ ಹಾಗೆ ತನ್ನ ಹಿನ್ನೀರಿಗೆ ಪ್ರವಾಸಿಗರನ್ನು ಆಕರ್ಷಿಸುತ್ತದೆ. ಬಹಳ ಕಾಲದಿಂದ ಇದಕ್ಕೆ ಆಲಪ್ಪಿಯೆಂಬ ಹೆಸರಿತ್ತು. ಆಲಪ್ಪಿಯೆಂದರೆ ಕಳ್ಳಿನ ಅಂಗಡಿಗಳ ಅಮೂಲ್ಯ ಗಣಿ. ನಾಲ್ಕು ಹೆಜ್ಜೆ ಹಾಕಿದರೂ ಸಾಕು, ಹೊಸದೊಂದು ಖನಿಜದ ಗಟ್ಟಿ ಸಿಗುತ್ತದೆ.

ತ್ರಿವೇಂದ್ರಮ್‌ನಿಂದ ರೈಲಿನಲ್ಲಿ ಹೋದರೆ ಆಲಪ್ಪಿ ಪಟ್ಟಣಕ್ಕೆ ಕೆಲವೇ ಗಂಟೆಗಳ ದಾರಿ. ಆದರೆ ಆ ಚಿಕ್ಕ ಪಯಣವು ನಮ್ಮನ್ನು ಪ್ರಪಂಚದ ಬೇರೊಂದೇ ಭಾಗಕ್ಕೆ ಕರೆದೊಯ್ಯುತ್ತದೆ. ಧೂಳಿನಿಂದ ತುಂಬಿರುವ ತ್ರಿವೇಂದ್ರಮ್‌ನಲ್ಲಿ ಫೆಬ್ರವರಿ ತಿಂಗಳ ಬೆಳಗ್ಗೆ ಐದು ಗಂಟೆಗೂ ಅಂಟಂಟು ಸೆಕೆ, ಗಾಳಿಯ ಸುಳಿವಿಲ್ಲ. ಅದೇ ದಿನ ಬೆಳಗ್ಗೆ ಎಂಟೂವರೆಗೆ ಆಲಪ್ಪಿಯ ವಾತಾವರಣದಲ್ಲಿ ತಂಪಿತ್ತು, ತಾಜಾತನವಿತ್ತು. ಆಗಷ್ಟೇ ಮಳೆ ಬಂದ ಕಾರಣ, ಅಲ್ಲಿನ ನೀರು ಹಾಗೂ ಮರಗಿಡಗಳು ಬೆಳ್ಳಿ-ಬಂಗಾರದಂತೆ ಹೊಳೆಯುತ್ತಿದ್ದವು. ಹೊರಗೆ ಸುತ್ತಾಡಲು ಅದು ಹೇಳಿಮಾಡಿಸಿದ ಸಮಯ. ಒಂದು ಗಂಟೆಯ ತರುವಾಯ, ಅಂದರೆ ಸುಮಾರು ಬೆಳಗಿನ ಹತ್ತು ಗಂಟೆಗಾಗಲೇ

---

1 ಆಯನಿಯನ್ ಸಮುದ್ರದಲ್ಲಿರುವ ಒಂದು ಗ್ರೀಕ್‌ದ್ವೀಪ. ಅಲ್ಲಿನ ನಿವಾಸಿಗಳು ಮಹಾನ್ ನಾವಿಕರು ಹಾಗೂ ಅನ್ವೇಷಕರೆಂದು ಖ್ಯಾತರಾಗಿದ್ದು ಮೆಡಿಟರೇನಿಯನ್ ಸಮುದ್ರದಾಚೆಗೂ ಅನ್ವೇಷಣಾ ಯಾತ್ರೆಗಳನ್ನು ಕೈಗೊಂಡಿದ್ದ ಉಲ್ಲೇಖಗಳಿವೆ.

ನಾವು ಕಳ್ಳಿನ ಅಂಗಡಿಯ ಮರೆದಾಣವೊಂದರಲ್ಲಿ ಕುಳಿತಿದ್ದೆವೆಂದರೆ ಇದೊಂದು ಶುದ್ಧ ಸಂಶೋಧನಾಸಕ್ತಿ ಎಂದು ನೀವು ತಿಳಿಯಲೂಬಹುದು!

ಅಪರಿಚಿತ ಪಟ್ಟಣವೊಂದರಲ್ಲಿ ಅತ್ಯುತ್ತಮ ಕಳ್ಳಿನ ಅಂಗಡಿಯನ್ನು ಹುಡುಕಿ ತೆಗೆಯುವುದು ಹೇಗೆ ಎಂದು ಇಲ್ಲಿ ಸ್ವಲ್ಪ ಹೇಳಲೇಬೇಕು. ನಾವು ಆಕಸ್ಮಿಕವಾಗಿ ಎಡತಾಕಿದ್ದು ಒಳ್ಳೆಯ ವಿಧಾನವನ್ನೇ ಎನ್ನಬಹುದು. ಆಟೋರಿಕ್ಷಾವೊಂದನ್ನು ಹಿಡಿದು, ಅದರ ಚಾಲಕನ ಮಾರ್ಗದರ್ಶನದಂತೆ ಸಾಗತೊಡಗಿದೆವು. ಆಟೋ ಚಾಲಕನಿಗೆ ಸಮಾನ ಮನೋಭಾವದವರನ್ನು, ಅಂದರೆ ಮುಂಜಾವಿನ ರೈಲಿಗೆ ಇಳಿದು ಹೊರ ಬಂದಿದ್ದೇ ಕಳ್ಳಿನ ಅಂಗಡಿಯ ಬಗ್ಗೆ ಕೇಳುವವರನ್ನು, ಕಾಣುತ್ತಲೇ ತನ್ನ ದರವನ್ನು ಹೆಚ್ಚಿಸಲು ಕೂಡ ಮರೆತು ಹೋಗುತ್ತದೆ.

ನಮ್ಮ ಆಟೋರಾಜ ಹಿಂದೆಮುಂದೆ ನೋಡದೆ ಸೀದಾ ನಮ್ಮನ್ನು T. S. 86 ಗೆ ಕರೆದುಕೊಂಡು ಹೋದ. ಆಲಪ್ಪಿಯಲ್ಲಿ ಅತ್ಯಂತ ಹೆಚ್ಚು ಶಿಫಾರಸ್ಸು ಪಡೆದ ಅಂಗಡಿಗಳಲ್ಲಿ ಇದೂ ಒಂದು; ಮೂವತ್ತು ವರ್ಷ ಹಳೆಯದು ಮತ್ತು ಪ್ರತಿದಿನ ನಾನೂರು ಜನರಿಗೆ ಎಡೆಬಿಡದೇ ಕಳ್ಳು ಪೂರೈಸುತ್ತದೆ ಎಂದು ಹೇಳಿದ. ಹೆದ್ದಾರಿಯ ಪಕ್ಕದ ಕಿರುರಸ್ತೆಯ ಮೇಲೆ ಈ ಅಂಗಡಿಯಿದೆ. ಎದುರಿಗೆ ಭತ್ತದ ಗದ್ದೆಗಳು, ಅವುಗಳಲ್ಲಿ ತುಂಬಿರುವ ನೀರಿನಲ್ಲಿ ಬೆಳೆದ ತಾವರೆಗಳು ಕಾಣುತ್ತವೆ. ಅಡುಗೆಮನೆ ಮತ್ತು ಉಗ್ರಾಣ ಎಂಬ ಎರಡು ಕೋಣೆಗಳೇ ಅದರ ಕಾರ್ಯಕೇಂದ್ರ. ಅಂಗಳದಲ್ಲಿ ನಾಲ್ಕೋ ಐದೋ ಮರೆದಾಣಗಳಿದ್ದವು. ದಾರಿಯಲ್ಲಿ ಹೋಗುವಾಗ ಈ ಅಂಗಡಿ ಸುಲಭವಾಗಿ ನಿಮ್ಮ ಕಣ್ತಪ್ಪಿ ಹೋಗಬಹುದು. ಹಾಗಾಗದಂತೆ ಜಾಗರೂಕರಾಗಿರಬೇಕು.

ಅಡುಗೆ ಕೋಣೆಯ ಹಿತ್ತಿಲಿನಲ್ಲಿ ಒಂದೆರಡು ಮರದ ಬೊಡ್ಡೆಗಳು ಹತ್ತಿರವೇ ಹರಿಯುತ್ತಿದ್ದ ತೊರೆಯೆಡೆಗೆ ಚಾಚಿಕೊಂಡಿದ್ದವು. ನಕಲಿ ಇರಲಿಕ್ಕಿಲ್ಲ ಎಂದುಕೊಂಡು ಕರಿಮೀನನ್ನು ತರಹೇಳಿದೆ. ಅದು ತಾಜಾ ಇದೆ ಎನ್ನುವುದಕ್ಕೆ ಪುರಾವೆಯಾಗಿ, ಇನ್ನೂ ಕೆಂಪಾಗಿಯೇ ಇದ್ದ ಅದರ ಕಿವಿರುಗಳನ್ನು ತೋರಿಸಿದರು. ಅನಂತರ ಬಾಣಸಿಗನ ಸಹಾಯಕನೊಬ್ಬ ಆಲೂಗಡ್ಡೆಯನ್ನು ಸುಲಿಯುವಂತೆ ಮೀನನ್ನು ಸುಲಿದವನೇ, ಚಾಕುವಿನಿಂದ ಅದರ ಹುರುಪೆಗಳನ್ನು ಸವರಿ ಹಾಕಿದ. ಮಾಂಸದ ಬಣ್ಣ ಮಸುಕು ಸಂಜೆಗೆಂಪಿನದಾಗಿತ್ತು. ಮೀನಿನ ಮೇಲ್ಭಾಗ ಹಾಗೂ ಕೆಳಭಾಗದಲ್ಲಿನ ಬಿರುಸಾದ ಹುರುಪೆಗಳನ್ನು ತೆಗೆಯಲು ಕತ್ತರಿಯನ್ನು ಬಳಸಿದ. ಜಾದೂಗಾರನೊಬ್ಬ ತನ್ನ ಅಂಗಿಯ ಉದ್ದನೆಯ ತೋಳುಗಳಿಂದ ಬಣ್ಣದ ಬಟ್ಟೆಯ ಉದ್ದುದ್ದ ತುಂಡುಗಳನ್ನು ಹೊರತೆಗೆಯುವಂತೆ, ಮೀನಿನ ಸೀಳೊಂದರಲ್ಲಿ ಬೆರಳಾಡಿಸಿ, ಒಳಗಿನ ಅಂಗಾಂಗಗಳನ್ನೆಲ್ಲ ಎಳೆದು ತೆಗೆದ. ನಂತರ ಕರಿಮೀನನ್ನು ಅಡುಗೆಮನೆಗೆ ಕೊಂಡೊಯ್ದು. ಅಲ್ಲಿ ಕಲ್ಲುಹಲಗೆಯೊಂದರ ಮೇಲಿದ್ದ ಒಲೆಯ ಮೇಲೆ, ತೆಂಗಿನ

ಎಣ್ಣೆ ತುಂಬಿದ ಬಾಣಲೆಯೊಂದು ಕುಳಿತಿತ್ತು. ಅದರ ಪಕ್ಕ ಇದ್ದ ಜರಡಿಯಂತಹ ಪಾತ್ರೆಯೊಂದರಲ್ಲಿ ಇದ್ದುದು ಕಡಲಾಮೆಯ ದೇಹದ ಭಾಗಗಳು ಎಂದು ಹೇಳಿದರು. ಮತ್ತೊಂದು ಮೂಲೆಯಲ್ಲಿ ಕಟ್ಟಿಗೆಯೊಲೆಯ ಮೇಲಿದ್ದ ಅನ್ನದ ಭಾರೀ ತಪ್ಪಲೆಯೊಂದು ತನ್ನಷ್ಟಕ್ಕೆ ತಾನು ಗೊಣಗುತ್ತಿತ್ತು.

ಕಳ್ಳು ಅಂಗಡಿಯ ಊಟ–ತಿನಿಸುಗಳಲ್ಲಿ ನಿಖರವಾಗಿ ಎಷ್ಟು ಖಾರ–ಮಸಾಲೆಗಳನ್ನು ಹಾಕಲಾಗುತ್ತದೆ ಎನ್ನುವುದನ್ನು ಈ ಅಡುಗೆಮನೆಯಲ್ಲಿ ನೋಡಲು ನನಗೆ ಸಾಧ್ಯವಾಯಿತು. ಅತ್ಯಂತ ಕಡಿಮೆ ಅಂದುಕೊಂಡರೂ ಅದು ಬಹಳ 'ಜಾಸ್ತಿಯೇ' ಆಗಿರುತ್ತದೆ ಅನ್ನಿಸಿತು. ನಮ್ಮ ಅಡುಗೆಯವನು, ಚಿಕ್ಕ ಸ್ಟೇನ್‌ಲೆಸ್‌ಸ್ಟೀಲ್ ಪಾತ್ರೆಯೊಂದರಲ್ಲಿ ಕೆಂಪು ಮೆಣಸಿನಪುಡಿ, ಕರಿಮೆಣಸು, ಗರಂ ಮಸಾಲೆ, ಉಪ್ಪು, ಅರಿಶಿನ ಪುಡಿ ಹಾಗೂ ನೀರನ್ನು ಕಲೆಸಿ ಹಿತಕರವಾದ ಗಾಢ ಕುಂಕುಮ ಬಣ್ಣದ ಪೇಸ್ಟ್ ತಯಾರಿಸಿದ. ಕರಿಮೀನನ್ನು ಅದರೊಳಗೆ ಇಳಿಬಿಟ್ಟ. ಮೀನಿನ ಎಲ್ಲಾ ಸೀಳುಗಳಲ್ಲಿ ಪೇಸ್ಟ್‌ನ್ನು ಬೆರಳಿನಿಂದ ತುಂಬಿಸಿದ. ಅಲ್ಲಿಯೇ ಸ್ವಲ್ಪ ಹೊತ್ತು ನೆನೆಯಲು ಬಿಟ್ಟು ನಂತರ ಅದನ್ನು ಹಬೆಯಾಡುವ ತೆಂಗಿನೆಣ್ಣೆಯ ಜಾಕುಝಿಗೆ[1] ಜಾರಿಸಿದ.

ತೆಂಗಿನ ಎಣ್ಣೆಯೆನ್ನುವುದು ಒಂದು ವಿಚಿತ್ರ ಪದಾರ್ಥ. ಪ್ಯಾರಾಶೂಟ್‌ನ ದಯೆಯಿಂದಾಗಿ ಕೇರಳದ ಹೊರಗದು ಕೂದಲಿಗೆ ಹಚ್ಚುವ ಎಣ್ಣೆ. ಭಾನುವಾರಗಳಂದು ಸಾಂಪ್ರದಾಯಿಕ ಎಣ್ಣೆ ಸ್ನಾನಕ್ಕೆಂದು ಅದನ್ನು ಬಚ್ಚಲಿನ ಕಪಾಟು, ಹಲಗೆಗಳಿಂದ ಹೊರತೆಗೆಯಲಾಗುತ್ತದೆ. ಆದರೆ ಕೇರಳದಲ್ಲಿ ಮಾತ್ರ ಅದು ಆಹಾರ ಪದಾರ್ಥಗಳನ್ನು ಕರಿಯುವ ಪ್ರಧಾನ ಎಣ್ಣೆ. ಮನಸ್ಸಿಗೆ ಈ ಮುಖ್ಯ ವ್ಯತ್ಯಾಸ ಗೊತ್ತಾದರೂ ಮೂಗಿಗೆ ಗೊತ್ತಾಗುವುದಿಲ್ಲ ಎಂದು ನನಗನ್ನಿಸಿತು. ಆದರೆ ಕರಿಮೀನು ಕುದಿಯುವ ಎಣ್ಣೆಯಲ್ಲಿ ಬಿದ್ದಿದ್ದೇ ತಡ, ಪ್ಯಾರಾಶೂಟ್ ಎಣ್ಣೆ ಫ್ಯಾಕ್ಟರಿಯಲ್ಲಿ ಸ್ಫೋಟವಾದ ಹಾಗೆ ಅಗಾಧ ವಾಸನೆಯೊಂದು ಸಿಡಿದೆದ್ದುಬಿಟ್ಟಿತು. ಅದೇನೋ ಆ ವಾಸನೆ ತುಂಬಾ ಪರಿಚಿತವೆನಿಸಿದರೂ ಎಲ್ಲೋ ಏನೋ ಸರಿಯಿಲ್ಲವೆಂದು ಎನಿಸತೊಡಗಿತು. ಯಾರೋ ಹೆಡ್ & ಶೌಲ್ಡರ್ ಶಾಂಪೂ ಹಾಕಿ ಚಹ ಮಾಡಿದರೋ ಅಥವಾ ಹಸಿ ತರಕಾರಿಯ ಹೋಳುಗಳಿಗೆ ಕೂದಲಿಗೆ ಬಳಸುವ ಬ್ರಿಲ್‌ಕ್ರೀಮ್ ಹಾಕಿ ಕಲೆಸಿಟ್ಟರೋ ಎನ್ನುವ ಹಾಗೆ ಕಾಣುತ್ತಿತ್ತು.

ಕಣ್ಣು ಉರಿಯತೊಡಗಿತು. ಅಡುಗೆಮನೆಯಿಂದ ಪಾರಾಗಿ ಪಕ್ಕದಲ್ಲಿದ್ದ ಉಗ್ರಾಣವನ್ನು ಸೇರಿಕೊಂಡೆ. ಅದೃಷ್ಟವೋ ಎಂಬಂತೆ ಅಲ್ಲಿ ಕಳ್ಳನ್ನು ಆಗಷ್ಟೇ ತಂದಿಡಲಾಗಿತ್ತು. ಬಹಳಷ್ಟು ಅಂಗಡಿಗಳಲ್ಲಿ ಕಳ್ಳನ್ನು ಕಪ್ಪುಬಣ್ಣದ ದೊಡ್ಡ ದೊಡ್ಡ

---

1 ಜಲಚಿಕಿತ್ಸೆ / ಆರಾಮ / ವಿಹಾರಕ್ಕೆಂದು ನಿರ್ಮಿಸಿದ ನೀರಿನ ತೊಟ್ಟಿ. ಇದರಲ್ಲಿ ನೀರು ರಭಸದಿಂದ ಮೈಗೆಲ್ಲಾ ಸೋಕಿ ಆರಾಮ ನೀಡುತ್ತದೆ.

ಪ್ಲಾಸ್ಟಿಕ್ ಕ್ಯಾನ್‌ಗಳಲ್ಲಿ ಸಂಗ್ರಹಿಸಿಡುತ್ತಾರೆ. ಅವನ್ನು ನೋಡಿದರೆ ಈ ಹಿಂದೆ ಸೀಮೆ ಎಣ್ಣೆಯನ್ನು ತುಂಬಿಡುತ್ತಿದ್ದ ಕ್ಯಾನ್‌ಗಳು ನೆನಪಾಗಿ ಅನುಮಾನ ಬರುತ್ತದೆ. ಕಳ್ಳಿನಲ್ಲಿನ ನಾರಿನ ತುಂಡು ಮತ್ತು ಇನ್ನಿತರ ಕಸಕಡ್ಡಿಗಳನ್ನು ತೆಗೆಯಲು ಮೂರು ಪ್ರತ್ಯೇಕ ಶೋಧಕಗಳಲ್ಲಿ ಬಿಳಿ ಪ್ಲಾಸ್ಟಿಕ್ ಹೂಜಿಗಳಿಗೆ ಸೋಸುತ್ತಾರೆ. ನಂತರ ಅದನ್ನು ಹಳೆಯ ಕಿಂಗ್‌ಫಿಷರ್ ಬಿಯರ್ ಬಾಟಲಿಗಳಲ್ಲಿ ತುಂಬಿಸುತ್ತಾರೆ. ಈ ಕಳ್ಳು ಒಂದೆರಡು ಗಂಟೆಗಳ ಮೊದಲಷ್ಟೇ ಇಳಿಸಿದ್ದ ಕಾರಣ ಇನ್ನೂ ಎಷ್ಟು ಸಿಹಿಯಾಗಿತ್ತೆಂದರೆ, ಅದನ್ನು ನಮ್ಮ ಮೇಜಿಗೆ ತಂದಿಟ್ಟಾಗ, ಅದೆಲ್ಲಿದ್ದವೋ ನೊರಜುಗಳು ಬಂದು ಮುತ್ತಿದವು. ಈ ಕಳ್ಳು ತ್ರಿವೇಂದ್ರಮ್‌ನಲ್ಲಿ ಇದ್ದುದಕ್ಕಿಂತಲೂ ಹೆಚ್ಚು ಮಂದ ಹಾಗೂ ಸುಟಿಯಾಗಿತ್ತು. ಕುಡಿದಾದ ಮೇಲೆ ನಾಲಿಗೆಯ ಮೇಲೆ ತಾಜಾ ತೆಂಗಿನ ರುಚಿ ಉಳಿದೇ ಉಳಿಯುತ್ತದೆ. ಹೌದೋ ಅಲ್ಲವೋ ಎನ್ನುವಂತೆ ಮದ್ಯ ಪಿಸುನುಡಿಯುತ್ತದೆ.

ನಂತರ ತುಸು ಸಮಯದಲ್ಲಿಯೇ ಬಟ್ಟಲಿಗೆ ಬಂದ ಕರಿಮೀನು, ಕಾವಲಿಯ ಮೇಲೆ ಹಾಕಿ ತೆಗೆದ ಬ್ರೆಡ್‌ನಂತೆ ಕಂದು ಬಣ್ಣ ಹೊಂದಿತ್ತು. ಮಸಾಲೆಯ ದಪ್ಪ ಕವಚವನ್ನು ಹೊಂದಿದ್ದ ಮೀನಿಗೆ ಕರಿಮೆಣಸು ಮತ್ತು ಹಸಿ ಈರುಳ್ಳಿಯ ಅಲಂಕಾರವಿತ್ತು. ಮೂಳೆಗಳೇ ತುಂಬಿರುವ ಮೀನಾದರೂ ಮಾಂಸ ಮೃದುವಾಗಿತ್ತು. ಅರಳೆ ಮಿಠಾಯಿಯನ್ನು ಎತ್ತಿಕೊಂಡ ಹಾಗೆಯೇ ಸುಲಭವಾಗಿ ಬೆರಳುಗಳಿಂದ ಎತ್ತಿಕೊಳ್ಳಬಹುದಿತ್ತು. ಅದೊಂದು ಅದ್ಭುತವಾದ ತಿನಿಸು. ಗರಿಗರಿ ಮಸಾಲೆಯನ್ನು ಹೊಡೆದುಹಾಕುವ ಮೀನಿನ ಸಿಹಿಸ್ವಾದ ಹಾಗೂ ನಿಂಬೆರಸದ ತೀಕ್ಷ್ಣ ಹುಳಿ. ಮಹೇಶ ತಂಪಿ ಹೇಳಿದ್ದು ನಿಜವಾಯಿತು. ಇದು ನಿಜವಾದ ಕರಿಮೀನು ಅಂತಾದರೆ, ತ್ರಿವೇಂದ್ರಮ್‌ನ ಕಳ್ಳು ಅಂಗಡಿಯಲ್ಲಿ ತಿಂದ ಮೀನು ಖಂಡಿತವಾಗಿಯೂ ನಕಲಿಯೇ.

ಮತ್ತೊಂದೆಡೆ ನನಗೆ ಈ ಮೀನುಸಾರು ಎನ್ನುವುದು ರೂಢಿಸಿಕೊಂಡ ಸ್ವಾದ ಎಂದು ದಟ್ಟವಾಗಿ ಅನಿಸತೊಡಗಿತು. ತ್ರಿವೇಂದ್ರಮ್‌ನಲ್ಲಿ ಇದ್ದ ಹಾಗೆ, ಇಲ್ಲಿಯ ಸಾರೂ ಕಡುಗೆಂಪಿನ ಅಂಗಿ ತೊಟ್ಟು ಬಂದಿತ್ತು. ಆದರೆ ತಣ್ಣಗಿದ್ದ ಕಾರಣ, ಇನ್ನಷ್ಟು ನಿಗೂಢವಾಗಿ ಕಾಣತೊಡಗಿತು. ಆಗತಾನೇ ಕರಿದ ತೇಡೆಮೀನಿನ ತುಂಡುಗಳನ್ನು ಹಿಂದಿನ ದಿನದ ಸಾರಿನಲ್ಲಿ ತೇಲಿಬಿಟ್ಟಿದ್ದರು. ಮೀನು ಸಾಂದ್ರವಾಗಿದ್ದರಿಂದ ಅಗಿಯಬೇಕಾಗಿತ್ತು. ಜಿಗುಟಾಗಿದ್ದ ಅದರ ಮಾಂಸವು ಬೇಯಿಸಿದ ಆಲೂಗಡ್ಡೆಯಂತೆ ಕಾಣುತ್ತಿತ್ತು. ಮರಗೆಣಸಿನ ತುಂಡನ್ನು ಸಾರಿನಲ್ಲದ್ದಿ ಬಾಯಲ್ಲಿಟ್ಟು, ಕಣ್ಣು ಮುಚ್ಚಿಕೊಂಡು ಸಂಪೂರ್ಣ ಆಸ್ವಾದಿಸಲು ಗಮನವನ್ನು ಕೇಂದ್ರೀಕರಿಸಿದೆ. ಆದರೆ ನನಗೆ ಮೆಣಸಿನ ಪುಡಿಯ ತೀಕ್ಷ್ಣ ಖಾರವನ್ನು ಬಿಟ್ಟರೆ ಮತ್ತೇನನ್ನೂ ಸವಿಯಲು ಆಗಲಿಲ್ಲ.

ಕಣ್ಣು ಬಿಟ್ಟು ನೋಡಿದಾಗ ಮೇಜಿನ ಆಚೆಬದಿ ಕುಳಿತಿದ್ದ ನನ್ನ ಮಲೆಯಾಳೀ ಸ್ನೇಹಿತನೂ ಕಣ್ಣು ಮುಚ್ಚಿಕೊಂಡು ಕುಳಿತಿದ್ದ. ಅನಂತರ ನಿಧಾನಕ್ಕೆ ಕಣ್ಣು ತೆರೆದು

ನನ್ನೆಡೆಗೆ ನೋಡಿ 'ರುಚಿ ಸಖತ್ತಾಗಿದೆ. ಚಿಕ್ಕಂದಿನಲ್ಲಿ ತಿಂದಿದ್ದ ಹಾಗೆಯೇ ಇದೆ' ಎಂದು ಹೇಳಿದ.

II

ಹತ್ತಿರವೇ ಇರುವ ಇನ್ನೊಂದು ಕಳ್ಳು ಅಂಗಡಿಗೆ ನಾವು ಹೋಗಲೇಬೇಕೆಂದು ನಮ್ಮ ಆಟೋರಾಜ ಆಗ್ರಹಿಸಿದ. ಅಲ್ಲಿ ನಾವು ಕಳ್ಳಿನಿಂದ ದೂರವೇ ಉಳಿದೆವು. ಹಿನ್ನೀರಿನಿಂದ ತಂದ ಯಾವುದಾದರೂ ತಾಜಾ ಮೀನು ಇದೆಯೇ ಎಂದು ಕೇಳಿದೆವು. ಮೊದಲು ಒಂದು ಬಟ್ಟಲು ಹುರಿದ ಮುರುಮೀನನ್ನು ತಂದಿಟ್ಟರು. ಕಡಿಮೆ ಬೆಲೆಯ ಈ ಸಣ್ಣ ಮೀನು ಉತ್ತಮ ದರ್ಜೆಯ ರಟ್ಟಿನಂತೆ ನಾರುನಾರಾಗಿತ್ತು, ಜಿಗುಟಾಗಿತ್ತು. ಆಮೇಲೆ ಬಂದಿದ್ದು ಬೇರಾಲ್. ನೋಡಲು ಭಯಂಕರವಾಗಿರುವ, ಈಜುರೆಕ್ಕೆಗಳಿಲ್ಲದ ಈ ಮೀನಿನ ಉದ್ದನೆಯ, ದಪ್ಪ ಶರೀರ ಬಹುಮಟ್ಟಿಗೆ ಹಾವಿನಂತೆಯೇ ಕಾಣುತ್ತಿದ್ದು, ಮುಖವು ಕ್ರೂರವಾಗಿತ್ತು. ನಿರ್ಜನ, ನಿಗೂಢ ನದಿಯ ತಿರುವಿನಲ್ಲಿ ಇಂತಹ ಮೀನು ಎದುರಾಗುವುದನ್ನು ಖಂಡಿತವಾಗಿಯೂ ಯಾವ ಈಜುಗಾರನೂ ಬಯಸಲಾರ. ಹೀಗೆ ಹೇಳಿಬಿಟ್ಟು ನಾನು ಈ ಮೀನಿಗೆ ಅಪಚಾರ ಮಾಡುತ್ತಿದ್ದೇನೆ ಅನಿಸುತ್ತದೆ. ಇದರ ಅನಾಕರ್ಷಕ ದೈಹಿಕ ಲಕ್ಷಣಗಳ ಹಿಂದೆ ಬಂಗಾರದಂತಹ ಹೃದಯವಿದೆಯೋ ಇಲ್ಲವೋ ಕಾಣೆ, ಆದರೆ ಮೃದುವಾದ ತಾಜಾ ಮಾಂಸ ಹಾಗೂ ಗರಿಗರಿ ಚರ್ಮವಂತೂ ಇದೆ.

ಮಧ್ಯಾಹ್ನದ ಊಟದ ಸಮಯವಾಯಿತು. ಅದಾಗಲೇ ಮೂರು ಪಟ್ಟು ತಿಂದು ದಯನೀಯ ಪರಿಸ್ಥಿತಿಯನ್ನು ತಂದುಕೊಂಡಿದ್ದೆವು. ಇದ್ದಕ್ಕಿದ್ದಂತೆ ಸೆಕೆಯೂ ಹೆಚ್ಚಾಗಿತ್ತು. ನನ್ನ ಸ್ನೇಹಿತನ ತಲೆಯಾಗಲೇ ನಿದ್ದೆಯಿಂದ ವಾಲತೊಡಗಿತು. ನನ್ನ ಪರಿಸ್ಥಿತಿಯಂತೂ ಮಸಾಲೆಭರಿತವಾದ ಮತ್ತೊಂದು ಹಿನ್ನೀರಿನ ಉತ್ಪನ್ನವನ್ನು ನೆನೆಸಿಕೊಂಡರೆ ನಡುಗುವಂತಾಗಿತ್ತು. ಈ ಮೂರೂ ಸಮಸ್ಯೆಗಳನ್ನು ಒಟ್ಟಿಗೇ ಪರಿಹರಿಸಿದ್ದು ಬ್ಯಾಕ್‌ವಾಟರ್ಸ್ ಬಸ್ ಎನ್ನುವ ಆ ಅದ್ಭುತ ಸಾರಿಗೆ. ಅದರ ಕೆಲ ಭಾಗಗಳನ್ನು ನಿರ್ಮಿಸಿದ ರೀತಿಯನ್ನು ನೋಡಿದರೆ, ಒಳಗಿನದೆಲ್ಲವನ್ನೂ ತೆರೆದು ತೋರಿಸಲೆಂದೇ ಹೀಗೆ ನಿರ್ಮಿಸಿದ್ದಾರೇನೋ ಎನ್ನುವಂತಿತ್ತು. ಟಿಕೆಟ್ಟಿಗೆ ತಲಾ ಹತ್ತು ರೂಪಾಯಿಯಂತೆ ತೆಗೆದುಕೊಳ್ಳುತ್ತಾರೆ. ಇದರಲ್ಲಿ ಸುಮಾರು ಎಂಬತ್ತು ಪ್ರಯಾಣಿಕರಿದ್ದರು. ಇದು ಆಲಪ್ಪಿಯಿಂದ ಹೊರಟು ಕೊಟ್ಟಯಂ ತಲುಪಲು ನಾಲ್ಕು ತಾಸು ತೆಗೆದುಕೊಳ್ಳುತ್ತದೆ. ನೆನಪಿಟ್ಟುಕೊಳ್ಳಲು ಅಥವಾ ಸಂಚರಿಸಲು ಸಾಧ್ಯವೇ ಇಲ್ಲವೆನ್ನುವಂತಹ, ಗಿಡಮರಗಳಿಂದ ಆವೃತವಾದ ಖಾರಿಗಳ ಜಟಿಲ

ವ್ಯೂಹದಲ್ಲಿ ಚಲಿಸಬೇಕು. ಮೊದಲೇ ಅದರದ್ದು ನಿಧಾನ ಗತಿ. ಅದರಲ್ಲಿಯೂ ನೀರು ತುಸು ಅಗಲವಾಗಿ ಹರವಿಕೊಂಡ ಜಾಗಕ್ಕೆ ಬಂದಾಗ, ಅದರ ವೇಗ ಇನ್ನೂ ಕಡಿಮೆಯಾಗುತ್ತದೆ. ಸುತ್ತಲೂ ನಿಂತಿರುವ ದೋಣಿಮನೆಗಳನ್ನು ಪ್ರತಿ ಪ್ರಯಾಣಿಕನೂ ನೋಡಿ ಕಣ್ತುಂಬಿಕೊಳ್ಳಲೆಂದು ವೇಗವನ್ನು ಇನ್ನಷ್ಟು ತಗ್ಗಿಸಲಾಗುತ್ತದೆ.

ಅತ್ಯಂತ ತಳಮಟ್ಟದ ದೋಣಿಮನೆಗಳನ್ನು ಸಾಕಷ್ಟು ತರ್ಕಬದ್ಧವಾಗಿ ಕಟ್ಟಲಾಗಿದೆ. ಅವು ಉದ್ದವಾಗಿರುತ್ತವೆ ಜೊತೆಗೆ ಅವುಗಳಲ್ಲಿ ಒಂದು ಕ್ಯಾಬಿನ್ ಹಾಗೂ ವಿಶಾಲವಾದ ಜಗುಲಿಕಟ್ಟೆಯೂ ಇರುತ್ತದೆ. ಸ್ವಲ್ಪ ದೊಡ್ಡದಾದ ದೋಣಿಮನೆಗಳಲ್ಲಿ ಒಂದು ಹಂತ ಮೇಲೇರಿದರೆ, ತುಸು ಎತ್ತರದ ಜಗುಲಿಗಳಿದ್ದವು. ಆ ತೆರೆದ

ಜಾಗದಲ್ಲಿ, ಬಿಸಿಲಿಗೆ ಮೈಯೊಡ್ಡಿ ಕುಳಿತುಕೊಳ್ಳಬಹುದು. ಪಾನದ ಮೇಜಿನ ಎರಡೂ ಬದಿಗೆ ಕುರ್ಚಿಗಳನ್ನು ಇಟ್ಟರೆ, ಕಾಲುಚಾಚಿಕೊಂಡು ಕೂಡಬಹುದು. ಒಟ್ಟಿನಲ್ಲಿ ಅದು ಸೊಗಸಾಗಿದೆ.

ಅನಂತರ ಒಂದೇ ನೆಗೆತಕ್ಕೆ, ಇದ್ದಕ್ಕಿದ್ದಂತೆಯೇ ಅತ್ಯಂತ ಮೇಲುಸ್ತರದ ದೋಣಿಮನೆಗಳು ಕಾಣಿಸಿದವು. ಅವುಗಳಲ್ಲಿ ಎತ್ತರದ ಜಗುಲಿ ಕಟ್ಟೆ, ಅಗಲವಾದ ಗಟ್ಟಿಮರದ ಪೀಠೋಪಕರಣಗಳು, ವಿಲಕ್ಷಣ ಶೈಲಿಯ ಖಾನೆಗಳನ್ನುಳ್ಳ ಕಪಾಟು-ಪೆಟ್ಟಿಗೆ, ಸ್ಯಾಟಲೈಟ್ ಡಿಶ್ ಹಾಗೂ ಪ್ಲಾಸ್ಮಾ ಟಿವಿ ಸೆಟ್‌ಗಳಿದ್ದವು. ಇವುಗಳಲ್ಲೊಂದರಲ್ಲಿ ನಾಲ್ಕು ಜನ ನೀರಿಗೆ ಬೆನ್ನು ಹಾಕಿ ಕುಳಿತು ಟಿವಿಯಲ್ಲಿ ಗಾಲ್ಫ್ ಆಟವನ್ನು ವೀಕ್ಷಿಸುತ್ತಿದ್ದರು. ಬ್ಯಾಕ್‌ವಾಟರ್ಸ್ ಬಸ್ಸಿನಲ್ಲಿ ನನ್ನ ಹಿಂದಿದ್ದ ಸಹಪ್ರಯಾಣಿಕರು, ಈ ವಿಪರೀತದ ಸನ್ನಿವೇಶವನ್ನು ಕಂಡು ಕಿಲಕಿಲ ನಗುತ್ತಿದ್ದರು. ನೋಡು-ನೋಡು-

ನೋಡು ಎಂದು ಪಕ್ಕದವರನ್ನು ತಿವಿಯುತ್ತಿದ್ದರು. ಹಠಾತ್ತನೆ ಪ್ರವಾಸಿಗರೇ ವಿಶೇಷ ಪ್ರದರ್ಶನದ ದೃಶ್ಯವಾಗಿ ಹೋದರು.

ಕಣ್ಣಿಗೆ ರಾಚುವ ದೋಣಿಮನೆಗಳು ಮತ್ತು ಪ್ಲಾಸ್ಮಾ ಟಿವಿಗಳನ್ನು ಹೇಗೋ ಸಹಿಸಬಹುದು. ಆದರೆ ನಿರಂತರವಾಗಿ ಒಳ ನುಸುಳುವ ಪ್ರವಾಸಿಗರನ್ನು ಸಂಭಾಳಿಸುವುದು, ಫಳಫಳ ಹೊಳೆಯುವ ತಮ್ಮ ನದಿಗಳ ಹಸಿರು ನೀರನ್ನು ಮತ್ತಾರ ಜೊತೆಗೋ ಹಂಚಿಕೊಳ್ಳುವುದು ಜಿಲ್ಲೆಯ ಸ್ಥಳೀಯರಿಗೆ ಕಿರಿಕಿರಿ ಉಂಟು ಮಾಡುವ ಸಂಗತಿಯೇ ಆಗಿದೆ. ಆದರೆ ಆಲಪ್ಪಿಯಲ್ಲೆಲ್ಲೂ ನನಗೆ ಅಂತಹ ಅಸಹನೆ ಕಾಣಲಿಲ್ಲ. ಪ್ರವಾಸೋದ್ಯಮವು ಹೇಗೆ ಪ್ರತಿಯೊಬ್ಬರ ಜೀವನ ಮಟ್ಟವನ್ನೂ ಸುಧಾರಿಸುತ್ತದೆ ಎಂಬ ಬಂಡವಾಳಶಾಹಿಯ ಒಣ ತರ್ಕದ ಸಂಗತಿ ಅದಾಗಿರಲಿಲ್ಲ. ಬದಲಿಗೆ ಅಜ್ಜ-ಅಜ್ಜಿಯರು ತಮ್ಮ ಮೊಮ್ಮಕ್ಕಳ ಮೊಂಡುಬುದ್ಧಿಯ ಬಗ್ಗೆ ತಳೆಯುವ ಉದಾರ ಸಹಿಷ್ಣುತೆಯಂತೆ ನನಗದು ತೋರುತ್ತಿತ್ತು. ನಮ್ಮ ಬಸ್ ಹಿನ್ನೀರಿನ ಹರಿವನ್ನು ದಾಟಿ, ಮತ್ತೊಂದು ಬದಿಗಿದ್ದ ತೊರೆಯನ್ನು ಪ್ರವೇಶಿಸಿದ್ದೇ ತಡ, ಕೆಲವು ಪ್ರಯಾಣಿಕರು ಪುಳಕದ ನಗುವನ್ನು ವಿನಿಮಯಿಸಿಕೊಂಡರು; ಸೋಗಿನ ಬೆರಗಿನಲ್ಲಿ ತಲೆಯನ್ನು ಕೊಡಹಿದರು. ಅನಂತರ ಉಳಿದ ಪ್ರಯಾಣವನ್ನು ಸುದ್ದಿಪತ್ರಿಕೆಯಲ್ಲಿ ಮುಳುಗಿ ಕಳೆದರು.

II

ಕೊಟ್ಟಯಂನಲ್ಲಿ ಆ ಸಂಜೆ ಊಟದ ಸಮಯಕ್ಕೆ ನಮ್ಮ ನಾಲಿಗೆ ದಂಗೆಯೆದ್ದು, ತೆಂಗಿನೆಣ್ಣೆಯಲ್ಲಿ ಕರಿದ ಮೀನೊಂದನ್ನು ಬಿಟ್ಟು ಬೇರೆ ಏನಾದರೂ ತೆಗೆದುಕೊಳ್ಳುವಂತೆ ಅಪ್ಪಣೆ ಮಾಡುತ್ತಿತ್ತು. ಆದ್ದರಿಂದ ನಾವು ಏನನ್ನು ತರಹೇಳಿದೆವು ಎನ್ನುವುದು ವೈಜ್ಞಾನಿಕ ದೃಷ್ಟಿಯಿಂದ ಗಮನಿಸುವುದಕ್ಕೆ ಸೂಕ್ತ ಸಂಗತಿಯಾಗಿತ್ತು. ನನ್ನ ಮಲಯಾಳೀ ಮಿತ್ರ ತೆಂಗಿನೆಣ್ಣೆಯಲ್ಲಿ ಕರಿದ ಗೋಮಾಂಸವನ್ನು ತರಿಸಿಕೊಂಡ. ನಾನು? ಮೊಸರನ್ನ ಕೊಡಿ ಎಂದೆ. ರಣಗೆಂಪು ಮಸಾಲೆ, ಬೆಳ್ಳಿನೆಣದ ಕೊಳ, ಮೂಳೆಯ ತುಂಡುಗಳು ಹಾಗೂ ಗಾಢರುಚಿಯ ಮೀನು - ಯಾವುದೂ ಇಲ್ಲದ ಹಿತಕರ ಬಿಳುಪಿನ ಮೊಸರನ್ನ ಅದ್ಭುತ ರುಚಿಯಿಂದ ಕೂಡಿತ್ತು. ಚಿಕ್ಕಂದಿನಲ್ಲಿ ತಿಂದ ಹಾಗೇ ಇತ್ತು.

II

ಕೇರಳದಲ್ಲಿ ಒಳ್ಳೆಯ, ಉತ್ಕೃಷ್ಟ ಕಳ್ಳು ಅಂಗಡಿಯೆನ್ನುವುದು ಇನ್ನೂ ಗಂಡಸರ ಹಿಡಿತದಲ್ಲಿಯೇ ಇದೆ ಎನ್ನುವುದರಲ್ಲಿ ಯಾವ ಆಶ್ಚರ್ಯವೂ ಇಲ್ಲ. ರಾಜ್ಯದಲ್ಲಿ ಸಾಂಪ್ರದಾಯಿಕ ಮನೋಭಾವದ ಪ್ರಾಬಲ್ಯವಿದೆ ಎಂದು ಅಲ್ಲಿನ ನಿವಾಸಿಗಳೇ ಒಪ್ಪುತ್ತಾರೆ. 'ನಿನ್ನೆ ಮಧ್ಯಾಹ್ನ ಮೂವರು ಸ್ಥಳೀಯ ಮಹಿಳೆಯರು ಕಾಗದದ ತಟ್ಟೆಯಲ್ಲಿ ದೋಸೆ ಹಾಕಿಸಿಕೊಂಡು ತಿನ್ನುತ್ತ, ತಳ್ಳುಗಾಡಿಯ ಪಕ್ಕ ನಿಂತಿದ್ದರು. ಇಂತಹ ಸಾಧಾರಣ ಸಂಗತಿಯನ್ನೂ ಕೂಡ ಏನೋ ಅಸಾಧಾರಣವಾದದ್ದು ನಡೆಯುತ್ತಿದೆ ಎನ್ನುವಂತೆ ಜನರು ಒಂದೇ ಸಮನೆ ಅವರನ್ನು ದಿಟ್ಟಿಸುತ್ತಲೇ ಇದ್ದರು' ಎಂದು ಮಹೇಶ್ ತಂಪಿ ಹೇಳಿದ್ದ.

ಕಳೆದ ಕೆಲ ವರ್ಷಗಳಲ್ಲಿ ಎರಡು ಭರವಸೆದಾಯಕ ಸಂಗತಿಗಳು ನಡೆದಿವೆ. ದೀರ್ಘ ಸಮಯದಿಂದಲೂ ಕೇರಳದ ಅಸ್ತಿತ್ವದ ಭಾಗವೇ ಆಗಿರುವ ಕಳ್ಳು ಅಂಗಡಿಯು ಈಗ ಪ್ರವಾಸೋದ್ಯಮವನ್ನು ಅಭಿವೃದ್ಧಿಪಡಿಸುವ ನಿಟ್ಟಿನಲ್ಲಿ ಅಲ್ಲಿನ ಸರ್ಕಾರವು ಅಂಗೀಕರಿಸಿರುವ 'ಅಧಿಕೃತ ಕೇರಳ' ಎಂಬ ಘೋಷಣೆಯ ಭಾಗವೂ ಆಗಿದೆ. ರಾಜ್ಯದ ಪ್ರವಾಸ ಕೈಪಿಡಿಯ ವಿವಿಧ ಆವೃತ್ತಿ, ಅವತರಣಿಕೆಗಳಲ್ಲಿ ಕಾಣಿಸಿಕೊಂಡಿದೆ. ಮಹಿಳೆಯರೂ ಮರೆದಾಣಗಳಲ್ಲಿ ಕುಳಿತು ಕಳ್ಳು-ಕರಿಮೀನನ್ನು ಹಕ್ಕಿನಿಂದ ತರಿಸಿಕೊಂಡರೆ ವಿರೋಧಿಸುವಂತಿಲ್ಲ. ಜೊತೆಯಲ್ಲಿ 'ಕಳ್ಳು ಅಂಗಡಿಯ ಊಟ-ತಿನಿಸು' ಎಂಬ ಉಪಸಂಸ್ಕೃತಿಯನ್ನು ಸಂಭ್ರಮಿಸಲಾಗುತ್ತಿದೆ. ಇಷ್ಟಪಟ್ಟು ತರಿಸುವ ಪದಾರ್ಥವು ಕೇವಲ ಸಾರಾಯಿಯ ಜೊತೆಗೆ ತಿನ್ನುವುದಕ್ಕೆಂದಲ್ಲ, ಅದಕ್ಕೂ ತನ್ನದೇ ಆದ ಗುರುತಿದೆ ಎನ್ನುವುದನ್ನು ತೋರಿಸಲೆಂದೇ 'ಟಾಡ್ಡಿ ಪಾರ್ಲರ್'ಗಳು ಹುಟ್ಟಿಕೊಂಡವು. ಇದು ಕಳ್ಳು ಅಂಗಡಿಯ ಮೂಲ ಹೆಸರಾದ 'ಟಾಡ್ಡಿ ಶಾಆಆಪ್' ಗಿಂತ ಎಷ್ಟೋ ಭಿನ್ನ ಎಂದು ಹೆಸರೇ ಸೂಚಿಸುತ್ತದೆ. ಆ ಬಗ್ಗೆ ವಿವರಣೆಯೂ ಬೇಕು. ಕಳ್ಳು 'ಅಂಗಡಿ'ಯೆನ್ನುವುದು ದುಡ್ಡು ಕೊಟ್ಟು, ಕಳ್ಳು ಪಡೆದುಕೊಂಡು, ತಕ್ಷಣ ನಿರ್ಗಮಿಸಿ ಬಿಡುವ ಅತ್ಯಂತ ತಳಮಟ್ಟದ ವಹಿವಾಟನ್ನು ಸೂಚಿಸುತ್ತದೆ. ಆದರೆ ಭತ್ತದ ಗದ್ದೆಯಲ್ಲಿ ಕೆಲಸ ಮಾಡುವ ಕೂಲಿಕಾರರು, ಸಂಚಾರಿ ಸೈಕಲ್ ಸವಾರರು ಅಥವಾ ಕುಡಿಯುವ ಇನ್ನಿತರ ಸ್ಥಳೀಯರು ಕಳ್ಳು ಕುಡಿಯುವ ನೆಪದಲ್ಲಿ ಹೆಚ್ಚು ಸಮಯವನ್ನು ಮಾತುಕತೆಯಲ್ಲಿ ಕಳೆಯಲು ಇಷ್ಟಪಡುತ್ತಾರೆ. ಸುಮ್ಮನೆ ಒಂದಿಷ್ಟು ಅಗ್ಗದ ಕಳ್ಳನ್ನು ಗಂಟಲಲ್ಲಿಳಿಸಿ, ಹಗುರಾಗಿ ಬಿಡುವುದಷ್ಟೇ ಅವರ ಉದ್ದೇಶವಾಗಿಲ್ಲ. ಅದಕ್ಕಾಗಿಯೇ ಟಾಡ್ಡಿ 'ಪಾರ್ಲರ್' ಎಂಬ ಹೊಸ ಪದವು ಹುಟ್ಟಿಕೊಂಡಿದೆ. ಈ ಪದವು ತನ್ನ ವ್ಯುತ್ಪತ್ತಿ ಮತ್ತು ಸಂಪ್ರದಾಯಗಳೆರಡರಿಂದಲೂ ತೂಕವನ್ನು ಪಡೆದಿದೆ. 'ಪಾರ್ಲರ್' ಎಂಬ ಪದವು 'ಪಾರ್ಲೆ' (Parler) ಎಂಬ ಫ್ರೆಂಚ್ ಪದದಿಂದ ಬಂದಿದೆ. ಅದರ ಅರ್ಥ ಮಾತನಾಡು ಎಂದು. ಹೀಗೆ ಕರೆಯಿಸಿಕೊಳ್ಳುವ ಕೋಣೆ, ಹರಟೆ ಹೊಡೆಯಲು ಕೊಟ್ಟ

ಮುಕ್ತ ಆಹ್ವಾನವೇ ಸರಿ. ಪಾರ್ಲರ್ ಎಂಬ ಪದದೊಡನೆ ಸಾಮಾನ್ಯವಾಗಿ ನಾವು ಮೇಲ್ವರ್ಗದ ಗೌರವ, ಮರ್ಯಾದೆ, ಸಭ್ಯತೆ, ನಯನಾಜೂಕುಗಳು ಮತ್ತು ಬಹುತೇಕ ವಿಕ್ಟೋರಿಯನ್ ಭಕ್ಷ್ಯಗಳನ್ನು[1] ಗುರುತಿಸುತ್ತೇವೆ. ಆದರೆ ಕುಡಿತವೇ ಪ್ರಧಾನವಾಗಿರುವ ಕಳ್ಳು ಅಂಗಡಿಯಲ್ಲಿ, ಅಲ್ಲಿನ ಮಸಿಮೆತ್ತಿದ ಪಾತ್ರೆ, ನೆಲ, ಮಾಡುಗಳಲ್ಲಿ ಈ ನಯನಾಜೂಕು, ಸಭ್ಯತೆಗಳು ಮಾಯವಾಗಿವೆ.

ಕೊಟ್ಟಯಂದಿಂದ ಪಲ್ಲಮ್‌ಗೆ ಹೋಗುವ ಮಾರ್ಗದಲ್ಲಿ ಎರಡು ಅತ್ಯಂತ ಪ್ರಸಿದ್ಧವಾದ 'ಟಾಡ್ಡಿ ಪಾರ್ಲರ್' ಮಾದರಿಗಳು ಸಿಗುತ್ತವೆ. ಇವು ಕೋಚಿನ್ ಮತ್ತು ತ್ರಿವೇಂದ್ರಮ್‌ಗಳಲ್ಲೂ ಪರಿಚಿತ. ಒಂದರಿಂದ ಇನ್ನೊಂದಕ್ಕೆ ಕಿಲೋಮೀಟರ್‌ನಷ್ಟು ಅಂತರವೂ ಇಲ್ಲ. ಆದರೆ ಅವೆರಡರ ನಡುವೆ ಕಡುಸ್ಪರ್ಧೆಯಿತ್ತು, ಜೊತೆಗೆ ವ್ಯಾಜ್ಯವೂ ನ್ಯಾಯಾಲಯದಲ್ಲಿತ್ತು. 1958 ರಲ್ಲಿ ಶುದ್ಧ ಕಳ್ಳು ಅಂಗಡಿಯಾಗಿಯೇ ಆರಂಭವಾದ ಮೂಲ ಕರಿಮ್‌ಪುಮ್‌ಕಾಲ, ಅನಂತರ ತನ್ನ ಉತ್ಕೃಷ್ಟ ಊಟ-ತಿನಿಸುಗಳಿಗೆ ಹೆಸರಾದರೂ ತನ್ನ ಮೂಲ ಬೇರಾದ ಕಳ್ಳು ವ್ಯಾಪಾರವನ್ನು ಹಿಡಿದುಕೊಂಡಿತ್ತು. ಆದರೆ 2001 ರಲ್ಲಿ ಕೇರಳ ಸರ್ಕಾರವು ಕುಡಿತವನ್ನು ತಡೆಗಟ್ಟಲು ತೆಗೆದುಕೊಂಡ ಒಂದು ದಿಟ್ಟ, ಆದರೆ ವ್ಯರ್ಥ ನಡೆಯ ದೆಸೆಯಿಂದ ಎಲ್ಲಾ ಕಳ್ಳು ಅಂಗಡಿಗಳ ಲೈಸನ್ಸ್‌ನ್ನೂ ತಡೆಹಿಡಿಯಲಾಯಿತು. ಕರಿಮ್‌ಪುಮ್‌ಕಾಲವು ಆ ಭೀಕರ ವರ್ಷವನ್ನು ಕೇವಲ ತನ್ನ ಊಟ-ತಿನಿಸುಗಳ ಬಲದಿಂದಲೇ ಕಳೆದು ಗೆದ್ದುಬಿಟ್ಟಿತು. ಒಂದು ವರ್ಷದ ನಂತರ ಲೈಸನ್ಸ್‌ಗಳಿಗೆ ಮರುಜೀವ ನೀಡಿದಾಗ, ಕರಿಮ್‌ಪುಮ್‌ಕಾಲ ಅದಕ್ಕೆ ಅರ್ಜಿ ಹಾಕಲೂ ಹೋಗಲಿಲ್ಲ. ಅದಾಗಲೇ ತನ್ನ ಹೊಸ ದಿಕ್ಕನ್ನು ಕಂಡುಕೊಂಡಿತ್ತು.

ಇಂದಿನ ಕರಿಮ್‌ಪುಮ್‌ಕಾಲ ಕಟ್ಟಡವು ನೋಡಲು ತುಸು ಭಯಂಕರವೇ ಆಗಿದೆ. ಗಾರೆ-ಇಟ್ಟಿಗೆಯಿಂದ ನಿರ್ಮಿಸಲಾದ ಅದರ ಕಟ್ಟಡಕ್ಕೆ ಹಸಿರು-ಗುಲಾಬಿ ಛಾಯೆಯ ಬಣ್ಣ ಬಳಿಯಲಾಗಿದೆ. ಮೇಲಿನ ಎರಡು ಅಂತಸ್ತುಗಳು ಹವಾನಿಯಂತ್ರಿತವಾಗಿವೆ. ಪ್ರತಿ ಮಹಡಿಯಲ್ಲಿಯೂ ನೆಲಕ್ಕೆ ಟೈಲ್ಸ್ ಹಾಕಲಾಗಿದೆ. ಮೇಜಿನ ಮೇಲ್ಮೈಗೆ ಗ್ರಾನೈಟ್ ಹೊದೆಸಲಾಗಿದೆ. ರಸೀತಿ ಕೌಂಟರ್‌ನ ಮೇಲ್ಭಾಗದಲ್ಲಿರುವ ತೆರೆದ ಕಪಾಟುಖಾನೆಯಲ್ಲಿ ಪಾರಿತೋಷಕಗಳು ತುಂಬಿಹೋಗಿವೆ. ಅವೆಲ್ಲವನ್ನೂ ಯಾವುದೋ ಫಿಲಿಪ್ಸ್ ಫುಡ್ ಫೆಸ್ಟ್ ಎಂಬ ಸ್ಪರ್ಧೆಯಲ್ಲಿ ಗೆದ್ದಿದ್ದು. ಆದರೆ ಅಲ್ಲಿರುವ 'ಧೂಮಪಾನ, ಮದ್ಯಪಾನಗಳನ್ನು ನಿಷೇಧಿಸಲಾಗಿದೆ' ಎಂಬ ಒಂದು ಸೂಚನಾ ಫಲಕ ನೋಡಿದಾಗ ಹಳೆಯ ವೈಭವಗಳ ನೆನಪಾಗಿ ಹೃದಯ ಹಿಂಡಿದಂತಾಗುತ್ತದೆ.

ಕರಿಮ್‌ಪುಮ್‌ಕಾಲದ ಈಗಿನ ಮಾಲೀಕ ಇದ್ಯಾವುದರ ಕುರಿತೂ

---

1 ಆಹಾರ ಪದಾರ್ಥಗಳನ್ನು ಮಾರಾಟ ಮಾಡುವವರು ಚರ್ಮದಿಂದ ಬೇರ್ಪಡಿಸಿದ ಮಾಂಸವನ್ನು ಕಸಾಯಿಖಾನೆಗಳಿಂದ ತಂದು ಮನೆಗಳಲ್ಲಿ ಅರೆಬೇಯಿಸಿ, ಬೀದಿಗಳಲ್ಲಿ ಮಾರುತ್ತಿದ್ದ ಅಗ್ಗದ ಉಣಿಸುಗಳು.

ಮಾತನಾಡುವುದಿಲ್ಲ. ಆತನಿಗೆ ಸದ್ಯ ಹಿಡಿದಿರುವ ಗೀಳೇ ಬೇರೆ. ತಮ್ಮ ಉಪಾಹಾರ ಗೃಹದ ಮಾದರಿಯಲ್ಲಿಯೇ ಹೊಸದಾಗಿ ಆರಂಭವಾಗಿರುವ ಕರಿಮ್‌ಪಿನ್‌ಕಾಲ ಎನ್ನುವ ಮತ್ತೊಂದು ಉಪಹಾರಗೃಹದ ಜೊತೆಗಿನ ಕಾನೂನು ಸಮರ ನಡೆಸಿದ್ದಾನೆ. ಅದು ತನ್ನ ಉಪಾಹಾರಗೃಹದ ಹೆಸರನ್ನು ಕದ್ದು ತುಸುವೇ ಬದಲಿಸಿ ಹಾಕಿಕೊಂಡಿದೆ ಎಂಬುದು ಆತನ ಅಂಬೋಣ. 'ಅದು ನಿಜವಾದದ್ದಲ್ಲ' ಎಂದಾತ ಪದೇ ಪದೇ ಹೇಳುತ್ತಲೇ ಇದ್ದ. ಕರಿಮ್‌ಪಿನ್‌ಕಾಲವು ಗಿರಾಕಿಗಳಿಗೆ ಇನ್ನೂ ಕಳ್ಳನ್ನು ಒದಗಿಸುತ್ತಿದೆ. ಆದರೆ ಕರಿಮ್‌ಪುಮ್‌ಕಾಲವು ಕಳ್ಳನ್ನು ಮಾರುತ್ತಿಲ್ಲ. ಈ ಸಣ್ಣ ಕಲ್ಲೆಸೆತವು ಕೇರಳಿಗರ ಹೃದಯ ಮತ್ತು ಮನಸ್ಸುಗಳಲ್ಲಿ ದೊಡ್ಡ ಅಲೆಯನ್ನೇ ಎಬ್ಬಿಸಬಲ್ಲದು.

'ಕಳ್ಳು ಅಂಗಡಿ ಮತ್ತು ಹವಾನಿಯಂತ್ರಿತ ಫ್ಯಾಮಿಲಿ ರೆಸ್ಟೋರೆಂಟ್' ಎಂದು ಕರಿಮ್‌ಪಿನ್‌ಕಾಲದ ಅಂಗಡಿಗೆ ಫಲಕವೊಂದನ್ನು ಹಾಕಲಾಗಿತ್ತು. ಅದರ ವಾಹನ ನಿಲುಗಡೆ ಜಾಗವು ತುಂಬಿಹೋಗಿತ್ತು. ಮಾರುತಿ ಸ್ವಿಫ್ಟ್ ಕಾರುಗಳು ಮತ್ತು ಥಳಥಳಿಸುವ SUV ಗಳೂ ಅಲ್ಲಿ ನಿಂತಿದ್ದವು. ಅಲ್ಲಿದ್ದ ಮರೆದಾಣಗಳು ಮಧ್ಯಮ ಸ್ತರದ ಮಲಗುಮನೆಗಳ (ಡಾರ್ಮಿಟರಿ) ಕೋಣೆಯಂತಿದ್ದವು. ಟೈಲ್ಸ್ ಹಾಕಿದ ನೆಲದ ಮೇಲೆ ಇಟ್ಟ ಪ್ಲಾಸ್ಟಿಕ್ ಕುರ್ಚಿಗಳು ಅತ್ತಿತ್ತ ಸರಿದಾಡುತ್ತಿದ್ದವು. ಫ್ಯಾನ್‌ನ ಕೆಳಗೆ ಅಂತಹ ಕುರ್ಚಿಗಳ ಮೇಲೆಯೇ ನಾವು ಕುಳಿತೆವು. ಎದುರಿಗಿದ್ದ ಮೇಜಿನ ಗಾಜಿನ ಮೇಲ್ಮೈಯನ್ನು ಬೆರಳಿನಿಂದ ಕುಟ್ಟತೊಡಗಿದೆವು. ನಮಗೆ ಕೊಟ್ಟ ಮೆನುಕಾರ್ಡ್‌ಗೆ ಪಾರದರ್ಶಕ ಪ್ಲಾಸ್ಟಿಕ್‌ನ ಗಟ್ಟಿ ಕವಚವನ್ನು ತೊಡಿಸಲಾಗಿತ್ತು. ಅಲ್ಲಿ 'ಸಿಹಿಯಾದ ಮತ್ತು ತಂಪಾದ ತೆಂಗಿನ ಕಳ್ಳು' ಅಲ್ಲದೇ ಡಯಟ್ ಕೋಕ್, ಫಾಂಟಾ, ನಿಗೂಢವಾದ 'ಸೋಡಾ B & S' ಮತ್ತು ಐಸ್‌ಕ್ರೀಮ್‌ಗಳು ಸಿಗುತ್ತಿದ್ದವು. ಇಂದು ಭಾರತದ ಉದ್ದಗಲಕ್ಕೂ ಸಿಗುವ ಖಾದ್ಯಗಳಲ್ಲಿ ಗೋಬಿ ಮಂಚೂರಿಯನ್ ಅಗ್ರಸ್ಥಾನದಲ್ಲಿದ್ದು ಅದನ್ನು ಕೂಡ ಕೇಳಿ ತರಿಸಬಹುದಿತ್ತು. ಆ ಪಟ್ಟಿಯನ್ನು ನಾವು ಸ್ವಲ್ಪ ಅಪನಂಬಿಕೆಯಿಂದಲೇ ದಿಟ್ಟಿಸುತ್ತ ಕುಳಿತಿದ್ದೆವು, ಆಗ ಹೊರಗಡೆ ಮತ್ತೊಂದು SUV ಬಂದು ನಿಂತಿತು. ಅದರಿಂದ ಇಳಿದ ಕುಟುಂಬದಲ್ಲಿ ತಂದೆ–ತಾಯಿ, ಚಿಕ್ಕ ಮಕ್ಕಳು ಹಾಗೂ ಒಬ್ಬ ಅಜ್ಜಿಯೂ ಇದ್ದರು. ಆ ಕುಟುಂಬವು ಅಲ್ಲಿದ್ದ ಇನ್ನಿತರ ಮರೆದಾಣಗಳಲ್ಲೊಂದಕ್ಕೆ ಲಗ್ಗೆಯಿಟ್ಟಿತು. ನಾವಿರುವುದು ಖಂಡಿತವಾಗಿಯೂ ದಾಢಸಿ ಜಾಗವಲ್ಲ, ಇಲ್ಲಿಗೆ ಗೌರವಸ್ಥ ಜನರೂ ಕುಟುಂಬಸಮೇತರಾಗಿ ತಿನ್ನಲು ಉಣ್ಣಲು ಬರುತ್ತಾರೆ ಎನ್ನುವುದು ಖಚಿತವಾಯಿತು.

ಕರಿಮ್‌ಪಿನ್‌ಕಾಲದಲ್ಲಿ ಕಳ್ಳನ್ನು ಸಣ್ಣ ಮಣ್ಣಿನ ಹೂಜಿಗಳಲ್ಲಿ ಹಾಕಿ ತಂದಿಟ್ಟರು. ಅದು ಮಂದವಾಗಿತ್ತು, ಹೌದೋ ಅಲ್ಲವೋ ಎನ್ನುವ ಹಾಗೆ ಹಳಸಿತ್ತು ಹಾಗೂ ಮಡ್ಡಿಯ ರುಚಿ ಹೊಂದಿತ್ತು. ಆದರೆ ನಿಜಕ್ಕೂ ತಾರೆಯಾಗಿ ಮಿಂಚಿದ್ದು ಅವರ ಕರಿಮೀನು ಪೊಳ್ಳಿಚ್ಚದ ಎಂಬ ಖಾದ್ಯ. ಮೀನನ್ನು ಕರಿಯುವುದರ ಬದಲಾಗಿ,

ಬಾಳೆಲೆಯಲ್ಲಿ ಸುತ್ತಿಟ್ಟು ಹಬೆಯಲ್ಲಿ ಬೇಯಿಸಿ, ಅದಕ್ಕೆ ಕರಿಬೇವು, ಈರುಳ್ಳಿ ಮತ್ತು ಒಣಮೆಣಸಿನ ಚೂರುಗಳ ಮಸಾಲೆಯನ್ನು ಹೊದಿಸಲಾಗಿತ್ತು. ಹಾಗಾಗಿ ಅಂತೂ ಕೊನೆಗೆ ನಾನು 'ಪರ್ಲ್ ಸ್ಪಾಟ್' ಮೀನಿನ ರುಚಿ, ಪರಿಮಳವನ್ನು ಗ್ರಹಿಸುವಲ್ಲಿ ಸಫಲನಾದೆ. ಆಮ್ಲೀಯ, ಕಟುಹುಳಿ ಇದ್ದರೂ ಮಸಾಲೆಯ ತೀವ್ರತೆಗೆ ಬೆಚ್ಚಗಾದ ಕಾರಣ, ಸೌಮ್ಯ ಬಿಸಿಲಿರುವ ಶಾಂತ ಆಕಾಶದ ಹಾಗೆ ಅದರ ಸ್ವಾದವು ಹಿತವಾಗಿತ್ತು.

ಆ ದಿನದ ಮಟ್ಟಿಗೆ ನಾವು ಗೊತ್ತುಮಾಡಿಕೊಂಡಿದ್ದ ಆಟೋದ ಚಾಲಕ ಜಿಜಿನ್‌ನಿಗೆ ಇಷ್ಟು ಹೊತ್ತಿಗಾಗಲೇ ನಮ್ಮ ದಿನಚರಿ ಅರ್ಥವಾಗಿತ್ತು. ನಾವು ಕರಿಮ್‌ಪಿನ್‌ಕಾಲದಿಂದ ಹೊರಟಾಗ, 'ನೀವು ಮುಂಧಿರಿ ಕಳ್ಳನ್ನೂ (ದ್ರಾಕ್ಷಿ ಕಳ್ಳು) ಕುಡಿದು ನೋಡಬೇಕು. ಅದು ಇಲ್ಲಿಯ ವಿಶೇಷತೆ' ಎಂದು ಹೇಳಿದ. ನವಂಬರ್ ಮತ್ತು ಮಾರ್ಚ್ ತಿಂಗಳ ಮಧ್ಯದಲ್ಲಿ ಕಳ್ಳು ಅಂಗಡಿ ಮಾಲೀಕರು ಸಂಜೆ ಕಳ್ಳಿಗೆ ದ್ರಾಕ್ಷಿಗಳನ್ನು ಹಾಕಿಡುತ್ತಿದ್ದರು. ಅವು ಮನಸೋಇಚ್ಛೆ ಕಳ್ಳನ್ನು ಹೀರಿಕೊಂಡು ತಮ್ಮ ಗಾತ್ರದ ಮೂರರಷ್ಟಾಗುತ್ತಿದ್ದವು. ಮರುದಿನ ಬೆಳಿಗ್ಗೆ ಈ ಕಳ್ಳನ್ನು ಗಿರಾಕಿಗಳಿಗೆ ಒದಗಿಸಲಾಗುತ್ತದೆ ಎಂದು ಅವನು ವಿವರಿಸಿದ. 'ಆದರೂ ಇತ್ತೀಚೆಗೆ ಜನ ಕೆಳಮಟ್ಟಕ್ಕಿಳಿಯುತ್ತಿದ್ದಾರೆ. ಅದೇ ರುಚಿ, ಪರಿಮಳವನ್ನು ಕೊಡಲು ನೇರವಾಗಿ ದ್ರಾಕ್ಷಿರಸವನ್ನು ಸೇರಿಸಿಬಿಡುತ್ತಾರೆ' ಎಂದು ಕುಮರಕಮ್‌ಗೆ ಹೋಗುವ ದಾರಿ ಹುಡುಕುತ್ತಲೇ ಹೇಳಿದ.

ನಮ್ಮ ಮೊದಲ ನಿಲುಗಡೆಯಲ್ಲಿ ಮುಂಧಿರಿ ಕಳ್ಳು ಸಿಗಲಿಲ್ಲ, ರಸ್ತೆಯಿಂದ ದೂರದಲ್ಲಿ ಧೂಳು ತುಂಬಿದ ತುಂಡು ನೆಲವೊಂದರಲ್ಲಿ ಕಳ್ಳು ಅಂಗಡಿಯೊಂದನ್ನು ಕಟ್ಟಲಾಗಿತ್ತು. ಸುಣ್ಣ ಬಳಿದ ಆ ಕಳ್ಳು ಅಂಗಡಿಯು ಅಮೆರಿಕನ್ ವೆಸ್ಟ್ ಧಾರಾವಾಹಿಯಲ್ಲಿನ ಲಾಸ್ಟ್‌ಚಾನ್ಸ್ ಸಲೂನ್ (ರೆಸ್ಟೊರಂಟ್) ನಂತೆ ಕಾಣುತ್ತಿತ್ತು. ಅಷ್ಟು ಹೊತ್ತಿಗೆ ಮಧ್ಯಾಹ್ನದ ಸಮಯವಾಗಿತ್ತು. ಹೊರಗೆ ಬಿಸಿಲು, ಸೆಕೆ ಇದ್ದರೂ ಅಂಗಡಿಯ ಒಳಗೆ ತಂಪಿತ್ತು, ನಸುಗತ್ತಲಿತ್ತು. ಅಷ್ಟರಲ್ಲಾಗಲೇ ಒಂದಷ್ಟು ಸಿಹಿರುಚಿಯನ್ನು ಕಳೆದುಕೊಂಡ ಹಗಲಿನ ಕಳ್ಳು ಹುದುಗು ಬಂದ ಹಾಗೆ ಜೋರಾಗಿ ನೊರೆ ಬರುತ್ತಿತ್ತು. ಹಾಗಿದ್ದರೂ ಜಿಜಿನ್ ಸೇರಿದಂತೆ ನಾವು ಮೂವರೂ ಕೆಲವು ಲೋಟಗಳಷ್ಟು ಕಳ್ಳನ್ನು ಇಳಿಸಿಯೇಬಿಟ್ಟೆವು. ಕಳ್ಳು ಒಡಲು ಸೇರಿದ್ದಕ್ಕೇ ಇರಬೇಕು, ಮುಂದಿನ ಕಳ್ಳು ಅಂಗಡಿಯ ತನಕ ನಾವು ಒಬ್ಬರಾದ ಮೇಲೊಬ್ಬರಂತೆ ಅವನ ಆಟೋವನ್ನು ಚಲಾಯಿಸುವುದಕ್ಕೆ ಜಿಜಿನ್ ಒಪ್ಪಿಕೊಂಡ.

ತಂಪಾದ, ಕತ್ತಲೆ ತುಂಬಿದ, ಒಡ್ಡೊಡ್ಡಾದ ಮರೆದಾಣದಲ್ಲಿ ಕುಳಿತು ಒಂದೆರಡು ಬಾಟಲಿ ಮುಂಧಿರಿ ಕಳ್ಳನ್ನು ತರಹೇಳಿದೆವು. ಬಾಟಲಿಯ ತಳದಲ್ಲಿ ಮಂದ, ಬಿಳಿ ಗಸುಟು ಇತ್ತು. ಕಳ್ಳನ್ನು ಕುಡಿದು ಉಬ್ಬಿದ ದ್ರಾಕ್ಷಿಯ ಹೆಣಗಳು ನಿಧಾನಕ್ಕೆ ಅದರೊಳಗೆ ಮೇಲೂ ಕೆಳಗೂ ಚಲಿಸುತ್ತಿದ್ದವು. ಆಗಾಗ ಕಾಣಿಸಿಕೊಳ್ಳುವ ದ್ರಾಕ್ಷಿಗಳು ತಮ್ಮ ಕಡು

ಸಿಹಿಯ ವಿಸ್ಮಯಕಾರಿ ಸ್ಫೋಟದಿಂದ ಮುದ ನೀಡುತ್ತಿದ್ದರೂ ನನ್ನ ಮನಸ್ಸಿಗಂತೂ ಅದರ ರುಚಿ ಸಾಮಾನ್ಯ ಕಳ್ಳಿನ ಹಾಗೇ ತೋರಿತು. ತಿಳಿ ಗುಲಾಬಿ ಬಣ್ಣದ ಆ ಮಿಶ್ರಣವು ಪೆಪ್ಟೋ–ಬಿಸ್ಮೋಲ್‌ನ್ನು[1] ನೆನಪಿಸುತ್ತಿತ್ತು.

'ಹಳ್ಳಿಯ ಕಡೆ ಈ ಗಸುಟಿಗೆ ಭಾರೀ ಮಹತ್ವ, ಮೃದುವಾದ ಅಪ್ಪಮ್‌ಗಳನ್ನು ಮಾಡಲು ಅದಕ್ಕೆ ನೀರು ಬೆರೆಸಿ, ಹಿಟ್ಟಿಗೆ ಸೇರಿಸುತ್ತಾರೆ' ಎಂದ ಜಿಜಿನ್.

'ಹೌದಾ' ಎಂದೆ.

'ಜನ ಕಳ್ಳಿನ ಅಂಗಡಿಗಳಿಗೆ ಬಂದು ಈ ಗಸುಟನ್ನು ಒಯ್ಯುತ್ತಾರೆ. ನಗರದವರಿಗೆ ಯೀಸ್ಟ್ ಖರೀದಿಸಿದರಾಯಿತು' ಎಂದ. ಅರೆಕ್ಷಣ ಮಾತು ನಿಲ್ಲಿಸಿ ಆಲೋಚನೆಗಿಳಿದ ಜಿಜಿನ್ 'ಯೀಸ್ಟ್ ಕೂಡ ಕೆಲಸ ಮಾಡುತ್ತದೆ' ಎಂದು ಹೇಳಿದ.

ಕೆಲ ಸಮಯ ಹಿತಕರವಾದ ಮೌನ. ನಂತರ, ಈ ಗಸುಟಿನ ಕುರಿತು ಇನ್ನಷ್ಟು ವಿವರವಾಗಿ ಜಿಜಿನ್ ಹೇಳತೊಡಗಿದ. 'ಇದರಿಂದ ಒಂದು ರೀತಿಯ ವಿನೆಗರ್‌ನ್ನೂ (ಹುಳಿರಸ) ತಯಾರಿಸುತ್ತಾರೆ.'

'ಹೇಗೆ?' ಎಂದು ವಿಚಾರಿಸಿದೆ.

ಪ್ರಶ್ನೆ ಕೇಳುವ ಹೊತ್ತು ಅದಾಗಿರಲಿಲ್ಲ. ಹಲವು ನಿಮಿಷಗಳ ಕಾಲ ಆಳವಾದ ಯೋಚನೆಯಲ್ಲಿ ಬಿದ್ದಿದ್ದ ಜಿಜಿನ್, ನಂತರ ಇನ್ನಷ್ಟು ಮುಂಧಿರಿ ಕಳ್ಳನ್ನು ಕುಡಿಯಲು ಎದ್ದ. ನಾನೂ ಮತ್ತಷ್ಟು ಮುಂಧಿರಿ ಕಳ್ಳನ್ನು ಕುಡಿದೆ. 'ಈ ಕ್ಷಣವನ್ನು ನಾವೆಂದೂ ಮರೆಯೋ ಹಂಗಿಲ್ಲ ಬ್ರದರ್... ನಮ್ಮಲ್ಲಿ ಎಷ್ಟೇ ವ್ಯತ್ಯಾಸ ಇದ್ದರೂ ನಾವೆಲ್ಲಾ ಒಂದೇ... ಯಾವತ್ತಿಗೂ ನಾವು ಒಬ್ಬರನ್ನೊಬ್ಬರು ಮರೆಯುವುದು ಬೇಡ' ಅಂತೆಲ್ಲಾ ನಾವು ಮೂವರೂ ಪರಸ್ಪರ ಪ್ರತಿಜ್ಞೆ ಮಾಡಿದೆವೋ ಬಿಟ್ಟೆವೋ ಗೊತ್ತಿಲ್ಲ. ಕೊನೆಗೆ ಮುಗ್ಗರಿಸುತ್ತ ಆಟೋರಿಕ್ಷಾದೆಡೆಗೆ ಮರಳಿ ಹೆಜ್ಜೆಯನ್ನಂತೂ ಹಾಕಿದೆವು. ಜಿಜಿನ್ ನಮ್ಮನ್ನು ಕುಮರಕಮ್‌ಗೆ ಕರೆದೊಯ್ದು ಅಲ್ಲಿಂದ ಕೊಚ್ಚಿಗೆ ಹೋಗುವ ಬಸ್ಸನ್ನು ಹತ್ತಿಸಿದ.

II

ಕೇರಳದ ದಕ್ಷಿಣ ಭಾಗದಲ್ಲಷ್ಟೇ ಖಾದ್ಯಗಳು ಇಷ್ಟು ಖಾರ ಮತ್ತು ಮಸಾಲೆಯುಕ್ತವಾಗಿರುತ್ತವೆ ಎನ್ನುವುದು ಎಲ್ಲರಿಗೂ ಗೊತ್ತಿರುವಂಥದ್ದೇ. ಅವೆಲ್ಲವನ್ನೂ ಮೆಣಸು ಮತ್ತು ಕೋಕಮ್‌ನಲ್ಲಿ ಮುಳುಗಿಸುವುದು ಕಡ್ಡಾಯ. ಉತ್ತರಭಾಗದಲ್ಲಿ ಸಾರಿಗೆ ತೆಂಗಿನತುರಿ ಅಥವಾ ತೆಂಗಿನಹಾಲನ್ನು ಹೆಚ್ಚು ಬಳಸುವುದರಿಂದ ಮಸಾಲೆಯ

---

1 ಭೇದಿ, ಹೊಟ್ಟೆ ತೊಳಸುವಿಕೆ, ಎದೆಯುರಿ, ಅಜೀರ್ಣ, ವಾಯುಪ್ರಕೋಪ ಇತ್ಯಾದಿ ಹೊಟ್ಟೆಗೆ ಸಂಬಂಧಿಸಿದ ತೊಂದರೆಗಳಿಗೆ ನೀಡುವ ಸಾಂದ್ರ ದ್ರವರೂಪದ ಒಂದು ಔಷಧ.

ತೀಕ್ಷ್ಣತೆ ಕಡಿಮೆಯಾಗಿ ಅವು ಸೌಮ್ಯಸ್ವರೂಪದ್ದಾಗಿರುತ್ತವೆ. ಉತ್ತರ ಭಾಗದಲ್ಲಿರುವ ಕೊಚ್ಚಿ ಮತ್ತು ಕೋಳ್ರಿಕೋಡದ (ಕಲ್ಲಿಕೋಟೆ) ಕಳ್ಳು ಅಂಗಡಿಗಳಲ್ಲಿ ಈ ತತ್ತ್ವ ಹೇಗೆ ಕೆಲಸ ಮಾಡುತ್ತದೆ ಎಂದು ನೋಡುವ ಕುತೂಹಲ ನನಗಿತ್ತು. ಅದಕ್ಕೆ ಮೊದಲು ಅಂತಹ ಕೆಲ ಜಾಗಗಳನ್ನು ನಾವು ಹುಡುಕಬೇಕಿತ್ತು. ಆಲಪ್ಪಿ ಎನ್ನುವುದು ಚಿನ್ನದ ಗಣಿ ಹಾಗೂ ತ್ರಿವೇಂದ್ರಮ್‌ನ ಸುತ್ತಮುತ್ತಲಿನ ಪ್ರದೇಶವು ನಿಗೂಢ ಗುಣಮಟ್ಟದ ಗಣಿಗಾರಿಕೆ ಎಂದಾದರೆ, ಉತ್ತರ ಕೇರಳವು ಅದಿರನ್ನೆಲ್ಲಾ ತೆಗೆದು ಮುಗಿಸಿದ ನಂತರದ ಪರಿತ್ಯಕ್ತ ಗಣಿಮಾರ್ಗವನ್ನು ಹೋಲುತ್ತಿತ್ತು. 'ಫೋರ್ಟ್ ಕೋಚಿನ್' ಬಳಿ ಇರುವ ಜ್ಯೂಯಿಷ್ ಕ್ವಾರ್ಟರ್‌ನಲ್ಲಿ (ಯಹೂದಿಗಳು ವಾಸಿಸುವ ಭಾಗ) ಅಕಸ್ಮಾತ್ತಾಗಿ ನಮಗೆ ಒಂದು ಕಳ್ಳು ಅಂಗಡಿ ಕಂಡಿತು. ತೆರೆದ ಮುಂಭಾಗದ ಆ ಅಂಗಡಿಯನ್ನು ಖಂಡಿತವಾಗಿಯೂ ಪ್ರವಾಸಿಗರನ್ನು ಸೆಳೆಯಲೆಂದೇ ನಿರ್ಮಿಸಲಾಗಿತ್ತು. ಜೊತೆಗೆ ಅಲ್ಲಿ ಒಳ್ಳೆಯ ಕಳ್ಳು ಕೂಡ ಸಿಗುತ್ತಿತ್ತು. ಕಲ್ಲಿಕೋಟೆಯಿಂದ ಹೊರಬಂದ ಮೇಲೆ ನಮ್ಮ ಪ್ರಯಾಣದಲ್ಲಿ ಮತ್ತೊಂದು ಕಳ್ಳು ಅಂಗಡಿಯನ್ನು ಕಾಣಲು ನಮಗೆ ನಲವತ್ತು ನಿಮಿಷಗಳೇ ಬೇಕಾಯಿತು. ಆಲಪ್ಪಿಯಲ್ಲಾದರೆ ಅಷ್ಟೇ ಸಮಯದಲ್ಲಿ ನಮಗೆ ಹತ್ತು ಅಂಗಡಿಗಳು ಕಾಣಸಿಗುತ್ತಿದ್ದವು.

ಕಳ್ಳು ಅಂಗಡಿಯ ವ್ಯಾಪಾರ ವ್ಯವಹಾರವು ಉತ್ತರ ಭಾಗದ ಕೇರಳಿಗನೂ ಸೇರಿದಂತೆ ಎಲ್ಲರಿಗೂ ಒಂದೇ ಎನ್ನುವುದನ್ನು ಕಲ್ಲಿಕೋಟೆಯಲ್ಲಿ ಕಂಡುಕೊಂಡೆವು. ಮೇಜಿನ ಮೇಲೆ ತಂದಿಟ್ಟ ಕರಿಮೀನಿನ ಸಾರು ಅಥವಾ ಈ ಭಾಗದಲ್ಲೆಲ್ಲ ಹೇಳುವ ಹಾಗೆ ಎರಿಮೀನು ಸಾರಿನದು ದಕ್ಷಿಣದಲ್ಲಿ ಇದ್ದಷ್ಟೇ ರಣಗೆಂಪು ಬಣ್ಣ. ಉರಿಉರಿಯುತ್ತಲೇ ಗಂಟಲೊಳಗೆ ಇಳಿಯುತ್ತದೆ. ಚೆಂಬೆಲ್ಲಿ ಮೀನನ್ನು ಅದೇ ಮಸಾಲೆಯಲ್ಲಿ ಕರಿಯಲಾಗಿತ್ತು ಮತ್ತು ಅದರ ರುಚಿ ರಟ್ಟಿನಂತೆಯೇ ಇತ್ತು. ಹೊರಪ್ರಪಂಚದ ಕೇರಳದ ಅಡುಗೆಯಲ್ಲಿ ತೆಂಗಿನ ಬಳಕೆಯು ಅಧಿಕವಾಗಿರುವುದನ್ನು ಸಾಮಾನ್ಯವಾಗಿ ಕಾಣಬಹುದು. ಆದರೆ ಕಳ್ಳು ಅಂಗಡಿಯ ಅಡುಗೆಮನೆಯಲ್ಲಿ ಮಾತ್ರ ಅದನ್ನು ಹೊಸ್ತಿಲಲ್ಲಿಯೇ ತಡೆದು ವಾಪಸ್ಸು ಕಳಿಸಿದಂತೆ ತೋರುತ್ತಿತ್ತು. ಪದಾರ್ಥಗಳನ್ನು ಸೇವಿಸಿದ್ದೇ ಏದುಸಿರು ಬಿಡಲಾರಂಭಿಸಿದೆವು, ಬೆವರು ಬಸಿಯಲಾರಂಭಿಸಿತು. ನೀರು ತುಂಬಿದ ಲೋಟಗಳನ್ನು ತಂದಿಟ್ಟರು. ಅವುಗಳಲ್ಲಿದ್ದ ನೀರಿನ ಪ್ರಮಾಣವನ್ನು ನೋಡಿದರೆ ನಗುಬರುತ್ತಿತ್ತು. ಅದು ಯಾವುದಕ್ಕೂ ಸಾಕಾಗುತ್ತಿರಲಿಲ್ಲ. ನೀರನ್ನು ಶುದ್ಧೀಕರಿಸಲು ಹಾಕುವ ಪತಿಮುಖಮ್ ಎಂಬ ತೊಗಟೆಯ ಕಾರಣದಿಂದಾಗಿ ಆ ನೀರು ಗುಲಾಬಿ ವರ್ಣಕ್ಕೆ ತಿರುಗಿತ್ತು. ನನಗೆ ಗಂಟಲು ಕಟ್ಟಿದಂತಾಯಿತು. ಕಳ್ಳಿಗಿರುವ ಹಾಲಿನಂತಹ ಮಧುರ ಗುಣವು ಉರಿಯನ್ನು ಆರಿಸುವುದೇನೋ ಎಂಬ ಆಸೆಯಿಂದ ಇನ್ನಷ್ಟು ಕಳ್ಳಿಗಾಗಿ ಕೊರಕಲು ಧ್ವನಿಯಲ್ಲಿ ಒದರುತ್ತಲೇ ಇದ್ದೆ.

ಕೇರಳದ ಈ ಭಾಗದಲ್ಲಿ ಕಳ್ಳು ಅಂಗಡಿಗಳು ವಿರಳವಾಗಿರುವುದಕ್ಕೆ ಮುಸ್ಲಿಂ ಜನಸಂಖ್ಯೆ ಹೆಚ್ಚಿರುವುದು ಕಾರಣವಾಗಿರಬೇಕು ಎಂದು ನನಗೆ ಸಹಜವಾಗಿ ಹೊಳೆಯಿತು. ಧಾರ್ಮಿಕ ಕಾರಣದಿಂದಾಗಿ ಬಹುತೇಕ ಮುಸ್ಲಿಮರು ಕಳ್ಳು ಸೇವಿಸುವುದಿಲ್ಲ. ಆದರೆ ನಮ್ಮ ಮಾರ್ಗದರ್ಶಿಯಾಗಿದ್ದ ಉತ್ಸಾಹಿ ಯುವಕ ಮಧು ಮಾಧವನ್‌ನಿಗೆ ಈ ಸಿದ್ಧಾಂತವು ಅಷ್ಟೊಂದು ಒಪ್ಪಿಗೆಯಾಗಲಿಲ್ಲ. ಕೊಚ್ಚಿಯಲ್ಲಿ ಪ್ರಸರಣವಿರುವ ಒಂದು ಬಾನುಲಿ ನಿಲಯದ ನಿರ್ಮಾಪಕನಾದ ಆತ, ಕಳ್ಳು ಅಂಗಡಿಯ ಮಾಲೀಕನನ್ನೇ ಈ ಕುರಿತು ವಿಚಾರಿಸಲು ಮುಂದಾದ.

'ಇದು ಅಸಂಬದ್ಧವಾದ ಮಾತು. ಮುಸ್ಲಿಮರು ನಮ್ಮೆಲ್ಲರಷ್ಟೇ ಕುಡಿಯುತ್ತಾರೆ, ಬಹುಶಃ ಅದಕ್ಕೂ ಜಾಸ್ತಿಯೇ ಅನ್ನಬಹುದೇನೋ' ಎಂದು ಒರಟಾಗಿಯೇ ನಮ್ಮ ಆತಿಥೇಯ ಉತ್ತರಿಸಿದ.

ಅವನ ಮಾತಿಂದಾಗಿ ನಮ್ಮ ಸಿದ್ಧಾಂತಗಳು ನಮ್ಮ ಕಾಲುಗಳ ಬುಡದಲ್ಲಿಯೇ ಕುಸಿದು ಬಿದ್ದವು. ಮೆಗಲನ್[1] ಎಂಬ ನಾವಿಕನು ನೌಕೆಯಲ್ಲಿ ಭೂಪ್ರದಕ್ಷಿಣೆ ಮಾಡಿ ಮುಗಿಸಿದ ಸಂಗತಿ ತಿಳಿಯುತ್ತಲೇ ಭೂಮಿ ಸಮತಟ್ಟಾಗಿದೆ ಎಂದು ಗಾಢವಾಗಿ ಭಾವಿಸಿದ್ದ ಕೆಲವೇ ಜನರ ಮುಖದಲ್ಲಿ ಮೂಡಿದ ಬೇಸರವೇ ನಮ್ಮ ಮುಖದಲ್ಲಿಯೂ ಮೂಡಿದ್ದು ಅಂಗಡಿಯ ಮಾಲೀಕನಿಗೆ ಕಂಡಿರಬೇಕು. 'ಸಾರ್ವಜನಿಕವಾಗಿ ಕುಡಿಯುವುದಕ್ಕಿಂತ ಅವರು ಮನೆಯಲ್ಲಿಯೇ ಕುಡಿಯುತ್ತಾರೆ. ಆದರೆ ಅವರೆಲ್ಲ ಕುಡಿಯುವುದಂತೂ ಖಂಡಿತ ಸತ್ಯ, ಆ ಕುರಿತು ಸಂದೇಹವೇ ಬೇಡ' ಎಂದು ತುಸು ಮೆತ್ತಗೆ ಹೇಳಿದ.

ಗಲ್ಲಾಪೆಟ್ಟಿಗೆಯಲ್ಲಿ ಒಂದಿಷ್ಟು ವಹಿವಾಟು ಮುಗಿಸಿ, ನಾವಿನ್ನೂ ಅಲ್ಲಿಯೇ ನಿಂತಿದ್ದನ್ನು ನೋಡಿ 'ಕಮ್ಯೂನಿಸ್ಟರು ಪ್ರಾಬಲ್ಯದಲ್ಲಿರುವ ಪ್ರದೇಶಗಳಲ್ಲಿ ಹೆಚ್ಚು ಕಳ್ಳು ಅಂಗಡಿಗಳಿವೆ' ಎಂದು ಹೇಳಿ ಮಾತಿಗೆ ನಿಗೂಢ ಮುಕ್ತಾಯವನ್ನು ಹಾಡಿದ.

ಇದು ನನಗೆ ಸ್ವಲ್ಪ ಸರಿ ಎನಿಸಿತು. ಆದರೆ ಇದರ ಪೂರ್ತಿ ಅರ್ಥವನ್ನು ಕಳ್ಳು ಅಂಗಡಿಯ ಹೊರಗೆ ನಿಂತಾಗ ಮಧು ನನಗೆ ವಿವರಿಸಿದ. 'ಅವನು ಮಾತನಾಡುತ್ತಿರುವುದು ಕೇರಳದ ಅತಿದೊಡ್ಡ ಜಾತಿಯಾದ ಇರವರನ್ನು ಕುರಿತು. ಅವರು ಪರಂಪರಾನುಗತವಾಗಿ ಕಳ್ಳು ಇಳಿಸುವವರು' ಎಂದು ಹೇಳಿದ. ಕಳ್ಳಿಗೆ ಹಳೆಯ ತಮಿಳಿನಲ್ಲಿ 'ಇರ್ರಮ್' ಎಂಬ ಪದವಿದೆ. ಆ ಪದವೇ 'ಇರವ' ಪದದ ಮೂಲವನ್ನು ತೋರಿಸುತ್ತದೆ. ದಂತಕಥೆಯೊಂದರ ಪ್ರಕಾರ ಇರವರು ತೆಂಗನ್ನೂ ಶ್ರೀಲಂಕಾದಿಂದ ಭಾರತಕ್ಕೆ ತಂದರು.

---

1 ಪೋರ್ತುಗೀಸ್ ಅನ್ವೇಷಕ (1480– 1521). 1519–1522 ರ ಅವಧಿಯಲ್ಲಿ ಈಸ್ಟ್ ಇಂಡೀಸ್‌ನತ್ತ ಸ್ಪೇನಿನ ಅನ್ವೇಷಣಾ ಯಾತ್ರೆಯನ್ನು ಆಯೋಜಿಸಿದ್ದ ಫರ್ಡಿನಾಂಡ್ ಮೆಗಲನ್ ಭೂಮಿಯನ್ನು ಸುತ್ತಿಬಂದವರಲ್ಲಿ ಮೊದಲಿಗ.

ಕೇರಳದ ಉತ್ತರಭಾಗದಲ್ಲಿ ಇರವರನ್ನು ತಿಯ್ಯಾಗಳೆನ್ನುತ್ತಾರೆ. 'ತಿಯ್ಯಾಗಳು ಜಾತಿ ಶ್ರೇಣಿಯಲ್ಲಿ ತುಸು ಮೇಲಿನ ಸ್ಥಾನದಲ್ಲಿದ್ದಾರೆ. ಆದ್ದರಿಂದ ಅವರು ಕಳ್ಳು ಇಳಿಸುವ ದಂಧೆಯು ತಮ್ಮ ಅಂತಸ್ತಿಗೆ ಕೆಳಗಿನದು ಎಂದು ಭಾವಿಸುತ್ತಾರೆ' ಎಂದು ಮಧು ಹೇಳಿದ. ಹಾಗಾಗಿ ಉತ್ತರಭಾಗದಲ್ಲಿ ಕಳ್ಳು ಇಳಿಸುವುದು ಕಡಿಮೆ. ಕೊಚ್ಚಿ ಮತ್ತು ಕಲ್ಲಿಕೋಟೆಯಲ್ಲಿ ಸಿಗುವ ಕಳ್ಳಿನಲ್ಲಿ ಬಹುಪಾಲು ಆಲಪ್ಪಿ ಅಥವಾ ಪಾಲಕ್ಕಾಡ್ ಜಿಲ್ಲೆಗಳಿಂದ ಬಂದಿರುವುದೇ ಆಗಿರುತ್ತದೆ. 'ಕಮ್ಯುನಿಸ್ಟ್ ಪಕ್ಷದ ಸದಸ್ಯತ್ವದಲ್ಲಿ ದೊಡ್ಡ ಪಾಲು ಇರವ ಜಾತಿಯವರದ್ದೇ ಅನ್ನೋ ಅಜಮಾಸು ನಂಬಿಕೆ ಇಲ್ಲಿದೆ' ಎಂದ. 'ಶ್ರೀ ನಾರಾಯಣ ಧರ್ಮ ಪರಿಪಾಲನ ಯೋಗಮ್' ಎನ್ನುವುದು ಇರವ ಸಮುದಾಯದ ಕುರಿತು ಕೆಲಸ ಮಾಡುತ್ತಿರುವ ಒಂದು ಸಮಾಜ ಸುಧಾರಣಾ ಸಂಘಟನೆ. ಇಂತಹ ಸಂಸ್ಥೆಗಳ ಸದಸ್ಯರೂ ಕೂಡ 1950ರ ದಶಕದಲ್ಲಿ ಅದನ್ನು ಬಿಟ್ಟು ಕಮ್ಯೂನಿಸ್ಟ್ ಆಂದೋಲನವನ್ನು ಸೇರಿದರು ಎಂಬುದಾಗಿ ಥಾಮಸ್ ಜಾನ್ಸನ್ ನೊಸ್ಸಿಟರ್‌ರವರು 'ಕಮ್ಯೂನಿಸಂ ಇನ್ ಕೇರಳ' ಎಂಬ ತಮ್ಮ ಪುಸ್ತಕದಲ್ಲಿ ಬರೆದಿದ್ದಾರೆ. 'ಆದ್ದರಿಂದ ಕಳ್ಳನ್ನು ಇಳಿಸುವ ಇರವರು ಕಮ್ಯೂನಿಸ್ಟ್ ಪ್ರಾಬಲ್ಯವಿರುವಲ್ಲಿ ಸುಲಭವಾಗಿ ಲೈಸೆನ್ಸ್ ಪಡೆದುಕೊಂಡು ತಮ್ಮ ಅಂಗಡಿಗಳನ್ನು ಹಾಕಿಕೊಳ್ಳುತ್ತಾರೆ. ಆಲಪ್ಪಿಯಲ್ಲಿ ಇರವ ಸಂಘಟನೆಗಳಲ್ಲಿನ ಅಧಿಕಾರಿಗಳು ಕಳ್ಳು ಅಂಗಡಿಗಳ ಸರಣಿಯನ್ನೇ ಹೊಂದಿದ್ದಾರೆ ಎಂದು ನಾನು ಕೇಳಿದ್ದೇನೆ' ಎಂದು ಮಧು ಹೇಳಿದ.

ಮಧು ಮಾತನಾಡುತ್ತಿದ್ದಂತೆಯೇ ನಾನು 'ಇರವ' ಜನಾಂಗ, ಕೇರಳದಲ್ಲಿ ಕಮ್ಯೂನಿಸ್ಟ್ ಪಂಥದ ಪ್ರಭಾವ ಹಾಗೂ ಕಳ್ಳು ಅಂಗಡಿಗಳ ಇತಿಹಾಸವನ್ನು ಧ್ಯಾನಿಸುತ್ತಾ ಹೋದೆ. ನಂತರವೂ ಈ ಸಂಗತಿ ನನ್ನ ಮನಸ್ಸನ್ನು ಆಕ್ರಮಿಸಿತ್ತು. ತಟ್ಟನೇ ಕೊಟ್ಟಯಂನ ಹೊರಭಾಗದಲ್ಲಿದ್ದ ಸುಣ್ಣ ಬಳಿದ ಆ ಒಂಟಿ ಬಿಳಿಯ ಕಳ್ಳು ಅಂಗಡಿ ನನ್ನ ಕಣ್ಣ ಮುಂದೆ ಬಂತು. ದೇಶ-ಕಾಲಗಳ ಪಲ್ಲಟಕ್ಕೆ ತನ್ನದೇ ರೀತಿಯಲ್ಲಿ ಆ ವೈಲ್ಡ್ ವೆಸ್ಟ್ ಸಲೂನ್ ಬದಲಾವಣೆ ಕಂಡಿತ್ತು. ರಾಜ್ಯದ ಉದ್ದಗಲಕ್ಕೂ ಹಬ್ಬಿದ್ದ ರಾಜಕಾರಣ ಹಾಗೂ ಶತಮಾನಗಳ ಕಾಲದ ಜಾತಿವ್ಯವಸ್ಥೆಯಿಂದಾಗಿ, ಶಾಂತವಾಗಿ ತೋರುತ್ತಿದ್ದ ಆ ಸಾಮಾನ್ಯ ಕಳ್ಳು ಅಂಗಡಿಯು ತನ್ನ ಸುಳಿವನ್ನೂ ಕೊಡದಂತೆ ಇದ್ದಲ್ಲಿಯೇ ಮೌನವಾಗಿತ್ತು. ರಾಜಕೀಯ, ಧರ್ಮ ಮತ್ತು ಸಮಾಜಗಳು ನಾಡಿನ ಕಣಕಣದ ಮೇಲೂ ತಮ್ಮ ಪ್ರಭಾವವನ್ನು ಬೀರುತ್ತವೆ. ಬಿಸಿಲಿನ ಝಳಕ್ಕೆ ಸೋತು, ರಸ್ತೆಯಿಂದ ಬದಿಗೆ ಸರಿದು, ದೇಹ ತಂಪು ಮಾಡಿಕೊಳ್ಳುವ ಮಾನವನ ಅತ್ಯಂತ ಸರಳ-ಸಹಜ ಬಯಕೆಯನ್ನು ಪೂರೈಸುವ ಕಳ್ಳು ಅಂಗಡಿಯನ್ನೂ ಅವು ಬಿಡುವುದಿಲ್ಲ.

ಅಧ್ಯಾಯ 5

ಕಳೆದುಹೋದ ಪ್ರೀತಿಯ ಹುಡುಕಾಟದಲ್ಲಿ...

ಆಹಾರದ ಬಗ್ಗೆ ಉತ್ಸಾಹದಿಂದ ಬರೆಯಲು ಹೊರಡುವವರು ಎರಡು ಮಹಾನ್ ಗುಣಗಳನ್ನು ಹೊಂದಿರಲೇಬೇಕು ಎಂದು ನಾನು ಕಂಡುಕೊಂಡಿದ್ದೇನೆ. ಒಂದು – ಏನನ್ನೇ ಆದರೂ ಅಗಾಧವಾಗಿ ತಿನ್ನಬಹುದಾದಂತಹ ಸಾಮರ್ಥ್ಯವನ್ನು ಹೊಂದಿರಬೇಕು. ಎರಡು – ಎಲ್ಲಿಯೇ ಆದರೂ ಏಕಾಂಗಿಯಾಗಿ ತಿನ್ನುವಂತಹವರಾಗಿರಬೇಕು. ಮೊದಲನೆಯದು ಶುದ್ಧ ಭೌತಿಕ ಮಿತಿ. ಖಾದ್ಯಪದಾರ್ಥಗಳ ಮೇಲೆ ಬರೆಯುವ ಅಗ್ರಗಣ್ಯ ಲೇಖಕ ಎ.ಜೆ.ಲೀಬ್ಲಿಂಗ್ ಅವರೊಮ್ಮೆ, ತನ್ನ ವೃತ್ತಿ ಬಾಂಧವರಿಗೆ ವಿಸ್ತೃತ ಕ್ಷೇತ್ರಕಾರ್ಯ ಕೈಗೊಳ್ಳಲು ಸಾಧಾರಣ ದಿನವೊಂದರಲ್ಲಿ ಸಿಗುವ ಅವಕಾಶಗಳು ಎರಡೇ ಎರಡು – ಮಧ್ಯಾಹ್ನ ಮತ್ತು ರಾತ್ರಿಯ ಊಟ – ಎಂದು ಹೇಳಿದ್ದರು. 'ಕೊಲೆಸ್ಟರಾಲ್ ಕಡಿಮೆ ಮಾಡುತ್ತೇನೆಂದು ಹೊರಟು ಆ ಅವಕಾಶಗಳನ್ನು ವ್ಯರ್ಥ ಮಾಡಬಾರದು. ಪಥದಲ್ಲಿ ಓಡುವ ಓಟಗಾರನ ಸಮಯದಷ್ಟೇ ನಮಗವು ಅನಿವಾರ್ಯ' ಎಂದು ಅವರೇ ಬರೆದಿದ್ದಾರೆ. (ಲೀಬ್ಲಿಂಗ್ ಅವರ ಭಾರೀ ಗಾತ್ರದ ಹೊಟ್ಟೆಯೇ ಅವರು ಉಪದೇಶ ಮಾಡಿದಂತೆ ಬದುಕಿದ್ದರು ಎಂಬುದಕ್ಕೆ ಸಾಕ್ಷಿ. ಇದನ್ನು ನೀವು ಒಪ್ಪಿಕೊಳ್ಳದಿದ್ದರೆ, ಅವರ ಊಟದಲ್ಲಿ ಏನೇನು ಇರುತ್ತಿತ್ತು ಎನ್ನುವುದರ ಲೆಕ್ಕವನ್ನೊಮ್ಮೆ ನೋಡಬಹುದು: ಗೆಳೆಯನೊಬ್ಬನೊಡನೆ ಅವರು ಮಾಡಿದ ಮಧ್ಯಾಹ್ನದ ಊಟವೊಂದರಲ್ಲಿ ಬೆಣ್ಣೆ ಬಳಿದ ಒಂದು ದೊಡ್ಡ ಸಿಹಿನೀರಿನ ಮೀನು, ಒಂದು ಪ್ರಾವೆನ್ಸಲ್[1] ಮಾಂಸರಸ, ಹುರಿದ ಒಂದು ಎಳೆಯ

1 ದಕ್ಷಿಣ ಪೂರ್ವ ಫ್ರಾನ್ಸ್‌ನ ಮೆಡಿಟರೇನಿಯನ್ ಕರಾವಳಿಯಲ್ಲಿ ಹಿಂದೆ ಇದ್ದ ಒಂದು ಪ್ರಾಂತ. ಈ ಪ್ರದೇಶದಲ್ಲಿ ಕ್ರಿ.ಪೂ. 6 ನೆಯ ಶತಮಾನದಲ್ಲಿ ಗ್ರೀಕರು ನೆಲೆಸಿದ್ದರು. ಈ ಪ್ರಾಂತದ ಜನರನ್ನು ಅಥವಾ ಭಾಷೆಯನ್ನು ಪ್ರಾವೆನ್ಸಲ್ ಎಂದು ಕರೆಯಲಾಗುತ್ತದೆ

ಗಿನಿ ಕೋಳಿಯ[1] ಜೊತೆಗೆ ಸೂಕ್ತವಾದ ವೈನ್ ಮತ್ತು ಒಂದೂವರೆ ಬಾಟಲಿಯಷ್ಟು ಶಾಂಪೇನ್ ಕೂಡ ಇದ್ದವು. ಸಿಹಿಭಕ್ಷ್ಯವಂತೂ ಕೊನೆಯಲ್ಲಿ ಇರಲೇಬೇಕಲ್ಲವೆ!)

ತಿನ್ನುವ ಸಾಮರ್ಥ್ಯ ಇಲ್ಲದವರೂ ಅದನ್ನು ರೂಢಿಸಿಕೊಂಡು ಹೆಚ್ಚಿಸಿಕೊಳ್ಳಬಹುದಾಗಿದೆ. ಲೀಬ್ಲಿಂಗ್ ಅವರ ಪ್ರಮಾಣದಲ್ಲಿ ಅಲ್ಲದೇ ಹೋದರೂ, ಕನಿಷ್ಠ ಪಕ್ಷ ಒಂದು ಮಟ್ಟದ ಆಹಾರ ಸೇವನಾ ತಾಕತ್ತನ್ನು ಬೆಳೆಸಿಕೊಳ್ಳಬಹುದು. ಹಾಗಿದ್ದರೂ ಹೊರಗೆ ಒಬ್ಬಂಟಿಯಾಗಿ ಊಟ ಮಾಡುವ ಸಾಮರ್ಥ್ಯ ಎಂದರೆ, ನಾಲಿಗೆಯಿಂದ ಮೂಗು ಮುಟ್ಟುವ ಸಾಮರ್ಥ್ಯದಂತೇ ತೋರುತ್ತದೆ. ಅದು ಕೆಲವರಿಗೆ ಸಾಧ್ಯವಾದರೆ ಮತ್ತೆ ಕೆಲವರಿಗೆ ಇಲ್ಲ, ಅಷ್ಟೇ! ಸಾಧ್ಯವಾಗದವರು 'ಮನಸ್ಸು ಮಾಡಿದರೆ ಎಲ್ಲಾ ಸಾಧ್ಯ' ಎಂದು ನನಗೆ ಹೇಳುತ್ತಾರೆ. ಅಮೆರಿಕಾದಲ್ಲಿ ಡೆಪ್ಯುಟೇಷನ್ ಮೇಲೆ ಕಾರ್ಯ ನಿರ್ವಹಿಸುತ್ತಿದ್ದ ಸಾಫ್ಟ್‌ವೇರ್ ಎಂಜಿನಿಯರೊಬ್ಬ ಹೇಳಿದ ವಿಶೇಷ ಸಂಗತಿಯನ್ನು ಕೇಳಿ ಒಮ್ಮೆ ಬೆರಗಾಗಿದ್ದೆ. ತಡರಾತ್ರಿಯವರೆಗೂ ಅವನು ಆಫೀಸಿನಲ್ಲಿ ಕೆಲಸ ಮಾಡಬೇಕಿತ್ತು. ಹೋಟೆಲ್ಲಿಗೆ ಹಿಂದಿರುಗುವಷ್ಟರಲ್ಲಿ ರೂಮ್ ಸರ್ವೀಸ್ ನಿಗದಿತ ವೇಳೆಗೆ ಮುಗಿದು ಹೋಗಿರುತ್ತಿತ್ತು. ಹೋಟೆಲ್ ಕೆಳಗಡೆಯೇನೋ ಕಾಫಿ ಶಾಪ್ ಒಂದು ಇಡೀ ರಾತ್ರಿ ತೆರೆದಿರುತ್ತಿತ್ತು. ಆದರೂ ಈ ಪುಣ್ಯಾತ್ಮನಿಗೆ ಅಲ್ಲಿ ಒಬ್ಬನೇ ಕುಳಿತು ಸ್ಯಾಂಡ್‌ವಿಚ್ ತಿನ್ನುವುದಕ್ಕೆ ಮನಸ್ಸಿಲ್ಲದ ಕಾರಣ, ಇಡೀ ಒಂದು ತಿಂಗಳು ರಾತ್ರಿಯೂಟ ಮಾಡಲೇ ಇಲ್ಲವಂತೆ.

ಅದೃಷ್ಟವಶಾತ್ ನಾನು ಗಟ್ಟಿ ಆಸಾಮಿ. ಯಾವ ಸಂಗತಿಗೂ ನನ್ನ ರಾತ್ರಿ ಊಟವನ್ನು ತಪ್ಪಿಸುವುದಕ್ಕೆ ಪ್ರೇರೇಪಿಸಲು ಸಾಧ್ಯವಿಲ್ಲ. ಪ್ರಯಾಣ ಮಾಡುವಾಗ ಒಮ್ಮೊಮ್ಮೆಯಂತೂ ನಾನು ಒಬ್ಬಂಟಿಯಾಗಿಯೇ ತಿನ್ನಲು ಇಷ್ಟಪಟ್ಟಿದ್ದಿದೆ. ನಮ್ಮಷ್ಟಕ್ಕೆ ನಾವು ಮೌನವಾಗಿಯೂ ಮತ್ತು ಆಪ್ತವಾಗಿಯೂ ಆಹಾರದ ಜೊತೆ ಸಂವಹಿಸಲು, ಅದನ್ನು ಅರ್ಥ ಮಾಡಿಕೊಳ್ಳಲು ಏಕಾಂಗಿ ಭೋಜನ ಅನುವು ಮಾಡಿಕೊಡುತ್ತದೆ. ಒಂದು ಉಪಾಹಾರ ಅಥವಾ ಭೋಜನಗೃಹಕ್ಕೆ ಭೇಟಿಕೊಡುವುದೆಂದರೆ, ಅದರಲ್ಲಿಯೂ ವಾರದ ದಿನಗಳ ಮಧ್ಯಾಹ್ನದ ಸಮಯದಲ್ಲಿ ಅಲ್ಲಿಗೆ ಹೋಗುವುದೆಂದರೆ, ಆ ನಗರ ಅಥವಾ ಪಟ್ಟಣದ ನಾಡಿಯ ಮೇಲೆ ಬೆರಳನ್ನಿಟ್ಟ ಹಾಗೆ. ನಿರ್ದಿಷ್ಟವಾಗಿ ಯಾವುದೇ ಉದ್ದೇಶವನ್ನು ಹೊಂದಿರಬಾರದು ಎಂದುಕೊಂಡಿದ್ದರೂ ಜನರು ಬೇರೆ ಬೇರೆ ಉದ್ದೇಶದಿಂದಲೇ ಅಲ್ಲಿಗೆ ಬರುತ್ತಾರೆ. ಅವರು ಅಲ್ಲಿ ಕುಳಿತೇ ವ್ಯವಹಾರ ಕುದುರಿಸುತ್ತಾರೆ, ಕ್ರೀಡೆ–ರಾಜಕೀಯಗಳ ಕುರಿತು ವಾದಿಸುತ್ತಾರೆ, ಪರಸ್ಪರ ಪ್ರೇಮಸಲ್ಲಾಪದಲ್ಲಿ ತೊಡಗುತ್ತಾರೆ, ಒಬ್ಬರನ್ನೊಬ್ಬರು

---

1 ಆಫ್ರಿಕಾ ಮೂಲದ, ಸಹಾರಾದ ದಕ್ಷಿಣ ಪ್ರಾಂತದಲ್ಲಿ ಕಂಡುಬರುವ ಕೋಳಿಯಂತಹ ಆದರೆ ಗಾತ್ರದಲ್ಲಿ ದೊಡ್ಡದಾದ ಒಂದು ಪಕ್ಷಿ.

ನಿರ್ಲಕ್ಷಿಸುತ್ತಾರೆ, ಪರಿವಾರದವರೊಡನೆ ಸಮಯ ಕಳೆಯುತ್ತಾರೆ, ಸಹೋದ್ಯೋಗಿಗಳ ಒಡನಾಟದಲ್ಲಿ ನರಳುತ್ತಾರೆ ಅಥವಾ ನನ್ನ ಹಾಗೆ ಒಬ್ಬರೇ ಮೂಲೆಯೊಂದರಲ್ಲಿ ಕುಳಿತು ದಿನಪತ್ರಿಕೆಯ ಮೇಲಂಚಿನಿಂದಲೇ ಇವೆಲ್ಲವನ್ನೂ ಗಮನಿಸುತ್ತಾರೆ. ನೋಡ ನೋಡುತ್ತಿದ್ದಂತೆ ನಗರದ ಜನಜೀವನವು ನನ್ನೆದುರೇ ಬಿಚ್ಚಿಕೊಳ್ಳುತ್ತಿದೆ ಎಂದು ನನಗೆ ಭಾಸವಾಗುತ್ತದೆ. ಮಾನವಶಾಸ್ತ್ರಜ್ಞನೊಬ್ಬನು ಸಂಗತಿಗಳನ್ನು ಗಮನಿಸುವ ರೀತಿಯಲ್ಲಿ ಇದೆಲ್ಲವನ್ನೂ ಬೆರಗಿನಲ್ಲಿ ಕಣ್ತುಂಬಿಕೊಳ್ಳುತ್ತೇನೆ. ಅಷ್ಟೆಲ್ಲಾ ಅಲ್ಲದೇ ಹೋದರೂ, ಕೊನೇ ಪಕ್ಷ ಜನರು ಊಟ ಮಾಡುವುದನ್ನು ಕಣ್ತುಂಬಾ ನೋಡುತ್ತೇನೆ.

ಅಪರಿಚಿತ ನಗರ ಅಥವಾ ಪಟ್ಟಣದಲ್ಲಿ ಕುಳಿತು ಒಬ್ಬಂಟಿಯಾಗಿ ತಿನ್ನುವುದರ ಏಕೈಕ ಅನನುಕೂಲತೆಯೆಂದರೆ, ಊಟಕ್ಕೆ ಯಾವುದು ಪ್ರಶಸ್ತ ಸ್ಥಳ ಎಂದು ಗೊತ್ತಾಗುವುದಿಲ್ಲ. ಇಳಿದುಕೊಂಡ ಹೋಟೆಲ್ಲಿನಲ್ಲಿಯೇ ವಿಚಾರಿಸಿದರೆ ಅವರು ಪ್ರೀತಿಯಿಂದ ತಮ್ಮದೇ ಉಪಾಹಾರಗೃಹವನ್ನು ಶಿಫಾರಸ್ಸು ಮಾಡುತ್ತಾರೆ. ಸರಿಯಾದ ಜನರನ್ನು ಕೇಳಿ ತಿಳಿದುಕೊಳ್ಳಬೇಕೆನ್ನುವುದು ನಿಜ. ಆದರೆ ಅವರು ಸೂಚಿಸಿದ ಸ್ಥಳದಲ್ಲಿ ತಿನ್ನದ ಹೊರತು ಅವರು ಸರಿಯಾದ ಜನರು ಹೌದೋ ಅಲ್ಲವೋ ಎಂದು ತಿಳಿದುಕೊಳ್ಳುವುದೂ ಅಸಾಧ್ಯ. ಅವರು ತಮಗೆ ಇಷ್ಟವಾಗುವ ಆಹಾರವನ್ನು ನಮಗೆ ತಿನ್ನಲು ಹೇಳಬೇಕು. ಅದಕ್ಕೆ ಬದಲು ಅಧಿಕಪ್ರಸಂಗಿಯಾಗಿ ನಮಗೇನು ಇಷ್ಟವಾಗಬಹುದು ಎಂದು ಅವರೇ ಊಹಿಸಿ ಹೇಳಿದರೆ ಕಷ್ಟ. ಆದರೂ ರಜೆಯ

ಮೇಲಿದ್ದಾಗ ತಿರುಗಾಡುವುದು ಮತ್ತು ಅಕಸ್ಮಾತಾಗಿ ಹೊಸದಾದ ಊಟದ ಸ್ಥಳವನ್ನು ಕಂಡುಕೊಳ್ಳುವುದು ಸಂತೋಷದ ಸಂಗತಿಯೇ ಆಗಿದೆ. ಕೆಲವೊಮ್ಮೆ ದೂರ ಎಲ್ಲೋ ಹೋಗಿ ಪ್ರವಾಸಿಗರನ್ನು ಸೆಳೆಯುವ ಟೂರಿಸ್ಟ್ ಹೋಟೆಲಿನ ಮೋಸದ ಜಾಲಕ್ಕೆ ಬಲಿಯಾದಾಗ, ಆಹಾರವನ್ನು ಕುರಿತು ಬರೆಯುವವರಿಗೆ ಮತ್ತು ಭೋಜನಪ್ರಿಯರಿಗೆ ಬೇಸರವಾಗುತ್ತದೆ. ತುಸು ಮುತುವರ್ಜಿಯಿಂದ ವಿಚಾರಿಸಿದರೆ, ಅಧಿಕೃತವಾದ ಮತ್ತು ಅದ್ಭುತವಾದ ಉಪಾಹಾರಗೃಹಗಳು ನಾವು ನೆಲೆಸಿದ ಹೋಟೆಲಿನ ಹತ್ತಿರದ ಸಂದುಗೊಂದಿನಲ್ಲಿಯೇ ಇರುತ್ತವೆ.

ಮಂಗಳೂರಿಗೆ ಬಂದಿಳಿದ ಮೊದಲ ದಿನ ಮಧ್ಯಾಹ್ನ ನನಗಾಗಿದ್ದು ಇದೇ ಸ್ಥಿತಿ. ಕೋಚಿನ್‌ದಿಂದ ರಾತ್ರಿಯ ರೈಲಿಗೆ ಹೊರಟಿದ್ದೆ. ಬೆಳಿಗ್ಗೆ ಎದ್ದು ಕಣ್ಣು ಬಿಟ್ಟಾಗ, ಪ್ರಶಾಂತವಾದ ಕೊಂಕಣ ಕರಾವಳಿಯ ಬುಡವು ಮುಂಜಾವಿನ ನವಿರುಬಣ್ಣದಲ್ಲಿ ಮಿಂದೇಳುತ್ತಿತ್ತು. ಉಳಿದಂತೆ ಸಾಧಾರಣವಾಗಿ ತೋರುವ ಜಾಗಗಳೂ ಅರೆಬೆಳಕಿನ ಮಾಂತ್ರಿಕ ಸ್ಪರ್ಶಕ್ಕೆ ಒಳಗಾಗಿದ್ದವು. ಕಿಟಕಿಯ ಪಕ್ಕವೇ ಕುಳಿತು, ಸರಿದು ಹೋಗುತ್ತಿದ್ದ ಆಟದ ಮೈದಾನ, ಚಿಕ್ಕ ಚೊಕ್ಕ ನಿಲ್ದಾಣಗಳ ಪ್ಲ್ಯಾಟ್‌ಫಾರ್ಮ್ ಇತ್ಯಾದಿಗಳೆಲ್ಲವನ್ನೂ ವೀಕ್ಷಿಸುತ್ತಿದ್ದೆ. ನಗರದಲ್ಲಾಗಿದ್ದರೆ ಒಪ್ಪವಾಗಿ ಕಟ್ಟಿದ ಆ ಇಟ್ಟಿಗೆ ಮನೆಗಳ ಬಣ್ಣವು ಕಣ್ಣಿಗೆ ಹೊಡೆಯುತ್ತಿತ್ತು. ಆದರೆ ಇಲ್ಲಿ ಅದು ಉಲ್ಲಾಸದಾಯಕವಾಗಿ ತೋರುತ್ತಿತ್ತು. ಒಂದಾದ ಮೇಲೊಂದರಂತೆ ತೆಂಗಿನ ತೋಟಗಳು ಸಾಗಿಹೋಗುತ್ತಿದ್ದವು. ಅಲ್ಲೊಂದು ಇಲ್ಲೊಂದು ತೊರೆ ಅಥವಾ ಹಿನ್ನೀರು ಕಣ್ಣಿಗೆ ಬೀಳುತ್ತಿತ್ತು. ನಂತರ ಇದ್ದಕ್ಕಿದ್ದಂತೆ ದೈವಕೃಪೆಯೊಂದು ಮಿಂಚಿದ ಹಾಗೆ ಸಮುದ್ರವು ತೆರೆದುಕೊಂಡಿತು. ಕಿರಿದಾದ ಒಂದು ನೆಲದ ಪಟ್ಟಿ ಮಾತ್ರ ನನ್ನ ರೈಲನ್ನು ಆ ಸಮುದ್ರದಿಂದ ಬೇರ್ಪಡಿಸಿತ್ತು.

ರೈಲಿನಿಂದ ಇಳಿದಾಗ ಮಂಗಳೂರು ನಿದ್ದೆಗಣ್ಣಿನಲ್ಲಿದ್ದಂತೆ ತೋರುತ್ತಿತ್ತು. ಮಧ್ಯಾಹ್ನ ನಾನು ಊಟವನ್ನು ಹುಡುಕಿಕೊಂಡು ಹೋಟೆಲ್ಲಿನಿಂದ ಹೊರಬಿದ್ದಾಗಲೂ ಹಾಗೆಯೇ ಕಾಣುತ್ತಿತ್ತು. ಹಲವು ದಿನಗಳ ಕಾಲ ನಾನು ಅಲ್ಲಿ ನೆಲೆಸಿ, ಹಿಂತಿರುಗುವಾಗಲೂ ಅದು ನಿದ್ದೆ ಮಾಡುತ್ತಲೇ ಇರುವ ಒಂದು ಪಟ್ಟಣ ಎಂಬುದು ನನಗೆ ಮುಂದೆ ಗೊತ್ತಾಗುವುದಿತ್ತು. ಉಬ್ಬು-ಇಳಿಜಾರಿನಿಂದ ತೊನೆದಾಡುವ ಇಲ್ಲಿನ ರಸ್ತೆಗಳು ತಮ್ಮ ಮೇಲೆ ನಡೆದಾಡುವ ನಿವಾಸಿಗಳಿಗೆ ಲಾಲಿ ಹಾಡುತ್ತವೇನೋ ಎನ್ನುವಂತೆ ತೋರುತ್ತಿದ್ದವು. ಇಲ್ಲಿನ ಉಪಾಹಾರ ಮತ್ತು ಭೋಜನಗೃಹಗಳಲ್ಲಿ ವ್ಯಾಪಾರಿ ಮನೋಭಾವವಿಲ್ಲದೆ ಹಿತವೆನ್ನಿಸುತ್ತಿತ್ತು. ಅವುಗಳೆಲ್ಲ ಗತಕಾಲಕ್ಕೆ ಸೇರಿದಂತೆ ಕಂಡುಬರುತ್ತಿದ್ದವು. ನಾನು ನೋಡಿದ 'ಹೋಟೆಲ್ ಕುಡ್ಲ' ಎಂಬ ಉಪಾಹಾರಗೃಹವೊಂದು, ಹೋಟೆಲಿನ ಮುಂದೆ ನಡೆಯುತ್ತಿದ್ದ ರಸ್ತೆ ಕಾಮಗಾರಿಯನ್ನು ನೆಪವಾಗಿಸಿಕೊಂಡು ಶಟರ್‌ನ್ನು ಅನಿರ್ದಿಷ್ಟವಾಗಿ ಮುಚ್ಚಿತ್ತು. ತಲೆಬಾಗಿಲ ಮೂಲಕ ಗ್ರಾಹಕರು ಒಳ ಸೇರಲು ಅವಕಾಶವಿದ್ದರೂ, ಮುಚ್ಚಿದ್ದರು.

ಅದು ಫೆಬ್ರವರಿ ತಿಂಗಳು. ಹೂಬಿಸಿಲು ರಣಬಿಸಿಲಾಗಿ ಬದಲಾಗುವ ಮೊದಲು ಊಟ ಮಾಡಿಬಿಡೋಣ ಎಂದು ಸರಿಯಾದ ಜಾಗ ಹುಡುಕುತ್ತಾ ಒಂದರ್ಧ ಗಂಟೆ ಅಡ್ಡಾಡಿದೆ. ನಾನು ಸಾಧಾರಣವಾಗಿ ಬಳಸುವ ತಂತ್ರಗಳು ಮಂಗಳೂರಿನಲ್ಲಿ ಕೆಲಸ ಮಾಡುತ್ತಿರಲಿಲ್ಲ. ಸ್ಥಳೀಯರ ಗುಂಪು ಕಾಣುತ್ತದೆಯೇನೋ ಎಂದು ಉಪಾಹಾರಗೃಹಗಳಲ್ಲಿ ಇಣುಕಿದೆ. ಆದರೆ ಎಲ್ಲಾ ಭೋಜನಗೃಹಗಳೂ ಖಾಲಿಯೇ ಇದ್ದವು. ಅವು ಪಕ್ಕಾ ಪ್ರವಾಸಿಗರನ್ನು ಆಕರ್ಷಿಸುವ ವರ್ಗಕ್ಕೆ ಸೇರಿದವುಗಳೋ ಅಥವಾ ಮಂಗಳೂರಿಗೆ ವಿಶಿಷ್ಟವಾಗಿದ್ದವೋ ಎನ್ನುವುದನ್ನು ತಿಳಿದುಕೊಳ್ಳುವುದಕ್ಕಾಗಿ ಅವುಗಳ ಹೆಸರುಗಳನ್ನು ಪರಿಶೀಲಿಸಿದೆ. ಅದರಿಂದಲೂ ಏನೂ ಪತ್ತೆ ಹತ್ತಲಿಲ್ಲ. ನೆರಳಿಗಾಗಿ ಹಪಹಪಿಸುತ್ತಿದ್ದೆ. ಅಂತೂ ಕೊನೆಗೆ ಕಟ್ಟಡವೊಂದರ ಒಳಹೊಕ್ಕೆ. ತುರ್ತು ನಿರ್ಗಮನದ ಮೆಟ್ಟಿಲುಗಳನ್ನಿಳಿದು ಹೋಟೆಲ್ ದಕ್ಷಿಣ್‌ದ ನೆಲಮಾಳಿಗೆಯಲ್ಲಿ ಕುಳಿತು, ಮಂಗಳೂರಿನ ಮೊದಲ ಫಿಶ್ ಕರ್‍ರಿಯನ್ನು ತರಹೇಳಿದೆ.

II

ಮಂಗಳೂರಿನ ಫಿಶ್ ಕರ್‍ರಿಯು ಸಂಪೂರ್ಣವಾಗಿ ನನ್ನ ಮನಸ್ಸನ್ನು ಗೆದ್ದುಬಿಡುತ್ತದೆ ಎನ್ನುವ ನಿರೀಕ್ಷೆಯಿಂದ ನಾನು ಈ ಊರಿಗೆ ಬಂದಿದ್ದೆ. ಆದರೆ ಆಗಿದ್ದೇ ಬೇರೆ. ಅಲ್ಲಿಂದ ಹೊರಡುವ ದಿನ ಬೆಳಿಗ್ಗೆಯಷ್ಟೇ, ನನಗೆ ನಿಜಕ್ಕೂ ಇಷ್ಟವಾಗುವುದೇನು ಎಂದು ಮರುಶೋಧಿಸಿಕೊಳ್ಳುವ ಅವಕಾಶ ದೊರಕಿತು. ಅಲ್ಲಿಯವರೆಗೆ ಬೇರೆ ಏನೇನೋ ತಿನಿಸುಗಳ ಬೆನ್ನು ಬಿದ್ದಿದ್ದೆ. ಕೆಲವು ವರ್ಷಗಳ ಹಿಂದೆ ಈ ವೈಶಿಷ್ಟ್ಯಪೂರ್ಣವಾದ ಮಂಗಳೂರು ಕರ್‍ರಿಯನ್ನು ಒಂದೇ ಒಂದು ಬಾರಿ ತಿಂದಿದ್ದೆ. ಅದು ಗಾಢ ಕಿತ್ತಳೆ ಬಣ್ಣವನ್ನು ಹೊಂದಿತ್ತು. ಅದರ ನುಣುಪು ರೇಶಿಮೆಯಂತಹ ರಸವು ಪರಿಮಳಭರಿತವಾಗಿದ್ದು ನನ್ನನ್ನು ಮೋಡಿ ಮಾಡಿಬಿಟ್ಟಿತ್ತು. ಕೇರಳದ ಕಳ್ಳಿನಂಗಡಿಯಲ್ಲಿನ ಮೀನ್ ಕರ್‍ರಿಗೆ ಹೋಲಿಸಿದರೆ ಅದು ತದ್ವಿರುದ್ಧವಾಗಿತ್ತು. ಕಟುವಾಗಿದ್ದ ಹಾಗೂ ಸುಟಿಯಾಗಿದ್ದ ಆ ಕರ್‍ರಿ ಕೆಲವೇ ಕ್ಷಣಗಳ ಮಟ್ಟಿಗೆ ಇಟ್ಟರೂ ಎಣ್ಣೆ ಮತ್ತು ಎಣ್ಣೆರಹಿತ ಪದರಗಳಾಗಿ ಬೇರ್ಪಡುತ್ತಿತ್ತು. ನನ್ನ ನಾಲಿಗೆಯ ಪ್ರಕಾರ ಮಂಗಳೂರು ಕರ್‍ರಿಯೇ ಹೆಚ್ಚು ಉತ್ಕೃಷ್ಟವಾದದ್ದು. ಅಂತಹದೇ ಮತ್ತೊಂದು ಉಲ್ಲಾಸಭರಿತ ತಿನಿಸು ಮತ್ತೊಮ್ಮೆ ಎದುರಾಗುತ್ತದೆ ಎಂದು ನಾನು ನಿರೀಕ್ಷಿಸಿದ್ದೆ.

ಆದರೆ ನನ್ನ ಆರಂಭ ಅಷ್ಟೇನೂ ಚೆನ್ನಾಗಿರಲಿಲ್ಲ ಅಥವಾ ನನ್ನ ನಿರೀಕ್ಷೆಗಳೇ ಅತಿ ಎತ್ತರದಲ್ಲಿದ್ದವೇನೋ! ಒಂದೆಡೆಯಿಂದ ನೋಡಿದರೆ ಅರಿಶಿನದ ಹಳದಿವರ್ಣ, ಮತ್ತೊಂದೆಡೆಯಿಂದ ನೋಡಿದರೆ ಮೆಣಸಿನ ಪುಡಿಯ ಕೆಂಬಣ್ಣವನ್ನು ಹೊಂದಿದ್ದ

ಮೊಟ್ಟ ಮೊದಲಿನ ಆ ಕರ್‍ರಿ, ನೀರು ನೀರಾಗಿತ್ತು, ಸಪ್ಪೆಯಾಗಿತ್ತು. ಪಾಚಿಗಟ್ಟಿದ ಬಂಡೆಯೊಂದು ಸಮುದ್ರದಿಂದ ಹೊರಚಾಚಿದಂತೆ, ಬಂಗುಡೆ ಅಥವಾ ಮ್ಯಾಕರೆಲ್ ಮೀನಿನ ಮುದ್ದೆಯೊಂದು ಬೋಗುಣಿಯ ನಡುವೆ ಕುಳಿತಿತ್ತು. ಬೆಳಕಿನಡಿ ಹಸಿರುಬಣ್ಣದಲ್ಲಿ ಹೊಳೆಯುತ್ತಿತ್ತು. ಬಂಗುಡೆಗೆ ಅದರದೇ ಆದ ನಿಶ್ಚಿತವಾದ ಹಾಗೂ ಭರ್ಜರಿ ಸ್ವಾದವಿದೆ. ಆದರೆ ಸಂಕೋಚ ಸ್ವಭಾವದ ಈ ಮೀನಿಗೆ ಯಾರ ಸಂಗವೂ ಬೇಡವಾಗಿತ್ತು. ಒಳ್ಳೆಯ ಪುಸ್ತಕವೊಂದನ್ನು ಹಿಡಿದುಕೊಂಡು ಮನೆಯಲ್ಲಿಯೇ ಬಿದ್ದುಕೊಳ್ಳಲು ಬಯಸುತ್ತಿತ್ತೇನೋ ಎನ್ನುವ ಹಾಗೆ, ನಾನದನ್ನು ಬೇರೆ ಬೇರೆ ಕಡೆಯಿಂದ ಕತ್ತರಿಸಲು ನೋಡಿದರೂ ಸಹಕರಿಸದೇ ಜಡವಾಗಿ ಬಿದ್ದುಕೊಂಡಿತ್ತು.

ಅದಕ್ಕಿದ್ದ ಸಂಭಾವ್ಯ ಕಾರಣವೊಂದು ನನಗೆ ಗೊತ್ತಾಗಿದ್ದು ಬಿಲ್ ಕೈಗೆ ಬಂದಾಗ: ಕರ್‍ರಿಗೆ ಹತ್ತು ರೂಪಾಯಿ ಮತ್ತು ಅದರ ಜೊತೆಗೆ ನಾನು ತರಿಸಿದ್ದ ದೋಸೆಗೆ ಇನ್ನೊಂದು ಹತ್ತು ರೂಪಾಯಿ. ಇಂದಿನ ದಿನಮಾನದಲ್ಲಿ ಸಮೃದ್ಧ ಪಟ್ಟಣದ ಭೋಜನಗೃಹವೊಂದರಲ್ಲಿ ಫಿಶ್ ಕರ್‍ರಿಯನ್ನು ಹತ್ತು ರೂಪಾಯಿಗೆ ಕೊಡಲಾಗುತ್ತದೆ ಎಂದರೆ ಆ ಕರ್‍ರಿ ಎಂತಹದಾಗಿರಬಹುದು? ಉತ್ತರ ತಿಳಿಯಲು ನನಗೆ ಹೆದರಿಕೆಯಾಯಿತು. ಬಂಗುಡೆ ಮೀನು ಎಷ್ಟು ಬೇಗ ಹಾಳಾಗುತ್ತದೆ ಎಂಬುದರ ಬಗ್ಗೆ ಓದಿದ್ದೆ. ಕೊಳೆತ ಮೀನಿನಿಂದಾಗಿ ತಲೆಸುತ್ತುವುದು, ಚರ್ಮದ ಮೇಲೆ ಕೆಂಪುಗುಳ್ಳೆಗಳು ಏಳುವುದು, ಹೊಟ್ಟೆ ತೊಳೆಸುವುದು, ಕಣ್ಣು ಮಂಜಾಗುವುದು ಇತ್ಯಾದಿ ವಿಷಾಹಾರದ ಲಕ್ಷಣಗಳು ಕ್ಷಿಪ್ರವಾಗಿ ತಲೆದೋರುತ್ತವೆ ಎಂಬುದು ನನಗೆ ತಿಳಿದಿತ್ತು. ನನ್ನ ಜೀವನದಲ್ಲಿ ಮೊಟ್ಟ ಮೊದಲ ಬಾರಿಗೆ ಬಿಲ್‌ನ ಮೊತ್ತದ 50% ನ್ನು ಭಕ್ಷೀಸಾಗಿ ಇಟ್ಟಿದ್ದೆ. ಏಕೆಂದರೆ ನನ್ನ ಬಳಿ ಅದಕ್ಕೂ ಕಡಿಮೆ ಮೌಲ್ಯದ ನೋಟು ಅಥವಾ ನಾಣ್ಯಗಳಿರಲಿಲ್ಲ. ನನ್ನ ಮನಸ್ಸಾಗಲೇ ಗಿರಕಿ ಹೊಡೆದು, ಅಷ್ಟಷ್ಟಾಗಿ ನಾನು ಅಸ್ವಸ್ಥನಾದಂತೆ ಕಲ್ಪಿಸಿಕೊಳ್ಳುತ್ತಿತ್ತು. ಹೋಟೆಲ್ ದಕ್ಷಿಣ್‌ನ್ನು ಬಿಟ್ಟು ಖಿನ್ನ ಮನಸ್ಸಿನಿಂದ ಒಂದೋ ಎರಡೋ ಕಿಲೋಮೀಟರ್ ನಡೆದೆ. ಬಹುಶಃ ಮತ್ತೊಂದು ಊಟ ಮಾಡಿದರೆ ಅದರಿಂದ ಅಷ್ಟಿಷ್ಟು ಸಮಾಧಾನ ದೊರೆಯಬಹುದೇನೋ ಅಂತ ಅನ್ನಿಸಿತು. ತಕ್ಷಣ ನಿಹಾಲ್ಸ್ ಎಂಬ ಉಪಾಹಾರಗೃಹದ ಒಳಹೊಕ್ಕು ಕುಳಿತೆ. ಆ ದಿನದ ಮೀನಿನ ವಿಶೇಷವನ್ನು ತರುವಂತೆ ಕ್ಷೀಣ ಧ್ವನಿಯಲ್ಲಿ ಹೇಳಿದೆ.

ದಪ್ಪನೆಯ ಕೆಂಪಕ್ಕಿ ಅನ್ನ ಹಾಗೂ ಆಲೂಗಡ್ಡೆಯ ಪಲ್ಯದ ಜೊತೆಗೆ ಇನ್ನಷ್ಟು ಬಂಗುಡೆ ಕರ್‍ರಿ ಆಗಮಿಸಿತು. ಆದರೆ ಇದು ತುಸು ಆಶಾದಾಯಕವಾಗಿತ್ತು. ನಾನು ನಿರೀಕ್ಷಿಸಿದಷ್ಟಲ್ಲದಿದ್ದರೂ, ಬಂಗುಡೆ ತಾಜಾ ಇತ್ತು. ಅದು ಮುಳುಗಿದ್ದ ನುಣ್ಣನೆಯ ರಸದಲ್ಲಿ ಅಲ್ಲಲ್ಲಿ ಸಾಸಿವೆ ಕಾಳುಗಳು ತೇಲುತ್ತಿದ್ದವು, ಜೊತೆಗೊಂದಿಷ್ಟೇ ಇಷ್ಟು ಶುಂಠಿಯಿತ್ತು. ಆದರೂ ಅದು ನಾನು ಬಯಸಿದಷ್ಟು ತೀಕ್ಷ್ಣವಾಗಿರಲಿಲ್ಲ. ಲೀಬ್ಲಿಂಗ್‌ರವರ

ಕ್ಷೇತ್ರಕಾರ್ಯ ಅವಕಾಶಗಳ ಸಿದ್ಧಾಂತವನ್ನು ನೆನಪಿಸಿಕೊಂಡು ಒಂದು ಬಂಗುಡೆ ಮಸಾಲಾ ಫ್ರೈಯನ್ನು ತರಹೇಳಿದೆ. (ಬೆಳ್ಳುಳ್ಳಿ ಮತ್ತು ತೆಂಗಿನಕಾಯಿಯ ಮಸಾಲೆ, ಗರಿಗರಿ ಸ್ವಾದ, ಕರಿದ ಆ ಮೀನಿನ ಗುಳ್ಳೆ ಗುಳ್ಳೆ ಚರ್ಮವನ್ನು ಬಾಳೆಹಣ್ಣಿನಂತೆ ಸುಲಭವಾಗಿ ಸುಲಿಯಬಹುದಾಗಿತ್ತು. ಈ ಖಾದ್ಯ ಸೊಗಸಾಗಿತ್ತು.) ಅಂತೂ ನನ್ನ ಈ ಎರಡನೇ ಭೋಜನವನ್ನೂ ಉಂಡು ಮುಗಿಸಿದೆ. 30 ರೂಪಾಯಿಯ ಫ್ರೈಯನ್ನೂ ಸೇರಿಸಿ, ಒಟ್ಟೂ 42 ರೂಪಾಯಿಯ ಬಿಲ್ ಬಂದಿತು. ಆಗ ನನಗೆ ಮಂಗಳೂರಿನ ದರಗಳ ಬಗ್ಗೆ ಅರ್ಥವಾಗತೊಡಗಿ, ಹಿತವೆನಿಸಿತು. ಈಗ ಹೋಟೆಲ್ ದಕ್ಷಿಣ್ ನನ್ನಿಂದ ಹೆಚ್ಚು ದುಡ್ಡು ತೆಗೆದುಕೊಂಡಿತೇನೋ ಅನ್ನಿಸತೊಡಗಿತು.

ಬಿಸಿಲಿನ ಝಳ ಕಡಿಮೆಯಾದ ಮೇಲೆ ತಡಮಧ್ಯಾಹ್ನದ ಹೊತ್ತಿನಲ್ಲಿ ಹೊರಬಿದ್ದ ನಾನು, ಗೊತ್ತುಗುರಿಯಿಲ್ಲದೇ ರಸ್ತೆಯುದ್ದಕ್ಕೂ ಅಲೆದಾಡಿದೆ. ಚಿಕ್ಕ ಚಿಕ್ಕ ಓಣಿಗಳಲ್ಲಿ ತಿರುಗಿದೆ. ಬಾಗಿಲು ಮುಚ್ಚಿದ್ದ ಮಾರುಕಟ್ಟೆ ತಾಣದ ಮೂಲಕ ಹಾದು ಹೋದೆ. ಆದರೆ ಎಲ್ಲೇ ಹೋಗಲಿ, ನನಗೆ ವಿಚಿತ್ರವಾದ, ಹರುಕು ಮುರುಕು ನಾಮಫಲಕಗಳಿದ್ದ ಅನಾಕರ್ಷಕ ಉಪಾಹಾರ ಅಥವಾ ಭೋಜನಗೃಹಗಳೇ ಕಾಣಿಸಿದವು. ಆದರೂ ಯಾವುದೋ ಒಂದು ಅಜ್ಞಾತ ಭರವಸೆಯಲ್ಲಿ ಅವು ನನ್ನನ್ನು ಮೂದಲಿಸುತ್ತಿದ್ದವು. ಜಗತ್ತಿನಲ್ಲಿಯೇ ಅತ್ಯುತ್ತಮವಾದ ಮಂಗಳೂರು ಫಿಶ್ ಕರ್‍ರಿಯು ಇಂತಹದೇ ಉಪಾಹಾರಗೃಹಗಳಲ್ಲೊಂದರ ಅಡುಗೆಮನೆಯಿಂದ ಬಂದಿರಲೂಬಹುದು. ಆದರೆ ಮನಸ್ಸಿಗೆ ತೋಚಿದಂತೆ ಅಲೆದಾಡುತ್ತ, ಅಲ್ಲಿಲ್ಲಿ ರುಚಿ ನೋಡುತ್ತ ನಡೆವ ನನ್ನ ಈ ಕ್ರಮದಿಂದಾಗಿ ಅಂತಹದೊಂದು ಅಡುಗೆಮನೆಯನ್ನು ನಾನು ಕಾಣದೆಯೂ ಹೋಗಿರಬಹುದು. ಈ ಸಂಕಟವನ್ನು ನಾನೇ ತಂದುಕೊಂಡಿದ್ದೆ. ಆ ಒಂದು ಕ್ಷಣದಲ್ಲಿ, ಹೋಟೆಲ್ ದಕ್ಷಿಣ್‌ದ ಕೆಟ್ಟ ಅನುಭವವನ್ನು ಜ್ಞಾಪಿಸಿಕೊಂಡಾಗ, ಅಂತಹ ಆಲೋಚನೆಯೇ ಅಸಾಧ್ಯ ಭಯ ಹುಟ್ಟಿಸಿತು. ಸೆಲ್‌ಫೋನ್‌ನ್ನು ಹೊರತೆಗೆದು ಸಹಾಯಕ್ಕಾಗಿ ಕರೆ ಮಾಡತೊಡಗಿದೆ.

II

ಪಶ್ಚಿಮ ಘಟ್ಟದ ಭೂಭಾಗವು ಇನ್ನೇನು ಸಮುದ್ರಕ್ಕೆ ಇಳಿಯುತ್ತದೆ ಎನ್ನುವ ತಿರುವಿನಲ್ಲಿ ಮಂಗಳೂರು ಇದೆ. ಅದು ನೇತ್ರಾವತಿ ಹಾಗೂ ಗುರುಪುರ ನದಿಗಳ ಹಿನ್ನೀರಿನ ಆಳ ಆಕರ್ಷಣೆಗೊಳಗಾಗಿರುವುದಷ್ಟೇ ಅಲ್ಲ, ಅಲೆಗಳು ದಣಿದೇರಿ, ಮರಳಿ ನೆಗೆದು ಅರೇಬಿಯಾದತ್ತ ಪಯಣಿಸುವ ಮೊದಲು ತುಸು ವಿಶ್ರಾಂತಿ ಪಡೆಯುವ ಕಡಲ ತೀರವೂ ಹೌದು. ತಮ್ಮ 'ಇನ್ ಎನ್ ಎಂಟಿಕ್ ಲ್ಯಾಂಡ್' (In

An Antique Land) ಎಂಬ ಪುಸ್ತಕದಲ್ಲಿ ಅಮಿತಾವ ಘೋಷ್ ವರ್ಣಿಸುವಂತೆ, "ತೆಂಗಿನ ಮರಗಳಿಂದ ತುಂಬಿದ ಅಂಚನ್ನುಳ್ಳ, ಚಂಚಲ ಆಕಾಶದಡಿ ಶಾಂತವಾಗಿ ಮಲಗಿರುವ ಬೃಹತ್ ಖಾರಿ" ಯು ಸಾಗರದೊಡನೆ ಬೆಸೆದಿರುವುದು ಕೇವಲ ಒಂದು ಕಿರಿದಾದ, ನೀರ ಕಾಲುವೆಯಿಂದಾಗಿ ಮಾತ್ರ. ಮಂಗಳೂರಿನ ಅದ್ಭುತವಾದ ಮರಳ ದಂಡೆಗಳು ಅದರ ಮೊದಲ ಬಂದರುಗಳಾಗಿದ್ದವು. ಸುರಕ್ಷಿತವಾಗಿ ನಿಲ್ಲಿಸಲು ಸಾಧ್ಯವಿದ್ದ ಕಾರಣ ದೋಣಿಗಳನ್ನು ಆಕರ್ಷಿಸುತ್ತಿದ್ದವು. ಮೊದಲೆಂದೂ ಮನೆಯನ್ನು ಬಿಟ್ಟು ಹೊರಗೆ ಹೋಗಿರದ ಮಧ್ಯಯುಗದ ಅರೇಬಿಯಾದ ಪರ್ಯಟಕನಿಗೆ ಇದೊಂದು ಅದ್ಭುತ ತಾಣವಾಗಿ ಕಾಣಿಸಿರಬೇಕು. ಕಲುಷಿತಗೊಳ್ಳದ ಮರಳು, ಸಮೃದ್ಧವಾಗಿ ಬೆಳೆದ ಗಿಡಗಂಟಿಗಳು, ಇದೀಗ ತಾನೇ ಕಂಡುಕೊಂಡ ಹೊಸ, ವಿಶಾಲ ಭೂಪ್ರದೇಶದೊಳಕ್ಕೊಂದು ಭವ್ಯ ಪ್ರವೇಶ.

ಪಣಂಬೂರಿನ ಸಮುದ್ರ ತೀರಕ್ಕೆ ಹೋಗುತ್ತಿದ್ದಾಗ, ನನ್ನ ಆಟೋರಿಕ್ಷಾ ಚಾಲಕ ಮಹೇಶ, ನಾನೆಲ್ಲಿಂದ ಬಂದಿದ್ದೆಂದು ವಿಚಾರಿಸಿದ.

'ಮದ್ರಾಸ್' ನಾನೆಂದೆ. (ನಾನು ಅಲ್ಲಿ ವಾಸಿಸಲು ಆರಂಭಿಸಿದ ಒಂದು ವರ್ಷದ ನಂತರ ಚೆನ್ನೈ ಎಂದು ಮರುನಾಮಕರಣ ಮಾಡಿದ್ದರು. ಆದರೆ ನಗರವನ್ನು ಅದರ ಹೊಸ ಹೆಸರಿನಿಂದ ಕರೆಯಲು ನನಗೆ ಆಗುತ್ತಿರಲೇ ಇಲ್ಲ. ಹಾಗೆ ಆಗದಿರುವುದಕ್ಕೆ ನನಗೆ ಆಗಾಗ ಆಶ್ಚರ್ಯವಾಗುತ್ತದೆ. ಒಂದೋ ಅದು ಹುದುಗಿರುವ ಸಾಂಪ್ರದಾಯಿಕ ಎಳೆಯೊಂದರ ಸಾಕ್ಷಿಯಾಗಿರಬಹುದು ಅಥವಾ ಹೆಸರಿನ ಬದಲಾವಣೆಯ ಹಿಂದಿರುವ ಅಸಮರ್ಪಕ ತರ್ಕವನ್ನು ಮೂದಲಿಸುವ ಉದಾರ ಭಾವವಾಗಿರಬಹುದು ಅಥವಾ ತನ್ನ ನಗರವನ್ನು ಚೆನ್ನೈ ಎಂಬ ಹೆಸರಿನಿಂದ ಎಂದಿಗೂ ಕರೆಯಲಾರೆ ಎಂದು ಪಟ್ಟು ಹಿಡಿದ ಪಕ್ಕಾ ಜನ್ಮಜಾತ ಮದರಾಸಿಯೊಬ್ಬನ ಅಸಂಬದ್ಧ ಒಣಪ್ರತಿಷ್ಠೆಯಿರಲೂಬಹುದು. ನನ್ನ ವಿಚಾರಗಳು ಮನಸಿಗೆ ಬಂದ ಹಾಗೆ, ಬೇಕಾದ ಬಣ್ಣ ಬಳಿದುಕೊಳ್ಳುವುದನ್ನು ನಾನು ಇಷ್ಟಪಡುತ್ತೇನೆ.)

ಏನಾದರಾಗಲಿ, 'ಮದ್ರಾಸ್' ಎಂದೆ.

'ಆಹ್, ಮದ್ರಾಸ್,' ಎಂದ ಮಹೇಶ ಮುಂದಿನ ಅರ್ಧ ಕಿಲೋಮೀಟರ್‌ನುದ್ದಕ್ಕೂ ಶಾಂತಿಯಿಂದ ರಿಕ್ಷಾ ಓಡಿಸಿದ. ನಂತರ 'ನಾನೊಮ್ಮೆ ಅಲ್ಲಿಗೆ ಹೋಗಿದ್ದೆ. ಗೊತ್ತಾ?' ಎಂದ.

ಅಷ್ಟು ಹೊತ್ತಿಗೆ, ನಾನು ಮನೆಯಿಂದ ಹೊರಟು ಎರಡು ವಾರಕ್ಕೂ ಮೇಲಾಗಿತ್ತು. ಮನೆ ನೆನಪಾಗಲು ಶುರುವಾಗಿತ್ತು. ಮದ್ರಾಸ್ ಕುರಿತು ಮಾತನಾಡಲು ಸಿಗುವ ಯಾವುದೇ ಅವಕಾಶವನ್ನು ಬಾಚಿಕೊಳ್ಳುತ್ತಿದ್ದೆ.

'ಓಹ್? ಅದ್ಯಾವಾಗ?'

'ಏಳು ವರ್ಷದ ಹಿಂದೆ,' ಆತ ಉತ್ತರಿಸಿದ.

ಆತ ನಗರಕ್ಕೆ ಬಂದಿಳಿಯುವ ಕೆಲವೇ ಗಂಟೆಗಳ ಮೊದಲು ಆಗ ಮುಖ್ಯಮಂತ್ರಿಯಾಗಿದ್ದ ಜೆ. ಜಯಲಲಿತಾ ಅವರು ವಿರೋಧ ಪಕ್ಷದ ನಾಯಕ ಎಮ್. ಕರುಣಾನಿಧಿಯವರನ್ನು ರಾತ್ರೋರಾತ್ರಿ ನಾಟಕೀಯ ರೀತಿಯಲ್ಲಿ ಬಂಧಿಸಿದ್ದರು. ಅದರ ಪರಿಣಾಮವಾಗಿ, ಕರುಣಾನಿಧಿಯ ಪಕ್ಷವು ನಗರದಾದ್ಯಂತ ಪ್ರತಿಭಟನಾ ಚಳವಳಿಯನ್ನು ಸಂಘಟಿಸಿತ್ತು. ಬಸ್ ಮತ್ತು ಸ್ಥಳೀಯ ರೈಲುಗಳು ಓಡಾಡುತ್ತಿರಲಿಲ್ಲ. 'ನಾನು ರೈಲಿನಿಂದ ಇಳಿಯುತ್ತಿದ್ದ ಹಾಗೇ ಮುಷ್ಕರ ಆರಂಭವಾಯಿತು. ನನಗೆ ಪಡಿಗೆ ಹೋಗಬೇಕಾಗಿತ್ತು. ಆಟೋ ರಿಕ್ಷಾ ತೆಗೆದುಕೊಳ್ಳದೇ ಬೇರೆ ದಾರಿಯಿರಲಿಲ್ಲ. ನನಗದಕ್ಕೆ 120 ರೂ. ಖರ್ಚು ಬಿತ್ತು' ಎಂದು ಮಹೇಶ ಹೇಳಿದ. ಒಂದು ನಿಮಿಷ ಬಿಟ್ಟು 'ಈ ಆಟೋ ಚಾಲಕರು ಯಾವಾಗಲೂ ಹಾಗೆ, ಸುಲಿಯುತ್ತಾರೆ' ಎಂದು ಪರಿಸ್ಥಿತಿಯ ವ್ಯಂಗ್ಯದ ಅರಿವಿಲ್ಲದೆ ಸಂತೋಷದಿಂದಲೇ ಹೇಳಿದ.

ಪಣಂಬೂರಿನ ಕಡಲತೀರವು ಮಂಗಳೂರಿನಿಂದ ಉತ್ತರಕ್ಕೆ ಹನ್ನೆರಡು ಕಿಲೋಮೀಟರ್ ದೂರದಲ್ಲಿದೆ. ಅದರ ಸನಿಹದಲ್ಲಿಯೇ ಬಹುದೊಡ್ಡ ಬಂದರಿದೆ. ಅದು ಕುದುರೆಮುಖ ಗಣಿಗಳಿಂದ ಬರುವ ಕಬ್ಬಿಣದ ಅದಿರು ಮತ್ತು ಇನ್ನಿತರ ನೂರೆಂಟು ಸರಕನ್ನು ಹಡಗಿಗೆ ತುಂಬಿ ಕಳಿಸುತ್ತದೆ. ಹಿಂದಿನ ದಿನವಷ್ಟೇ ಕರಾವಳಿ ಉತ್ಸವವೊಂದು ಮುಗಿದಿತ್ತು. ಅಲ್ಲಿನ್ನೂ ಪುಗ್ಗಕ್ಕೆ ಗುರಿಯಿಟ್ಟು ಹೊಡೆಯುವ ಮಳಿಗೆ, ಖಾದ್ಯ ಪದಾರ್ಥಗಳ ಅಂಗಡಿ, ತುಕ್ಕು ಹಿಡಿದ, ಚಿಕ್ಕದೊಂದು ಏರಿಳಿಯುವ ಆಟದ ಯಂತ್ರ, ಬ್ಯಾನರ್ ಇತ್ಯಾದಿ ಉತ್ಸವಕ್ಕೆ ಸಂಬಂಧಿಸಿದ ಎಲ್ಲಾ ಸಾಮಗ್ರಿಗಳೂ ಇದ್ದವು. ಮುಳುಗುತ್ತಿರುವ ಸೂರ್ಯನ ಬಿಸಿಲಿನಲ್ಲಿ ಚಲಾಯಿಸುವವರಿಲ್ಲದೇ ಖಾಲಿ ನಿಂತಿದ್ದ ಅವುಗಳನ್ನು ನೋಡಿದರೆ, ಮೋಜಿನ ಸ್ಮಶಾನಭೂಮಿಯಂತೆ ಕಾಣುತ್ತಿತ್ತು. ಒಂದು ಪಕ್ಕಕ್ಕೆ ದೈತ್ಯಾಕಾರದ ಫಲಕವೊಂದಿತ್ತು. ಪ್ರತಿ ವರ್ಷ ಪಣಂಬೂರಿನಲ್ಲಿ ಈಜಲು ಹೋಗಿ, ಮುಳುಗಿ ಸತ್ತವರ ಸಂಖ್ಯೆಯನ್ನು ಅದು ಕೆಟ್ಟದಾಗಿ ಜಾಹೀರುಪಡಿಸುತ್ತಿತ್ತು. ಆ ಮೂಲಕ ಅಲ್ಲಿಗೆ ಬರುವವರಿಗೆ ಮರಳಿನ ಮೇಲೆಯೇ ಇರುವಂತೆ ಎಚ್ಚರಿಕೆ ನೀಡುತ್ತಿತ್ತು. ಆದರೆ ಅದು ಯಾವ ಪರಿಣಾಮವನ್ನೂ ಬೀರಿದಂತೆ ಕಾಣುತ್ತಿರಲಿಲ್ಲ. ಟವೆಲ್ಲನ್ನು ಬಿಚ್ಚಿ ನೀರಿಗಿಳಿಯುವವರು ಅಥವಾ ನೀರಿನಿಂದೆದ್ದು ಬಂದದ್ದರಿಂದ ತೊಟ್ಟಿಕ್ಕುತ್ತಿರುವ ಈಜುಗಾರರು, ನಗುತ್ತ ನೊರೆಯಿಂದ ಮೇಲೇಳುತ್ತಿದ್ದವರು ಹಾಗೂ ಒಬ್ಬರ ಮೇಲೊಬ್ಬರು ನೀರೆರಚಿಕೊಳ್ಳುವ ಜನರಿಂದ ಕಡಲತೀರವು ತುಂಬಿಹೋಗಿತ್ತು.

ಮಂಗಳೂರಿನ ಅಡುಗೆಯು ವಿಶೇಷವಾಗಿ ಸಂಕೀರ್ಣ ಬಗೆಯದ್ದಾಗಿದೆ. ಅದಕ್ಕೆ ಒಂದು ರೀತಿಯಲ್ಲಿ, ಮಂಗಳೂರಿನ ತೆರೆದ ಕಡಲತೀರವೇ ಕಾರಣ. ದಕ್ಷಿಣದೆಡೆಯಿಂದ ಮಲಯಾಳೀ ಹಾಗೂ ಉತ್ತರದೆಡೆಯಿಂದ ಕೊಂಕಣ, ಹೀಗೆ ಎರಡು ಪ್ರಧಾನ

ಪಾಕಪದ್ಧತಿಗಳು ಅದನ್ನಾಗಲೇ ಅತ್ತಿಂದಿತ್ತ ಇತ್ತಿಂದತ್ತ ತಳ್ಳುತ್ತಿವೆ. ಅಲ್ಲದೇ ಸ್ಥಳೀಯ ಬಂಟ ಸಮುದಾಯದ ಅಡುಗೆಯೂ ಇದೆ. 1560ರಲ್ಲಿ ಗೋವಾದಲ್ಲಿ ಹೊಸದಾಗಿ ಕ್ರೈಸ್ತಪಂಥಕ್ಕೆ ಮತಾಂತರಗೊಂಡವರು ತಮ್ಮ ಹಳೆಯ ಧರ್ಮದ ಆಚರಣೆಗಳನ್ನು ಗುಪ್ತವಾಗಿ ಅನುಸರಿಸುತ್ತಿದ್ದಾರೆಯೆ ಎಂಬ ಅನುಮಾನದಿಂದಾಗಿ ಶೋಧಕಾರ್ಯವು ಆರಂಭವಾಯಿತು. ಆಗ ಓಡಿಬಂದ ಕ್ರೈಸ್ತಪಂಥೀಯರ ಅಡುಗೆಗಳೂ ಇಲ್ಲಿವೆ. ಮಂಗಳೂರು ಮತ್ತು ಅಲ್ಲಿಂದ ಮುಂದುವರೆದು ಮಲಬಾರ್ ತೀರದ ಕೆಳಭಾಗದಲ್ಲಿ ನೆಲೆಗೊಂಡ ಅರಬ್ ವರ್ತಕರು ತಮ್ಮದೇ ಆದ ಅಡುಗೆಯ ವಿಧಾನವನ್ನು ಹೊಂದಿದ್ದಾರೆ. ಮಾಂಸಾಹಾರ ಪ್ರಧಾನವಾದ ಬಿರಿಯಾನಿ ಮತ್ತು ಕರ್ರಿಗಳಿರುವ ಈ ಪಾಕಪದ್ಧತಿಯನ್ನು ಮೋಪ್ಲಾ ಆಹಾರವೆಂದು ಕರೆಯುತ್ತಾರೆ.

ಇಷ್ಟೆಲ್ಲಾ ವಿಭಿನ್ನ ಅಡುಗೆಯ ಪದ್ಧತಿಗಳಲ್ಲಿ ಯಾವುದು ರವಾ ಫ್ರೈಗೆ ಕಾರಣ ಎನ್ನುವುದರ ಬಗ್ಗೆ ನನಗೆ ಸಂಪೂರ್ಣ ಖಚಿತತೆ ಇಲ್ಲ. ಬಹುಶಃ ಶ್ರೇಷ್ಠ ತಳಿಯ ತಂದೆತಾಯಿಯರನ್ನು ಒಗ್ಗೂಡಿಸಿ ಈ ವಿಸ್ಮಯಕಾರಿ ಪದಾರ್ಥವನ್ನು ತಯಾರಿಸಿರಬೇಕು. ಪರಿಪೂರ್ಣ ಫಿಶ್ ಕರ್ರಿಯ ಹುಡುಕಾಟವನ್ನು ನಾನು ಇನ್ನೇನು ಕೈಬಿಡುವವನಿದ್ದೆ. ಆಗ ನನ್ನನ್ನು ಸೆಳೆದಿದ್ದು ರವಾ ಫ್ರೈ. ಅದನ್ನು ಹೆಚ್ಚಾಗಿ ಲೇಡಿಫಿಶ್ ಅಥವಾ ಕಾಣೆ ಮೀನಿನಿಂದಲೇ ಮಾಡುತ್ತಾರೆ. ಮೀನಿಗೆ ತೆಳುವಾಗಿ ಮಸಾಲೆ ಸವರಿ, ತರಿತರಿಯಾದ ರವೆಯ ಹೊದಿಕೆ ಹೊದಿಸಿ, ಹೊಂಬಣ್ಣ ಬರುವಂತೆ ಗರಿಗರಿಯಾಗಿ ಕರಿದಿರುತ್ತಾರೆ. ಆಹಾ, ಅದರ ರುಚಿಯೋ ಸಾಕ್ಷಾತ್ ಸ್ವರ್ಗದ ತುಣುಕು.

ನಾನು ಮೊಟ್ಟಮೊದಲು ರವಾ ಫ್ರೈ ತಿಂದಿದ್ದು 'ಮೇಷ' ಎನ್ನುವ ಉಪಾಹಾರ ಗೃಹದಲ್ಲಿ. ಮಂಗಳೂರಿನ ಸ್ನೇಹಿತರಲ್ಲಿ ಮನೆ ಊಟದ ಹಾಗಿರುವ ಉಪಾಹಾರಗೃಹಗಳ ಬಗ್ಗೆ ವಿಚಾರಿಸಿದ್ದೆ. ಆಗ ಅತ್ಯಂತ ಹೆಚ್ಚು ಪ್ರಶಂಸೆ, ಶಿಫಾರಸ್ಸು ಬಂದಿದ್ದು ಈ ಉಪಾಹಾರಗೃಹಕ್ಕೆ. ಅದಕ್ಕೆ ತಕ್ಕಂತೆ 'ಮೇಷ' ಇದ್ದಿದ್ದು ನ್ಯೂ ಚಿತ್ರಾ ಥಿಯೇಟರ್ ಹತ್ತಿರ ಒಂದು ಚಿಕ್ಕ, ಹಳೆಯ ಮನೆಯಲ್ಲಿ. ಕತ್ತಲೆಯಲ್ಲಿ ಆ ಕಟ್ಟಡವು ಕಣ್ಣಿಗೇ ಬೀಳುತ್ತಿರಲಿಲ್ಲ. ಜಟಿಲವಾದೊಂದು ವ್ಯೂಹದೊಳಗೆ ಸುತ್ತುತ್ತಿರುವ ಥೀಸಿಯಸ್‌ನಂತೆ[1] ನಾನೂ ಅಲೆದಾಡುತ್ತಿದ್ದೇನೆ ಅನ್ನಿಸಿತು. ಅಂತೂ ಕೊನೆಗೆ ಹಲವಾರು ತಪ್ಪು ಓಣಿಗಳಲ್ಲಿ ಸುತ್ತಾಡಿ, ಅಕಸ್ಮಾತ್ತಾಗಿ ಸರಿ ದಾರಿಗೆ ಬಂದು ಸೇರಿದೆ. ದೀಪಗಳಿಲ್ಲದ ಮನೆಗಳ ಸಾಲಿನಲ್ಲಿ ಮೇಷದ ಪುಟ್ಟಪುಟ್ಟ ಕಿಟಕಿಗಳಷ್ಟೇ ಬೆಳಕಿನಿಂದ ಕಂಗೊಳಿಸುತ್ತಿದ್ದವು. ಮುಂಭಾಗದ ಕೊಠಡಿಯಲ್ಲಿ (ದಿವಾನಖಾನೆ) ಕೆಂಪು ನೆಲದ ಮೇಲೆ ಎರಡು ದೊಡ್ಡ ಮೇಜು ಹಾಗೂ ಒಂದು ಕಿರಿದಾದ ಉದ್ದನೆಯ ಮರದ ಬೆಂಚು ಇದ್ದವು. ದಪ್ಪದಪ್ಪ

---

1 ಅಥೆನ್ಸ್‌ನ ಜನರ ನಂಬಿಕೆಯಂತೆ, ಅಲ್ಲಿನ ಪೌರಾಣಿಕ ಅರಸು, ಸಂಸ್ಥಾಪಕ ನಾಯಕ, ಧೀರ ಹಾಗೂ ಮಹಾನ್ ಸುಧಾರಕ.

ಪಕಾಸಿಗಳ ಭಾವಣಿಯಿತ್ತು. ಅದನ್ನು ನೋಡಿದ್ದೇ ನನಗೆ ಶಾಲೆ ನೆನಪಾಯಿತು. ಅದರಾಚೆಗೆ ಇನ್ನೊಂದು ಕೋಣೆಯಿತ್ತು. ಅಲ್ಲಿಯೂ ಇನ್ನೊಂದು ಮೇಜಿತ್ತು. ಅದರಾಚೆ ಅಡುಗೆಮನೆಯಿತ್ತು. ಇವುಗಳೆಲ್ಲವೂ ನನಗೆ ನೇರವಾಗಿ ಕಾಣುತ್ತಿದ್ದವು. ಅಲ್ಲಿದ್ದ ಗಿರಾಕಿಯೆಂದರೆ ನಾನೊಬ್ಬನೇ. ಮೇಷದ ಸಿಬ್ಬಂದಿಗಳು ಆಲಸ್ಯದಿಂದಾಗಿ ಆ ದಿವಾನಖಾನೆಯ ಆಯಕಟ್ಟಿನ ಜಾಗಗಳನ್ನು ಹುಡುಕಿ ಕ್ರಿಕೆಟ್ ಪಂದ್ಯವೊಂದನ್ನು ನೋಡುತ್ತಿದ್ದರು. ಚಿಕ್ಕದೊಂದು ಟಿವಿಯಲ್ಲಿ ಅವರು ವೀಕ್ಷಿಸುತ್ತಿದ್ದ ಪಂದ್ಯಕ್ಕೆ ಕನ್ನಡದಲ್ಲಿ ವೀಕ್ಷಕ ವಿವರಣೆಯೂ ಇತ್ತು. ಅದನ್ನು ನೋಡಿಯೇ ಆ ಪಂದ್ಯವು ಯಾವುದೋ ತಳಮಟ್ಟದ್ದೆಂದು, ಸಬ್ ಜ್ಯೂನಿಯರ್ ತರಹದ್ದೆಂದು ಸ್ಪಷ್ಟವಾಗಿ ಹೇಳಬಹುದಿತ್ತು. ಅದು ದೂರದರ್ಶನದಲ್ಲಿ ಪ್ರಸಾರವಾಗುತ್ತಿದೆಯಲ್ಲ ಎನ್ನುವುದೇ ನನಗೆ ಆಶ್ಚರ್ಯದ ಸಂಗತಿ.

ಆಟ ಅಷ್ಟೇನೂ ಆಸಕ್ತಿಕರವಾಗಿರಲಿಲ್ಲವೆಂದು ತೋರುತ್ತದೆ. ನಾನು ರವಾ ಫ್ರೈ ಬಗ್ಗೆ ಪ್ರಶ್ನೆ ಕೇಳತೊಡಗಿದ್ದೇ ಮಾಣಿಗಳೆಲ್ಲ ನನ್ನ ಸುತ್ತ ಮುತ್ತಿಕೊಂಡರು. ಉಪಯುಕ್ತ ಉತ್ತರವನ್ನು ಕೊಡುವ ಉದ್ದೇಶವೇನೋ ಅವರಿಗಿತ್ತು. ಆದರೂ ಕೆಲವೊಮ್ಮೆ ಅದು ವಿರೋಧಾತ್ಮಕವಾಗಿರುತ್ತಿತ್ತು. ಕೆಲವೇ ಕ್ಷಣಗಳಲ್ಲಿ ಅವರು, ರವಾ ಫ್ರೈ ಜೊತೆಗೆ ಕೊಡುವ ಚಟ್ನಿಯನ್ನು ಟೊಮ್ಯಾಟೊ ಜೊತೆಗೆ ಸ್ವಲ್ಪ ಹುಣಸೇ ಹಣ್ಣು ಹಾಕಿ ಮಾಡುತ್ತಾರೆ ಎಂಬ ಒಮ್ಮತಕ್ಕೆ ಬಂದರು. ಆದರೆ ಮೀನಿನ ಅಡುಗೆಯನ್ನು ಹೇಗೆ ತಯಾರಿಸುತ್ತಾರೆ ಎನ್ನುವ ಬಗ್ಗೆ ವಾದವು ಇನ್ನಷ್ಟು ಸಮಯ ಮುಂದುವರೆಯಿತು. ಒಂದಷ್ಟು ಜನರ ಪ್ರಕಾರ, ಮಸಾಲೆಗೆ ಸ್ವಲ್ಪ ಮೊಟ್ಟೆ ಮತ್ತು ಹಿಟ್ಟನ್ನು ಸೇರಿಸುವುದರಿಂದ ಅದು ಮೀನಿನ ದೇಹಕ್ಕೆ ಸುಲಭವಾಗಿ ಅಂಟಿಕೊಳ್ಳುತ್ತದೆ. ಇನ್ನೊಂದಿಷ್ಟು ಜನರು ಆ ಮಾತನ್ನು ಒಪ್ಪಲಿಲ್ಲ. ಬರೀ ಸಾಮಾನ್ಯ ಮಸಾಲೆಯ ಮಿಶ್ರಣವನ್ನೇ ಬಳಸುವುದು, ಯಾವುದೇ ಮೊಟ್ಟೆ ಅಥವಾ ಹಿಟ್ಟು ಇರುವುದಿಲ್ಲ ಎಂದು ಅವರು ವಾದಿಸಿದರು.

ಅಂತೂ ಕೊನೆಗೆ ಎರಡನೇ ಗುಂಪಿನಲ್ಲಿದ್ದ ಸದಸ್ಯನೊಬ್ಬ ಅಡುಗೆ ಮನೆಗೆ ಹೋದ. ಎಲ್ಲ ಸದಸ್ಯರೂ ಇಲ್ಲದ ಕಾರಣ ವಾದವು ತುಸು ಹೊತ್ತು ನಿಂತಿತು. ಕಣ್ಣುಗಳು ಟಿವಿಯತ್ತ ಹೊರಳಿದವು. ಎರಡು ನಿಮಿಷಗಳ ನಂತರ ನಮ್ಮ ಬೇಹುಗಾರ ಮರಳಿ ಬಂದ. ತುಂಬಾ ಉಭಯಪಕ್ಷೀಯವಾದ ರೀತಿಯಲ್ಲಿ, ತನ್ನ ಪಕ್ಷದ ಅಭಿಪ್ರಾಯ ತಪ್ಪಾಗಿತ್ತು, ಅದರಲ್ಲಿ ಮೊಟ್ಟೆ ಮತ್ತು ಹಿಟ್ಟು ಎರಡೂ ಇದ್ದವು ಎಂದು ಒಪ್ಪಿಕೊಂಡ. ಅಂತೂ ಮಸೂದೆಯು ಯಶಸ್ವಿಯಾಗಿ ಅಂಗೀಕರಿಸಲ್ಪಟ್ಟಿತು. ಆನಂತರ ಪಕ್ಕಾ ವ್ಯವಹಾರಕುಶಲಿ ಗೃಹಸ್ಥನೊಬ್ಬ ಬಂದು – ಅವನು ಹಣ ವಿನಿಯೋಗ ಸಮಿತಿಯ ಅಧ್ಯಕ್ಷನಿರಬೇಕು – ನಾನು ಮತ್ತೆ ಏನನ್ನಾದರೂ ತರಿಸಲು ಇಷ್ಟಪಡುತ್ತೇನೆಯೇ ಎಂದು ಕೇಳಿದ.

ನನಗೆ ಖಂಡಿತವಾಗಿಯೂ ತರಿಸುವುದಿತ್ತು. ಅನ್ನ ಮತ್ತು ಕರ್‍ರಿ ಕೊಡುವಂತೆ ಹೇಳಿದೆ. ಆಳವಿಲ್ಲದ ಅಗಲ ಬಟ್ಟಲಿನಲ್ಲಿ ಕರ್‍ರಿಯನ್ನು ತಂದಿಟ್ಟ. ಕೋಕಮ್‌ನ ಕಾರಣ ಕರ್‍ರಿಯು ತೀಕ್ಷ್ಣವಾಗಿದ್ದರೂ ತೆಂಗನ್ನು ಹಾಕಿದ್ದರಿಂದಾಗಿಯೋ ಏನೋ ನುಣುಪಾಗಿಯೂ ಇತ್ತು. ಅದರ ಗಾಢ ಕೆಂಪು ಬಣ್ಣವನ್ನು ನೋಡಿ, ಅದರಲ್ಲಿ ನಿಶ್ಚಿತವಾಗಿಯೂ ಟೊಮ್ಯಾಟೊ ಹಾಕಿದ್ದಾರೆ ಎಂದುಕೊಂಡೆ. (ನನ್ನ ಎಣಿಕೆ ತಪ್ಪಾಗಿತ್ತು. ಮಂಗಳೂರಿನ ಜನ ಚಿಕನ್ ಮತ್ತು ಮಟನ್ ಪದಾರ್ಥಗಳನ್ನು ಮಾಡುವಾಗ ಟೊಮ್ಯಾಟೊ ಬಳಸುತ್ತಾರೆ. ಆದರೆ ಮೀನಿನ ಕರ್‍ರಿ ಮಾಡುವಾಗ ಅದನ್ನು ಹಾಕುವುದು ಕಡಿಮೆ ಎಂದು ನನಗೆ ಆಮೇಲೆ ತಿಳಿಯಿತು.) ನನ್ನ ಸುತ್ತಲೂ ನೆರೆದಿದ್ದ ಸಂಸತ್ತು ಕರ್‍ರಿಯಲ್ಲಿರುವ ಇನ್ನುಳಿದ ಪದಾರ್ಥಗಳನ್ನು ಬಡಬಡಿಸತೊಡಗಿತು: ಶುಂಠಿ, ಉದ್ದ ಹಸಿಮೆಣಸಿನಕಾಯಿ, ಬೆಳ್ಳುಳ್ಳಿ, ಈರುಳ್ಳಿ ಹಾಗೂ ಮೆಂತ್ಯ. ರಸಕ್ಕೆ ಏನಾದರೂ ಪರಿಮಳ ತರಲು ಅಗ್ಗದ, ನದೀ ಮೀನಿನ ತುಂಡುಗಳನ್ನು ಸೇರಿಸಲಾಗಿದೆ ಎಂದು ಅವರು ಒಪ್ಪಿಕೊಂಡರು. ಆ ಮೀನು ಯಾವುದಾಗಿತ್ತೆಂದು ಅವರು ನಿಖರವಾಗಿಯೇ ಹೇಳಿದ್ದರು ಎಂಬ ನೆನಪು ನನಗಿದೆ. ಆದರೆ ನಾನು ಅವುಗಳನ್ನು ತಿನ್ನುವುದರಲ್ಲಿ ನಿರತನಾಗಿದ್ದೆ. ಅದರಿಂದಾಗಿ ಅವರ ಮಾತಿಗೆ ಸಂಪೂರ್ಣ ಗಮನ ನೀಡಲು ಆಗಲಿಲ್ಲ.

ರವಾ ಫ್ರೈನಲ್ಲಿ ಇದ್ದಿದ್ದು 'ಮುರುಮೀನ್' ಎಂದು ಅವರು ಹೇಳಿದರು. ಇದೊಂದು ಮಲಯಾಳಂ ಪದ. ಒಂದು ತರಹದ ಸ್ನ್ಯಾಪರ್ ಮೀನುಗಳಿಗೆ ಈ ಹೆಸರಿದೆ. ನದೀಮುಖಜ ಭೂಮಿಗಳಲ್ಲಿ ಮತ್ತು ಋತುಮಾನಕ್ಕನುಗುಣವಾಗಿ ನದಿಗಳ ಕೆಳಭಾಗದ ಹರಹಿನಲ್ಲಿ ಈ ಮೀನುಗಳು ಕಂಡುಬರುತ್ತವೆ. ಮಸಾಲೆಗೆ ಲಿಂಬೆರಸವನ್ನು ಸೇರಿಸಿದ್ದರಾದ್ದರಿಂದ, ರವೆಯ ಹೊದಿಕೆಯಡಿ ಇದ್ದ ಮೀನಿನ ಮೃದುವಾದ ಪದರುಪದರು ಭಾಗವು ಹುಳಿಹುಳಿಯಾಗಿತ್ತು. ಸರಿಯಾಗಿ ತೆಗೆದಿದ್ದರೆ, ಗರಿಗರಿಯಾದ ರವೆ – ಹುಳಿಹುಳಿಯಾದ ಮಸಾಲೆ – ಮೃದುವಾದ ಮೀನಿನ ಭಾಗ, ಈ ಮೂರೂ ಪದರುಗಳನ್ನು ಬೇರೆಬೇರೆಯಾಗಿ ಬಿಡಿಸಿಡಬಹುದಿತ್ತು ಹಾಗೂ ನಂತರ ಎಲ್ಲವನ್ನೂ ಒಟ್ಟಿಗೇ ಬಾಯಲ್ಲಿಟ್ಟು ಅಗಿದರೆ ರಸ ಮತ್ತು ಸ್ವಾದಗಳ ಸ್ಫೋಟಕ ಮಿಶ್ರಣವೊಂದು ತಯಾರಾಗುತ್ತಿತ್ತು. ಚೂರೂ ಬಿಡದಂತೆ ಮುರುಮೀನ್‌ನ್ನು ಎತ್ತಿಕೊಂಡೆ. ಒಂದು ಚಮಚದಷ್ಟೂ ಕರ್‍ರಿಯನ್ನು ಉಳಿಸದೇ ಬಾಯಲ್ಲಿಟ್ಟೆ. ನಂತರ ಕ್ರಿಕೆಟ್ ಪಂದ್ಯದ ಉಳಿದ ಭಾಗವನ್ನು ವೀಕ್ಷಿಸಲು ಶಾಲೆಯ ಬೆಂಚಿನ ಮೇಲೆ ಹಿಂದೊರಗಿದೆ. ರಾತ್ರಿ ದಟ್ಟವಾಗುತ್ತಿತ್ತು. ಹೊರಗಡೆಯಿಂದ ನೋಡಿದರೆ, ಈ ಹಳೆಯ ಮನೆಯು ಮಂಗಳೂರಿನ ಅನುರಣಿಸುವ ಜಡತೆಗೆ ಬಾಯ್ದೆರೆದುಕೊಂಡಿತ್ತು, ಹೊಳೆಯುತ್ತಿತ್ತು. ಅಲ್ಲಿ ನಿಶ್ಶಬ್ದವಾಗಿ ಕುಳಿತಿದ್ದ ನಾವು,

ಎಡ್ವರ್ಡ್ ಹಾಪರ್‌ನ[1] ನೈಟ್‌ಹಾಕ್‌ಗಳ ದೇಸೀ ಆವೃತ್ತಿಯಂತೆ ಕಾಣುತ್ತಿದ್ದೆವೇನೋ.

II

ನಗರದಲ್ಲಿ ಬಂದಿಳಿದ ಮೊದಲನೆಯ ದಿನ, ಗಾಬರಿ ಬಿದ್ದು ಮಾಡಿದ ದೂರವಾಣಿ ಕರೆಗಳಿಂದಾಗಿ, ಅದೃಷ್ಟವಶಾತ್ ಜಯದೀಪ್ ಶೆಣೈನನ್ನು ಭೇಟಿಯಾಗಲು ಸಾಧ್ಯವಾಯಿತು. ಆತ 'ದಿ ಹಿಂದೂ' ಪತ್ರಿಕೆಯ ಮಂಗಳೂರು ವರದಿಗಾರ. ಪ್ರಸನ್ನಚಿತ್ತ ಮಿತಭಾಷಿ. ತನ್ನ ಕೆಲಸದ ವೇಳೆಯ ನಡುವೆ ಕೆಲ ಗಂಟೆಗಳಷ್ಟು ಕಾಲವನ್ನು, ದಿಕ್ಕುತೋಚದ ತಿನ್ನುಬಾಕನೊಬ್ಬನ ಸಂಕಟಗಳನ್ನು ಕೇಳುವುದಕ್ಕಾಗಿ ವ್ಯಯಿಸುವಷ್ಟು ಜಯದೀಪ್ ದಯಾಮಯಿಯಾಗಿದ್ದ. ಎರಡು ಕಾರಣಗಳಿಗಾಗಿ ನಾನು ಅವನಿಗೆ ಧನ್ಯವಾದ ಹೇಳಲೇಬೇಕು. ಒಂದು 'ನಾರಾಯಣ್ಸ್' ಉಪಾಹಾರ ಗೃಹಕ್ಕೆ ಹೋಗುವಾಗ ನನಗೆ ಜೊತೆಯಾಗಿದ್ದಕ್ಕಾಗಿ. ಮತ್ತೊಂದು, ವಾಸುದೇವ್ ಬೋಳೂರ್ ಅವರಿಗೆ ನನ್ನನ್ನು ಪರಿಚಯಿಸಿದ್ದಕ್ಕಾಗಿ.

ಮೊದಲು ನಾರಾಯಣ್ಸ್ ನೋಡೋಣ. ಮಂಗಳೂರಿನ ನದಿ ಪಕ್ಕದ ಬಂದರುಕಟ್ಟೆಯ ಹತ್ತಿರದ ಓಣಿಯೊಂದರಲ್ಲಿ ಈ ಪುಟ್ಟ ರೆಸ್ಟೋರಂಟ್ ಇದೆ. ಆ ಪ್ರದೇಶವನ್ನು 'ಬಂದರ್' ಎಂದು ಕರೆಯುತ್ತಾರೆ. ಪರ್ಷಿಯನ್ ಮೂಲದ ಈ ಪದವು ಬಹಳ ಕಾಲದಿಂದ ಹಾಗೇ ಉಳಿದುಕೊಂಡು ಬಂದಿದೆ. ಇದರರ್ಥ 'ರೇವು' ಎಂದು; ಕಾವ್ಯಾತ್ಮಕವಾಗಿ ಹೇಳುವುದಾದರೆ 'ಆಶ್ರಯದಾಣ'. (ರೆಸ್ಟೋರಂಟ್‌ನ್ನು ಹುಡುಕಲು ಶೆಣೈ ನೀಡಿದ ಮಾರ್ಗದರ್ಶನವು ಇನ್ನಷ್ಟು ನೀರಸವಾಗಿತ್ತು ; 'ಸ್ಟೇಟ್ ಬ್ಯಾಂಕ್ ಆಫ್ ಇಂಡಿಯಾ ಕಟ್ಟಡದವರೆಗೆ ಹೋಗಿ, ನಂತರ ನಾರಾಯಣ್ಸ್ ಅಂತ ಕೇಳಿ ಅಷ್ಟೇ. ಯಾರಾದರೂ ಹೇಳ್ತಾರೆ.') ಮಧ್ಯಾಹ್ನದ ಊಟದ ಹೊತ್ತಿಗೆ ನಾರಾಯಣ್ಸ್‌ನ ನೆಲಮಹಡಿಯು ಗಿರಾಕಿಗಳಿಂದ ತುಂಬಿ ತುಳುಕುತ್ತಿತ್ತು. ಕಿರಿದಾದ ಮೆಟ್ಟಿಲುಗಳಿದ್ದ ಮೊದಲನೆಯ ಮಹಡಿಯಲ್ಲಿಯೂ ಊಟ ಬಡಿಸಲಾಗುತ್ತಿತ್ತು. ಊಟದ ಹಾಲ್‌ನಿಂದಾಚೆಯಿದ್ದ ಅಡುಗೆಮನೆಯು ಪ್ರವೇಶದ್ವಾರದಿಂದಲೇ ನೇರವಾಗಿ ಕಾಣುತ್ತಿತ್ತು. ಅಲ್ಲಿದ್ದ ಬೃಹದಾಕಾರದ ಒರಳುಕಲ್ಲು ಅಗಾಧ ಪ್ರಮಾಣದ ತಾಜಾ ಮಸಾಲೆ ಸಾಮಗ್ರಿಗಳನ್ನು ಅರೆಯುತ್ತಿತ್ತು. ಜನರು ಕುಳಿತುಕೊಂಡಿದ್ದ ಮೇಜುಗಳ ಸುತ್ತ ಊಟ ಬಡಿಸುವವರು ಅದಾಗಲೇ ಉದ್ದ ಹುಲ್ಲಿನ ಮೆದೆಯಂತೆ ನಿಂತು ಕಾಯುತ್ತಿದ್ದರು.

---

1 1882–1967. ಅಮೆರಿಕಾದ ವಾಸ್ತವವಾದಿ ಹಾಗೂ ಅಚ್ಚು ಚಿತ್ರ ಕಲಾವಿದ. ತೈಲ ಹಾಗೂ ಜಲವರ್ಣ ಚಿತ್ರಗಳ ಜೊತೆಗೆ ಈತ ಕೆತ್ತನೆ ಚಿತ್ರಗಳಿಂದಾಗಿಯೂ (ಎಚಿಂಗ್) ಖ್ಯಾತ. 1942 ರಲ್ಲಿ ಈತ ನಿರ್ಮಿಸಿದ 'ನೈಟ್ ಹಾಕ್' ಎನ್ನುವ ಪ್ರಸಿದ್ಧ ತೈಲಚಿತ್ರದಲ್ಲಿ ನಗರದ ಕೇಂದ್ರಭಾಗವೊಂದರಲ್ಲಿ ತಡರಾತ್ರಿ ಭೋಜನ ಮಾಡುತ್ತ ಕುಳಿತಿರುವ ಜನರ ಚಿತ್ರಣವಿದೆ.

ಆಗಾಗ ನಾರಾಯಣ್ಸ್‌ನ ಮಾಲೀಕ ಅಡುಗೆಮನೆಯಿಂದ ತಂದ ತಾಜಾ ಮೀನನ್ನು ದೊಡ್ಡ ಹರಿವಾಣದಲ್ಲಿಟ್ಟುಕೊಂಡು, 'ಸೈಡ್-ಉ, ಸೈಡ್-ಉ' ಎನ್ನುತ್ತ ಓಡಾಡುತ್ತಿದ್ದ. ಆಗ ಬಡಿಸುವವರು ತಾವು ನಿಂತುಕೊಂಡ ಜಾಗದಿಂದ ಇನ್ನೊಂದು ಬದಿಗೆ ಸರಿದು ನಿಲ್ಲುತ್ತಿದ್ದರು.

ನಾರಾಯಣ್ಸ್‌ನ ವಿಶೇಷತೆಯೆಂದರೆ, ಕಾವಲಿಯಲ್ಲಿ ಕರಿದ ನೆಯ್‌ಮೀನು (ಅಂಜಲ್, ಸೀಯರ್) ಮತ್ತು ಕಾಣೆ ಮೀನಿನ (ಲೇಡಿಫಿಶ್) ಮೂಳೆರಹಿತ ತುಂಡುಗಳು ಅಥವಾ ಸಪಾಟಾದ ಬಿಸಿ ಬಾಣಲೆಯಲ್ಲಿ ಕರಿದ ಇಡೀ ಬೂತಾಯಿ (ಸಾರ್ಡೈನ್) ಮತ್ತು ಬಂಗುಡೆ ಮೀನು ಎಂದು ಶೆಣೈ ಹೇಳಿದ. ಆದರೆ ಅದು ಅಷ್ಟು ನಿಖರವಾದುದಲ್ಲ. ನನಗಂತೂ ನಾರಾಯಣ್ಸ್‌ನ ವಿಶೇಷತೆಯೆಂದರೆ ಕರಿದ ಮೀನು ಬಾಣಲೆಯಲ್ಲಿ ಚಟಪಟ ಎನ್ನುತ್ತಿದ್ದಾಗಲೇ ಅದರ ಮೇಲೆ ಬಡಿಯುವ ಮಸಾಲೆ, ನಾನು ನೋಡಿದ ಒರಳುಕಲ್ಲಿನಿಂದ ತಿರುತಿರುಗಿ ಹೊರಬರುತ್ತಿದ್ದ ಮಸಾಲೆ, ಮೀನಿನ ಮೇಲೆ ಉದುರಿಸಿದ ಮಸಾಲೆ, ಅದಿಲ್ಲದಿದ್ದರೆ ಸುತ್ತಾಡುವ ಹರಿವಾಣದಲ್ಲಿ ತೀಕ್ಷ್ಣವಾದ ಕೆಂಪು ಹಿಮದುಂಡೆಗಳಂತೆ ಕುಳಿತಿರುವ, ರಾಶಿ ಹಾಕಿದ ಕರಿದ ಮುದ್ದೆಗಳ ಮಸಾಲೆ. ಮಾಲೀಕ ಶ್ಯಾಮಸುಂದರ್ ಕಾಳಜಿಯಿಂದ ಮೇಜೊಂದರ ಹತ್ತಿರ ಬಗ್ಗಿ ನಿಂತರೆ, ಗಿರಾಕಿಗಳು 'ಕಾಣೆ' ಅಥವಾ 'ಬಂಗುಡೆ' ಎಂದು ತುಂಬಿದ ಬಾಯಲ್ಲಿಯೇ ಹೇಳುತ್ತಿದ್ದರು. ಜೊತೆಗೆ ತೀಕ್ಷ್ಣ ನೋಟದಿಂದ ಹರಿವಾಣವನ್ನು ಒಮ್ಮೆ ಗೋರಿ, ಆ ಗರಿಗರಿ ಮಸಾಲೆಯ ಮುದ್ದೆಗಳತ್ತ ಬೆರಳು ತೋರಿ, 'ಅದನ್ನೂ ಕೊಟ್ಟುಬಿಡಿ' ಎನ್ನುತ್ತಿದ್ದರು.

ಶ್ಯಾಮಸುಂದರ್‌ರವರ ತಂದೆ ಅರವತ್ತು ವರ್ಷಗಳ ಹಿಂದೆ ನಾರಾಯಣ್ಸ್‌ನ್ನು ಆರಂಭಿಸಿದರು. ಕಾವಲಿಯಲ್ಲಿ ಕರಿದ ತಿನಿಸುಗಳಿಗಾಗಿ ಅದು ಮಂಗಳೂರಿನಲ್ಲಿಯೇ ಹೆಸರಾಂತ ರೆಸ್ಟೋರಂಟ್ ಆಗಿಬಿಟ್ಟಿತು. ಭಾರತದಲ್ಲಿನ ಒಳ್ಳೆಯ ರೆಸ್ಟೋರಂಟ್ ಒಂದನ್ನು ಆರಿಸುವ ಹಲವು ಸಾಮಾನ್ಯ ತಿಳಿವಳಿಕೆಯ ಪರೀಕ್ಷೆಗಳಿವೆ. ಅಲ್ಲಿನ ತಿಂಡಿತಿನಿಸು ಅತ್ಯುತ್ತಮವಾಗಿರಬೇಕು, ಕೈಗೆಟಕುವ ಬೆಲೆಯನ್ನು ಹೊಂದಿರಬೇಕು, ಆಟೋ ಚಾಲಕರೂ ಶ್ರೀಮಂತ ಉದ್ಯಮಿಗಳೂ ತಮ್ಮ ತಮ್ಮ ಹಿನ್ನೆಲೆಯನ್ನು ಬದಿಗಿಟ್ಟು ಒಂದೇ ಮೇಜಿನಲ್ಲಿ ತಿನ್ನುವಂತಿರಬೇಕು ಇತ್ಯಾದಿ. ಹೀಗೆ ಯಾವುದೆಲ್ಲ ರೀತಿಯಿಂದ ಪರಿಗಣಿಸಿದರೂ ನಾರಾಯಣ್ಸ್ ಉತ್ತಮ ಅಂಕಗಳನ್ನು ಪಡೆದು ತೇರ್ಗಡೆಯಾಗುತ್ತದೆ. ಬಡಿಸುವವರು ಸಾಂಪ್ರದಾಯಿಕ ಸ್ಟೀಲ್ ತಾಟುಗಳಲ್ಲಿ ಅನ್ನ, ಉಪ್ಪಿನಕಾಯಿ, ತರಕಾರಿಯದೊಂದರ ಪಲ್ಯ ಹಾಗೂ ಸ್ವಲ್ಪ ಮೀನಿನ ಪದಾರ್ಥದ ರಸವನ್ನು ಹಾಕುತ್ತ ಬರುತ್ತಾರೆ. ಆದರೆ ಆ ಭಗವಂತನ ಕೃಪೆಯೋ ಎಂಬಂತೆ ಹರಿವಾಣದಿಂದ ಊಟದ ತಟ್ಟೆಗೆ ಮೀನು ಜಾರುವ ತನಕ ಯಾರೂ ಉಣ್ಣಲು ಶುರುಮಾಡುವುದಿಲ್ಲ.

ತವಾ–ಫ್ರೈ ಹೆಚ್ಚಾಗಿ ಎಣ್ಣೆಮಯವಾಗಿರುವುದಿಲ್ಲ. ಒಳಗಿರುವ ಮೃದುವಾದ ಬಿಳಿ ಮಾಂಸವನ್ನು ರಕ್ಷಿಸುತ್ತದೆಯೋ ಎನ್ನುವ ಹಾಗೆ ಮಸಾಲೆಯ ಲೇಪನವು ಮೀನಿನ ತುಂಡನ್ನು ಬಹುತೇಕ ಸಂಪೂರ್ಣವಾಗಿ ಆವರಿಸಿರುತ್ತದೆ. ಇಲ್ಲಿನ ಮಸಾಲೆಯು ನಿರ್ವಿವಾದವಾಗಿ ಚೆನ್ನಾಗಿತ್ತು. ತಾನೇ ಒಂದು ಪೂರ್ಣ ಊಟವಾಗಬಲ್ಲ ಸಾಮರ್ಥ್ಯ ಅದಕ್ಕಿದೆ ಎಂಬುದನ್ನು ಸೂಚಿಸುವಷ್ಟು ಅದನ್ನು ಕರಿಯಲಾಗಿತ್ತು. ತರಬೇತುದಾರನೊಬ್ಬ ವಿಜೇತ ಕ್ರೀಡಾಪಟುವೊಬ್ಬನ ಕಸುವನ್ನು ತಿವಿತಿವಿದು ಹೊರತರುವಂತೆ, ಮೀನಿನಿಂದ ಅದರ ತೀಕ್ಷ್ಣ ಪರಿಮಳವನ್ನು ಹೊಮ್ಮಿಸಲಾಗಿತ್ತು. ಅನ್ನ, ಪಲ್ಯದ ಬಗ್ಗೆ ಶೆಣೈ ತಲೆಕೆಡಿಸಿಕೊಳ್ಳಲೇ ಇಲ್ಲ. ನಾನೂ ಅವನನ್ನೇ ಅನುಸರಿಸಿದೆ. ಇಬ್ಬರೂ ಆರಂಭದ ಸೀಯರ್ ತುಂಡುಗಳ ನಂತರ ಹರಿವಾಣವನ್ನು ತರಿಸಿಕೊಂಡು ಬೂತಾಯಿ (ಸಹಜವಾಗಿಯೇ ಎಣ್ಣೆಮಯವಾಗಿದ್ದು ತುಂಬಾ ತೇವಾಂಶದಿಂದ ಕೂಡಿರುತ್ತದೆ) ಹಾಗೂ ಕಾಣೆ ಮೀನುಗಳನ್ನು (ಶುಷ್ಕವಾಗಿದ್ದರೂ ಹೆಚ್ಚುವರಿ ಮಸಾಲೆಯು ಅದನ್ನು ತುಂಬಿಕೊಡುತ್ತದೆ) ಎತ್ತಿ ನಮ್ಮ ತಟ್ಟೆಗಳಲ್ಲಿಟ್ಟುಕೊಂಡೆವು. ಇನ್ನು ಏನನ್ನೂ ತಿನ್ನಲಾರೆವು ಅಂತಾದಾಗ, ನಾನೆದ್ದು ಅಡುಗೆ ಮನೆಯ ಪಕ್ಕ ಕೆಲ ನಿಮಿಷ ಸುಮ್ಮನೇ ನಿಂತುಕೊಂಡು, ಕಾವಲಿಯ ಮೇಲೆ ಕರಿಯುತ್ತಿದ್ದ ಮಸಾಲೆಯ ವಾಸನೆಯನ್ನು ಆಘ್ರಾಣಿಸುತ್ತ, ಉತ್ಕಟವಾಗಿ ದೀರ್ಘ ಉಸಿರೆಳೆದುಕೊಳ್ಳುವ ಮೂಲಕ ದಿನವಿಡೀ ಸಾಕಾಗುವಷ್ಟು ಪರಿಮಳವನ್ನು ಶ್ವಾಸಕೋಶದೊಳಕ್ಕೆ ತುಂಬಿಕೊಳ್ಳಲು ಪ್ರಯತ್ನಿಸಿದೆ.

ನಾರಾಯಣ್ಸ್‌ನಿಂದಾಚೆ ಅದೇ ರಸ್ತೆಯಲ್ಲಿ ಮುಂದೆ ನಡೆದು ಹೋದರೆ ಬಂದರುಕಟ್ಟೆಗೆ ಹೆಚ್ಚು ದೂರವಿಲ್ಲ. ಆದರೆ ಹೊಟ್ಟೆ ತುಂಬಿದ್ದರಿಂದ ಅದು ಸಾಕಷ್ಟು ದೀರ್ಘವೆನಿಸಿತು. ಅಂದು ಮಧ್ಯಾಹ್ನ ಬಂದರುಕಟ್ಟೆಯಲ್ಲಿ ದೋಣಿಗಳು ಕಿಕ್ಕಿರಿದಿದ್ದವು. ಎಷ್ಟು ದಟ್ಟವಾಗಿ ಅವುಗಳನ್ನು ಒಟ್ಟುಗೂಡಿಸಲಾಗಿತ್ತೆಂದರೆ, ಮೂರು ಸಾಲುಗಳಲ್ಲಿ ನಿಲ್ಲಿಸಿದ್ದ ಅವುಗಳ ಮೇಲು ಹಲಗೆಯ ಮೇಲೆ ಬಂದರುಕಟ್ಟೆಯ ಒಂದು ತುದಿಯಿಂದ ಇನ್ನೊಂದಕ್ಕೆ ನಡೆದು ಹೋಗಬಹುದಿತ್ತು. ದೋಣಿಗಳಿಂದಾಚೆ ರಸ್ತೆಯ ಆ ಬದಿಯಲ್ಲಿ ಸಣ್ಣ ಸಣ್ಣ ಅಂಗಡಿಗಳ ಸಾಲಿತ್ತು. ಅವು ಶೈತ್ಯಾಗಾರ ಸೌಲಭ್ಯ, ಬರ್ಫದ ದೊಡ್ಡದೊಡ್ಡ ತುಂಡುಗಳು, ಹಂದಿ, ಕೋಳಿಗಳಂತಹ ಪ್ರಾಣಿಗಳಿಗೆ ತಿನ್ನಿಸಲು ಮೀನಿನಿಂದ ತಯಾರಿಸಿದ ಆಹಾರ, ಎಂಜಿನ್ ಆಯಿಲ್ ಹಾಗೂ ಡೀಸೆಲ್‌ಗಳನ್ನು ಒದಗಿಸುತ್ತಿದ್ದವು. ಮಧ್ಯಾಹ್ನದ ಹೊತ್ತು. ಭಾರೀ ಸೆಕೆಯಿತ್ತು. ಅದರಲ್ಲಿಯೂ ಹತ್ತಿರದಲ್ಲಿಯೇ ನದಿಯಿರುವ ಕಾರಣ, ಇನ್ನಷ್ಟು ತೇವಾಂಶದಿಂದಾಗಿ ಬೆವರು ತೊಟ್ಟಿಕ್ಕುತ್ತಿತ್ತು. ಹಲವಾರು ದೋಣಿಗಳ ಮೇಲೆ, ಕತ್ತರಿಸಿದ ಬರ್ಫದ ತುಂಡುಗಳನ್ನು ಹಳದಿ ಪ್ಲಾಸ್ಟಿಕ್ ಪಾತ್ರೆಗಳಿಗೆ ತುಂಬಿಸುವ ಕೆಲಸ ನಡೆಯುತ್ತಿತ್ತು. ಸರಕುಗಳನ್ನು ಇಡುವ ಜಾಗಕ್ಕೆ ಅವುಗಳನ್ನು ಇಳಿಸುವ ಮೊದಲೇ ಅವು ಕರಗತೊಡಗಿದ್ದವು. ಬೆಳಗಿನ

ಹೊತ್ತು ಅದೇ ಜಾಗದಿಂದ ಮೀನುಗಳನ್ನು ಹೊರಗೆಳೆದು ತೆಗೆದು, ಕೆಲವೇ ನೂರು ಮೀಟರ್‌ಗಳಷ್ಟು ದೂರದಲ್ಲಿರುವ ಸ್ಟೇಟ್ ಬ್ಯಾಂಕ್ ಆಫ್ ಇಂಡಿಯಾ ಕಟ್ಟಡದ ಎದುರಿನ ಮಂಗಳೂರಿನ ಪ್ರಮುಖ ಮೀನು ಮಾರುಕಟ್ಟೆಗೆ ಸಾಗಿಸಲಾಗುತ್ತಿತ್ತು.

ತನ್ನ ಪರಿಸರದಲ್ಲಿ ಏನಾದರೂ ಹೆಚ್ಚುಕಡಿಮೆಯಾದರೆ ಅದು ಮನುಷ್ಯನಿಗೆ ತಕ್ಷಣ ತಿಳಿದುಬಿಡುತ್ತದೆ. ಆ ಗ್ರಹಿಕೆ ಅವನಿಗೆ ಅತ್ಯಂತ ಉಪಕಾರಿ ಶಕ್ತಿಯಾಗಿದೆ. ನಿಖರವಾಗಿ ಏನು ವ್ಯತ್ಯಾಸವಾಗಿದೆ ಎಂದು ತಿಳಿಯುವುದು ಸ್ವಲ್ಪ ತಡವಾಗಬಹುದು. ವಿಶೇಷವೆಂದರೆ ಮಂಗಳೂರಿನ ಬಂದರುಕಟ್ಟೆಯಲ್ಲಿ ನನಗೆ ಇದರ ವಿರುದ್ಧ ಪರಿಣಾಮವು ಅನುಭವಕ್ಕೆ ಬಂದಿತು. ಸೆಕೆ ಮತ್ತು ಸಂತೃಪ್ತಿಗಳು ಮನಸ್ಸನ್ನು ಆಗಾಗ ಜಡಗೊಳಿಸುತ್ತಿದ್ದವು. ಅದೇ ಮನಃಸ್ಥಿತಿಯಲ್ಲಿ ಸುತ್ತಾಡುತ್ತಿದ್ದೆ. ಏನೋ ಒಂದು ನನಗೆ ಅತ್ಯಂತ ಪರಿಚಿತವಾದ, ಎಲ್ಲೋ ಇರಬೇಕಾದ್ದು ಇಲ್ಲಿದೆ ಎಂಬ ಭಾವ ನನ್ನೊಳಗೆ ಹರಿದಾಡುತ್ತಿತ್ತು. ಕೆಲ ನಿಮಿಷಗಳ ನಂತರ ಮನಸ್ಸಿನ ಬೀಗ ತೆರೆದುಕೊಂಡು, ಒಂದಾದ ಮೇಲೊಂದರಂತೆ, ಎಲ್ಲವೂ ನಿಚ್ಚಳವಾಗತೊಡಗಿತು. ಎಲ್ಲಿ ನೋಡಿದರೂ ತಮಿಳು! ಅಂಗಡಿಗಳ ನಾಮಫಲಕಗಳು ತಮಿಳು ಅಕ್ಷರಗಳಲ್ಲಿದ್ದವು. ದೋಣಿಗಳ ಮುಂಭಾಗದ ಚೂಪಾದ ಭಾಗದಲ್ಲಿ ತಮಿಳು ಹೆಸರುಗಳನ್ನು ಬಣ್ಣದಿಂದ ಬರೆಯಲಾಗಿತ್ತು. ನನ್ನ ಸುತ್ತಲೂ ಇದ್ದ ಮೀನುಗಾರರು ತಮಿಳಿನಲ್ಲಿಯೇ ಕೂಗುತ್ತಿದ್ದರು, ಬಯ್ಯುತ್ತಿದ್ದರು. ಅನಿರೀಕ್ಷಿತವಾಗಿ ಮನೆಗೆ ಬಂದಂತೆ ಭಾಸವಾಯಿತು. ಮತ್ತೆ ಇದೆಲ್ಲವನ್ನು ವಾಸುದೇವ್ ಬೋಳೂರ್ ಅವರು ನನಗೆ ವಿವರಿಸುವುದಕ್ಕೆ ಮರುದಿನದ ತನಕ ನಾನು ಕಾಯಲೇಬೇಕಿತ್ತು.

II

ಶ್ರೀಮಂತ ಸಂಗ್ರಾಹಕನೊಬ್ಬ ಒಂದೊಂದು ಕಲಾವಸ್ತುವನ್ನೂ ಪ್ರೀತಿಯಿಂದ, ವಿವೇಚನೆಯಿಂದ ತೀರ್ಮಾನಿಸಿ ಸಂಗ್ರಹಿಸಿದ ಹಾಗೆ, ವಾಸುದೇವ್ ಬೋಳೂರರು ಅಧಿಕಾರದ ಹುದ್ದೆಗಳನ್ನು ದೊಡ್ಡ ಪ್ರಮಾಣದಲ್ಲಿ ಒಟ್ಟುಗೂಡಿಸಿಕೊಂಡಿದ್ದಾರೆ. ಬೋಳೂರರು ಮಂಗಳೂರಿನ ಬೆಸ್ತರ ಸಹಕಾರಿ ಸಂಸ್ಥೆಗಳಲ್ಲೊಂದಾದ ಮೊಗವೀರ ವ್ಯವಸ್ಥಾಪಕ ಮಂಡಳಿಯ ಅಧ್ಯಕ್ಷರಾಗಿದ್ದಾರೆ. ಅವರು ಅಖಿಲ ಕರ್ನಾಟಕ ಫಿಷರ್‌ಮೆನ್ಸ್ ಪರಿಷದ್ ಎಂಬ ಇಂಗ್ಲೀಷ್ ಕನ್ನಡವೆರಡೂ ಬೆರೆತ ಹೆಸರಿನ ಸಂಸ್ಥೆಯ ಕಾರ್ಯದರ್ಶಿ ಕೂಡ ಹೌದು. ಅದೂ ಅಲ್ಲದೇ ಅವರು ರಾಷ್ಟ್ರೀಯ ಮೀನು ಕಾರ್ಮಿಕರ ಒಕ್ಕೂಟ ಮತ್ತು ಕರಾವಳಿ ಕರ್ನಾಟಕ ಮೀನುಗಾರರ ಕ್ರಿಯಾ ಸಮಿತಿಯ ಕಾರ್ಯದರ್ಶಿಯೂ ಆಗಿದ್ದಾರೆ. ಇವೆಲ್ಲವೂ ಒಂದೇ ಸಂಸ್ಥೆ ಅಥವಾ

ಸಂಘವಾಗಿರಬೇಕೆಂದೇನೂ ಇಲ್ಲ. ಇಲ್ಲಿ, ಬೋರ್ಹೆಸ್‌ನ[1] ಸಣ್ಣ ಕತೆಯೊಂದು ನೆನಪಾಗುತ್ತದೆ. ಅದರಲ್ಲಿ, ಹಲವಾರು ಒಕ್ಕೂಟಗಳ ಭವ್ಯ ಸಮಾವೇಶವೊಂದು ಜರುಗುತ್ತದೆ. ವಾಸ್ತವದಲ್ಲಿ ಅವೆಲ್ಲವುಗಳಲ್ಲಿ ಇರುವುದು ಅದೇ ಅದೇ ಸದಸ್ಯರು ಎನ್ನುವುದನ್ನು ಕಂಡುಕೊಳ್ಳಲು ಆ ಸಮಾವೇಶವು ಕಾರಣವಾಗುತ್ತದೆ.

ನಾನು ಬೋಳೂರರನ್ನು ಮೊದಲು ಭೇಟಿಯಾಗಿದ್ದು ರೋಶನೀ ನಿಲಯದಲ್ಲಿ. ಅದೊಂದು ಸಮಾಜ ಸೇವಾ ಕಾರ್ಯದ ಶಾಲೆ. ಶೆಣೈ ನನ್ನನ್ನು ಅಲ್ಲಿಗೆ ಕರೆದೊಯ್ದಿದ್ದ. ನಾವು ಹೋದಾಗ ಬೋಳೂರರು ಒಂದು ಮೀಟಿಂಗ್‌ನಲ್ಲಿದ್ದರು. ಸಭೆಯ ಅಧ್ಯಕ್ಷತೆ ಅವರದೇ ಆಗಿತ್ತು. ಅವರನ್ನು ಶೆಣೈ ಹೊರಗೆಳೆದುಕೊಂಡು ಬಂದಿದ್ದ. ಕುಳ್ಳಗಿನ, ಕೂದಲು ವಿರಳವಾಗುತ್ತಿರುವ ಬೋಳೂರರದು ಬುದ್ಧಿವಂತಿಕೆ ಸೂಸುವ ಮುಖ. ಅವರ ಚುರುಕು ಕಣ್ಣುಗಳು ದಪ್ಪನೆಯ ಕನ್ನಡಕದ ಗಾಜಿನೀಚೆಗೂ ಹೊಳೆಯುತ್ತಿದ್ದವು. ತ್ವಚೆಯು ಅಖರೋಟಿನ ಬಣ್ಣ ಹೊಂದಿತ್ತು ಹಾಗೂ ಅದರಂತೆಯೇ ಸುಕ್ಕುಸುಕ್ಕಾಗಿತ್ತು. ಅವರ ಬೆರಳುಗಳಲ್ಲೊಂದು ಶಾಶ್ವತವಾಗಿ ಕೀಲನ್ನು ಕಳಚಿಕೊಂಡಿತ್ತು. ಅದು ಮೈಸೂರಿನಲ್ಲಿ ನಡೆದ ವಿದ್ಯಾರ್ಥಿ ಪ್ರತಿಭಟನೆಯ ವೇಳೆ ಮುರಿದಿದ್ದು (ಹಾಗಂತ ಅವರು ಆಮೇಲೆ ನನಗೆ ಹೇಳಿದರು). ಅವರ ಸಹಪ್ರತಿಭಟನಾಕಾರರಲ್ಲಿ ಮುಂದೆ ಕರ್ನಾಟಕದ ಮುಖ್ಯಮಂತ್ರಿಗಳಾಗಲಿದ್ದ ಜೆ.ಎಚ್. ಪಟೇಲ್ ಮತ್ತು ಎಸ್. ಬಂಗಾರಪ್ಪ ಅವರೂ ಇದ್ದರು.

ಬೋಳೂರರು, ಶೆಣೈ ಮತ್ತು ನಾನು ರೋಶನೀ ನಿಲಯದ ಕ್ಯಾಂಟೀನಿನಲ್ಲಿ ಕುಳಿತು ಚಹ ಕುಡಿಯುತ್ತಿದ್ದೆವು. ಪ್ಲಾಸ್ಟಿಕ್ ಲೋಟಗಳಲ್ಲಿ ಕೊಟ್ಟ ಆ ಚಹ ಕೆಟ್ಟದಾಗಿತ್ತು. ಆಗ ಬೋಳೂರರು ಕೊಂಕಣ ಕರಾವಳಿಗೆ ದೊಡ್ಡ ಪ್ರಮಾಣದಲ್ಲಿ ವಲಸೆ ಬರಲು ಆರಂಭಿಸಿದ ತಮಿಳು ಮೀನುಗಾರರ ಕುರಿತು ನನಗೆ ಹೇಳಿದರು. ಆನಂತರ ಮಂಗಳೂರಿನದೇ ಬೆಸ್ತ ಸಮುದಾಯವು ತನ್ನ ಉದ್ಯೋಗದಿಂದ ಅದು ಹೇಗೆ ವಿಮುಖವಾಯಿತು ಎಂದವರು ವಿವರಿಸಿದರು. ‘ಇಲ್ಲಿ ಮಂಗಳೂರಿನಲ್ಲಿರುವ ಮೀನುಗಾರಿಕಾ ಮಹಾವಿದ್ಯಾಲಯದಲ್ಲಿ ಇರುವ ವಿದ್ಯಾರ್ಥಿಗಳೆಲ್ಲ ಕರ್ನಾಟಕದ ಹೊರಗಿನವರೇ. ಅವರೇ ಮೀನುಗಾರಿಕೆಯ ಹಿಂದಿನ ವಿಜ್ಞಾನವನ್ನು ಅಂದರೆ ಮೀನುಗಳಿಗೆ ಬರುವ ರೋಗ, ಹವಾಮಾನದ ಮಾದರಿಯಂತಹ ಸಂಗತಿಗಳನ್ನು ಕಲಿಯುವುದು’ ಎಂದು ಹೇಳಿದರು. ಆಮೇಲೆ ಅವರಿಗೆ ಅದು ಹೇಗೋ ಈವರೆಗೆ ತಾವು ಮಾಡುತ್ತಿದ್ದ ಮೀಟಿಂಗ್ ತಮ್ಮ ಮುಂದಾಳತ್ವವಿಲ್ಲದೇ ಶಕ್ತಿಗುಂದಿರಬಹುದು ಅನ್ನಿಸಿತು. ತಕ್ಷಣ ಕೈಲಿದ್ದ ಚಹವನ್ನು ಅರ್ಧಕ್ಕೆ ಬಿಟ್ಟು, ಮರುದಿನ ಬೆಳಿಗ್ಗೆ ಈ ಕುರಿತು

---

1 1899–1986 ಜಾರ್ಜ್ ಲೂಯಿ ಬೋರ್ಹೆಸ್ : ಅರ್ಜಂಟೈನಾದ ಬರಹಗಾರ, ಪ್ರಬಂಧಕಾರ, ಕವಿ, ಸಣ್ಣಕಥೆಗಳ ಲೇಖಕ, ಅನುವಾದಕ. ಮಾಂತ್ರಿಕ ವಾಸ್ತವವಾದದಿಂದಾಗಿ ಖ್ಯಾತ.

ಇನ್ನಷ್ಟು ದೀರ್ಘವಾಗಿ ಮಾತನಾಡಲು ತಮ್ಮ ಮನೆಗೆ ಬರಲು ಸಾಧ್ಯವೇ ಎಂದು ಕೇಳಿದರು.

ಬೋಳೂರರು ವಾಸಿಸುವ ಬಂಗಲೆಯು ಮಂಗಳೂರಿನ ಒಂದು ಶಾಂತ ಪರಿಸರದಲ್ಲಿದೆ, ಅದೊಂದು ಇಟ್ಟಿಗೆಯಲ್ಲಿ ಕಟ್ಟಿದ ಅಚ್ಚುಕಟ್ಟಾದ ಕಟ್ಟಡ. ಆ ಬಡಾವಣೆಯ ಹೆಸರೂ ಬೋಳೂರು ಎಂದೇ. ಮನೆತನದ ಕಾರಣ ಪ್ರದೇಶಕ್ಕೆ ಹೆಸರು ಬಂದಿತೋ ಅಥವಾ ಪ್ರದೇಶದಿಂದ ಮನೆತನಕ್ಕೆ ಹೆಸರು ಬಂದಿತೋ ಎಂಬುದು ನನಗೆ ತಿಳಿಯಲಿಲ್ಲ. ಅವರ ಮನೆಯನ್ನು ಬೇಗ ತಲುಪಿಬಿಟ್ಟಿದ್ದೆ. ಬೋಳೂರರು ಇನ್ನೂ ಬರಿಮೈಯಲ್ಲಿದ್ದರು. ದೊಡ್ಡದೊಂದು ಬಿಳಿ ಪಂಚೆ ಸುತ್ತಿಕೊಂಡಿದ್ದರು. ಅವರು ಪೂಜೆ ಪ್ರಾರ್ಥನೆ ಮುಗಿಸಿ, ಹೊರಬರುವವರೆಗೂ ಜಗುಲಿಯಲ್ಲಿಯೇ ಕಾಯುತ್ತಿದ್ದೆ.

ಅವರು ಸಣ್ಣ ಹುಡುಗನಾಗಿದ್ದಾಗ, ಟಿಪ್ಪು ಸುಲ್ತಾನ್ ಬತ್ತೇರಿಯ ಬಳಿ ಇರುವ ನಡುಗಡ್ಡೆಯೊಂದರಲ್ಲಿ ವಾಸಿಸುತ್ತಿದ್ದರು. ಶಾಲೆ ಶುರುವಾಗುವುದಕ್ಕೂ ಮೊದಲು (ನಂತರ, ಕಾಲೇಜು ಶುರುವಾಗುವುದಕ್ಕೂ ಮೊದಲು) ಪ್ರತಿ ದಿನ ಅವರು ಮೀನು ಹಿಡಿಯಲು ಹೋಗುತ್ತಿದ್ದರು. 'ನನ್ನ ತಂದೆ ಒಬ್ಬ ಮೀನುಗಾರರಾಗಿದ್ದರಿಂದ, ಅವರಿಗೆ ಎಷ್ಟು ಸಾಧ್ಯವೋ ಅಷ್ಟು ಸಹಾಯ ಮಾಡಿ ನಾನು ಶಾಲೆಗೆ ಹೋಗುತ್ತಿದ್ದೆ' ಎಂದು ಹೇಳಿದರು. ನದಿಯೊಳಗೆ ಸಾಗುತ್ತಲೇ ದೊಡ್ಡದೊಂದು ಬಲೆಯನ್ನು ಬಿಚ್ಚಿ ಹರಡುತ್ತಿದ್ದರು. ನಂತರ ಮೀನುಗಳನ್ನೆಲ್ಲ ಬೆದರಿಸಿ ಅದರೊಳಕ್ಕೆ ಬರುವಂತೆ ಮಾಡುತ್ತಿದ್ದರು. ಈ ತಂತ್ರವನ್ನು 'ಬೊಳುಪು' ಎನ್ನುತ್ತಾರೆ, ಎಂದು ಹೇಳುವಾಗ ಸುದೀರ್ಘವಾಗಿ ಅಕ್ಷರವನ್ನು ನುಂಗುವ ಶಬ್ದವನ್ನು ಮಾಡಿದರು. 'ಹಿಡಿದ ಮೀನುಗಳನ್ನೆಲ್ಲ ನಾವಿಬ್ಬರು ಬಂದರಿಗೆ ಹೋಗಿ ಇಳಿಸುತ್ತಿದ್ದೆವು. ಅಮ್ಮ ಅವುಗಳನ್ನು ಮಾರಲು ಮೀನು ಪೇಟೆಗೆ ಹೊರಟಿದ್ದೇ ನಾನು ಶಾಲೆಗೆ ಓಡುತ್ತಿದ್ದೆ' ಎಂದು ಹೇಳಿದರು.

ಆದರೆ ಶೀಘ್ರದಲ್ಲಿಯೇ ಬೋಳೂರರ ಅಧಿಕಾರದ ಕುರಿತಾದ ಪ್ರೀತಿಯು ಅವರ ಮೀನು ಹಿಡಿಯುವ ಪ್ರೀತಿಗೆ ತೊಡಕಾಗತೊಡಗಿತು. ಶಾಲೆಯಲ್ಲಿದ್ದಾಗ ಅವರು ರಾಷ್ಟ್ರೀಯ ಸೇವಾದಳವನ್ನು ಸೇರಿದರು. ಅದು ಮೀನುಗಾರರ ಗಂಡು-ಹೆಣ್ಣು ಮಕ್ಕಳನ್ನೆಲ್ಲ ಸೇರಿಸಿ ಒಂದು ತರಹದ ಬಾಲ ಒಕ್ಕೂಟವನ್ನು ಸಂಘಟಿಸಿತ್ತು. 'ನಾವು ವಾರಕ್ಕೊಮ್ಮೆ ಸೇರಿ ಚರ್ಚೆ ಮಾಡುತ್ತಿದ್ದೆವು. ಮೀನುಗಾರರ ಕುಟುಂಬಗಳ ಸಮಸ್ಯೆಗಳನ್ನು ಪ್ರಚುರ ಪಡಿಸಲು ಆಂದೋಲನ ಮಾಡುತ್ತಿದ್ದೆವು' ಎಂದು ಹೇಳುವಾಗ ಬೋಳೂರರ ಮೊಗದಲ್ಲಿ ತಾಯಿಗೆ ತನ್ನ ಮೊದಲ ಮಗುವಿನ ಮೇಲಿರುವ ಹೆಮ್ಮೆಯಿತ್ತು. ಬೆರಳು ಮುರಿಯುವಷ್ಟು ತೀವ್ರವಾಗಿದ್ದ ಮೈಸೂರಿನ ಪ್ರತಿಭಟನೆಯೂ ಸೇರಿದಂತೆ

ಬಹಳಷ್ಟು ಆಂದೋಲನಗಳಲ್ಲಿ ಅವರು ಕಾಲೇಜು ಓದುವಾಗಲೇ ಸಕ್ರಿಯವಾಗಿ ಪಾಲ್ಗೊಂಡಿದ್ದರು. ಕರ್ನಾಟಕ ವಿದ್ಯುಚ್ಛಕ್ತಿ ಮಂಡಳಿಯಲ್ಲಿ ಕೆಲಸ ಮಾಡಲು ಆರಂಭಿಸಿದಾಗ, ಮೊಟ್ಟ ಮೊದಲ ಕೆಇಬಿ ನೌಕರರ ಒಕ್ಕೂಟವನ್ನು ನಿಷ್ಠೆಯಿಂದ ಸ್ಥಾಪಿಸಿದ್ದು ಖಂಡಿತವಾಗಿಯೂ ಅವರೇ. ಕೆಇಬಿಯಿಂದ ನಿವೃತ್ತರಾದ ಬಳಿಕವಷ್ಟೇ ಮೀನುಗಾರಿಕೆಗೆ ಸಂಬಂಧಿಸಿದ ಹಲವಾರು ಸಂಘ–ಸಂಸ್ಥೆಗಳಲ್ಲಿನ ಹತ್ತಾರು ಗೌರವ ಹುದ್ದೆಗಳನ್ನು ಒಪ್ಪಿಕೊಂಡರು. ಆ ಮೂಲಕ ಜನರನ್ನು ಸಂಘಟಿಸುವ ಕಾರ್ಯದಲ್ಲಿ ತಮಗಿದ್ದ ಒಲವನ್ನು ಮೀನುಗಾರ ಸಮುದಾಯದಲ್ಲಿದ್ದ ತಮ್ಮ ಬೇರುಗಳೊಡನೆ ವಿಲೀನಗೊಳಿಸಿದರು.

ಮಂಗಳೂರಿನಲ್ಲಿ ನಾನು ಎಲ್ಲೆಲ್ಲಿ ಊಟತಿಂಡಿ ಮಾಡಿದ್ದೇನೆಂದು ಬೋಳೂರರು ಕೇಳಿದರು. ತಪ್ಪೊಪ್ಪಿಗೆಯ ಕಿರುಕೋಣೆಯೊಳಗೆ ನಿಂತಿರುವೆನೇನೋ ಎಂಬಂತೆ, ಹೊತ್ತು ಗೊತ್ತು ಇಲ್ಲದೆ ರವಾ ಫ್ರೈಯೊಡನೆ ನನಗುಂಟಾದ ಪ್ರೇಮದ ಬಗ್ಗೆ, ಆದರೆ ನನ್ನ ನೆನಪಿನಲ್ಲಿದ್ದಂತಹ ಮಂಗಳೂರಿನ ಫಿಶ್ ಕರ್ರಿಯನ್ನು ಕಾಣಲು ಆಗದೇ ಹೋದದ್ದರ ಬಗ್ಗೆ, ತುಸು ಬಿಗುಮಾನದಲ್ಲಿಯೇ ಹೇಳಿದೆ. 'ಅದೇನೂ ಆಶ್ಚರ್ಯವಲ್ಲ' ಎಂದ ಬೋಳೂರರು ಒಟ್ಟಾರೆ ಮೀನಿನ ಗುಣಮಟ್ಟ ಕಡಿಮೆಯಾಗುತ್ತಿರುವುದರ ಬಗ್ಗೆ ಸಣ್ಣದೊಂದು ಭಾಷಣವನ್ನೇ ಮಾಡಿದರು. 'ಆದರೆ ಯಾವುದಕ್ಕೂ ನೀನು ಸರಿಯಾಗಿ ತಿಳಿದುಕೊಳ್ಳಬೇಕು. ಅತ್ಯುತ್ತಮವಾದ ಮಂಗಳೂರು ಫಿಶ್ ಕರ್ರಿಯನ್ನು ಮಾಡುವುದು ರೆಸ್ಟೋರಂಟ್‌ಗಳಲ್ಲಲ್ಲ, ಮನೆಗಳಲ್ಲಿ' ಎಂದವರೇ ಯಾವುದೇ ಗಲಿಬಿಲಿಯಿಲ್ಲದೇ ನನ್ನನ್ನು ಜಗುಲಿಯಿಂದ ಹೊರಗೆ, ಎದುರಿನ ಅಂಗಳದುದ್ದಕ್ಕೂ ನಡೆಸಿಕೊಂಡು ಹೋದರು. ಪಾಗಾರದ ಗೋಡೆಯಲ್ಲಿದ್ದ ಗೇಟಿನ ಮೂಲಕ ಹಾದು, ಪಕ್ಕದ ಮನೆಗೆ ಕರೆತಂದರು. 'ಇವಳು ನನ್ನ ಸಹೋದರನ ಮಗನ ಹೆಂಡತಿ, ಶೈಲಜಾ' ಎಂದು ಕೇಸರಿ–ಕೆಂಪು ಬಣ್ಣದ ಸಲ್ವಾರ್–ಕಮೀಜ್ ಧರಿಸಿದ್ದ ಸುಂದರ ಯುವತಿಯೊಬ್ಬಳನ್ನು ಪರಿಚಯಿಸಿದರು. ಮುಡಿಕಟ್ಟಿದ ಅವಳ ಉದ್ದನೆಯ ಕೂದಲು ಬೆಳಗಿನ ಸ್ನಾನದ ಕಾರಣ ಇನ್ನೂ ಒದ್ದೆಯಿತ್ತು. 'ಇವಳು ನಿನಗೋಸ್ಕರ ಒಂದಿಷ್ಟು ಫಿಶ್ ಕರ್ರಿಯನ್ನು ಈಗಲೇ ಮಾಡಿಕೊಡುತ್ತಾಳೆ' ಎಂದು ಹೇಳಿದರು.

ಹೀಗೆ ಒತ್ತಾಯ ಮಾಡುವುದು ಬೇಡವೆಂದು ಹೇಳಿದರೂ ಅವರು ಕೇಳಲಿಲ್ಲ. ನನ್ನನ್ನು ಅಲ್ಲಿಯೇ ಬಿಟ್ಟು, ಉಳಿದುಹೋಗಿದ್ದ ಯಾವುದೋ ಕೆಲಸವನ್ನು ಪೂರ್ಣಗೊಳಿಸಲು ಬೋಳೂರರು ತಮ್ಮ ಮನೆಗೆ ವಾಪಸ್ಸಾದರು. ಶೈಲಜಾ ತಮ್ಮ ಮನೆಯಿಂದ ಎರಡು ದೊಡ್ಡ ಬಂಗುಡೆ ಮೀನುಗಳನ್ನು ಹೊರತಂದು, ಅಂಗಳದಲ್ಲಿದ್ದ ಬಾವಿಯ ಬಳಿ ಕುಳಿತಳು. ಬಾಗಿದ ಕತ್ತಿಯೊಂದರ ಮೇಲಿಟ್ಟು ಅವುಗಳನ್ನು ಕತ್ತರಿಸಿ, ಹುರುಪೆಗಳನ್ನು ಹೆರೆದು ತೆಗೆಯತೊಡಗಿದಳು. ಮೀನಿನ ಒಳ ಅಂಗಾಂಗಗಳನ್ನೆಲ್ಲ

ಹೊರತೆಗೆದು, ದವಡೆಗಳನ್ನು ತಿರುಚಿ ಎಳೆದಳು. ಸರಸರನೆ ಅವುಗಳನ್ನು ದೊಡ್ಡದೊಡ್ಡ ತುಂಡುಗಳಾಗಿ ಕತ್ತರಿಸಿದಳು. ಬಾವಿಯ ನೀರಿನಲ್ಲಿ ಅವುಗಳನ್ನು ತೊಳೆಯುತ್ತಿದ್ದಷ್ಟೂ ಹೊತ್ತು ನನ್ನೊಂದಿಗೆ ಮಾತನಾಡುತ್ತಲೇ ಇದ್ದಳು. 'ಈ ಕರ್‍ರಿ ಮಾಡುವುದನ್ನು ಪ್ರಾಯದ ಹುಡುಗಿಯಾಗಿದ್ದಾಗ ಅಮ್ಮನಿಂದ ಕಲಿತೆ. ಅಂದಿನಿಂದಲೂ ಮಾಡುತ್ತಲೇ ಬಂದಿದ್ದೇನೆ, ನಾವಿದನ್ನು ಮನೆಯಲ್ಲಿ ದಿನವೂ ಮಾಡುತ್ತೇವೆ. ಅದಿಲ್ಲ ಅಂದರೆ ಹೆಚ್ಚು ಕಡಿಮೆ ಊಟವೇ ಇಲ್ಲ' ಎಂದಳು.

ಅವಳ ಮನೆಯಲ್ಲಿನ ಅಡುಗೆಕೋಣೆಯು ಇಳಿ ಮಾಡನ್ನು ಹೊಂದಿತ್ತು. ಗೋಡೆಗಳಿಗೆ ನೀಲಿ ಮತ್ತು ಕೇಸರಿ ಬಣ್ಣ ಬಳಿದಿದ್ದರು. ಅಲ್ಲಿದ್ದ ದೊಡ್ಡದೊಂದು ಪಾತ್ರೆಯನ್ನು ಅವಳು ತೋರಿಸಿದಳು. ಎರಡು ಮೂರು ದಿನಗಳಿಗೊಮ್ಮೆ ಅವಳು ತಯಾರಿಸುವ ತಾಜಾ ಮಸಾಲೆಯನ್ನು ಅದರಲ್ಲಿ ತುಂಬಿಡುತ್ತಿದ್ದರು. ಆ ಮಸಾಲೆಗೆ ಹಾಕುತ್ತಿದ್ದ ಪದಾರ್ಥಗಳ ಡಬ್ಬಿಗಳನ್ನೂ ತೋರಿಸಿದಳು. ಅವಳ ಪ್ರಕಾರ, 'ಒಂದು ತೆಂಗಿನಕಾಯಿಗೆ ಮೂವತ್ತೈದರಿಂದ ನಲವತ್ತು ಒಣಮೆಣಸಿನಕಾಯಿ, ಒಂದು ದೊಡ್ಡ ಚಮಚ ಅರಿಶಿನದ ಪುಡಿ, ಒಂದು ಬೊಗಸೆ ಕೊತ್ತಂಬರಿ ಬೀಜ, ಒಂದು ಮುಷ್ಟಿ ಹುಣಸೇಹಣ್ಣು, ಸ್ವಲ್ಪ ಜೀರಿಗೆ, ಮೆಂತ್ಯ, ಸಾಸಿವೆ ಹಾಗೂ ಉಪ್ಪು' ಹಾಕಬೇಕು. ಈ ಪಟ್ಟಿಯನ್ನು ಅವಳು ಪಠಿಸುತ್ತ ಹೋದಂತೆ, ಅಳತೆಯು ಇನ್ನಷ್ಟು ಅಸ್ಪಷ್ಟವಾಗುತ್ತ ಹೋಯಿತು. 'ತೆಂಗಿನಕಾಯಿಯನ್ನು ಬಿಟ್ಟು ಮತ್ತೆಲ್ಲವನ್ನೂ ಎಣ್ಣೆಯಲ್ಲಿ ಹುರಿದು, ನಂತರ ಎಲ್ಲ ಸೇರಿಸಿ ಹೀಗೆ ರುಬ್ಬಬೇಕು' ಎಂದಳು.

ಆ ಮಸಾಲೆಯು ಜೇಡಿಮಣ್ಣಿನ ಹಾಗೆ ದಪ್ಪಗೆ ಕಡು ಕಿತ್ತಳೆ ಬಣ್ಣದಲ್ಲಿತ್ತು. ಅದರಿಂದ ಕೆಲವು ಬೊಗಸೆಗಳಷ್ಟನ್ನು ಎತ್ತಿಕೊಂಡಳು. ಮಡಕೆಯೊಂದರಲ್ಲಿ ಅದನ್ನು ಹಾಕಿ, ಅದಕ್ಕೆ ಸ್ವಲ್ಪ ನೀರನ್ನು ಬೆರೆಸಿ, ಅದು ದಪ್ಪನೆಯ ಟೊಮ್ಯಾಟೊ ಸೂಪ್‌ನ ಹಾಗಾಗಿ ತನ್ನ ಕೈ ಬಿಡುವ ತನಕ ಕದಡಿದಳು. ಎಷ್ಟು ಬೇಕಾಗುತ್ತದೆ ಅಂತ ಅವಳಿಗೆ ಹೇಗೆ ತಿಳಿಯುತ್ತದೆ? ಎಂದು ಕೇಳಿದೆ. 'ಕೈಗೆ ಗೊತ್ತಾಗುತ್ತದೆ' ಎಂದವಳ ನಗು ನನ್ನ ಮಂಡಿಗಳನ್ನು ಅದುರಿಸಿತು. ಸ್ವಲ್ಪ ಶುಂಠಿಯನ್ನು ಹಾಗೂ ಮೂರು ಉದ್ದುದ್ದನೆಯ ಹಸಿಮೆಣಸುಗಳನ್ನು ಕೌಶಲ್ಯಪೂರ್ಣವಾಗಿ ಹೆಚ್ಚಿ ಮಡಕೆಗೆ ಸೇರಿಸಿದಳು. ಆನಂತರ ಸ್ವಲ್ಪ ಉಪ್ಪನ್ನು ಸುರಿದಳು. ಎರಡು ಕಾವುಗಳಿದ್ದ ಒಲೆಯಲ್ಲಿ ಒಂದರ ಮೇಲೆ ರಸವನ್ನು ಸಣ್ಣದಾಗಿ ಕುದಿಯಲು ಇಟ್ಟಳು, ಅದು ಪುಟ್ಟ ಅಡುಗೆಮನೆಯೊಳಗೆ ಸೆಕೆಯ ಮೋಡವನ್ನೇ ಉಗುಳತೊಡಗಿತು. ನಮ್ಮ ಹಣೆಗಳ ಮೇಲೆ ಬೆವರಿನ ಬುಗ್ಗೆ. ಶೈಲಜಾಳ ಹಿಂದೆ ನಿಂತಿದ್ದ, ಕಿಸಿದ ಹಲ್ಲಿನ ಅವಳತ್ತೆಯ ಕಣ್ಣುಗಳು ಈ ಪ್ರಕ್ರಿಯೆಯ ಒಂದೊಂದು ಹೆಜ್ಜೆಯನ್ನೂ ಗಮನಿಸುತ್ತಾ ತೂಗಿ ನೋಡುತ್ತಿದ್ದವು. ಅಲ್ಲೇ ಹೊರಗೆ ಜಗುಲಿಯಲ್ಲಿದ್ದ ಟಿವಿಯಲ್ಲಿ, ಭಾರತ-ಶ್ರೀಲಂಕಾ ಪಂದ್ಯವೊಂದರಲ್ಲಿ

ಸನತ್ ಜಯಸೂರಿಯ ಮಾಡಿದ ದಾಳಿ, ಆಡಿದ ಆಟದ ಕುರಿತಂತೆ ಆವೇಶಭರಿತ ವೀಕ್ಷಕ ವಿವರಣೆ ಬರುತ್ತಿತ್ತು.

ಎಂಟು ನಿಮಿಷಗಳ ನಂತರ, ಕರ್ರಿಯ ಮೇಲ್ಮೈಯು ಕುದಿಯುವ ಲಾವಾರಸದಂತೆ ಕಾಣತೊಡಗಿದಾಗ, ಶೈಲಜಾಳು ಮೀನಿನ ತುಂಡುಗಳನ್ನು ಮಡಕೆಯೊಳಗಿನ ರಸಕ್ಕೆ ಬದಿಯಿಂದ ಜಾರಿಸಿದಳು. 'ಕರ್ರಿಯನ್ನು ಸೌಟಿನಿಂದ ತಿರುವಬಾರದು. ಅದರಿಂದ ಮೀನಿನ ತುಂಡುಗಳೆಲ್ಲ ಮುರಿದುಹೋಗುತ್ತವೆ' ಎಂದು ಎಚ್ಚರಿಸಿದಳು. ಬದಲಿಗೆ ಮಡಕೆಯ ಅಂಚನ್ನು ಬಟ್ಟೆಯೊಂದರಲ್ಲಿ ಗಟ್ಟಿಯಾಗಿ ಹಿಡಿದುಕೊಂಡು ನಿಧಾನಕ್ಕೆ ಸುತ್ತಲೂ ಅಲ್ಲಾಡಿಸಿದಳು. ನಿಜಕ್ಕೂ ಸಿಟ್ಟಿಗೆದ್ದ ಕರ್ರಿಯೀಗ ಪುಟ್ಟಪುಟ್ಟ ಬಿಸಿ ಬಿಸಿ ಹನಿಗಳನ್ನು ಗಾಳಿಯಲ್ಲಿ ಸಿಡಿಸತೊಡಗಿತು. ಚಮಚೆಯೊಂದರಿಂದ ಸ್ವಲ್ಪ ಕರ್ರಿಯನ್ನು ಎತ್ತಿ ಅಂಗೈಗೆ ಹಾಕಿಕೊಂಡು ಅದರ ರುಚಿ ನೋಡಿದ ಶೈಲಜಾ ನಂತರ ಅದಕ್ಕೆ ತುಸು ಉಪ್ಪನ್ನು ಸೇರಿಸಿ, ಮಡಕೆಯನ್ನು ಮತ್ತೊಮ್ಮೆ ತಿರುಗಿಸಿ, ಒಲೆಯನ್ನು ಆರಿಸಿದಳು. ಮೀನಿನ ಒಳಾಂಗಗಳನ್ನೆಲ್ಲ ತೆಗೆದು ಶುಚಿಗೊಳಿಸಿ, ಕರ್ರಿಯನ್ನು ಮಾಡಿ ಮುಗಿಸುವವರೆಗಿನ ಇಡೀ ಕಾರ್ಯಾಚರಣೆಗೆ ಸರಿಸುಮಾರು ಇಪ್ಪತ್ತು ನಿಮಿಷ ಹಿಡಿದಿತ್ತು.

ಮಂಗಳೂರಿಂದ ಹೊರಡುವ ಆ ದಿನ ಬೆಳಿಗ್ಗೆ ಅವರ ಅಡುಗೆಮನೆಯ ಪುಟ್ಟ ಕಾಲುಮಣೆಯ ಮೇಲೆ ಕೈಯಲ್ಲಿ ದೊಡ್ಡದೊಂದು ಹರಿವಾಣವನ್ನು ಹಿಡಿದುಕೊಂಡು ನಾನು ಈ ರೀತಿಯಲ್ಲಿ ಕುಳಿತಿದ್ದೆ. ಜಗುಲಿಯಲ್ಲಿದ್ದ ಟಿವಿಯಿಂದ ಸದ್ದು ಕೇಳಿ ಬರುತ್ತಿತ್ತು. ಶೈಲಜಾ ಮತ್ತು ಅವಳ ಅತ್ತೆ ಬಿಟ್ಟ ಕಣ್ಣುಗಳಿಂದ ನನ್ನನ್ನೇ ದಿಟ್ಟಿಸುತ್ತಿದ್ದರು, ಮಂಗಳೂರು ಫಿಶ್ ಕರ್ರಿಯ ಪ್ರೇಮಪಾಶದಲ್ಲಿ ನಾನು ಹೀಗೆ ಮತ್ತೆ ಬಂದು ಬಿದ್ದಿದ್ದು ಆಗಲೇ (ಜೊತೆಗೆ, ಕೆಲ ಸಮಯದ ಮಟ್ಟಿಗೆ ಅಡುಗೆ ಮಾಡಿದವಳ ಪ್ರೇಮಪಾಶದಲ್ಲಿಯೂ ಎನ್ನುವುದನ್ನು ನಾನು ಒಪ್ಪಿಕೊಳ್ಳಲೇಬೇಕು). ಆ ಮೂವತ್ತೈದೋ ನಲವತ್ತೋ ಒಣಮೆಣಸಿನಕಾಯಿಗಳ ಖಾರವು ನನ್ನ ಮೂಗಿನ ಕುಹರಗಳಲ್ಲಿ ಗಲಭೆಯೆಬ್ಬಿಸುತ್ತ ಸಾಗಿತು. ಮೂಗಿನಿಂದ ನೀರು ಸುರಿಯುತ್ತಿತ್ತು. ಆದರೂ ಬಂಗುಡೆಯು ಆ ಖಾರವನ್ನು ಅತ್ಯಾಶ್ಚರ್ಯಕರವಾದ ರೀತಿಯಲ್ಲಿ ಸೌಮ್ಯಗೊಳಿಸಿಬಿಟ್ಟಿತ್ತು. ಆ ಖಾರವನ್ನು ಅದರಷ್ಟಕ್ಕೇ ಬಿಟ್ಟು, ಹಾಕಿದ್ದ ಮಸಾಲೆ ಪದಾರ್ಥಗಳಲ್ಲಿ ಒಂದೊಂದನ್ನೂ ಗುರುತಿಸಿ ಆಸ್ವಾದಿಸಬಲ್ಲೆನೆಂದು ನನಗೆ ಅನ್ನಿಸಿತು. ತಾಜಾ ಬಂಗುಡೆಯು ದೃಢವಾಗಿತ್ತು. ದೊಡ್ಡ ದೊಡ್ಡ ತೇವಭರಿತ ಪದರುಗಳಲ್ಲಿ ಸುಲಭವಾಗಿ ಬಿಚ್ಚಿಕೊಂಡಿತು. ಪ್ರತಿಯೊಂದು ತುತ್ತನ್ನೂ ಬಾಯಿಗಿಡುವ ಮೊದಲು ಅದರ ಭವ್ಯವಾದ, ತೀಕ್ಷ್ಣವಾದ ರಸದಲ್ಲಿ ಅದ್ದಿ ಹೊರಳಾಡಿಸುತ್ತಿದ್ದೆ. ಕರ್ರಿಯು ಗಂಟಲನ್ನು ಸುಡುತ್ತ ಒಳಗಿಳಿಯುತ್ತಿತ್ತು, ಗಲಗ್ರಂಥಿಗಳನ್ನು (ಟಾನ್ಸಿಲ್) ಆವರಿಸುತ್ತಿತ್ತು,

ನಾಲಿಗೆಯ ಮೇಲೆ ಸ್ವಾದಗಳ ಮೆರವಣಿಗೆಯನ್ನೇ ಹರಿಸುತ್ತಿತ್ತು. ಅತ್ಯಂತ ಪರಿಪೂರ್ಣವಾದ ರವಾ ಫ್ರೈಯೊಂದು ತಟ್ಟೆಯಿಂದ ತಾನೇ ಹೊರ ಜಿಗಿದು ಆ ಕ್ಷಣದಲ್ಲಿ ನನ್ನ ಕಣ್ಣೆದುರು ಕುಣಿದಿದ್ದರೂ ನಾನು ಅದರತ್ತ ಮತ್ತೊಮ್ಮೆ ದೃಷ್ಟಿಯನ್ನೂ ಹಾಯಿಸುತ್ತಿರಲಿಲ್ಲ.

ಹೊರಬರುತ್ತಿರುವಾಗ ಬೋಳೂರರಿಗೆ ಧನ್ಯವಾದ ಹೇಳಬೇಕೆಂದುಕೊಂಡು ಮತ್ತೆ ಅವರ ಮನೆಗೆ ಹೋದೆ. ಅವರೂ ಮನೆಯಿಂದ ಹೊರಹೊರಡುತ್ತಿದ್ದರು. ಇಬ್ಬರೂ ಒಟ್ಟಿಗೆ ಗೇಟಿನತ್ತ ಸಾಗುವಾಗ ಶೈಲಜಾಳ ಫಿಶ್ ಕರ್ರಿಯ ಕುರಿತಾದ ಮೆಚ್ಚುಗೆಯನ್ನು ಅವರ ಕಿವಿದುಂಬಿಸಿದೆ. 'ನಿಜಕ್ಕೂ ಅದು ಅಷ್ಟು ಒಳ್ಳೆಯದಿತ್ತಾ?' ಎಂದು ಬೋಳೂರರು ಕೇಳಿದರು. 'ಆದರೆ ನನಗೆ ಅದು ಗೊತ್ತಿಲ್ಲ' ಎಂದವರೇ, ಮೊಗವೀರ ವ್ಯವಸ್ಥಾಪಕ ಮಂಡಳಿಯ ನಿಷ್ಠಾವಂತ ಅಧ್ಯಕ್ಷರೂ, ಅಖಿಲ ಕರ್ನಾಟಕ ಮೀನುಗಾರರ ಪರಿಷತ್, ರಾಷ್ಟ್ರೀಯ ಮೀನು ಕಾರ್ಮಿಕರ ಒಕ್ಕೂಟ ಮತ್ತು ಕರಾವಳಿ ಕರ್ನಾಟಕದ ಮೀನುಗಾರರ ಕ್ರಿಯಾ ಸಮಿತಿಗಳ ಕಾರ್ಯದರ್ಶಿಯೂ ಆದ ಬೋಳೂರರು ಹೇಳಿದರು, 'ನಾನು ಯಾವತ್ತೂ ಮೀನು ತಿನ್ನುವುದಿಲ್ಲ!'

ಅಧ್ಯಾಯ 6

ಸಾಗರದಲ್ಲಿನ ಅತ್ಯಂತ ವೇಗದ ಮೀನನ್ನು ಬೆನ್ನಟ್ಟಿದುದರ ಕುರಿತು

ಎಲ್ಲ ಮೀನುಗಾರರ ಹಾಗೆಯೇ ಡ್ಯಾನಿ ಮೋಸೆಸ್ ಕೂಡ ತಪ್ಪಿಸಿಕೊಂಡು ಹೋದ ಮೀನನ್ನು ಚೆನ್ನಾಗಿ ನೆನಪಿಟ್ಟುಕೊಂಡಿದ್ದಾರೆ.

ಮೋಸೆಸ್ ಗೋವಾ ರಾಜ್ಯದವರು. ಆಂಗ್ರಿಯ ಬ್ಯಾಂಕ್[1] ಎಂಬ ಹೆಸರಿನ ಬೃಹತ್ ಗಾತ್ರದ ಹವಳದ ದಿಬ್ಬವು ಗೋವಾದಿಂದ ನೂರು ಕಿಲೋಮೀಟರ್‌ಗಿಂತಲೂ ಹೆಚ್ಚು ದೂರದಲ್ಲಿದೆ. ಈಗ ಈ ಹವಳದ ದಿಬ್ಬವು ನೀರಿನಡಿ ಮುಳುಗಿದೆ. ಕೆಲವು ವರ್ಷಗಳ ಹಿಂದೆ ಒಮ್ಮೆ ಈ ದಿಬ್ಬದ ದಡದಲ್ಲಿ ಕುಳಿತು ಮೋಸೆಸ್‌ರವರು ಗಾಳ ಹಾಕಿ ಮೀನು ಹಿಡಿಯುತ್ತಿದ್ದರು. ಮಧ್ಯಾಹ್ನ ಸುಮಾರು ಮೂರು ಗಂಟೆಯ ಸಮಯ. ಸಮುದ್ರದಲ್ಲಿನ ದಿನವೊಂದು ತನ್ನ ಅತ್ಯಂತ ಹಿತಕರವಾದ, ಆಲಸ್ಯದ ಪರಮಾವಧಿಯಲ್ಲಿತ್ತು. ಮೋಸೆಸ್‌ರ ಎದುರು ಅವರ ಅತಿ ದೊಡ್ಡ ಪ್ರಲೋಭನೆ ಧುತ್ತೆಂದು ಅವತರಿಸಿತು. ಮೋಸೆಸ್ ನೆನಪಿಸಿಕೊಂಡ ಹಾಗೆ, 'ಮೀನು ಕಚ್ಚಿಕೊಂಡಿತ್ತು. ಆಮೇಲೆ ಮುಳುಗು ಹಾಕುತ್ತಲೇ ಇತ್ತು. ಗಾಳದುರುಳೆ ಸಣ್ಣದಾಗಿದ್ದರಿಂದ ನಮಗೆ ಸ್ವಲ್ಪ ಹೆದರಿಕೆಯಿತ್ತು. ಆದರೆ ಅದೊಂದು ಮಾರ್ಲಿನ್ (ಹಾಯಿಮೀನು) ಆಗಿತ್ತು. ಹಾಯಿಮೀನುಗಳು ಸಾಧಾರಣವಾಗಿ ಮಾಡುವಂತೆ ಅದು ಆಳಕ್ಕೆ ಹೋಗಿ, ನಮ್ಮನ್ನು ಎತ್ತಿ ಒಗೆಯಲು ಪ್ರಯತ್ನಿಸುತ್ತಿದೆ ಎನ್ನುವುದು ನಮಗೆ ಖಚಿತವಾಗಿ ತಿಳಿದಿತ್ತು.'

---

1 18 ನೆಯ ಶತಮಾನದಲ್ಲಿ ಛತ್ರಪತಿ ಶಿವಾಜಿಯ ಆಡಳಿತ ಕಾಲದಲ್ಲಿ ನೌಕಾದಳದ ಅತ್ಯುಚ್ಚ ಸ್ಥಾನದಲ್ಲಿದ್ದ ಖ್ಯಾತ ಕಾನ್ಹೋಜಿ ಆಂಗ್ರೆಯ ಸ್ಮರಣಾರ್ಥ ದಿಬ್ಬಕ್ಕೆ ಈ ಹೆಸರನ್ನು ಇಡಲಾಗಿದೆ.

ಕೆಲವು ಕ್ಷಣ ಕಾದೆವು. ನಂತರ, ಮೀನು ತನ್ನ ಸಮರ ಯೋಜನೆಯನ್ನು ಬದಲಾಯಿಸಿತು. ದೋಣಿಯಿಂದ ಸ್ವಲ್ಪ ದೂರದಲ್ಲಿ ನೀರಿನ ಮೇಲ್ಮೈಗೆ ಚಿಮ್ಮಿ, ಪೂರ್ಣ ಪ್ರಮಾಣದಲ್ಲಿ ಪಲ್ಟಿ ಹೊಡೆಯಿತು. ಹತ್ತಿರದಲ್ಲಿಯೇ ಈ ಅಂತರಲಾಗವನ್ನು ಪುನರಾವರ್ತಿಸಿದಾಗಷ್ಟೇ ಮೋಸೆಸ್‌ರಿಗೆ ಅದೊಂದು ಹಾಯಿಮೀನೆಂದು ಗುರುತಿಸಲು ಸಾಧ್ಯವಾಯಿತು. ಆಳ ಸಮುದ್ರದಲ್ಲಿ ಗಾಳ ಹಾಕುವವರ ಪಾಲಿಗೆ ಇದು ಹಿಡಿಯಲು ಅತ್ಯಂತ ಕಷ್ಟವಾದ ಮೀನು. ಕೈಗೆ ಸಿಗದೇ ನುಣುಚಿಕೊಳ್ಳುವ ಬಲಶಾಲಿ ಬೇಟೆ. 'ಗಾಳಕ್ಕೆ ಸಿಕ್ಕಿಸಿದ್ದ ಎರೆಯು ಅದರ ಬಾಯಿಯ ಮೂಲೆಯನ್ನು ಹರಿದಿದ್ದು ನಮಗೆ ಕಾಣುತ್ತಿತ್ತು, ಅದು ತನ್ನ ತಲೆಯನ್ನು ಎಷ್ಟು ಜೋರಾಗಿ ಅಲುಗಾಡಿಸುತ್ತಿತ್ತೆಂದರೆ, ಗಾಳವು ಒಂದು ಕಡೆಯಿಂದ ಮತ್ತೊಂದು ಕಡೆಗೆ, ಥಾಪ್ ಥಾಪ್ ಥಾಪ್ ಎಂದು ಚಾವಟಿಯಂತೆ ಹೊಡೆದುಕೊಳ್ಳುತ್ತಿತ್ತು' ಎಂದು ಅವರು ವಿವರಿಸಿದರು.

ಗಾಳದುರುಳೆಯನ್ನು ತನ್ನ ದೋಣಿಯ ಹತ್ತಿರಕ್ಕೆ ಎಳೆದುಕೊಳ್ಳಲು ಮೋಸೆಸ್‌ರಿಗೆ ತೊಂಬತ್ತು ನಿಮಿಷ ಬೇಕಾಯಿತು. ಅಷ್ಟೂ ಸಮಯ ಹಾಯಿಮೀನು ಪ್ರತಿಕ್ಷಣ ಅವರೊಂದಿಗೆ ಹೋರಾಡುತ್ತಲೇ ಇತ್ತು. ನಂತರ ಮೋಸೆಸ್ ಕೈಗವುಸುಗಳನ್ನು ಧರಿಸಿ, ಒಂದಾದ ಮೇಲೊಂದರಂತೆ ಗಾಳದ ದಾರವನ್ನು ಅಂಗುಲಂಗುಲವಾಗಿ ಪ್ರಯಾಸಪಟ್ಟು ಎಳೆದರು. 'ಅದು ಏಳೋ ಎಂಟೋ ಅಡಿ ಉದ್ದ ಇತ್ತು. ಭಾರವೂ ಸುಮಾರು ಐವತ್ತು ಕಿಲೋಗ್ರಾಮ್‌ನಷ್ಟು ಇತ್ತೇನೋ. ಅದರ ಈಜುರೆಕ್ಕೆಗಳೇ ಎರಡೂವರೆ ಅಡಿ ಎತ್ತರವಿದ್ದವು. ಹಿಡಿ–ಬಿಡು ಆಟದಲ್ಲಿ ಮೀನು ಹಿಡಿಯುತ್ತಿದ್ದೆವು. ಹಿಡಿದ ಮೀನನ್ನು ಇಟ್ಟುಕೊಳ್ಳುತ್ತಿರಲಿಲ್ಲ; ವಾಪಸ್ಸು ನೀರಿಗೆ ಬಿಟ್ಟುಬಿಡುತ್ತಿದ್ದೆವು. ಹಾಗಾಗಿ, ನಾನದನ್ನು ಹಿಡಿದಿದ್ದೇನೆ ಎಂದು ಹೇಳಿಕೊಳ್ಳಲು ಮೀನನ್ನು ಮುಟ್ಟಿ, ಗುರುತು ಹಾಕಬೇಕಿತ್ತು ಅಷ್ಟೇ' ಎಂದವರು ಹೇಳಿದರು.

ಆದರೆ ಕೆಲವೊಮ್ಮೆ ಮೀನಿನ ಗಾತ್ರವು ಸ್ತಬ್ಧಗೊಳಿಸುವಂತಹದಾಗಿರುತ್ತದೆ ಎಂದು ಮೋಸೆಸ್ ವಿಷಾದದಿಂದ ಹೇಳುತ್ತಾರೆ. ಹಾಯಿಮೀನು ದೋಣಿಯಿಂದ ಮೂರು ಅಡಿ ದೂರವಿದ್ದಾಗ, ಅದರ ಕಣ್ಣಿನಲ್ಲಿ ನೇರ ದೃಷ್ಟಿಯಿಟ್ಟು ನೋಡಿದರು ಮೋಸೆಸ್. ಅದು ಕ್ರೋಧದಿಂದ ಕಣ್ಣುಗಳನ್ನು ಹೊರಳಿಸುತ್ತಿತ್ತು. 'ಸಿಟ್ಟಿನಿಂದ ಅದು ಮಿರುಗುವ ನೇರಳೆ ಬಣ್ಣಕ್ಕೆ ತಿರುಗುತ್ತಿತ್ತು. ಈ ಕಪ್ಪನೆಯ ದೊಡ್ಡ ಪಟ್ಟಿಗಳು ಅದರ ಬದಿಗಳಲ್ಲಿ ಇಳಿದಿದ್ದವು. ಹಾಯಿಮೀನಿನ ಮೂತಿಯು ಕ್ಷೌರದ ಕತ್ತಿಯ ಅಲಗಿನಂತೆ ಹರಿತವಾಗಿರುತ್ತದೆ. ಕೈ ಹೊರಗಿಟ್ಟರೆ ತುಂಡಾಗಿಯೇ ಹೋಗುತ್ತದೆ. ಅದೊಂದು ಉಭಯಸಂಕಟ' ಎಂದರು ಮೋಸೆಸ್. ಆ ಸಂದಿಗ್ಧ ಕ್ಷಣದಲ್ಲಿ ಅವರು ಗಾಬರಿ ಬಿದ್ದರು. 'ಅದನ್ನು ಮುಟ್ಟಲು ಹೋಗುವುದಿಲ್ಲ ಎಂದು ನಿರ್ಧರಿಸಿದೆ' ಎಂಬುದನ್ನು ನೆನಪಿಸಿಕೊಂಡರು.

ಮೋಸೆಸ್‌ರವರು ಹಾಗೆಲ್ಲ ಭಯ ಬೀಳುವವರಲ್ಲ. ಸಶಕ್ತ ಬಾಹು, ಭುಜಗಳನ್ನು ಹೊಂದಿರುವ ಸದೃಢ ಶರೀರ ಅವರದು. ಗೋವಾದ ಬಹಳಷ್ಟು ಜನರಂತೆ ಅವರೂ ಬಹುತೇಕ ತಮ್ಮ ಜೀವನ ಪೂರ್ತಿ ಗಾಳ ಹಾಕಿ ಮೀನುಹಿಡಿಯುವ ರೂಢಿಗತ ಕಾರ್ಯವನ್ನು ಪಾಲಿಸಿದವರು. ಅವರ ಬಳಿ ಇರುವ ಕೀಚೈನ್ ಕೂಡ ಹಳದಿ ಫ್ಲೋರೋಸೆಂಟ್ ಬಣ್ಣದ, ಮೀನು ಹಿಡಿಯುವ ಒಂದು ಎರೆಯ ರೂಪದಲ್ಲಿದೆ. ಮನರಂಜನೆಗಾಗಿ ಮೀನು ಹಿಡಿಯುವ ವಿಷಯದಲ್ಲಿ ಅವರಿಗೆ ತುಂಬಾ ಅನುಭವವಿದೆ ಎಂದು ಸಾಕಷ್ಟು ಕೇಳಿದ್ದೆ. ಅವರನ್ನು ಸ್ವತಃ ಭೇಟಿಯಾದಾಗ ಭಾರೀ ಆಲೋಚನೆಯೊಂದನ್ನು ಅವರು ನನಗೆ ಉಡುಗೊರೆಯಾಗಿತ್ತರು: 'ನಾನು ಮೀನು ಹಿಡಿಯುತ್ತೇನೆ ಎಂದು ನನ್ನ ಮಗನೂ ಮೀನು ಹಿಡಿಯುತ್ತಾನೆ; ನನ್ನ ತಂದೆ ಮೀನು ಹಿಡಿಯುತ್ತಿದ್ದರು ಎಂದು ನಾನು ಮೀನು ಹಿಡಿಯುತ್ತೇನೆ. ಇಲ್ಲಿ ಯಾವಾಗಲೂ ನಡೆದುಕೊಂಡು ಬಂದಿರುವುದೇ ಹಾಗೆ.' ಈಗ ಈ ಎರಡು ದಶಕಗಳ ಅವಧಿಯಲ್ಲಿ ಹೆಚ್ಚಿನ ಭಾಗವನ್ನು ಅವರು ಮನರಂಜನೆಗಾಗಿ ಮೀನು ಹಿಡಿಯುವ ಜನರೊಂದಿಗೆ ಸಮುದ್ರಕ್ಕೆ ಓಡಿಯೇ ಕಳೆದಿದ್ದಾರೆ. ಗೋವಾ ಮತ್ತು ಮಹಾರಾಷ್ಟ್ರದ ಹೊರಗೂ ಹೋಗಿ, ಅಲ್ಲಿನ ನೀರು ಹಾಗೂ ಅವುಗಳಲ್ಲಿನ ಮೀನುಗಳ ಬಗ್ಗೆ ಅಸಾಧಾರಣ ಮಟ್ಟದ ಜ್ಞಾನವನ್ನು ಪಡೆದುಕೊಂಡಿದ್ದಾರೆ. ಆದರೆ ಆ ದಿನ, ಹಾಯಿಮೀನು ಮೋಸೆಸ್‌ರನ್ನು ನಿಶ್ಚೇಷ್ಟಿತಗೊಳಿಸಿಬಿಟ್ಟಿತು. 'ಅಲ್ಲಿಂದೀಚೆಗೆ ನಾನು ನನ್ನನ್ನೇ ಸಮರ್ಥಿಸಿಕೊಳ್ಳಲು ಬಹಳಷ್ಟು ಬಾರಿ ಪ್ರಯತ್ನಿಸಿದ್ದೇನೆ. ಬಹುಶಃ ಆ ವೇಳೆಗೆ ಹಾಯಿಮೀನಿನ ವಿಷಯದಲ್ಲಿ

ನಾನಿನ್ನೂ ಏನೂ ಅರಿಯದವನಾಗಿದ್ದೆ. ನಾನು ಬಿಟ್ಟುಹಾಕಿದ್ದಂತೂ ನಿಜ. ಅದರಲ್ಲಿ ಎರಡು ಮಾತಿಲ್ಲ' ಎಂದರು.

ಇಂಡೋ–ಪೆಸಿಫಿಕ್ ಹಾಯಿಮೀನಿನ ಅಥವಾ Istiophorus platypterus ನ ಮಾನದಂಡದಲ್ಲಿ ಹೇಳುವುದಾದರೆ, ಮೋಸೆಸ್‌ರವರ ಎದುರಾಳಿಯು ಅಂತಹ ದೈತ್ಯನೇನೂ ಆಗಿರಲಿಲ್ಲ. ನಿಜಕ್ಕೂ ದೊಡ್ಡಗಾತ್ರದ ಹಾಯಿಮೀನೊಂದು ನೂರು ಕಿಲೋಗ್ರಾಮ್‌ಗಳಷ್ಟು ತೂಕವನ್ನು ಹೊಂದಿರಬಲ್ಲುದು. ಅದರ ಉದ್ದವು ಮೂತಿಯಿಂದ ಬಾಲದವರೆಗೆ ಮೂರರಿಂದ ಮೂರೂವರೆ ಮೀಟರ್ ಉದ್ದವಿರಬಹುದು. ಮೂತಿಯು ಕತ್ತಿಯ ಅಲಗಿನಂತೆ ಹರಿತವಾಗಿರುತ್ತದೆ. ಬಾಲದ ಸ್ನಾಯುಗಳು ಬಲಶಾಲಿಯಾಗಿರುತ್ತವೆ. ಅದರ ಬೆನ್ನ ಮೇಲೆ, ಹೆಸರೇ ಸೂಚಿಸುವ ಹಾಗೆ, ಭರ್ಜರಿ ಹಾಯಿದೋಣಿಯೊಂದರ ಮೇಲಿರುವ ಹಾಯಿಪಟಗಳಂತೆ, ಅಡ್ಡಪಟ್ಟಿಗಳಿರುವ ಕಪ್ಪುಬಣ್ಣದ ಈಜುರೆಕ್ಕೆಯಿದೆ. ಕೆಲವೊಮ್ಮೆ ಅದು ದೇಹದ ಅಗಲಕ್ಕಿಂತಲೂ ಹೆಚ್ಚು ಎತ್ತರವಾಗಿರುತ್ತದೆ. 'ಎಲ್ಲಾದರೂ ಅಂಥದ್ದೊಂದು ಮೀನು ಕಾಣಿಸಿತು, ಅದರಲ್ಲೂ ಕತ್ತಲೆಯಲ್ಲಿ ಅಂದರೆ, ಅದು ನಿಜಕ್ಕೂ ನೋಡುವಂತಹ ದೃಶ್ಯವೇ! ಮೊದಲು ತಲೆ ಮತ್ತು ಮೂತಿ ಕಾಣುತ್ತದೆ. ನಂತರ ದೋಣಿಯ ದೀಪದ ಬೆಳಕಿನಲ್ಲಿ, ಗಾಜಿನಂತೆ ನಿಚ್ಚಳವಾಗಿರುವ ನೀರಿನಿಂದ ಅದರ ಈಜುರೆಕ್ಕೆಯು ಭಯಾನಕ ರೀತಿಯಲ್ಲಿ ಅಷ್ಟಷ್ಟೇ ಮೇಲೆದ್ದು ಬರತೊಡಗುತ್ತದೆ' ಎಂದು ಮೋಸೆಸ್ ವರ್ಣಿಸಿದರು.

ಆ ದೈತ್ಯಾಕಾರದ ಜೀವವು ಭಯಂಕರ ವೇಗದಲ್ಲಿ ಚಲಿಸಲೂಬಲ್ಲುದು. 1920 ರ ದಶಕದಲ್ಲಿ ಹಾಯಿಮೀನಿನ ವೇಗಕ್ಕೆ ನಿಖರ ಪ್ರಮಾಣವನ್ನು ಕೊಡಲು ಸಾಲುಸಾಲಾಗಿ ಪ್ರಯೋಗಗಳನ್ನು ಕೈಗೊಳ್ಳಲಾಯಿತು. ಗಾಳದುರುಳೆಯಿಂದ ಎಳೆಯಲ್ಪಟ್ಟ ದಾರದ ಉದ್ದವನ್ನು ಅಳೆಯುವುದರ ಮೂಲಕ ಅದರ ವೇಗವನ್ನು ಅಳೆಯಲು ಪ್ರಯತ್ನಿಸಲಾಯಿತು. ಸ್ಟಾಪ್‌ವಾಚ್ ಕಾರ್ಯ ಆರಂಭಿಸಿತು. ಮೂರು ಸೆಕೆಂಡ್‌ಗಳಲ್ಲಿ ಹಾಯಿಮೀನು ತೊಂಬತ್ತು ಮೀಟರ್ ದಾರವನ್ನು ಎಳೆದುಕೊಂಡು ಓಡಿತ್ತು. ಈ ಪ್ರಕಾರ, ಅಳೆಯಲಾದ ಅದರ ಗರಿಷ್ಠ ವೇಗವು ಗಂಟೆಗೆ ಸುಮಾರು ನೂರಾಹತ್ತು ಕಿಲೋಮೀಟರ್‌ನಷ್ಟಿದೆ. ಇದರಿಂದಾಗಿ, ಹಾಯಿಮೀನು ಸಾಗರದಲ್ಲಿನ ಮೀನುಗಳಲ್ಲೇ ಅತ್ಯಂತ ವೇಗದ ಮೀನು ಎಂದು ಹೆಸರಾಯಿತು. ಕಪ್ತಾನನೊಬ್ಬ ತನ್ನ ದೋಣಿಯ ವೇಗವನ್ನು ಹೆಚ್ಚಿಸಲು, ಹಾಯಿಪಟಗಳನ್ನು ಒಪ್ಪವಾಗಿ ತೆಗೆದಿಟ್ಟು, ಹೊರಮೈಯಲ್ಲಿರುವ ಮೋಟಾರಿಗೆ ಚಾಲನೆ ನೀಡುತ್ತಾನಲ್ಲ, ಹಾಗೆಯೇ ಹಾಯಿಮೀನು ಗರಿಷ್ಠ ವೇಗವನ್ನು ಪಡೆದುಕೊಳ್ಳುವಾಗ, ತನ್ನ ಹಾಯಿಗಳನ್ನು ಕೆಳಗಿಳಿಸಿ ಬೆನ್ನಿನುದ್ದಕ್ಕೂ ಇರುವ ಟೊಳ್ಳಿನಲ್ಲಿ ಸಪಾಟಾಗಿ ಮಡಚಿಬಿಡುತ್ತದೆ.

ಅದಕ್ಕೂ ಹೆಚ್ಚು ಅದ್ಭುತವಾದುದೆಂದರೆ, ಹಾಯಿಮೀನಿಗೆ ತನ್ನ ಎಂದಿನ ತಿಳಿ ಬೂದು ವರ್ಣವನ್ನು ಕ್ಷಣಮಾತ್ರದಲ್ಲಿ ಹೊಳೆಯುವ ಬೆಳ್ಳಿ, ನೀಲಿ, ನೇರಳೆ ಹಾಗೂ ಹೊಂಬಣ್ಣದ ಮಿಶ್ರಣಕ್ಕೆ ಪರಿವರ್ತಿಸುವ ಶಕ್ತಿಯಿದೆ ಎನ್ನುವುದು. ಅದರ ಚರ್ಮದ ಮೇಲಿರುವ ಮೆಲನೋಫೋರ್‌ಗಳೆಂಬ ಜೀವಕೋಶಗಳಲ್ಲಿ ಕಪ್ಪು ವರ್ಣದ್ರವ್ಯಗಳ ಶೇಖರಣೆಯಿದ್ದು, ಇವು ತಮ್ಮನ್ನೇ ತಾವು ಪಾರದರ್ಶಕಗೊಳಿಸಿಕೊಳ್ಳಬಲ್ಲವು. ಅದರ ಕೆಳಗೆ, ನೆಲದೊಳಗೆ ಹುದುಗಿರುವ ಅಮೂಲ್ಯ ರತ್ನಗಳ ನಿಧಿಯಂತೆ, ಇರಿಡೋಫೋರ್‌ಗಳೆಂಬ ಜೀವಕೋಶಗಳ ಮತ್ತೊಂದು ಪದರವಿದೆ. ಇವು ಬೆಳಕನ್ನು ವಿಭಜಿಸಿ, ಪ್ರತಿಫಲಿಸಿ, ಬಗೆಬಗೆಯ ಬಣ್ಣಗಳನ್ನು ಹೊರಚಿಮ್ಮುತ್ತವೆ. ಮುಂಬೈನ ಉತ್ಸಾಹೀ ಮೀನುಗಾರ ಪೀಟರ್ ಬ್ಯಾಪ್ಟಿಸ್ಟಾ ಅವರು ವಿವರಿಸಿದ ಹಾಗೆ, ಅಚ್ಚುಕಟ್ಟಾದ ಈ ವರ್ಣಪಟ್ಟಕದ ಚಳಕವನ್ನು ಅರ್ಥಾತ್ ಹಾಯಿಮೀನನ್ನು ಸ್ಥಳೀಯರು ಮೋರ್‌ಮಾಚ್ ಅಂದರೆ, ನವಿಲುಮೀನೆಂಬ ಅಡ್ಡಹೆಸರಿನಿಂದ ಕರೆಯುತ್ತಾರೆ.

ಹಿರಿಯರಾದ ಬ್ಯಾಪ್ಟಿಸ್ಟಾ ಒಂದು ಸಮಯದಲ್ಲಿ ನವದೆಹಲಿಯ ಖಾಸಗಿ ಸಂಸ್ಥೆಯೊಂದರಲ್ಲಿ ಕಾರ್ಯನಿರ್ವಾಹಕರಾಗಿದ್ದರು. ನಿವೃತ್ತರಾದ ಮೇಲೆ, ಗಾಲ್ಫ್ ಆಡುವ ಮತ್ತು ಮೀನು ಹಿಡಿಯುವ ಚಟುವಟಿಕೆಗಳಲ್ಲಿ ಸಮಯ ಕಳೆಯಬೇಕೆಂಬ ಸ್ಪಷ್ಟ ಉದ್ದೇಶದಿಂದಲೇ 1993 ರಲ್ಲಿ ಮುಂಬೈಗೆ ಬಂದು ನೆಲೆಸಿದರು. ಅವರ ಕುಟುಂಬವು ಗೋವಾ ಮೂಲದ್ದಾಗಿತ್ತು. ಪರಸ್ಪರರ ಒಡನಾಡಿಯೊಬ್ಬರು ಅವರನ್ನು ಹಾಗೂ ಮೋಸೆಸ್ ಅವರನ್ನು ನಾನು ಭೇಟಿಮಾಡಲು ಕಾರಣರಾಗಿದ್ದರು. 1966 ರಿಂದಲೂ ಬ್ಯಾಪ್ಟಿಸ್ಟಾ ಮೋಜಿಗೆಂದು ನದಿಗಳಲ್ಲಿ ಮೀನು ಹಿಡಿಯುತ್ತಲೇ ಬಂದಿದ್ದಾರೆ. ಈಗ ಅವರ ಕೂದಲು ನರೆತು ತೆಳ್ಳಗಾಗುತ್ತಿದೆ. ಆದರೂ ಕಳೆದ ಹದಿನೈದು ವರ್ಷಗಳಿಂದ, ಸಾಗರದ ನೀರಿನಲ್ಲಿ ಆಡುವ ಅತ್ಯಂತ ಉಗ್ರಸ್ವರೂಪದ ಹಾಗೂ ಅಪಾಯಕಾರಿ ಆಟದಲ್ಲಿ ತೊಡಗಿಕೊಂಡಿದ್ದಾರೆ. 'ನಾನು ಮುಂಬೈಗೆ ಹಿಂದಿರುಗಿ ಬಂದಾಗ, ಸಮುದ್ರದಲ್ಲಿ ಮೀನು ಹಿಡಿಯಲು ಆರಂಭಿಸಬೇಕೆಂದು ಬಯಸಿದ್ದೆ, ಆದರೆ ನಲವತ್ತು ವರ್ಷಗಳಲ್ಲಿ ನದಿನೀರಿನಲ್ಲಿ ಕಲಿತಿದ್ದೊಂದೂ ಉಪ್ಪುನೀರಿನಲ್ಲಿ ಕೆಲಸಕ್ಕೆ ಬರಲಿಲ್ಲ' ಎಂದರು ಬ್ಯಾಪ್ಟಿಸ್ಟಾ. ಅದಕ್ಕಾಗಿ ಮತ್ತೆ ಮೀನು ಹಿಡಿಯುವುದನ್ನು ಆರಂಭಿಸಿದ ಅವರು ಸಮುದ್ರದಲ್ಲಿನ ಮಾರ್ಲಿನ್, ಟ್ಯೂನಾ (ಗೆದರೆ) ಹಾಗೂ ಬರ್ರಾಕುಡಾಗಳನ್ನು (ಕನಕಿ) ಸಲೀಸಾಗಿ ಜಗ್ಗಿ ಹೊರಗೆಳೆಯುವಲ್ಲಿ ಸಫಲರಾಗಿದ್ದಾರೆ.

ಹಾಯಿಮೀನುಗಳ ಬಗ್ಗೆ ಮತ್ತು ಅವು ಪ್ರತಿವರ್ಷವೂ ನಿಖರವಾಗಿ ಭಾರತದ ಕರಾವಳಿ ತೀರಕ್ಕೆ ನೀಡುವ ನಿಗೂಢ ಭೇಟಿಯ ಬಗ್ಗೆ ನನಗೆ ಮೊದಲು ಹೇಳಿದ್ದೇ ಬ್ಯಾಪ್ಟಿಸ್ಟಾ. ವರ್ಷದ ಹೆಚ್ಚಿನ ಭಾಗ ಹಾಯಿಮೀನು ಸಮುದ್ರದ ಆಳದಲ್ಲಿ ಅಥವಾ ಕನಿಷ್ಠ ಇಪ್ಪತ್ತು ಮೀಟರ್ ಆಳವಿರುವ ಆಂಗ್ರಿಯ ಬ್ಯಾಂಕ್‌ನಂತಹ ಹವಳದ ದಿಬ್ಬಗಳ

ಬಳಿ ಕಂಡುಬರುತ್ತದೆ. 'ಅವು ಪರಭಕ್ಷಕ ಮೀನುಗಳು. ತೋಳಗಳ ಹಿಂಡಿನಂತೆ ಬೇಟೆಯಾಡುತ್ತವೆ. ಸಣ್ಣ ಮೀನುಗಳು ನೀರಿನಡಿಯ ಪ್ರವಾಹದಲ್ಲಿ ಈಜುತ್ತಿರುತ್ತವೆ. ಹಾಗಾಗಿ ಹಾಯಿಮೀನುಗಳು ಈ ಹರಿವಿನ ಅಂಚಿಗೆ ಕಾಯುತ್ತಿದ್ದು, ಚಿಮ್ಮಿ ಹಾರಿ ತಮ್ಮ ಆಹಾರವನ್ನು ಬಾಚಿಕೊಂಡು ಮರಳಿ ಚಿಮ್ಮುತ್ತವೆ' ಎಂದು ಮೋಸೆಸ್ ಹೇಳಿದರು. ಅವು ಎಷ್ಟು ಭಯಂಕರ ಎಂದರೆ, ಆಗಾಗ ಬೆದರಿದ ಸಾರ್ಡೈನ್‌ಗಳನ್ನು (ಬೂತಾಯಿ) ದಟ್ಟವಾದ ಹಿಂಡಿನಲ್ಲಿ ಒಗ್ಗೂಡಿಸುತ್ತವೆ. ನಂತರ ತಮ್ಮ ಉದ್ದನೆಯ ಮೂತಿಯಿಂದ ಬೇಟೆಯನ್ನು ಬಡಿದು ಶರಣಾಗಿಸಿಕೊಳ್ಳುತ್ತವೆ. ಊಟ ಸಂಪಾದಿಸಿಕೊಳ್ಳಲು ಇರುವ ಈ ಸೇವಾ ವಿಧಾನವು ಬಹು ಸಂಕೀರ್ಣವಾದುದು.

ಹಾಗಿದ್ದರೂ ಸೆಪ್ಟಂಬರ್‌ನಲ್ಲಿ ಮಳೆ ಕಡಿಮೆಯಾಗುತ್ತ ಬಂದಂತೆ, ಚಪ್ಪಟೆ ತಲೆಯ ಮುಲ್ಲೆಟ್‌ನಂತಹ (ಮಾಲ/ಪಾರೆ) ಸಣ್ಣ ಮೀನುಗಳು ನದಿಯಿಂದ ಬಂದು ಸಮುದ್ರಕ್ಕೆ ಸೇರುವಾಗ ಹಾಯಿಮೀನುಗಳು ಆಹಾರವನ್ನು ಹುಡುಕುತ್ತ ಅಳಿವೆಕೋಡಿಯಲ್ಲಿ ಹದಿನೈದು ಇಪ್ಪತ್ತು ದಿನಗಳ ಕಾಲ ಅಲೆದಾಡುತ್ತವೆ. ಬಹುಶಃ ಇಡೀ ವರ್ಷದಲ್ಲಿ ಅವುಗಳಿಗೆ ಸುಲಭವಾಗಿ ಸಿಗುವ ಭೋಜನ ಇವು ಮಾತ್ರ. ಸಮುದ್ರದ ಒಳಹರಿವು ಕ್ಷಿಪ್ರವಾಗಿ ಚಲಿಸುವ ಆಹಾರವನ್ನು ನಿರಂತರವಾಗಿ ಒದಗಿಸುವ ರವಾನೆಪಟ್ಟಿಗಳಾದರೆ (ಕನ್ವೇಯರ್ ಬೆಲ್ಟ್), ಅಳಿವೆಕೋಡಿಗಳು ಮ್ಯಾಕರೆಲ್ (ಬಂಗುಡೆ), ಸಾರ್ಡೈನ್ (ಬೂತಾಯಿ) ಹಾಗೂ ಮುಲ್ಲೆಟ್ (ಪಾರೆ) ಮೀನುಗಳನ್ನು ಹೊಂದಿರುವ, ತನ್ನಿಚ್ಛೆಗೆ ತಕ್ಕಂತೆ ಬಡಿಸಿಕೊಳ್ಳಬಹುದಾದ ಮುಲುಕುವ ಊಟದ ಮೇಜುಗಳು.

ನಾನು ಮನರಂಜನೆಗೆಂದು ಹಾಯಿಮೀನನ್ನು ಹಿಡಿಯಲು ಹೋಗಿದ್ದ ವರ್ಷ, ಆ ಇಪ್ಪತ್ತು ದಿನಗಳ ಅವಧಿಯು ಸರಿಯಾಗಿ ಸೆಪ್ಟಂಬರ್ ಮಧ್ಯಭಾಗದಲ್ಲಿಯೇ ಬಂದಿತ್ತು. ಜೇಡಿಮಣ್ಣಿನಿಂದ ಮಾಡಿದ ಗಣೇಶನ ವಿಗ್ರಹಗಳನ್ನು ಸಮುದ್ರದಲ್ಲಿ ವಿಧ್ಯುಕ್ತವಾಗಿ ಮುಳುಗಿಸುವ ಹಿಂದೂಗಳ ಹಬ್ಬದ ಆರಂಭವಾಗಿತ್ತು. (ಬ್ಯಾಪ್ಟಿಸ್ಟಾ ಲೆಕ್ಕಾಚಾರ ಹಾಕುವುದು ಯಾವಾಗಲೂ ಹಬ್ಬಹರಿದಿನಗಳನ್ನು ಬಳಸಿಯೇ. 'ಅದು ಹೇಗೋ ಸಮುದ್ರದ ಹರಿವಿನ ಬದಲಾವಣೆಗಳ ವಿಷಯದಲ್ಲಿ ಹಿಂದೂ ಪಂಚಾಂಗವು ಅತ್ಯದ್ಭುತವೆನ್ನಬಹುದಾದ ರೀತಿಯಲ್ಲಿ ನಿಖರವಾಗಿದೆ. ಅದು ಗಡಿಯಾರ ಕೆಲಸ ಮಾಡಿದ ಹಾಗೇ.') ಆದರೆ ಸಮುದ್ರಕ್ಕೆ ಹೋದರೆ ಹವಾಮಾನ ಪ್ರತಿಕೂಲವಾಗಿಯೇ ಇತ್ತು. ಆಗಾಗ ಬೀಳುವ ಬಿರುಸು ಮಳೆ ಪಶ್ಚಿಮ ಕರಾವಳಿಯನ್ನು ಇನ್ನೂ ಕುಟ್ಟುತ್ತಲೇ ಇತ್ತು. ಹಾಯಿಮೀನು ಹಿಡಿಯುವ ಮೋಜಿನ ವಿಹಾರವೊಂದಕ್ಕೆ ನನ್ನನ್ನು ಕರೆದೊಯ್ಯುವುದಾಗಿ ಬ್ಯಾಪ್ಟಿಸ್ಟಾ ಒಪ್ಪಿಕೊಂಡಿದ್ದರು. ನಾವು ಹಾಗೆ ಹೋಗಬೇಕೆಂದುಕೊಂಡಿದ್ದ ವಾರಾಂತ್ಯ ನಾನು ನವದೆಹಲಿಯ ನನ್ನ ಮನೆಯಿಂದ ಮುಂಬೈಗೆ ವಿಮಾನದಲ್ಲಿ ಬಂದಿಳಿದಾಗ, ಹೊಸದಾಗಿ ಚಂಡಮಾರುತ ಶುರುವಾಗಿದೆ

ಎಂಬುದು ತಿಳಿಯಿತು. ಮನೆಗೆ ವಾಪಸ್ಸು ಹಿಂದಿರುಗಿದೆ. ನಮ್ಮೆದುರಿಗಿದ್ದ ಕಿರಿದಾದ ಅವಕಾಶವು ಮುಚ್ಚಿಕೊಳ್ಳುವ ಮೊದಲು ಹವಾಮಾನ ಸುಧಾರಿಸುತ್ತದೆ ಎಂದು ಹಾರೈಸುತ್ತ, ಮತ್ತೊಂದು ವಾರ ಅಸಹನೆಯಿಂದಲೇ ಕಾದೆವು.

ಆಕಾಶ ನಿರಭ್ರವಾದಾಗ, ನಾವು ಕೊಂಕಣ ತೀರದಲ್ಲಿ ಮುಂಬೈ ಮತ್ತು ಗೋವಾದ ನಡುವೆ ಇರುವ ಪುಟ್ಟ ಪಟ್ಟಣವೊಂದರ ಕಡೆ ಸಾಗಿದೆವು. ನಾನಿದನ್ನು ಝಾನಡು[1] ಎಂದು ಕರೆಯುತ್ತೇನೆ. ಏಕೆಂದರೆ ಈ ಮೀನು ಹಿಡಿಯುವವರ ಪ್ರಬೇಧ ಇದೆಯಲ್ಲ, ಅವರೆಲ್ಲರಿಗೂ ಸಮುದ್ರದಲ್ಲಿನ ತಮ್ಮಿಷ್ಟದ ಜಾಗವನ್ನು ಗುಟ್ಟಾಗಿಡಬೇಕೆಂಬ ಗೀಳು ಇರುತ್ತದೆ. ಮತ್ತೊಂದು ಕಾರಣವೆಂದರೆ, ಬ್ಯಾಪ್ಟಿಸ್ಟಾ ಈ ಹಿಂದೆ ಅಲ್ಲಿಗೆ ಬಂದಿದ್ದಾಗ ಝಾನಡುವಿನ ತೀರವು ಹಾಯಿಮೀನುಗಳ ಸಮೃದ್ಧ ಗಣಿ ಎನ್ನುವುದನ್ನು ಕಂಡುಕೊಂಡಿದ್ದರು. ಈ ಗುಟ್ಟಿನ ಗೀಳು, ಮೀನು ಹಿಡಿಯುವ ಚಟುವಟಿಕೆಯಷ್ಟೇ ಹಳೆಯದು. ಅತಿ ಮೀನುಗಾರಿಕೆಗೆ ಬಲಿಯಾಗಿರುವ ನದಿ–ಸಮುದ್ರಗಳ ಇಂದಿನ ಜಗತ್ತು, ಈ ಗೀಳು ಮೊದಲಿಗಿಂತಲೂ ಹೆಚ್ಚು ಅರ್ಥಪೂರ್ಣವಾಗಿ ತೋರಲು ಬೇಕಾದಂತೆ ತಾನೇ ಬದಲಾಗಿಬಿಟ್ಟಿದೆ. 'ನಾವು ಇಂಡಿಯನ್ ಆಂಗ್ಲರ್‌ನ[2] ಜಾಲತಾಣದಲ್ಲಿ ನಮ್ಮ ಪ್ರವಾಸದ ಫೋಟೋಗಳನ್ನು ಕೂಡ ಪ್ರಕಟಿಸುವುದಿಲ್ಲ. ಏಕೆಂದರೆ ಹಿನ್ನೆಲೆಯಲ್ಲಿನ ನೋಟದಿಂದ ಅದು ಎಲ್ಲಿ ತೆಗೆದಿದ್ದು ಎನ್ನುವುದನ್ನು ಕಂಡುಹಿಡಿಯಬಹುದು' ಎಂದು ಬ್ಯಾಪ್ಟಿಸ್ಟಾ ಹೇಳಿದರು. ಕಟ್ಟುನಿಟ್ಟಾಗಿ ತಿಳಿದುಕೊಳ್ಳುವುದು ಅಗತ್ಯ ಎನ್ನುವುದಕ್ಕಾಗಷ್ಟೇ ನನಗೆ ಹೆಸರನ್ನು ಹೇಳಿದರು. ಅಲ್ಲಿಗೆ ಹೋಗಬೇಕೆಂದರೆ, ನಿಖರವಾಗಿ ತಿಳಿದುಕೊಳ್ಳುವುದು ಅಗತ್ಯವಾಗಿತ್ತು.

ಕಳೆದ ವರ್ಷ ಒಮ್ಮೆ ಬ್ಯಾಪ್ಟಿಸ್ಟಾ ಅವರು ಭರವಸೆದಾಯಕ ಅಳಿವೆಕೋಡಿಗಳನ್ನು ಹುಡುಕಿ ತೆಗೆಯಲು ವಿಕಿಮ್ಯಾಪಿಯಾದಲ್ಲಿ[3] ಕರಾವಳಿಯ ಚಿತ್ರಗಳನ್ನು ಜಾಲಾಡುತ್ತಿದ್ದರು. ಆಗ ಝಾನಡು ಸಿಕ್ಕಿತು. ಅಲ್ಲಿ ಮರಗಿಡಗಳು ದಟ್ಟವಾಗಿವೆ. ಒಂದೆಡೆ ಖಾರಿಯಿದೆ. ಮತ್ತೊಂದೆಡೆ ಸಮುದ್ರವಿದೆ. ಈ ಜಾಗವನ್ನು ಭೂಮಿಯ ಸುಪುಷ್ಟ ಬೆರಳೆಂದು ಭಾವಿಸಬಹುದು. ಖಾರಿಯು ಸಮುದ್ರವನ್ನು ಸೇರುವಲ್ಲಿ ಈ

---

1 ಇಂಗ್ಲೆಂಡಿನ ಕವಿ ಎಸ್.ಟಿ.ಕೋಲರಿಡ್ಜ್ 1797 ರಲ್ಲಿ ಬರೆದ ತನ್ನ 'ಕುಬ್ಲಾಖಾನ್' ಕವಿತೆಯಲ್ಲಿ ವರ್ಣಿಸುವ ಅತ್ಯಂತ ಸುಂದರವಾದ, ಐಷಾರಾಮಿ ಹಾಗೂ ನೆಮ್ಮದಿಯುಕ್ತ ತಾಣ. ದಕ್ಷಿಣಪೂರ್ವ ಮಂಗೋಲಿಯಾದಲ್ಲಿರುವ ಕುಬ್ಲಾಖಾನ್‌ನ ಬೇಸಿಗೆ ನಿವಾಸ. ಶಾಂಗ್ಡು ಪದದ ಪರಿವರ್ತಿತ ರೂಪ.

2 ಭಾರತದ ಮೀನುಗಾರರಿಗೆಂದೇ ನಿರ್ಮಿಸಲಾದ ಒಂದು ವೆಬ್ಸೈಟ್. ಇಲ್ಲಿ ಮೀನುಗಾರಿಕೆಗೆ ಸಂಬಂಧಿಸಿದ ಸಾಕಷ್ಟು ವಿವರಗಳು, ಮಾತುಕತೆಗಳು ಇವೆ.

3 ಆನ್‌ಲೈನ್ ಎಡಿಟೆಬಲ್ ಮ್ಯಾಪ್ ಸೌಲಭ್ಯವನ್ನು ಒದಗಿಸುವ ಖಾಸಗಿ ಮಾಲೀಕತ್ವದ ಇಂಟರ್ನೆಟ್ ಸಂಸ್ಥೆ

ಬೆರಳೂ ಕೊನೆಗೊಳ್ಳುತ್ತದೆ. 'ನಾವು ಕಳೆದ ವರ್ಷ ಇಲ್ಲಿಗೆ ಬಂದಿದ್ದೆವು. ಆದರೆ ಸ್ಥಳೀಯ ಮೀನುಗಾರರು ನಮ್ಮನ್ನು ಅಷ್ಟೊಂದು ಸಂತೋಷದಿಂದ ಸ್ವಾಗತಿಸಲಿಲ್ಲ. ಅವರೊಡನೆ ಸ್ನೇಹ ಸಂಪಾದಿಸಲು ಸಾಕಷ್ಟು ಹೆಣಗಾಡಬೇಕಾಯಿತು. ಆದರೆ ಈಗ ನಾವಿಲ್ಲಿ ಖಾಯಂ ಬರುವವರು' ಎಂದರು ಬ್ಯಾಪ್ಟಿಸ್ಟಾ.

ಬೆಳಿಗ್ಗೆ ಇನ್ನೂ ಆರು ಗಂಟೆಯೂ ಆಗಿರಲಿಲ್ಲ. ಮುಂಜಾವಿನ ನಸುಬೆಳಕಿನಲ್ಲಿ ಬ್ಯಾಪ್ಟಿಸ್ಟಾ, ಅವರ ಅಕ್ಕನ ಮಕ್ಕಳಾದ ಎಮಿಲ್ ಮತ್ತು ಯವನ್ ಕರ್ವಾಲೋ ಹಾಗೂ ನಾನು ಸಮುದ್ರಕ್ಕೆ ಹೊರಟೆವು. ಎಮಿಲ್ ಮತ್ತು ಯವನ್ ಪ್ರಾಯದ ಹುಡುಗರು. ಝೂನಡುವಿನ ಗಿಡಮರಗಳ ನಡುವೆ, ಬೆಸ್ತರ ಹಳ್ಳಿಗಳು ಗುಂಪುಗುಂಪಾಗಿದ್ದವು. ಅಲ್ಲಿಯ ಜನರೆಲ್ಲ ಅದಾಗಲೇ ಎದ್ದಿದ್ದರು. ಆ ಹಳ್ಳಿಗಳನ್ನು ಹಾದು ಮುಂದೆ ಸಾಗಿದೆವು. ಕೊಲ್ಲಿಯ ಬಾಯಿಯ ಬಳಿ, ದೇಗುಲವೊಂದರ ಹತ್ತಿರ ಉತ್ತಮ್ ಹಾಗೂ ಕಾಳಿದಾಸ್ ಎಂಬ ಇಬ್ಬರು ಮೀನುಗಾರರು ನಮಗಾಗಿ ಕಾಯುತ್ತಿದ್ದರು. ಅವರ ಬಳಿ ಉಜ್ವಲ ನೀಲಿವರ್ಣದ, ಇಪ್ಪತ್ತು ಅಡಿ ಉದ್ದದ ವಿನೋಬಾ ಪ್ರಸಾದ ಎಂಬ ದೋಣಿಯಿತ್ತು. ಅದರ ಹೊರಮೈಯಲ್ಲಿ ಮೋಟಾರ್‌ನ್ನು ಅಳವಡಿಸಲಾಗಿತ್ತು. ಆ ದೋಣಿಯು ನಮ್ಮನ್ನು ಹದಿನೈದು ಕಿಲೋಮೀಟರ್ ದೂರವಿರುವ ಸಮುದ್ರಕ್ಕೆ ಕೊಂಡೊಯ್ಯುವಷ್ಟು ಸಶಕ್ತವಾಗಿತ್ತು. ಉತ್ತಮ್ ಒಂದು ಹಿಡಿ ಊದಿನಕಡ್ಡಿಗಳನ್ನು ಹೊತ್ತಿಸಿ, ದೋಣಿಯ ಮೂತಿಯಲ್ಲಿದ್ದ ರಂಧ್ರದೊಳಕ್ಕೆ ಸಿಕ್ಕಿಸಿದ. ಒಂದು ಕಿಲೋಮೀಟರ್ ಸಾಗಿದ ಮೇಲೆ ತೆಂಗಿನಕಾಯಿ–ವೀಳ್ಯದೆಲೆ–ಅಡಕೆಗಳನ್ನು ನೀರಿನೊಳಕ್ಕೆ ಬೀರಿ ಸಮುದ್ರ ದೇವತೆಗಳಿಗೆ ಅರ್ಪಣೆ ಸಲ್ಲಿಸಿ, ಅನಂತರ ದೋಣಿಯಲ್ಲಿಯೇ ಒಂದು ಸುತ್ತು ಪ್ರದಕ್ಷಿಣೆ ಹಾಕಿ ಮುಂದುವರೆದ.

ನಾವು ಕೊಲ್ಲಿಯನ್ನು ಬಿಟ್ಟಿದ್ದೇ ತಡ, ನಮ್ಮ ಸುತ್ತ ಮುಲೆಟ್‌ಗಳು ನೀರಿನಿಂದೆದ್ದು ಹಾರತೊಡಗಿದವು. 'ಮೀನುಗಳು ಇರೋದಂತೂ ನಿಜ' ಬ್ಯಾಪ್ಟಿಸ್ಟಾ ಹೇಳಿದರು. ಹಿಂದಿನ ದಿನವಷ್ಟೇ ಝೂನಡುವಿನ ಬೆಸ್ತರು, ರಾಂಪೊನ್ ಎಂದು ಕರೆಯಲಾಗುವ ಅರ್ಧಚಂದ್ರಾಕೃತಿಯ ಬೃಹತ್ ಗಾತ್ರದ ಬಲೆಯನ್ನು ಹರಡಿದ್ದರು. ಅದರ ಎರಡೂ ತುದಿಗಳನ್ನು ದಡದಲ್ಲಿ ಭದ್ರವಾಗಿ ಬಿಗಿದಿಟ್ಟಿರುತ್ತಾರೆ. ಕೆಲವೇ ಗಂಟೆಗಳ ಕಾಲ ಕಾದು ಬಲೆಯನ್ನು ಒಳಗೆಳೆದಾಗ ಎಪ್ಪತ್ತು ಕ್ವಿಂಟಲ್‌ಗಳಷ್ಟು ಪಾಮ್‌ಫ್ರೆಟ್ (ಮಂಜಿ) ಅವರ ಕೈಸೇರಿದ್ದವು. 'ಮೀನಂತೂ ಇವೆ,' ಮತ್ತೆ ಬ್ಯಾಪ್ಟಿಸ್ಟಾ ಖಾತ್ರಿಮಾಡಿದರು.

ಕರಾವಳಿಯುದ್ದಕ್ಕೂ ಮಂಜಿನ ತುಣುಕುಗಳು ತೂಗುತ್ತಿದ್ದವು. ಮಂದ ಬೆಳಕನ್ನು ಅಲ್ಲಷ್ಟು ಇಲ್ಲಷ್ಟು ಸೋಸುತ್ತಿದ್ದ ಆಗಸದಲ್ಲಿನ ತುಂಡು ಮೋಡಗಳಿಂದಾಗಿ ಟರ್ನರ್[1]

1 ಟರ್ನರ್ ಜೆ.ಎಮ್.ಡಬ್ಲ್ಯೂ (1775–1851) : ಇಂಗ್ಲೆಂಡಿನ ಖ್ಯಾತ ನವೋದಯ (ರೊಮ್ಯಾಂಟಿಕ್) ಚಿತ್ರಕಾರ, ಅಚ್ಚು ಕಲಾವಿದ ಹಾಗೂ ಜಲವರ್ಣ ಚಿತ್ರಕಾರ. ಪ್ರಕ್ಷುಬ್ಧ ಸಾಗರದ ರುದ್ರನೋಟದ ಚಿತ್ರಗಳು, ಕಲ್ಪನಾತ್ಮಕ ಭೂದೃಶ್ಯದ ಚಿತ್ರಗಳು ಹಾಗೂ ಅಭಿವ್ಯಕ್ತಿಪೂರ್ಣ ವರ್ಣಗಳ

ನ ಕಡಲನೋಟದ ವರ್ಣಚಿತ್ರವೊಂದು ಮೈದಳೆದಂತೆ ತೋರುತ್ತಿತ್ತು. ಅದಾಗಲೇ ಕೊಲ್ಲಿಯಲ್ಲಿ ಹಾಗೂ ಅದರ ಮುಖದಿಂದಾಚೆಯೇ ಸಮುದ್ರದಲ್ಲಿ ಇನ್ನಿತರ ಮೀನುದೋಣಿಗಳಿದ್ದವು. ಅವುಗಳಲ್ಲಿ ಕುಳಿತಿದ್ದ, ಶಾಲು ಸುತ್ತಿಕೊಂಡ ಜನರು ತಮ್ಮ ಬೆರಳೊಂದಕ್ಕೆ ಕಟ್ಟಿಕೊಂಡ ಒಂಟಿ ಎಳೆಯನ್ನು ಕೈಯಿಂದ ನೀರಿನೊಳಕ್ಕೆ ಬಿಡುತ್ತಿದ್ದರು. ನಿದ್ದೆ ಮಾಡಿಬಿಟ್ಟಿದ್ದಾರೇನೋ ಎನ್ನುವಷ್ಟು ಸುಮ್ಮನೆ ಕುಳಿತಿದ್ದರು ಅವರು. ತಮ್ಮ ಎರೆಯು ಚಲಿಸುತ್ತ ಇರುವಂತೆ ಮಾಡಲು ಆಗೀಗ ದಾರವನ್ನು ತುಸು ಸರಕ್ಕನೇ ಜಗ್ಗುತ್ತಿದ್ದರು. ದೂರದಲ್ಲೊಂದೆಡೆ ದಿಗಂತದ ತುಣುಕೊಂದು ಗಾಢ ಬೂದುಬಣ್ಣದ ಹೊದಿಕೆ ಹೊದ್ದಿತ್ತು. ಹತ್ತಿರದಲ್ಲಿಯೇ ಎಲ್ಲೋ ಮಳೆ ಬೀಳುತ್ತಿತ್ತು.

II

ಮೀನೊಂದು ಇದ್ದಕ್ಕಿದ್ದಂತೆ ನೀರಿನ ಮೇಲ್ಮೈಯನ್ನು ಭೇದಿಸಿ ಮೇಲಕ್ಕೆ ಬರುವ ರೋಮಾಂಚಕ ಕ್ಷಣವೊಂದರ ಕುರಿತು, ಮಾರ್ಸೆಲ್ ಪ್ರೌಸ್ಟ್[1] ಒಮ್ಮೆ ಬರೆದಿದ್ದ. ಗದ್ಯವೊಂದರಲ್ಲಿ ತಟ್ಟನೆ ಹೊಳೆಯುವ ರೂಪಕವೊಂದಕ್ಕೆ ಅದನ್ನು ಹೋಲಿಸಿದ್ದ. ಅಮೂಲ್ಯ ಬೇಟೆಯನ್ನು ಉಸಿರು ಬಿಗಿಹಿಡಿದು ಕಾಯಲಾಗುತ್ತದೆ. ಅದು ಎಷ್ಟು ಹಠಾತ್ತನೆ ಕಾಣಿಸಿಕೊಳ್ಳುತ್ತದೆ ಎನ್ನುವುದರಲ್ಲಿಯೇ ಕ್ರೀಡೆಯ ರೋಮಾಂಚಕತೆ ಇದೆ. ಆದರೆ ಉಳಿದಂತೆ ಮೀನು ಹಿಡಿಯುವ ಅಭ್ಯಾಸದ ತಾಳ್ಮೆಗೂ ಮತ್ತು ಸಮುದ್ರದಲ್ಲಿ ಗಂಟೆಗಟ್ಟಲೆ ಕಾದು ಮೀನು ಹಿಡಿಯುವ ತಾಳ್ಮೆಗೂ ಸಾಕಷ್ಟು ವ್ಯತ್ಯಾಸವಿದೆ. ಇದು ಗಂಟೆಗಟ್ಟಲೆ ಸಹನೆಯನ್ನು ಬೇಡುವಂತಹದ್ದು. ಆದರೆ ಅರ್ನೆಸ್ಟ್ ಹೆಮಿಂಗ್‌ವೇನ[2] ಕಿರು ಕಾದಂಬರಿ 'ದ ಓಲ್ಡ್ ಮ್ಯಾನ್ ಎಂಡ್ ದ ಸೀ' ಯಲ್ಲಿ ಮೀನುಗಾರ ಸ್ಯಾಂಟಿಯಾಗೋ ಮಾಡಿದ ಹಾಗೆ ದಿನಗಳ ಲೆಕ್ಕದ್ದಲ್ಲ. ಹಾಯಿಮೀನು ಭಾರತದ ಸಮುದ್ರಕ್ಕೆ ವಲಸೆ ಬರುವ ವರ್ಷದ ಅವಧಿಯಲ್ಲಿಯೇ ನಾವು ಹೊರಟಿದ್ದೆವು. ದೋಣಿಯಲ್ಲಿ ಅಸಹನೆಗೆ ಜಾಗವೇ ಇಲ್ಲ. ಕೇವಲ ಮನೋಧರ್ಮ–ಸ್ವಭಾವ ಎಂಬ ಒಂದೇ ಒಂದು ಗುಣದ ಆಧಾರದ ಮೇಲೆ ಆಟಗಾರರನ್ನು ಇಷ್ಟು ಪರಿಣಾಮಕಾರಿಯಾಗಿ ಜರಡಿಯಾಡುವ ಕ್ರೀಡೆ ಮತ್ತೊಂದಿಲ್ಲ. ಪರಿಸರ ವಿನಾಶ ಮತ್ತು ಸಂರಕ್ಷಣಾ ಕಾಯಿದೆಗಳು ಈಗ

ಬಳಕೆಯಿಂದಾಗಿ ಖ್ಯಾತನಾಗಿದ್ದಾನೆ.

1 ಮಾರ್ಸೆಲ್ ಪ್ರೌಸ್ಟ್ (ಪ್ರೂಸ್ತ) (1871–1922) : ಫ್ರೆಂಚ್ ಕಾದಂಬರಿಕಾರ, ವಿಮರ್ಶಕ ಹಾಗೂ ಪ್ರಬಂಧಕಾರ. ಇಪ್ಪತ್ತನೆಯ ಶತಮಾನದ ಪ್ರಭಾವೀ ಬರಹಗಾರರಲ್ಲೊಬ್ಬ ಎಂದೇ ಪ್ರಸಿದ್ಧನಾಗಿದ್ದಾನೆ.

2 ಅರ್ನೆಸ್ಟ್ ಹೆಮಿಂಗ್‌ವೇ (1899– 1961) : ಅಮೇರಿಕದ ಪತ್ರಕರ್ತ, ಖ್ಯಾತ ಕಾದಂಬರಿಕಾರ, ಸಣ್ಣ ಕಥೆಗಳ ಲೇಖಕ, ಕ್ರೀಡಾಪಟು.

ಇದನ್ನು ಅಳಿವಿನಂಚಿಗೆ ತಂದು ನಿಲ್ಲಿಸಿವೆ. ಆದರೂ ಭಾರತದಲ್ಲಿ ನಿರಂತರವಾಗಿ ನಡೆದುಕೊಂಡು ಬಂದ ಬ್ರಿಟಿಷ್ ಆಡಳಿತದ ಹಲವಾರು ಪರಂಪರೆಗಳಲ್ಲಿ ಮೀನು ಹಿಡಿಯುವ ಈ ಪ್ರಚಂಡ ಕ್ರೀಡೆಯೂ ಒಂದಾಗಿದೆ. ಅದೆಷ್ಟೋ ವರ್ಷಗಳ ಕಾಲ ಗೋಲ್ಡನ್ ಮಹ್ಸೀರ್ (ಹೊಂಬಣ್ಣದ ಮೀನು) ಹಿಡಿಯುವುದು ಭಾರತದಲ್ಲಿ ಅತ್ಯಂತ ಪ್ರತಿಷ್ಠಿತ ಬೇಟೆಯಾಗಿತ್ತು. ಮಿರುಗುವ ಮೈಬಣ್ಣದ ಈ ನದೀ ಮೀನನ್ನು ಬ್ರಿಟಿಷ್ ಮೀನುಗಾರರು ಭಾರತೀಯ ಸಾಲ್ಮನ್ ಎಂದು ಕರೆಯುತ್ತಿದ್ದರು. ಮಹ್ಸೀರ್ ಸಾಕಷ್ಟು ದೊಡ್ಡದಾಗಿ ಬೆಳೆಯಬಲ್ಲುದು. ಜಿ.ಪಿ.ಸ್ಯಾಂಡರ್ಸನ್ ಎಂಬ ಆಂಗ್ಲನೊಬ್ಬ 1870 ರಲ್ಲಿ 'ಥರ್ಟೀನ್ ಇಯರ್ಸ್ ಅಮಂಗಸ್ಟ್ ದ ವೈಲ್ಡ್ ಬೀಸ್ಟ್ಸ್ ಆಫ್ ಇಂಡಿಯಾ' ಎಂಬ ಪುಸ್ತಕವನ್ನು ಬರೆದ. ತಾನೊಮ್ಮೆ ನೂರಾಮೂವತ್ತು ಪೌಂಡ್ ತೂಗುತ್ತಿದ್ದ ದೈತ್ಯಮೀನೊಂದನ್ನು ಹಿಡಿದಿದ್ದೆ ಎಂದು ಅದರಲ್ಲಿ ಹೇಳಿಕೊಂಡಿದ್ದಾನೆ. ಆದರೆ ಭಾರತದ ಅನೇಕ ನದಿಗಳಲ್ಲೀಗ ಮಹ್ಸೀರ್‌ನ ಸಂಖ್ಯೆಯೇ ಕ್ಷೀಣಿಸುತ್ತಿದೆ ಹಾಗೂ ಅವುಗಳನ್ನು ಹಿಡಿಯುವುದನ್ನು ಕಟ್ಟುನಿಟ್ಟಾಗಿ ನಿರ್ಬಂಧಿಸಲಾಗಿದೆ.

ಹೀಗೆ ನದಿಯಲ್ಲಿ ನಿರ್ಬಂಧ ಇರುವುದರಿಂದ, ಕ್ರೀಡೆಗೆಂದು ಮೀನು ಹಿಡಿಯುವ ಹಲವಾರು ಉತ್ಸಾಹಿಗಳು ಭಾರತದ ಕರಾವಳಿಯತ್ತ ಹೆಚ್ಚೆಚ್ಚು ಮುಖ ಮಾಡತೊಡಗಿದರು. ನೀರಿನಲ್ಲಿರುವ ಟ್ಯೂನಾ, ಶಾರ್ಕ್, ಮರ್ಲಿನ್, ಹಾಯಿಮೀನು ಹಾಗೂ ಬರ್ರಾಕುಡಾಗಳಿಗಾಗಿ ವಾಣಿಜ್ಯ ಮೀನುಗಾರರ ಜೊತೆಗೆ ಪೈಪೋಟಿಗಿಳಿದರು. 'ಆದರೆ ಸಮುದ್ರದಲ್ಲಿಯೂ ಕೂಡ, ಅತಿ ಮೀನುಗಾರಿಕೆ ಎನ್ನುವುದು ಸಮಸ್ಯೆಯಾಗುತ್ತಿದೆ' ಎಂದು ಬ್ಯಾಪ್ಟಿಸ್ಟಾ ಹೇಳಿದರು. ದೊಡ್ಡದೊಡ್ಡ ಟ್ರಾಲರ್‌ಗಳು ಸಾಧ್ಯವಿರುವ ಎಲ್ಲ ಮೀನುಗಳನ್ನೂ ತಮ್ಮ ದಾಸ್ತಾನಿಗೆ ಸೇರಿಸಿಕೊಳ್ಳಲು ಕಡಲತಳವನ್ನು ಕೆರೆದು ತೆಗೆಯುತ್ತವೆ. ಆ ಕಾರಣದಿಂದ ಸಾಗರದ ಪರಿಸರವನ್ನು ಹಾಳುಗೆಡವುತ್ತವೆ. ಅದಷ್ಟೇ ಮೊಟ್ಟೆಯೊಡೆದು ಹೊರಬಂದ ಚಿಕ್ಕ ನಿಷ್ಪ್ರಯೋಜಕ ಮರಿಮೀನುಗಳನ್ನೂ ಬಿಡದೇ ತೋಡಿ ತೆಗೆಯುತ್ತವೆ. ಅವು ಬೆಳೆದು ವಯಸ್ಕ ಮೀನುಗಳಾಗುವುದಕ್ಕೂ ಬಿಡುವುದಿಲ್ಲ. ಇಂತಹ ಪರಿಸ್ಥಿತಿಯಲ್ಲಿ, ಮುಂಗಾರಿನ ನಂತರದ ಈ ಮೀನಿನ ಸುಗ್ಗಿ ಎನ್ನುವುದು, ಬೆಸ್ತರು ಹಾಗೂ ಪರಭಕ್ಷಕ ಮೀನುಗಳೆರಡರ ಪಾಲಿಗೂ ಭಾರೀ ಅದೃಷ್ಟವೇ.

ನಾವು ಹೊರಟ ದೋಣಿಯ ಹೆಸರು "ವಿನೋಬಾ ಪ್ರಸಾದ." ಇದರಲ್ಲಿ ಗಾಳದ ಕೋಲನ್ನು ಸ್ಥಿರವಾಗಿ ಹಿಡಿದುಕೊಳ್ಳಲು ಅನುಕೂಲವಾಗುವ ಹಾಗೆ, ದೋಣಿಯ ಅಂಚಿನ ಮೇಲ್ಭಾಗಕ್ಕೆ ಹಾಗೂ ಅಡ್ಡಣಿಗೆಗಳಿಗೆ ಅದಾಗಲೇ ಕಪ್ಪನೆಯ ಲೋಹದ ತಡೆಗಂಬಗಳನ್ನು ಕೂರಿಸಿ, ಅವುಗಳನ್ನು ಅಗುಳಿಗಳಿಂದ ಭದ್ರಪಡಿಸುವ ವ್ಯವಸ್ಥೆಯನ್ನು ನಮ್ಮ ಜೊತೆಗಾರ ಎಮಿಲ್ ಮಾಡಿದ್ದ. ಮೀನುಹಿಡಿಯುವವರ ಕೈಗಳಲ್ಲಿ ಫೈಬರ್‌ಗ್ಲಾಸ್‌ನಿಂದ (ನಾರುಗಾಜು) ಮಾಡಲಾದ, ಭಾರವಾದ ಗಾಳಗಳಿದ್ದವು.

ಅವರದನ್ನು ಸರಾಗವಾಗಿ ಗಾಳದುರುಳೆಯು ಕಾರ್ಯನಿರ್ವಹಿಸುವಂತೆ ಮಾಡುವ ಯಾಂತ್ರಿಕ ವ್ಯವಸ್ಥೆಯೊಂದಿಗೆ ಜೋಡಿಸಿದರು. ಗಾಳವನ್ನು ಬಿಡುತ್ತ ಹೋದಂತೆ, ಅದು ಸಣ್ಣಗೆ, ಒಂದೇ ಸಮನೆ ಅದುರುವ ಶಬ್ದ ಮಾಡುತ್ತಿತ್ತು. 'ಖಾರಿಗಳಲ್ಲಿ, ನೀರಿನಡಿ ಬಂಡೆಗಳಿರುತ್ತವೆ. ಅದರಿಂದ ಗಾಳವು ಸವೆತಕ್ಕೊಳಗಾಗುವ ಅಪಾಯ ಹೆಚ್ಚು, ಹಾಗಾಗಿ ಗುಂಡು ನಿರೋಧಕ ಕವಚಗಳನ್ನು ತಯಾರಿಸಲು ಬಳಸುವ ಪದಾರ್ಥದಿಂದಲೇ ಮಾಡಿರುವ ಮತ್ತು ನಿಜಕ್ಕೂ ಬಲವಾಗಿರುವ ಮೈಕ್ರೋಡೈನಮಿಕ್ ಗಾಳದುರುಳೆಯನ್ನೇ ನಾವು ಬಳಸುತ್ತೇವೆ. ಹಾಯಿಮೀನೊಂದು ಅದನ್ನು ಕಚ್ಚಿ, ಅತ್ಯಂತ ವೇಗದಲ್ಲಿ ಎಳೆಯುತ್ತಿರುವಾಗ ಅದಕ್ಕೆ ಬೆರಳನ್ನೇನಾದರೂ ಇಟ್ಟರೆ, ಅದು ಕತ್ತರಿಸಿ ಹೋಗುವುದು ನಿಶ್ಚಿತ' ಎಂದು ಬ್ಯಾಪ್ಟಿಸ್ಟಾ ಈ ಮೊದಲೇ ನನಗೆ ಹೇಳಿದ್ದರು. ಗಾಳದ ತುದಿಯಲ್ಲಿ ಜೈಂಟ್ ಟ್ರೆಂಬ್ಲರ್ ಎಂದು ಕರೆಯಲಾಗುವ ಎರೆಯೊಂದಿತ್ತು. ಬೆಳ್ಳಿಯ ಬಣ್ಣದ ಮೀನಿನಾಕಾರದ ಆ ವಸ್ತು, ನಾಲ್ಕಿಂಚು ಉದ್ದವಿತ್ತು. ಮೂರು ಕವಲುಗಳನ್ನುಳ್ಳ ಎರಡು ಕೊಕ್ಕೆಗಳನ್ನು ಹೊಂದಿತ್ತು. ಮಬ್ಬು ಬೆಳಕಿನಲ್ಲಿ ವಿಚಿತ್ರ ಬಣ್ಣಗಳನ್ನು ಮಿನುಗಿಸುತ್ತಿತ್ತು. ಎರೆಯಲ್ಲಿ ಬಾಲ್ ಬೇರಿಂಗ್‌ಗಳನ್ನು ತುಂಬಿದ್ದಾರೆ ಎಂದು ಯವನ್ ಹೇಳಿದ. ಇದು ನೀರಿನಲ್ಲಿ ಕಂಪಿಸುತ್ತದೆ. ಅದು ಉಂಟುಮಾಡುವ ಕುತೂಹಲಕಾರಿ ಶಬ್ದವು ಪರಭಕ್ಷಕ ಮೀನೊಂದು ಹೊಸದಾದ ವಿಚಿತ್ರ ತಿನಿಸಿನ ಕಡೆಗೆ ಮತ್ತೊಮ್ಮೆ ತಿರುಗಿ ನೋಡುವಂತೆ ಮಾಡುವಷ್ಟಿರುತ್ತದೆ.

ನಮ್ಮ ಮೊದಲ ಬೇಟೆಯು ಕೊಕ್ಕೆಗೆ ಸಿಲುಕಿದಾಗ ನಾವಿನ್ನೂ ದಾರಿಯಲ್ಲಿಯೇ

ಇದ್ದೆವು. ಗಾಳದ ಕೋಲೊಂದು ತನ್ನ ತಳಗಂಬದ ಮೇಲೆ ಸಡಿಲವಾಗಿ ಒರಗಿ ಕುಳಿತಿತ್ತು. ಯವನ್ ಅದನ್ನು ಒಳಗೆಳೆದು ಕಟ್ಟತೊಡಗಿದ್ದನಷ್ಟೇ, ಅದು ಅವನ ಕೈಯಿಂದ ಹೊರ ನೆಗೆಯಿತು. ಕೆಲವೇ ಕ್ಷಣಗಳ ಮೊದಲು ಹೀಗೆ ಆಗಿದ್ದರೆ, ಗಾಳವು ನೀರಿನಲ್ಲಿರುತ್ತಿತ್ತು.

ಕೋಲು ಹಿಂದಕ್ಕೂ ಮುಂದಕ್ಕೂ ಜಗ್ಗಿತು. ನಿಯಂತ್ರಣ ತಪ್ಪದಂತೆ ಇರಲು ಯವನ್ ಏದುಸಿರುಬಿಡುತ್ತಿದ್ದ. 'ಎಮಿಲ್, ಅವನಿಗೆ ಬೆಲ್ಟ್ ತಂದುಕೊಡು' ಎಂದು ಬ್ಯಾಪ್ಟಿಸ್ಟಾ ಕೂಗಿದರು. ಎಮಿಲ್ ತಟಕ್ಕನೆದ್ದು ಹೆಣಗಾಡಿ, ದೊಡ್ಡದೊಂದು ಪ್ಲಾಸ್ಟಿಕ್ ತಳಿಕೆಯಿರುವ ಬಿಳಿ ಪಟ್ಟಿಯನ್ನು ಎತ್ತಿಕೊಂಡು ಬಂದ. ಬೆಲ್ಟ್ ಬಲಕೊಡುತ್ತದೆ. ಹಾಗಾಗಿ, ಮೀನು ಹಿಡಿಯುತ್ತ ನಿಂತಿರುವವನು, ಮೀನನ್ನು ಆಟವಾಡಿಸುವಾಗ (ಅಥವಾ ಮೀನು ಅವನನ್ನು ಆಟವಾಡಿಸುವಾಗ) ತನ್ನ ಹೊಟ್ಟೆಗೆ ಗಾಳದ ಕೋಲನ್ನು ಕಟ್ಟಿಕೊಳ್ಳಲು ಅದನ್ನು ಬಳಸುತ್ತಾನೆ.

'ಅವನಿಗೆ ಬೆಲ್ಟ್ ಕಟ್ಟು ಎಮಿಲ್' ಬ್ಯಾಪ್ಟಿಸ್ಟಾ ಮತ್ತೆ ಜೋರಾಗಿ ಕೂಗಿದರು.

'ಪ್ರಯತ್ನಪಡ್ತಿದ್ದೇನೆ ಅಂಕಲ್. ಆದರೆ ಅವನು ತುಂಬಾ ದಪ್ಪಗಿದಾನೆ' ಎಮಿಲ್ ನಗುತ್ತ ತಿರುಗಿ ಕೂಗಿದ. ಬೆಲ್ಟನ್ನು ಇನ್ನಷ್ಟು ಉದ್ದ ಎಳೆದು, ಯವನ್ ತೊಟ್ಟಿದ್ದ ಜಾಕೆಟ್‌ನ ಮೇಲೆಯೇ ಸುತ್ತು ಹಾಕಿ, ಗಟ್ಟಿಯಾಗಿ ಬಿಗಿದ ಎಮಿಲ್. ಅದು ಮೀನು ಹಿಡಿಯುವವರು ತೊಡುವ ದಪ್ಪನೆಯ ಜಾಕೆಟ್ ಆಗಿತ್ತು. ಮೀನಿಗೆ ಶರಣಾಗಲು ಸಮ್ಮತಿಯನ್ನು ತಾನೇ ಕೊಡುತ್ತಿದ್ದಾನೇನೋ ಎನ್ನುವ ಹಾಗೆ ಸಮುದ್ರದೊಳಕ್ಕೆ ಇಣುಕಿ ನೋಡುತ್ತಿದ್ದ ಯವನ್‌ಗೆ, ಸ್ವತಃ ಈ ಬದಲಾವಣೆ ಅಷ್ಟಾಗಿ ಅರಿವಿಗೆ ಬರಲೇ ಇಲ್ಲ.

ಅದೊಂದು ಹೊಂಬಣ್ಣದ ಟ್ರೆವಲಿಯಾಗಿತ್ತು (ಬೋಂಕೆ ಮೀನು). ಟ್ರೆವಲಿಯು ಹಳದಿ ಬಣ್ಣದ, ಉಷ್ಣವಲಯದ ಮೀನು. ದೋಣಿಯ ಹಿಂಭಾಗದ ನೀರಿನಲ್ಲಿ ಅನುಸರಿಸಿ ಬರುತ್ತಿದ್ದ ಕಾರಣ, ಈ ಮೀನು ತನ್ನ ಬಾಯಂಚಿಗೆ ಕೊಕ್ಕೆ ಸಿಲುಕುವ ಸಂಕಟವನ್ನು ತಾನೇ ಬರಮಾಡಿಕೊಂಡಿತ್ತು. ಎಲ್ಲಾ ಟ್ರೆವಲಿಗಳು ಸಾಧಾರಣವಾಗಿ ಹೋರಾಡುವ ಹಾಗೆ, ಸಾಧ್ಯವಾದಷ್ಟೂ ಪ್ರತಿರೋಧವನ್ನು ತೋರಿಸಿತು, ತನ್ನ ದೇಹದ ಚಪ್ಪಟೆ ಭಾಗವನ್ನು ತನ್ನನ್ನೆಳೆಯುತ್ತಿದ್ದ ದಿಕ್ಕಿಗೆ ಎದುರಾಗಿ ಒಡ್ಡುವ ಮೂಲಕ ಹೋರಾಡಿತು. 'ಯವನ್, ಈ ಬಾರಿ ಹಂಗಾಮಿನ ಬೋಣಿಗೆಗೆ ನಿನಗೆ ಟ್ರೆವಲಿ ಸಿಕ್ಕಿತು' ಎಂದ ಎಮಿಲ್. 'ಅದು ಅಷ್ಟೊಂದು ಕೆಟ್ಟದೇನಲ್ಲ' ಎಂದು ಯವನ್ ಭುಜ ಕೊಡಹಿದ.

ಹರವಾದ ನೀರನ್ನು ಹುಡುಕುತ್ತ ನಾವು ದಡದಿಂದ ಇನ್ನಷ್ಟು ದೂರ ಮುಂದುವರೆದೆವು. ಪೂರ್ವ ದಿಕ್ಕಿನಲ್ಲಿ ಆಕಾಶವು ನಸುಕಿನ ಮೊದಲ ಕಿರಣಗಳಿಂದ ಕಂಗೊಳಿಸಲು ಆರಂಭಿಸಿತ್ತು. ಗಾಳಿಯಲ್ಲಿ ಉಪ್ಪಿನ ನಸು ಛಾಯೆಯ ಜೊತೆಗೆ,

ಡೀಸೆಲ್‌ನ ತೀಕ್ಷ್ಣ ವಾಸನೆಯೂ ಇತ್ತು. ಶಾಯಿಯ ನೀಲಿಬಣ್ಣವನ್ನು ಹೊಂದಿದ್ದ ಸಮುದ್ರವು ನಿಧಾನವಾಗಿ ನಿಸ್ತೇಜ ಪಾದರಸದ ಬಣ್ಣಕ್ಕೆ ತಿರುಗಿತು. ನಂತರ ಅದು ಹೊಳೆಯುವ ನುಣುಪು ರೇಶಿಮೆಯಾಯಿತು. ನೀರಿನಲ್ಲಿ ಜೀವಶಕ್ತಿ ಪುಟಿಯುತ್ತಿದ್ದ ಜಾಗವೊಂದರೆಡೆಗೆ ಬ್ಯಾಪ್ಟಿಸ್ಟಾ ಕೈತೋರಿದರು. ಅದು, ಸಾರ್ಡೈನ್ ಮೀನುಗಳ ಹಿಂಡು. ಮುಳುಗು ಹಕ್ಕಿಗಳು ಅವುಗಳ ಮೇಲೆ ಬೆನ್ನಟ್ಟಿದಂತೆ ಹಾರುತ್ತಿದ್ದವು. ಎಮಿಲ್ ತನ್ನನ್ನು ಏನಾದರೊಂದು ಚಟುವಟಿಕೆಯಲ್ಲಿ ತೊಡಗಿಸಿಕೊಳ್ಳಲು ಬಯಸಿದ್ದ. ಹಾಗಾಗಿ, ಸ್ಕ್ವಿಡ್‌ಗಳನ್ನು[1] ಆಕರ್ಷಿಸಲು, ಗಾಳವೊಂದಕ್ಕೆ ಫ್ಲೋರೋಸೆಂಟ್ ಹಳದಿ ಮತ್ತು ಹಸಿರು ಬಣ್ಣದ ರಬ್ಬರ್‌ನಂತಹ ಎರೆಯನ್ನು ಸಿಕ್ಕಿಸಿ, ಸಮುದ್ರದೊಳಕ್ಕೆ ಎಸೆದ.

ಕೊನೆಯಲ್ಲಿ ನಮ್ಮನ್ನು ಕಿರುದ್ವೀಪವೊಂದಕ್ಕೆ ಕರೆದುಕೊಂಡು ಹೋದರು. ಅಲ್ಲಲ್ಲಿ ಚದುರಿ ಬಿದ್ದಂತೆ ತೋರುತ್ತಿದ್ದ ಆ ಕಿರುದ್ವೀಪಗಳು, ಸಮುದ್ರದಿಂದ ಮೇಲೆದ್ದು ಬಂದಂತೆ ಕಾಣುತ್ತಿದ್ದವು. ಅವು ಬಂಡೆಗಲ್ಲುಗಳಿಂದ ಕೂಡಿದ್ದವು. ಅವುಗಳಲ್ಲಿ ಅತಿದೊಡ್ಡ ದ್ವೀಪವೊಂದರ ಮೇಲೆ ಮೋಟು ದೀಪಸ್ತಂಭವೊಂದು ಕುಳಿತಿತ್ತು. ಅದು ಜನರೆಲ್ಲ ಬಿಟ್ಟುಹೋದ ಜಾಗದಂತೆ ಭಾಸವಾದರೂ, ಹಾಗೇನೂ ಆಗಿರಲಿಲ್ಲ. ಅಲ್ಲಿದ್ದ ಮತ್ತೆ ಕೆಲವು ಮನೆಗಳು ಬಿಟ್ಟುಹೋದಂತೆ ಕಾಣುತ್ತಿದ್ದವು, ಮತ್ತವು ನಿಜಕ್ಕೂ ಬಿಟ್ಟುಹೋದ ಮನೆಗಳೇ ಆಗಿದ್ದವು. 'ಇಲ್ಲಿ ನೀರಿನಡಿ ಹೆಚ್ಚು ಬಂಡೆಗಳಿವೆ. ಕೆಲವೊಂದು ಎರೆ ಮೀನುಗಳಿಗೆ (bait fish) ಅವುಗಳ ಅಡಿಯಲ್ಲಿ ಅಡಗಿಕೊಳ್ಳುವ ಪ್ರವೃತ್ತಿಯಿದೆ' ಎಂದು ಬ್ಯಾಪ್ಟಿಸ್ಟಾ ಹೇಳಿದರು. ಆಗಾಗ ಈ ನೀರಿನಲ್ಲಿ, ಪರಭಕ್ಷಕ ಮೀನುಗಳು ತಮ್ಮ ಬೇಟೆಯನ್ನು ಎಗರಿಸಲು ಬಂಡೆಗಳಡಿ ಮೂತಿಯಿಂದ ತಿವಿಯುತ್ತ ಈಜುವುದನ್ನು ಕಾಣಬಹುದು. ನಾವು ಮೋಟಾರಿನ ವೇಗವನ್ನು ತಗ್ಗಿಸಿದೆವು. ನಿಧಾನಕ್ಕೆ ಕಿರುದ್ವೀಪಗಳ ಸುತ್ತ ಕಷ್ಟಪಟ್ಟು ಸವಾರಿ ಮಾಡತೊಡಗಿದೆವು. ತಮ್ಮ ಗಾಳದ ಕೋಲಿನ ಮೇಲೆ ಬಾಗಿ ಮೀನು ಹಿಡಿಯುತ್ತಿದ್ದ ಮೂವರು ಮೀನುಗಾರರ ದೃಷ್ಟಿಯು ಸಮುದ್ರದೊಳಕ್ಕೆ ನೆಟ್ಟಿತ್ತು.

II

ಹಾಯಿಮೀನೊಡನೆ ಸೆಣಸಾಡುವುದೂ ಒಂದು ಪ್ರತಿಷ್ಠೆಯ ಸಂಗತಿ ಎನ್ನುವ ಹಾಗೆ, ಅನೇಕ ಮೀನುಗಾರರು ತಮ್ಮ ಗಾಳದ ತುದಿಯಲ್ಲಿರುವ ದೈತ್ಯನೊಡನೆ ತಾವು ಹೇಗೆ ಹೋರಾಡಿದೆವು, ಆ ಸಮರದಲ್ಲಿ ತಮಗೆ ಹೇಗೆ ಸೋಲಾಯಿತು ಇತ್ಯಾದಿ ಕತೆಗಳನ್ನೆಲ್ಲ ಹೆಮ್ಮೆಯಿಂದ ಹೇಳುತ್ತಿದ್ದರು. ಮೋಸೆಸ್ ಅವರೂ ನನಗೆ

---

1 ಎರೆಯಾಗಿ ಬಳಸುವ ಒಂದು ಬಗೆಯ ಮೀನು

ಇಂತಹುದೇ ಕತೆ ಹೇಳಿದ್ದರು. ಹಾಯಿಮೀನಿಗೆ ಸಂಬಂಧಿಸಿದಂತೆ, ಅದೂ ಇದೂ ಸೇರಿಸಿ ಉದ್ದುದ್ದ ಪುರಾಣವನ್ನೇ ಹೇಳತೊಡಗುತ್ತಾರೆ. ಆ ಪುರಾಣದಲ್ಲಿ ಭಾಗಿಯಾದರೆ ಅಷ್ಟೇ ಸಾಕು ಎಂದು ಸಂಭ್ರಮಿಸುತ್ತಾರೆ. ಹಾಗೆ ನೋಡಿದರೆ ಈ ಹಾಯಿಮೀನು ಎನ್ನುವುದು ನಿಜಕ್ಕೂ ಪುರಾಣಕತೆಯೇ ಆಗಿಬಿಟ್ಟಿದೆ. ವಿಲ್ ಜಾನ್ಸನ್[1] ತನ್ನ 'ದ ಸೇಲ್‌ಫಿಶ್ ಎಂಡ್ ದ ಸೇಕ್ರೆಡ್ ಮೌಂಟನ್' ಎಂಬ ಸ್ಮೃತಿಚಿತ್ರದಲ್ಲಿ ಹಾಯಿಮೀನನ್ನು, 'ಗಾಂಭೀರ್ಯ ಹಾಗೂ ನುಣುಚಿಕೊಳ್ಳುವಿಕೆಯಲ್ಲಿ ಸಾಟಿಯೇ ಇಲ್ಲದ ಜಲಚರ, ಹಿಮಾಲಯದಲ್ಲಿರುವ ಹಿಮಚಿರತೆಯ ಜಲಾವತರಣಿಕೆ' ಎಂದು ವರ್ಣಿಸಿದ್ದಾನೆ. ನಿಜಕ್ಕೂ ಅಂತಹದೊಂದನ್ನು ಹಿಡಿಯುವುದಕ್ಕೆ ಕೌಶಲ್ಯಕ್ಕಿಂತಲೂ ಹೆಚ್ಚಾಗಿ ಅನುಗ್ರಹವಿದ್ದಿರಬೇಕು. ಹಿರಿಯ ಮತ್ತು ಅನುಭವಿ ಮೀನುಗಾರನೊಬ್ಬ ತನ್ನ ಇಡೀ ಜೀವನವನ್ನು ಮೀನು ಹಿಡಿಯುವುದರಲ್ಲಿ ಕಳೆದರೂ ಹಾಯಿಮೀನೊಂದನ್ನು ಒಮ್ಮೆಯೂ ಕಾಣದೇ ಇರಬಹುದು. ಆದರೆ ಹೊಸಬನೊಬ್ಬ ತನ್ನ ಮೊದಲ ಸಮುದ್ರವಿಹಾರದಲ್ಲಿಯೇ ಅದನ್ನು ಹಿಡಿದುಬಿಡಬಹುದು. ಫ್ಲೋರಿಡಾ ಕೀಯ್ಸ್‌ನಲ್ಲಿ ತಾನು ಕೈಗೊಂಡ ಮೊದಲ ಸಮುದ್ರವಿಹಾರದಲ್ಲಿಯೇ ಹಾಯಿಮೀನೊಂದನ್ನು ಹಿಡಿದೆ ಎಂದಿದ್ದಾನೆ ಜಾನ್ಸನ್.

ಸೋಲು ಕೂಡ ಒಮ್ಮೊಮ್ಮೆ ಅದ್ಭುತವಾಗಿರಲು ಸಾಧ್ಯ. ಸಿಕ್ಕಿಬಿದ್ದ ಹಾಯಿಮೀನು, ಥೇಟ್ ಡಾಲ್ಫಿನ್ ಮಾಡುವ ಹಾಗೆ, ನೀರಿನಿಂದ ಹೊರಗೆ, ಸಂಪೂರ್ಣವಾಗಿ ನೀರ ಮೇಲಕ್ಕೆ ಚಿಮ್ಮುತ್ತದೆ. ಬಾಲವನ್ನು ಬಡಿಯುತ್ತ, ಅದರ ಬಲದಿಂದಲೇ ನೀರಿನ ಮೇಲ್ಮೈಯಲ್ಲಿ ತನ್ನನ್ನು ಮುಂದುಮುಂದಕ್ಕೆ ತಳ್ಳುತ್ತದೆ. ಡಾಲ್ಫಿನ್ ಹೀಗೆ ಮಾಡಿದಂತೆ ಕಂಡರೂ ಅದು ತನ್ನ ಮುದ್ದುತನದಿಂದಾಗಿ, ಖುಷಿಯಿಂದ ಮಾಡುತ್ತದೆ. ಆದರೆ ಹಾಯಿಮೀನು ಹಾಗೆ ಮಾಡುವುದು ಸಂಪೂರ್ಣ ಆಕ್ರೋಶದಿಂದ ಹಾಗೂ ಒದಗಿದ ವಿಪತ್ತಿನಿಂದ ಪಾರಾಗಲು. ಅನುಭವಿ ಮೀನುಗಾರರು ಇದನ್ನು, 'ಬಾಲದ ನಡಿಗೆ' ಎಂದು ಕರೆಯುತ್ತಾರೆ. ಹಾಯಿಮೀನೊಂದು ತಮ್ಮ ದೋಣಿಯ ಸುತ್ತಲೂ ಗಂಟೆಗೂ ಮಿಕ್ಕಿ, ಬಾಲದಲ್ಲಿ ನಡೆಯಿತು ಎಂದೆಲ್ಲ ಅವರು ಕತೆ ಹೇಳುತ್ತಾರಲ್ಲ, ಒಮ್ಮೊಮ್ಮೆ ಅವು ಅಕ್ಷರಶಃ ನಂಬಲಸಾಧ್ಯವಾಗಿರುತ್ತವೆ.

ಹಾಯಿಮೀನನ್ನು ಹಿಡಿಯುವುದರಲ್ಲಿ ಇರುವ ಅಂತರ್ಗತ ಪ್ರತಿಷ್ಠೆಯೇ ಅಷ್ಟು ಬೆರಗು ಹುಟ್ಟಿಸುವಂತಹುದು. ಹಾಗಂತ ಅದಕ್ಕೆ ಸಂಬಂಧಿಸಿದಂತೆ ಬಡಾಯಿ ಕೊಚ್ಚಿಕೊಳ್ಳುವ ಹಕ್ಕನ್ನಂತೂ ಕೇಳುವುದೇ ಬೇಡ. ಯಾರಾದರೂ ಅದನ್ನು ಕಂಡಿದ್ದೇವೆ, ಮುಟ್ಟಿದ್ದೇವೆ, ಹಿಡಿದಿದ್ದೇವೆ ಎಂದು ಹೇಳಿಕೊಂಡರೆ ಅನುಮಾನ,

1 ವಿಲ್ ಜಾನ್ಸನ್ (ಜನನ–1946): ಇನ್ಸಿಟ್ಯೂಟ್ ಆಫ್ ಎಂಬಾಡಿಮೆಂಟ್ ಟ್ರೈನಿಂಗ್‌ನ ಸಂಸ್ಥಾಪಕ ಹಾಗೂ ನಿರ್ದೇಶಕ. ಇದು ಪಾಶ್ಚಿಮಾತ್ಯ ದೈಹಿಕ ಚಿಕಿತ್ಸೆ ಹಾಗೂ ಪೌರ್ವಾತ್ಯ ಧ್ಯಾನಾಚರಣೆಗಳ ಸಂಯೋಜನೆಯಾಗಿದೆ.

ಸಂದೇಹ ತಾನೇ ತಾನಾಗಿ ಬರುವುದು ಸಹಜ. ಅಮೆರಿಕದ ಮಯಾಮಿಯಲ್ಲಿ 'ದ ಸೇಲ್‌ಫಿಶ್ ಕಪ್' ಎನ್ನುವ ಸ್ಪರ್ಧೆಯೊಂದು ಪ್ರತಿವರ್ಷ ನಡೆಯುತ್ತದೆ. ಎರಡು ದಿನಗಳ ಕಾಲಾವಧಿಯಲ್ಲಿ ಅತಿ ಹೆಚ್ಚು ಹಾಯಿಮೀನುಗಳನ್ನು ಹಿಡಿದು, ಬಿಡುಗಡೆ ಮಾಡುವ ತಂಡಕ್ಕೆ 100,000 ಡಾಲರ್‌ಗಳ ಬಹುಮಾನವನ್ನು ನೀಡಲಾಗುತ್ತದೆ. ಸಾಮಾನ್ಯವಾಗಿ ತಂಡಗಳು ತಾವು ಹಿಡಿದ ಪ್ರತಿ ಬೇಟೆಯ ವೀಡಿಯೋ ಮುದ್ರಣವನ್ನು ಸಲ್ಲಿಸಲೇಬೇಕು ಎನ್ನುವುದು ನಿಯಮ. ಅಸಾಮಾನ್ಯವಾದದ್ದು ಏನೆಂದರೆ, ಆನಂತರದ ಅತ್ಯಂತ ಕಟ್ಟುನಿಟ್ಟಾದ ನಿಬಂಧನೆ : 'ಗೆದ್ದ ಎಲ್ಲಾ ತಂಡಗಳೂ ಪಾಲಿಗ್ರಾಫ್ ಟೆಸ್ಟ್‌ಗೆ (ಸುಳ್ಳು ಪತ್ತೆ ಮಾಡುವ ಪರೀಕ್ಷೆ) ಒಳಪಡಬೇಕು ಮತ್ತು ತೇರ್ಗಡೆಯಾಗಬೇಕು. ಪರೀಕ್ಷೆಗೆ ಒಳಪಡಲು ನಿರಾಕರಿಸಿದರೆ ಅನರ್ಹರಾಗುತ್ತಾರೆ... ಪಾಲಿಗ್ರಾಫ್ ತಪಾಸಣೆಗಳು ಮೀನನ್ನು ಹಿಡಿಯುವ ಮತ್ತು ಬಿಡುವ ವಿಧಾನಗಳಿಗೆ ಹಾಗೂ ಮೀನುಗಳ ಪ್ರಭೇದಗಳಿಗೆ ಸಂಬಂಧಿಸಿದ ಪ್ರಶ್ನೆಗಳನ್ನು ಒಳಗೊಂಡಿರುತ್ತವೆ, ಆದರೆ ಅವುಗಳಿಗೆ ಸೀಮಿತವಾಗಿರುವುದಿಲ್ಲ' ಎನ್ನುವುದು. ಮಯಾಮಿಯಲ್ಲಿ ಹಾಯಿಮೀನನ್ನು ಎರಡೆರಡು ಬಾರಿ ಸಂಪಾದಿಸಬೇಕು. ಗಾಳವನ್ನು ಬಳಸಿ ಒಮ್ಮೆ, ಸುಳ್ಳು ಪತ್ತೆ ಮಾಡುವ ಯಂತ್ರದಿಂದ ಇನ್ನೊಮ್ಮೆ; ಧೈರ್ಯ, ದಾರ್ಷ್ಟ್ಯಕ್ಕೆ ಸವಾಲೆಸೆಯುವ ಎರಡನೆಯ ಪರೀಕ್ಷೆಯು ಮೊದಲನೆಯದರಷ್ಟೇ ವಿಧ್ವಂಸಕಾರಿ.

"ವಿನೋಬಾ ಪ್ರಸಾದ" ದೋಣಿಯಲ್ಲಿ ವಿಹರಿಸುತ್ತಿದ್ದ ನಮ್ಮೆಲ್ಲರ ಮೇಲೆ ಸೂರ್ಯ ಇನ್ನಷ್ಟು ಬಲವಾಗಿ ತನ್ನ ಪ್ರಹಾರವನ್ನು ಆರಂಭಿಸಿದ್ದ. ಉತ್ತಮ್ ದೋಣಿಯನ್ನು ನಿಯಮಿತವಾಗಿ ಸುತ್ತು ಹೊಡೆಸುತ್ತಲೇ ಇದ್ದ. ನನಗೆ ಬೆಳಗಿನ ತಿಂಡಿಯ ಆಲೋಚನೆ ಬಂದಿತು; ನಂತರ ನೀರು ಸ್ವಲ್ಪ ಪ್ರಕ್ಷುಬ್ಧವಾದಾಗ ಬೆಳಗಿನ ತಿಂಡಿಯನ್ನು ನೆನಪಿಸಿಕೊಳ್ಳದೇ ಇರಲು ಪ್ರಯತ್ನಿಸಿದೆ. ಎಮಿಲ್ ಮಾತ್ರ ಪ್ರತಿ ಇಪ್ಪತ್ತು ನಿಮಿಷಗಳಿಗೊಮ್ಮೆ ದೋಣಿಯನ್ನು ನಿಧಾನಗೊಳಿಸುವಂತೆ ಉತ್ತಮ್‌ನನ್ನು ಕೇಳಿಕೊಳ್ಳುತ್ತಿದ್ದ. ಅವನು ಫಿಶಿಂಗ್ ಬಡ್ಡಿ ಎಂಬ ನೀರಿನಾಳವನ್ನು ಅಳೆಯುವ ವಿದ್ಯುನ್ಮಾನ ಉಪಕರಣವನ್ನು ನೀರಿನೊಳಗೆ ಇಳಿಬಿಡುತ್ತಿದ್ದ ಹಾಗೂ ಅಡಿಯಲ್ಲಿರುವ ಭೂಭಾಗದ ಸೋನಾರ್ ರೀಡ್‌ಔಟ್‌ಗಳನ್ನು (ಜಲಾಂತರ ಶಬ್ದಶೋಧಕವು ದಾಖಲಿಸಿದುದನ್ನು) ನಮೂದಿಸಿಕೊಳ್ಳುತ್ತಿದ್ದ. 'ಬಂಗುಡೆಗಳು ಸುಳಿದಾಡುತ್ತಿವೆ. ಇಷ್ಟರಲ್ಲಿಯೇ ದೊಡ್ಡ ಮೀನು ಬಂದಿರಬೇಕು' ಎಂದರು ಬ್ಯಾಪ್ಟಿಸ್ಟಾ.

ಅವರು ಹಾಗೆ ಹೇಳಿದ ಕೆಲವೇ ನಿಮಿಷಗಳಲ್ಲಿ, ಅವರ ಗಾಳವನ್ನು ಏನೋ ಗಟ್ಟಿಯಾಗಿ ಕಚ್ಚಿಕೊಂಡಿತು.

ಸುಪ್ತಶಕ್ತಿಯು ಚಲನಶಕ್ತಿಯಾಗಿ ಬದಲಾಗುವುದು ಅತ್ಯಂತ ಕ್ಷಿಪ್ರಗತಿಯಲ್ಲಿ. ಮೀನಿಗಾಗಿ ನೀರಿನಲ್ಲಿ ಗಾಳ ಹಾಕಿ ಕಾಯುತ್ತ ಕುಳಿತವರಿಗೆ, ಹಾಗೆ ಕಾದು ಕಾದು

ಅಂತೂ ಕೊನೆಗೆ ಗಾಳದಲ್ಲಿ ಎಳೆತವೊಂದು ಅನುಭವಕ್ಕೆ ಬಂದಾಗ, ಅವರ ಚಲನೆಯಲ್ಲಿ ಉಂಟಾಗುವ ಬದಲಾವಣೆಯಿದೆಯಲ್ಲ, ಅದು ಸೂಚಿಸುವಷ್ಟು ಸಮರ್ಪಕವಾಗಿ ಈ ಕ್ಷಿಪ್ರ ಬದಲಾವಣೆಯನ್ನು ಬೇರೆ ಯಾವ ಮನುಷ್ಯ ಚಲನೆಯೂ ಸೂಚಿಸಲಾರದು. ಬ್ಯಾಪ್ಟಿಸ್ಟಾ ಇದ್ದಕ್ಕಿದ್ದಂತೆ ಸೆಟೆದು ನಿಂತರು. ನೋಡಲು ಅನುಕೂಲವಾಗುವಂತೆ, ತನ್ನ ತಲೆಯಿಂದ ಟೊಪ್ಪಿಗೆಯನ್ನು ಹಿಂದೆ ಸರಿಸಿದರು. ಮೀನು ಹಿಡಿಯುವವರು ಆಗಾಗ ಹಿಂದೆ ಒರಗಿ, ಗಾಳವನ್ನು ಎಳೆಯುವ ಮತ್ತು ನಂತರದಲ್ಲಿ ಮುಂದೆ ಬಾಗಿ ಬೇಗ ಬೇಗ ಮತ್ತಷ್ಟು ಗಾಳದುರುಳೆಯನ್ನು ಹಿಂಪಡೆದುಕೊಳ್ಳುವ ತೊನೆದಾಟದಲ್ಲಿ ನಿರತರಾಗಿರುತ್ತಾರೆ. ಬ್ಯಾಪ್ಟಿಸ್ಟಾ ಕೂಡ ಹಾಗೆಯೇ ತೊನೆದಾಡತೊಡಗಿದರು. ತಮ್ಮ ಗಾಳಗಳು ಬ್ಯಾಪ್ಟಿಸ್ಟಾರವರ ಗಾಳಕ್ಕೆ ಸುತ್ತಿಕೊಳ್ಳದಂತೆ, ಎಮಿಲ್ ಮತ್ತು ಯವನ್ ಅವುಗಳನ್ನು ತ್ವರಿತವಾಗಿ ಒಳಗೆಳೆದುಕೊಂಡರು. ಈ ನಡುವೆ ಏನೇನೋ ಕೂಗುತ್ತ ಅವರನ್ನು ಹುರಿದುಂಬಿಸತೊಡಗಿದರು. ಇಲ್ಲಿಯತನಕ ಉತ್ತಮ್‌ನು ಈ ಸಾಹಸಯಾತ್ರೆಯ ಸೋಲುಗೆಲುವುಗಳಿಂದ ತನ್ನನ್ನು ತಣ್ಣಗೆ ದೂರವಿರಿಸಿಕೊಂಡಿದ್ದ. ಈಗ ನಡೆಯುತ್ತಿದ್ದ ಸ್ಪರ್ಧೆಯಲ್ಲಿ ಸ್ವಲ್ಪ ಮಟ್ಟಿಗೆ ಅವನೂ ಆಸಕ್ತಿ ಕುದುರಿಸಿಕೊಂಡಂತೆ ತೋರಿತು. ಒಮ್ಮೆ ದೋಣಿಯ ಪಕ್ಕಕ್ಕೆ ಕ್ಯಾಕರಿಸಿ ಉಗುಳಿದವನೇ ಕದನವನ್ನು ವೀಕ್ಷಿಸಲು ಗದ್ದಕ್ಕೆ ಕೈಕೊಟ್ಟ.

ದೋಣಿಯಿಂದ ಹಲವು ಮೀಟರ್ ದೂರದಲ್ಲಿ ಮೀನು ತನ್ನ ಜೀವಕ್ಕಾಗಿ ಹೆಣಗಾಡತೊಡಗಿತು. ಒಂದು ಜಾಗದಲ್ಲಿ, ಒಂದಷ್ಟು ಹೊತ್ತು ಕೊಸರಾಡಿತು. ನಂತರ ಆವೇಶದಿಂದ ಬ್ಯಾಪ್ಟಿಸ್ಟಾರ ಎಡದಿಂದ ಬಲದುದ್ದಕ್ಕೂ ಜೀಕುತ್ತ, ಅವರು ನಿಂತಲ್ಲಿಯೇ ತಿರುಗುವಂತೆ ಮಾಡುತ್ತ, ದೋಣಿಯ ಸುತ್ತಲೂ ಈಜತೊಡಗಿತು. ಅಷ್ಟು ದೂರವಿದ್ದಾಗ ಅದು ಯಾವ ಮೀನು ಎಂಬುದನ್ನು ತಿಳಿಯಲು ಸಾಧ್ಯವಿರಲಿಲ್ಲ. ಆದರೆ ಅದರ ಗಾತ್ರ ಮತ್ತು ಬಲ ಎರಡೂ ಸ್ಪಷ್ಟವಾಗಿ ಗೋಚರಿಸುತ್ತಿದ್ದವು. ಬ್ಯಾಪ್ಟಿಸ್ಟಾರವರಿಗೆ ಬೆಲ್ಟ್ ಕಟ್ಟಿಕೊಳ್ಳಲು ಅದಾಗಲೇ ತಡವಾಗಿಹೋಗಿತ್ತು. ಹಾಗಾಗಿ ನೋವಾಗುತ್ತಿದ್ದರೂ ಕೂಡ ಗಾಳದ ತುದಿಯನ್ನು ಹೊಟ್ಟೆಗೆ ಆನಿಸಿಕೊಂಡರು. ಗಾಳವು ನಮ್ಮ ಸುತ್ತಲೂ ನೀರನ್ನು ಸೀಳುತ್ತ ಹೋಗುವಾಗ ಸುಂಯ್ಯೆಂದು ಶಬ್ದ ಮಾಡಿತು.

ಸುಮಾರು ಹತ್ತು ನಿಮಿಷಗಳ ಕಾಲ ಬ್ಯಾಪ್ಟಿಸ್ಟಾ ಮತ್ತವರ ಮೀನಿನ ನಡುವೆ ಹಗ್ಗ ಜಗ್ಗಾಟ ನಡೆಯಿತು. ಅಂತೂ ಅವರು ತಮ್ಮ ಎದುರಾಳಿಯನ್ನು ದೋಣಿಯ ಬಳಿಗೆ ಎಳೆಯಲು ಸಫಲರಾದರೆಂದು ನಿಧಾನಕ್ಕೆ ಕಾಣತೊಡಗಿತು. ಎಮಿಲ್‌ನು ದೊಡ್ಡದೊಂದು ಬಲೆಯನ್ನು ಬಾಚಿ ತೆಗೆದುಕೊಂಡು ಮೀನನ್ನು ಒಳಗೆಳೆಯುವ ಕಾರ್ಯಕ್ಕೆ ನೆರವಾಗಲು ಸಿದ್ಧನಾದ. ಬಿಸಿಲು, ಸುಸ್ತು ಹಾಗೂ ಬೇಟೆಯ ಜ್ವರದಿಂದ ಬ್ಯಾಪ್ಟಿಸ್ಟಾ ಈಗ ಬೆವರಿಳಿಯತೊಡಗಿದ್ದರು. ಮೀನು ದೋಣಿಯ ಮೂತಿಯನ್ನು

ಸಮೀಪಿಸಿದ್ದೇ, ಕ್ಷಣಕಾಲ ಸ್ತಬ್ಧರಾಗಿಬಿಟ್ಟರು. ನಾವೆಲ್ಲರೂ ಕುತೂಹಲದಿಂದ ನೀರಿನಲ್ಲಿ ಹಣುಕಲು ಅಂಚಿಗೆ ಬಗ್ಗಿದೆವು. ಅದೊಂದು ದೊಡ್ಡ ಗಾತ್ರದ ಗ್ರೂಪರ್ (ಮುರಿ ಮೀನು) ಎಂಬುದರಲ್ಲಿ ಅನುಮಾನವೇ ಇರಲಿಲ್ಲ.

ಅತ್ಯಂತ ಕುರೂಪಿ ಸಮುದ್ರವಾಸಿಗಳಲ್ಲಿ ಗ್ರೂಪರ್ ಕೂಡ ಒಂದು. ಅದರ ಚರ್ಮದ ತುಂಬ ಮಚ್ಚೆ ಗುರುತುಗಳಿರುತ್ತವೆ. ಹೊರಚಾಚಿಕೊಂಡಿರುವ ಉಬ್ಬುಬಾಯಿಯ ಕಾರಣ, ಶಾಶ್ವತವಾಗಿ ತುಟಿ ಊದಿಕೊಂಡ, ಜಜ್ಜಿದ ಮುಖದ ಬಾಕ್ಸರ್‌ನಂತೆ ವಿಚಿತ್ರವಾಗಿ ಕಾಣುತ್ತದೆ. ಕ್ರೀಡೆಗಾಗಿ ಮೀನು ಹಿಡಿಯುವವರಿಗೆ ಇದೊಂದು ಸಂಪೂರ್ಣ ಗೌರವಾನ್ವಿತ ಬೇಟೆಯೂ ಆಗಿದೆ. ಗ್ರೂಪರ್‌ಗಳು ತುಂಬಾ ವೇಗದ ಮೀನುಗಳೇನೂ ಅಲ್ಲ. ಆದರೆ ಗಾತ್ರದಲ್ಲಿ ದೊಡ್ಡದಿರುತ್ತವೆ ಹಾಗೂ ಚಾಣಾಕ್ಷವಾಗಿರುತ್ತವೆ. ತಮ್ಮನ್ನು ಹಿಡಿದಿರುವ ಗಾಳವನ್ನು ನುಚ್ಚುನೂರಾಗಿಸುವ ಆಸೆಯಿಂದ ಜೋರಾಗಿ ಮುಳುಗು ಹಾಕಿ ಬಂಡೆಗಲ್ಲುಗಳಡಿ ಆಶ್ರಯ ಪಡೆಯುತ್ತವೆ. ಗ್ರೂಪರ್‌ನ್ನು ಹಿಡಿಯುವುದೆಂದರೆ, ಅದೊಂದು ಪಾಶವೀಶಕ್ತಿಯ ಗೆಲುವು. ಸಾಧಾರಣವಾಗಿ ಅದೊಂದು ಸಮಾಧಾನಕರ ಪಾರಿತೋಷಕವೂ ಹೌದು. ಆದರೆ ಹಾಯಿಮೀನಿನಂತಹ ಬಹುಮಾನದ ಬೆನ್ನು ಹತ್ತಿದ್ದರೆ, ಅದರೆದುರು ಇದು ಏನೂ ಅಲ್ಲ.

ಗ್ರೂಪರ್‌ನ್ನು ದೋಣಿಯೊಳಗೆ ಎಳೆದು ಹಾಕಿದ ನಂತರ 'ವಿನೋಬಾ ಪ್ರಸಾದ' ದಲ್ಲಿನ ಉತ್ಸಾಹ, ಚೈತನ್ಯ ಕೆಲಮಟ್ಟಿಗೆ ಸೋರಿಹೋದಂತೆ ಅನಿಸಿತು. ದೀಪಸ್ತಂಭದ ಸುತ್ತ ಇನ್ನಷ್ಟು ಸುತ್ತು ಹಾಕಿದ ನಾವು ನಂತರ ಮತ್ತೆ ಹತ್ತಿರ ಇರುವ ಇನ್ನೊಂದು ಬಂಡೆಗಳ ಗುಂಪನ್ನೂ ಸುತ್ತು ಹೊಡೆದೆವು. ಯವನ್‌ನು ಯೆಲ್ಲೋಟೇಲ್ (ಹಳದಿ ಬಾಲದ ಮೀನು) ಒಂದನ್ನು ಹಿಡಿದ. ಇದರಿಂದ ತಂಡವು ಮತ್ತಷ್ಟು ನಿರುತ್ಸಾಹದಲ್ಲಿ ಮುಳುಗಿದಂತೆ ಕಾಣಿಸಿತು.

ಒಂದು ಗಂಟೆಯ ತರುವಾಯ, ನಾವು ಕೊಲ್ಲಿಯ ಮುಖದಲ್ಲಿಯೇ ಮೀನು ಹಿಡಿಯುವುದಕ್ಕಾಗಿ ತೀರದೆಡೆಗೆ ಹೊರಟೆವು. ಹಾಯಿಮೀನುಗಳು ಆಹಾರವನ್ನು ಹುಡುಕುತ್ತ ಕೆಲವೊಮ್ಮೆ ನದಿಯನ್ನು ಪ್ರವೇಶಿಸುತ್ತವೆ ಎಂದು ಮೋಸೆಸ್ ಉಲ್ಲೇಖಿಸಿದ್ದರು. ನಿರ್ದಿಷ್ಟವಾಗಿ ಅಂತಹ ಆಸೆಬುರುಕ ಮೀನೊಂದು ಗೋವಾದ ಮಾಂಡೋವಿ ನದಿಯಲ್ಲಿ ಮೇಲ್ಮುಖವಾಗಿ ಈಜಿಕೊಂಡು ಬಂದಿದ್ದನ್ನು ಹಾಗೂ ಭಾಗ್ಯಶಾಲಿ ಮೀನುಗಾರನೊಬ್ಬ ಅದನ್ನು ಹಿಡಿದಿದ್ದ ಕತೆಯನ್ನು ಅವರು ನನಗೆ ಹೇಳಿದ್ದರು. ಆದರೆ ಝೂನಡು ಖಾರಿಯಲ್ಲಿ ಹೀಗೆ ಅಡ್ಡಾಡುತ್ತಿರುವ ಹಾಯಿಮೀನಿನ ಯಾವ ಸುಳಿವೂ ಇರಲಿಲ್ಲ. ಬ್ಯಾಪ್ಟಿಸ್ಟಾರವರು ಕಡಿಮೆ ಆಳದ ನೀರಿನಲ್ಲಿ ಎರಡು ರೆಡ್ ಸ್ನಾಪರ್ಸ್‌ಗಳನ್ನು (ಚೆಂಬೆಲ್ಲಿ) ಹಿಡಿದರು. ಆದರೂ ಅವರಿಗೆ ಅಂತಹ ಉತ್ಸಾಹವೇನೂ ಇದ್ದಂತೆ ಕಾಣಲಿಲ್ಲ. ಯವನ್‌ನು ಹಿಡಿದಿದ್ದು ಮಾತ್ರ ಒಂದು ಪ್ಲಾಸ್ಟಿಕ್ ಚೀಲ!

ಮಧ್ಯಾಹ್ನ ಹನ್ನೆರಡೂವರೆಗೆ ನಾವು ಹಾಯಿಮೀನಿನ ಮಹಾ ಬೇಟೆಯನ್ನು
ಸ್ಥಗಿತಗೊಳಿಸಿದೆವು. ದೋಣಿಯು ಬಂದರುಕಟ್ಟೆಗೆ ಬಂದು ತನ್ನ ಜಾಗದಲ್ಲಿ
ನಿಂತುಕೊಂಡಿತು. ಆ ಬಂದರುಕಟ್ಟೆಯನ್ನು ಅಲ್ಪಸ್ವಲ್ಪ ಸುಧಾರಣೆ ಮಾಡಲಾಗಿತ್ತು.
ಗ್ರೂಪರ್ನ್ನು ಕೆಳಗಿಳಿಸಲು ಅಲ್ಲಿದ್ದ ಕೈಗಳು ಮುಂದಾದವು. ಆ ಕೂಡಲೇ ಮೀನಿನ
ಕರುಳನ್ನೆಲ್ಲ ಹೊರತೆಗೆದು ಸ್ವಚ್ಛಗೊಳಿಸಲು ತಯಾರಾದ ಕಾಳಿದಾಸ, ನದಿಯಂಚಿಗೆ
ಕುಕ್ಕರುಗಾಲಿನಲ್ಲಿ ಕುಳಿತೇಬಿಟ್ಟ, ಯವನ್ ಮತ್ತು ಎಮಿಲ್ ಸಾಧನ–ಸಲಕರಣೆಗಳನ್ನು
ಕಾರಿನಲ್ಲಿ ಒಪ್ಪವಾಗಿ ಇಡತೊಡಗಿದರು. ಬ್ಯಾಪ್ಟಿಸ್ಟಾರವರು ಕಾಳಿದಾಸ ಮಾಡುತ್ತಿರುವ
ಕೆಲಸವನ್ನು ನೋಡುತ್ತಾ ಕೆಲಕ್ಷಣಗಳ ಕಾಲ ಮೌನವಾಗಿ ನಿಂತರು. ನಂತರ ತಮ್ಮ
ಅನ್ಯಮನಸ್ಕತೆಯಿಂದ ಹೊರಬಂದು 'ಕಡಿಮೆ ಆಳವಿರುವಲ್ಲಿ ನೀರಿನ್ನೂ ತಣ್ಣಗೇ
ಇದೆ ಅಂತ ಅವರು ಹೇಳುತ್ತಿದ್ದಾರೆ. ಹಾಯಿಮೀನು ಗಾಳಕ್ಕೆ ಸಿಕ್ಕದಿರುವುದಕ್ಕೆ
ಅದೇ ಕಾರಣವಿರಬೇಕು' ಎಂದು ನನಗೆ ಹೇಳಿದರು. ಆದರೆ ಆ ಕುರಿತು ಅವರಿಗೇ
ನಂಬಿಕೆಯಿದ್ದಂತೆ ಕಾಣಲಿಲ್ಲ. 'ನಿಜಕ್ಕೂ ಒಳ್ಳೆಯದನ್ನು ತಿನ್ನಬೇಕು ಎಂದರೆ, ಕನಿಷ್ಠ
ಸ್ನಾಪರ್ (ಕೊಂಡಲ್ ಮೀನು) ಆದರೂ ಆಗಬೇಕು' ಎನ್ನುವಾಗ ಅವರಲ್ಲಿ ತುಸು
ಉತ್ಸಾಹ ಕಾಣುತ್ತಿತ್ತು. ಅದಕ್ಕೆ ಪ್ರತಿಯಾಗಿ ನಾನು, ಬಹುಶಃ ಮುಂದಿನ ವರ್ಷ
ಹಾಯಿಮೀನಿನ ಬೇಟೆ ಸರಿಹೋಗುತ್ತದೆ ಎಂದು ಸಮಾಧಾನ ಹೇಳಿದೆ. ಅದು
ಮೀನುಗಾರನೊಬ್ಬನಿಗೆ ನೀಡಬಹುದಾದ ಶಾಶ್ವತ ಸಮಾಧಾನ.

ಅಧ್ಯಾಯ 7

ಪುರಾತನ ಕಡಲತೀರಗಳು ಹಾಗೂ ಮೀನುಗಳ ಕುರಿತು

ನನ್ನ ತಿಳಿವಳಿಕೆ ತಪ್ಪಿರಲೂಬಹುದು; ಆದರೆ ಎರಡು ಬಾರಿ ಗೋವಾಕ್ಕೆ ಹೋಗಿಬಂದ ಮೇಲೆ, ಅಲ್ಲಿರುವ ಮೈಲಿಗಲ್ಲುಗಳು, ಸೂಚನಾ ಫಲಕಗಳು ಅಷ್ಟೊಂದು ನಂಬಲರ್ಹವಲ್ಲ ಎನಿಸಿಬಿಟ್ಟಿದ್ದಂತೂ ನಿಜ. ಕಾಂದೊಲಿಗೆ (Candolim) ಹೋಗುತ್ತಿದ್ದೇನೆ ಎಂದುಕೊಳ್ಳಿ. ಸಾಮಾನ್ಯವಾಗಿ ವಾಹನ ಚಲಾಯಿಸಿಕೊಂಡು ಹೋಗುತ್ತಿರುವಾಗ, ಅದು ಇಪ್ಪತ್ತು ಕಿಲೋಮೀಟರ್ ದೂರವಿದೆ ಎಂಬ ಫಲಕವೊಂದು ಕಾಣುತ್ತದೆ. ಹಾಗಾಗಿ ನಾನು ಇನ್ನೊಂದು ಹತ್ತು ನಿಮಿಷಗಳ ಕಾಲ, ಸತತ ಅರವತ್ತು ಕಿಲೋಮೀಟರ್ ವೇಗದಲ್ಲಿ ಉದ್ದಕ್ಕೂ ಹಾಡೊಂದನ್ನು ಗುನುಗಿಕೊಂಡು ಚಲಾಯಿಸುತ್ತಲೇ ಇರುತ್ತೇನೆ. ಹತ್ತು ಕಿಲೋಮೀಟರ್ ಪ್ರಯಾಣಿಸಿದ್ದೇನೆ ಅಂತ ಲೆಕ್ಕ ಹಾಕುವಷ್ಟರಲ್ಲಿ ಇನ್ನೊಂದು ಫಲಕ ಅಣಕಿಸುತ್ತದೆ, 'ಕಾಂದೊಲಿ; 15 ಕಿ.ಮೀ.' ಆಮೇಲೆ ಸ್ವಲ್ಪ ವೇಗ ಹೆಚ್ಚಿಸುತ್ತೇನೆ. ಇನ್ನೊಂದು ಹತ್ತು ನಿಮಿಷದಲ್ಲಿ, ಇನ್ನೇನು ಒಂದಂಕಿಯ ಫಲಕ ಕಾಣಿಸಿಯೇ ಬಿಡುತ್ತದೆ ಎಂದು ಮನಸ್ಸಿನಲ್ಲಿಯೇ ಲೆಕ್ಕಾಚಾರ ಹಾಕಿ ಮುಗಿಸಿ ಆತ್ಮವಿಶ್ವಾಸವನ್ನು ಮತ್ತೆ ಒಗ್ಗೂಡಿಸಿಕೊಳ್ಳುತ್ತೇನೆ. ಅಷ್ಟರಲ್ಲಿ ರಸ್ತೆಬದಿಯಲ್ಲಿ ತನ್ನಷ್ಟಕ್ಕೆ ತಾನು ಸಂತೃಪ್ತಿಯಿಂದ ವಿರಾಜಮಾನವಾಗಿದ್ದ ಮೈಲಿಗಲ್ಲೊಂದು, 'ಕಾಂದೊಲಿ 12 ಕಿ.ಮೀ.' ಎಂದು ಕಣ್ಣು ಮಿಟುಕಿಸುತ್ತದೆ. ಆ ಕ್ಷಣದಲ್ಲಿ ನಿಶ್ಚಿತವಾಗಿಯೂ ನಾನು ಝೆನೋನ ವಿರೋಧಾಭಾಸದ[1] ನೈಜಪ್ರಪಂಚ ವಿನ್ಯಾಸವೊಂದರಲ್ಲಿ ಸಿಕ್ಕುಬಿದ್ದಿದ್ದೇನೆ ಎಂದು ಭಾಸವಾಗತೊಡಗುತ್ತದೆ. ನನ್ನ ಗಮ್ಯಸ್ಥಾನಕ್ಕಿರುವ ಅಂತರವನ್ನು ಸತತವಾಗಿ ಅರ್ಧರ್ಧ ಕ್ರಮಿಸುತ್ತಲೇ ಬಂದಿದ್ದೆ. ಆದರೆ ಅದನ್ನು ತಲುಪುತ್ತಲೇ ಇರಲಿಲ್ಲ.

---

1 ಎಲಿಯಾದ ಝೆನೋ (ಕ್ರಿ. ಪೂ. 490–430) ಗ್ರೀಕ್ ತತ್ತ್ವಜ್ಞಾನಿ ಹಾಗೂ ತರ್ಕಶಾಸ್ತ್ರಜ್ಞ. ಪಾರ್ಮೆನಿಡೀಸ್‌ನ ತತ್ತ್ವಶಾಸ್ತ್ರದ ಕೆಲವು ಸಮಸ್ಯೆಗಳನ್ನು ರೂಪಿಸಿದವನು ಇವನೇ ಎಂದು ಭಾವಿಸಲಾಗಿದೆ.

ಎರಡನೇ ಬಾರಿ ಗೋವಾಕ್ಕೆ ಹೋಗಿದ್ದಾಗ, ಅಲ್ಲಿಂದ ವಾಪಸ್ಸು ಹೊರಡುವ ದಿನ ವಿಮಾನವನ್ನು ಹಿಡಿಯಲು ನಿಲ್ದಾಣಕ್ಕೆ ಯದ್ವಾತದ್ವಾ ಧಾವಿಸಬೇಕಾಯಿತು. ಕೆಲವೊಮ್ಮೆ ವಿಮಾನ ತಪ್ಪಿ ಹೋದಾಗ ಅದರ ಟಿಕೆಟ್ ಹಣವನ್ನೂ ಮರುಪಾವತಿ ಮಾಡುವುದಿಲ್ಲ. ಅಂತಹ ಹೊತ್ತಲ್ಲಂತೂ ಈ ಅಂತರಗಳ ಹಿಗ್ಗುವಿಕೆ ಇನ್ನಷ್ಟು ಎದೆಗುಂದಿಸಿಬಿಡುತ್ತದೆ. ಆದರೆ ಪಯಣಿಸಬೇಕಾದ ವಿಮಾನವು ನಲವತ್ತು ನಿಮಿಷಗಳಲ್ಲಿ ಹೊರಡುತ್ತಿಲ್ಲ ಅಥವಾ ಒಂದೇ ದಿನ ಎರಡು ಬೀಚ್ ನೋಡಿ ಸುಸ್ತಾಗಿ ಮೂರನೆಯದಕ್ಕೆ ಹೊರಟಿದ್ದೀರಿ ಅಂತಿಟ್ಟುಕೊಳ್ಳಿ, ಆಗ ಸುತ್ತಿಬಳಸಿ ಹೇಳುವ ಇಂತಹ ಮೈಲಿಗಲ್ಲುಗಳು ವಿರುದ್ಧ ಪರಿಣಾಮವನ್ನು ಬೀರಲೂ ಸಾಧ್ಯ. ನಾವು ಕಂಗೆಡಬಾರದು, ಅಷ್ಟೇ! ನೀವು ವಿಮಾನ ನಿಲ್ದಾಣದಿಂದ ಅಷ್ಟೇನೂ ದೂರದಲ್ಲಿಲ್ಲ ಎಂದು ಸೂಚನಾ ಫಲಕಗಳು ಸಮಾಧಾನಗೊಳಿಸುತ್ತವೆ. ಜನರಿಗೆ ಸೊಗಸಾಗಿ ಮೋಜು ಮಾಡಿಸಲು ಪಣತೊಟ್ಟಿರುವ ಗೋವಾದ ಯೋಜನೆಗೆ ತಕ್ಕಂತೆಯೇ ಈ ಫಲಕಗಳಿವೆ.

ಗೋವಾದ್ದು ಆಲಸ್ಯದ ಆರ್ಥಿಕತೆ. ಅದರರ್ಥ ಆಲಸೀ ಜನರಿಂದ ಕೂಡಿದ ಆರ್ಥಿಕತೆಯಲ್ಲ. ಬದಲಿಗೆ, ಆಲಸಿಯಾಗಿ ಸಮಯ ಕಳೆಯಬೇಕೆನ್ನುವ ಮಾನವ ಬಯಕೆಯನ್ನು ಅವಲಂಬಿಸಿದ ಆರ್ಥಿಕತೆ. ಆಲಸಿಯಾಗಿರುವುದು ಅಂದರೆ, ಕಾಲಹರಣ ಮಾಡುವುದು, ಕಾಲಹರಣ ಮಾಡುವುದೆಂದರೆ ಇನ್ನಷ್ಟು ಸಾಮಾನುಗಳನ್ನು ಕೊಳ್ಳುವುದು, ಮತ್ತಷ್ಟು ತಿನ್ನುವುದು ಹಾಗೂ ಜೆಟ್–ಸ್ಕೀಯಲ್ಲಿ ಇನ್ನೂ ಒಂದಿಷ್ಟು ಕಸರತ್ತುಗಳನ್ನು ಮಾಡುವುದು – ಹೀಗಿದೆ ಗೋವಾದ ಆರ್ಥಿಕತೆ. ವಿಮಾನದಿಂದ ನೋಡಿದರೆ, ಗೋವಾಕ್ಕೆ ಸರಿಸುಮಾರು ಹತ್ತು ಲಕ್ಷ ಎಕರೆಗಳಷ್ಟು ವಿಸ್ತಾರವಾದ ಕಡಲುತೀರವಿರುವುದು ಕಾಣುತ್ತದೆ. ಈ ಕಡಲುತೀರಗಳಿಂದಾಗಿಯೇ

ಗೋವಾ ರಾಜ್ಯವನ್ನು ಆಲಸಿಗಳ ಸ್ವರ್ಗವೆಂದು ಕರೆಯಲಾಗುತ್ತದೆ. ಆದರೂ ಆ ಸಿದ್ಧಾಂತವನ್ನು ಆಚರಣೆಗಿಳಿಸುವುದು ಕಾಣುವುದಕ್ಕಿಂತಲೂ ಹೆಚ್ಚು ಕುಟಿಲವಾದದ್ದು. ಜನರಿಗೆ, ಅಥವಾ ಮಾನವಶಾಸ್ತ್ರೀಯ ರೀತಿಯಲ್ಲಿ ನಿಖರವಾಗಿ ಹೇಳಬೇಕೆಂದರೆ ಪ್ರವಾಸಿಗರಿಗೆ, ರಸ್ತೆಯ ತಿರುವಿನಲ್ಲೆಲ್ಲೋ ಇನ್ನೊಂದೆಡೆ ಇನ್ನೂ ಉತ್ತಮವಾದ ಅಂಗಡಿಯೋ ಮಸಾಲೆಭರಿತ ಚಿಕನ್ ಶಾಕುತಿಯೋ[1] ಅಂದವಾದ ಜೆಟ್-ಸ್ಕೀಯೋ ಇಲ್ಲವೆಂದೂ, ತಮ್ಮ ಬೇಸರವನ್ನು ದೂರಮಾಡಿಕೊಳ್ಳಲು ಒಂದು ಕ್ರೀಡೆಯಿಂದ ಮತ್ತೊಂದಕ್ಕೆ ಅವಸರಿಸಿ ಓಡಬೇಕಿಲ್ಲವೆಂದೂ ಮನವರಿಕೆ ಮಾಡಿಕೊಡುವುದು ಸುಲಭವಲ್ಲ. ಗೋವಾ ಬಹುಮಟ್ಟಿಗೆ ಈ ಮನವರಿಕೆಯ ಕಲೆಯನ್ನು ಸಿದ್ಧಿಸಿಕೊಂಡಿದೆ. ಆದರೂ ಪ್ರವಾಸೋದ್ಯಮದ ರಮ್ಯದಾಣವನ್ನು ತಲುಪಲು ತಾನು ಆಯ್ದುಕೊಂಡ ಮಾರ್ಗದಲ್ಲಿ ಕೆಲವು ಬಲಿಪಶುಗಳನ್ನು ಹೊಸಕಿ ಹಾಕಲೇಬೇಕಿತ್ತು.

ಆ ದೌರ್ಭಾಗ್ಯವಂತರ ಪಟ್ಟಿಯಲ್ಲಿ ಮೀನುಗಾರಿಕೆಯೂ ಸೇರಿದೆ. ಮೀನುಗಾರಿಕೆಯು ಹಲವು ಶತಮಾನಗಳಿಂದ ಗೋವಾದ ಜನರ ಕಾಲಹರಣದ ಮುಖ್ಯ ಚಟುವಟಿಕೆಯಾಗಿರುವುದೊಂದೇ ಅಲ್ಲ, ಜೀವನೋಪಾಯದ ಕಸುಬೂ ಹೌದು; ಏಳಿಗೆಯಲ್ಲಿರುವ ಸ್ಥಳೀಯ ಕೈಗಾರಿಕೆಯೂ ಹೌದು. ಭಾರತದ ಕರಾವಳಿಯುದ್ದಕ್ಕೂ ಮೀನೂಟ ಕುರಿತ ಹರಟೆಯ ಮೂಲಕ ಪಕ್ಕದವನ ಜೊತೆ ಸಂಭಾಷಣೆಯ ಚುರುಕು ಹತ್ತಿಸುವುದು ಸುಲಭದ ಸಂಗತಿ. ಆದರೆ ಗೋವಾದಲ್ಲಿ ಮಾತ್ರ ಮೀನುಗಾರಿಕೆಯ ಮೇಲೂ ಮಾತನಾಡುವುದು ಅಷ್ಟೇ ಸುಲಭ. ಆದರೆ ಈ ಗೋವಾ ಮಂದಿ ಎಲ್ಲರೂ ಒಟ್ಟಾಗಿ ಒಂದೇ ನಿರ್ಧಾರಕ್ಕೆ ಬಂದವರಂತೆ ಯಾವಾಗ ಕೇಳಿದರೂ 'ಮೀನುಗಾರಿಕೆ ನಮ್ಮ ರಕ್ತದಲ್ಲಿಯೇ ಇದೆ' ಎಂದು ಬಡಾಯಿ ಕೊಚ್ಚುತ್ತಾರೆ. ಅವರ ಮಾತುಗಳನ್ನು ಕೇಳಿ ಕೇಳಿ, ಗೋವಾದ ಹಳ್ಳಿಗಾಡಿನ ಮಹಿಳೆಯೊಬ್ಬಳು ಪ್ರಶಾಂತವಾದ ಸಂಜೆಯ ಸಮಯವನ್ನು ನದಿಯ ಬಳಿ ಕಳೆಯಲು, ಒರಟಾದ ಗಾಳಗಳನ್ನು ಹಿಡಿದುಕೊಂಡು, ತನ್ನ ಮಕ್ಕಳನ್ನು ಕರೆದುಕೊಂಡು ಮನೆಯಿಂದ ಹೊರಗೆ ಹೆಜ್ಜೆಯಿಡುತ್ತಿರುವ ದೃಶ್ಯ ನನ್ನ ಮನದಲ್ಲಿ ಮೂಡಿಬಿಟ್ಟಿತ್ತು. 'ಗೋವಾದಲ್ಲಿ ಮೀನುಗಾರಿಕೆಯು ಎಲ್ಲ ಜಾತಿ, ಧರ್ಮಗಳನ್ನೂ ಮೀರಿರುವ ಚಟುವಟಿಕೆಯಾಗಿದೆ' ಎಂದನೊಬ್ಬ. ಇನ್ನೊಬ್ಬ ವರ್ಣಿಸಿದ್ದನ್ನು ಕೇಳಿದರೆ, ನನ್ನ ಪ್ರಕಾರ ಅವನ ಹುಡುಗಾಟಿಕೆಯ ದಿನಗಳು ರಿಚ್ಮಲ್ ಕ್ರಾಂಪ್ಟನ್‌ನ[2] ಪುಸ್ತಕಗಳಲ್ಲಿ ಮಾತ್ರ ಕಾಣುವಂತಹದಾಗಿದ್ದವು. ಶಾಲೆ ಮುಗಿದ ನಂತರ, ಕೆಸರು ಮೆತ್ತಿಕೊಂಡ

---

1 ಗಸಗಸೆ ಮತ್ತು ಕಾಶ್ಮೀರಿ ಮೆಣಸನ್ನು ಬಳಸಿ ಮಾಡುವ ಗೋವಾ ಮೂಲದ ಒಂದು ಚಿಕನ್ ಖಾದ್ಯ. ಮೂಲ ಪೋರ್ಚುಗೀಸ್ ಪದವಾಗಿರಬೇಕು.

2 ಮ್ಯಾಂಚೆಸ್ಟರ್‌ನಲ್ಲಿ ಹುಟ್ಟಿದ ಬ್ರಿಟಿಷ್ ಪತ್ರಕರ್ತ. ಬಿಬಿಸಿಯ ಮಾಜಿ ಉದ್ಯೋಗಿ. ಅಪರಾಧಕ್ಕೆ ಸಂಬಂಧಿಸಿದ ಕಾಲ್ಪನಿಕ ಕತೆಗಳನ್ನು ಬರೆದಿದ್ದಾನೆ.

ಮಕ್ಕಳು ಜಿಗಿಯುತ್ತ, ಹಾರುತ್ತ, ಒಬ್ಬರನ್ನೊಬ್ಬರು ನೂಕುತ್ತ, ಮೀನು ಹಿಡಿಯಲೆಂದು ನೀರಿದ್ದಲ್ಲಿಗೆ ಓಡುತ್ತಿದ್ದ ವಿವರಗಳು ಅದರಲ್ಲಿವೆ. ಆ ಮಕ್ಕಳು ಮನೆಗೆಲಸಗಳನ್ನೂ ಮರೆತು ಸೂರ್ಯಾಸ್ತದವರೆಗೂ ಅಲ್ಲಿಯೇ ಹರಟುತ್ತಾ ಇರುತ್ತಿದ್ದರು. ಇಂತಹುದೇ ಒಂದು ಉತ್ಸಾಹಪೂರ್ಣ ಚರ್ಚೆಯಲ್ಲಿ ನನಗೆ ಮತ್ತೊಂದು ಸಂಗತಿ ತಿಳಿಯಿತು. 'ಇಲ್ಲಿ ಪ್ರತಿಯೊಬ್ಬರೂ ಮೀನು ಹಿಡಿಯುವವರೇ. ನದಿಯೆದುರು ಸಂಪೂರ್ಣ ಶಾಂತ ಮನಃಸ್ಥಿತಿಯಲ್ಲಿ ಕುಳಿತು ಈ ಮೀನುಗಾರರು ಹೇಗೆ ಮೀನು ಹಿಡಿಯುತ್ತಾರೆ ಎನ್ನುವುದನ್ನು ಅಷ್ಟೇ ಧ್ಯಾನದಲ್ಲಿ ಗಮನಿಸಬೇಕು. ಆಗ ನಮಗೆ ಅವರು ಮೀನು ಹಿಡಿಯುವುದರ ಕುರಿತು ಏಕೆ ಇಂತಹ ಉತ್ಕಟ ಭಾವನೆಯನ್ನು ಹೊಂದಿರುತ್ತಾರೆ ಎನ್ನುವುದು ಅರ್ಥವಾಗುತ್ತದೆ.'

ಗೊತ್ತಿಲ್ಲದೆಯೇ ಅಂತಹದೊಂದು ಅವಕಾಶವನ್ನು ನನಗೆ ನಾನೇ ಕೊಟ್ಟುಕೊಂಡಿದ್ದೆ. ನನಗೆ ಪಣಜಿಯಲ್ಲಿ ಬೆಳಗಿನ ತಿಂಡಿಯ ಸಮಯಕ್ಕೆ ಸರಿಯಾಗಿ ಯಾರನ್ನೋ ಭೇಟಿಯಾಗಬೇಕಿತ್ತು. ಆದರೆ ನಾನು ಒಂದು ಗಂಟೆ ಮೊದಲೇ ಅಲ್ಲಿಗೆ ತಲುಪಿಬಿಟ್ಟಿದ್ದೆ. ಅದೊಂದು ತಾಜಾ ಬೆಳಗು. ಮೋಡವಿಲ್ಲದ ಆಕಾಶ ತೊಳೆದಿಟ್ಟಂತಿತ್ತು. ಸಾಗರದೆಡೆಯಿಂದ ಬೀಸಲೋ ಬೇಡವೋ ಎಂಬಂತೆ ಹಾದು ಬರುತ್ತಿದ್ದ ಮಂದ ಮಾರುತ. ಮಾಡಲು ಬೇರೇನೂ ಕೆಲಸವಿಲ್ಲದ ನಾನು ಮಾಂಡೋವಿ ನದಿಯ ಪಕ್ಕದ ವಿಹಾರಪಥದಲ್ಲಿ ನಡೆಯತೊಡಗಿದೆ. ಬಲಭಾಗದಲ್ಲಿ ರಸ್ತೆಯುದ್ದಕ್ಕೂ ತಿಳಿಹಳದಿ ಮತ್ತು ಪುಡಿನೀಲಿ ಬಣ್ಣದ ಗೋಡೆಗಳ ಮೆರವಣಿಗೆ. ಎಡಭಾಗದಲ್ಲಿ ಲಂಗರು ಹಾಕಿದ್ದ ನದಿದೋಣಿಗಳು. ನೋಹಾಸ್ ಆರ್ಕ್, ಕಿಂಗ್ಸ್ ಕೆಸಿನೊ ಇತ್ಯಾದಿ ಹೆಸರಿನ ಆ ನದಿದೋಣಿಗಳು ಕಳೆದ ರಾತ್ರಿಯ ದುಂದಿನಿಂದ ಇನ್ನೂ ಕಣ್ಣು ಬಿಟ್ಟಿರಲಿಲ್ಲ. ರಸ್ತೆಯು ಇನ್ನೇನು ಏರನ್ನೇರಿ ಮೇಲ್ಸೇತುವೆಯಾಗಿ ಬದಲಾಗಬೇಕು ಎನ್ನುವಾಗ, ಬಿಳಿ ಕಾಂಕ್ರೀಟ್ ಕಟಾಂಜನದ ಮೇಲೆ ಬಗ್ಗಿ, ನದಿಯ ಮೇಲ್ಗಡೆ ಅಮೂರ್ತವಾಗಿ ಏನನ್ನೋ ದಿಟ್ಟಿಸುತ್ತಿದ್ದ ಮಹಿಳೆಯೊಬ್ಬಳನ್ನು ಕಂಡೆ. ಹತ್ತು ಹನ್ನೆರಡು ಮೀಟರ್ ದೂರದಲ್ಲಿಯೇ ನಿಂತೆ. ಶ್ರದ್ಧಾಪೂರ್ಣ ಸಲಹೆಯ ಆ ತುಣುಕು ನೆನಪಿಗೆ ಬಂದಿದ್ದೇ ನಿಂತಲ್ಲಿಯೇ ನಿಂತು, ಆಕೆ ಮೀನು ಹಿಡಿಯುವುದನ್ನು ಗಮನಿಸತೊಡಗಿದೆ.

ಯಾರಾದರೂ ಮೀನು ಹಿಡಿಯುವುದನ್ನು ಗಮನಿಸುವುದು ಎಂದರೆ ಶಿಲೆಯಾಗಿ ಹೋದವರನ್ನು ಗಮನಿಸುವುದರ ಹಾಗೆಯೇ. ಹೂವಿನ ಚಿತ್ತಾರವಿದ್ದ ಬಿಳಿ ಅಂಗಿ ಮತ್ತು ನಸುಗಂದು ಬಣ್ಣದ ಲಂಗ ತೊಟ್ಟು, ಸ್ಯಾಂಡಲ್ಸ್ ಧರಿಸಿದ್ದ ಈ ಹೆಂಗಸಿನ ಮೊಣಕೈಗಳು ಕಟಾಂಜನದ ಮೇಲೆ ಒರಗಿದ್ದವು ಹಾಗೂ ಅವಳ ಬಹುತೇಕ ಭಾರವನ್ನು ಹೊತ್ತಿದ್ದವು. ಅವಳು ಹಾಕಿಕೊಂಡಿದ್ದ ಕರಿಗಟ್ಟಿದ ಒಣಹುಲ್ಲಿನ ಟೊಪ್ಪಿಗೆ ಹಳತಾಗಿ, ಅಲ್ಲಲ್ಲಿ ಜಾಳಾಗಿತ್ತು. ಕೆಲ ವರ್ಷ ಮೊದಲೇ ಐವತ್ತರ

ವಯಸ್ಸನ್ನು ಅವಳು ದಾಟಿರಬೇಕೆಂದು ಕಾಣುತ್ತಿತ್ತು. ಅವಳ ಸ್ಥೂಲವಾದ ಶರೀರ ಕೇವಲ ವಯಸ್ಸಿನಿಂದಾಗಿ ದಪ್ಪವಾಗಿರದೇ ಸಶಕ್ತವಾಗಿರುವಂತೆಯೂ ತೋರುತ್ತಿತ್ತು. ಮುಖದಲ್ಲಿ ಸುಕ್ಕಿರಲಿಲ್ಲ. ಕೂದಲು ಇನ್ನೂ ಗಾಢ ಮಂದಗಪ್ಪು ಬಣ್ಣದಲ್ಲಿತ್ತು. ಅವಳು ಕೈಯಲ್ಲಿ ಸಡಿಲವಾಗಿ ಹಿಡಿದುಕೊಂಡಿದ್ದ ಮರದ ತೆಳ್ಳಗಿನ ಕೋಲಿನ ತುದಿಯಲ್ಲಿ ಅಗೋಚರ ಗಾಳವೊಂದು ನೇತಾಡುತ್ತ, ಕೆಳಗಿದ್ದ ನೀರಿನೊಳಕ್ಕೆ ಇಳಿಬಿದ್ದಿತ್ತು. ಕಾಲಿನ ಬಳಿ ಇದ್ದ ಹಾರ್ಲಿಕ್ಸ್ ಬಾಟಲಿಯೊಳಗೆ ಹುಳವೋ ಮತ್ಯಾವುದೋ ಎರೆಯೋ ತುಂಬಿತ್ತು ಎಂದು ಭಾವಿಸಿದೆ.

ಒಬ್ಬ ಮೀನು ಹಿಡಿಯುವವಳಾಗಿ ಅವಳು ನಿಜಕ್ಕೂ ಯಾವುದೇ ವಿಶೇಷ ಆಸಕ್ತಿಯಿಂದ ಮೀನು ಹಿಡಿಯುತ್ತಿದ್ದಂತೆ ಕಾಣಲಿಲ್ಲ. ಆಗಾಗ ಗಾಳವನ್ನು ಅಲುಗಾಡಿಸಿ ನೀರಿನಲ್ಲಿ ಪುಟಿಸುತ್ತಿದ್ದರಿಂದ, ಎರೆಗೆ ವ್ಯಾಯಾಮ ಮಾಡಿಸುತ್ತಿದ್ದಾಳೇನೋ ಎನ್ನುವ ಹಾಗೆ ಕಾಣುತ್ತಿತ್ತು. ಆದರೆ ಬಹುತೇಕವಾಗಿ ಅವಳು ದಿಟ್ಟಿಸುತ್ತಿದ್ದುದು ದಿಗಂತವನ್ನು ಅಥವಾ ಮಾಂಡೋವಿಯ ಆಚೆ ದಡದಲ್ಲಿದ್ದ ಮರಗಳ ತೋಪನ್ನು. ಒಮ್ಮೆ ಗಾಳವನ್ನು ಮೇಲೆಳೆದು ಕೆಸರು ಕೊಳೆ ಮೆತ್ತಿದ, ಲೋಳೆಲೋಳೆಯಾದ ಎರೆಯನ್ನು ಕೊಕ್ಕೆಯಿಂದ ಲಟಕ್ಕನೇ ಕಿತ್ತು ನೀರಿಗೆಸೆದಳು. ಅದರ ಜಾಗದಲ್ಲಿ ಹಾರ್ಲಿಕ್ಸ್ ಬಾಟಲಿಯೊಳಗಿನಿಂದ ತೆಗೆದು ಸಿಕ್ಕಿಸಿದ್ದು ಒಣ ಮೀನಿನ ಸಣ್ಣ ತುಂಡು ಎನ್ನುವುದು ನನಗೀಗ ಮನದಟ್ಟಾಯಿತು. ಅವಳ ಮುಖದ ಮೇಲೆ ಎಲ್ಲೋ ಕನಸಿನಲ್ಲಿದ್ದಂತಹ ಭಾವವೊಂದು ಮನೆಮಾಡಿತ್ತು. ಹಾಗಾಗಿ ನಾನು ಅವಳನ್ನು ಗಮನಿಸತೊಡಗಿ ಅರ್ಧತಾಸು ಕಳೆದ ಮೇಲೆ ಒಮ್ಮೆ ಅವಳ ಕೈಯಲ್ಲಿದ್ದ ಗಾಳವು ಅತ್ತಿತ್ತ ಮುಲುಕತೊಡಗಿದಾಗ, ಮೀನೊಂದು ಅವಳ ಬಳಿ ಈಜಿಕೊಂಡು ಬಂದು, ತನ್ನನ್ನು ಮನೆಗೆ ಕರೆದೊಯ್ಯುವಂತೆ ಬೇಡುತ್ತಿದೆಯೇನೋ ಎಂಬಂತೆ ಬೆರಗಾಗಿ ಕೆಳಗೆ ನೋಡತೊಡಗಿದಳು.

ಕಾಡುಕುದುರೆಯ ಮೇಲೆ ಕುಳಿತಂತೆ ಆ ಗಾಳದ ಕೋಲನ್ನು ತನ್ನ ಮೊಳಕಾಲುಗಳ ನಡುವೆ ಸ್ವಲ್ಪ ಬಿಗಿಯಾಗಿ, ಭದ್ರವಾಗಿ ಹಿಡಿದುಕೊಂಡಿದ್ದಳು. ಅನಂತರ ಗಾಳವನ್ನು ಎರಡೂ ಕೈಗಳಿಂದ ಜಗ್ಗುತ್ತಾ ವೇಗವಾಗಿ ಮೇಲೆಳೆದುಕೊಳ್ಳತೊಡಗಿದಳು. ಮೀನೊಂದು ಮೇಲೆ ಬಂದಿತು. ಗಾಳದ ದಾರವು ಇನ್ನೂ ದೃಷ್ಟಿಗೆ ಬೀಳದಿದ್ದ ಕಾರಣ, ಸೂರ್ಯನ ಬೆಳಕಿನಲ್ಲಿ ಆ ಮೀನು ತಾನಾಗಿಯೇ ನದಿಯಿಂದ ಮೇಲಕ್ಕೆದ್ದು ಬಂದ ಹಾಗೆ, ಗಾಳಿಯಲ್ಲಿ ಪವಾಡಸದೃಶ ರೀತಿಯಲ್ಲಿ ತೇಲಾಡುತ್ತಿರುವ ಹಾಗೆ ಕಾಣುತ್ತಿತ್ತು. ಈಜುರೆಕ್ಕೆಗಳನ್ನು ಬಡಿದುಕೊಳ್ಳುತ್ತಿದ್ದ ಆ ನಸುಗಂದು ಬಣ್ಣದ ಜೀವಿಯು ಅವಳ ಮುಂತೋಳಿನ ಅರ್ಧದಷ್ಟಿತ್ತು. ಆದರೆ ನಾನು ನಿಂತ ಜಾಗದಿಂದ ಆ ಮೀನನ್ನು ನಿಖರವಾಗಿ ಯಾವುದೆಂದು ಗುರುತಿಸಲು ಆಗುತ್ತಿರಲಿಲ್ಲ. ಕೊಕ್ಕೆಯಿಂದ

ಮೀನನ್ನು ಬಿಡಿಸಿ, ಇಳಿಸಿದ ಮೇಲೆ ಅವಳು ಅದರತ್ತ ದೃಷ್ಟಿ ಹಾಯಿಸಲೂ ಇಲ್ಲ. ಅದರ ಬದಲಾಗಿ, ಕೈಯನ್ನು ಉದ್ದ ಸೆಟೆದು ಜೋರಾಗಿ ಬೀಸಿ ಮೀನನ್ನು ನದಿಗೆ ಎಸೆದುಬಿಟ್ಟಳು. ನಂತರ ಈ ಎಲ್ಲ ಅಡಚಣೆಗಳಿಂದಾಗಿ ಕೋಪಗೊಂಡವಳಂತೆ ಕಾಣುತ್ತಿದ್ದ ಅವಳು, ಅನ್ಯಮನಸ್ಕಳಾಗಿ ಕೊಕ್ಕೆಗೆ ಮತ್ತೆ ಎರೆಯನ್ನು ಸಿಕ್ಕಿಸಿ ತಿರುಗಿ ನದಿಯಲ್ಲಿ ಮುಳುಗಿಸಿದಳು. ಕಟಾಂಜನದಿಂದ ಮುಂಚಾಚಿಕೊಂಡ ತನ್ನ ಮೂಲ ನಿಲುವಿಗೆ ಮತ್ತೆ ಹಿಂದಿರುಗಿದಳು. ಐದೇ ನಿಮಿಷಗಳಲ್ಲಿ ಪರಮಸುಖವನ್ನು ಸೂಸುವ ತನ್ನ ಆ ನಗುವನ್ನು ಹಾಗೂ ಕನಸು ಕಾಣುತ್ತಿರುವಳೇನೋ ಎಂಬಂತೆ ತೋರುತ್ತಿದ್ದ ಎವೆಯಿಕ್ಕದ ದೃಷ್ಟಿಯನ್ನು ತಿರುಗಿ ಪಡೆದುಕೊಂಡಳು. ಅವಳು ಅಷ್ಟೊಂದು ನಿಖರವಾಗಿ ಹಾಕಿದ್ದ ಗಾಳದ ಎರೆಯನ್ನು ಎಂದೂ ಯಾವ ಮೀನೂ ಕಚ್ಚಲೇ ಇಲ್ಲವೇನೋ ಎಂಬಂತೆ ತೋರುತ್ತಿತ್ತು.

II

ಹಾಯಿಮೀನಿನ ಕುರಿತಾದ ಮಾಹಿತಿಗಾಗಿ ನಾನು ಡ್ಯಾನಿ ಮೋಸೆಸ್‌ರನ್ನು ಕೂಡ ಎಡತಾಕಿದ್ದೆ. ಅವರು ಗೋವಾದ ಕಾಲಹರಣದ ಚಟುವಟಿಕೆಯಾದ ಮೀನು ಹಿಡಿಯುವುದನ್ನು ಬಲವಾಗಿ ಬೆಂಬಲಿಸುವವರೇ ಆಗಿದ್ದರು. 'ಇದೊಂದು ಸಾಮಾಜಿಕ ಕ್ರಿಯೆ. ಏಕಾಂಗಿಯಾಗಿ ನಾವು ಪ್ರಕೃತಿಯೊಂದಿಗೆ ಸಮಯ ಕಳೆಯುವ ಅವಕಾಶವೂ ಹೌದು. ಅದಕ್ಕೇ ನಾವದರಲ್ಲಿ ತೊಡಗಿಕೊಳ್ಳುವುದು' ಎಂದು ಮೊದಲ ಬಾರಿಗೆ ಪಣಜಿಯ ಕಾಫಿ ಶಾಪ್ ಒಂದರಲ್ಲಿ ಭೇಟಿಯಾದಾಗ ಹೇಳಿದ್ದರು. ನೆನಪು ಇರುವಾಗಿನಿಂದಲೂ ತಾನು ಮೀನು ಹಿಡಿಯುತ್ತಲೇ ಬಂದಿರುವುದಾಗಿಯೂ, ಬಹುತೇಕ ತನ್ನೆಲ್ಲ ಸಹಗೋವನ್ನರ ಹಾಗೆ ಮೀನು ಹಿಡಿಯುವುದಕ್ಕೆಂದೇ ಮೀಸಲಾದ, ತನಗೆ ಪ್ರಿಯವಾದ ಜಾಗವೊಂದಿದ್ದು, ಅದು ಕೋಕೋ ಬೀಚ್‌ನಿಂದಾಚೆಯ ಕಾಪುಗೋಡೆಯ ಬಳಿ ಇದೆ ಎಂದರು. 'ಅಲೆ ಇಳಿದಾಗಲೇ ನಾನು ಮೀನು ಹಿಡಿಯಲು ಇಷ್ಟಪಡುತ್ತೇನೆ. ಆಗಲೇ ಮುಲೆಟ್ ಮೀನುಗಳೆಲ್ಲ ಕಾಣಿಸಿಕೊಳ್ಳುವುದು ಮತ್ತು ಅವುಗಳನ್ನು ಕಬಳಿಸಲು ಬ್ರೀಮ್ (ಮದ್ಮಾಲ್) ಮತ್ತು ಬರ್ರಾಮಂಡಿಯಂತಹ (ಕೊಳಿಜಿ) ದೊಡ್ಡ ದೊಡ್ಡ ಮೀನುಗಳು ಒಟ್ಟುಗೂಡುವುದು' ಎಂದು ಹೇಳಿದರು.

ಪ್ರವಾಸಿಗರ ಸಂಖ್ಯೆಯು ಏರುತ್ತಿದೆ. ತನ್ನ ಪ್ರವಾಸಿಗರಿಗೆ ಅವರಿಷ್ಟದ ಕಡಲ ತಿನಿಸನ್ನು ಉಣಿಸಿ ಸಂತೃಪ್ತಿಪಡಿಸಲು ಗೋವಾ ಪ್ರಯತ್ನಿಸುತ್ತಿದೆ. ಐವತ್ತಕ್ಕಿಂತಲೂ ಕಡಿಮೆ ವಯಸ್ಸಿನ ಮೋಸೆಸ್‌ರ ಪ್ರಕಾರ, ಅವರು ತಮ್ಮ ಜೀವಮಾನದಲ್ಲಿ ಹಿಡಿದ ಸರಾಸರಿ ಮೀನುಗಳ ಸಂಖ್ಯೆಯು ಕಡಿಮೆಯಾಗುತ್ತಲೇ ಇದೆ. 'ಏಳುವರ್ಷಗಳ

ಕಾಲ ಇದು ಮೀನುವಂಚಿತ ರಾಜ್ಯವಾಗಿತ್ತು. ನಾವು ಈಗ ಖರೀದಿಸುವ ಬಹಳಷ್ಟು ಮೀನುಗಳು ಕರ್ನಾಟಕ ಮತ್ತು ಮಹಾರಾಷ್ಟ್ರದಿಂದ ಬರುತ್ತವೆ. ಹತ್ತು ವರ್ಷಗಳ ಹಿಂದೆ, ಈ ಕೊಲ್ಲಿಯಲ್ಲಿಯೇ ಅಂದರೆ, ಮಿರಾಮರ್ ಸರ್ಕಲ್‌ನಲ್ಲಿ ನಾವು ಕುಳಿತ ಕುರ್ಚಿಯ ಎದುರೇ ಬಲೆಯೊಂದನ್ನು ಒಗೆದು ಮುಲೆಟ್‌ಗಳನ್ನು ಎಳೆದುಬಿಡಬಹುದಿತ್ತು. ಆದರೆ ಇಂದು ನಿಮಗೆ ಅಲ್ಲಿ ಏನೇನೂ ಸಿಗುವುದಿಲ್ಲ'. ಕುರ್ಚಿಯಲ್ಲಿದ್ದವರು ಹಾಗೆಯೇ ತಿರುಗಿ ಕೆಫೆಯ ಆಚೆ ಬದಿಯಲ್ಲಿ ತನ್ನ ಸ್ನೇಹಿತರೊಡನೆ ಕುಳಿತಿದ್ದ ಹುಡುಗಿಯೊಬ್ಬಳ ಕಡೆ ಕೈ ತೋರಿಸಿ ಹೇಳಿದರು. 'ಅವಳನ್ನು ನೋಡುತ್ತಿದ್ದೀರಲ್ಲವೇ? 1980 ರ ದಶಕದ ಆರಂಭದ ಭಾಗದಷ್ಟು ಹಿಂದೆ, ಮೊಟ್ಟ ಮೊದಲ ಬಾರಿಗೆ ಟ್ರಾಲರ್ ತಂದವರಲ್ಲಿ ಅವಳ ಅಪ್ಪನೂ ಒಬ್ಬ. ಅನಂತರ ಟ್ರಾಲರ್‌ಗಳ ದೊಡ್ಡ ಪಡೆಯನ್ನೇ ತಂದು ನಿರ್ವಹಿಸಿದ. ಈಗ ಮಾತ್ರ ಅವನ ಬಳಿ ಇರುವುದು ಒಂದೇ ದೋಣಿ. ಏಕೆಂದರೆ ಈಗಿನ ದಿನಗಳಲ್ಲಿ ಸಿಗುವ ಮೀನುಗಳೂ ಕಡಿಮೆಯೇ' ಎಂದರು. 'ಜನ ತಾವು ಏನನ್ನು ಕಳೆದುಕೊಳ್ಳುತ್ತಿದ್ದೇವೆ ಎನ್ನುವುದನ್ನು ತಮ್ಮೊಳಗೆ ತಾವು ಅರ್ಥಮಾಡಿಕೊಳ್ಳಬೇಕು. ಮುಂದೆ ನನ್ನ ಮಗನಿಗೆ ನದಿಯಲ್ಲಿ ನೋಡಲು ಕೂಡ ಒಂದೂ ಸಾಲ್ಮನ್ ಸಿಗದಿರಬಹುದು. ಅಂತಹ ಪ್ರಪಂಚವನ್ನು ನಾನು ಕಲ್ಪಿಸಿಕೊಳ್ಳಲೂ ಇಷ್ಟಪಡುವುದಿಲ್ಲ. ಇದೆಲ್ಲವೂ ದುರಾಸೆಗೆ ಅತ್ಯುತ್ತಮ ಉದಾಹರಣೆ ಅಷ್ಟೇ.'

ಮೋಸೆಸ್ ಒಂದು ಕೈಯನ್ನು ಎತ್ತಿ, ತಮ್ಮ ದುಂಡನೆಯ ಬೆರಳುಗಳಿಂದ ಈ ದುರಾಸೆಗಳ ಮಾಲೆಯಲ್ಲಿದ್ದ ಒಂದೊಂದೇ ಅಂಶವನ್ನು ಲೆಕ್ಕ ಮಾಡುತ್ತಾ ಹೋದರು. ಸಂಖ್ಯೆ ಮೂರಾದ ಮೇಲೆ, ಎಣಿಸುವುದನ್ನು ಬಿಟ್ಟು ಹತಾಶೆಯಿಂದ ಕರಾಟೆ ಶೈಲಿಯಲ್ಲಿ ಗಾಳಿಯನ್ನು ಕತ್ತರಿಸತೊಡಗಿದರು. ಕರಾವಳಿ ತೀರದಿಂದ ಎರಡು ಕಿಲೋಮೀಟರ್‌ವರೆಗಿನ ವಲಯವು ಸಾಂಪ್ರದಾಯಿಕ ಮೀನುಗಾರಿಕೆಗೆ ಮೀಸಲು ಎಂಬ ಕಾಯಿದೆಯೇ ಇದೆ. ಆದರೂ ಆ ವ್ಯಾಪ್ತಿಯಲ್ಲಿ ಟ್ರಾಲರ್‌ಗಳು ಸಮುದ್ರದ ತಳವನ್ನು ಕೂಡ ಬಿಡದೇ ಹರಿದು ಮೇಲೆಳೆಯುವುದನ್ನು ಅವರು ಖಂಡಿಸಿದರು. ನಿರ್ಭೀತಿಯಿಂದ ಅಥವಾ ಭ್ರಷ್ಟಾಚಾರದ ವಶಕ್ಕೆ ಸಿಲುಕಿ ಜನರು ನೀತಿನಿಯಮಗಳನ್ನು ಗಾಳಿಗೆ ತೂರುತ್ತಿರುವುದರ ಬಗ್ಗೆ, ಮೀನುಗಾರಿಕೆಯನ್ನು ಪ್ರತಿಬಂಧಿಸಿದ ಆ ಎರಡು ತಿಂಗಳುಗಳ ಕಾಲದಲ್ಲಿ ಕೂಡ ಕದ್ದುಮುಚ್ಚಿ ಮೀನುಹಿಡಿಯುವುದರ ಬಗ್ಗೆ, ಹಾನಿಕಾರಕವಾದ ಗೂಟದ ಬಲೆಗಳ ಬಗ್ಗೆ ('ಪ್ರಪಂಚದೆಲ್ಲೆಡೆ ಅವುಗಳನ್ನು ನಿಷೇಧಿಸಲಾಗಿದೆ. ಆದರೆ ಇಲ್ಲಿ ಮರಿಗಳನ್ನೂ ಬಿಡದೇ ಹಿಡಿಯುವುದಕ್ಕೆಂದು ಮೀನುಗಳು ಸಂತಾನೋತ್ಪತ್ತಿ ಮಾಡುವ ನದಿಪ್ರದೇಶದಲ್ಲಿಯೂ ಅವುಗಳನ್ನು ನೆಡಲಾಗಿದೆ') ಅವರು ಅಸಮಾಧಾನದಿಂದಲೇ ಮಾತನಾಡಿದರು. ಟ್ರಾಲರ್‌ಗಳ ಮಾಲೀಕರು ಹಾಗೂ ಕುಶಲಕರ್ಮಿಗಳು ತಯಾರಿಸುವ ರಾಂಪೋನ್ ಬಲೆಗಳನ್ನು

ಬಳಸಿ ಮೀನು ಹಿಡಿಯುವ ಸಾಂಪ್ರದಾಯಿಕ ಮೀನುಗಾರರಾದ ರಾಂಪೊಂಕರ ನಡುವೆ ನಿರಂತರವಾಗಿ ನಡೆದುಕೊಂಡು ಬಂದಿರುವ ಸಂಘರ್ಷವನ್ನು ಎಳೆಎಳೆಯಾಗಿ ವಿಶ್ಲೇಷಿಸಿದರು. ಆ ಸಂಘರ್ಷವು 1970 ರ ದಶಕದಿಂದಲೂ ಹೊಗೆಯಾಡುತ್ತಲೇ ಇದೆ. ಇಂದಿಗೂ ಕೂಡ ಪ್ರತಿ ವರ್ಷ ಒಂದಿಷ್ಟು ದೋಣಿಗಳು ಬೆಂಕಿಗಾಹುತಿಯಾಗುತ್ತವೆ. 'ಇದು ಬೇರೇನೂ ಅಲ್ಲ, ಸಾರಾಸಗಟು ಯುದ್ಧವೇ.'

ಮೋಸೆಸ್ ಅವರಿಗೆ ಮೀನುಗಾರಿಕೆಯ ಈ ಭಯಂಕರ ವಿನಾಶಕಾರಿ ಸಂಸ್ಕೃತಿಯನ್ನು ಬಹುಮಟ್ಟಿಗೆ ನಶಿಸಿಹೋಗಿರುವ ಹಳೆಯ ಗೋವಾಕ್ಕೆ ಅಂದರೆ, ಹದಿನೈದು ವರ್ಷ ಹಿಂದಿನ ಗೋವಾಕ್ಕೆ ಗಂಟು ಹಾಕುವುದೆಂದರೆ ತುಂಬಾ ಇಷ್ಟ. ಆಗ ಯಾರಿಗಾದರೂ ಕಳೆದುಹೋದ ಚೀಲ ಅಥವಾ ಹಣದ ಸಂಚಿ ಸಿಕ್ಕರೆ, ಅವರು ಸುದ್ದಿ ಪತ್ರಿಕೆಯಲ್ಲಿ ಆ ಕುರಿತು ಪ್ರಕಟಣೆಯೊಂದನ್ನು ನೀಡುತ್ತಿದ್ದರು. ಅದನ್ನು ಸಂಬಂಧಪಟ್ಟವರು ಬಂದು ತೆಗೆದುಕೊಂಡಾಗ ಹಣವೆಲ್ಲವೂ ಅದರಲ್ಲಿ ಹಾಗೆಯೇ ಇರುತ್ತಿತ್ತು. ಅವರ ಪ್ರಕಾರ, ಈಗ ಸುದ್ದಿ ಪತ್ರಿಕೆಗಳಲ್ಲಿ ಅಂತಹ ಯಾವ ಪ್ರಕಟಣೆಗಳೂ ಇರುವುದಿಲ್ಲ. ಇಂದಿನ ಗೋವಾ ಕಳೆದುಹೋದ ಚೀಲ, ಹಣದ ಸಂಚಿಗಳನ್ನು ಸಂತೋಷದಿಂದ ಹೆಗಲಿಗೇರಿಸಿಕೊಳ್ಳುತ್ತದೆ; ಅದರ ಸೊಕ್ಕು, ಜಂಬ, ದುರಾಸೆ ಎಲ್ಲವೂ ಹೆಚ್ಚಿವೆ. ಆಗಾಗ ತನ್ನೊಂದಿಗೆ ತಾನು ತಿಕ್ಕಾಟಕ್ಕಿಳಿಯುತ್ತದೆ. 'ಮೊದಲು ನಾವು ನದಿಯ ಮೇಲ್ಭಾಗಕ್ಕೆ ಅಂದರೆ, ಒಳನಾಡಿನಲ್ಲಿ ಮೀನುಹಿಡಿಯಲು ಹೋಗುತ್ತಿದ್ದೆವು. ನಿನಗೆ ಗೊತ್ತಲ್ಲ, ಹಿಡಿಯುವುದು ಒಂದೇ ಮೀನಾದರೂ ಸಮಯವನ್ನು ಚೆನ್ನಾಗಿ ಕಳೆದು ಹಿಂದಿರುಗುತ್ತಿದ್ದೆವು' ಎನ್ನುವಾಗ ಅವರ ಕಣ್ಣಲ್ಲಿ ಭರವಸೆಯ ಸಣ್ಣದೊಂದು ಮಿನುಗಿತ್ತು. 'ಈಗ, ಈ ಫೋರ್–ವ್ಹೀಲ್ ಡ್ರೈವ್‌ಗಳಲ್ಲಿ ಬಂದು ಪ್ರಖರ ಬೆಳಕು ಹಾಗೂ ಅಬ್ಬರದ ಸಂಗೀತದ ಜೊತೆಗೆ ಅಲ್ಲಿ ಕ್ಯಾಂಪ್ ಹೂಡುವ ಮಕ್ಕಳು, ಎಷ್ಟು ಸಾಧ್ಯವೋ ಅಷ್ಟು ಮೀನುಗಳನ್ನು ಹಿಡಿಯುತ್ತಾರೆ. ಇದರಿಂದ ಆ ಪ್ರದೇಶಗಳಲ್ಲಿರುವ ಸ್ಥಳೀಯ ಜನರು ನಿಜಕ್ಕೂ ಸಿಟ್ಟಿಗೇಳುತ್ತಿದ್ದಾರೆ. ಈಗ ನೀನೇನಾದರೂ ಅವರ ಕೈಗೆ ಸಿಕ್ಕಿ ಬಿದ್ದರೆ, ನಿನ್ನ ಗಾಳದ ಹಿಡಿಕೋಲನ್ನು ಮುರಿದು ದೂರ ಅಟ್ಟುತ್ತಾರೆ' ಎಂದರು ಮೋಸೆಸ್.

ಇವೆಲ್ಲವೂ ಬಹುಮಟ್ಟಿಗೆ ಹವ್ಯಾಸಿ ಮೀನುಗಾರನೊಬ್ಬನ ದೂರುದುಮ್ಮಾನಗಳು ಎಂದು ಒಪ್ಪಿಕೊಂಡರು ಮೋಸೆಸ್. ಆದರೆ ವೃತ್ತಿಪರ ಮೀನುಗಾರರ ಸನ್ನಿವೇಶವು ಇದಕ್ಕಿಂತ ಎಷ್ಟೋ ಪಾಲು ಹೆಚ್ಚು ಆತಂಕಕಾರಿಯಾಗಿದೆಯೆಂದೂ ಹೇಳಿದರು. ಎರಡು ದಿನಗಳ ಹಿಂದಷ್ಟೇ ನಾನು ಕ್ಲೋಡ್ ಆಲ್ವಾರೆಸ್ ಅವರನ್ನು ಭೇಟಿಯಾಗಿದ್ದೆ. ಉಗ್ರಸ್ವರೂಪಿಯಂತೆ ಕಾಣುತ್ತಾರೆ ಈ ಪರಿಸರವಾದಿ, ಹಲವಾರು ವರುಷಗಳಿಂದ ಪ್ರವಾಸೋದ್ಯಮವು ಗೋವಾದ ಕರಾವಳಿ ತೀರದ ಮೇಲೆ ಎಸಗುತ್ತಿರುವ ದೌರ್ಜನ್ಯ ಹಾಗೂ ಅದರ ಪರಿಣಾಮವಾಗಿ ಮೀನುಗಾರಿಕೆಯ ವ್ಯವಹಾರಕ್ಕೆ ಆದ ನಷ್ಟವನ್ನು

ತಡೆಯುವುದಕ್ಕಾಗಿ ಅವರು ಹೋರಾಡುತ್ತ ಬಂದಿದ್ದಾರೆ. (ಅವರ ಜಾಲತಾಣವು ಅವರನ್ನು ಟೈಪ್‌ರೈಟರ್ ಗೆರಿಲ್ಲಾ - ಬೆರಳಚ್ಚು ಯಂತ್ರದ ಕೂಟಯೋಧ - ಎಂದೇ ಹೆಸರಿಸುತ್ತದೆ.) ಆಲ್ವಾರೆಸ್ ಅವರ ಕಚೇರಿಯು ಮಾಪಸಾದ ಗುಡ್ಡಗಾಡು ಪ್ರದೇಶದಲ್ಲಿರುವ ಅಪಾರ್ಟ್‌ಮೆಂಟ್ ಕಟ್ಟಡವೊಂದರ ನೆಲಮಹಡಿಯಲ್ಲಿದೆ. ಆ ಕಟ್ಟಡದಲ್ಲಿ ಕಿರಾಣಿ ಅಂಗಡಿ ಹಾಗೂ ಲೇಖನ ಸಾಮಗ್ರಿಗಳನ್ನು ಮಾರುವ ಅಂಗಡಿ ಕೂಡ ಇವೆ. ಯಾವಾಗಲೂ ಅವರು ಕಾರ್ಯನಿರತರಾಗಿರುವ ಕಾರಣ, ಭೇಟಿಯಾಗಲು ಸಮಯ ಸಿಗುವುದೇ ಕಷ್ಟ. ಸಂಭಾಷಣೆಯು ಉಗಿ ಹಾಯುವ ಹಂತಕ್ಕೆ ತಲುಪಿದಾಗ, ಉಕ್ಕುವ ರೋಷದ ಕಾರಣದಿಂದಾಗಿ ಅವರ ಬಿಳಿ ಮೀಸೆಯು ಅದುರತೊಡಗಿದಾಗ, ಅವರು ಆ ನಿಗದಿತ ಭೇಟಿಯ ಸಮಯಗಳನ್ನೆಲ್ಲ ಮರೆಯುವುದೂ ಇದೆ.

ಆಲ್ವಾರೆಸ್ ಅವರ ಪ್ರಕಾರ, ಸಮಸ್ಯೆಯನ್ನು ವಿಭಜಿಸುತ್ತಾ ಹೋದಾಗ ಕಾಣಸಿಗುವ ಅತ್ಯಂತ ಚಿಕ್ಕ ಘಟಕವೆಂದರೆ ಗೋವಾದ ಕಡಲತೀರದಲ್ಲಿರುವ ಕುಟೀರಗಳು. ಆಹ್ಲಾದಕರವಾದ, ಮನರಂಜನೆಯೇ ಮುಖ್ಯ ಉದ್ದೇಶವಾಗಿರುವ ಈ ಕಡಲತೀರದ ಕುಟೀರ ಸಂಸ್ಕೃತಿಯು ಸಂಪೂರ್ಣವಾಗಿ ಕೃತಕತೆಯನ್ನು ಸೂಚಿಸುವಂತಹುದಾಗಿದೆ. ಸಾರ್ವಜನಿಕ ತಾಣವಾದ ಕಡಲತೀರದಲ್ಲಿ ಮದ್ಯಪಾನಕ್ಕೆ ಅನುಮತಿಯಿಲ್ಲ. ಮದ್ಯವನ್ನು ನಿರಾಕರಿಸುವುದೆಂದರೆ, ಗೋವಾದ ಪ್ರವಾಸಿಗಳ ಸಾಮಾಜಿಕ ನೀತಿಸಂಹಿತೆಯ ಘೋರ ಉಲ್ಲಂಘನೆಯಾಗಿಬಿಡುತ್ತದೆ. ಹಾಗಾಗಿ ಪ್ರವಾಸಿಗರಿಗೆ 'ಒಳಾಂಗಣ' ದಲ್ಲಿದ್ದೂ 'ಹೊರಾಂಗಣ' ಸಮಯವನ್ನು ಕಳೆಯಲು ಅನುಕೂಲವಾಗುವಂತೆ ಈ ಕುಟೀರಗಳನ್ನು ಕೃತಕವಾಗಿ ನಿರ್ಮಿಸಲಾಗಿದೆ. ರಾತ್ರಿ ತಮ್ಮ ಹವಾನಿಯಂತ್ರಿತ ಹೋಟೆಲ್ ಕೋಣೆಗಳಿಗೆ ಮರಳಿ ಹೋಗುತ್ತೇವೆ ಎನ್ನುವುದು ತಿಳಿದಿದ್ದರೂ ತಾವು ನಿಜವಾಗಿಯೂ ಗೋವಾದಲ್ಲಿ ಹಿಪ್ಪಿಗಳಂತೆ ಅಲೆಯುತ್ತ, ಇಡೀ ದಿನ ಅಲೆಗಳೊಂದಿಗೆ ಒಡನಾಡುತ್ತಿದ್ದೇವೆ ಎಂಬ ಭಾವನೆಯನ್ನು ಪ್ರವಾಸಿಗರು ಕೃತಕವಾಗಿ ಅನುಭವಿಸುವ ವಿಧಾನ ಇದು. 'ಕುಟೀರ' ಎಂಬ ಬಡ ಶಿರೋನಾಮೆಯೂ ತನ್ನ ಹುಲ್ಲಿನ ಛಾವಣಿಯಡಿ ಉಣಬಡಿಸುವ ರೂ.120 ರ ಬಿಯರ್ ಹಾಗೂ ರೂ. 220 ರ ಫಿಶ್ ಫ್ರೈಗಳೊಡನೆ ಚಡಪಡಿಸುತ್ತ ಕುಳಿತಿತ್ತು. ಅಂತಿಮ ತಿರುವು ಎಂದರೆ, ಸ್ವತಃ ಆ ಛಾವಣಿಯು ತಾನು ಆಶ್ರಯ ನೀಡುತ್ತಿದ್ದ ಪ್ರವಾಸಿಗರಷ್ಟೇ ಶಾಶ್ವತವಾಗಿತ್ತು ಎನ್ನುವುದು. ಪ್ರವಾಸಿಗರ ಹಂಗಾಮು ಮುಗಿದ ಮೇಲೆ, ಲೆಗೋ ಬ್ರಿಕ್ಸ್‌ಗಳೆಂಬ ಆಟಿಕೆಯ ಸಾಮಾನುಗಳಿಂದ ಮಾಡಿದ್ದಾರೇನೋ ಎಂಬಂತೆ, ಕುಟೀರಗಳನ್ನು ಸುಲಭವಾಗಿ ಬಿಚ್ಚಿ, ಒಂದೆಡೆ ಪೇರಿಸಿಡುತ್ತಿದ್ದರು. ಕಡಲತೀರದಲ್ಲಿ ಕುಳಿತು ಅಲೆಗಳೊಡನೆ ಒಡನಾಡುವ ಪ್ರವಾಸಿಗರಿಗೆಂದು ಮತ್ತೆ ಅವುಗಳನ್ನು ಹೊರತೆಗೆಯುವುದು ಮರುವರ್ಷವಷ್ಟೇ. ನಾನು ಗೋವಾಕ್ಕೆ ಭೇಟಿ ನೀಡಿದ್ದು ಪ್ರವಾಸಿಗರ ಹಂಗಾಮಿನ ಸಮಯವಾಗಿರಲಿಲ್ಲ.

ಆದ್ದರಿಂದ ಅದು ನಿಜಕ್ಕೂ ಕೆಫೆಗಳಿರದ ರೋಮ್ ನಗರದಂತಿತ್ತು.

'ಹಾಗಾಗಿ ಗೋವಾದ ಕಡಲತೀರದಲ್ಲಿ ಇನ್ನಷ್ಟು ಕುಟೀರಗಳನ್ನು ನಿರ್ಮಿಸುವ ಈ ಒತ್ತಡ ಯಾವಾಗಲೂ ಇದ್ದೇ ಇರುತ್ತದೆ. ಈ ವರ್ಷ ಸರ್ಕಾರವು ಮುನ್ನೂರು ಕುಟೀರಗಳಿಗೆ ಪರವಾನಗಿ ನೀಡಿದೆ. ತಮಾಷೆಯ ಸಂಗತಿಯೆಂದರೆ, ಇದು ಪ್ರವಾಸಿಗರ ಸಂಖ್ಯೆಯಲ್ಲಿ 25% ಕುಸಿತವಾಗಿರುವ ಹೊತ್ತಲ್ಲಿ ಆಗಿರುವಂತದ್ದು. ಮುಂದಿನ ವರ್ಷ ಅವರು ನಾನೂರು ಪರವಾನಗಿ ನೀಡುತ್ತಾರೆ. ನಂತರ ಬರುವುದು ಹಾಸಿಗೆ ಅಟ್ಟಗಳು (ಡೆಕ್ ಬೆಡ್). ಗೋವಾದ ಕಡಲತೀರಗಳಲ್ಲಿ ಅದಾಗಲೇ ಇವು ಮೂರು ಸಾವಿರಗಳಷ್ಟಿವೆ. ಮುಂದಿನ ವರ್ಷ ಇನ್ನಷ್ಟು ಹೆಚ್ಚಲಿವೆ. ಸರ್ಕಾರದಲ್ಲಿರುವ ಜನರಿಗೆ ಮೆದುಳೇ ಇಲ್ಲ. ಹಾಗಾಗಿ ಇಂತಹ ಅಸಂಬದ್ಧಗಳಿಗೆ ಯಾವುದೇ ಮಿತಿಯೂ ಇಲ್ಲ' ಎಂದರು ಆಲ್ವಾರೆಸ್.

ಪ್ರವಾಸೋದ್ಯಮ ಹಾಗೂ ಮೀನುಗಾರಿಕೆಗೆ ಸಂಬಂಧಿಸಿದ ಉದ್ಯಮಗಳ ನಡುವಿನ ಸ್ಪರ್ಧೆಯು ನಿಜಕ್ಕೂ ಸ್ಪರ್ಧೆಯೇ ಆಗಿರಲಿಲ್ಲ. ಕುಟೀರಗಳು ತೆವಳುತ್ತಾ ತೆವಳುತ್ತಾ ನಿಧಾನಕ್ಕೆ ಮೀನುದೋಣಿಗಳನ್ನು ಕಡಲಂಚಿಗೆ ಒತ್ತಿಬಿಟ್ಟಿವೆ. ಜೆಟ್‌ಸ್ಕಿ ಮತ್ತು ಪವರ್ ಬೋಟ್‌ಗಳಂತೂ (ಯಂತ್ರಚಾಲಿತ ದೋಣಿಗಳು) ಸಮುದ್ರದ ನೀರನ್ನು ನಿರಂತರವಾಗಿ ಮಥಿಸುತ್ತಲೇ ಇವೆ ಹಾಗೂ ಮೀನುಗಳನ್ನು ಅದಾಗಾಲೇ ದೂರ ಓಡಿಸಿಬಿಟ್ಟಿವೆ. ರಿಯಲ್ ಎಸ್ಟೇಟ್ ಡೆವಲಪರ್ಸ್ ತಮಗೆ ಸಾಧ್ಯವಿದ್ದಷ್ಟು ಕಡಲತೀರಕ್ಕೆ ಎದುರಾಗಿರುವ ಭೂಮಿಯನ್ನು ಖರೀದಿಸಿಯಾಗಿದೆ ಅಥವಾ ವಶಪಡಿಸಿಕೊಂಡಾಗಿದೆ. 'ಬಾಗಾ ಬೀಚ್‌ನಲ್ಲಿ ಒಮ್ಮೊಮ್ಮೆ ಇಪ್ಪತ್ತರಿಂದ ಇಪ್ಪತ್ತೈದು ಮೀನುದೋಣಿಗಳಿರುತ್ತಿದ್ದವು. ಆದರೆ ಅಲ್ಲೀಗ ಒಂದೆರಡನ್ನೂ ಕಾಣುವುದು ಕಷ್ಟ' ಎಂದರು ಆಲ್ವಾರೆಸ್. ಆದ್ದರಿಂದ ಮೀನುಗಾರರು ತಮ್ಮ ಕಸುಬಿಗೆ ಜಾಗವಿಲ್ಲದೇ ಅದನ್ನು ಬಿಡಬೇಕಾಯಿತು ಹಾಗೂ ಅತ್ಯಂತ ವಿಪರ್ಯಾಸದ ಸಂಗತಿಯೆಂದರೆ, ಉದ್ಯೋಗದ ಏಕೈಕ ಅನುಕೂಲಕರ ಮೂಲವಾಗಿದ್ದ ಪ್ರವಾಸೋದ್ಯಮದ ಕಡೆಗೆ ಮುಖ ಮಾಡಬೇಕಾಯಿತು. ಅವರು ಕುಟೀರಗಳನ್ನು ಕೊಂಡುಕೊಂಡರು, ಜಲಕ್ರೀಡೆಗಳಿಗೆ ಸಂಬಂಧಿಸಿದ ಉದ್ಯಮವನ್ನು ತೆರೆದರು ಅಥವಾ ಹೋಟೆಲ್‌ಗಳಲ್ಲಿ ಕೆಲಸಕ್ಕೆ ಸೇರಿದರು. ಈ ತರಹ, ಆಲ್ವಾರೆಸ್‌ರವರು ಯಾವುದನ್ನು ಬಂಡವಾಳಶಾಹಿಯ ಕೆಡುಕು ಎಂದು ನಿರೂಪಿಸುತ್ತಾರೋ ಉದ್ಯಮವು ಅದರಲ್ಲಿಯೇ ಇನ್ನಷ್ಟು ದಷ್ಟಪುಷ್ಟವಾಗಿ ಬೆಳೆಯಿತು, ಇನ್ನಷ್ಟು ಮೀನುಗಾರರನ್ನು ಅವರ ವ್ಯವಹಾರದಿಂದ ಹೊರದೂಡಿತು. ತನ್ನ ಸೀಳು, ಪದರಗಳಲ್ಲಿ ಅವರನ್ನು ಸೆಳೆದುಕೊಂಡು ಮತ್ತಷ್ಟು ಕೊಬ್ಬುತ್ತಲೇ ಹೋಯಿತು. ಇನ್ನೂ ಹಾಗೇ ನಡೆಯುತ್ತಿದೆ.

ಆಲ್ವಾರೆಸ್ ಮುಂದುವರೆಸಿದರು. 'ಆಮೇಲೆ, ಈ ಮರಳಿನ ದಂಧೆ. ಅಂಜುನಾ ಬೀಚ್‌ಗೆ ಹೋಗಿ ನೋಡಿ. ಮರಳೇ ಇಲ್ಲದಂತಹ ಅತ್ಯಂತ ವಿಲಕ್ಷಣ ಪರಿಸ್ಥಿತಿ

ಕಾಣುತ್ತೀರಿ. ಇಷ್ಟೊಂದು ಹೊಸ ಕಟ್ಟಡಗಳು ಮೇಲೇಳುತ್ತಿದ್ದಾವಲ್ಲ. ಅವುಗಳ ನಿರ್ಮಾಣಕ್ಕೆ ಇಲ್ಲಿಂದ ಮರಳನ್ನು ಸಾಗಿಸಲಾಗುತ್ತಿದೆ. ಅಧ್ಯಯನಗಳ ಪ್ರಕಾರ, 2020ರ ಹೊತ್ತಿಗೆ, ಸಮುದ್ರಮಟ್ಟದಲ್ಲಿ ಆಗುವ ಏರಿಕೆಯಿಂದಾಗಿ ಗೋವಾದ 5% – 10% ನೆಲ ಮುಳುಗುತ್ತದೆ. ಆದರೂ ಈ ರಕ್ಷಣಾತ್ಮಕ ಮರಳು ದಿನ್ನೆಗಳನ್ನು ಅವರು ನಾಶಮಾಡುತ್ತಲೇ ಇದ್ದಾರೆ.' ಈ ಕೆಲ ಸಂಗತಿಗಳ ಕುರಿತು ತಮ್ಮ ಪುಸ್ತಕ 'ಫಿಶ್ ಕರ್‍ರಿ ಎಂಡ್ ರೈಸ್'ನಲ್ಲಿ ತಾವು ಬರೆದುದಾಗಿ ಅವರು ಹೇಳಿದರು. ಪುಸ್ತಕಕ್ಕೆ ನೀಡಿರುವ 'ಎ ಸಿಟಿಜನ್ಸ್ ರಿಪೋರ್ಟ್ ಆನ್ ಗೋವನ್ ಎನ್ವೈರನ್‌ಮೆಂಟ್' ಎಂಬ ಉಪಶೀರ್ಷಿಕೆಯು ಅದನ್ನೇ ಪ್ರಬಲವಾಗಿ ಹೇಳುತ್ತದೆ. 'ತಮಾಷೆಯೆಂದರೆ ಗೋವಾದಲ್ಲಿ ಈ ಸಂಗತಿಗಳ ಬಗ್ಗೆ ಓದಲು ಯಾರೂ ಇಷ್ಟಪಡುವುದಿಲ್ಲ. ಏಕೆಂದರೆ ಯಾರಿಗೂ ಆ ಕುರಿತು ಕಾಳಜಿಯೇ ಇಲ್ಲ' ಆಲ್ವಾರೆಸ್ ವಿಷಾದದಿಂದ ಹೇಳಿದರು. ಜೊತೆಗೆ 'ಆ ಪುಸ್ತಕವು ನಿನಗೆ ಮುಂಬೈ ಅಥವಾ ದೆಹಲಿಯಲ್ಲಿ ಸಿಗುವ ಸಂಭವನೀಯತೆ ಹೆಚ್ಚು' ಎಂದೂ ಸೇರಿಸಿದರು.

ಆಲ್ವಾರೆಸ್‌ರವರ ಬಳಿ ನನಗೆ ಹೇಳಲು ಎರಡು ಬುದ್ಧಿಮಾತುಗಳಿದ್ದವು. ಒಂದು, ಅವರ ಮತ್ತು ಅವರಂಥವರ ಬಳಿ ಮಾತನಾಡುವುದನ್ನು ನಿಲ್ಲಿಸಿ, ಕಡಲತೀರಗಳಿಗೇ ಹೋಗಿ ಅಲ್ಲಿ ನನಗೆ ಸಿಗುವ ಮೀನುಗಾರರೊಡನೆ ಮಾತನಾಡುವುದು. ಎರಡು, 2000 ನೇ ಇಸವಿ ಜೂನ್ ತಿಂಗಳಿನಲ್ಲಿ ಉತ್ತರ ಗೋವಾಕ್ಕೆ ಬಂದು ನೆಲಕಚ್ಚಿ ಎಂಟು ವರುಷಗಳ ನಂತರವೂ ಅದೇ ಜಾಗದಲ್ಲಿ ತುಕ್ಕುಹಿಡಿಯುತ್ತ ಬಿದ್ದಿರುವ ರಿವರ್ ಪ್ರಿನ್ಸೆಸ್ ಹಡಗಿನ ಭಗ್ನಾವಶೇಷಗಳು ಇರುವ ಜಾಗದವರೆಗೆ ಕಾಲಂಗೂಟ್ ಹಾಗೂ ಕಾಂಡೋಲಿಗಳ ನಡುವಿನ ಕಡಲ ತೀರದಗುಂಟ ನಡೆಯುತ್ತ ಹೋಗುವುದು. ಆಗ ಮಾತ್ರ ಸರ್ಕಾರದ ದುರಾಸೆ ಮತ್ತು ಅದಕ್ಷತೆ ಎಷ್ಟರ ಮಟ್ಟಿಗಿನದು ಎಂಬುದನ್ನು ಅರಿತುಕೊಳ್ಳಬಹುದು ಹಾಗೂ ಮೀನುಗಾರರ ನೆಲೆದಾಣಗಳು ನಾಶವಾಗುತ್ತಿರುವ ಪ್ರಕ್ರಿಯೆಯನ್ನು ಸ್ವತಃ ನೋಡಲು ಸಾಧ್ಯ ಎಂದು ಆಲ್ವಾರೆಸ್ ಹೇಳಿದರು.

ಆಲ್ವಾರೆಸ್‌ರವರ ಕಚೇರಿಯಿಂದ ಹೊರಟು ಬರುತ್ತಿರುವಾಗ, ಮಾರ್ಗದಲ್ಲಿ ನಾನು, ಅದೇ ಕಟ್ಟಡದಲ್ಲಿದ್ದ ಲೇಖನ ಸಾಮಗ್ರಿಗಳ ಅಂಗಡಿಯಲ್ಲಿ ನಿಂತು, 'ಫಿಶ್ ಕರ್‍ರಿ ಎಂಡ್ ರೈಸ್' ಪುಸ್ತಕ ಇದೆಯೇ ಎಂದು ಕೇಳಿದೆ. ಅವರ ದಾಸ್ತಾನಿನಲ್ಲಿ ಅದು ಇರಲಿಲ್ಲ. ನಂತರದ ಎರಡು ದಿನಗಳಲ್ಲಿ ಗೋವಾದ ಉದ್ದಗಲಕ್ಕೂ ಇರುವ ಕನಿಷ್ಠ ಆರು ಪುಸ್ತಕದಂಗಡಿಗಳಲ್ಲಿ ಈ ಪುಸ್ತಕವಿದೆಯೇ ಎಂದು ಕೇಳಿದೆ. ಒಂದೇ ಒಂದು ಪ್ರತಿಯೂ ಸಿಗಲಿಲ್ಲ.

II

ಆಲ್ವಾರೆಸ್ ಅವರ ಸಲಹೆಯನ್ನು ಅನುಸರಿಸಿ ಹೊರಟೆ. ಆದರೆ ಅದು ನನ್ನದೇ ಆದ ರೀತಿಯಲ್ಲಿ ಹೊರಟಿದ್ದಾಗಿತ್ತು. ಗೋವಾಕ್ಕೆ ಬರುವ ಪ್ರತಿಯೊಬ್ಬ ಪ್ರವಾಸಿಗನೂ ಅನುಸರಿಸುವ ಪ್ರವಾಸ ಯೋಜನೆಗಿಂತ ಇದು ಭಿನ್ನವಾಗಿತ್ತು. ಇದಕ್ಕಾಗಿ ನಾನು ಬಹುಮಟ್ಟಿಗೆ ಅವಲಂಬಿಸಿದ್ದು ಜಾರ್ಜ್ ಫ್ರಾನ್ಸಿಸ್ ಬೋರ್ಜಸ್‌ನ ವಿವೇಕ, ಜ್ಞಾನ ಮತ್ತು ಚಾತುರ್ಯವನ್ನು. ಬೋರ್ಜಸ್ ಒಬ್ಬ ಕುಳ್ಳಗಿನ, ಜಗಳಗಂಟ ಮನುಷ್ಯ. ಆತನ ಮುಖವು ಚಿಕ್ಕ ಹುಡುಗನ ಮುಖದಂತೆ ಮುಗ್ಧವಾಗಿ ತೋರುತ್ತಿತ್ತು. ಆದರೆ ಅವನಿಗೆ ಮೂವತ್ತೇಳು ವರ್ಷ ವಯಸ್ಸಾಗಿದೆ, ಮದುವೆಯಾಗಿ ಮಕ್ಕಳಿದ್ದಾರೆ ಎಂದು ತಿಳಿದಾಗ ಸ್ವಲ್ಪ ಆಘಾತವೇ ಆಯಿತು. ಆತ ಯುವಕನಾಗಿದ್ದಾಗ, ಕೆಲಸಕ್ಕೆಂದು ಗೋವಾ ಬಿಟ್ಟು ಮಧ್ಯಪ್ರಾಚ್ಯಕ್ಕೆ ಹೋಗಿದ್ದ. ಮೊದಲ ಕೊಲ್ಲಿ ಯುದ್ಧ ಆರಂಭವಾದಾಗ, ಅಲ್ಲಿಂದ ಮರಳಿ ಬಂದ. 'ಆಗ ನಾನು ಒಮ್ಮೊಮ್ಮೆ ದೋಣಿ ನಡೆಸುವುದನ್ನು ಕಲಿಸುವ ಕೆಲಸ ಮಾಡುತ್ತಿದ್ದೆ. ಆದರೆ ಕುಡಿಯುತ್ತ ಕುಳಿತುಕೊಳ್ಳುವುದೇ ಹೆಚ್ಚಾಗಿತ್ತು. ಸಮಸ್ಯೆಯೆಂದರೆ ನನಗೆ ತುಂಬಾ ಜನ ಸ್ನೇಹಿತರಿದ್ದರು. ಗೊತ್ತಲ್ಲ ನಿನಗೆ?' ಸೊಟ್ಟಗೆ ಮುಗುಳ್ನಗುತ್ತ ಹೇಳಿದ. 'ಹಣ ಈ ಕೈಯಲ್ಲಿ ಬರುತ್ತಿತ್ತು, ಆ ಕೈಯಲ್ಲಿ ಹೋಗುತ್ತಿತ್ತು. ಹಾಗೇ ಇತ್ತು ಅದು' ಎಂದು ಹಿಂದಿನ ದಿನಗಳನ್ನು ನೆನಪಿಸಿಕೊಂಡ. ನಾನು ಭೇಟಿಯಾದ ಸಮಯದಲ್ಲಿ, ಬೋರ್ಜಸ್ ಇದಿಷ್ಟು ಅದಿಷ್ಟು ಎಂದು ಏನೇನೋ ಕೆಲಸ ಮಾಡಿಕೊಂಡಿದ್ದ. ಮಾಡುವ ಮನಸ್ಸಿದ್ದಾಗ, ಗೆಳೆಯರಿಗೆ ಅವರವರ ಕೆಲಸಗಳಲ್ಲಿ ನೆರವಾಗುತ್ತಿದ್ದ. ಬಾಲಿವುಡ್‌ನ ಸಿನಿಮಾ ತಂಡಗಳು ಚಿತ್ರೀಕರಣಕ್ಕಾಗಿ ಗೋವಾಕ್ಕೆ ಬಂದರೆ, ಸ್ಥಳೀಯ ಮಾರ್ಗದರ್ಶಕನಾಗಿ, ಉತ್ಸಾಹಿ ಸಹಾಯಕನಾಗಿ ಕೆಲಸ ಮಾಡುತ್ತಿದ್ದ. ಧೂಮ್ ಚಿತ್ರದ ಚಿತ್ರೀಕರಣ ಅಲ್ಲಿ ನಡೆಯುತ್ತಿದ್ದಾಗ ತಾನು ಜಾನ್ ಅಬ್ರಹಾಂನನ್ನು ತನ್ನ ಮೋಟಾರ್‌ಸೈಕಲ್ಲಿನಲ್ಲಿ ಹಿಂದೆ ಕುಳ್ಳಿರಿಸಿಕೊಂಡು, ಚಿತ್ರೀಕರಣ ನಡೆಯುತ್ತಿದ್ದ ಒಂದು ಜಾಗದಿಂದ ಮತ್ತೊಂದಕ್ಕೆ ಕರೆದೊಯ್ಯುತ್ತ ಊರೆಲ್ಲ ಸುತ್ತಿದ್ದೆ ಎಂದು ಹೇಳಿದ ಬೋರ್ಜಸ್. 'ಅದಿಲ್ಲ ಎಂದರೆ, ನಾನು ಹಾಗೆ ಸುಮ್ಮನೇ ಓಡಾಡಿಕೊಂಡಿರುತ್ತೇನೆ, ವಾರದಲ್ಲಿ ಒಂದೆರಡು ಬಾರಿ ಗೆಳೆಯನೊಬ್ಬನ ದೋಣಿಯಲ್ಲಿ ಮೀನು ಹಿಡಿಯಲು ಹೋಗುತ್ತೇನೆ. ಇಲ್ಲಿ ಗೋವಾದಲ್ಲಿ ಹಾಗೇ. ಮೀನು ಹಿಡಿಯುವುದು ಇಷ್ಟ ಇಲ್ಲದಿದ್ದರೂ ಹೋಗುತ್ತಿರುತ್ತೇವೆ. ಕಾಲಹರಣ ಮಾಡಲಿಕ್ಕೆ ಅಷ್ಟೇ' ಎಂತಲೂ ಹೇಳಿದ. ಮಾಂಡೋವಿ ಮೀನುಗಾರರ ಮಾರಾಟ ಸಹಕಾರಿ ಸಂಘದ (ಮಾಂಡೋವಿ ಫಿಶರ್‌ಮನ್ ಮಾರ್ಕೆಟಿಂಗ್ ಕೋ-ಆಪರೇಟಿವ್ ಸೊಸೈಟಿಯ) ಕಚೇರಿಯು ಬೆತಿ ಬಂದರಿನ ಇಳಿಗಟ್ಟೆಯಲ್ಲಿದೆ. ಅಲ್ಲಿಗೆ ಹೋಗುವ ದಾರಿಯಲ್ಲಿ ರೇಯಿಸ್ ಮಾಗೋಸ್ ಚರ್ಚ್ ಬಳಿ ಇದ್ದ ಪಾಳುಬಿದ್ದ ಜೋಪಡಿಯೊಂದರತ್ತ

ಕೈತೋರಿದ ಬೋರ್ಜಸ್. 'ಅಲ್ಲಿ ಕಾಣುತ್ತಾ? ಅದು ಮೀನು ಹಿಡಿಯುವುದಕ್ಕೆ ಇಡೀ ಗೋವಾದಲ್ಲಿಯೇ ನನಗಿಷ್ಟವಾದ ಜಾಗ.'

ಸೀತಾಕಾಂತ ಕಾಶೀನಾಥ ಪರಾಬ್ ಸೊಸೈಟಿಯ ಅಧ್ಯಕ್ಷರು. ಗೋವಾದಲ್ಲಿ ಇರುವ ಮತ್ತೆಲ್ಲರ ಹಾಗೆಯೇ ಇವರು ಬೋರ್ಜಸ್‌ನ ಸ್ನೇಹಿತರೂ ಹೌದು. ಎವೆಯಿಕ್ಕದ ಅವರ ಖಾಲಿ ಕಣ್ಣುಗಳು ಪಕ್ಕಾ ಮೀನಿನ ಕಣ್ಣುಗಳನ್ನೇ ನೆನಪಿಗೆ ತರುತ್ತವೆ. ಅವರ ಮಾತು ಚುಟುಕಾಗಿತ್ತು. ಆದರೆ ಅದರಲ್ಲಿ ಹೆಚ್ಚಿನ ಅಂಶವು ಇನ್ನೂರೈವತ್ತಕ್ಕೂ ಹೆಚ್ಚು ಕಿಲೋಮೀಟರ್ ಉದ್ದವಿರುವ ಗೋವಾದ ನದಿ ವ್ಯವಸ್ಥೆಯ ಕುರಿತೇ ಇತ್ತು. ನೂರಕ್ಕೂ ಹೆಚ್ಚು ಕಿಲೋಮೀಟರ್ ಉದ್ದವಿರುವ ಅಲ್ಲಿನ ಕರಾವಳಿಯ ಬಗ್ಗೆ ಅವರು ಹೆಚ್ಚೇನೂ ಹೇಳಲಿಲ್ಲ. ಹಾಗಾಗಿ, ಕಡಲ ತೀರದ ವಿಷಯಕ್ಕೆ ಬಂದರೆ, ಅವರ ಮಾತು ಅಸ್ಪಷ್ಟವಾಗಿತ್ತು. ಕರಾವಳಿಯ ಬಹುತೇಕ 50% ಮೀನುಗಾರರು ಪ್ರವಾಸೋದ್ಯಮಕ್ಕೆ ಹೊರಳಿಕೊಂಡಿದ್ದಾರೆ ಎನ್ನುವ ಅಂಶವನ್ನು ಅವರು ಮುಂದಿಟ್ಟರು. ಆದರೆ ಅವರು ಹೇಳುತ್ತಿದ್ದ ಅಜಮಾಸು ಅಂಕಿಅಂಶಗಳು ಅನುಮಾನಾಸ್ಪದವಾಗಿ ತೋರುತ್ತಿದ್ದವು. ಅದನ್ನು ಹೇಳುವಾಗ ಅವರಲ್ಲಿ ಮುಜುಗರವಿತ್ತು. ಹಾಗಿದ್ದರೂ ನಾವು ನದಿಗಳ ಬಗ್ಗೆ ಮಾತನಾಡಲು ಆರಂಭಿಸಿದಾಗ, ಅವರು ತಮ್ಮ ಸಂಪೂರ್ಣ ಲಕ್ಷ್ಯವನ್ನು ನಮ್ಮತ್ತ ಕೊಡತೊಡಗಿದರು. ಅವರ ಕಣ್ಣುಗಳು, ಸರ್ಕಾರಿ ಕಚೇರಿಗಳಲ್ಲಿ ಸಾಮಾನ್ಯವಾಗಿ ಕಾಣುವ ಹಸಿರು ಬಣ್ಣದ, ಕಬ್ಬಿಣದ ಮೇಜಿನ ಮೇಲಿದ್ದ ಕಾಗದಪತ್ರಗಳ ರಾಶಿಯನ್ನು ಬಿಟ್ಟು ಮೇಲೆದ್ದವು. ಆಗೀಗ ಮಾತ್ರ ಕೋಣೆಯ ಕೊಳಕು ನೀಲಿ ಗೋಡೆಗಳ ಮೇಲಿದ್ದ ವಿಚಿತ್ರ ಗುರುತುಗಳನ್ನು ಚಂಚಲವಾಗಿ ನೋಡುತ್ತಿದ್ದವು.

ಪರಾಬ್‌ರು ಮೀನುಗಾರಿಕೆಯ ಅಳಿವಿಗೆ ಯಾವುದನ್ನು ದೂಷಿಸಲು ಕಾತರರಾಗಿದ್ದರೋ ಅವು ಪ್ರಶ್ನಾತೀತವಾಗಿ ಸಾಮಾಜಿಕ ಪ್ರಗತಿಯ ಸ್ತಂಭಗಳೆಂದೇ ನಾನು ಆ ತನಕ ಭಾವಿಸಿದ್ದೆ. ಉದಾಹರಣೆಗೆ ಸುಧಾರಿತ ಹೆದ್ದಾರಿ ವ್ಯವಸ್ಥೆಯು ಈಗ ತಮಿಳುನಾಡು, ಒಡಿಶಾ ಹಾಗೂ ಗುಜರಾತ್‌ಗಳಿಂದ ಮೀನನ್ನು ಗೋವಾದೊಳಕ್ಕೆ ಸಾಗಿಸುತ್ತದೆ. ಪರಾಬ್‌ರ ಪ್ರಕಾರ, ಗೋವಾದ ಮೀನುಗಾರರಿಗೆ ಈ ಸ್ಪರ್ಧೆಯು ಬೇಕಿರಲಿಲ್ಲ. ಶಿಕ್ಷಣವು ಸುಧಾರಿಸಿದೆ ನಿಜ. ಆದರೆ ಈ 'ಸಾಕ್ಷರತೆ' ಯಿಂದಾಗಿಯೇ ಮೀನುಗಾರರು ದೈಹಿಕ ಶ್ರಮವಿರದ, ಆಧುನಿಕ ಉದ್ಯೋಗಗಳತ್ತ ದೃಷ್ಟಿ ನೆಡತೊಡಗಿದರು ಎಂದು ಪರಾಬ್ ವಿಷಾದಿಸುತ್ತಾರೆ. 'ನಿಜ ಹೇಳಬೇಕೆಂದರೆ, ಈ ಬೆಳವಣಿಗೆಯು ಮೀನುಗಾರರಲ್ಲೊಂದೇ ಕಂಡುಬರುವಂತಹುದಲ್ಲ, ನನ್ನ ಮಿತ್ರರಲ್ಲೊಬ್ಬ ಕಳ್ಳು ಇಳಿಸುವವರ ಕುಟುಂಬದಿಂದ ಬಂದವನು. ಹಿಂದೊಮ್ಮೆ ಅವರ ಹಳ್ಳಿಯಲ್ಲಿ ಬರೀ ಕಳ್ಳು ಇಳಿಸುವವರೇ ಸಾವಿರ ಜನ ಇದ್ದರು. ಆದರೆ ಮುಂದಿನ ಪೀಳಿಗೆಯವರಲ್ಲಿ ತೆಂಗಿನ ಮರವನ್ನು ಹೇಗೆ ಹತ್ತಬೇಕು ಎನ್ನುವುದನ್ನು ತಿಳಿದಿರುವ

ಒಬ್ಬನೇ ಒಬ್ಬ ವ್ಯಕ್ತಿಯೂ ಇಲ್ಲ. ನನ್ನ ಮಿತ್ರನೀಗ ಪ್ರವಾಸಿ ದೋಣಿಯೊಂದರ ಮಾಲೀಕ' ಎಂದರು ಪರಾಬ್.

ಆಮೇಲಿನದು ಮೀನುಗಾರಿಕೆಯ ದೋಣಿಗಳು. 'ಗೊತ್ತಾ ನಿಮಗೆ? ಕೆಲ ಸಮಯದ ಹಿಂದೆ ಗೋವಾ ಸರ್ಕಾರವು ಹೊಸ ಟ್ರಾಲರ್‌ಗಳಿಗೆ ಪರವಾನಗಿ ನೀಡುವುದನ್ನು ನಿಲ್ಲಿಸಿತು. ಆದರೆ ನವೀಕರಣದ ಪರವಾನಗಿಯನ್ನು ಅವರು ಈಗಲೂ ನೀಡುತ್ತಾರೆ' ಎಂದು ಪರಾಬ್ ನಮಗೆ ತಿಳಿಸಿದರು. ಆದ್ದರಿಂದ ಅಧಿಕೃತವಾಗಿ ಹೊಸ ಟ್ರಾಲರ್‌ಗಳನ್ನು ಖರೀದಿಸುವ ಬದಲಾಗಿ, ಮೀನುಗಾರಿಕೆಯ ಉದ್ಯಮದಲ್ಲಿ ತೊಡಗಿಕೊಂಡಿರುವ ಗೋವಾದ ದೊಡ್ಡ ದೊಡ್ಡ ವ್ಯಕ್ತಿಗಳು ತಮ್ಮ ಹಳೆಯ ದೋಣಿಗಳನ್ನು ಮಾಂತ್ರಿಕ ಸ್ವರೂಪದಲ್ಲಿ ಹೆಚ್ಚಿನ ದಾಸ್ತಾನು ಸಾಮರ್ಥ್ಯ ಹಾಗೂ ಹೊಸದಾದ ಎಂಜಿನ್‌ಗಳೊಂದಿಗೆ ನಿರಂತರವಾಗಿ 'ನವೀಕರಿಸು'ತ್ತಲೇ ಇರುತ್ತಾರೆ. 'ನಾವೇನು ಮಾಡಲು ಸಾಧ್ಯ? ನಮ್ಮ ಮೀನುಗಾರರಿಗೆ ಈ ನಷ್ಟದ ಉದ್ಯೋಗದಲ್ಲಿ ಮುಂದುವರೆಯಿರಿ ಅಂತ ನಾವು ಹೇಳಲೂ ಆಗುವುದಿಲ್ಲ. ದಿನವೊಂದಕ್ಕೆ ಮೀನುಗಾರನೊಬ್ಬ ಹೆಚ್ಚೆಂದರೆ, ನೂರು ರೂಪಾಯಿ ಗಳಿಸಬಲ್ಲ. ಆದರೆ ಅದೇ ವ್ಯಕ್ತಿ, ತನ್ನ ಭೂಮಿಯನ್ನು ಹತ್ತು ಲಕ್ಷ ರೂಪಾಯಿಗೆ ಮಾರಿದರೆ, ಮೋಟಾರ್‌ಬೈಕನ್ನು ಬಾಡಿಗೆಗೆ ನೀಡುವ ಸೇವೆಯನ್ನು ಆರಂಭಿಸಬಹುದು, ಐದು ಮೋಟಾರ್‌ಬೈಕ್‌ಗಳನ್ನು ಬಾಡಿಗೆಗೆ ಕೊಟ್ಟು ದಿನವೊಂದಕ್ಕೆ ಸಾವಿರ ರೂಪಾಯಿ ಗಳಿಸಬಹುದು. ಇಡೀ ದಿನ ಮನೆಯಲ್ಲಿ ಇಸ್ಪೀಟಾಡುತ್ತ, ಕುಡಿಯುತ್ತ ಕುಳಿತುಕೊಳ್ಳಬಹುದು ಅಂತಾದರೆ ಯಾರು ಮಾಡುವುದಿಲ್ಲ? ಜನ ತುಂಬಾ ಸೋಮಾರಿಗಳು. ಆ ರೀತಿಯ ಸೋಮಾರಿ ಆದಾಯ ಎನ್ನುವುದು ಗೋವಾದಂತಹ ಪ್ರವಾಸಿ ಆರ್ಥಿಕತೆಯಲ್ಲಿ ಮಾತ್ರ ಸಾಧ್ಯ' ಎಂದು ಹೇಳಿದರು. ನಾನು ಗ್ರಹಿಸಿದ್ದು ತಪ್ಪಾಗಿರಲೂಬಹುದು. ಆದರೆ ಆ ಜಡತೆಯ ದೃಶ್ಯವನ್ನು ಅವರು ಚಿತ್ರಿಸುತ್ತಿದ್ದಾಗ ಅವರ ಧ್ವನಿಯಲ್ಲಿ ವಿಷಣ್ಣತೆಯ ಭಾವವಿದೆಯೆಂದು ನನಗನ್ನಿಸಿತು.

ಅದೇ ಹೊತ್ತಿಗೆ, ಪಣಜಿಯಲ್ಲಿ ನಾನು ನೋಡಿದ್ದ ರಿವರ್‌ಬೋಟ್ ಕ್ಯಾಸಿನೋಗಳ (ದೋಣಿಯ ಮೇಲಿರುವ ಜೂಜಿನ ಮನೆಗಳ) ಕುರಿತು ಅವರನ್ನು ಪ್ರಶ್ನಿಸಿದ್ದು, ಆಗಲೇ ಪ್ರಕ್ಷುಬ್ಧವಾಗಿದ್ದ ನೀರಿನಾಳಕ್ಕೆ ಸ್ಫೋಟಕವೊಂದನ್ನು ಎಸೆದಂತಾಯಿತು. ಪರಾಬ್ ಸಿಡಿದೇಬಿಟ್ಟರು, 'ಕೆಲ ವರ್ಷಗಳ ಹಿಂದಿನವರೆಗೂ, ಕೇವಲ ಕರಾವೆಲಾ ಎನ್ನುವ ಒಂದೇ ಒಂದು ಕ್ಯಾಸಿನೋ ಇತ್ತು, ಈಗ ಇನ್ನೂ ಐದು ಇವೆ. ಪ್ರತಿ ರಾತ್ರಿಯೂ ಒಂದೊಂದು ದೋಣಿಯೂ ನೂರಕ್ಕೂ ಹೆಚ್ಚು ಸಿಬ್ಬಂದಿಗಳ ಜೊತೆಗೆ, ಮೂರು ನೂರರಿಂದ ಐದು ನೂರು ಅತಿಥಿಗಳವರೆಗೆ ಆತಿಥ್ಯ ಒದಗಿಸುತ್ತದೆ. ಅದರಿಂದ ಪ್ಲಾಸ್ಟಿಕ್ ಮತ್ತು ಇನ್ನಿತರ ಕಸಗಳನ್ನು ಪರಿಗಣಿಸದೆ ಬಿಟ್ಟರೂ, ಸಾವಿರಾರು

ಜನರಿಂದಾಗಿ, ಒಂದು ರಾತ್ರಿಯಲ್ಲಿ ಉಂಟಾಗುವ ತ್ಯಾಜ್ಯವನ್ನು ಸಂಸ್ಕರಿಸದೆ ನದಿಗೆ ಬಿಡಲಾಗುತ್ತದೆ.' ಹದಿನಾರನೆಯ ಶತಮಾನದಲ್ಲಿ ಮೊಟ್ಟಮೊದಲು ಗೋವಾಕ್ಕೆ ಭೇಟಿಯಿತ್ತ ಪೋರ್ತುಗೀಸ್ ಸಶಸ್ತ್ರ ನೌಕಾಬಲದ ಹೆಸರನ್ನು ಹೊತ್ತಿರುವ ಎಮ್.ವಿ. ಕರಾವೆಲಾ, 2001 ರಿಂದ ಕ್ಯಾಸಿನೋ ಗೋವಾ ಎಂಬ ಜೂಜಿನ ಮನೆಯೊಂದನ್ನು ನಡೆಸುತ್ತಿದೆ. ಗೋವಾ ಸರ್ಕಾರವು ಪ್ರತಿಯೊಂದು ಕ್ಯಾಸಿನೋದಿಂದ ಒಂದು ಕೋಟಿ ರೂಪಾಯಿಗಳನ್ನು ಪರವಾನಗಿ ಶುಲ್ಕ ತೆಗೆದುಕೊಳ್ಳುತ್ತದೆ ಎಂದು ಪರಾಬ್ ಅಂದಾಜು ಮಾಡಿದರು. ನಿಜ ಹೇಳಬೇಕೆಂದರೆ ನಾನು ಅವರನ್ನು ಭೇಟಿಯಾದ ಒಂದೆರಡು ತಿಂಗಳುಗಳ ನಂತರ ಸರ್ಕಾರವು ಆ ಮೊತ್ತವನ್ನು ಐದು ಕೋಟಿ ರೂಪಾಯಿಗಳಿಗೆ ಏರಿಸಿತು. 'ಆ ತರಹದಲ್ಲಿ ಹಣ ಹರಿದು ಬರುತ್ತಿರುವಾಗ ಸರ್ಕಾರವು ನಮ್ಮ ಮಾತಿಗೆ ಯಾಕಾದರೂ ಕಿವಿಗೊಡುತ್ತದೆ?' ಪರಾಬ್ ಪ್ರಶ್ನಿಸಿದರು.

ಮೀನುಗಾರರು ಪ್ರಯತ್ನಿಸಿಲ್ಲ ಅಂತ ಅಲ್ಲ, ಎಂದು ಅವರು ಮಾತು ಸೇರಿಸಿದರು. 'ಅವರು ಏಕೆ ಜಡವಾಗಿ (ಮತ್ತೆ ಅದೇ ಪದ) ಕುಳಿತಿದ್ದಾರೆ ಹಾಗೂ ಮೀನುಗಾರರ ಸಮುದಾಯವನ್ನು ರಕ್ಷಿಸಲು ಅವರು ಏಕೆ ಏನನ್ನೂ ಮಾಡುತ್ತಿಲ್ಲ ಅಂತ ಕೇಳಲು ನಾನು ಖುದ್ದಾಗಿ ಮೀನುಗಾರಿಕೆ ಇಲಾಖೆಗೆ ಹೋಗಿದ್ದೆ' ಎಂದ ಪರಾಬ್, ಇಲಾಖೆಯೇ ತನ್ನ ಆತ್ಮವನ್ನು ಮಾರಿಕೊಂಡುಬಿಟ್ಟಿದೆ ಅಥವಾ ನಿಖರವಾಗಿ ಹೇಳಬೇಕೆಂದರೆ ಅದನ್ನು ಯಾರಿಗೋ ಬಾಡಿಗೆಗೆ ಕೊಟ್ಟುಬಿಟ್ಟಿದೆ ಎಂದು ಅಸ್ಪಷ್ಟವಾಗಿ ಗೊಣಗಿದರು. 'ಇಲಾಖೆಯು ಕಟ್ಟಡವೊಂದರ ನೆಲಮಹಡಿ ಮತ್ತು ಮೊದಲನೆಯ ಮಹಡಿಗಳಿಂದ ಕೆಲಸ ಮಾಡುತ್ತಿತ್ತು. ಒಂದು ಬಂದರುಕಟ್ಟೆಯೂ ಅದಕ್ಕೆ ಹೊಂದಿಕೊಂಡಂತೆ ಇತ್ತು. ಆದರೆ ಈಗ ಬಂದರುಕಟ್ಟೆ ಮತ್ತು ನೆಲಮಹಡಿಯ ಕಚೇರಿಗಳೆರಡನ್ನೂ ಇಲಾಖೆಯು ಕರಾವೆಲಾದ ಮಾಲೀಕರಿಗೆ ಕೊಟ್ಟುಬಿಟ್ಟಿದೆ. ಸ್ವತಃ ಮೀನುಗಾರಿಕೆ ಇಲಾಖೆಯೇ ಮೂರು ಟ್ರಾಲರ್‌ಗಳನ್ನು ಹೊಂದಿದೆ. ಆದರೆ ಅವುಗಳನ್ನು ನಿಲ್ಲಿಸಲು ಅದಕ್ಕೀಗ ಜಾಗವೇ ಇಲ್ಲ. ಇಂತಹ ಇಲಾಖೆ ಏನು ಮಾಡೀತು?' ಪರಾಬ್‌ರ ಪ್ರಶ್ನೆ.

II

ಬೋರ್ಜಸ್ ನನ್ನನ್ನು ಬೆತಿಯಿಂದ ಮಾಂಡೋವಿ ಅಳಿವೆಯಲ್ಲಿದ್ದ ಕೋಕೋ ಬೀಚ್‌ಗೆ ಕರೆದೊಯ್ದ. ಅದು ಗೋವಾದಲ್ಲಿನ ಕಡಲು ತೀರಗಳಲ್ಲಿ ಅತ್ಯಂತ ಕೆಳದರ್ಜೆಯ ಹಾಗೂ ಕಳಪೆ ಹರವು ಎಂಬುದು ಜನರ ಅಭಿಪ್ರಾಯವಾಗಿತ್ತು. ವಾಸ್ತವದಲ್ಲಿ ಅಲ್ಲಿ ಕಡಲು ತೀರವೆನ್ನುವುದೇನೂ ಹೆಚ್ಚು ಉಳಿದಿರಲೇ ಇಲ್ಲ. ಅದು ಮೇಲುಮೇಲಕ್ಕಷ್ಟೇ ತೆಳುವಾದ ಮರಳಿನ ಪೊರೆಯನ್ನು ಹೊದ್ದಿತ್ತು, ಬಲೆ ಮತ್ತು

ಮೀನುಗಾರಿಕೆಯ ಇನ್ನಿತರ ಸಾಮಗ್ರಿಗಳು ಅಲ್ಲಿ ಹರಡಿ ಬಿದ್ದಿದ್ದ ಕಾರಣ, ಮಣ್ಣಿನ ಕೊಳಕು ಪಟ್ಟಿಯಂತೆ ಕಾಣಿಸಿತು. ಯೋಜಿತವಲ್ಲದ ಅಭಿವೃದ್ಧಿ ಕಾರ್ಯವನ್ನು ಸತತವಾಗಿ ನಡೆಸಿದ್ದರಿಂದಾಗಿ, ಮಣ್ಣು ದುರ್ಬಲವಾಯಿತು. ಸಮುದ್ರ ಮತ್ತು ಮುಂಗಾರಿನ ಮಳೆಗಳು ಕಡಲ ತೀರವನ್ನು ಮತ್ತಷ್ಟು ತಿಂದುಹಾಕಿದವು. 'ಅಲ್ಲಿಂದ ಅಲ್ಲಿಯವರೆಗೆ ಕುಟೀರಗಳಿರುತ್ತಿದ್ದವು,' ಎಂದು ತೋಳನ್ನು ಕಡಲತೀರದುದ್ದಕ್ಕೂ ವಿಶಾಲವಾದ ಕಮಾನಿನಾಕಾರದಲ್ಲಿ ತಿರುಗಿಸುತ್ತ ತೋರಿಸಿದ ಬೋರ್ಜಸ್. ಕೋಕೋ ಬೀಚ್ ಕಿರಿದಾಗುತ್ತ ಹೋದ ಹಾಗೆ ದೀರ್ಘಕಾಲದಿಂದ ಮೀನುಗಾರಿಕೆಯ ಭದ್ರನೆಲೆಯಾಗಿದ್ದ ಜಾಗಗಳನ್ನು ಕುಟೀರಗಳು ಅತಿಕ್ರಮಿಸತೊಡಗಿದವು. ಮೀನುಗಾರರು ಸಾಕಷ್ಟು ಜೋರಾಗಿಯೇ ಪ್ರತಿಭಟಿಸಿ, ಅವುಗಳನ್ನು ಮುಚ್ಚಿಸುವಲ್ಲಿ ಅಪರೂಪಕ್ಕೆ ಯಶಸ್ವಿಯಾದರು. ಆದರೆ ಆಗುವ ನಷ್ಟ ಆಗಿಹೋಗಿದೆ; ಈಗ ಕೋಕೋ ಬೀಚ್, ಪ್ರವಾಸೋದ್ಯಮವೆಂಬ ದೈತ್ಯವು ಅಗಿದು ಉಗಿದುಹೋಗಿರುವ ಕಸದಂತೆ ಕಾಣುತ್ತದೆ.

ಅಂದು ತುಂಬಾ ಧಗೆಯಿತ್ತು. ಮೀನುಗಾರರ ತಂಡವೊಂದು ಆಗಷ್ಟೇ ದೋಣಿಯನ್ನು ನೀರಿಗಿಳಿಸುತ್ತಿತ್ತು. ರೆಜಿನಾಲ್ಡ್ ಸಿಲ್ವೇರಾ ಎನ್ನುವಾತ ಅವರಿಗೆಲ್ಲ ಸೂಚನೆ, ಆದೇಶಗಳನ್ನು ಕೊಟ್ಟು ಮುಗಿಸುವವರೆಗೂ ನಾವು ಅಲ್ಲಲ್ಲಿ ಅಡ್ಡಾದಿಡ್ಡಿಯಾಗಿ ಬೆಳೆದುಕೊಂಡಿದ್ದ ಮರಗಳ ಗುಂಪಿನಡಿ ನೆರಳಿನಲ್ಲಿ ನಿಂತು ಕಾದೆವು. ಸಿಲ್ವೇರಾನಿಗೆ ಮೂವತ್ತರ ಪ್ರಾಯ. ಅವನ ತಂದೆ, ಸಮುದ್ರದಲ್ಲಿ ಬಂಗುಡೆ, ಬೂತಾಯಿ, ಏಡಿ ಮತ್ತು ಅಂಜಲ್ (ಸುರಮಾಯಿ, ಕಿಂಗ್‌ಫಿಶ್) ಮೀನುಗಳನ್ನು ಹಿಡಿಯುತ್ತಿದ್ದ. ಸಿಲ್ವೇರಾ ಅಪ್ಪನ ವೃತ್ತಿಯನ್ನೇ ಅನುಸರಿಸಿದ್ದಾನೆ. ಎಂಟನೆಯ ತರಗತಿಯಲ್ಲಿ ಶಾಲೆ ಬಿಟ್ಟಾಗಿನಿಂದಲೂ ಕೋಕೋ ಬೀಚ್‌ನಲ್ಲಿ ಮೀನುಗಾರನಾಗಿದ್ದಾನೆ. ಅತಿಯಾದ ಉಪ್ಪುಗಾಳಿಯ ಕಾರಣ, ಅವನ ಕೂದಲು ಪೆಡಸಾಗಿದೆ, ಒಣಗಿದಂತೆ ಕಾಣುತ್ತದೆ. ಸುಡುವ ಬಿಸಿಲಿನಿಂದಾಗಿ, ಚರ್ಮವು ಕೆಟ್ಟ ಅಖರೋಟಿನಂತೆ ಕಪ್ಪಾಗಿದೆ. ಅವನ ಹತ್ತಿರದ ಬಳಗದಲ್ಲಿ, ಸಿಲ್ವೇರಾನನ್ನು ಬಿಟ್ಟರೆ ಮತ್ಯಾರೂ ಮೀನುಗಾರಿಕೆಯಲ್ಲಿ ಸಕ್ರಿಯವಾಗಿ ತೊಡಗಿಕೊಂಡಿಲ್ಲ. 'ಕೆಲವು ವರ್ಷಗಳ ಹಿಂದೆ ನಾನು ಕಾಲಂಗೂಟ್ ಬೀಚ್‌ನಲ್ಲಿ ಕುಟೀರವೊಂದನ್ನು ಹಾಕಿದೆ. ಆದರೆ ಈಗ ಅದನ್ನು ನನ್ನ ಸಹೋದರ ನಡೆಸುತ್ತಾನೆ. ನನ್ನ ಮತ್ತೊಬ್ಬ ಸಹೋದರನದು ಪ್ರವಾಸಿ ದೋಣಿಯ ವ್ಯವಹಾರವಿದೆ. ಆದರೆ ನಿನಗೆ ಗೊತ್ತಲ್ಲ, ಕುಟೀರ ಅಂದ್ರೆ ಪ್ರತಿ ದಿನ ಹನ್ನೆರಡು ತಾಸು ಬೀಚ್‌ನಲ್ಲಿ ಇರಲೇ ಬೇಕು. ಯಾರಿಗೆ ಬೇಕು ಅದು? (ಅಂತಹವರು ಕೆಲವರಿದ್ದಾರೆ ಎಂದು ನನ್ನಷ್ಟಕ್ಕೆ ನಾನೇ ಅಂದುಕೊಂಡೆ) ಇಲ್ಲಿ ಬೇಕಾದರೆ ನಾನು ರಾತ್ರಿ ಕೂಡ ಮೀನು ಹಿಡಿಯುವುದಕ್ಕೆ ಹೋಗಬಹುದು. ಮೀನುಹಿಡಿಯುವುದು ನನ್ನ ಬದುಕು, ಅದೊಂದು ಒಳ್ಳೆಯ

ಬದುಕು. ಆದರೆ ಎಲ್ಲರಿಗೂ ಹಾಗನ್ನಿಸುವುದಿಲ್ಲ. ನನ್ನ ಸ್ನೇಹಿತರಲ್ಲಿ ಹಲವಾರು ಜನ ಪ್ರವಾಸೋದ್ಯಮದ ವ್ಯವಹಾರಕ್ಕೆ ಇಳಿದಿದ್ದಾರೆ' ಎಂದ.

ನಂತರದ ಕೆಲವು ದಿನಗಳಲ್ಲಿ ನಾನು ಗೋವಾದ ಇನ್ನಿತರ ಮೀನುಗಾರರನ್ನೂ ಭೇಟಿಯಾದೆ. ಅವರಂತೆಯೇ ಸಿಲ್ವೇರಾನಿಗೂ ತಾನು ತನ್ನ ಮೀನುಗಾರಿಕೆಯ ಬೇರಿಗೆ ಅಂಟಿಕೊಂಡಿದ್ದೇನೆ, ತನ್ನ ಸಹೋದ್ಯೋಗಿಗಳು ಬಲಿಯಾಗಿರುವ ಪ್ರವಾಸೋದ್ಯಮದ ಮೋಹಕ ಕರೆಗೆ ಕಿವಿಗೊಡುವುದನ್ನು ತಾನು ನಿಲ್ಲಿಸಿದ್ದೇನೆ ಎಂದು ಹೇಳುವುದು ಹೆಮ್ಮೆಯ ಸಂಗತಿಯಾಗಿದ್ದಂತೆ ತೋರಿತು. ಟ್ರಾಲರ್‌ಗಳಿದ್ದರೆ ಸರಿ, ಇಲ್ಲವಾದರೆ ಮೀನು ಹಿಡಿಯುವುದು ಇಂದು ಹಿಂದೆಂದಿಗಿಂತಲೂ ಕಷ್ಟವಾದದ್ದು ಎನ್ನುವುದನ್ನು ಎತ್ತಿ ಹೇಳುವುದು ಗೌರವವನ್ನು ಮತ್ತಷ್ಟು ಹೆಚ್ಚಿಸುತ್ತಿತ್ತು. ಬೀಚ್‌ನಲ್ಲಿ ಮುಂದೆ ಎಲ್ಲೋ ಒಂದೆಡೆ ಇದ್ದ ಮತ್ತೊಬ್ಬ ವ್ಯಕ್ತಿಯೊಡನೆ ಮಾತನಾಡಲು ಸಿಲ್ವೇರಾ ಹೋಗಿದ್ದಾಗ ನಮ್ಮ ಸಂಭಾಷಣೆಯಲ್ಲಿ ಸಣ್ಣ ವಿರಾಮವೊಂದು ಕಾಣಿಸಿಕೊಂಡಿತು. ನಾನು ಕೇಳಿದ್ದೆಲ್ಲವನ್ನೂ ನಂಬಕೂಡದು ಎಂದು ಬೋರ್ಜಸ್ ಆಗ ನನಗೆ ಬುದ್ಧಿಮಾತೊಂದನ್ನು ಹೇಳಿದ. 'ಇವರಲ್ಲಿ ಹಲವರು ಒಂದು ಬದಿ ತಮ್ಮದೇ ಕುಟೀರಗಳನ್ನು ಇಟ್ಟುಕೊಂಡಿದ್ದಾರೆ. ಕುಟುಂಬದ ಇನ್ಯಾರೋ ಒಬ್ಬರು ಅವುಗಳನ್ನು ನಡೆಸುವಂತೆ ನೋಡಿಕೊಳ್ಳುತ್ತಾರೆ. ನಿಜಕ್ಕೂ ಮನಸ್ಸಾದಾಗ, ಇಷ್ಟವಾದಾಗ ಮಾತ್ರ ಮೀನು ಹಿಡಿಯುತ್ತಾರೆ. ನೀನು ಹೀಗೇ ಗಮನಿಸು. ಅವನೀಗ ವಾಪಸ್ಸು ಬಂದು ಇತ್ತೀಚೆಗೆ ಸಾಕಷ್ಟು ಮೀನುಗಳನ್ನು ಹಿಡಿಯುವುದೂ ಕೂಡ ಎಷ್ಟೊಂದು ಕಷ್ಟವಾಗಿದೆ ಅಂತ ನಿನಗೆ ಹೇಳುತ್ತಾನೆ' ಎಂದ.

ನಿಜಕ್ಕೂ ಹಾಗೇ ಆಯಿತು. ಸಿಲ್ವೇರಾ ತಿರುಗಿ ಬಂದವನೇ ತಾನು ಮಾತನ್ನು ಎಲ್ಲಿ ಬಿಟ್ಟುಹೋಗಿದ್ದನೋ ಅಲ್ಲಿಂದಲೇ ಮುಂದುವರೆಸುತ್ತಿರುವವನಂತೆ, 'ಕೊಕ್ಕೆಗಳಿರುವ ಉದ್ದಗಾಳ'ದ (ಹುಕ್ ಲಾಂಗ್‌ಲೈನ್) ಸಂಗತಿಯನ್ನು ಹಾಗೂ ಅದು ಗೋವಾದ ಮೀನುಗಾರಿಕೆಗೆ ತಂದಿಟ್ಟ ಕೆಡುಕನ್ನು ಕುರಿತು ಅವಸರ ಅವಸರವಾಗಿ ಹೇಳತೊಡಗಿದ. 'ಕೊಕ್ಕೆಗಳಿರುವ ಉದ್ದಗಾಳ' ವೆಂದರೆ ಏನೆಂದು ಆಮೇಲೆ ಬೋರ್ಜಸ್ ನನಗೆ ವಿವರಿಸಿದ. ಹಾಗೆಂದರೆ, ಸಮುದ್ರದ ಮೇಲ್ಮೈಯಲ್ಲಿ ತೇಲುವ ನೈಲಾನ್ ಹಗ್ಗ. ಈ ಹಗ್ಗದುದ್ದಕ್ಕೂ ಮೂವತ್ತರಿಂದ ನಲವತ್ತು ಕೊಕ್ಕೆಗಳನ್ನು ತೆಳುವಾದ ದಾರದಿಂದ ಅಲ್ಲಲ್ಲಿ ನೇತುಹಾಕಿರುತ್ತಾರೆ. ಅದರ ಎರಡೂ ತುದಿಗಳಲ್ಲಿ ತೇಲುಬುರುಡೆಗಳನ್ನು ಕಟ್ಟಿರುತ್ತಾರೆ, ಇದನ್ನು ಮತ್ತೆ ಮೇಲೆಳೆದುಕೊಳ್ಳುವಾಗ, ಇದರ ಪ್ರತಿಯೊಂದು ಗಾಳದಲ್ಲಿಯೂ ಮೀನು ಇರುತ್ತದೆ ಎನ್ನುವ ಭರವಸೆಯಲ್ಲಿ ಇದನ್ನು ಹರಡಲಾಗಿರುತ್ತದೆ. ಕ್ರಿಸ್‌ಮಸ್ ಕಾಣಿಕೆಗಳನ್ನು ಕಾಲುಚೀಲಗಳೊಳಗೆ ಗಿಡಿದು ತುಂಬಿ, ಬಟ್ಟೆಯ ದಾರವೊಂದಕ್ಕೆ ನೇತುಹಾಕುತ್ತಾರಲ್ಲ, ಮುಗ್ಧ ಮಗುವೊಂದು ಅದರಿಂದ ಭರ್ಜರಿ ಕ್ರಿಸ್‌ಮಸ್ ಕೊಡುಗೆಯನ್ನು ನಿರೀಕ್ಷಿಸುತ್ತದಲ್ಲ, ಹಾಗೆಯೇ

ಇದು. ಮೀನುಗಾರಿಕೆಯ ಕುಶಲಕರ್ಮದಲ್ಲಿ 'ಹುಕ್ ಲಾಂಗ್‌ಲೈನ್' ಎನ್ನುವುದು ಬುಲ್ಡೋಜರ್‌ಗೆ ಸಮಾನವಾದದ್ದು.

ಕೊಕ್ಕೆಗಳಿರುವ ಉದ್ದಗಾಳದ ಉಪದ್ರವವು ಗೋವಾದ ಮೀನುಗಾರಿಕೆಗೆ ಜೋರಾಗಿ ಹೊಡೆತ ಕೊಟ್ಟಿದೆ ಎಂದು ಸಿಲ್ವೇರಾ ಹೇಳಿದ. 'ನಾವು ಗೋವಾದ ಮೀನುಗಾರರು ಇದನ್ನು ನಾವಾಗಿಯೇ ಉಪಯೋಗಿಸುವುದಿಲ್ಲ. ಇದನ್ನು ರಾಜ್ಯದ ಹೊರಗಡೆಯ ಮೀನುಗಾರರು ವಿಶೇಷವಾಗಿ ಭಾರತದ ದಕ್ಷಿಣ ಭಾಗದ ಮೀನುಗಾರರು ಹೆಚ್ಚಾಗಿ ಬಳಸುತ್ತಾರೆ. ಗಾಳವೊಂದಕ್ಕೆ ಒಂದು ಬಾರಿಗೆ ಸುಮಾರು ನೂರರಷ್ಟು ಕೊಕ್ಕೆಗಳನ್ನು ಸಿಕ್ಕಿಸುವುದೂ ಇದೆ ಹಾಗೂ ಇದು ತುಂಬಾ ಪರಿಣಾಮಕಾರಿಯಾದದ್ದು, ವಿಶೇಷವಾಗಿ ಕಿಂಗ್‌ಫಿಶ್‌ಗಳ (ಅಂಜಲ್, ಸುರಮಾಯಿ) ವಿಷಯದಲ್ಲಿ. ಆದರೆ ಎಲ್ಲಾ ವಯೋಮಾನದ ಮೀನುಗಳನ್ನೂ ಹಿಡಿದುಬಿಡುತ್ತದೆ. ಇದು ಮತ್ತು ಟ್ರಾಲರ್‌ಗಳು ಸೇರಿ ನೀರಿನಲ್ಲಿ ಮೀನೇ ಇಲ್ಲದಂತಾಗುತ್ತದೆ. ಮೊದಲು ಹೀಗಿರಲಿಲ್ಲ. ನೀರಿಗಿಳಿಯುತ್ತಿದ್ದ ನಮ್ಮ ದೋಣಿಗಳಲ್ಲಿ ಪ್ರತಿಯೊಂದು ದೋಣಿಗೂ ಮೀನು ಸಿಕ್ಕೇ ಸಿಗುತ್ತಿತ್ತು. ಈಗ ಒಂದು ದಿನ ನನಗೆ ಕೆಲವು ಮೀನು ಸಿಕ್ಕಬಹುದು. ನಾಳೆ ನಿಮಗೆ ಒಂದಿಷ್ಟು ಸಿಕ್ಕಬಹುದು. ಇನ್ನು ಮುಂದೆಯಂತೂ ಯಾವುದೂ ನಿಶ್ಚಿತವಿಲ್ಲ' ಎಂದ ಆತ.

ಕೆಲವು ಗಂಟೆಗಳ ನಂತರ, ಅಗ್ವಾದಕ್ಕೆ ಹೊರಟೆವು. ಮಾರ್ಗದಲ್ಲಿ ನಮ್ಮ ಮುಂದೆ ವ್ಯಕ್ತಿಯೊಬ್ಬ ಮೊಪೆಡ್‌ನ್ನು ಚಲಾಯಿಸಿಕೊಂಡು ಹೋಗುತ್ತಿದ್ದ. ಅದು ಒಂದೇ ಸಮನೆ ಕೆಮ್ಮುತ್ತಲೇ ಇತ್ತು. ಅದನ್ನು ಕಂಡಿದ್ದೇ ಬೋರ್ಜಸ್ ಇದ್ದಕ್ಕಿದ್ದಂತೆ, 'ಅವನು ಅಲೆಕ್ಸ್!' ಎಂದು ಕೂಗಿ, ಕಿಟಕಿಯಿಂದ ತಲೆ ಹೊರಹಾಕಿ, ಅವನಿಗೆ ನಿಲ್ಲುವಂತೆ ಜೋರಾಗಿ ಹೇಳತೊಡಗಿದ. ಹಾರ್ನ್ ಮಾಡುವಂತೆ ಚಾಲಕನನ್ನು ಕೇಳಿಕೊಂಡ. (ಬೋರ್ಜಸ್ ಆಗಾಗ ಹೀಗೆ ಮಾಡುತ್ತಿದ್ದ. ನಾವು ವಾಹನ ಚಲಾಯಿಸಿಕೊಂಡು ಹೋಗುತ್ತಿರುವಾಗ ಅವನು ತಟಕ್ಕನೆ ಕಿಟಕಿಯನ್ನು ತೆರೆದು ನಾಯಿಯಂತೆ ತಲೆ ಹೊರಹಾಕಿ, ತನಗೆ ಪರಿಚಿತರು ಎಂದು ತಾನಂದುಕೊಂಡಿದ್ದ ವ್ಯಕ್ತಿಗಳತ್ತ ಜೋರಾಗಿ ಕೂಗುತ್ತಿದ್ದ. ಕನಿಷ್ಠ ಒಂದೆರಡು ಸನ್ನಿವೇಶಗಳಲ್ಲಿ ಅವನಿಗೆ ಸಿಕ್ಕಿದ್ದು ಬರಿ ಗೊಂದಲದ ನೋಟವಷ್ಟೇ. ಆದರೆ ಹಿಂದಕ್ಕೊರಗಿ ಕುಳಿತುಕೊಳ್ಳುತ್ತಲೇ ಆತ ಬದುಕಿನಲ್ಲಿ ನಡೆಯುವ ಅದೆಷ್ಟೋ ವಿಷಾದನೀಯ ಸಂಗತಿಗಳಂತೆ ಗುರುತಿಸುವಿಕೆಯಲ್ಲಾಗುವ ತಪ್ಪೂ ಒಂದು ಎಂದು ಅದನ್ನು ತಾತ್ತ್ವಿಕವಾಗಿ ಕೊಡಹಿ ಹಾಕಿಬಿಡುತ್ತಿದ್ದ.) ತನ್ನ ಬಡಪಾಯಿ ಕುದುರೆಗೆ ಕಡಿವಾಣ ಹಾಕಿದ ಅಲೆಕ್ಸ್, ಅದನ್ನು ತನ್ನ ಪಥದ ಮಧ್ಯದಲ್ಲಿಯೇ ನಿಲ್ಲಿಸಿ, ಹರಟೆ ಹೊಡೆಯಲೆಂದು ನಿಧಾನಕ್ಕೆ ನಮ್ಮ ಕಾರಿನೊಳಗೆ ತೂರಿಕೊಂಡ. ನಮ್ಮ ಸುತ್ತಮುತ್ತಲಿನ ಸಂಚಾರವು ಯಾವ ದೂರುಗಳೂ ಇಲ್ಲದೆ ಇಡೀ ರಸ್ತೆಯ ಬದಲಿಗೆ ಅರ್ಧ ರಸ್ತೆಗೇ ಹೊಂದಿಕೊಂಡಿತ್ತು.

ಬೋರ್ಜಸ್ ನನಗೆ ಅಲೆಕ್ಸ್ ಡಿ ಸೋಜನನ್ನು ಪರಿಚಯಿಸಿದ. ಈಗ ಉಳಿದುಕೊಂಡಿರುವ ಕೆಲವೇ ಮೀನುಗಾರರಲ್ಲಿ ಆತ ಒಬ್ಬನೆಂದೂ, ಆತ ಒಬ್ಬಂಟಿಯಾಗಿಯೂ ಹಾಗೂ ತನಗೋಸ್ಕರ ಮಾತ್ರ ಮೀನು ಹಿಡಿಯುತ್ತಾನೆಂದು ಹೇಳಿದ. ವೈಯಕ್ತಿಕ ತೃಪ್ತಿ ಹಾಗೂ ಸಮಾಧಾನಕ್ಕಾಗಿ ಒಬ್ಬನೇ ಸಂಗೀತವನ್ನು ನುಡಿಸುವ ಖ್ಯಾತ ಸಂಗೀತಗಾರನೊಬ್ಬನ ಮನೋಧರ್ಮವನ್ನು ಇದು ಧ್ವನಿಸುತ್ತಿತ್ತು. ಸದಾ ಕಿರಿದುಕೊಂಡೇ ಇದ್ದ ಅಲೆಕ್ಸ್‌ನ ಹಲ್ಲು ಇದನ್ನು ಕೇಳಿ ಇನ್ನಷ್ಟು ಅಗಲವಾಯಿತು. ತನ್ನ ಅಗ್ಗದ ಬಿಸಿಲುಕನ್ನಡಕವನ್ನು ಆತ ಕೂದಲಿನ ಮೇಲೆ ಹಿಂದಕ್ಕೊತ್ತಿದ್ದ. ಬಿಸಿಲು, ನೀರು, ಗಾಳಿ, ಧೂಳುಗಳಿಂದಾಗಿ ತುಕ್ಕುಗಂದು ಬಣ್ಣಕ್ಕೆ ತಿರುಗಿದ್ದ ಕೂದಲನ್ನು ಒಟ್ಟುಗೂಡಿಸಿ ಜುಟ್ಟು ಕಟ್ಟಿಕೊಂಡಿದ್ದ. ವಿಲಕ್ಷಣವಾದ ನೀಲಿ ಟಿ–ಶರ್ಟೊಂದನ್ನು ಧರಿಸಿದ್ದ. ಅದರ ಮೇಲಿದ್ದ ಘೋಷಣೆಯು ತನ್ನನ್ನು ಧರಿಸಿದವನಿಗೆ 'ಭಯವಿಲ್ಲ' ಎಂದು ಸಾರುತ್ತಿತ್ತು. ತನ್ನ ದೋಣಿಯನ್ನು ಒಮ್ಮೆ ನೋಡಿಬರಲು ಅಗ್ವಾದಕ್ಕೆ ಹೋಗುತ್ತಿದ್ದುದಾಗಿ ನಿಧಾನಕ್ಕೆ ಎಳೆದೆಳೆದು ಹೇಳಿದ. ಅವನ ಅಂದಿನ ಕಾರ್ಯಕ್ರಮದ ಪಟ್ಟಿಯಲ್ಲಿ ಇದ್ದುದು ಅಷ್ಟೇ ಎಂದು ತೋರಿತು.

ನಾನು ಅಲೆಕ್ಸ್‌ನನ್ನು ಭೇಟಿಯಾದಾಗ ಅವನ ಬಳಿ ಎರಡು ಆಸನಗಳ ಒಂದು ಕಿರುದೋಣಿ ಇತ್ತು. ಅಲ್ಲಿಂದ ಈಚೆಗೆ ಆತ ಬೇರೆ ಬೇರೆ ಸ್ವತ್ತುಗಳನ್ನು ಹೊಂದಿರುವ ಸಾಧ್ಯತೆ ಇಲ್ಲ. ಸ್ವಲ್ಪ ಹೆಚ್ಚುವರಿ ಹಣಕ್ಕಾಗಿ ಆತ ತನ್ನ ಗೆಳೆಯನ ಪ್ರವಾಸಿ ದೋಣಿಯನ್ನು ಆಗೀಗ ನಡೆಸುವುದಿತ್ತು. ಆದರೆ ಜೀವನೋಪಾಯಕ್ಕಾಗಿ ಆತ ಪ್ರತಿದಿನ ಬೆಳಿಗ್ಗೆ ನಾಲ್ಕು ಗಂಟೆಗೆ ದೋಣಿಯನ್ನು ಎರಡು ಕಿಲೋಮೀಟರ್ ದೂರದವರೆಗೆ ಹುಟ್ಟು ಹಾಕಿ ನಡೆಸಿ ಕೊಂಡೊಯ್ಯುತ್ತಿದ್ದ. ಅಲ್ಲಿ ರೆಡ್ ಸ್ನ್ಯಾಪರ್ (ಚೆಂಬೆಲ್ಲಿ), ಫ್ಲ್ಯಾಟ್‌ಹೆಡ್ (ಚಪ್ಪಟೆ ತಲೆ ಮೀನು) ಮತ್ತು ಅಪರೂಪಕ್ಕೆ ಸಿಗುವ ಲೋಬ್‌ಸ್ಟರ್ (ನಳ್ಳಿ) ನ್ನು ಹಿಡಿಯುತ್ತಿದ್ದ. "ನಾನು ಬಲೆಯನ್ನು ಹರಡಿ ಒಂದೆರಡು ಗಂಟೆ ಕಾಲ ನಿದ್ದೆ ತೆಗೆದು ಮತ್ತೆ ಬಲೆಯನ್ನು ಎಳೆಯುತ್ತೇನೆ. ನಂತರ ತಿರುಗಿ ಇದೇ ಪ್ರಕ್ರಿಯೆಯನ್ನು ಪುನರಾವರ್ತಿಸುತ್ತೇನೆ' ಎಂದ. ನಡು ಬೆಳಗಿನ ಹೊತ್ತಿಗೆ, ದಡಕ್ಕೆ ವಾಪಸ್ಸಾಗುತ್ತಿದ್ದ. ಆತನ ತಾಯಿ, ಸಿಕ್ಕಿದ್ದರಲ್ಲಿ ಕೆಲವಷ್ಟನ್ನು ತೆಗೆದಿಟ್ಟು ಉಳಿದಿದ್ದನ್ನು ಮಾರುಕಟ್ಟೆಗೆ ಒಯ್ದು ಮಾರುತ್ತಿದ್ದಳು. ಅಲೆಕ್ಸ್‌ನಿಗೆ ಮೂವತ್ತೈದೋ ಮೂವತ್ತಾರೋ ವಯಸ್ಸು. ಅದಾಗಲೇ ಎರಡು ದಶಕಗಳಿಂದ ಇದೇ ಬದುಕನ್ನು ಬದುಕುತ್ತಿದ್ದಾನೆ.

'ಹಿರಿಯ ಮೀನುಗಾರರು ಗತಿಸುತ್ತ ಹೋದ ಹಾಗೆ, ಮೀನುಗಾರಿಕೆಯನ್ನು ಮುಂದುವರೆಸಿಕೊಂಡು ಹೋಗುವ ಜನ ನಮ್ಮಲ್ಲಿ ಹೆಚ್ಚಿಲ್ಲ. ನನ್ನ ಸ್ನೇಹಿತರ ಒಲವೆಲ್ಲ ಪ್ರವಾಸೋದ್ಯಮಕ್ಕೆ ಹೊರಳಿಕೊಳ್ಳುವುದರತ್ತವೇ ಇದೆ. ಸಣ್ಣ ಹುಡುಗರಂತೂ ಮೀನನ್ನೇ ಹಿಡಿದಿಲ್ಲ. ಅವರು ನೇರವಾಗಿ ಜಲಕ್ರೀಡೆಯ ಉದ್ಯಮಕ್ಕೆ ಹೋದರು'

ಎಂದು ಅಲೆಕ್ಸ್ ಹೇಳಿದ. ಅಗ್ವಾದ ಬಳಿಯಿರುವ ಅವನ ಪ್ರೀತಿಯ ಕಡಲತೀರಗಳೂ ಪ್ರವಾಸಿ ಉದ್ಯಮದಿಂದ ಹಾಳಾಗಿವೆ. 'ಕುಟೀರಗಳಲ್ಲಿ ಸಂಗ್ರಹವಾಗುವ ಈ ಎಲ್ಲ ಕಸ, ತ್ಯಾಜ್ಯಗಳನ್ನು ವಿಲೇವಾರಿ ಮಾಡುವ ಬದಲು ಅವರದನ್ನು ಮರಳಿನಲ್ಲಿ ಗುಂಡಿ ತೋಡಿ ಹುಗಿದುಬಿಡುತ್ತಾರೆ. ನಂತರ ಮಳೆಗಾಲ ಬರುತ್ತದೆ, ಮರಳೆಲ್ಲ ತೊಳೆದುಹೋಗಿ, ಕೊಳೆಕಸಗಳೆಲ್ಲ ತಿರುಗಿ ಮೇಲೆದ್ದು ಬರಲಾರಂಭಿಸುತ್ತವೆ.' ಯಾರಾದರೂ ಕಸಕಡ್ಡಿಗಳನ್ನು ಸ್ವಚ್ಛ ಮಾಡಿದರೂ ಕೂಡ ಹೊಂಡಗಳೆಲ್ಲ ಹಾಗೇ ಉಳಿದುಕೊಳ್ಳುತ್ತವೆ. ಮುಂದಿನ ಪ್ರವಾಸಿ ಹಂಗಾಮಿನಲ್ಲಿ ಅವುಗಳ ಸಂಖ್ಯೆ ಇನ್ನಷ್ಟು ಹೆಚ್ಚುತ್ತದೆ. ದಿನಗಳೆದಂತೆ, ಕಡಲತೀರವು ಮೇಲ್ಮೈ ತುಂಬ ಕುಳಿಗಳಿರುವ ಸ್ವಿಸ್ ಚೀಸ್‌ನ (ಗಿಣ್ಣದ) ತುಣುಕಿನಂತೆ ಕಾಣತೊಡಗುತ್ತದೆ.

ಮತ್ತೊಂದು ದಿನ ನಾವು ಸಿಂಕೇರಿ (Sinquerim) ಬಂದರುಕಟ್ಟೆಗೆ ಹೋದೆವು. ಧೂಮ್ ಚಲನಚಿತ್ರದಲ್ಲಿ, ದೋಣಿಯೊಂದು ಸೇತುವೆಯ ಮೇಲಿನಿಂದ ನೆಗೆಯುವ ರೋಮಾಂಚಕಾರಿ ದೃಶ್ಯವೊಂದಿದೆ. ಅದನ್ನು ಈ ತಾಣದಲ್ಲಿಯೇ ಚಿತ್ರೀಕರಿಸಲಾಗಿದೆಯೆಂದು ಚಿತ್ರೀಕರಣದ ಒಳಗನ್ನೆಲ್ಲ ತಿಳಿದಿದ್ದ ಬೋರ್ಜಸ್ ಹೇಳಿದ. ಬಂದರುಕಟ್ಟೆಯು ಕಿರಿದಾದ ನೀರಿನ ಕಾಲುವೆಯೊಂದರಲ್ಲಿ ಚಾಚಿಕೊಂಡಿದೆ. ಅದರ ಎರಡೂ ಬದಿಗೆ ಇರುವ ತಾಳೆಮರಗಳು ಸೂರ್ಯನಿಂದ ನೆರಳನ್ನು ಕರುಣಿಸುತ್ತವೆ. ಬೋರ್ಜಸ್‌ನ ಸ್ನೇಹಿತರಾದ ಮಿಕ್ಕಿ ಮತ್ತು ಡೊಮಿನಿಕ್, ಈ ಅನುಕೂಲಕರ ಜಾಗದಿಂದಲೇ ಇನ್ನಿತರ ಆರೆಂಟು ಜಲಕ್ರೀಡೆ ಉದ್ಯಮಿಗಳ ಜೊತೆಜೊತೆಗೆ, ಬಾಡಿಗೆ ದೋಣಿಯ ಸೇವೆಯನ್ನು ನಡೆಸುತ್ತಿದ್ದರು. ಬಂದರುಕಟ್ಟೆಯ ತುಂಬೆಲ್ಲ ಜೆಟ್‌ಸ್ಕಿ ಮತ್ತು ಯಂತ್ರಚಾಲಿತ ದೋಣಿಗಳ ಮೊರೆತ. ಅದು ಅಕ್ಟೋಬರ್ ಮೊದಲ ವಾರ. ಪ್ರವಾಸಿಗಳು ಬರುವುದಕ್ಕೆ ಇನ್ನೂ ತಡವಿದೆ. ಹಂಗಾಮಿನ ಉಬ್ಬರದಲ್ಲಿ ಕಾಲುವೆಯು ಬಹುಶಃ ರೊಚ್ಚಿಗೆದ್ದ ನೀರುದುಂಬಿಗಳ ದಂಡಿನ ಹಾಗೆ ರಭಸದಿಂದ ಹೊಯ್ದಾಡುವ ನಾವೆಗಳಿಂದ ತುಂಬಿ ಗಿಜಿಗುಡುತ್ತಿರುತ್ತದೆ ಎಂದುಕೊಂಡೆ.

ಮಿಕ್ಕಿ ಮತ್ತು ಡೊಮಿನಿಕ್ ಇಬ್ಬರೂ ಕಾಂದೊಲಿಯ ಮೀನುಗಾರ ಕುಟುಂಬಗಳಿಂದ ಬಂದವರು. ಡೊಮಿನಿಕ್ ಉತ್ತರ ಗೋವಾ ಮೀನುಗಾರರ ಒಕ್ಕೂಟದ ಅಧ್ಯಕ್ಷನಾಗಿದ್ದ. ಆದರೂ ಅವನೇ ಒಪ್ಪಿಕೊಂಡ ಹಾಗೆ ಹುದ್ದೆಯು ಅವನನ್ನು ಅಧಿಕಾರಿ ವರ್ಗದ ಸದಸ್ಯನೆಂದು ಗುರುತಿಸಲು ಉಪಯೋಗವಾಗುತ್ತಿತ್ತೇ ವಿನಾ ಒಬ್ಬ ಮೀನುಗಾರನೆಂದಲ್ಲ. 'ನಾವು ಜಲಕ್ರೀಡೆಯ ಉದ್ಯಮದಲ್ಲಿ ಪೂರ್ಣಾವಧಿ ತೊಡಗಿಕೊಂಡಿದ್ದು ಎರಡು ವರ್ಷಗಳ ಹಿಂದೆ. ಮೀನುಗಳು ಸಾಕಷ್ಟು ಪ್ರಮಾಣದಲ್ಲಿ ಸಿಗುತ್ತಿರಲಿಲ್ಲ ಅನ್ನುವ ಕಾರಣಕ್ಕಾಗಿ' ಎಂಬುದಾಗಿ ಡೊಮಿನಿಕ್ ಹೇಳಿದ. ಬಹಳ ವರ್ಷಗಳ ಕಾಲ ಡೊಮಿನಿಕ್‌ನ ಕುಟುಂಬ ಕೇವಲ

ಗೋವಾದ ಕಡಲಿನಲ್ಲಿಯೇ ಕಿರುದೋಣಿಗಳಲ್ಲಿ ಮೀನುಗಾರಿಕೆ ಮಾಡಿಕೊಂಡಿತ್ತು. ಹೆಚ್ಚಾಗಿ ಬಂಗುಡೆ, ಸಾರ್ಡೈನ್‌ಗಳನ್ನು ಹಿಡಿಯುತ್ತಿತ್ತು. ಆದರೆ ಯಂತ್ರಚಾಲಿತ ದೋಣಿಗಳು ಅಗ್ಗಕ್ಕೆ ಲಭ್ಯವಾಗತೊಡಗಿದ ಮೇಲೆ ಅವುಗಳನ್ನು ಖರೀದಿಸಿ, ಪ್ರವಾಸಿಗಳಿಗೆ ಬಾಡಿಗೆಗೆ ನೀಡುವ ಪ್ರಲೋಭನೆಯುಂಟಾಯಿತು. 'ಮೊದಮೊದಲು ನಾವು ಡಾಲ್ಫಿನ್‌ಗಳನ್ನು ನೋಡಲು ಹಿಪ್ಪಿಗಳನ್ನು ಮಾತ್ರ ಕರೆದೊಯ್ಯುತ್ತಿದ್ದೆವು' ಎಂದು ಆತ ಹಲ್ಲು ಕಿರಿದ. ಮೀನುಗಾರಿಕೆ ಕ್ಷೀಣಿಸುತ್ತ ಹೋದಂತೆ ಪ್ರವಾಸಿ ಉದ್ಯಮವು ಏಳಿಗೆ ಕಂಡಿತು. ಮಿಕ್ಕಿ ಮತ್ತು ಡೊಮಿನಿಕ್ ಅವರಿಗೆ ಒಂದರಿಂದ ಇನ್ನೊಂದಕ್ಕೆ ಬದಲಾವಣೆ ಅನಿವಾರ್ಯವಾಗಿತ್ತು. ಅವರಿಗೂ ಆ ಬಗ್ಗೆ ಒಲವಿದ್ದುದು ಸ್ಪಷ್ಟ. ಅವರ ಅಂಗಿಯ ಜೇಬುಗಳು ಚಿಕ್ಕ ಗಾತ್ರದ, ಸಂಕೀರ್ಣ-ಸ್ವರೂಪದ ಸೆಲ್‌ಫೋನ್‌ಗಳು ಹಾಗೂ ದುಬಾರಿ ಬಿಸಿಲು ಕನ್ನಡಕಗಳಿಂದ ಉಬ್ಬಿಕೊಂಡಿದ್ದವು. ಮಿಕ್ಕಿಯ ಎಡಗಿವಿ ಹಾಲೆಯಲ್ಲಿದ್ದ, ದೊಡ್ಡದೊಂದು ವಜ್ರದ ಆಭರಣವು ಮೋಡಗಳ ಮರೆಯಿಂದ ಕ್ಷಣಮಾತ್ರ ಹೊರಬರುವ ಪೂರ್ಣಸೂರ್ಯನಂತೆ, ಕಪ್ಪು ತೊಗಲಿನ ಹಿನ್ನೆಲೆಯಲ್ಲಿ ಪ್ರಕಾಶಮಾನವಾಗಿ ಹೊಳೆಯುತ್ತಿತ್ತು. ಮತ್ತೇನನ್ನೋ ಮಾಡುವುದೇ ಅವರ ಹಿತಾಸಕ್ತಿಯ ದೃಷ್ಟಿಯಿಂದ ಬಹುಶಃ ಅತ್ಯಂತ ಒಳ್ಳೆಯದು ಎಂದಿದ್ದಾಗ ಮೀನುಗಾರರನ್ನು ಮೀನುಗಾರಿಕೆಯಲ್ಲಿಯೇ ಮುಂದುವರೆಯಿರಿ ಎಂದು ಒಪ್ಪಿಸುವುದು ಹೇಗೆ ಎನ್ನುವ ಪರಾಬ್‌ನ ನೈತಿಕ ಸಂದಿಗ್ಧತೆ ನನಗೆ ನೆನಪಿಗೆ ಬಂದಿತು. ಅದರೊಂದಿಗೆ ಹೆಣಗಬೇಕಾದ ಅವರ ಕರ್ತವ್ಯವನ್ನು ನೋಡಿ ನನಗೆ ಅಸೂಯೆಯಾಗಲಿಲ್ಲ.

II

ಆಲ್ವಾರೆಸ್‌ರವರ ಬುದ್ಧಿಮಾತಿನ ಎರಡನೆಯ ಭಾಗವನ್ನು ಅನುಸರಿಸಲು ನನಗೆ ಸಾಧ್ಯವಾಗಿದ್ದು, ಗೋವಾದಲ್ಲಿ ನಾನಿದ್ದ ಕೊನೆಯ ಒಂದಿಡೀ ದಿನ ಮಾತ್ರ. ಅದು ಕಾಲಂಗೂಟ್‌ನಿಂದ ಕಾಂದೊಲಿಯವರೆಗೆ ತೀರದುದ್ದಕ್ಕೂ ನಡೆದುಹೋಗುವುದಾಗಿತ್ತು. ನಾನು ಸಾಯಂಕಾಲ ಬೇಗನೇ ಕಾಲಂಗೂಟ್ ತಲುಪಿದೆ. ಪಶ್ಚಿಮದ ದೂರ ಕಡಲಿನಲ್ಲಿ ಸೂರ್ಯ ಸ್ವತಃ ಧುಮುಕುವುದಕ್ಕೆ ಇನ್ನೊಂದೇ ತಾಸಿತ್ತು. ಅಂದು ಶನಿವಾರ. ಸಂದಣಿಯಿರಬಹುದೆಂದು ನಿರೀಕ್ಷಿಸಿದ್ದೆ. ಆದರೆ ಕಾಲಂಗೂಟ್‌ನಲ್ಲಿದ್ದ ಜನಸಂದಣಿ ಹಿತಕರವಾಗಿತ್ತು. ಅವರಲ್ಲಿ ಹೆಚ್ಚಿನವರು ಗೋವಾದ ನಿವಾಸಿಗಳೇ ಆಗಿದ್ದರು. ಅವರಿಗೆ ಕಡಲತೀರವು ತಮ್ಮದೇ ಆಗಿರುವ ಅಪರೂಪದ ಅವಕಾಶ ಸಿಕ್ಕಿದ್ದ ಕಾರಣ, ಆಸ್ವಾದಿಸುತ್ತಿದ್ದರು. ಕ್ರಿಕೆಟ್ ಆಡುತ್ತಿದ್ದ ಒಂದೆರಡು ತಂಡಗಳು ಜೋರಾಗಿ ಗದ್ದಲ

ಮಾಡುತ್ತಿದ್ದವು. ಅವು ಬೀಸಿದ ಟೆನ್ನಿಸ್ ಚೆಂಡುಗಳು ಫ್ಲೋರೋಸೆಂಟ್ ಹಳದಿ ಬಣ್ಣದ ಏಡಿಗಳಂತೆ ಮರಳಿನುದ್ದಕ್ಕೂ ಓಡುತ್ತಿದ್ದವು. ಪ್ಯಾಂಟನ್ನು ಮಡಿಸಿ ಮೇಲೇರಿಸಿಕೊಂಡ ಅಪ್ಪಂದಿರು ತಮ್ಮ ಮಕ್ಕಳನ್ನು ಸಮುದ್ರದ ನೀರಿಗೆ ಪರಿಚಯಿಸುತ್ತಿದ್ದರು. ಒಂದೆಡೆ ಅಂಗಿ ಧರಿಸಿರದ ವ್ಯಕ್ತಿಗಳಿಬ್ಬರು ನಿಂತಿದ್ದರು. ನೀರಿನೊಳಕ್ಕೆ ಹೋಗಿರುವ ಹಳದಿ ಬಣ್ಣದ ಗಾಳದ ಒಂದು ತುದಿಯನ್ನು ಹಿಡಿದು, ಅದನ್ನು ಕಚ್ಚಲಿರುವ ಮೀನಿಗಾಗಿ ಅವರು ಕಾಯುತ್ತಿದ್ದರು.

ಅಗಾಧ ಗಾತ್ರದ ರಿವರ್ ಪ್ರಿನ್ಸೆಸ್ ಹಡಗನ್ನು ನೋಡಿದರೆ, ಕಡಲತೀರಕ್ಕೆ ಬಂದು ಬಿದ್ದ ದೊಡ್ಡ ತಿಮಿಂಗಿಲದಂತೆ ಕಾಣುತ್ತಿತ್ತು. ಅದು ಕಾಲಂಗೂಟ್‌ನಿಂದಲೂ ಕೂಡ ದಿಗಂತದಲ್ಲಿ ಸ್ಪಷ್ಟವಾಗಿ ಗೋಚರಿಸುತ್ತಿತ್ತು. ಅದೇನೋ ಒಂದು ರೀತಿಯ ದೃಶ್ಯ ಭ್ರಮೆ. ದೃಷ್ಟಿಯನ್ನು ಬೃಹತ್ ಗಾತ್ರದ ವಸ್ತುವಿನ ಮೇಲೆ ಕೇಂದ್ರೀಕರಿಸುವಂತೆ ಮಾಡುತ್ತದೆ. ಆ ವಸ್ತು ನಿಜಕ್ಕೂ ಇರುವ ಜಾಗಕ್ಕಿಂತಲೂ ನಾವು ನಡೆಯಬೇಕಾಗಿರುವ ದೂರ ಕಡಿಮೆ ಎಂದು ಮನಸ್ಸನ್ನು ನಂಬಿಸುತ್ತದೆ. ಕಾರಣವೇನೋ ತಿಳಿಯದು, ಆದರೆ ರಿವರ್ ಪ್ರಿನ್ಸೆಸ್‌ನ್ನು ಸುಮಾರು ಹತ್ತು ವರ್ಷಗಳಿಂದ ಅದರ ಜಾಗದಲ್ಲಿಯೇ ಇರಲು ಬಿಡಲಾಗಿದೆ. ಅದೀಗ ಸಮುದ್ರದ ತಳದಲ್ಲಿ ಎಂಟರಿಂದ ಹತ್ತು ಮೀಟರಿನಷ್ಟು ಆಳಕ್ಕೆ ಇಳಿದು ಕುಳಿತಿದೆ ಹಾಗೂ ಮೂವತ್ತು ಸಾವಿರ ಮೆಟ್ರಿಕ್ ಟನ್‌ಗಳಿಗಿಂತಲೂ ಹೆಚ್ಚು ಮರಳು ಅದರಲ್ಲಿ ತುಂಬಿಕೊಂಡಿದೆ ಎಂದು ನಂತರ ಓದಿದೆ. ನೌಕಾ ಸಂರಕ್ಷಣೆಯ ತಜ್ಞರೊಬ್ಬರು ಮಾಧ್ಯಮದಲ್ಲಿ ಹೇಳಿದ ಪ್ರಕಾರ, ಅದನ್ನೀಗ ಸ್ಥಳಾಂತರಿಸುವುದೆಂದರೆ 'ಮುಳುಗಿದ ನಾಲ್ಕುಮಹಡಿ ಕಟ್ಟಡವೊಂದನ್ನು ಬುಡಸಹಿತ ಎತ್ತಿದಂತೆ'! ಉಪ್ಪುಗಾಳಿಯು ಎಂಟುನೂರು ಅಡಿ ಉದ್ದದ ಅದರ ಬೃಹತ್ ಸಂರಚನೆಯನ್ನು ಅಗಿದುಬಿಟ್ಟಿದೆ. ತುಕ್ಕು ಹಿಡಿದ, ಕಪ್ಪಾದ ಪಟ್ಟಿಗಳಷ್ಟೇ ಉಳಿದುಕೊಂಡಿವೆ. ಸವೆದು ಹೋದ ಉಕ್ಕಿನ ಹಂದರಗಳು ಆಗಾಗ ಕಳಚಿ ನೀರಿಗೆ ಬೀಳುತ್ತಲೇ ಇರುತ್ತವೆ. ಕೆಲವೊಮ್ಮೆ ಅವು ದಡದ ಮೇಲೂ ಬಂದು ಬಿದ್ದಿರುತ್ತವೆ.

ರಿವರ್ ಪ್ರಿನ್ಸೆಸ್ ಎಂಬ ಈ ಹಡಗು ಜೀವಂತವಾಗಿದ್ದಾಗ ಸಾಲಗಾಂವ್ಕರ್ ಮೈನಿಂಗ್ ಇಂಡಸ್ಟ್ರೀಸ್‌ಗೆ ಸೇರಿದ ಅದಿರು–ವಾಹಕವಾಗಿತ್ತು. ಆದರೆ ಮಳೆ ಬೀಳುತ್ತಿದ್ದ ಒಂದು ರಾತ್ರಿ ಕಾಂದೋಲಿಯಿಂದಾಚೆ ಅಳಿವೆಯಲ್ಲಿದ್ದ ಉದ್ದನೆಯ ಕಿರಿದಾದ ಮರಳುದಿನ್ನೆಯ ಮೇಲೆ ಅದು ಕೊನೆಯುಸಿರೆಳೆಯಿತು. ಯಾವುದೇ ತರಹದ ಶಿಕ್ಷೆಗೂ ಒಳಪಡದೇ ಹೆಣವನ್ನು ಅಲ್ಲಿಯೇ ಬಿಟ್ಟು ಹೋಗಲು ಅದರ ಮಾಲೀಕ ಸಮರ್ಥನಾಗಿದ್ದ. ಹಡಗಿನ ಭಗ್ನಾವಶೇಷವು ಜನಪ್ರಿಯ ಕಡಲುತೀರದ ಮೇಲಿನ ವ್ರಣವಾಯಿತು. ಬಂಗಾರದ ಮೊಟ್ಟೆಯಾಗಿರುವ ಪ್ರವಾಸಿ ಉದ್ಯಮವನ್ನು ರಕ್ಷಿಸುವ ಸ್ವ–ಹಿತಾಸಕ್ತಿಯು ಸರ್ಕಾರಕ್ಕೆ ಇದ್ದರೆ, ಹಡಗನ್ನು ಎತ್ತಿ ಸಾಗಿಸಬೇಕೆಂದು

ಗೋವಾದ ಜನರು ನ್ಯಾಯವಾಗಿಯೇ ನಿರೀಕ್ಷಿಸಿದರು. ಬದಲಿಗೆ, ರಿವರ್ ಪ್ರಿನ್ಸೆಸ್ ಈಗ ಇನ್ನೂ ದೂರದ ಅಧಿಕಾರಶಾಹಿಯ ಜೌಗು ನೀರಿನಲ್ಲಿ ಮುಳುಗಲಾರಂಭಿಸಿತು. ಮೊಕದ್ದಮೆಯೊಂದು ಮುಂಬೈ ಉಚ್ಚ ನ್ಯಾಯಾಲಯದಲ್ಲಿರುವ ಗೋವಾ ಪೀಠಕ್ಕೆ ನಿರರ್ಥಕವಾಗಿ ಪಯಣಿಸಿತು. ಗೋವಾದ ಪ್ರವಾಸಿ ತಾಣಗಳನ್ನು ಸಂರಕ್ಷಿಸಲು, ನಿರ್ದಿಷ್ಟವಾಗಿ ರಿವರ್ ಪ್ರಿನ್ಸೆಸ್‌ನ್ನು ತೆಗೆಯಲೆಂದೇ ವಿನ್ಯಾಸಗೊಳಿಸಿದ ಹಾಗೂ 2001 ರಲ್ಲಿ ಅಂಗೀಕರಿಸಿದ ಕಾಯ್ದೆಯು ಏನನ್ನೂ ಮಾಡಲಿಲ್ಲ. ಬೇರೆ ಬೇರೆ ಸರ್ಕಾರಗಳು ಕಳುಹಿಸಿದ ಸಂರಕ್ಷಣಾ ಸೇವೆಯ ಹಲವಾರು ನೌಕೆಗಳು (ಟೆಂಡರ್‌ಗಳು– ಹರಾಜು ಒಪ್ಪಂದಗಳು) ಎಲ್ಲಿಗೂ ಹೋಗಲಿಲ್ಲ. ಅಷ್ಟರಲ್ಲಿ ಸುತ್ತಲಿನ ಅಲೆಗಳ ಏರಿಳಿತವನ್ನು ಬದಲಾಯಿಸುತ್ತ, ಸಮುದ್ರದೊಳಕ್ಕೆ ಮೈ ಸುಲಿದುಕೊಳ್ಳುತ್ತ ರಿವರ್ ಪ್ರಿನ್ಸೆಸ್ ತನ್ನ ಗೋರಿಯೊಳಗೆ ಇನ್ನಷ್ಟು ಕೆಳಗಿಳಿದಿತ್ತು. ದೂರದಿಂದ ನೋಡಿದರೆ ಅದು ಗೋವಾದ ಮೃದುವಾದ ಎದೆಗೆ ತಿವಿದ ಅಂಕುಡೊಂಕಾದ ಹರಿತ ಚೂರಿಯಂತೆ ಕಾಣುತ್ತಿತ್ತು.

ಹಡಗಿನೆಡೆಗೆ ನಡೆದು ಹೋಗುವ ದಾರಿಯಲ್ಲಿ ತಿಂಡಿ ತಿನಿಸುಗಳನ್ನು ಮಾರುವ ಅಂಗಡಿಗಳ ಸಾಲಿತ್ತು. ಹಂಗಾಮಿನ ಸಮಯವಲ್ಲದ ಕಾರಣ ಅವುಗಳ ಬಾಗಿಲು ಕಿಟಕಿಗಳನ್ನು ಭದ್ರಪಡಿಸಿ, ಬೀಗ ಜಡಿಯಲಾಗಿತ್ತು. ನಾನು ಹೋಗುತ್ತಿದ್ದ ಹಾದಿಯಲ್ಲಿ ಮತ್ತಷ್ಟು ಕುಟೀರಗಳು ಸದ್ಯದಲ್ಲಿಯೇ ಮೇಲೇಳಲಿದ್ದವು. ಹಿಂದೆ ಅವು ಬಂದು ಹೋದ ಜಾಡನ್ನು ಈಗಲೂ ನೋಡಬಹುದಿತ್ತು. ಅಂದರೆ, ಅಲೆಕ್ಸ್ ಹೇಳಿದ ಹಾಗೆ, ಅಷ್ಟೇನೂ ಆಳವಿಲ್ಲದ ಚಿಕ್ಕ ಚಿಕ್ಕ ಕಸದ ಗುಂಡಿಗಳು ಅಲ್ಲಲ್ಲಿ ಕಾಣುತ್ತಿದ್ದವು. ನನ್ನ ಎಡಕ್ಕೆ ಏರಿನಲ್ಲಿ ಮರಳಿನಲ್ಲಿದ್ದ ಆಳವಾದ ತೋಡುಗುಳಿಗಳು ಎಷ್ಟು ಕ್ರಮಬದ್ಧವಾಗಿದ್ದವೆಂದರೆ, ಅವು ಕೃತಕವೆಂಬುದು ಸ್ಪಷ್ಟವಾಗಿ ತೋರುತ್ತಿತ್ತು. ಅವುಗಳಲ್ಲಿ ಕೆಲವು ಅಗಲವಾಗಿ ಅರೆವರ್ತುಲಾಕಾರದಲ್ಲಿದ್ದವು. ಒಂದಾದ ಮೇಲೊಂದರಂತೆ ಉಂಟಾದ ಕಾರಣ ದೈತ್ಯಾಕಾರದ ಬಾಯೊಂದು ಕಡಲತೀರದ ಭಾಗವೊಂದನ್ನು ಚೆನ್ನಾಗಿ ಕಚ್ಚಿ ತೆಗೆದಂತೆ ಕಾಣುತ್ತಿತ್ತು. ತೀರದಲ್ಲಿ ಹೆಚ್ಚು ಮರಳೇ ಇರಲಿಲ್ಲ. ನನ್ನ ಕಾಲಡಿಯ ನೆಲ ಗಟ್ಟಿಗಟ್ಟಿಯಾಗಿತ್ತು. ಅದು ಒದ್ದೆ ಮರಳಿನ ಮುದ್ದೆಯಂತೆ ಇರಲಿಲ್ಲ. ಬದಲಿಗೆ, ಇಟ್ಟಿಗೆಯೋ ಜೇಡಿಮಣ್ಣೋ ಕೆಳಗೆ ಇದ್ದಂತಿತ್ತು.

ರಿವರ್ ಪ್ರಿನ್ಸೆಸ್ ಹಡಗಿನ ಬದಿಮೈಗಳಲ್ಲಿ ನೀರಿನ ಮಟ್ಟಕ್ಕಿಂತಲೂ ಮೇಲ್ಭಾಗದಲ್ಲಿ ಒಡ್ಡೊಡ್ಡಾದ ಸೀಳುಗಳಿದ್ದವು. ಅಲ್ಲಲ್ಲಿ ಬಣ್ಣದ ಬಿಡಿಬಿಡಿ ಚಕ್ಕಳಿಕೆಗಳು ಅದರ ತೊಗಲಿನಿಂದೆದ್ದು ಬರುತ್ತಿದ್ದವು. ಅವುಗಳನ್ನೆಲ್ಲ ನೋಡಲು ಸಾಧ್ಯವಾಗುವಷ್ಟು ಹಡಗಿನ ಸಮೀಪ ಬರಲು ನನಗೆ ಮೂವತ್ತು ನಿಮಿಷಗಳೇ ಹಿಡಿದವು. ಆಶ್ಚರ್ಯವೆಂದರೆ ಅಥವಾ ಈ ಅಸ್ತವ್ಯಸ್ತತೆಗೆ ಸಂಬಂಧಿಸಿದ ಎಲ್ಲದರ ಹಿನ್ನೆಲೆಯಲ್ಲಿ ಹೇಳುವುದಾದರೆ, ಅಷ್ಟೇನೂ ಆಶ್ಚರ್ಯಕರವಲ್ಲದ ಸಂಗತಿಯೊಂದಿತ್ತು. ಹುಗಿದುಹೋದ ಹಡಗಿನ

ಬಳಿ ಈಜಿಕೊಂಡೋ ಕಷ್ಟಪಟ್ಟು ನೀರಿನಲ್ಲಿ ಹೆಜ್ಜೆಹಾಕಿಯೋ ಹೋಗದಂತೆ ಜನರನ್ನು ತಡೆಯುವ ಯಾವ ಸೂಚನೆಯೂ ಅಲ್ಲೆಲ್ಲೂ ಕಾಣುತ್ತಿರಲಿಲ್ಲ. ಹಡಗಿನ ಮೈಯೊಳಗಿಂದ ಹಾದು ಬರುತ್ತಿದ್ದ ಗಾಳಿಯು ಹತಾಶವಾಗಿ ಸುಂಯ್ಗುಡುತ್ತಿತ್ತು. ಇಷ್ಟು ಹತ್ತಿರದಿಂದ ನೋಡುವಾಗ ರಿವರ್ ಪ್ರಿನ್ಸೆಸ್ ಒಂದು ಬೇನೆಯಾಗಿ ತೋರಲಿಲ್ಲ. ಏಕೆಂದರೆ ಅದು ನಿಜವಾಗಿ ಏನಾಗಿತ್ತು ಎನ್ನುವುದನ್ನು ಸುಲಭವಾಗಿ ಕಾಣಬಹುದಿತ್ತು. ಅದೊಂದು ಪ್ರಾಮಾಣಿಕ, ವಿಧೇಯ, ಶ್ರದ್ಧಾಪೂರ್ಣ ನೌಕೆಯಾಗಿತ್ತು. ಅದು ಸ್ವತಃ ತಪ್ಪು ಮಾಡಿರದಿದ್ದರೂ ಅದನ್ನು ಒಬ್ಬಂಟಿಯಾಗಲು, ನಾಶವಾಗಲು ಬಿಡಲಾಗಿತ್ತು. ಆಲ್ವಾರೆಸ್ ಅವರು ರಿವರ್ ಪ್ರಿನ್ಸೆಸ್‌ನ್ನು ಗೋವಾದ ಅದಕ್ಷತೆಯ ಪ್ರತೀಕ ಎಂದು ಕರೆದಿದ್ದರು. ಆದರೆ ಅದಷ್ಟು ಸರಿಯೆಂದು ಅನ್ನಿಸಲಿಲ್ಲ. ಅದು ಬಹುಮಟ್ಟಿಗೆ, ದುರದೃಷ್ಟವಶಾತ್ ತನ್ನ ಅತಿಥಿಗಳ ಸೋಮಾರಿತನದ ಸೋಂಕಿಗೆ ಒಳಗಾದ ರಾಜ್ಯವೊಂದರ, ಅರ್ಥಾತ್ ಗೋವಾದ ಅಸಡ್ಡೆ, ಮೈಗಳ್ಳತನಗಳ ಪ್ರತೀಕ.

ಅಧ್ಯಾಯ 8

ಶಹರದ ಜನರ ಹಳೆಯ ಊಟದ ಶೈಲಿಯನ್ನು ಹುಡುಕುತ್ತಾ...

ಚಿಂಬೈಕರ್‌ನ ಮನೆಯ ಹೊರಗಡೆ ಅವನಿಗಾಗಿ ಅರ್ಧಗಂಟೆ ಕಾಯುವ ಪ್ರಸಂಗ ಬಂತು. ಆಗ ನನಗೆ ಪ್ರತಿ ನಿಮಿಷವೂ ಅವನು ಬರುವುದೇ ಇಲ್ಲವೇನೋ ಎಂಬ ಚಿಂತೆ. ಕೆಲವು ದಿನಗಳ ಹಿಂದೆ ನಾನವನನ್ನು ಮೊದಲ ಬಾರಿಗೆ ಭೇಟಿಯಾದಾಗ, ಸಂಜೆ 7.30 ರ ಸಮಯ. ಅವನಾಗಲೇ ಅಮಲಿನಲ್ಲಿದ್ದ. ಹಾಗಾಗಿ ಅವನು ನನ್ನ ಭೇಟಿಯ ಸಮಯವನ್ನು ಅಥವಾ ನನ್ನನ್ನೂ ಕೂಡ ನೆನಪಿಟ್ಟುಕೊಳ್ಳುವ ಸಾಧ್ಯತೆ ಕಡಿಮೆ ಇತ್ತು. ಹಿಂದಿನ ದಿನ ರಾತ್ರಿ ಅವನೊಂದು ಮದುವೆಗೆ ಹೋಗಿದ್ದ. ಅಲ್ಲಿಂದ ಬರುವುದು ಮಧ್ಯರಾತ್ರಿ ಎರಡು ಗಂಟೆಯಾಗಿತ್ತಂತೆ. ಮದುವೆಯೆಂದ ಮೇಲೆ ಮದ್ಯದ ಹೊಳೆಯೇ ಹರಿದಿರುತ್ತದೆ. ಇನ್ನು ಅವನು ಇಡೀ ದಿನ ಅಲುಗಾಡಲಿಕ್ಕಿಲ್ಲ, ಅದರಲ್ಲಿಯೂ ಮುಂಬೈನ ಬೆಳ್‌ಬೆಳಗ್ಗೆ ಐದೂವರೆ ಗಂಟೆಯ ತಂಪು ಹೊತ್ತಿನಲ್ಲಿ ಖಂಡಿತವಾಗಿಯೂ ಮಿಸುಕಾಡುವುದಿಲ್ಲ ಎಂಬುದು ನನಗೆ ಖಾತ್ರಿಯಾಗಿತ್ತು. ಅವನದೇ ಮನೆಯೆಂದು ಭಾವಿಸಿ, ಕದತಟ್ಟುವ ಮೂಲಕ ಇಡೀ ಮನೆಯವರನ್ನೆಲ್ಲಾ ಎಬ್ಬಿಸಿ ಹಾಕುವುದನ್ನು ಊಹಿಸಿಯೇ ಚಿಂತೆಗೀಡಾಗಿದ್ದೆ. ಅಷ್ಟಕ್ಕೂ ಅವನ ಜೊತೆ ಇರುವವರು ಅವನ ಮನೆಯವರೋ ಅಥವಾ ಅದು ನನ್ನ ಊಹೆಯೋ! ಹಾಗಾಗಿ ಸುಮ್ಮನೆ ನಡುಗುತ್ತ ನಿಂತಿದ್ದೆ. ಅವನು ಮಾಡಲು ಹೇಳಿದ್ದ ಹಾಗೆ ಮತ್ತೆ ಮತ್ತೆ ಅವನ ಮೊಬೈಲ್‌ಫೋನ್‌ಗೆ ಕರೆಮಾಡುತ್ತಿದ್ದೆ.

ಚೆಂಬೈಕರ್ ಒಬ್ಬ ಮೀನು ವ್ಯಾಪಾರಿ. ಮುಂಬೈನ ಒಳಗೇ ಇರುವ ಹಲವಾರು ಕೋಲಿ ವಸತಿ ಪ್ರದೇಶಗಳಲ್ಲಿ ಚೆಂಬೈ ಕೂಡ ಒಂದು. ಅವನು ವಾಸಿಸುವುದು ಅಲ್ಲಿಯೇ. ಹಿಂದಿನಿಂದ ನಡೆದುಕೊಂಡ ಬಂದ ಹಾಗೆ, ಈ ವಸತಿಗಳು ಬಿಡಿ ಬಿಡಿ ಹಳ್ಳಿಗಳಾಗಿದ್ದವು. ಆದರೆ ಈಗ ಅವುಗಳ ಸುತ್ತಲೂ ಶಹರವು ಬೆಳೆದುಬಿಟ್ಟಿದೆ. ಹಾಗಾಗಿ ಅಷ್ಟೇನೂ ಸಮಂಜಸವಲ್ಲದಿದ್ದರೂ ಅವುಗಳನ್ನು ಕೇರಿಗಳೆಂದು ಕರೆಯಬಹುದು.

ಬಹುತೇಕ ಚಿಂಬೈನ ಕೋಲಿಗಳೆಲ್ಲ ಮೀನುಗಾರರೇ. ಅವರಲ್ಲಿ ಚಿಂಬೈಕರ್‌ನೂ ಒಬ್ಬ. ಮೀನುಗಾರರು ಎಂದರೆ, ಒಂದೋ ಮೀನು ಹಿಡಿಯುವವರಾಗಿರುತ್ತಾರೆ ಅಥವಾ ಮೀನು ಮಾರುವವರಾಗಿರುತ್ತಾರೆ. ಪ್ರತಿ ದಿನ ಬೆಳಿಗ್ಗೆ ನಸುಕಿಗೂ ತುಸು ಮೊದಲು ಚಿಂಬೈ ನಿವಾಸಿಗಳ ಪುಟ್ಟ ಪುಟ್ಟ ಗುಂಪುಗಳು ಎರಡೋ ಮೂರೋ ಟ್ರಕ್ಕುಗಳನ್ನೇರಿ ಮುಂಬೈನ ಬಂದರುಕಟ್ಟೆಗಳಿಗೆ ಬಂದಿಳಿಯುತ್ತವೆ. ಸುಮಾರು ಒಂಬತ್ತೂವರೆಯ ಹೊತ್ತಿಗೆ, ದಿನವಿಡೀ ಮಾರಲು ಬೇಕಾದಷ್ಟು ದೊಡ್ಡ ಪ್ರಮಾಣದಲ್ಲಿ ತಾಜಾ ಮೀನುಗಳನ್ನು ಹೊತ್ತು ಮರಳಿಬರುತ್ತವೆ. ಹಡಗುಕಟ್ಟೆಗೆ ಹೋಗಿಬರುವ ತಿರುಗಾಟವು ಸಾಧಾರಣವಾಗಿ ಚಿಂಬೈಕರ್‌ನ ಹೆಂಡತಿ ನರ್ಮದಾಳದ್ದು. ಆದರೆ ಯಶಿ (ತನ್ನನ್ನು ಹಾಗೇ ಕರೆಯಬೇಕೆಂದು ಆತ ನನಗೆ ಹೇಳಿದ್ದ) ನನಗೋಸ್ಕರ ಅದರಲ್ಲಿ ಬದಲಾವಣೆ ಮಾಡುವವನಿದ್ದ. 'ಶನಿವಾರ ಬೆಳಿಗ್ಗೆ ಐದೂವರೆಗೆ ಬಾ. ನಾವಿಬ್ಬರೂ ಒಟ್ಟಿಗೇ ಹಡಗುಕಟ್ಟೆಗೆ ಹೋಗೋಣ. ಹೋಟೆಲ್ ಉಷಾದ ಹೊರಗಡೆ ನಿಂತು ಈ ನಂಬರಿಗೆ ಕರೆ ಮಾಡು ಅಷ್ಟೇ. ನಾನು ಹೊರಗೆ ಬಂದೇ ಬಿಡುತ್ತೇನೆ' ಎಂದಿದ್ದ.

ಅಂತೂ ಆರು ಗಂಟೆ ಹೊಡೆಯುವುದಕ್ಕೆ ಸ್ವಲ್ಪ ಮೊದಲು ಯಶಿ ಹೊರಬಂದ. ನನ್ನೆದುರು ಚೆನ್ನಾಗಿ ಕಾಣಲು ಸ್ವಲ್ಪ ಹೆಚ್ಚೇ ಸಮಯ ತೆಗೆದುಕೊಂಡಿದ್ದ ಎನ್ನುವುದು ಸ್ಪಷ್ಟವಾಗಿ ಕಾಣುತ್ತಿತ್ತು. ತೆಳುವಾದ ನರೆಗೂದಲನ್ನು ಎಣ್ಣೆಹಾಕಿ ಒಪ್ಪವಾಗಿ ಬಾಚಿ ಕೂರಿಸಿದ್ದ. ಅಚ್ಚಬಿಳಿ ಅಂಗಿ, ಮಿರುಗುವ ಕಡುಬೂದು ಬಣ್ಣದ ಪಾಲಿಯೆಸ್ಟರ್ ಪ್ಯಾಂಟ್ ಧರಿಸಿದ್ದ. ಕಣ್ಣಿಗೆ ಹಾಕಿಕೊಂಡಿದ್ದ ದೊಡ್ಡ ಕಪ್ಪು ಕನ್ನಡಕದ ಎರಡೂ ಗಾಜುಗಳ ಮೇಲೆ 'ಪ್ಲಾನೆಟ್' ಎಂಬ ಕಂಪನಿಯ ಹೆಸರಿತ್ತು. ಕತ್ತಿನಲ್ಲಿದ್ದ ಚಿನ್ನದ ಸರದಲ್ಲಿ ಎರಡು ಪದಕಗಳು ನೇತಾಡುತ್ತಿದ್ದವು. ಅದರಲ್ಲಿ ಒಂದು ಲಂಗರಿನ ಆಕಾರದಲ್ಲಿತ್ತು, ಇನ್ನೊಂದು ಹಡಗಿನ ಚಕ್ರದ ಆಕಾರದಲ್ಲಿತ್ತು. ಯಾರಾದರೂ ಅವನನ್ನು ನೋಡಿದರೆ, ಕರಾವಳಿಯಲ್ಲಿ (ರಿವೀರಾ) ವಿಹರಿಸುವ ಖಾಸಗಿ ನೌಕೆಯೊಂದರ ಕಪ್ತಾನನೆಂದುಕೊಳ್ಳುವ ಸಾಧ್ಯತೆ ಇತ್ತು. 'ಬಹಳ ಹೊತ್ತಿನಿಂದ ಕಾಯುತ್ತಿದ್ದೀಯಾ?' ಎಂದು ಕೇಳಿದವನು, ನನ್ನ ಉತ್ತರಕ್ಕೂ ಕಾಯದೆ, ಪ್ರಾರ್ಥಿಸುವ ಸಲುವಾಗಿ ಚಿಕ್ಕದೊಂದು ಗುಡಿಯತ್ತ ಹೆಜ್ಜೆ ಹಾಕಿದ. ಚಿಂಬೈ ಹಳ್ಳಿಯಲ್ಲಿ ಅರ್ಧದಷ್ಟು ಜನ ಕ್ರೈಸ್ತರು, ಇನ್ನರ್ಧ ಹಿಂದೂಗಳು. ನಂತರ ಅಲ್ಲಿಂದ ಚಹಾ ಕುಡಿಯಲು ಹೋಟೆಲ್ ಉಷಾದೊಳಕ್ಕೆ ನಡೆದ. 'ಬಾ, ಕುಳಿತುಕೋ. ಗಡಿಬಿಡಿಯೇನಿಲ್ಲ. ನನಗೆ ಚಹಾ ಕುಡಿಯಬೇಕಾಗಿದೆ' ಎಂದ.

ದಿನದ ಆ ಸಮಯದಲ್ಲಿಯೂ ಕೂಡ ಚಿಂಬೈಯಿಂದ ದಕ್ಷಿಣ ಮುಂಬೈಗೆ ಹೋಗುವ ಮೊದಲನೇ ಬಸ್ಸು ಆಶ್ಚರ್ಯಕರವಾದ ರೀತಿಯಲ್ಲಿ ತುಂಬಿತ್ತು. ಆಗಷ್ಟೇ

ಬೆಳಗಿಗೆ ಕಣ್ತೆರೆಯುತ್ತಿರುವ ಮುಂಬೈನ ವಿವಿಧ ಮಜಲುಗಳನ್ನು ಹಾದುಹೋದೆವು; ಮಾಹಿಮ್‌ನಲ್ಲಿ ಅದು ಇನ್ನೂ ಅರೆನಿದ್ದೆಯಲ್ಲಿ ಹಾಸಿಗೆಯಲ್ಲಿಯೇ ಹೊರಳಾಡುತ್ತಿದ್ದರೆ, ಬೈಕುಳಾದ ಬಳಿ ಮೇಲ್ಸೇತುವೆಯ ಮೇಲೆ ಕುಳಿತು ಕಣ್ಣುಜ್ಜಿಕೊಳ್ಳುತ್ತಿತ್ತು. ಅದಾಗಲೇ ಚುರುಕಾಗಿರುವ ಚೋರ್‌ಬಜಾರ್‌ನಲ್ಲಿ ಜಾಗಿಂಗ್‌ಗೆಂದು ಹೊರಬಿದ್ದಾಗಿತ್ತು. 'ಕಾರೇನಾದರೂ ಒಮ್ಮೆ ಕಳುವಾಯ್ತು ಅಂತಿಟ್ಕೋ, ಒಂದು ತಾಸಿನೊಳಗೆ ಅದನ್ನಿಲ್ಲಿಗೆ ತಂದು, ಬಿಡಿಭಾಗಗಳನ್ನೆಲ್ಲ ಹೊರತೆಗೆಯಲಾಗುತ್ತದೆ' ಎಂದು ಯಶಿ ಚೋರ್‌ಬಜಾರ್ ಅನ್ನು ವ್ಯಾಖ್ಯಾನಿಸಿದ.

ಒಟ್ಟಾರೆ ಯಶಿ ಮುಂಬೈನ ಎಲ್ಲಾ ತರಹದ ವಾಣಿಜ್ಯ ವ್ಯವಹಾರಗಳ ಕುರಿತಂತೆ ಮಾಹಿತಿಗಳ ಭಂಡಾರವಾಗಿದ್ದ. ಒಮ್ಮೆ ಸಗಟು ಮಾರುಕಟ್ಟೆಯಲ್ಲಿ ಲಿಂಬೆಹಣ್ಣುಗಳು ಹೇಗೆ ಮಾರಾಟವಾಗುತ್ತವೆ ಎಂಬುದನ್ನು ನನಗೆ ವಿವರಿಸಿದ್ದ; 'ಪದಗಳನ್ನು ಬಳಸುವುದೇ ಇಲ್ಲ. ಯಾರೂ ಏನೂ ಹೇಳುವುದೇ ಇಲ್ಲ. ಆ ಮನುಷ್ಯ ನಮ್ಮ ಅಂಗಿಯೊಳಗೆ ಕೈ ಹಾಕಿ, ಕೆಲವು ಬೆರಳುಗಳನ್ನು ಎತ್ತುತ್ತಾನೆ,' ಎಂದು ಹೇಳಿದವನೇ ತಕ್ಷಣ ತೋರಿಸಿಯೇ ಬಿಡುವುದಕ್ಕಾಗಿ ಬೆವರುವ ತನ್ನ ಒರಟು ಕೈಯನ್ನು ನನ್ನ ಅಂಗಿಯೊಳಗೆ ತೂರಿಸಿ ಬೆರಳೊಂದರ ಜೊತೆಗೆ ಹೆಬ್ಬೆರಳನ್ನು ಎತ್ತಿಹಿಡಿದ. 'ಆ ಕೈಯನ್ನು ಮುಟ್ಟು, ಹರಾಜು ಎಷ್ಟಕ್ಕೆ ಅಂತ ಗ್ರಹಿಸಿ ಉತ್ತರಿಸು. ಹೀಗೆ ಯಾವುದನ್ನೂ ನೋಡದೇನೇ ಚೌಕಾಶಿ ನಡೆಯುತ್ತದೆ. ನಿನಗೆ ಏನು ದರ ಸಿಕ್ಕಿತು ಅಂತ ಬೇರೆ ಯಾರಿಗೂ ಗೊತ್ತಾಗಬಾರದಲ್ಲ' ಎಂದು ಹೇಳಿದ.

ಮೊದಲನೆ ನಂಬರ್ ಬಸ್ಸು ನಮ್ಮನ್ನು ಸಸ್ಸೂನ್ ಡಾಕ್ಸ್[1] ಬಳಿ ಇಳಿಸಿದ ಮೇಲೆ ಯಶಿ ಇನ್ನಷ್ಟು ಬಲವಾದ. ಏನೇ ಆದರೂ ಸಸ್ಸೂನ್ ಡಾಕ್ಸ್ ಈ ಅರವತ್ತು ವರ್ಷಗಳಲ್ಲಿ ಪ್ರತಿದಿನವೆಂಬಂತೆ ಅವನ ಬದುಕಿನ ಭಾಗವಾಗಿತ್ತು. 'ಅಲ್ಲಿ ಗೇಟಿನಲ್ಲಿ ಇರೋ ಗಾರ್ಡ್ ನೋಡಿದೆಯಾ? ಅವನು ಒಂದು ಲಾರಿಗೆ ಐವತ್ತು ರೂಪಾಯಿಯಂತೆ ಲಂಚ ತಗೋತಾನೆ. ದುಡ್ಡು ಕೊಡದೆ ಅವನು ಅದಕ್ಕೆ ಬಂದರುಕಟ್ಟೆಯಿಂದ ಹೊರಹೋಗುವುದಕ್ಕೇ ಬಿಡುವುದಿಲ್ಲ. ಇಲ್ಲಿರೋ ಪ್ರತಿಯೊಬ್ಬ ಪೊಲೀಸ್ ಕಡಿಮೆ ಎಂದರೂ ದಿನಕ್ಕೆ ಎರಡು ಸಾವಿರ ಲಂಚಾನೇ ಪಡೀತಾನೆ. ನೋಡಿದೆಯಾ ಅವನನ್ನು, ನಮ್ಮ ಕಡೆಯಿಂದಲೇ ನಡೆದು ಹೋದನಲ್ಲ, ಆ ಬಿಳಿ ಬಟ್ಟೆ ಹಾಕ್ಕೊಂಡಿರೋ ಮನುಷ್ಯ? ಅವನು ಇಲ್ಲಿನ ಆರು ಜನ ಭೂಗತ ದೊರೆಗಳಲ್ಲಿ ಒಬ್ಬ' ಎಂದು ಹೇಳಿದ. 'ಅವರಲ್ಲಿ ಪ್ರತಿಯೊಬ್ಬರಿಗೂ ಆರೋ ಏಳೋ ಹೆಂಗಸರಿದ್ದಾರೆ' ಅಂತ ಸ್ವಲ್ಪ ಕಲ್ಪನೆಯ ಬೆನ್ನೇರಿ ವಿಸ್ತರಿಸಿ ಹೇಳಿದ.

---

1 ಮುಂಬೈನಲ್ಲಿರುವ ಪ್ರಸಿದ್ಧ ಹಡಗುಕಟ್ಟೆ. ಇದನ್ನು ನಿರ್ಮಿಸಿದ್ದು ಬಗ್ದಾದ್(ಇರಾಕ್) ಮೂಲದ ಬ್ರಿಟಿಷ್ ಪ್ರಜೆ, ಯಹೂದೀ ಉದ್ಯಮಿ.

ಸಸ್ಸೂನ್ ಡಾಕ್ಸ್‌ನ್ನು ಕಟ್ಟಿ ಮುಗಿಸಿದ್ದು 1875ರಲ್ಲಿ. ಅದನ್ನು ಕಟ್ಟಿದ ಆಲ್ಬರ್ಟ್ ಅಬ್ದುಲ್ಲಾ ಡೇವಿಡ್ ಸಸ್ಸೂನ್‌ನ ಹೆಸರನ್ನೇ ಅದಕ್ಕೆ ಇಡಲಾಗಿದೆ. ಅಷ್ಟರಲ್ಲಾಗಲೇ ಆತನಿಗೆ ಬ್ರಿಟಿಷ್ ಸರ್ಕಾರವು ನೈಟ್ ಪದವಿಯನ್ನು ನೀಡಿದ್ದರಿಂದಾಗಿ ಆತನ ಹೆಸರಿನ ಹಿಂದೆ ಸರ್ ಎಂಬ ಪದವನ್ನು ಬಳಸಲಾಗುತ್ತಿದೆ. ಬ್ಯಾರನೆಟ್(ಜಹಗೀರು) ಎಂಬ ಗೌರವ ದೊರೆಯಲು ಕೆಲ ವರ್ಷಗಳು ಬಾಕಿಯಿದ್ದವು. ಬಹುತೇಕವಾಗಿ ಸಮುದ್ರದಿಂದಲೇ ಕಿತ್ತುಕೊಂಡ 200,000 ಚದರಡಿಗಳಷ್ಟು ಭೂಮಿಯ ಮೇಲೆ ಸಸ್ಸೂನ್ ಡಾಕ್ಸ್‌ನ್ನು ನಿರ್ಮಿಸಲಾಗಿದೆ. ನಿರ್ಮಿಸಲು ಮೂರಕ್ಕೂ ಹೆಚ್ಚು ವರ್ಷಗಳ ಕಾಲಾವಧಿ ಬೇಕಾಯಿತು. ಇದು ಪಶ್ಚಿಮ ಭಾರತದ ಮೊಟ್ಟ ಮೊದಲ ಕೃತಕ ಅಥವಾ ಮಾನವ ನಿರ್ಮಿತ ಬಂದರುಕಟ್ಟೆ. ಹಡಗುಗಳನ್ನು ನಿಲ್ಲಿಸಲು ಮತ್ತು ಸರಕುಗಳನ್ನು ಏರಿಸಿ ಇಳಿಸಲು ಅನುಕೂಲವಾಗುವಂತೆ ನೀರಿನ ಮಟ್ಟವು ಸದಾ ಒಂದೇ ರೀತಿಯಲ್ಲಿರುವ ಹಾಗೆ ಇದನ್ನು ನಿರ್ಮಿಸಲಾಗಿದೆ. ಇಲ್ಲಿಂದ ಓಯ್‌ಸ್ಟರ್ ರಾಕ್ ಎನ್ನುವ ಪುಟ್ಟ ಗುಬುಟೆಯಂತಿರುವ ದ್ವೀಪವನ್ನು ಯಾವ ಅಡೆತಡೆಯಿಲ್ಲದೇ ನೋಡಬಹುದು. ಹಲವು ವರ್ಷಗಳಿಂದ ಅದನ್ನು ಬಹುಮಟ್ಟಿಗೆ ಮೀನುಗಾರಿಕೆಯ ವ್ಯವಹಾರವು ಪೂರ್ತಿಯಾಗಿ ಆಳುತ್ತಿದೆ. ಆದ್ದರಿಂದ ಪ್ರತಿ ದಿನ ಬೆಳಿಗ್ಗೆ ಅದು ಏಕಕಾಲಕ್ಕೆ ಬಂದರುಕಟ್ಟೆ ಮತ್ತು ಮಾರುಕಟ್ಟೆ ಎರಡೂ ಆಗಿಬಿಡುತ್ತದೆ. ನಾನು ಅಲ್ಲಿಗೆ ಹೋದಾಗ, ಪ್ರವಾಸಿಗರು ಅಥವಾ ಸಂದರ್ಶಕರಿಗೆ ಇನ್ನೂ ತೆರೆದಿದ್ದ ಕೆಲವೇ ಬಂದರುಕಟ್ಟೆಗಳಲ್ಲಿ ಅದೂ ಒಂದಾಗಿತ್ತು. ಅದರ ಪ್ರವೇಶದ್ವಾರದ ಬಳಿ ಅಂಟಿಸಿದ್ದ, ಮಾಸಿಹೋದ ಅಧಿಸೂಚನೆಯೊಂದು ನೀಡುತ್ತಿದ್ದ ಎಚ್ಚರಿಕೆಯ ಪ್ರಕಾರ, ಪರವಾನಗಿ ಇರುವವರಿಗಷ್ಟೆ ಪ್ರವೇಶಿಸಲು ಅನುಮತಿ ದೊರೆಯುವ ವ್ಯವಸ್ಥೆಯು ಸದ್ಯದಲ್ಲಿಯೇ ಬರಲಿತ್ತು.

ಕಬ್ಬಿಣದ ದೊಡ್ಡ ಗೇಟನ್ನು ದಾಟಿ ಹೋಗುವಾಗ ಎರಡೂ ಬದಿಗಳಲ್ಲಿ ನಾಜೂಕಾದ ಪ್ಲಾಸ್ಟಿಕ್ ಕೈಗಡಿಯಾರ–ಉಣ್ಣೆಯ ಟೊಪ್ಪಿಗೆ–ಹೂವು–ಬೆಳಗಿನ ತಿಂಡಿತಿನಿಸು ಇತ್ಯಾದಿಗಳನ್ನು ಮಾರುವ ಎರಡು ಸಾಲು ಅಂಗಡಿಮುಂಗಟ್ಟುಗಳು ಇದ್ದವು. ಅವುಗಳನ್ನು ಹಾದು ಆಚೆ ಬಂದರೆ ಅಲ್ಲೊಂದು ಉದ್ದನೆಯ ಕಾಂಕ್ರೀಟ್ ಕಟ್ಟೆ. ಸಮುದ್ರದವರೆಗೂ ಚಾಚಿಕೊಂಡಿದ್ದ ಕಟ್ಟೆಯ ಇಕ್ಕೆಲಗಳಲ್ಲಿ ಮೀನುದೋಣಿಗಳನ್ನು ನಿಲ್ಲಿಸಲಾಗಿತ್ತು. ಕಟ್ಟೆಯ ಕೆಲ ಭಾಗಗಳ ಮೇಲೆ ಛಾವಣಿಯಿದ್ದ ಕಾರಣ, ಅದು ದೊಡ್ಡದೊಂದು ತೆರೆದ ಗುಡಿಸಲಿನಂತೆ ಕಾಣುತ್ತಿತ್ತು. ಬಹುಮಟ್ಟಿಗೆ ಅದರ ಇಂಚಿಂಚು ಜಾಗವೂ ಚಟುವಟಿಕೆಯಿಂದ ತುಂಬಿ ಗಿಜಿಗುಡುತ್ತಿತ್ತು. ಕೋಲಿ ಸಮುದಾಯದ ಬೆಸ್ತ ಮಹಿಳೆಯರು ಒಂದೋ ಅಲ್ಲಿ ಕುಳಿತು ದರದ ವಿಷಯವಾಗಿ ವಾದಿಸುತ್ತಿದ್ದರು ಅಥವಾ ಉದ್ದೇಶಪೂರ್ವಕವಾಗಿಯೇ ತಲೆಯ ಮೇಲೆ ಬಿದಿರಿನ ಬುಟ್ಟಿಯನ್ನು

ಇಟ್ಟುಕೊಂಡು ತಮ್ಮ ದಾರಿಯಲ್ಲಿ ಇದ್ದುದನ್ನೆಲ್ಲ ಮೊಣಕೈಯಿಂದ ಸರಿಸುತ್ತ ಓಡಾಡುತ್ತಿದ್ದರು. ಸಂಕೇತ ಭಾಷೆ ಅಥವಾ ಸಂಜ್ಞೆಗಳ ಮೂಲಕ ಸ್ಥಳದಲ್ಲಿಯೇ ಹೇಗೆ ಲಿಲಾವು ವ್ಯವಹಾರ ಕುದುರುತ್ತದೆ ಎನ್ನುವುದನ್ನು ಯಶಿ ನನಗೆ ವಿವರಿಸಿದ. ('ನಿಮ್ಮ ಕಿರುಬೆರಳನ್ನು ಎತ್ತಿದರೆ, ಹರಾಜನ್ನು ನೂರು ರೂಪಾಯಿಯಷ್ಟು ಹೆಚ್ಚಿಸುತ್ತಿದ್ದೀರಿ. ನಂತರ ಎತ್ತುವ ಒಂದೊಂದು ಬೆರಳೂ ಮತ್ತೆ ನೂರು ರೂಪಾಯಿಗಳಷ್ಟನ್ನು ಏರಿಸುತ್ತದೆ. ಐವತ್ತು ಏರಿಸಬೇಕೆಂದರೆ, ಬೆರಳನ್ನು ಅರ್ಧ ಎತ್ತಿದರಾಯಿತು. ಐದೂ ಬೆರಳನ್ನು ಎತ್ತಿದರೆ ಹರಾಜನ್ನು ಸಾವಿರ ರೂಪಾಯಿ ಏರಿಸಿದ್ದೀರಿ ಎಂದರ್ಥ.') ಅಲ್ಲಲ್ಲಿ ಗುಂಪಿನಲ್ಲಿ ಕದಲದೇ ಕುಳಿತಿದ್ದ ಹುಡುಗಿಯರ ಚುರುಕು ಬೆರಳುಗಳು ಧ್ಯಾನಸ್ಥ ಸ್ಥಿತಿಯಲ್ಲಿ ಸೀಗಡಿಗಳನ್ನು ಸುಲಿದು ಸಿರೆಗಳನ್ನು ಬೇರ್ಪಡಿಸುತ್ತಿದ್ದವು.

ಅತ್ಯಂತ ಸಂದಣಿಯಿರುವ, ಗಜಿಬಿಜಿಯ ಜಾಗಗಳಲ್ಲಿಯೂ ಚಲನೆಯ ಲಯವನ್ನು ಗುರುತಿಸುವುದು ಬರಹಗಾರರಿಗೆ ಬಹಳ ಇಷ್ಟದ ಕೆಲಸ; ಅದು, ಸುತ್ತಲಿನ ಅವ್ಯವಸ್ಥೆಯ ಮೇಲೆ ವ್ಯವಸ್ಥೆಯನ್ನು, ಕ್ರಮಬದ್ಧತೆಯನ್ನು ವಿಧಿಸಲು ಬಯಸುವ ಬರಹಗಾರರ ಆಶಯದ ಪ್ರತಿಬಿಂಬ. ಆದರೆ ಅಂದು ಬೆಳಿಗ್ಗೆ, ಸಸ್ಸೂನ್ ಡಾಕ್ಸ್‌ನಲ್ಲಿ ಎಲ್ಲಿಲ್ಲದ ಅವ್ಯವಸ್ಥೆ. ಅಲ್ಲಿ ನನಗೆ ಗುರುತಿಸಲು ಸಾಧ್ಯವಾದದ್ದು ಒಂದು ತರಹದ ಹಿಮ್ಮುಖ ಬ್ರೌನಿಯನ್ ಚಲನೆಯ[1] ಲಯ ಮಾತ್ರ ; ಒಂದೇ ಮನುಕುಲದ ಕಣಗಳು ಒಂದು ಇನ್ನೊಂದನ್ನು ತಪ್ಪಿಸಿಕೊಳ್ಳಲು ಓಡುತ್ತಿದ್ದವು, ಪರಸ್ಪರರ ದಾರಿಗೆ ಅಡ್ಡಹಾಯದಂತೆ ಬಗ್ಗಿ ನೇರವಾಗುತ್ತ, ಬದಿಗೆ ಹೊರಳಿ, ಜಾರಿಕೊಂಡು, ತಳ್ಳುತ್ತ, ಅನುಮಾನಿಸುತ್ತ, ಅಂದಾಜಿಸುತ್ತ ನಡೆಯುತ್ತಿದ್ದರು. ಅದೊಂದು ಗೊಂದಲದ ನೃತ್ಯದಂತಿತ್ತು. ವೈಯಕ್ತಿಕ ತುಂಡು ಜಾಗವೊಂದನ್ನು ಕಾಪಿಟ್ಟುಕೊಳ್ಳಲು ಧೀರತನದಿಂದ ಹೆಣಗಾಡುವ ಈ ತಕಥೈ, ನಿಜಕ್ಕೂ ಮುಂಬೈನಾದ್ಯಂತ ಬಹುತೇಕ ಸದಾಕಾಲ ನಡೆಯುತ್ತಿರುವಂತೆ ಸಂಯೋಜಿಸಲ್ಪಟ್ಟ ನೃತ್ಯ.

ಮೀನುಗಳ ಪ್ರತಿಯೊಂದು ರಾಶಿಯೂ ಎತ್ತ ಸಾಗಲಿದೆ ಎಂಬುದು ಯಶಿಗೆ ಬಹುಶಃ ಅದರತ್ತ ದೃಷ್ಟಿ ಹಾಯಿಸುತ್ತಲೇ ನಿಖರವಾಗಿ ತಿಳಿದುಬಿಡುತ್ತದೆ. 'ಆ ಆಕ್ಟೋಪಸ್‌ನ್ನು ಚೀನಾಕ್ಕೆ ರಫ್ತು ಮಾಡಲಾಗುತ್ತದೆ' ಎಂದೋ ಅಥವಾ 'ಆ ಟ್ಯೂನಾ ಮೀನನ್ನು (ಗೆದರೆ ಮೀನು) ಡಬ್ಬದಲ್ಲಿ ತುಂಬಿಸುತ್ತಾರೆ. ನಿನಗೆ ಗೊತ್ತಾ? ಇಲ್ಲಿ ಮುಂಬೈಯಲ್ಲಿ ಮಾರಾಟವಾಗುವ ಎಲ್ಲಾ ಟ್ಯೂನಾ ಮೀನುಗಳ ಡಬ್ಬದ ಮೇಲೂ "ಮೇಡ್ ಇನ್ ಜಪಾನ್" ಎಂದು ಬರೆದಿರುತ್ತದೆ. ಆದರೆ ಅದನ್ನು ಇಲ್ಲಿ ಮುಂಬೈಯಲ್ಲಿಯೇ ಡಬ್ಬದಲ್ಲಿ ತುಂಬಿಸಲಾಗುತ್ತದೆ' ಎಂದೋ ಹೇಳುತ್ತಿದ್ದ. ಬಿದಿರಿನ

---

1 ದ್ರವ ಅಥವಾ ಅನಿಲ ಪದಾರ್ಥದಲ್ಲಿ ತೇಲುತ್ತಿರುವ ಕಣಗಳು ವೇಗವಾಗಿ ಚಲಿಸುವ ಅಣುಗಳಿಗೆ ಢಿಕ್ಕಿ ಹೊಡೆದ ಪರಿಣಾಮವಾಗಿ ಉಂಟಾಗುವ ಅನಿರ್ದಿಷ್ಟ ಚಲನೆ. ರಾಬರ್ಟ್ ಬ್ರೌನ್ ಎಂಬ ಸಸ್ಯವಿಜ್ಞಾನಿ 1827 ರಲ್ಲಿ ಈ ವಿದ್ಯಮಾನವನ್ನು ಗುರುತಿಸಿ, ವಿವರಿಸಿದ.

ಬುಟ್ಟಿಯಿಂದ ಹೊರಚಾಚಿ ನೆಲದುದ್ದಕ್ಕೂ ಅಲ್ಲಲ್ಲಿ ಬಿಡಿಬಿಡಿಯಾಗಿ ಹರಿದಾಡುತ್ತಿದ್ದ ದಪ್ಪನೆಯ ನೀಳ ಗ್ರಹಣಾಂಗಗಳ (tentacles) ಮೇಲೆ, ನಿರುದ್ವಿಗ್ನನಾಗಿ ಕಾಲಿಟ್ಟು ನಡೆಯುತ್ತಿದ್ದ; ಭಯಾನಕ ಚಲನಚಿತ್ರಗಳಲ್ಲಿನ ಉತ್ತುಂಗದ ದೃಶ್ಯಗಳಲ್ಲಿ ಇರುವ ಹಾಗೆ, ಅವು ಯಾವುದೋ ಹೀನಾಯ ಕಾರ್ಯದಲ್ಲಿ ಇನ್ನೇನು ತೊಡಗಿಬಿಡುತ್ತವೆಂದು ಅವನಿಗೆ ಕಾಣಿಸುತ್ತಿತ್ತೇನೋ. ನನಗಂತೂ ನಿಜಕ್ಕೂ ವಿಚಿತ್ರ ಆಕಾರದ ಆ ಕೆಲವು

ದೊಡ್ಡ ದೊಡ್ಡ ಜೀವಿಗಳನ್ನು ಗುರುತಿಸಲು ಆಗಲೇ ಇಲ್ಲ. ಅವುಗಳಲ್ಲಿ ಒಂದಂತೂ ಇಡೀ ಸುತ್ತಿಗೆಯಾಕಾರದ ತಲೆಯನ್ನು ಹೊಂದಿದ್ದ ಶಾರ್ಕ್ ಮೀನಾಗಿತ್ತು (ತಾಟಿಮೀನು) ಎಂದು ಆಣೆ ಮಾಡಿ ಹೇಳಬಲ್ಲವನಾಗಿದ್ದೆ. ಅದರ ಸೊಟ್ಟ ಮೂಗು ಅಲುಗಾಡುತ್ತಿತ್ತು. ಹರಿದ ತಾಡಪಾಲ್‌ನ ತುಂಡುಗಳ ಮೇಲೆ ಅದನ್ನು ಅಸಡ್ಡೆಯಿಂದ ಎಸೆಯಲಾಗಿತ್ತು.

ಹಗಲು ಇನ್ನಷ್ಟು ಪ್ರಖರವಾಗುತ್ತ ಹೋಯಿತು. ಯಶಿ ನನ್ನನ್ನು ನೀರಿಗೆದುರಾಗಿ ಇದ್ದ ಹಾದಿಯಲ್ಲಿ ಉದ್ದಕ್ಕೂ ನಡೆಸಿಕೊಂಡು ಹೋಗಿಬಂದ. ದಾರಿಯಲ್ಲಿ ಮಂಜುಗಡ್ಡೆ ತಯಾರಿಸುವ ಯಂತ್ರಗಳು, ಇಸ್ಪೀಟು ಆಡುತ್ತಿದ್ದ ಬೆಸ್ತರ ಗುಂಪುಗಳು ಹಾಗೂ ಇಂಡಿಯನ್ ಆಯಿಲ್ ಕಾರ್ಪೋರೇಷನ್‌ನ ಟ್ರಕ್ಕುಗಳಿದ್ದವು. ನಾನು ಆತನ ಅಣ್ಣತಮ್ಮಂದಿರಲ್ಲಿಯೇ ಒಬ್ಬ ಎನ್ನುವಂತೆ ತನ್ನ ಕೈಗಳಿಂದ ನನ್ನ ಹೆಗಲನ್ನು ಬಳಸಿದ. ಮೀನುಗಳ ಬಗ್ಗೆ ಮಾತನಾಡುವುದನ್ನು ಬಿಟ್ಟು ಬದುಕನ್ನು ಕುರಿತು ಅರ್ಥಪೂರ್ಣ ಪಾಠಗಳನ್ನು ಹೇಳತೊಡಗಿದ್ದ. ಉದಾಹರಣೆಗೆ, ಆತ ಹೇಳಿದ್ದು; 'ನನಗೊಬ್ಬ ಸೋದರ ಸಂಬಂಧಿಯಿದ್ದ. ನನಗಿಂತಲೂ ಹಿರಿಯ. ಆಸೆಬುರುಕ. ಯಾವಾಗಲೂ ದುಡ್ಡಿನ ಹಿಂದೆಯೇ ಬಿದ್ದಿರುತ್ತಿದ್ದ. ಸದಾ ಇನ್ನಷ್ಟು ಶ್ರೀಮಂತನಾಗಲು ದಾರಿ ಹುಡುಕುತ್ತಲೇ ಇರುತ್ತಿದ್ದ. ನಲವತ್ತೈದರ ವಯಸ್ಸಿನಲ್ಲಿಯೇ ಸತ್ತುಹೋದ.' ಕೆಲವು ಹೆಜ್ಜೆ ಮುಂದೆ ಹೋಗುತ್ತಲೇ ಮತ್ತೊಂದು ನೀತಿಪಾಠ; 'ಸ್ವತಃ ನನ್ನ ಅಪ್ಪ ನೂರಾಐದು ವರ್ಷ ಬದುಕಿದ್ದ. ಅವನು ನಮಗೆ ಅಂದರೆ ತನ್ನ ಐದೂ ಗಂಡುಮಕ್ಕಳಿಗೆ ಎಂದೂ ಧೈರ್ಯಗೆಡಬೇಡಿ, ಧೈರ್ಯಗೆಟ್ಟರೆ ನೀವು ಏನನ್ನಾದರೂ ಸಾಧಿಸುವ ಮೊದಲೇ ಭಯದಲ್ಲಿಯೇ ಪ್ರಾಣ ಬಿಡುತ್ತೀರಿ ಎಂದು ಹೇಳುತ್ತಿದ್ದ.'

1959 ರಲ್ಲಿ ಯಶಿ ಹನ್ನೆರಡು ವರ್ಷದವನಿದ್ದಾಗ ಅವನ ತಾಯಿ ತೀರಿಕೊಂಡಳು. ದಿನವೊಂದಕ್ಕೆ ಐವತ್ತು ಪೈಸೆ ಕೂಲಿಯಂತೆ ದೋಣಿಯ ಮೇಲೆ ಕೆಲಸ ಮಾಡಲು ಹೋಗತೊಡಗಿದ. ಹಾಗಾಗಿ ಏಳನೇ ತರಗತಿಯಲ್ಲಿದ್ದಾಗಲೇ ಶಾಲೆ ಬಿಟ್ಟ. ಅವನ ಸಮುದಾಯದಲ್ಲಿ ಹಾಗೂ ಅವನ ತಲೆಮಾರಿನ ಜನರಿಗೆ ಏಳನೇ ತರಗತಿ ಎನ್ನುವುದು ಕೂಡ ಭರ್ಜರಿ ಶಿಕ್ಷಣವೇ ಆಗಿತ್ತು. 'ಬೇರೆ ಮೀನುಗಾರರು ತಮ್ಮ ಖರ್ಚುವೆಚ್ಚಗಳನ್ನು ಲೆಕ್ಕ ಹಾಕಲು ಈಗಲೂ ನನ್ನ ಬಳಿ ಬರುತ್ತಾರೆ. ಶಾಲೆಯಲ್ಲಿದ್ದಾಗ ನನಗೆ ಅಂಕಗಣಿತವೆಂದರೆ ಇಷ್ಟವಾಗಿತ್ತು' ಎಂದ. ನಂತರ ಬಾಲ್ಯದ ಸವಿ ನೆನಪುಗಳಲ್ಲಿ ಒಂದನ್ನು ಬಿಟ್ಟು ಇನ್ನೊಂದನ್ನು ಮಾತ್ರ ಹೇಳಲು ಮನಸ್ಸಿಲ್ಲದವನ ಹಾಗೆ ಹೇಳಿದ: 'ಗೊತ್ತಾ ನಿನಗೆ, ಜವಾಹರ್‌ಲಾಲ್ ನೆಹರು ನಮ್ಮ ಶಾಲೆಗೆ ಬಂದಾಗ ನಾನವರನ್ನು ಭೇಟಿಯಾಗಿದ್ದೆ. ಅವರ ಕೈ ಕೂಡ ಕುಲುಕಿದ್ದೆ.'

1969 ರಿಂದ 1981 ರವರೆಗೆ ಹನ್ನೆರಡು ವರ್ಷಗಳ ಕಾಲ, ಯಶಿ ಬಾಳ

ಠಾಕ್ರೆಯ ಶಿವಸೇನಾದ ಸದಸ್ಯನಾಗಿದ್ದ. ಶಿವಸೇನಾ ಎನ್ನುವುದು ಆಕ್ರಮಣಕಾರಿ ಮರಾಠಿ ದುರಭಿಮಾನಕ್ಕೆ ತನ್ನನ್ನೇ ತಾನು ಮುಡಿಪಾಗಿಸಿಕೊಂಡ ರಾಜಕೀಯ ಪಕ್ಷ. 'ಆದರೆ ಆಮೇಲೆ ನಾನದನ್ನು ಬಿಟ್ಟುಬಿಟ್ಟೆ. ನಮ್ಮ ರಕ್ತ ಹರಿಯುತ್ತಿದ್ದಾಗ ಅವರು ತಮ್ಮ ಹೊಟ್ಟೆ ತುಂಬಿಸಿಕೊಳ್ಳುತ್ತಿದ್ದರು. ನಮಗೆ ಅದರಿಂದ ಏನೂ ಪ್ರಯೋಜನವಾಗಲಿಲ್ಲ' ಎಂದ. ತನ್ನ ಏರುಪ್ರಾಯದ ಪ್ರಮಾದಗಳನ್ನು ತುಸು ಬೆರಗು, ಅಪನಂಬಿಕೆಗಳಿಂದಲೇ ನೋಡುತ್ತಿರುವ ಮುದುಕನೊಬ್ಬನ ರೀತಿಯಲ್ಲಿ ಅವನು ತನ್ನ ಬದುಕಿನ ಆ ಅವಧಿಯನ್ನು ಪರಿಗಣಿಸುತ್ತಿದ್ದಂತೆ ಕಾಣಿಸಿತು. ಹಾಗಾದರೆ, ಕಳೆದ ಕೆಲ ದಿನಗಳಲ್ಲಿನ ವಿದ್ಯಮಾನಗಳ ಕುರಿತು ಅಂದರೆ ಮರಾಠಿ ಅಸ್ತಿತ್ವವನ್ನು ರಕ್ಷಿಸಿಕೊಳ್ಳಲು ಬಾಳ ಠಾಕ್ರೆಯ ಸೋದರಳಿಯ ರಾಜ್ ಮತ್ತು ಅವನ ಮಹಾರಾಷ್ಟ್ರ ನವನಿರ್ಮಾಣ ಸೇನೆಯು ನಡೆಸುತ್ತಿರುವ ಪ್ರಚಾರ, ಆಂದೋಲನದ ಕುರಿತು, 'ನಿಜ'ವಾದ ಮುಂಬೈಕರ್‌ರ ಉದ್ಯೋಗಗಳನ್ನು ಅವರ ಮೂಗಿನಡಿಯಲ್ಲಿಯೇ ಕದ್ದೊಯ್ಯುತ್ತಿರುವ ಆರೋಪ ಹೊತ್ತ ಉತ್ತರ ಭಾರತೀಯ ವಲಸಿಗರ ಕುರಿತು ಅವನ ಮನಸ್ಸಿನಲ್ಲೇನಿದೆ ಎಂದು ಕೇಳಿದೆ.

'ನೋಡು, ನೀನು ಎಲ್ಲಿಯವನು?' ಯಶಿ ಕೇಳಿದ.

'ಮದ್ರಾಸ್' ಎಂದೆ.

'ಸರಿ. ನೀನು ಮದ್ರಾಸ್‌ನಿಂದ ಇಲ್ಲಿಗೆ ಬರುತ್ತೀಯ. ಕಷ್ಟಪಟ್ಟು, ಪೂರ್ಣಶ್ರದ್ಧೆಯಿಂದ ಕೆಲಸ ಮಾಡುತ್ತೀಯ' ಎಂದು ಮಾತು ಮುಂದಿಟ್ಟ ಯಶಿ, 'ನಾನು ಮುಂಬೈಯವನು. ಈಗ ನಾನು ಅಷ್ಟು ಶ್ರಮಪಟ್ಟು ಕೆಲಸ ಮಾಡದೇ ಇದ್ದಲ್ಲಿ ನಿನ್ನನ್ನೇಕೆ ಬಯ್ಯಬೇಕು?' ಅದು ನಿಜಕ್ಕೂ ಅಷ್ಟೇ ಸರಳವಾದುದೆಂದು ನಕ್ಕ. ಆತ ಮುಂಬೈಕರ್‌ರಲ್ಲಿಯೇ ಅತ್ಯಂತ ಪುರಾತನ ಹಾಗೂ ಅಧಿಕೃತ ಸಮುದಾಯದಿಂದ ಬಂದವನಾಗಿದ್ದ.

II

ಸಲ್ಮಾನ್ ರಶ್ದೀ ತನ್ನ ಪುಸ್ತಕ 'ಮಿಡ್‌ನೈಟ್ಸ್ ಚಿಲ್ಡ್ರನ್' ದಲ್ಲಿ, 'ಕಿರಿದಾಗುತ್ತ ಸಾಗುವ ಮುಂಬೈನ ಕೇಂದ್ರಭಾಗವು ಹೋಗಿ ಸೇರಿಕೊಳ್ಳುವುದು ಹೊಳೆಯುವ ಮರಳುತೀರವನ್ನು. ಅದರಾಚೆ ಕಾಣಸಿಗುವುದೇ ಏಷಿಯಾದ ಅತ್ಯುತ್ತಮ ಹಾಗೂ ಅತಿ ದೊಡ್ಡ ನೈಸರ್ಗಿಕ ಬಂದರು. ಹೀಗೆ ಮುಂಬೈಯು ಡಂಬೆಲ್ (ಇಗ್ಗುಂಡು) ಆಕಾರದ ದ್ವೀಪವಾಗಿದ್ದಾಗ ಕೋಲಿಗಳು ಇಲ್ಲಿಯೇ ಇದ್ದರು' ಎಂದು ಉಲ್ಲೇಖಿಸಿದ್ದು ಸರಿಯಾಗಿಯೇ ಇದೆ. ಅವರು ಬಹುತೇಕವಾಗಿ ಹೆಚ್ಚಿನ ಪ್ರಮಾಣದಲ್ಲಿ ಬೆಸ್ತರೇ.

'ಕೋಲಿ' ಪದದ ಅರ್ಥವೇ 'ಜೇಡ' ಮತ್ತು 'ಬೆಸ್ತ' ಎಂದಾಗುತ್ತದೆ. ಏಕೆಂದರೆ ಇತಿಹಾಸಜ್ಞ ಡಿ. ಡಿ. ಕೋಸಾಂಬಿಯವರು ಒಮ್ಮೆ ವಿವರಿಸಿದ ಹಾಗೆ, ಜೇಡವು ತನ್ನ ಬಲೆಯನ್ನು ಉಪಯೋಗಿಸುವ ರೀತಿಯಲ್ಲಿಯೇ ಬೆಸ್ತನೊಬ್ಬ ತನ್ನ ಬಲೆಯನ್ನು ಬಳಸುತ್ತಾನೆ. ಆಧುನಿಕ ಮುಂಬೈಯು ತನ್ನ ಮಕ್ಕಳಲ್ಲಿ ಎಲ್ಲರಿಗಿಂತ ಹಿರಿಯರಾದ ಕೋಲಿಗಳನ್ನು ಸದಾ ಗಿಜಿಗಿಟ್ಟುವ ಅವರ ಹಳ್ಳಿಗಳಿಗೆ ಒತ್ತುತ್ತಾ ತಾನು ಶಹರವಾಗಿ ಬೆಳೆದು ನಿಂತಿದೆ. ಆದರೆ ಕೋಲಿಗಳು ತಮ್ಮ ಹೆಸರುಗಳ ಮೂಲಕ ಶಹರದ ಮೇಲೆ ಮುದ್ರೆಯನ್ನು ಒತ್ತಿದ್ದಾರೆ: ಅವರ ಕೋಲಿಭಾಟ್ ಇಂದು ಕೊಲಾಬಾ ಆಗಿದೆ. ಪಾಲ್ವಾ ಬಂದರ್ ಇಂದಿನ ಅಪೋಲೋ ಬಂದರ್ ಆಗಿದೆ. ಅವರ ದೇವತೆ ಮುಂಬಾದೇವಿ ಇಂದಿನ ಮುಂಬೈ ಆಗಿದೆ.

ನಾನು ಮುಂಬೈಗೆ ಬಂದಿದ್ದು ಈ ಕೆಲವು ಮೂಲ ಮುಂಬೈಕರ್‌ರ ಹುಡುಕಾಟದಲ್ಲಿ. ನನಗೆ ಸುತ್ತಿ ಬಳಸಿ ಉಪಕಾರ ಮಾಡುತ್ತಿರುವವನ ಹಾಗೆ, ನಾನು ಬರುವ ಹಿಂದಿನ ದಿನವಷ್ಟೇ ರಾಜ್ ಠಾಕ್ರೆ ತನ್ನ ಆಂದೋಲನ ಶುರುಮಾಡಿದ್ದ. ಜನರ ಮನಸ್ಸಿನಲ್ಲಿ ಮತ್ತೆ ಅದೇ ಹಳೆಯ ಪ್ರಶ್ನೆಯನ್ನು ಎತ್ತಿಬಿಟ್ಟಿದ್ದ: ನಿಖರವಾಗಿ ಮೂಲ ಮುಂಬೈಕರ್ ಎನ್ನಬಹುದಾದವರು ಯಾರು? ಅದು ಕೋಲಿಯಾಗಬಹುದಿತ್ತು. ಆದರೆ ಆನಂತರದಲ್ಲಿ ಗುಜರಾತ್, ಗೋವಾ ಅಥವಾ ದಕ್ಷಿಣ ಭಾರತದಿಂದ, ಬಿಹಾರ್ ಮತ್ತು ಉತ್ತರಪ್ರದೇಶದಿಂದ ಶಹರದೊಳಕ್ಕೆ ಬೀಸಿಬಂದ ವಲಸೆಯ ಅಲೆಗಳಲ್ಲಿ ಯಾವುದಾದರೊಂದು ಸದಸ್ಯನೂ ಆಗಬಹುದಿತ್ತು. ವಲಸಿಗ ಕಾರ್ಮಿಕರು ಠಾಕ್ರೆಯ ದುಷ್ಟತನದ ಈ ನಿರ್ದಿಷ್ಟ ಸುತ್ತಿನ ಆಘಾತವನ್ನು ಅದಕ್ಕೆ ಅರ್ಹರಲ್ಲದಿದ್ದರೂ ಭರಿಸುತ್ತಿದ್ದರು. ತಮ್ಮ ನಾಯಕ ಬಂಧನಕ್ಕೊಳಗಾದಾಗ MNS (ಮಹಾರಾಷ್ಟ್ರ ನವನಿರ್ಮಾಣ ಸಮಿತಿಯ) ಸದಸ್ಯರು ಚಲಿಸುತ್ತಿದ್ದ ಟ್ಯಾಕ್ಸಿಗಳನ್ನು ನಿಲ್ಲಿಸಿ, ಅದರ ಚಾಲಕರು ಉತ್ತರ ಭಾರತೀಯರೆಂದು ಕಂಡುಬಂದರೆ ಅವರಿಗೆ ಹೊಡೆಯುವ ಹಾಗೂ ಅವರ ವಾಹನಗಳಿಗೆ ಬೆಂಕಿಯಿಡುವ ಕಾರ್ಯಕ್ಕೆ ಇಳಿದರು. 'ಎಲ್ಲಾ ಕಡೆ ಲಫಡಾ ನಡೀತಿದೆ' ಎಂದು ನನಗೆ ಎಚ್ಚರಿಕೆ ನೀಡಲಾಗಿತ್ತು. ತೊಂದರೆ, ಸಮಸ್ಯೆಗಳಿಗೆ ಬಳಸುವ ಮುಂಬೈನ ಆ ಅದ್ಭುತ ಆಡುನುಡಿಯು ದೇಶ-ಕಾಲಗಳ ನಿರಂತರತೆಯಲ್ಲಿ ಉಂಟಾದ ದೊಡ್ಡ ತೊಂದರೆಯದೆಂದು ಉತ್ಪ್ರೇಕ್ಷಿಸದೆ, ಅದರ ನೆರಿಗೆ-ಸುಕ್ಕುಗಳನ್ನು ಸಪಾಟು ಮಾಡುತ್ತಿತ್ತು.

ಅದರ ಪರಿಣಾಮವಾಗಿ, ಅಲ್ಲಿ ನಾನು ಕಾಲಿಟ್ಟ ಮೊದಲ ದಿನ, ಸಾಧಾರಣವಾಗಿ ಸಂಚಾರ ದಟ್ಟಣೆಯಿಂದ ಕೂಡಿರುವ ಸಾಯಂಕಾಲದ 7.30 ರ ಸಮಯದಲ್ಲಿಯೂ ರಸ್ತೆಗಳು ಟ್ಯಾಕ್ಸಿ ಮತ್ತು ಇನ್ನಿತರ ವಾಹನಗಳಿಲ್ಲದೆ ಬೆಳಗಿನ ಜಾವ 3.30 ರ ಸಮಯದಲ್ಲಿದ್ದಂತೆ ಕಾಣುತ್ತಿದ್ದವು. ಮನೆಗೆ ಹೋಗಲು ಟ್ಯಾಕ್ಸಿಯೊಂದನ್ನು

ತೆಗೆದುಕೊಂಡೆ. ಅದರ ಚಾಲಕ ಅತ್ಯಂತ ಸುರಕ್ಷಿತವಾದ ಮಾರ್ಗದ ಬಗ್ಗೆ ತಿಳಿದುಕೊಳ್ಳಲು ತನ್ನ ಸಹಟ್ಯಾಕ್ಸಿಚಾಲಕರೊಂದಿಗೆ ಸತತವಾಗಿ ಮಾತುಕತೆ ನಡೆಸಿದ್ದ. ಆಮೇಲೆ ಇಡೀ ಪ್ರಯಾಣದುದ್ದಕ್ಕೂ ಅವನ ಕಣ್ಣುಗಳು ಎರಗಲಿರುವ ವಿಪತ್ತನ್ನು ಕಂಡುಕೊಳ್ಳುವ ಎಚ್ಚರಿಕೆಯಲ್ಲಿ ನಿರಂತರವಾಗಿ ರಸ್ತೆಬದಿಯತ್ತ ಹೊರಳುತ್ತಲೇ ಇದ್ದವು. ಇದ್ದಕ್ಕಿದ್ದಂತೆಯೇ ರಸ್ತೆ ದಾಟುವ ಪ್ರಯತ್ನದಲ್ಲಿರುವ ಯಾವುದೇ ವ್ಯಕ್ತಿಯು ಎಂದಿನದೇ ಅಭ್ಯಾಸದಲ್ಲಿ ತನ್ನ ಕೈಯೆತ್ತಿದರೂ ಅವನನ್ನು ಎಚ್ಚರಿಕೆಯಿಂದಲೇ ಗಮನಿಸಬೇಕಾಗುತ್ತಿತ್ತು. ದಟ್ಟಣೆಯಿಂದ ಕೂಡಿದ ರಸ್ತೆಗಳು ಒಂದನ್ನೊಂದು ಅಡ್ಡಹಾಯುವ ತಾಣವೊಂದಕ್ಕೆ ಹೋದಾಗ ನಿಜಕ್ಕೂ ನಿರಾಳವೆನಿಸಿತು. 'ಗೊತ್ತಲ್ಲ ನಿನಗೆ. ನಿನ್ನನ್ನು ಕರೆದುಕೊಂಡು ಹೋಗುವ ಬಗ್ಗೆ ನನಗೇ ಖಾತ್ರಿಯಿರಲಿಲ್ಲ. ಇಂತಹ ಹೊತ್ತಿನಲ್ಲಿ ಯಾರೇ ಆದರೂ ತೊಂದರೆ ತಂದೊಡ್ಡಬಹುದು. ಖಂಡಿತವಾಗಿಯೂ ಅದು ಯಾರೂ ಆಗಿರಬಹುದು' ಆತಂಕಭರಿತ ಪ್ರಯಾಣದ ಕೊನೆಯಲ್ಲಿ ನನ್ನಿಂದ ಹಣ ಪಡೆಯುತ್ತ ಆ ಚಾಲಕ ಹೇಳಿದ.

ಝುವೇರಿ ಬಜಾರ್ ಎನ್ನುವುದು ವಾಣಿಜ್ಯ ಚಟುವಟಿಕೆಗಳು ಎಡೆಬಿಡದೆ ನಡೆಯುವ ಕಟ್ಟಡಗಳ ಸಂಕೀರ್ಣವಿರುವ ಜಾಗ. ಅದು ಎಲ್ಲಾ ರೀತಿಯಿಂದಲೂ ದೇವತೆಯೊಬ್ಬಳು ತನ್ನ ಹೆಸರನ್ನು ಕೊಟ್ಟಿರುವ ಶಹರದ ಪ್ರತೀಕವಾಗಿದೆ. ಅದರ ಕೇಂದ್ರಭಾಗದಲ್ಲಿಯೇ ಮುಂಬಾದೇವಿಯ ದೇಗುಲವಿದೆ. ನಾನು ಅಲ್ಲಿಗೆ ಹೋಗಿದ್ದು ತಡ ಮಧ್ಯಾಹ್ನದ ಹೊತ್ತು. ಆ ಸಮಯದಲ್ಲಿಯೇ ಠಾಕ್ರೆಯನ್ನು ಬಂಧಿಸಲಾಗಿತ್ತು. ದೇಗುಲ ಸಂಕೀರ್ಣಕ್ಕೆ ಒಂದಕ್ಕಿಂತಲೂ ಹೆಚ್ಚು ಪ್ರವೇಶದ್ವಾರಗಳಿದ್ದವು. ಅದರಲ್ಲಿ ಒಂದಂತೂ ಎರಡೂ ಬದಿಗಳಲ್ಲಿದ್ದ ಅಂಗಡಿಗಳ ಒತ್ತುವಿಕೆಯಿಂದಾಗಿ ತನ್ನ ಅಸ್ತಿತ್ವವನ್ನೇ ಬಹುಮಟ್ಟಿಗೆ ಕಳೆದುಕೊಂಡುಬಿಟ್ಟಿತ್ತು. ಬೀಪ್ ಸದ್ದು ಮಾಡುತ್ತಿದ್ದ, ಯಾವ ತರಹದಲ್ಲಿಯೂ ಕೆಲಸಕ್ಕೆ ಬಾರದ ಲೋಹಶೋಧಕ ಯಂತ್ರವೊಂದರ ಮೂಲಕ ನಾನು ಹಾದುಹೋಗುತ್ತಿದ್ದಾಗ 'ಈ ರಾಜ್ ಠಾಕ್ರೆಯ ಲಫಡಾ ಇಲ್ಲದಿದ್ದರೆ ಇಷ್ಟೊತ್ತಿಗಾಗಲೇ ಇಲ್ಲಿ ಬಹಳಷ್ಟು ಜನ ಇರುತ್ತಿದ್ದರು. ಆಗ ನಿನಗೆ ನೂಕಿಕೊಂಡು ಹೋಗುವುದೂ ಕಷ್ಟವಿತ್ತು' ಎಂದು ಕಾವಲುಗಾರ ನುಡಿದ.

ದೇಗುಲದೊಳಕ್ಕೆ ಹೋಗಲು ಕೆಲವು ಮೆಟ್ಟಿಲುಗಳನ್ನು ಏರಬೇಕಾಗಿತ್ತು. ನೂರಾರು ತೆಂಗಿನ ಕಾಯಿಗಳನ್ನು ಒಡೆದಿದ್ದ ಕಾರಣ, ನೀರು ಚೆಲ್ಲಿತ್ತು. ಮೆಟ್ಟಿಲುಗಳು ಯಾವಾಗಲೂ ಅಂಟಂಟಾಗಿಯೇ ಇರುತ್ತಿದ್ದವು. ಪುಟ್ಟದೊಂದು ಗುಡಿಯ ಒಳಹೊಕ್ಕೆ. ಅದರೊಳಗೆ ಮತ್ತೆ ಎರಡು ಪ್ರತ್ಯೇಕ ಗರ್ಭಗುಡಿಗಳಿದ್ದವು. ಗುಡಿಯಲ್ಲಿದ್ದ ಚಂದ್ರಮುಖಿ ಅನ್ನಪೂರ್ಣೆಯ ವಿಗ್ರಹದ ಅಕ್ಕಪಕ್ಕ ಭಾರೀ ಮೀಸೆಹೊತ್ತ ಸೈನಿಕರಿಬ್ಬರ ಹಿತ್ತಾಳೆಯ ಮೂರ್ತಿಗಳಿದ್ದವು. ಗುಡಿಯನ್ನು ನೋಡಿದರೆ, ಅಲ್ಲಿಗೆ ಯಾರೂ ಬರುವವರಿಲ್ಲದೆ

ಉಪೇಕ್ಷಿಸಿದ್ದಾರೇನೋ ಎನ್ನುವ ಹಾಗೆ ಕಾಣುತ್ತಿತ್ತು. ಅದಕ್ಕೆ ವಿರುದ್ಧವಾಗಿ, ಮತ್ತೊಂದು ಗುಡಿಯ ಸುತ್ತ ಜನರು ಚಿಕ್ಕ ಚಿಕ್ಕ ಗುಂಪುಗಳಲ್ಲಿ ನೆರೆದಿದ್ದರು. ಅದರಲ್ಲಿ ಮುಂಬಾದೇವಿಯ ವಿಗ್ರಹವಿತ್ತು. ಅದು ಅಷ್ಟೇನೂ ಎತ್ತರವಿರಲಿಲ್ಲ. ಉಗ್ರಸ್ವರೂಪಿಯಾದ, ಹತ್ತು ಕೈಗಳನ್ನುಳ್ಳ, ಕಿತ್ತಳೆ ವರ್ಣದ ದೇವತೆ ಮುಂಬಾದೇವಿ. ವಿಗ್ರಹದಲ್ಲಿ ಶರೀರಕ್ಕಿಂತಲೂ ಮುಖವೇ ದೊಡ್ಡದಾಗಿತ್ತು. ಉದಾಹರಣೆಗೆ, ದೇವಿಯು ಸವಾರಿ ಮಾಡುತ್ತಿದ್ದ ಚಿಕ್ಕ ಸಿಂಹಕ್ಕಿಂತಲೂ ಅವಳ ಮೂಗಿನ ಎಡ ಭಾಗದಲ್ಲಿದ್ದ ದೊಡ್ಡ ಆಭರಣವನ್ನು ಸುಲಭವಾಗಿ ಕಾಣಬಹುದಿತ್ತು. ನೇರಳೆ ಮತ್ತು ಗುಲಾಬಿ ಬಣ್ಣದ ಹೂಗಳ ಉದ್ದನೆಯ ದಂಟುಗಳು ವಿಗ್ರಹದ ಹಿಂಭಾಗದಲ್ಲಿ ಹರಡಿಕೊಂಡಿದ್ದವು. ಮೂರ್ತಿಯ ಪಕ್ಕದಲ್ಲಿಯೇ ಇದ್ದ ಪೂಜಾರಿಯು, ಕುಳಿತು ಕುಳಿತು ಬೇಸರ ಬಂದಿದ್ದರಿಂದಲೋ ಏನೋ ದೇವಿಗೆ ಪಕ್ಕಾ ಮರಾಠಿ ಶೈಲಿಯಲ್ಲಿ ಉಡಿಸಿದ್ದ ಹಸಿರು ಸೀರೆಯನ್ನು ಒಂದೇ ಸಮನೆ ಅತ್ತ ಇತ್ತ ಸರಿಸುತ್ತ, ತಿದ್ದಿ ತೀಡಿ, ಸರಿಪಡಿಸುತ್ತಲೇ ಇದ್ದ.

ಗುಡಿಯ ಬಾಗಿಲುಗಳಿಗೆ ಬೆಳ್ಳಿಯನ್ನು ಹೊದೆಸಲಾಗಿದೆ. ಮುಂಬಾದೇವಿಯ ಕೋಲಿ ಐತಿಹ್ಯವನ್ನು (ದಂತಕಥೆಯನ್ನು) ಸಾದಾ ಫಲಕಗಳ ಮೇಲೆ ಕೆತ್ತಿ ಈ ಬಾಗಿಲಗಳ ಮೇಲೆ ಕೂರಿಸಲಾಗಿದೆ. ಈ ಭಾಗದಲ್ಲಿ ಒಮ್ಮೆ ಮುಂಬಾರಕನೆಂಬ ಬಲಶಾಲಿ ದೈತ್ಯನೊಬ್ಬ ವಾಸಿಸುತ್ತಿದ್ದನಂತೆ. ಆತ ಬ್ರಹ್ಮನ ಮನವೊಲಿಸಿ, ತಾನು ಎಂದಿಗೂ ಇನ್ನೊಬ್ಬರ ಕೈಯಿಂದ ಮರಣಿಸುವುದಿಲ್ಲ ಎಂಬ ವರವನ್ನು ಪಡೆದುಕೊಂಡಿದ್ದನಂತೆ. ಈ ಶಕ್ತಿ ಅವನ ತಲೆಗೇರಿದುದರಲ್ಲಿ ಆಶ್ಚರ್ಯವೇ ಇಲ್ಲ. ಅವಿನಾಶಿ ದೈತ್ಯರೆಲ್ಲರೂ ಮಾಡುವ ಹಾಗೆ ಆತನೂ ದುರಹಂಕಾರಿಯಾಗಿ ವರ್ತಿಸತೊಡಗಿದಾಗ ದೇವತೆಗಳು ರಕ್ಷಣೆಗಾಗಿ ತ್ರಿಮೂರ್ತಿಗಳಲ್ಲಿ ಉಳಿದಿಬ್ಬರಾದ ವಿಷ್ಣು ಮತ್ತು ಶಿವನ ಮೊರೆ ಹೋದರಂತೆ. ಅವರಿಬ್ಬರ ಶಕ್ತಿಯ ಸಂಯೋಗದಿಂದಾಗಿ ಸಿಂಹವಾಹಿನಿಯಾದ ದೇವಿ ಅವತರಿಸಿದಳಂತೆ. ಹಲವಾರು ರೋಚಕ ಸುತ್ತುಗಳಲ್ಲಿ ನಡೆದಿರಬಹುದಾದ ಕಾಳಗದಲ್ಲಿ ದೇವಿಯು ಮುಂಬಾರಕನನ್ನು ಸಾವಿನಂಚಿಗೆ ತಳ್ಳಿಯೇಬಿಟ್ಟಳು. ನಂತರ ಕೃಪೆದೋರಿ ಅವನಿಗೆ ಅಂತಿಮ ಅನುಗ್ರಹವೊಂದನ್ನು ದಯಪಾಲಿಸಿದಳು. ಅದೇನೆಂದರೆ, ಭೂಮಿಯ ಮೇಲೆ ಚಿರಸ್ಥಾಯಿಯಾಗಿ ಉಳಿಯುವ ಹಾಗೆ ಅವನ ಹೆಸರು ಅವಳ ಹೆಸರಿನೊಂದಿಗೆ ಸೇರಿಕೊಳ್ಳಬೇಕು. ಮುಂಬೈ ಶಹರದ ಹೆಸರು ಆ ಮರಣಾಸನ್ನ ದೈತ್ಯನ ಕೊನೆಯ ಆಸೆಯ ಈಡೇರಿಕೆಯಂತೆ ಕಂಡುಬರುತ್ತದೆ.

ಮುಂಬಾದೇವಿಯು ಆರಂಭದಲ್ಲಿ ಕೋಲಿಗಳ ದೇವತೆಯಾಗಿದ್ದಿರಬಹುದು. ಆದರೆ ಬಹಳಷ್ಟು ಹಿಂದೆಯೇ ಆಕೆ ತನ್ನ ಸಂಪೂರ್ಣ ಶಹರದ ರಕ್ಷಕ ದೇವತೆಯಾಗಿಬಿಟ್ಟಿದ್ದಳು. ಎಲ್ಲಾ ಜಾತಿ, ಸಮುದಾಯ, ಭಾಷೆಗಳಿಗೆ ಸೇರಿದ

ಮುಂಬೈಕರ್‌ರೂ ಅವಳ ದೇಗುಲಕ್ಕೆ ಹೋಗುತ್ತಾರೆ. ನಾನು ಅಲ್ಲಿದ್ದಾಗ ಮರಾಠಿ, ಹಿಂದಿಗಳಷ್ಟೇ ಅಲ್ಲ ಮಲಯಾಳಂ, ಪಂಜಾಬಿ ಮತ್ತು ಗುಜರಾತಿ ಮಾತುಗಳೂ ಕಿವಿಗೆ ಬಿದ್ದವು. ತಾಯಂದಿರು ತಮ್ಮ ಶಿಶುಗಳಿಗೆ ಆಶೀರ್ವಾದ ಪಡೆದುಕೊಳ್ಳಲು ಕರೆತಂದಿದ್ದರು. ವ್ಯಾಪಾರ, ಉದ್ದಿಮೆಗಳಲ್ಲಿ ತೊಡಗಿಕೊಂಡಿದ್ದವರು ತಮ್ಮ ವ್ಯವಹಾರದ ಏಳಿಗೆಗಾಗಿ ಸೆಲ್‌ಫೋನ್ ಕರೆಗಳ ನಡುವೆಯೇ ಪ್ರಾರ್ಥಿಸುತ್ತಿದ್ದರು. ಅಂತಿಮ ಪರೀಕ್ಷೆಗೆ ಒಂದೇ ತಿಂಗಳು ಉಳಿದಿರುವ ಸಂದರ್ಭದಲ್ಲಿ ವಿದ್ಯಾರ್ಥಿಗಳು ದೈವೀ ಪ್ರೇರಣೆಗಾಗಿ ಮುಂಬಾದೇವಿಯತ್ತ ನೋಡುತ್ತಿದ್ದರು. ಗುಡಿಯ ಮುಂಭಾಗದಲ್ಲಿ ಕುಳಿತಿದ್ದ ಮೂವರು ತಾತಂದಿರ ತುಟಿಗಳು ಮೂಕ ಪ್ರಾರ್ಥನೆಯಲ್ಲಿ ಮೆಲ್ಲಗೆ ಕಂಪಿಸುತ್ತಿದ್ದವು.

ನೆಲದ ಮೇಲೆ ಚಕ್ಕಳಮಕ್ಕಳ ಹಾಕಿ ಕುಳಿತು ಟಿಪ್ಪಣಿ ಬರೆದುಕೊಳ್ಳುತ್ತಿದ್ದೆ. ಐದೋ ಆರೋ ವರ್ಷದ ಹುಡುಗನೊಬ್ಬ ನನ್ನ ಬಳಿ ಬಂದ. ಅಂಗೈನಲ್ಲಿದ್ದ, ಪುಡಿಪುಡಿಯಾಗುತ್ತಿದ್ದ ಪೇಡೆಯ ಮುದ್ದೆಯನ್ನು ನನ್ನೆಡೆಗೆ ಚಾಚಿದ. ಚಿಕ್ಕ ಚೂರೊಂದನ್ನು ಮುರಿದು ತೆಗೆದುಕೊಂಡೆ. ನನ್ನ ಟಿಪ್ಪಣಿ ಪುಸ್ತಕವನ್ನು ಕುತೂಹಲದಿಂದ ನೋಡಿದವನೇ ಕೇಳಿದ: 'ಏನು ಬರೆಯುತ್ತಿದ್ದೀಯಾ? ಹೋಮ್‌ವರ್ಕ್ ಮಾಡುತ್ತಿದ್ದೀಯಾ?'

'ಹೌದು' ಎಂದೆ. ನಾನೇನೂ ಮನೆಯಲ್ಲಿರಲಿಲ್ಲ. ಆದರೆ ಅದರ ಹೊರತಾಗಿಯೂ ಇದು ಸಾಕಷ್ಟು ಒಳ್ಳೆಯ ಅಂದಾಜೇ ಆಗಿತ್ತು.

'ಹೋಮ್‌ವರ್ಕ್!' ಎಂದವನೇ ಅಸಹ್ಯವಾಗಿ ಮುಖ ಕಿವುಚಿ ಓಡಿಹೋದ. ಅದೇ ಹೊತ್ತಿಗೆ, ನನ್ನ ಹಿಂದೆ, ಅವನ ತಾಯಿ ತನ್ನ ಮಗ ಕಷ್ಟಪಟ್ಟು ವಿದ್ಯಾಭ್ಯಾಸದಲ್ಲಿ ಉತ್ತಮ ಸಾಧನೆ ಮಾಡಲಿ ಎಂಬ ಪ್ರಾರ್ಥನೆಯನ್ನು ಮುಂದುವರೆಸಿದ್ದಳು.

II

ಮುಂಬೈನ ಆಕರ್ಷಣೆಗೊಳಗಾದವರು ಅದೆಷ್ಟೋ ಜನ. ಹಲವಾರು ವಲಸಿಗ ಸಮುದಾಯಗಳು ದಶಕಗಳ ಕಾಲದಿಂದ ತಮ್ಮನ್ನೇ 'ಅಧಿಕೃತ ಮುಂಬೈಕರ್' ರೆಂದು ಪರಿಗಣಿಸಿಕೊಳ್ಳಲು ಆರಂಭಿಸಿಬಿಟ್ಟಿದ್ದಾರೆ. ಅಂತಹವರ ಸಾಲಿಗೆ ಬಹುಮುಖ್ಯವಾಗಿ ಸೇರುವವರು 19 ನೆಯ ಶತಮಾನದ ಗಿರಣಿ ಕಾರ್ಮಿಕರು. ಬಾಂಬೆಯಲ್ಲಿ 1851 ರಲ್ಲಿ ಮೊಟ್ಟ ಮೊದಲ ಹತ್ತಿ ಗಿರಣಿ ಆರಂಭವಾಯಿತು. ಅಮೆರಿಕದ ಅಂತರ್ಯುದ್ಧದ ಸಮಯದಲ್ಲಿ ಅಲ್ಲಿನ ಬಂದರುಗಳ ಮೇಲೆ ದಿಗ್ಬಂಧನಗಳನ್ನು ಹೇರಲಾಯಿತು. ಅದರ ಪರಿಣಾಮವಾಗಿ ಅಮೆರಿಕದ ದಕ್ಷಿಣ ಪ್ರಾಂತಗಳಿಂದ ಹತ್ತಿಯನ್ನು ತರಿಸಿಕೊಳ್ಳುವುದು

ಗ್ರೇಟ್ ಬ್ರಿಟನ್‌ಗೆ ಕಷ್ಟವಾಗತೊಡಗಿತು. 1860 ರ ದಶಕದಲ್ಲಿ ಹತ್ತಿಗೆ ಬೇಡಿಕೆಯೂ ಇದ್ದಕ್ಕಿದ್ದಂತೆ ಹೆಚ್ಚಿತು. ಬಾಂಬೆಯ ಗಿರಣಿಗಳು ನಡೆಯುತ್ತಿದ್ದುದು ಅಲ್ಲಿನ ಕಾರ್ಮಿಕರಿಂದಾಗಿ. ಈ ಕಾರ್ಮಿಕರಲ್ಲಿ ಹೆಚ್ಚಿನವರು ಶಹರದ ಹಿನ್ನಾಡಿನಿಂದ ಅಂದರೆ ಕೊಂಕಣ ಜಿಲ್ಲೆಗಳಾದ ರತ್ನಾಗಿರಿ ಮತ್ತು ಸಿಂಧುದುರ್ಗಗಳಿಂದ ಬಂದವರಾಗಿದ್ದರು. ವಿಶೇಷವಾಗಿ ಈ ಜಿಲ್ಲೆಗಳಲ್ಲಿ ನೆರೆಹಾವಳಿ ಅಥವಾ ಅತಿವೃಷ್ಟಿಯ ಕಾರಣ, ಕೃಷಿಯು ಆಗಾಗ ಸಂಕಷ್ಟಕ್ಕೀಡಾಗುತ್ತಿತ್ತು. ಒಂದು ಅಂದಾಜಿನ ಪ್ರಕಾರ, 1892 ರ ವೇಳೆಗೆ ಶಹರದಲ್ಲಿ ಲಕ್ಷಕ್ಕೂ ಮೇಲ್ಪಟ್ಟು ಗಿರಣಿ ಕಾರ್ಮಿಕರಿದ್ದರು. ಚಾಳ್ ಎಂದು ಕರೆಯುವ ಇಕ್ಕಟ್ಟಾದ ಮನೆಗಳಲ್ಲಿ ಅವರು ವಾಸಿಸುತ್ತಿದ್ದರು. ಹೆಚ್ಚಿನವರು ಹೆಂಡತಿ–ಮಕ್ಕಳು–ತಂದೆ–ತಾಯಿ ಹೀಗೆ ಸಂಸಾರವನ್ನು ಹಳ್ಳಿಯಲ್ಲಿಯೇ ಬಿಟ್ಟು ಬಂದ ಪುರುಷರಾಗಿದ್ದರು. ಅವರಿಗೆ ತಮ್ಮ ಹೊಟ್ಟೆಯನ್ನು ತಾವೇ ತುಂಬಿಸಿಕೊಳ್ಳುವ ದಾರಿಯನ್ನು ಹುಡುಕಿಕೊಳ್ಳಬೇಕಿತ್ತು.

'ಲಂಚ್‌ಹೋಮ್' ಅಥವಾ 'ಖಾನಾವಳ್'ಗಳ ಜಾಲವು ಹುಟ್ಟಿ ಹರಡಿಕೊಳ್ಳುವುದಕ್ಕೆ ಇದು ಕಾರಣವಾಯಿತು. ಆಹಾರದ ವಿಷಯದಲ್ಲಿ ಮುಂಬೈನ ಕಾರ್ಮಿಕವರ್ಗದ ಈ ಊಟದ ಮನೆಗಳು ಅಷ್ಟೇನೂ ಸೂಕ್ಷ್ಮತೆ, ನಾಜೂಕುತನಗಳನ್ನು ಮೆರೆಯುವುದಿಲ್ಲ. ಇವುಗಳ ವಿಭಿನ್ನ ರೂಪಗಳು ಭಾರತದ ಪ್ರತಿ ನಗರದಲ್ಲಿಯೂ ಒಂದಲ್ಲ ಒಂದು ರೀತಿಯಲ್ಲಿ ಕಂಡುಬರುತ್ತವೆ. ಸಾರಾ. ಎಸ್. ಮಿಟ್ಟರ್[1] ಎನ್ನುವವರು 'ಧರ್ಮಾಸ್ ಡಾಟರ್ಸ್' ಎಂಬ ತಮ್ಮ ಪುಸ್ತಕದಲ್ಲಿ ವರ್ಣಿಸಿದ ಹಾಗೆ, ಚಾಳಿನ ನಿವಾಸಿಗಳಿಗೆ ಅಡುಗೆ ಬೇಯಿಸಲು ಅನುಕೂಲತೆಗಳು ಅಥವಾ ಚೈತನ್ಯ ಸಾಕಷ್ಟಿರಲಿಲ್ಲ. ಅವರು ನಿಯಮಿತವಾಗಿ ಉಪಾಹಾರ ಗೃಹಗಳಲ್ಲಿ ಊಟ ತಿಂಡಿ ಮಾಡುವಷ್ಟು ಸ್ಥಿತಿವಂತರೂ ಆಗಿರಲಿಲ್ಲ. ಹಾಗಾಗಿ, ಗೃಹಿಣಿಯರು ಗಿರಣಿ ಕಾರ್ಮಿಕರ ಚಿಕ್ಕ ಚಿಕ್ಕ ಗುಂಪುಗಳಿಗೆ ನಿತ್ಯವೂ ಊಟವೊದಗಿಸಲು ಆರಂಭಿಸಿದರು. ಇದರಿಂದ ಅವರ ಕುಟುಂಬದ ನಿತ್ಯದ ಆಹಾರವೆಚ್ಚವೂ ತುಂಬಿಬರುತ್ತಿತ್ತು. ಗಿರಣಿ ಕಾರ್ಮಿಕರು, ತಿಂಗಳ ಕೊನೆಗೆ ಸಂಬಳ ಬಂದಾಗ ಈ ಊಟದ ಖರ್ಚನ್ನು ಪಾವತಿಸುತ್ತಿದ್ದರು. ಲಂಚ್‌ಹೋಮ್‌ಎನ್ನುವುದು ಭಾವುಕತೆಗೆ ಆಸ್ಪದವಿಲ್ಲದ, ಪಕ್ಕಾ ವ್ಯವಹಾರದ ಸಂಗತಿ: ನೀವು ಒಳಬಂದಿರುವುದು ತಣ್ಣಗೆ ನಿಮ್ಮ ಊಟವನ್ನು ಮಾಡಿಕೊಂಡು ಹೋಗಲು ಅಷ್ಟೇ. ಊಟ ಮಾಡುವಾಗ ಅವರಿವರೊಡನೆ ಬೆರೆಯಲು, ಸಮಯ ವ್ಯರ್ಥ ಮಾಡಲು ಅಲ್ಲ. ಆದರೆ ಅಲ್ಲಿನ ಆಹಾರ ಚೆನ್ನಾಗಿತ್ತು. ಬೆಲೆಯೂ ಕಡಿಮೆಯಿತ್ತು. ಮಿಟ್ಟರ್ ಬರೆದ ಹಾಗೆ ಅದು ಮನೆಯಡುಗೆಯ ರುಚಿಯನ್ನು ಹೊಂದಿತ್ತು. ಆ ಮೂಲಕ 'ಶ್ರಮಜೀವಿಯೊಬ್ಬನ ಬದುಕಿನಲ್ಲಿದ್ದ ಅಸ್ಥಿರತೆ' ಯನ್ನು ನಿವಾರಿಸಲು ಸಹಾಯ ಮಾಡಿತು.

---

1 ಪ್ಯಾರಿಸ್‌ನಲ್ಲಿ ನೆಲೆಗೊಂಡಿರುವ ಅಮೇರಿಕನ್ ಬರಹಗಾರ್ತಿ ಹಾಗೂ ಪತ್ರಕರ್ತೆ. ಭಾರತೀಯ ವೈದ್ಯರೊಬ್ಬರನ್ನು ಮದುವೆಯಾಗಿ ಹಲವಾರು ಬಾರಿ ಭಾರತವನ್ನು ಸಂದರ್ಶಿಸಿದ್ದಲ್ಲದೇ ಹಲವಾರು ವರ್ಷ ಇಲ್ಲಿಯೇ ನೆಲೆಸಿದ್ದರು.

ಮುಂಬೈಯಲ್ಲಿ ಉಳಿದುಕೊಂಡಿರುವ ಅತ್ಯುತ್ತಮ ಖಾನಾವಳ್‌ಗಳಲ್ಲಿ 'ಅನಂತಾಶ್ರಮ' ಒಂದು ಎಂದು ಹಲವರು ಹೇಳಿದರು. ಸಾಕಷ್ಟು ಕಷ್ಟಪಟ್ಟು ಗಿರ್‌ಗಾಮ್‌ನ ಅಸ್ತವ್ಯಸ್ತತೆಯಲ್ಲಿಯೇ ಹುಡುಕಾಡಿ ಖೋಟಾಚಿವಾಡಿ ಎಂಬ ಚಿಕ್ಕದೊಂದು ಗಲ್ಲಿಯಲ್ಲಿ ಅದನ್ನು ಕಂಡುಹಿಡಿದೆ. ತನ್ನ ಸುತ್ತಲೂ ಇರುವ ಮನೆಗಳಂತೆ ಅನಂತಾಶ್ರಮವೂ ಮರಮಟ್ಟುಗಳಿಂದ ನಿರ್ಮಿಸಲಾದ ಹಳೆಯದೊಂದು ಕಟ್ಟಡ. ಗೋಲಾಕಾರದ ಒಂದು ಸೂಚನಾಫಲಕವಷ್ಟೇ ಅದರ ಉಪಸ್ಥಿತಿಯನ್ನು ಸಾರುತ್ತದೆ. ಪಕ್ಕದಲ್ಲಿ ಅದಕ್ಕೆ ಹೊಂದಿಕೊಂಡಂತೆಯೇ ಗಿರ್‌ಗಾಮ್ ಕ್ಯಾಥೋಲಿಕ್ ಕ್ಲಬ್('ಸದಸ್ಯರಿಗೆ ಮಾತ್ರ') ಇದೆ. ಎದುರಿಗೇ ಚಿಕ್ಕದೊಂದು ಹಾದಿಬದಿಯ ಪ್ರಾರ್ಥನಾಮಂದಿರವಿದೆ. ಹುಡುಕಿ ಹುಡುಕಿ ಅಂತೂ ಕೊನೆಗೆ ಖೋಟಾಚಿವಾಡಿ ತಲುಪಿದಾಗ ಸರಿಯಾಗಿ ಮಧ್ಯಾಹ್ನ ಊಟದ ಸಮಯವಾಗಿತ್ತು. ಧೂಳು ತಿನ್ನುತ್ತಿದ್ದ ನಿರ್ಜೀವ ಪ್ರೀಮಿಯರ್ ಪದ್ಮಿನಿ ಕಾರೊಂದರ ಹಿಂದಿನ ಸೀಟಿನಲ್ಲಿ ಕುಳಿತು ಇಸ್ಪೀಟಾಡುತ್ತಿದ್ದ ಇಬ್ಬರು ವ್ಯಕ್ತಿಗಳು ಹಾಗೂ ನಿರಂತರವಾಗಿ ಒಳಹೊರಗೆ ಹೋಗಿಬರುತ್ತಿದ್ದ ಅನಂತಾಶ್ರಮದ ಆಶ್ರಯದಾತರನ್ನು ಬಿಟ್ಟರೆ ಅಲ್ಲಿ ಜೀವಸಂಚಾರದ ಇನ್ನು ಯಾವ ಕುರುಹುಗಳೂ ಕಣ್ಣಿಗೆ ಬೀಳುತ್ತಿರಲಿಲ್ಲ.

ಅನಂತಾಶ್ರಮವು ಆರಂಭವಾಗಿ ಹತ್ತಿರ ಹತ್ತಿರ ಶತಮಾನವೇ ಆಗಿರಬೇಕು. ಆದರೂ ಅದನ್ನು ನಿಖರವಾಗಿ ಹೇಳುವುದು ಕಷ್ಟ. ಏಕೆಂದರೆ, ಅಲ್ಲಿನ ಉದ್ಯೋಗಿಗಳು ಯಾವುದೇ ತರಹದ ಪ್ರಶ್ನೆ, ಫೋಟೋವನ್ನೂ ಇಷ್ಟಪಡುವುದಿಲ್ಲ. ಏಕೋಭಕ್ತಿಯಿಂದ ಊಟವನ್ನು ಹುಡುಕಿ ಬಂದ ಕಾರಣವನ್ನು ಮಾತ್ರ ಗಣನೆಗೆ ತೆಗೆದುಕೊಳ್ಳುತ್ತಾರೆ. ಇನ್ನೆಲ್ಲವನ್ನೂ ನಿಜಕ್ಕೂ ದ್ವೇಷಿಸುತ್ತಾರೆ ಎಂದೇ ಹೇಳಬಹುದು ಹಾಗೂ ಈ ಪರಿಚಾರಕರು ಆ ಗುಣವನ್ನು ಬಹುತೇಕ ತಮ್ಮ ಸಮವಸ್ತ್ರದ ಭಾಗವೆಂಬಂತೆ ಧರಿಸಿಕೊಂಡುಬಿಟ್ಟಿರುತ್ತಾರೆ. ಅತ್ಯಂತ ತುರ್ತು ಸನ್ನಿವೇಶಗಳಲ್ಲಷ್ಟೇ ಮಾತನಾಡುತ್ತಾರೆ. ಗಿರಾಕಿಗಳೆಲ್ಲರೂ ಆ ನಿಯಮವನ್ನು ಅನುಸರಿಸುತ್ತಿದ್ದರು. ನಾನು ಹೋದಾಗ ಅಲ್ಲಿಗೆ ಬಂದಿದ್ದ ಗಿರಾಕಿಗಳೆಲ್ಲ ಗಂಡಸರೇ. ದಿನದ ಭಕ್ಷ್ಯಗಳನ್ನು ಕಪ್ಪುಹಲಗೆಯ ಮೇಲೆ ಸೀಮೆಸುಣ್ಣದಿಂದ ಮರಾಠಿಯಲ್ಲಿ ಬರೆದಿದ್ದರು: ಪರಿಚಾರಕನೊಬ್ಬ ನನ್ನತ್ತ ಒಮ್ಮೆ ನೋಡಿ, ಹಿಂದಿನ ಕೋಣೆಯಲ್ಲಿ ನೇತುಹಾಕಲಾಗಿರುವ ಮೆನುವಿನ ಇಂಗ್ಲೀಷ್ ಆವೃತ್ತಿಯು ತುಂಬಾ ಹಳೆಯದು ಎಂದು ಹೇಳಿದ. ಅದನ್ನು ಹೇಳಲು ಎಷ್ಟು ಬೇಕೋ ಅಷ್ಟೇ ಉದ್ದಕ್ಕೆ ತನ್ನ ತುಟಿಯನ್ನು ಸಡಿಲಗೊಳಿಸಿದ್ದ. ಪ್ರವೇಶದ್ವಾರದ ಒಳಭಾಗದಲ್ಲಿಯೇ ಎತ್ತರದ ಮೇಜಿನ ಹಿಂದೆ ಮ್ಯಾನೇಜರ್ ಕುಳಿತಿದ್ದ. ಆತನ ಹಿಂಭಾಗದಲ್ಲಿ ಮೇಲಕ್ಕೆ ಹನುಮಂತ, ಕೃಷ್ಣ, ರಾಧೆ ಹಾಗೂ ವೃದ್ಧರೊಬ್ಬರ ಚಿತ್ರಪಟಗಳಿದ್ದವು. ಅವರು ಬಹುಶಃ ಅನಂತಾಶ್ರಮದ ಸ್ಥಾಪಕರು. ಪ್ರತಿಯೊಬ್ಬ

ಗಿರಾಕಿಯು ಒಳಬರುತ್ತಲೇ ಮ್ಯಾನೇಜರ್ 'ಬಾಂಗ್ಡಾ' ಎಂಬ ಒಂದು ಪದವನ್ನುಚ್ಚರಿಸಿ ಮತ್ತೆ ತೆಪ್ಪಗಾಗಿಬಿಡುತ್ತಿದ್ದ. ಅಂದಿನ ದಿನದ ಮೀನು ಬಂಗುಡೆ ಎಂಬ ಸಂದೇಶವನ್ನು ತಲುಪಿಸಲು ಅಷ್ಟೇ ಸಾಕಾಗುತ್ತಿತ್ತು. ಹಿಂಭಾಗದ ಅಡುಗೆಮನೆಯಲ್ಲಿ ಸಪೂರ ವ್ಯಕ್ತಿಯೊಬ್ಬ ಉದ್ದನೆಯ ಇಕ್ಕಳವೊಂದನ್ನು ಹಿಡಿದು ರೊಟ್ಟಿಗಳನ್ನು ಮಗುಚುತ್ತಿದ್ದ. ಮೋಟು ಅಂಗಿ ಮತ್ತು ಚಡ್ಡಿ ಧರಿಸಿದ್ದ ಆತನ ಮೈಯಿಂದ ಬೆವರು ಧಾರಾಕಾರವಾಗಿ ಸುರಿಯುತ್ತಿತ್ತು. ಹಲವಾರು ತೆರೆದ ಒಲೆಗಳು ಹಾಗೂ ಕುದಿಯುವ ಪಾತ್ರೆಗಳ ಮಧ್ಯೆ ಹೆಂಚಿನ ಮೇಲೆ ರೊಟ್ಟಿಗಳನ್ನು ಮಗುಚಿಹಾಕಲು ಆತ ಹೆಣಗಾಡುತ್ತಿದ್ದ ದೃಶ್ಯವು ನಿಜಕ್ಕೂ ನರಕಸದೃಶವಾಗಿತ್ತು.

ಕತ್ತಲೆಯಿಂದ ಪರಿಚಾರಕನೊಬ್ಬ ಹೊರಬಂದ. ಮೊಟ್ಟ ಮೊದಲಿಗೆ ಅಗಲಬಾಯಿಯ ಚಿಕ್ಕದೊಂದು ಸ್ಟೀಲ್‌ವಾಟಿಯಲ್ಲಿ ನೀರನ್ನು ತಂದು ಕೊಟ್ಟ. ನಂತರ ಒಂದು ಲೋಟ ತುಂಬ ಸೋಲ್‌ಕಢಿ ಎನ್ನುವ, ಕೋಕಮ್ ಮತ್ತು ತೆಂಗಿನ ಹಾಲಿನಿಂದ ಮಾಡಿದ ತಣ್ಣನೆಯ ಮಸಾಲೆಯುಕ್ತ ಪಾನೀಯವನ್ನು ತಂದಿಟ್ಟ. ಆಮೇಲೆ ನಿಗದಿತವಾಗಿ ಅನ್ನ–ತಾಜಾ ರೊಟ್ಟಿ–ಕರಿದ ಮೀನಿನ ಉದ್ದನೆಯ ತುಂಡು–ರಸಭರಿತ ಮಸಾಲೆಯಿರುವ ವಾಟಿ–ಮೀನಿನ ಕರ್‍ರಿಯ ತುಂಡುಗಳಿರುವ ಭರ್ಜರಿ ಭೋಜನವೊಂದನ್ನು ಉಣಬಡಿಸಿದ. ಇದು ಮನೆಯ ಊಟವನ್ನು ನೆನಪಿಸುತ್ತಿತ್ತು. ಕರ್‍ರಿ ವಾಟಿಯ ಅಂಚಿಗೆ ಇಟ್ಟಿದ್ದ ಮೀನಿನ ತುಂಡೊಂದು ತನ್ನ ರಸದಿಂದ ಬೇರೆಯಾಗಿಯೇ ಕುಳಿತಿತ್ತು. ನಿತ್ಯವೂ ಜಗಳವಾಡುವ ದಂಪತಿಗಳು ಔತಣಕೂಟವೊಂದಕ್ಕೆ ಕೇವಲ ತೋರ್ಪಡಿಕೆಗೆ ಒಟ್ಟಾಗಿ ಆಗಮಿಸಿದ ಹಾಗೆ, ಸಾಧ್ಯವಾದಷ್ಟು ಬೇಗ ತಮ್ಮ ತಮ್ಮ ದಾರಿಯಲ್ಲಿ ನಡೆಯಲು ನಿರ್ಧರಿಸಿದ ಹಾಗೆ ವಿಚಿತ್ರವಾಗಿ ಕಾಣುತ್ತಿತ್ತು. ರೊಟ್ಟಿಯ ತೆಳ್ಳನೆಯ ಕಂತೆಯ ಕೆಳಗೆ ಅಡಗಿದ್ದ ಕರಿದ ಮೀನಿನ ತುಂಡು ಅದೆಷ್ಟು ಮೃದುವಾಗಿತ್ತೆಂದರೆ, ನಾನದನ್ನು ಎತ್ತುತ್ತಲೇ ಮುರಿದು ಬೀಳತೊಡಗಿತು. ನಡುಭಾಗದವರೆಗೂ ಸೀಳಿಕೊಂಡಿದ್ದ ಕಾರಣ, ಅದರ ಒಳಭಾಗವು, ಚಿತ್ರಕಾರನೊಬ್ಬನು ಬಣ್ಣಗಳನ್ನು ಕಲೆಸಲು ಬಳಸುವ ತೆಳುಹಲಗೆಯಂತೆ ವಿವಿಧ ವರ್ಣಗಳನ್ನು ಪ್ರದರ್ಶಿಸುತ್ತಿತ್ತು: ಹೊಂಬಣ್ಣದ ಮೇಲ್ಮೈ, ಹಿಟ್ಟಿನ ಪದರವು ಸೀಳಿಕೊಂಡಿದ್ದ ಜಾಗದಲ್ಲಿ ಅಂಚಿನ ಸುತ್ತಲೂ ಹಸಿರು, ಬರ್ಫಿಯ ಮೇಲಿರುವ ಬೆಳ್ಳಿ ರೇಕಿನ ಹಾಗೆ ಹಿಟ್ಟಿನ ಅಡಿಭಾಗದಲ್ಲೊಂದು ಮಿರುಗುವ ಪದರು.

ಹಾಗಿದ್ದರೂ ಇಡೀ ಊಟದಲ್ಲಿ ನನ್ನ ಗಮನವನ್ನು ಹಿಡಿದಿಟ್ಟುಕೊಂಡಿದ್ದೆಂದರೆ, ಕರ್‍ರಿಯೇ. ಅದನ್ನು ಎಲ್ಲಕ್ಕಿಂತ ಹೆಚ್ಚಾಗಿ ಒಂದು ಮಂದನೆಯ ಮೀನು ಸೂಪ್ ಎನ್ನಬಹುದಿತ್ತು. ಅದು ಬಂಗುಡೆಯ ಪರಿಮಳ–ಸ್ವಾದವನ್ನು ಧಾರಾಳವಾಗಿ ಹೊಂದಿತ್ತು, ತೆಂಗಿನಕಾಯಿಯ ಕಾರಣ ನುಣುಪಾಗಿತ್ತು, ಅರಿಶಿನದಿಂದಾಗಿ

ಹಳದಿಯಾಗಿತ್ತು, ಕೋಕಮ್‌ನಿಂದ ಹುಳಿರುಚಿ ಪಡೆದಿತ್ತು, ಅದಕ್ಕೆ ಸಮೃದ್ಧವಾಗಿ ಸಾಸಿವೆಕಾಳಿನ ಒಗ್ಗರಣೆ ಹಾಕಲಾಗಿತ್ತು. ನಾನೇನೂ ಬಂಗುಡೆ ಮೀನಿನ ಕರ್‍ರಿಯ ಅಭಿಮಾನಿಯಲ್ಲ. ಆದರೂ ಪರಿಪೂರ್ಣ ಸಿಲಿಂಡರ್ ಆಕಾರದ ಅನ್ನದ ಮುದ್ದೆಯ ಜೊತೆಗೆ ತಿನ್ನಲು ಸರಿಹೋಗುವ ಹಾಗೆ ಕರ್‍ರಿಯನ್ನು ಮತ್ತೊಮ್ಮೆ ಬಡಿಸುವಂತೆ ಕೇಳಿದೆ. ನನ್ನ ತಾಟಿನ ಅಂಚಿಗೆ ಬಂದು ಕುಳಿತ ಬಂಗುಡೆಯು ತನ್ನದೆನ್ನುವುದೆಲ್ಲವನ್ನು ಮಸಾಲೆರಸಕ್ಕೆ ಬಿಟ್ಟುಕೊಟ್ಟಿತ್ತು. ಮಿರುಗುತ್ತಿದ್ದರೂ ಸಪ್ಪೆಯಾಗಿ, ಸತ್ವರಹಿತವಾಗಿ ಕುಳಿತಂತೆ ಕಾಣುತ್ತಿತ್ತು. ಊಟ ಮುಗಿಸಿ ಎದ್ದೆ ನಿಜ, ಆದರೆ ಬಿಟ್ಟಿದ್ದ ಮೀನಿನ ತುಂಡು ತಾಟಿನಲ್ಲಿ ಹಾಗೆಯೇ ಉಳಿದುಬಿಟ್ಟಿತ್ತು. ಊಟವನ್ನು ಸರಿಯಾಗಿ ಮುಗಿಸಿಲ್ಲವೆಂದು ಅನಂತಾಶ್ರಮದ ಮಾಣಿ ಸರಿಯಾಗಿ ಬಯ್ದ.

ಹಳೆಯ ಖಾನಾವಳ್‌ಗಳಂತೆ ಅನಂತಾಶ್ರಮವು ಕಟ್ಟುನಿಟ್ಟಾಗಿ ಉಣಬಡಿಸಲು ಮಾತ್ರ ಬದ್ಧವಾಗಿತ್ತು. ಮಧ್ಯಾಹ್ನದ ಊಟ ಮುಗಿಯಲು ನಿಗದಿತ ಸಮಯವೆಂಬುದಿರಲಿಲ್ಲ. ಅಡುಗೆಮನೆಯಲ್ಲಿ ಊಟದ ಪದಾರ್ಥಗಳು ಮುಗಿದಾಗ ಊಟದ ಸಮಯವೂ ಮುಗಿಯುತ್ತಿತ್ತು. ಅದೆಷ್ಟೋ ಗಿರಾಕಿಗಳು ಗೋಡೆಗೆ ಮುಖಮಾಡಿದ ಬೆಂಚಿನ ಮೇಲೆ ಕುಳಿತು ಯಾವ ಅಭಿವ್ಯಕ್ತಿಯೂ ಇಲ್ಲದೆ ಉಣ್ಣುತ್ತಿದ್ದರು. ಕಾಲು ಗಂಟೆಯ ಒಳಗೇ ಅವರೆಲ್ಲ ಅಲ್ಲಿಂದ ನಿರ್ಗಮಿಸಿದರು. ಆದರೆ ಎಲ್ಲೋ ಒಮ್ಮೊಮ್ಮೆ ಕೆಲ ಅನೌಪಚಾರಿಕತೆಗಳು ಈ ಕಠಿಣ ನಿಯಮವನ್ನು ಮುರಿಯುತ್ತಿದ್ದವು. ನಿಯಮಿತವಾಗಿ ಬರುವವರು ಪರಸ್ಪರ ಪರಿಚಯ ಹೊಂದಿರುತ್ತಾರೆ. ಆದ್ದರಿಂದ ಕೆಲವೊಮ್ಮೆ ಅವರ ನಡುವಿನ ಮಾತುಕತೆಗಳು ಮೂರೋ ನಾಲ್ಕೋ ನಿಮಿಷ ನಡೆಯುವುದಿತ್ತು. ಅಂತಹುದರಲ್ಲಿಯೂ ಸಾಧಾರಣವಾಗಿ ಕಾಣಸಿಗದ ವಿಚಿತ್ರ ಅತಿವಾಸ್ತವ ಸಂಭಾಷಣೆಯೊಂದು ನನ್ನ ಗಮನವನ್ನು ಬೇರೆಡೆಗೆ ಸೆಳೆದುಬಿಟ್ಟಿತು. ಅದು ನಡೆಯುತ್ತಿದ್ದಷ್ಟು ಸಮಯವೂ ಅದನ್ನೇ ಸಂಪೂರ್ಣ ಲಕ್ಷ್ಯಕೊಟ್ಟು ನೋಡುತ್ತ, ಕೇಳುತ್ತ ಕುಳಿತುಕೊಂಡು, ನನ್ನ ಬಂಗುಡೆ ಕರ್‍ರಿಯನ್ನು ಮರೆತೇಬಿಟ್ಟಿದ್ದೆ.

ಜೀನ್ಸ್ ಪ್ಯಾಂಟ್ ಮತ್ತು ಟೀ-ಶರ್ಟ್ ಧರಿಸಿದ್ದ ಮಧ್ಯವಯಸ್ಕನೊಬ್ಬ ಒಳಬಂದ. ಯಾವುದೋ ಬೇರೆ ದೇಶದ ವಿಲಕ್ಷಣ ಸಸ್ಯವೊಂದು ಆತನ ತಲೆಯ ಹಿಂಭಾಗದಿಂದ ಮೊಳಕೆಯೊಡೆದು ಹೊರಬಂದಿದೆಯೇನೋ ಎನ್ನುವಂತೆ ಜುಟ್ಟು ಬಿಟ್ಟಿದ್ದ. ಬಂದವನೇ ಬೇಸ್‌ಬಾಲ್ ಟೊಪ್ಪಿಗೆಯನ್ನು ಧರಿಸಿದ್ದ ಗಡ್ಡ ನರೆತ ಸಿಖ್ ವ್ಯಕ್ತಿಯೊಬ್ಬನ ಕಡೆಗೆ ತಲೆಯಾಡಿಸಿ, ಅವನ ಪಕ್ಕವೇ ಕುಳಿತು ಊಟ ತರಲು ಹೇಳಿದ. ಕೆಲ ನಿಮಿಷಗಳ ನಂತರ ಅವನ ಊಟ ಬಂದಿತು. ತಿನ್ನಲು ಆರಂಭಿಸಿದ. ಕೆಲವು ತುತ್ತುಗಳನ್ನು ತಿಂದಾದ ಮೇಲೆ ತನ್ನ ಪಕ್ಕದಲ್ಲಿದ್ದವನತ್ತ ತಿರುಗಿ ಮಾತಿಗೆ ತೊಡಗಿದ.

ಜುಟ್ಟು: ಮತ್ತೆ, ಹೇಗೆ ನಡೀತಾ ಇದೆ?

ಬೇಸ್‌ಬಾಲ್ ಟೊಪ್ಪಿಗೆ: ಓಕೆ ಓಕೆ.

ಜುಟ್ಟು: ಹೇಗಂದರೂ ಇನ್ನು ಕೆಲವೇ ಹೊತ್ತಿನಲ್ಲಿ ನಾವೆಲ್ಲರೂ ಬೆತ್ತಲಾಗುತ್ತೇವೆ.

ಈ ವಿಚಾರ ಕೇಳಿದ್ದೇ ಬೇಸ್‌ಬಾಲ್ ಟೊಪ್ಪಿಗೆಯವನು ಒಂದಷ್ಟು ಹೊತ್ತು ಸುಮ್ಮನಾಗಿಬಿಟ್ಟ. ಅವನು ಬಹುಶಃ ದೀರ್ಘಕಾಲೀನ ಯೋಜನೆಗಳನ್ನು ಮಾಡುವವನಲ್ಲವೇನೋ. ಆ ದಿನದ ಮಧ್ಯಾಹ್ನದ ಊಟದ ಸಮಯದವರೆಗಿನ ಕಾರ್ಯಕ್ರಮಗಳನ್ನು ಮಾತ್ರ ಆಲೋಚಿಸಿದ್ದನೇನೋ ಅಥವಾ ಹೆಚ್ಚೆಂದರೆ, ಊಟದ ನಂತರ ನೇರವಾಗಿ ಮನೆಗೆ ಹೋಗಿ ಸಣ್ಣದೊಂದು ನಿದ್ದೆ ತೆಗೆಯುವವರೆಗೆ ಯೋಚಿಸಿರಬಹುದು. ಏನಾದರೂ ಇರಲಿ, ನಗ್ನತೆಯಂತೂ ಅವನ ಸದ್ಯದ ಭವಿಷ್ಯದ ನೋಟದಲ್ಲಿ ಯಾವ ಜಾಗವನ್ನೂ ಪಡೆದಂತೆ ಕಾಣುತ್ತಿರಲಿಲ್ಲ.

ಬೇಸ್‌ಬಾಲ್ ಟೊಪ್ಪಿಗೆ: ಏನು?

ಜುಟ್ಟು, ಸ್ವಲ್ಪ ಸುತ್ತಿ ಬಳಸಿ: ಹೌದು, ಇನ್ನೊಂದೆರಡು ತಿಂಗಳಲ್ಲಿ ಅದೆಷ್ಟು ಸೆಕೆ ಶುರುವಾಗುತ್ತದೆಂದರೆ, ನಾವೆಲ್ಲ ಬಟ್ಟೆ ಬಿಚ್ಚಿ ಓಡಾಡಲು ಬಯಸುತ್ತೇವೆ ಅಷ್ಟೇ. ಏಕೆಂದರೆ ಈ ಬಾರಿ ಚಳಿಗಾಲದಲ್ಲಿ ಇಷ್ಟೊಂದು ಚಳಿ ಬಿದ್ದಿದೆಯಲ್ಲ. ಅದರ ಇನ್ನೊಂದು ಅತಿಯನ್ನೂ ಕಾಣಲಿಕ್ಕಿದೆ.

ಬೇಸ್‌ಬಾಲ್ ಟೊಪ್ಪಿಗೆ, ಸಾಕಷ್ಟು ನಿರಾಳತೆಯಲ್ಲಿ: ಓಹ್.

ಜುಟ್ಟು: ನಾನು ಬಾಂಬೆಯಲ್ಲಿ ಬೆಚ್ಚಗಿನ ಬಟ್ಟೆಗಳನ್ನು ಹಾಕಿಕೊಂಡಿದ್ದೇ ಇಲ್ಲ. ಆದರೆ ಈ ಬಾರಿ ಧರಿಸಬೇಕಾಗಿದೆ.

ಬೇಸ್‌ಬಾಲ್ ಟೊಪ್ಪಿಗೆ: ಹೇಗಂದರೂ ಈಗ ಚಳಿ ಮುಗಿಯಿತಲ್ಲ.

ಜುಟ್ಟು: ಹೌದು.

ಬೇಸ್‌ಬಾಲ್ ಟೊಪ್ಪಿಗೆ: ಬಂಗುಡೆ ರುಚಿ ನೋಡಿದೆಯಾ? ಚೆನ್ನಾಗಿದೆ.

ಜುಟ್ಟು: ಮ್ಮ್

ಬೇಸ್‌ಬಾಲ್ ಟೊಪ್ಪಿಗೆ: ಬಂಗುಡೆ ಆರೋಗ್ಯಕ್ಕೆ ಒಳ್ಳೆಯದು. ಅದರಲ್ಲಿ ವಿಟಾಮಿನ್‌ಗಳು ತುಂಬಾ ಇರುತ್ತವೆ.

ನಂತರ ಸ್ವಲ್ಪಕಾಲ ಸಂತೃಪ್ತವಾಗಿ ಊಟ ನಡೆಯಿತು. ಏನೇ ಆದರೂ ಬೆತ್ತಲಾಗುವುದಿರಲಿಲ್ಲವಲ್ಲ.

II

ಅನಂತಾಶ್ರಮವು ನಿಖರವಾಗಿ ಯಾವ ಪಾಕಪದ್ಧತಿಗೆ ಬದ್ಧವಾದದ್ದು ಎನ್ನುವುದರ ಬಗ್ಗೆ ಮುಂಬೈಯಲ್ಲಿ ಸಾಕಷ್ಟು ಗೊಂದಲಗಳಿರಲು ಸಾಧ್ಯ. ಆಗಾಗ

ಬಹಳಷ್ಟು ಜನ ಅದನ್ನು ಮಾಲ್ವಾನಿ ಎಂದು ತಪ್ಪಾಗಿ ತಿಳಿಯುತ್ತಾರೆ ಎಂಬ ಸಂಗತಿಯನ್ನು ಕೆಲವರು ಎತ್ತಿ ತೋರಿಸಿದರು. ಆದರೆ ಕ್ಷಿಪ್ರವಾಗಿ ನಡೆಸಲಾದ ಅಭಿಪ್ರಾಯ ಸಂಗ್ರಹಣೆಯೊಂದರಲ್ಲಿ, ಅದು ಗೋಮಾಂತಕವೇ ಎಂಬ ವಿಚಾರವು ಖಚಿತವಾಯಿತು. ಎರಡೂ ಪಾಕಪದ್ಧತಿಯ ಪ್ರಭಾವಗಳು ಮುಂಬೈಯ ಮೇಲಾದದ್ದು ಅದರ ದಕ್ಷಿಣಕ್ಕಿರುವ ಪ್ರಾಂತಗಳಿಂದ. ಅಂದರೆ, ಭಾರತದ ಪಶ್ಚಿಮ ಕರಾವಳಿಯ ಇನ್ನಷ್ಟು ಕೆಳಭಾಗದಿಂದ. ಹತ್ತೊಂಬತ್ತನೆಯ ಶತಮಾನದ ಮಧ್ಯಭಾಗದಲ್ಲಿ ಈ ಪ್ರಾಂತಗಳಿಂದ ಜನರು ದೊಡ್ಡ ಪ್ರಮಾಣದಲ್ಲಿ ಮುಂಬೈಗೆ ವಲಸೆ ಬರಲಾರಂಭಿಸಿದರು. ಆಗ ಈ ಎರಡೂ ಪದ್ಧತಿಗಳು ಅಲ್ಲಿ ತಮ್ಮ ಬೇರನ್ನು ಊರತೊಡಗಿದವು. ಆದರೆ ನನಗೆ ಹೇಳಲಾದ ಪ್ರಕಾರ, ಅವುಗಳ ನಡುವೆ ನಿಶ್ಚಿತವಾಗಿಯೂ ಕೆಲವು ಸ್ಪಷ್ಟ ವ್ಯತ್ಯಾಸಗಳಿವೆ. ಅವುಗಳನ್ನು ಕಂಡುಕೊಳ್ಳುವ ಅತ್ಯುತ್ತಮ ವಿಧಾನವೆಂದರೆ, ಮುಂದಿನ ಕೆಲ ದಿನಗಳ ಕಾಲ ಮುಂಬೈನ ಸುತ್ತಮುತ್ತ ಖುಷಿಯಾಗಿ ಓಡಾಡಿ ತಿನ್ನುವುದಷ್ಟೇ.

ಹಾಗೇ ಮಾಡಿದೆ. ತೆಳುವಾದ, ಕರಿದ ಬಾಂಬಿಲ್ ಅಥವಾ ಬಾಂಬೆ ಡಕ್‌ನ್ನು (ಬಂಗುಳಿ), ನಾರುನಾರಾದ ಉಪ್ಪುಪ್ಪು ಮೋರಿಯನ್ನು (ಮುಶಿ ಮೀನು) ಬಟ್ಟಲುಗಟ್ಟಲೆ ತಿಂದೆ. ಮಸಾಲೆರಸದಲ್ಲಿರುವ, ಮಸಾಲೆ ತುಂಬಿರುವ ಅಥವಾ ಕರಿದ ಬಂಗುಡೆಯನ್ನು ಯಥೇಚ್ಛವಾಗಿ ಹೊಟ್ಟೆಗಿಳಿಸಿದೆ. ಒಂದು ಅತ್ಯಂತ ದುರದೃಷ್ಟಕರ ಸಂದರ್ಭದಲ್ಲಂತೂ ಅದು ಕೇವಲ ಬೇಯಿಸಿದ ಬಂಗುಡೆಯಾಗಿತ್ತು. ಒಮ್ಮೆಯಂತೂ ನಾನು ತಿಂದ ಸೀಗಡಿಗಳನ್ನು ಹೇಗೆ ತಯಾರಿಸಲಾಗಿತ್ತೆಂದರೆ, ಅವುಗಳನ್ನು ಕೇವಲ 'ಮಸಾಲಾ' ಎಂದು ಹೇಳಬಹುದಾಗಿತ್ತು ಅಷ್ಟೇ. ಹಲವಾರು ಹೂಜಿಗಳಷ್ಟು ಸೋಲ್‌ಕಢಿ ಕುಡಿದೆ. ದಾದರ್ ಮತ್ತು ಮಾಹಿಮ್‌ನ ಇಕ್ಕಟ್ಟಾದ ಗಲ್ಲಿಗಳಲ್ಲಿ ನಡೆದೋ ಟ್ಯಾಕ್ಸಿಯನ್ನೇರಿಯೋ ಅಲೆದೆ: ಕಣ್ಣುಗಳು 'ಗೋಮಾಂತಕ' ಅಥವಾ 'ಮಾಲ್ವಾನಿ' ಎಂಬೆರಡು ಮಾಂತ್ರಿಕ ಶಬ್ದಗಳನ್ನು ಹೊತ್ತ ಸೂಚನಾಫಲಕಗಳನ್ನು ಅವಿಶ್ರಾಂತವಾಗಿ ಅರಸುತ್ತಿದ್ದವು.

ಸುಶೇಗಡ್ ಗೋಮಾಂತಕ ಎಂಬ ಚಿಕ್ಕದೊಂದು ಉಪಾಹಾರಗೃಹವು ಮಾಹಿಮ್‌ನ ಪ್ಯಾರಡೈಸ್ ಸಿನೆಮಾ ಮಂದಿರದ ಎದುರಿಗಿದೆ. ಅಲ್ಲಿಗೆ ಹೋದಾಗ, ಅದರ ನಡುಹರೆಯದ ದಢೂತಿ ಯಜಮಾನತಿಯು ನನಗೆ ಪಾಕಶಾಸ್ತ್ರದಲ್ಲಿ ಸ್ನಾತಕೋತ್ತರ ಶಿಕ್ಷಣವನ್ನೇ ನೀಡಿಬಿಟ್ಟಳು. ಅವಳ ಉಪಾಹಾರಗೃಹದಲ್ಲಿನ ಪದಾರ್ಥಗಳು ಬಹಳಷ್ಟು ಸಾರಿ ಮಾಲ್ವಾನಿಯೇನೋ ಅನ್ನಿಸುತ್ತವೆ ಎಂದುಬಿಟ್ಟೆ. ಅವಳಿಗೆ ತಕ್ಷಣ ಸಿಟ್ಟು ಬಂತು. ನನ್ನ ಮಾತನ್ನು ಅಲ್ಲಿಯೇ ತಡೆದು, 'ಅವು ಸಂಪೂರ್ಣ ಬೇರೆಯೇ' ಎಂದು ಕಡ್ಡಿ ಮುರಿದಂತೆ ಹೇಳಿ, ಗಲ್ಲಾಪೆಟ್ಟಿಗೆಯನ್ನು ಬಿಟ್ಟು ನನ್ನ ಮೇಜಿಗೆ ಬಂದಳು. ಪರಿಚಾರಕನೊಬ್ಬನನ್ನು ಕರೆದು, ಮರಾಠಿಯಲ್ಲಿ ಸೂಚನೆಗಳ ಸರಣಿಯನ್ನೇ ಕೊಟ್ಟಳು. ಒಳಹೋದ ಅವನು ಐದೇ ನಿಮಿಷಕ್ಕೆ

ಊಟದ ಬಟ್ಟಲನ್ನು ತಂದು ನಮ್ಮ ಮುಂದಿಟ್ಟ. ಅದರಲ್ಲಿದ್ದ ಪುಟ್ಟ ಪುಟ್ಟ ವಾಟಿಗಳಲ್ಲಿ ಭಕ್ಷ್ಯಗಳು ತುಂಬಿದ್ದವು. ನಂತರ ಆ ಪರಿಚಾರಕ ಮುಂದೆ ನಡೆಯಲಿರುವುದನ್ನು ನೋಡುವುದಕ್ಕೆಂದು, ಭಾರೀ ಬುದ್ಧಿವಂತನಂತೆ ಸುತ್ತಲೂ ನೋಡಿ ಹಲ್ಲುಕಿರಿಯುತ್ತ, ಕೋಣೆಯ ಹಿಂಭಾಗಕ್ಕೆ ಹೋಗಿ ನಿಂತುಕೊಂಡ.

'ಮೊದಲು ಅದರಲ್ಲಿನ ಕೆಲವನ್ನು ತಿನ್ನು,' ಎಂದು ಅಷ್ಟೇನೂ ಆಳವಿರದ ಬಟ್ಟಲಿನತ್ತ ಕೈತೋರಿದಳು ಯಜಮಾನತಿ. ಅದರಲ್ಲಿ ತುಸು ಒಣಗಿಸಿದ ಕಪ್ಪನೆಯ ಕೋಕಮ್ ಸಿಪ್ಪೆಯ ಚೂರುಗಳಿದ್ದವು. ಹಸಿಯಾಗಿ ತಿಂದರೆ ಕಟುಹುಳಿಯಾಗಿತ್ತು. ತಿಂದ ನಂತರ ನಾಲಿಗೆಯ ಮೇಲೆ ಕಹಿಒಗರಿನ ರುಚಿ ಉಳಿಯುತ್ತಿತ್ತು. ಬೆರಳು ಮತ್ತು ಹಲ್ಲುಗಳು ಶಾಯಿಯಲ್ಲಿ ಅದ್ದಿಟ್ಟಂತೆ ಗಾಢ ಬಣ್ಣ ತಳೆದವು ಎಂದು ಮತ್ತೆ ಹೇಳಬೇಕಾಗಿಯೇ ಇಲ್ಲ. 'ಕೋಕಮ್‌ನ ರುಚಿಯು ಅತ್ಯಂತ ನಯವಾದ, ತೆಂಗಿನ ಕಾಯಿಯೇ ಪ್ರಧಾನವಾದ ಕರ್ರಿಯಲ್ಲಿಯೂ ಎದ್ದು ತೋರುತ್ತದೆ. ಈಗ ನಾವು ನಮ್ಮ ಮಸಾಲೆ ಮತ್ತು ಕರ್ರಿಗಳಲ್ಲಿ ಮಾಲ್ವಾನಿ ಬಾಣಸಿಗರು ಬಳಸುವಷ್ಟು ಕೋಕಮ್‌ನ್ನು ಬಳಸುವುದಿಲ್ಲ,' ಎಂದವಳೇ ಕ್ಷಣ ಕಾಲ ತಡೆದು, ಆ ಹೇಳಿಕೆಯನ್ನು ಪರಾಂಬರಿಸಿ, 'ನಮ್ಮ ಸೋಲ್‌ಕಢಿಯೊಂದನ್ನು ಬಿಟ್ಟು,' ಎಂದು ತಿದ್ದಿದಳು. ನಂತರ ಅಡುಗೆಮನೆಯತ್ತ ತಿರುಗಿ, 'ಇಲ್ಲೊಂದಿಷ್ಟು ಸೋಲ್‌ಕಢಿ ತಂದುಕೊಡಿ,' ಎಂದು ಕೂಗಿ ಹೇಳಿದಳು.

ಸೋಲ್‌ಕಢಿ ಎಂಬ ಪಾನೀಯವು ಜೀರ್ಣಕಾರಿಯಾಗಿದ್ದು ಹೊಟ್ಟೆಗೆ ಹಗುರವಾಗಿರಬೇಕೆಂಬ ಉದ್ದೇಶವನ್ನು ಹೊಂದಿದೆ. ಅದಕ್ಕೆ ಸಂಕೀರ್ಣವಾದ ವಿವಿಧ ಸ್ತರದ ಹಲವಾರು ರುಚಿಗಳಿವೆ. ಸುಶೇಗಡ್ ಗೋಮಾಂತಕದ ಅದ್ಭುತ ಸೋಲ್‌ಕಢಿಯು ಕೋಕಮ್‌ನಿಂದಾಗಿ ಸಾಕಷ್ಟು ಲಿಟ್ಮಸ್ ನೇರಳೆ ಬಣ್ಣವನ್ನು ಪಡೆದಿತ್ತು. ಅದನ್ನು ಕುಡಿದಾಗ ಮೊದಲು ನನಗೆ ಅದರಲ್ಲಿನ ತೆಂಗಿನಹಾಲಿನ ತಂಪು ರುಚಿಯು ಅನುಭವಕ್ಕೆ ಬಂದಿತು. ತಂಪೂ ಒಂದು ರುಚಿಯೇ ಎಂದು ಕೆಲವರು ಕೇಳಬಹುದು. ಆಮೇಲೆ ಅನುಭವಕ್ಕೆ ಬಂದಿದ್ದು ಕೋಕಮ್‌ನ ಹುಳಿ ರುಚಿ, ಅದರ ನಂತರ, ಕಟುವಾದ ಮಸಾಲೆ ಪದಾರ್ಥಗಳ ಅಬ್ಬರ ('ಕಾಳುಮೆಣಸು, ಪುದೀನಾ, ಶುಂಠಿ, ಬೆಳ್ಳುಳ್ಳಿ, ಲವಂಗ ಮತ್ತು ಜೀರಿಗೆ. ನಾವು ನಮ್ಮ ಸೋಲ್‌ಕಢಿಗೆ ಮಾಲ್ವಾನಿಗಳಿಗಿಂತ ಹೆಚ್ಚು ಮಸಾಲೆ ಸಾಮಾನುಗಳನ್ನು ಬಳಸುತ್ತೇವೆ.') ಅನಂತರ ಮತ್ತೆ ತೆಂಗಿನ ಹಾಲಿನ ರುಚಿಯು ಕೌಶಲ್ಯಪೂರ್ಣ ರೀತಿಯಲ್ಲಿ ಮರುಕಳಿಸಿತು. ಆದರೆ ಈ ಬಾರಿ ಅದಕ್ಕೆ ಮಧುರ ಸ್ವಾದದ ಅಂತಿಮ ಟಿಪ್ಪಣಿಯಿತ್ತು. ಇಡೀ ದಿನ ಅಲ್ಲಿಯೇ ಕುಳಿತು ಸೋಲ್‌ಕಢಿ ಕುಡಿಯುತ್ತ ಕಳೆದುಬಿಡುವವನಿದ್ದೆ. ಆದರೆ ನನ್ನ ಶಿಕ್ಷಕಿಯು ಹಾಗೆ ಕುಳಿತುಕೊಳ್ಳಲು ಬಿಡಲಿಲ್ಲ. ಅವಳಿಗೆ ಮತ್ತೇನೋ ಯೋಜನೆಗಳಿದ್ದವು.

'ನಮ್ಮ ಕರ್ರಿಯಲ್ಲಿ ಹೆಚ್ಚು ತೆಂಗಿನಕಾಯಿ ಇರುತ್ತದೆ. ಮಸಾಲೆ ಕಡಿಮೆ ಇರುತ್ತದೆ. ಮಾಲ್ವಾನಿ ಕರ್ರಿ ನೋಡಲು ಮತ್ತು ರುಚಿ ಎರಡರಲ್ಲಿಯೂ ಉಗ್ರ,' ಬಂಗುಡೆಯ ರಸಭರಿತ ಮಸಾಲೆಯಿರುವ ಪಾತ್ರೆಯೊಂದನ್ನು ನನ್ನೆಡೆಗೆ ತಳ್ಳುತ್ತ ಹೇಳಿದಳು. ಆಮೇಲೆ ಇನ್ನೊಂದು ಬಟ್ಟಲಿನತ್ತ ಕೈತೋರಿದಳು. ಅದರಲ್ಲಿದ್ದ ಒಂದೆರಡು ಸಣ್ಣ ಕಪ್ಪು ಕೋಡಿನಂತಹ ಕಾಯಿಗಳಲ್ಲಿ ಬೀಜಗಳಿದ್ದವು. 'ಗೋಮಾಂತಕ ಮತ್ತು ಮಾಲ್ವಾನಿ ಎರಡೂ ಪದ್ಧತಿಗಳಿಗೆ ಸಾಮಾನ್ಯವಾಗಿರುವ ಒಂದು ಸಂಗತಿಯಿದೆ. ನಾವು ನಮ್ಮ ಕರ್ರಿಗಳಲ್ಲಿ ಸೀಳಿದ ತ್ರಿಫಲವನ್ನು ಬಳಸುತ್ತೇವೆ' ಎಂದಳು. ನಾನು ಒಂದು ಕೋಡನ್ನು ಕೈಗೆತ್ತಿಕೊಂಡು, ಬೆರಳುಗಳಿಂದ ಹೊರಳಿಸಿ, ಬಾಯಿಯಲ್ಲಿಟ್ಟೆ. ಅದನ್ನು ಹಸಿಯಾಗಿ ತಿನ್ನದೇ ಇರುವುದೇ ಉತ್ತಮ ಎಂದು ಅವಳು ಹೇಳುವುದಕ್ಕೆ ಸರಿಯಾಗಿ ಒಂದು ಕ್ಷಣ ಮೊದಲಷ್ಟೇ ಬಾಯಿಗೆ ಹಾಕಿಕೊಂಡುಬಿಟ್ಟೆ.

ಈ ತ್ರಿಫಲ ಎನ್ನುವುದು ಒಂದೇ ಸಸ್ಯದ ಉತ್ಪನ್ನ. ಮೂರು ವಿಭಿನ್ನ ಫಲಗಳಿಂದ ತಯಾರಿಸಿದ ಇದೇ ಹೆಸರಿನ ಒಂದು ಆಯುರ್ವೇದ ಉತ್ಪನ್ನವೂ ಇದೆ (ಆದ್ದರಿಂದಲೇ 'ತ್ರಿ–ಫಲ'). ಅದು ತನ್ನ ಔಷಧೀಯ ಗುಣಗಳಿಂದಾಗಿ ತುಂಬಾ ಖ್ಯಾತಿ ಪಡೆದಿದೆ. ನಾನು ಐದೋ ಆರೋ ವರ್ಷದವನಾಗಿದ್ದಾಗ, ಕಡಿಮೆ ಬೆಳಕಿನಲ್ಲಿ ತುಂಬಾ ಹೊತ್ತು ಓದುತ್ತಿದ್ದೆ. ಅದರಿಂದಾಗಿ ಕಣ್ಣಿನ ದೃಷ್ಟಿ ದುರ್ಬಲವಾಗುತ್ತ ಹೋಯಿತು. ಕನ್ನಡಕ ಅನಿವಾರ್ಯವೆಂದು ಕಾಣತೊಡಗಿತು. ಆಗ ಕಣ್ಣಿಗೆ ಒಳ್ಳೆಯದೆಂದು ಯಾರೋ ಹೇಳಿದ್ದರಿಂದಾಗಿ ನನ್ನ ತಂದೆ ಒಂದು ಬಾಟಲಿ ಆಯುರ್ವೇದಿಕ್ ತ್ರಿಫಲವನ್ನು ತರಿಸಿದರು. ಕೆಲ ತಿಂಗಳುಗಳ ಕಾಲ ಪ್ರತಿದಿನ ಬೆಳಿಗ್ಗೆ ಅವರು ಕಡುನೀಲಿ ಬಣ್ಣದ ಕಣ್ಣಿನ ಆಕಾರದ ಲೋಟವೊಂದರಲ್ಲಿ ಒಂದಿಷ್ಟು ಕಷಾಯವನ್ನು ಸುರುವಿಕೊಡುತ್ತಿದ್ದರು. ನಾನು ನಮ್ಮ ಊಟದ ಮೇಜಿನ ಬಳಿ ಕುಳಿತು ಈ ದ್ರಾವಣದಿಂದ ನನ್ನ ಕಣ್ಣುಗಳನ್ನು ಒಂದಾದಮೇಲೊಂದರಂತೆ ತೊಳೆದುಕೊಳ್ಳುತ್ತಿದ್ದೆ. ಕಣ್ಣುಗಳು ಒದ್ದೆಯಾಗಿರಬೇಕಿತ್ತು. ಆದ್ದರಿಂದ ತೆರೆದೇ ಇರುವುದು ಮುಖ್ಯವಾಗಿತ್ತು. ಇದು ನೆಲವು ಆಳವಾಗಿದ್ದಂತೆ ಭ್ರಮೆಯನ್ನು ಮೂಡಿಸುತ್ತಿತ್ತು. ಅದನ್ನು ಶೂನ್ಯವಾಗಿ ದಿಟ್ಟಿಸುತ್ತ ರೆಪ್ಪೆ ಮಿಟುಕಿಸುತ್ತ ಒದ್ದಾಡುತ್ತಿದ್ದೆ. ಎದ್ದಾಗ ಎರಡೂ ಕಣ್ಣುಗುಡ್ಡೆಗಳ ಸುತ್ತಲೂ ಉರಿಯುತ್ತಿದ್ದುದು ಇನ್ನೂ ನೆನಪಿದೆ. ಆದರೆ ಅದು ತ್ರಿಫಲ ಕೆಲಸ ಮಾಡುತ್ತಿದೆ ಎಂಬುದನ್ನು ತೋರಿಸುತ್ತದೆ ಎಂದು ನನ್ನನ್ನೇ ನಾನು ಮನವೊಲಿಸಿಕೊಳ್ಳುತ್ತಿದ್ದೆ. (ಅದು ಹಾಗಿರಲಿಲ್ಲ ಮತ್ತು ನಾನು ಯಾವಾಗಿನಿಂದಲೂ ಕನ್ನಡಕ ಧರಿಸುತ್ತಿದ್ದೇನೆ.)

ಇದನ್ನು ಈಗ ಹೇಳುತ್ತಿರುವುದಕ್ಕೆ ಕಾರಣವಿದೆ. ತುಂಬಾ ಕಾಕತಾಳೀಯವೆನ್ನುವ ಹಾಗೆ ಆ ತ್ರಿಫಲ ನನ್ನ ಕಣ್ಣಿಗೆ ಏನು ಮಾಡಿತ್ತೋ ಅದನ್ನೇ ಈ ತ್ರಿಫಲ ನನ್ನ ನಾಲಿಗೆಗೆ ಮಾಡಿತು. ಬಾಯೊಳಗೆ ಚಿಕ್ಕದೊಂದು ಸ್ಫೋಟವೇ ಸಂಭವಿಸಿದಂತೆ ಆಯಿತು.

ಆಮೇಲೆ, ಪ್ರತಿಯೊಂದು ರುಚಿಮೊಗ್ಗೂ ತನ್ನನ್ನೇ ತಾನು ನನ್ನ ನಾಲಿಗೆಯಿಂದ ಬಿಡಿಸಿಕೊಂಡು ಗಂಟಲಿನಾಳಕ್ಕೆ ದಾಟಿಕೊಂಡುಬಿಡಲು ಪ್ರಯತ್ನಿಸುತ್ತಿದೆಯೇನೋ ಎನ್ನುವ ಹಾಗೆ, ಕೆರಳಿ ಕಂಪಿಸಲಾರಂಭಿಸಿತು. ಅದು ಕಾಳುಮೆಣಸಿನ ಖಾರದಿಂದ ಉಂಟಾಗುವ ಜುಮ್ಮೆನಿಸುವಿಕೆಯಾಗಿರಲಿಲ್ಲ. ಬದಲಿಗೆ, ಈ ವಿಲಕ್ಷಣ ವಿದ್ಯುತ್‌ಶಕ್ತಿಯಿಂದಾಗಿ ನನ್ನ ನಾಲಿಗೆಯು ಸಂಪೂರ್ಣವಾಗಿ ಮರಗಟ್ಟಿಹೋಯಿತು. ಬೇರೆ ಯಾವ ಸಂವೇದನೆಗಳೂ ಇರಲಿಲ್ಲ. ಎರಡು ಲೋಟ ನೀರು ಕುಡಿದೆ. ಎರಡು ಬಾರಿ ಸೋಲ್‌ಕಢಿ ಕುಡಿದೆ. ನಂತರ, ಕಡಲಮೀನಿನ ಕರಿದ ಒಂದೆರಡು ಉಂಡೆಗಳನ್ನು ತಿಂದೆ; ಕೆಲವೇ ನಿಮಿಷಗಳ ಹಿಂದೆ ಅವು ತುಂಬಾ ಉಪ್ಪುಪ್ಪಾಗಿವೆ ಎಂದು ನಾನೇ ಬದಿಗಿಟ್ಟಿದ್ದೆ. ಯಾವ ಪ್ರಯೋಜನವೂ ಆಗಲಿಲ್ಲ. ಬೇರೆ ಯಾವುದೇ ಪದಾರ್ಥದ ರುಚಿ ನನಗೆ ಗೊತ್ತಾಗಲು ಕನಿಷ್ಠ ಒಂದು ತಾಸು ಬೇಕಾಯಿತು.

ಈ ಸಂಕಷ್ಟದ, ಯಾತನೆಯ ಅವಧಿಯಲ್ಲಿ ಸುಶೇಗಡ್ ಗೋಮಾಂತಕದ ಯಜಮಾನತಿಯು ಅವಿಚಲಿತಳಾಗಿ ತನ್ನ ಮಾತನ್ನು ಮುಂದುವರೆಸಿಯೇ ಇದ್ದಳು. 'ಗೋಮಾಂತಕ ಭಕ್ಷ್ಯಗಳು ಗೋವಾದ ಪ್ರಭಾವಕ್ಕೊಳಗಾಗಿವೆ ಎಂದು ನೀನು ಅಂದುಕೊಳ್ಳಬಹುದು. ಆದರೆ ಮಾಲ್ವಾನಿ ಭಕ್ಷ್ಯಗಳು ನಿರ್ದಿಷ್ಟವಾಗಿ ಸಿಂಧುದುರ್ಗ ಜಿಲ್ಲೆಯ ಮಾಲ್ವನ್‌ನ ಸುತ್ತಮುತ್ತಲಿನ ಪ್ರದೇಶದಲ್ಲಿ ಕಂಡುಬರುವಂತಹವು' ಎಂದು ಅವಳು ಹೇಳುವಾಗ ಅದರಲ್ಲಿ ಸ್ವಲ್ಪ ಅಸ್ಪಷ್ಟತೆಯಿದ್ದಂತೆ ಕಾಣುತ್ತಿತ್ತು. 'ಜನ ಏನೇ ಆಲೋಚಿಸಲಿ, ಅದೊಂದು ದೊಡ್ಡ ಅಂತರವೇ' ಎಂದಳು.

ಹಾಗಾದರೆ ಅವಳು ಮಾಲ್ವಾನಿ ಭಕ್ಷ್ಯಗಳನ್ನು ಇಷ್ಟಪಡುತ್ತಾಳೆಯೇ? ಎಂಬುದು ನನ್ನ ಪ್ರಶ್ನೆ.

'ನನಗೆ ಗೊತ್ತಿಲ್ಲ' ಎಂದು ಹೇಳುವಾಗ ಅವಳ ನಗುವಲ್ಲಿ ಬಿಗುಮಾನವಿತ್ತು. 'ನಾನೆಂದೂ ಯಾವುದನ್ನೂ ತಿಂದಿಲ್ಲ.'

ಕೆಲವೇ ತಿಂಗಳುಗಳೊಳಗೆ ನಾನು ವಾಹನ ಚಲಾಯಿಸಿಕೊಂಡು ಸೀದಾ ಮಾಲ್ವನ್‌ಗೇ ಹೋದೆ. ಐದು ಗಂಟೆ ಪ್ರಯಾಣ. ಗೋವಾದಿಂದ ಮಹಾರಾಷ್ಟ್ರದೊಳಕ್ಕೆ ಪ್ರವೇಶಿಸಿದಮೇಲೆ ಗುಂಡಿಗಳಿರುವ ರಸ್ತೆಯು ನಿಧಾನವಾಗಿ ಕಿರಿದಾಗುತ್ತ ಸಾಗುತ್ತದೆ. ಅದನ್ನೇ ಅನುಸರಿಸಿಕೊಂಡು ಮುಂದೆ ಚಲಿಸಿದರೆ, ಆ ರಸ್ತೆಯು ಚಿಕ್ಕದೊಂದು ಪಟ್ಟಣವನ್ನು ಸೇರುತ್ತದೆ. ಇಷ್ಟೆಲ್ಲ ಶ್ರಮಪಟ್ಟಿದ್ದು, ಕೇವಲ ಮಧ್ಯಾಹ್ನದ ಒಂದು ಊಟ ಮಾಡುವುದಕ್ಕಾಗಿ, ಸುತ್ತಾಡುವುದಕ್ಕಾಗಿ ಹಾಗೂ ಗೋವಾಕ್ಕೆ ಹಿಂದಿರುಗುವ ಮೊದಲು ಆದಷ್ಟು ಬೇಗ ರಾತ್ರಿ ಊಟವೊಂದನ್ನು ಮುಗಿಸುವುದಕ್ಕಾಗಿ ಆಗಿತ್ತು. ಮಾಲ್ವಾನಿ ಎಂಬ ಹೆಸರನ್ನು ಸ್ವಲ್ಪ ಅನಗತ್ಯವಾಗಿಯೇ ಇಟ್ಟುಕೊಂಡಂತೆ ಕಾಣುತ್ತಿದ್ದ ಒಂದು ಉಪಾಹಾರಗೃಹ ಕಾಣಿಸಿತು. ಊಟ ಮಾಡುತ್ತಲೇ ಗೀಚಿಕೊಂಡಿದ್ದ ನನ್ನ

ಹಳೆಯ ಟಿಪ್ಪಣಿಗಳ ಅರ್ಥವನ್ನು ಭೇದಿಸುತ್ತ ಹೋದೆ. ನನ್ನ ಆತಿಥೇಯಳು ಸರಿಯಾಗಿಯೇ ಹೇಳಿದ್ದಳು ಎನ್ನುವುದು ಆಗ ತಿಳಿಯಿತು. ಮಾಲ್ವಾನಿ ಭಕ್ಷ್ಯಗಳ ಜೊತೆಗಿನ ಅವಳ ಒಡನಾಟ ವಿರಳವಾಗಿತ್ತು ನಿಜ. ಆದರೆ ಅವಳು ಹೇಳಿದ್ದೆಲ್ಲವೂ ತಾಳೆಯಾಗುತ್ತಿತ್ತು. ಸೋಲ್‌ಕಢಿಯಲ್ಲಿ ಕೋಕಮ್ ಕಡಿಮೆ ಇತ್ತು, ಶುಂಠಿ ಮತ್ತು ಕಾಳುಮೆಣಸು ಜಾಸ್ತಿಯಿದ್ದವು. ಆದ್ದರಿಂದ ಅದು ನಿಸ್ಸಾರವಾಗಿತ್ತು. ಗಾಢ ಕೆಂಬಣ್ಣದ ಕರ್‍ರಿಯಲ್ಲಿ ಎಣ್ಣೆಯೂ ಹೆಚ್ಚಿತ್ತು. ಅದು ಚುರುಗುಡುವಷ್ಟು ಬಿಸಿಯೂ ಇತ್ತು. ಇದು ನಿಜಕ್ಕೂ ಒಂದು ತರ ಕದನ ಘೋಷಣೆಯೇ. ಕರಿದ ತಾಟೆ (ಶಾರ್ಕ್) ಹಾಗೂ ಮೀನುಗಳನ್ನು ಎಣ್ಣೆಗೆ ಬಿಡುವ ಮೊದಲು ಕ್ಷಿಪ್ರವಾಗಿ ಕಾಳುಮೆಣಸಿನ ಪುಡಿಯಲ್ಲಿ ಹೊರಳಾಡಿಸಿದ್ದರು. ಅಂದಹಾಗೆ, ಆ ಮಸಾಲೆ ಪದಾರ್ಥಗಳ ಅಡಿಯಲ್ಲಿ, ಕಟುವಾದ ಸ್ವಾದ ಮತ್ತು ಪರಿಮಳವನ್ನು ಧಾರಾಳವಾಗಿ ಹೊಂದಿದ್ದ ಬಂಗುಡೆ ಅಥವಾ ಬಾಂಬಿಲ್‌ಗಳೇ ಇದ್ದವು. ನಿಜಕ್ಕೂ ಉದಾತ್ತ ಮನಸ್ಸನ್ನು ಹೊಂದಿರುವ ತಾರಾ ಪಟುವೊಬ್ಬ ತನ್ನ ಸಹ ಆಟಗಾರರ ನಡುವಿನ ಚಿಕ್ಕ ಪುಟ್ಟ ಅಂತರ್‌ಪ್ರಾದೇಶಿಕ ಕಚ್ಚಾಟಗಳನ್ನು ಗೇಲಿಮಾಡುತ್ತಿರುವ ಹಾಗೆ ಅದು ಕಾಣುತ್ತಿತ್ತು.

II

ಸಸ್ಸೂನ್ ಡಾಕ್ಸ್‌ನಿಂದ ಬಸ್ಸಿನಲ್ಲಿ ವಾಪಸ್ಸು ಬರುತ್ತಿದ್ದೆವು. ಇನ್ನೇನು ನಿದ್ದೆ ಆವರಿಸುವುದರಲ್ಲಿತ್ತು. ಆಗ, ಅಧಿಕೃತ ಕೋಲಿ ಭೋಜನಗೃಹವನ್ನು ಹುಡುಕುವುದು ತುಂಬಾ ಕಷ್ಟ ಎಂದು ಯಶಿ ನನಗೆ ಹೇಳಿದ. ಅದು ನಿಜವೇ. ಕೋಲಿ ಭೋಜನಗೃಹವೆನ್ನುವುದು ಗೋಮಾಂತಕ ಅಥವಾ ಮಾಲ್ವಾನಿ ಭೋಜನಗೃಹಕ್ಕಿಂತಲೂ ತುಂಬಾ ಅಪರೂಪದ್ದೆನ್ನಬಹುದು. ಪ್ರಾನ್ ಕೋಲಿವಾಡ ಮತ್ತು ಚಿಕನ್ ಕೋಲಿವಾಡಗಳಂತೂ ಎಲ್ಲೆಡೆ ಕಾಣಸಿಗುತ್ತವೆ. ಆದರೆ ಅವು ಪಕ್ಕಾ ನಕಲಿ ಎನ್ನುವುದು ಗೊತ್ತೇ ಇದೆ. ಕೋಲಿ ಭಕ್ಷ್ಯಗಳನ್ನು ತಿನ್ನಲು ಇದ್ದ ಒಂದೇ ದಾರಿಯೆಂದರೆ, ನಾಚಿಕೆ ಬಿಟ್ಟು ಯಾರದಾದರೂ ಆತಿಥ್ಯವನ್ನು ದುರುಪಯೋಗ ಪಡಿಸಿಕೊಳ್ಳುವುದು ಹಾಗೂ ಊಟದ ಹೊತ್ತಿಗೆ ಕರೆಯದಿದ್ದರೂ ಹೋಗಿಯೇ ಬಿಡುವುದು ಎಂದು ತೋರಿತು. ನಾನು ಗೋಬಿಂದ್ ಪಾಟೀಲರನ್ನು ಭೇಟಿ ಮಾಡಿದ್ದು ಹೀಗೆಯೇ.

ಎಂಬತ್ತಕ್ಕೆ ಕಾಲಿಡುತ್ತಿರುವ ಪಾಟೀಲರು ಬಿಳಿಗೂದಲಿನ, ಲವಲವಿಕೆಯ ಮನುಷ್ಯ. ಸುಮಾರು 9000ಕ್ಕೂ ಹೆಚ್ಚು ಕೋಲಿಗಳು ದಂಡಾ ಖಾರ್ ಎಂಬ ಪ್ರದೇಶದಲ್ಲಿ ನೆಲೆಸಿದ್ದಾರೆ. ಇದು ಸಮುದ್ರಕ್ಕೆ ತುಂಬಾ ಸನಿಹದಲ್ಲಿದೆ. ಪಾಟೀಲರು

ಅಲ್ಲಿನ ಸ್ಥಳೀಯ ಮುಖಂಡರಾಗಿದ್ದಾರೆ. 1935 ರಲ್ಲಿ ಅವರ ತಂದೆ ವಕೀಲಿ ವೃತ್ತಿಯನ್ನು ಆರಂಭಿಸಿದರು. ಈ ಮೊದಲು ಕೋಲಿ ಸಮುದಾಯದಲ್ಲಿ ಯಾರೂ ವಕೀಲರಾಗಿರಲಿಲ್ಲ. ಪಾಟೀಲರ ಅಜ್ಜನ ಹೆಸರೂ ಗೋಬಿಂದ್ ಪಾಟೀಲ ಎಂದೇ ಆಗಿತ್ತು. ಅವರ ಅಜ್ಜ ಒಬ್ಬ ನಿಷ್ಠಾವಂತ ಸ್ವಾತಂತ್ರ್ಯ ಹೋರಾಟಗಾರರಾಗಿದ್ದರು. ಬಾಂದ್ರಾ ನಗರಸಭೆಗೆ ಮುಖ್ಯರಸ್ತೆಯನ್ನು ನಿರ್ಮಿಸಲು ಜಾಗವನ್ನು ನೀಡಿದ್ದರು. ಆ ರಸ್ತೆಗೆ ಈಗಲೂ ಅವರ ಹೆಸರೇ ಇದೆ. ಪಾಟೀಲರು 200 ವರ್ಷಕ್ಕೂ ಹೆಚ್ಚು ಹಳೆಯದಾದ, ತಮ್ಮ ಪೂರ್ವಜರ ಮನೆಯಲ್ಲಿಯೇ ವಾಸಿಸುತ್ತಿದ್ದಾರೆ. ಎತ್ತರದ ಮೇಲ್ಛಾವಣಿ ಮತ್ತು ದೊಡ್ಡ ನಡುಮನೆಯಿರುವ ಆ ಕಟ್ಟಡದಲ್ಲಿ ವಿವಿಧ ಭಾಗಗಳನ್ನು ವಾಸದ ಕೋಣೆ, ಊಟದ ಕೋಣೆ ಮತ್ತು ಮಲಗುವ ಕೋಣೆ ಎಂದು ನಿಗದಿಪಡಿಸಲಾಗಿದೆ. 'ಅರವತ್ತು ವರ್ಷಗಳ ಹಿಂದೆ ಈ ಕಿಟಕಿಯಿಂದ ಹೊರಗೆ ನೋಡಿದರೆ ಭತ್ತದ ಗದ್ದೆಗಳು ಹಾಗೂ ಸಮುದ್ರ ಕಾಣುತ್ತಿದ್ದವು' ಎಂದು ಪಾಟೀಲರು ತಮ್ಮ ಒರಟಾದ, ಉಬ್ಬಸದ ಧ್ವನಿಯಲ್ಲಿ ಹೇಳಿದರು. ಕಿಟಕಿಯಿಂದ ನಾನು ಹೊರ ನೋಡಿದಾಗ ಕಂಡಿದ್ದು, ಸೆಟೆದುನಿಂತ ಚಾಳುಗಳ ಸಾಲು ಸಾಲು, ಒಂದರ ಮೇಲೊಂದರಂತೆ ರಾಶಿ ಬಿದ್ದ ಬದುಕುಗಳು, ಮರಣಿಸುತ್ತಿರುವ ನಕ್ಷತ್ರದಂತೆ ತನ್ನ ಮೇಲೆಯೇ ಕುಸಿದು ಬಿದ್ದ ಒಂದು ಸಮುದಾಯ.

ಪಾಟೀಲರು ತಮ್ಮ ಶಾಲಾದಿನಗಳಿಂದಲೂ ಅಡುಗೆ ಮಾಡುತ್ತಲೇ ಬಂದವರು. ಅವರು ತುಂಬಾ ಚೆನ್ನಾಗಿ ಅಡುಗೆ ಮಾಡುವುದನ್ನು ನೋಡಿ, ಅವರ ಮೂವರು ಹೆಣ್ಣು ಮಕ್ಕಳೂ ಈ ಪಾಕವಿಧಾನವನ್ನು ಬರೆದಿಡುವಂತೆ ಅವರನ್ನು ಒತ್ತಾಯಿಸುತ್ತಲೇ ಇದ್ದಾರೆ. 'ಪ್ರಾಥಮಿಕ ಶಾಲೆಯಲ್ಲಿದ್ದಾಗ ಮಧ್ಯಾಹ್ನ ಊಟದ ನಂತರ ನಾನು ಮತ್ತು ನನ್ನ ಇಬ್ಬರು ಸಹೋದರಿಯರು ಹಾಲು, ತುಪ್ಪ ಮತ್ತು ಕೇಸರಿದಳಗಳನ್ನು ಹಾಕಿ, ಸಿರಾ ಎನ್ನುವ ಒಂದು ತರಹದ ಖೀರ್ ಮಾಡಿಕೊಳ್ಳಲೆಂದು ಗುಟ್ಟಾಗಿ ಅಡುಗೆಮನೆಯಲ್ಲಿ ಸೇರಿಕೊಳ್ಳುತ್ತಿದ್ದೆವು' ಎಂದರು ಪಾಟೀಲರು. ನಂತರ ತುಂಬಾ ಸಂಕೋಚದಿಂದ, 'ಏನು ಅಂತ ಬರೆಯಲಿ? ನಿನಗೆ ಗೊತ್ತಾ? ಎಷ್ಟೋಂದು ಬಾರಿ, ಕೊನೆಯ ಕ್ಷಣದಲ್ಲಿ ಏನೋ ಅನ್ನಿಸಿ, ಭಕ್ಷ್ಯಕ್ಕೆ ಹಾಕಬೇಕಾದ ಪದಾರ್ಥಗಳನ್ನೇ ನಾನು ಬದಲಿಸಿಬಿಡುತ್ತೇನೆ. ಅದು ಯಾವಾಗಲೂ ಚೆನ್ನಾಗಿಯೇ ಆಗಿರುತ್ತದೆ. ಅಂಥದ್ದನ್ನೆಲ್ಲ ಬರೆಯಲು ಆಗುವುದಿಲ್ಲ' ಎಂದವರು ಬಹುತೇಕ ತನ್ನಷ್ಟಕ್ಕೆ ತಾನೇ ಗೊಣಗಿದರು: 'ಇವತ್ತು ಮಧ್ಯಾಹ್ನದ ಊಟವನ್ನು ನಾನು ತಯಾರಿಸಿದ್ದೇನೆ.'

ವೃತ್ತಿಪರ ಬಾಣಸಿಗರಾಗದೆಯೇ ಉಳಿದುಹೋದರು ಪಾಟೀಲರು. ತನ್ನೊಳಗಿನ ಕರೆಯನ್ನು ಅವರು ನಿಜಕ್ಕೂ ಕೇಳಿಸಿಕೊಳ್ಳಲೇ ಇಲ್ಲ. ಊಟಕ್ಕೆ ದಪ್ಪನೆಯ ಸೀಗಡಿಗಳಿರುವ ಕೆಂಬಣ್ಣದ ಖೀಮಾ, ಗೆದರೆಮೀನಿನ (ಟ್ಯೂನಾ) ಕರ್ರಿ, ಕರಿದ ಕಪ್ಪು

ಪಾಮ್‌ಫ್ರೆಟ್, ಕಾಯಿಪಲ್ಲೆಯ ಒಂದು ವ್ಯಂಜನ (ಅದನ್ನು ಬಿಟ್ಟುಬಿಡು ಎಂದು ಅವರು ಉತ್ಸಾಹದಿಂದಲೇ ಆಗ್ರಹಿಸಿದರು) ಹಾಗೂ ಗೋದಿಯ ಬದಲಾಗಿ ಅಕ್ಕಿಯಲ್ಲಿ ಮಾಡಿದ, ಕಾಗದದಷ್ಟು ತೆಳುವಾದ ರೊಟ್ಟಿಗಳಿದ್ದವು. ಸೊಗಸಾದ ಸಂತುಲನ. ತೆಂಗು ಮತ್ತು ಕೋಕಮ್‌ಗಳು ಗೋಮಾಂತಕ ಅಥವಾ ಮಾಲ್ವಾನಿ ಭಕ್ಷ್ಯಗಳಲ್ಲಿ ಇರುವುದಕ್ಕಿಂತ ಕಡಿಮೆ ಪ್ರಮಾಣದಲ್ಲಿದ್ದವು. ಪಾಮ್‌ಫ್ರೆಟ್‌ನ್ನು ತುಸುವೇ ಉಪ್ಪು ಹಾಗೂ ಮಸಾಲೆ ಉದುರಿಸಿ ಕರಿಯಲಾಗಿತ್ತು. ನವಿರಾಗಿದ್ದರೂ ಕರ್‍ರಿಗಳಲ್ಲಿ ಸ್ವಲ್ಪ ತೀಕ್ಷ್ಣತೆಯಿತ್ತು. 'ಶುಂಠಿ, ಕೊತ್ತಂಬರಿ, ಹಸಿಮೆಣಸಿನಕಾಯಿ ಹಾಗೂ ಬೆಳ್ಳುಳ್ಳಿಯನ್ನಷ್ಟೇ ಹಾಕಿ ತಯಾರಿಸುವ ಖೀಮಾ ಸಾಧಾರಣವಾಗಿ ಹಸಿರು ಬಣ್ಣದಲ್ಲಿರುತ್ತದೆ. ಆದರೆ ನೀನು ಅಷ್ಟು ಹಸಿ ಮಸಾಲೆಯನ್ನು ತಿನ್ನುತ್ತೀಯೋ ಇಲ್ಲವೋ ಅಂತ ನಮಗೆ ಅನುಮಾನವಿತ್ತು. ಅದಕ್ಕೇ ನಾನದನ್ನು ಟೊಮ್ಯಾಟೊ ಮತ್ತು ಈರುಳ್ಳಿ ಹಾಕಿ ಮಾಡಿದೆ' ಎಂದು ಪಾಟೀಲರು ನನ್ನೆಡೆಗೆ ವ್ಯಂಗ್ಯವಾಗಿ ನಕ್ಕು ಹೇಳಿದರು. ನಂತರ ನಯವಾಗಿ, 'ಇಂದು ಎಷ್ಟೊಂದು ಕೋಲಿಗಳು ತಮ್ಮ ಸಾಂಪ್ರದಾಯಿಕ ಶೈಲಿಯ ಗಾಢ, ಹಸಿರು ಕರ್‍ರಿಯನ್ನು ಮಾಡುವುದನ್ನೇ ಬಿಟ್ಟುಬಿಟ್ಟಿದ್ದಾರೆ. ಟೊಮ್ಯಾಟೊ, ಈರುಳ್ಳಿ ಮತ್ತು ಮೊಸರನ್ನು ಬಳಸಿ ಬಹಳಷ್ಟು ಕರ್‍ರಿಗಳನ್ನು ಮಾಡುತ್ತಾರೆ. ಅದು ಮಾಡುವ ರೀತಿಯಲ್ಲ' ಎಂದು ಅಡುಗೆಗೆ ಸಂಬಂಧಿಸಿದ ಅಸಮಾಧಾನವೊಂದಕ್ಕೆ ಜಾರಿಕೊಂಡರು.

ಆಹಾರಕ್ಕೆ ಸಂಬಂಧಿಸಿದ ವಿಷಯಗಳ ಮೇಲೆ ಮಾತನಾಡಲು ಪಾಟೀಲರು ಸದಾ ಸಿದ್ಧ. ಮಾತು ಅದಕ್ಕೆ ಸಂಬಂಧಿಸಿದ್ದಲ್ಲ ಎಂದಾದರೆ ಅವರು ಚರ್ಚೆಯ ದಿಕ್ಸೂಚಿಯನ್ನು ಹೇಗಾದರೂ ಆಹಾರದೆಡೆಗೇ ತಿರುಗಿಸುತ್ತಿದ್ದರು. ನಾವು ಮಾತನಾಡಿದ ಬಹುತೇಕ ಎಲ್ಲ ಸಂಗತಿಗಳೂ ಆಹಾರಕ್ಕೆ ಸಂಬಂಧಿಸಿದವೇ ಆಗಿದ್ದವು. ಅವರು ಎಂದೋ ಒಂದು ದಿನ ತಿಂದ ಸೀಗಡಿ ಮಸಾಲೆ ಅಥವಾ ಚಳಿಗಾಲದ ಮಂದಮಾರುತದಲ್ಲಿ ಹಗ್ಗದ ಮೇಲೆ ಒಣಹಾಕಿದ್ದ, ವಿಲಕ್ಷಣವಾದ ಪತಾಕೆಗಳಂತೆ ಪಟಪಟ ಹಾರಾಡುತ್ತಿದ್ದ 'ಅರೆ-ತಾಜಾ' ಬಾಂಬಿಲ್‌ನ ಮೂಳೆರಹಿತ ಮಾಂಸದ ತುಂಡುಗಳು ಅಥವಾ ಬಹಳ ಹಿಂದೆ ಕಾಲ ಒಳ್ಳೆಯದಿದ್ದಾಗ ಮುಂಬೈನ ಬಂಗುಡೆಯ ರುಚಿ ಹೇಗಿತ್ತು ಮುಂತಾದವನ್ನು ನೆನಪಿಸುವ ವಿಷಯಗಳೇ ಆಗಿದ್ದವು. ಒಮ್ಮೆ ನಾನು ಅವರನ್ನು ಕೋಲಿ ಮೀನುಗಾರರ ಬಗ್ಗೆ ಹಾಗೂ ಅವರ ಮೀನುಗಾರಿಕೆ ತಂತ್ರಗಳ ಬಗ್ಗೆ ಕೇಳಿದೆ. 'ಅವರು ತುಂಬಾ ಅದೃಷ್ಟವಂತರು. ತಮ್ಮ ದೋಣಿಗಳನ್ನು ತೆಗೆದುಕೊಂಡು ಸಮುದ್ರದೊಳಕ್ಕೆ ಹೋಗುವಾಗ ಮೊದಲೇ ಬೇಯಿಸಿದ ಅನ್ನ ಮತ್ತು ರಸಭರಿತ ಮಸಾಲೆಯನ್ನು ತೆಗೆದುಕೊಂಡು ಹೋಗುತ್ತಾರೆ. ಮೀನು ಸಿಕ್ಕಕೂಡಲೇ ಒಂದೆರಡನ್ನು ಮಸಾಲೆಯಲ್ಲಿ ಹಾಕಿ ಬೇಯಿಸಿ ಅಲ್ಲಿಯೇ ಉಣ್ಣುತ್ತಾರೆ. ಅತ್ಯಂತ ತಾಜಾ ಮೀನು

ಸಿಗುವುದು ಅವರಿಗೇ' ಎಂದು ಉತ್ತರಿಸಿದರು. ಆದರೆ ಕೋಲಿಗಳ ಮೀನುಗಾರಿಕೆ ತಂತ್ರದ ಕುರಿತು ನನಗೆ ಅವರಿಂದ ಎಂದೂ ಯಾವ ಮಾಹಿತಿಯೂ ದೊರೆಯಲಿಲ್ಲ.

ಮೀನುಗಳ ಬಗ್ಗೆ ಮಾತು ಬಂದಾಗೆಲ್ಲ ಪಾಟೀಲರು ವಿಶೇಷವಾಗಿ ಭಾವುಕರಾಗುತ್ತಿದ್ದರು ಹಾಗೂ ಮಾತುಕತೆ ವ್ಯಾಪಕವೂ ಸಮಗ್ರವೂ ಆಗಿರುತ್ತಿತ್ತು. 'ನಮಗೆ ಮೀನು ಎಷ್ಟು ಮುಖ್ಯ ಎಂದರೆ, ಕೆಲವೊಮ್ಮೆ ಸೀಗಡಿ, ಟ್ಯೂನಾ ಅಥವಾ ಈಲ್‌ಗಳನ್ನೂ (ಹಾವುಮೀನು) ಕೂಡ ಅರೆದು ನಮ್ಮ ಚಿಕನ್ ಅಥವಾ ಮಟನ್ ಮಸಾಲೆಗಳಿಗೆ ಸೇರಿಸುತ್ತೇವೆ' ಎಂದು ಹೇಳಿದರು. ಅನೇಕ ಕೋಲಿ ಮಕ್ಕಳು ಮೊಟ್ಟಮೊದಲ ಬಾರಿಗೆ ಬಾಯಿತುಂಬ ಉಣ್ಣುವ ಗಟ್ಟಿ ಆಹಾರವೆಂದರೆ ಸಪ್ಪೆಯಾದ ಹಾಗೂ ಜೀರ್ಣಕ್ಕೆ ಸುಲಭವಾದ, ಬೇಯಿಸಿದ ಮೀನುಗಳು. ಅವುಗಳ ಬಗ್ಗೆ ಮಾತನಾಡುವಾಗ ಪಾಟೀಲರು ತುಂಬಾ ಭಾವುಕರಾದರು, ಹಳೆಯ ನೆನಪುಗಳಲ್ಲಿ ಮುಳುಗಿಹೋದರು. ಪ್ರೌಸ್ಟಿಯನ್ ಕ್ಷಣ[1] ಗಳಿಂದ ಹೊರಬರಲು ಅವರಿಗೆ ಕೆಲವು ನಿಮಿಷಗಳ ಕಾಲ ಬೇಕಾಯಿತು. ತಾಜಾ ತಾಜಾ ಉಕ್ಕಡ್‌ನ್ನು ಸವಿಯುವಾಗ ಸಿಗುವ ಸಹಜ, ಸ್ವಾಭಾವಿಕವಾದ ಸಂತೋಷವನ್ನು, ಪ್ರಶಾಂತತೆಯನ್ನು ಅದೊಂದು ಸರಳ ಬದುಕಿನ ಸದ್ಗುಣಗಳ ದೃಷ್ಟಾಂತವೆನ್ನುವ ಹಾಗೆ ವಿವರಿಸಿದರು. ಉಕ್ಕಡ್ ಎಂದರೆ, ಉಪ್ಪು ಮತ್ತು ಅರಿಶಿನ ಹಾಕಿ ಬೇಯಿಸಿದ ಪಾಮ್‌ಫ್ರೆಟ್‌ನ ಪದಾರ್ಥ. ಪ್ರತಿವರ್ಷ ಮಳೆಗಾಲದ ಸಮಯದಲ್ಲಿ ವಾರಾಣಸಿಗೆ ಯಾತ್ರೆಗೆಂದು ಹೋಗುವ ಪರಿಪಾಠ ಕೋಲಿಗಳಲ್ಲಿದೆ. ಅವರು ಪ್ರಯಾಣದಲ್ಲಿ ತಮ್ಮ ಜೊತೆಗೊಯ್ಯುವ ಒಣ ಬಾಂಬೆ ಡಕ್‌ನ ಉಲ್ಲೇಖ ಬಂದಾಗಲಂತೂ ಪಾಟೀಲರ ಮಾತು ಬಹುತೇಕ ಆಧ್ಯಾತ್ಮಿಕ ತೀವ್ರತೆಯನ್ನು ಪಡೆದುಕೊಂಡಿತು. ಹೀಗೆ ಯಾವ್ಯಾವುದೋ ಸಂಗತಿಗಳ ಕುರಿತು ಮಾತನಾಡುತ್ತ ಇರುವಾಗಲೇ ಕೋಲಿಗಳ ಸಾಂಪ್ರದಾಯಿಕ ಮಣ್ಣೊಲೆಗಳ ಬಗ್ಗೆ ಮಾತು ಹೊರಳಿತು. ಅವರು ಮೇಜಿನ ಮೇಲಿದ್ದ ವಿವಾಹ ಆಮಂತ್ರಣ ಪತ್ರಿಕೆಯೊಂದನ್ನು ಎತ್ತಿಕೊಂಡರು. ಅದರ ಮೇಲೆ ಒಲೆಗಳಲ್ಲಿರುವ ಬೆಂಕಿಯುರಿಯುವ ವೃತ್ತಾಕಾರದ ಒಳಮೈ ಹಾಗೂ ಉದ್ದನೆಯ ಹೊಗೆಕೊಳವೆಗಳನ್ನು ವಿವರವಾಗಿ ರೇಖಾಚಿತ್ರಸಹಿತ ಬರೆದು ತೋರಿಸಲು ಮುಂದಾದರು. ಅನಾರೋಗ್ಯದಿಂದ ಬಳಲುತ್ತಿರುವವರಿಗೆಂದು ಹೆಚ್ಚಿನ ವೇಳೆ ನಿಸೋತ್ ಎಂಬ ಪದಾರ್ಥವನ್ನು ತಯಾರಿಸಲಾಗುತ್ತದೆ. ಆ ಹೆಸರನ್ನು ಉಲ್ಲೇಖಿಸಿದವರೇ ತಟಕ್ಕನೇ ನಿಲ್ಲಿಸಿ, 'ನಿಸೋತ್. ಹೌದು ನಾವೀಗ ನಿಸೋತ್‌ನ್ನು ಸೇವಿಸಲೇಬೇಕು,' ಎಂದು ಹೇಳಿದರು. ನಾನು ಅದಾಗಲೇ ಅವರಿಗೆ ಸಾಕಷ್ಟು ತೊಂದರೆ ಕೊಟ್ಟಿರುವುದರಿಂದ ಮತ್ತಷ್ಟು ತೊಂದರೆ ಕೊಡಲು ಬಯಸುವುದಿಲ್ಲವೆಂದು

---

1 1871–1922. ಮಾರ್ಸಲ್ ಪ್ರೌಸ್ಟ್ (ಪ್ರೂಸ್ತ) ಫ್ರೆಂಚ್ ಬರಹಗಾರ. 'ರಿಮೆಂಬರನ್ಸ್ ಆಫ್ ಥಿಂಗ್ಸ್ ಪಾಸ್ಟ್' ಎನ್ನುವ ತನ್ನ ಪ್ರಸಿದ್ಧ ಕಾದಂಬರಿಯಲ್ಲಿ ಸ್ಮೃತಿ ಅಥವಾ ನೆನಪಿನ ಮಾನಸಿಕತೆಯನ್ನು ವಿವರವಾಗಿ ಚಿತ್ರಿಸಿದ್ದಾನೆ. ಅನೈಚ್ಛಿಕವಾಗಿ ಹಠಾತ್ತನೇ ಎರಗುವ ನೆನಪನ್ನು ಹೀಗೆ ಕರೆಯಲಾಗುತ್ತದೆ.

ಸಣ್ಣದಾಗಿ ವಿರೋಧ ಒಡ್ಡಿದೆ. ಆದರೂ ಕೇಳದೇ, ಬೇಗ ಒಂದಿಷ್ಟು ನಿಸೋತ್‌ನ್ನು ಮಾಡಿ ತರುವಂತೆ ಮಗಳು ಪ್ರವರಳನ್ನು ಅಡುಗೆ ಮನೆಗೆ ಕಳುಹಿಸಿದರು.

ನನ್ನ ಪ್ರಕಾರ, ಕಲ್ಪನಾಶಕ್ತಿಯಿಲ್ಲದವರು ಅಥವಾ ತಾಂತ್ರಿಕ ವಿವರಗಳಲ್ಲಿ ಒಲವಿರುವವರಾದರೆ ನಿಸೋತ್‌ನ್ನು ತೆಳ್ಳನೆಯ, ನೀರು ನೀರಾದ, ಮೀನಿನ ಮೂಳೆ–ಮಾಂಸವನ್ನು ಬೇಯಿಸಿ ತಯಾರಿಸಿದ ರಸವೆಂದು ಬಣ್ಣಿಸಿಬಿಡುತ್ತಾರೆ. ಆದರೆ ಆ ಭಾಷಾಂತರದಲ್ಲಿ ಏನೆಲ್ಲ ಕಳೆದುಹೋಗಿಬಿಡುತ್ತದೆ! ನಿಸೋತ್ ಎನ್ನುವುದು ಚಿಕನ್‌ಸೂಪ್‌ಗೆ ಕೋಲಿಗಳು ಒಡ್ಡಿದ ಸವಾಲು; ಹುಣಸೇಹಣ್ಣು, ಚಿಕ್ಕ ಚಿಕ್ಕ ಈರುಳ್ಳಿ, ಮೆಣಸು, ಕೊತ್ತಂಬರಿ ಹಾಗೂ ಬೆಳ್ಳುಳ್ಳಿಗಳನ್ನು ಒಟ್ಟಾಗಿಸಿ ಅರೆದು, ತಯಾರಿಸಿದ ಉತ್ತೇಜನಕಾರಿ ಮಿಶ್ರಣದಲ್ಲಿ ರಸಯುಕ್ತವಾದ ಬಂಗುಡೆ ಅಥವಾ ಬಾಂಬೆ ಡಕ್‌ನ್ನು ಸೇರಿಸಿ, ಚೆನ್ನಾಗಿ ಕುದಿಸಿರುವ ಗಾಢ ಕಂದುಬಣ್ಣದ ಮಾಂಸರಸ. ಪ್ರವರ ತಯಾರಿಸಿದ ನಿಸೋತ್‌ನಲ್ಲಿ ಹಾಕಿದ್ದ ಬಂಗುಡೆಯು ಎಷ್ಟು ಚೆನ್ನಾಗಿ ಬೆಂದಿತ್ತೆಂದರೆ, ಮುಟ್ಟಿದರೆ ಸಾಕು ನುಣುಪಾದ ಪದರು ಪದರುಗಳಾಗಿ ಬಿಚ್ಚಿಕೊಳ್ಳುತ್ತಿತ್ತು. ಮಸಾಲೆ ಸಾಮಾನುಗಳ ಸುವಾಸನೆ, ಹುಣಸೇಹಣ್ಣಿನ ಕಟುಸ್ವಾದ, ಅದ್ಭುತವಾದ ಮೀನಿನ ಸಾರದಿಂದ ತುಂಬಿದ, ಹಬೆಯಾಡುತ್ತಿದ್ದ ಆ ಮಾಂಸರಸದ ರುಚಿಯೊಂದೇ ಅಲ್ಲ, ಪರಿಮಳ ಕೂಡ ತುಂಬಾ ಉತ್ತೇಜಕವಾಗಿತ್ತು. ಜನರನ್ನು ಕಾಯಿಲೆಯಿಂದ ಮಾತ್ರವಲ್ಲ, ಸಾವಿನ ಹಾಸಿಗೆಯಿಂದಲೇ ಎಳಿಸಿ ಕೂರಿಸುವಷ್ಟು ಶಕ್ತವಾಗಿತ್ತು. ನಿಶ್ಶಕ್ತಿಯಿಂದ ಬಳಲುತ್ತಿರುವವರ ನಾಲಿಗೆಯ ಮೇಲೆ ಶಾಂಪೇನ್ ಗುಳ್ಳೆಗಳಂತೆ ಕುಣಿದಾಡುವ ನಿಸೋತ್‌ನ ಕಟು ಪರಿಮಳವು ಮೂಗಿನ ಕುಹರಗಳತ್ತ ಸಾಗಿ, ಔಷಧಿಗಳಿಂದ ಜಡ್ಡುಗಟ್ಟಿರುವ ರುಚಿಮೊಗ್ಗುಗಳ ಬದುಕಿಗೆ ಮರುಜೀವ ನೀಡುತ್ತದೆ. ಕತೆ, ಕಾದಂಬರಿಗಳಲ್ಲಿ ಅಪರಿಚಿತ ನಾಡಿನತ್ತ ಪಯಣ ಬೆಳೆಸಲಿರುವ ಸಾಹಸಿಗರು, ತಮ್ಮ ಸೊಂಟಕ್ಕೆ ಕಟ್ಟಿಕೊಳ್ಳಲು ಅನುಕೂಲವಾಗುವ ಹಾಗೆ ಗುಂಡಗಿನ ಪುಟ್ಟ ಸೋರೆಕಾಯಿ ಬುರುಡೆಗಳಲ್ಲಿ ಔಷಧಯುಕ್ತ ಮಾಯಾರಸವನ್ನು ಸುರಿದು ತುಂಬಿಸಿಟ್ಟುಕೊಳ್ಳುತ್ತಾರಲ್ಲ, ಅದಕ್ಕಿಂತ ಇದು ಯಾವ ರೀತಿಯಲ್ಲಿಯೂ ಕಡಿಮೆಯದಲ್ಲ.

ಊಟವಾದ ಮೇಲೆ ಪಾಟೀಲರು ರೂಢಿಯಂತೆ VAT 69 ವ್ಹಿಸ್ಕಿ ಬಾಟಲಿಯನ್ನು ತಮ್ಮತ್ತ ಎಳೆದುಕೊಂಡರು. ನನಗೊಂದು ಲೋಟ ನೀಡಿ ತನಗೋಸ್ಕರ ಮೂರು ಬೆರಳಷ್ಟು ವ್ಹಿಸ್ಕಿಯನ್ನು ಬಗ್ಗಿಸಿಕೊಂಡರು. 'ನಿನಗೆ ನಮ್ಮ ದೇಸೀ ಮದ್ಯದ ರುಚಿಯನ್ನಷ್ಟು ತೋರಿಸಬೇಕಿತ್ತು ಅನ್ನಿಸುತ್ತಾ ಇದೆ. ಅದನ್ನು ಖರ್ಜೂರ ಮತ್ತು ಬೆಲ್ಲದಿಂದ ಮಾಡುತ್ತಾರೆ. ಭಯಂಕರ ರುಚಿ' ಎಂದವರು, 'ಕೋಲಿಗಳು ಯಾವಾಗಲೂ ಕುಡಿಯುವುದು ಸ್ವಲ್ಪ ಹೆಚ್ಚೇ. ಮೀನುಗಾರರಲ್ಲವೇ! ಸೆಕೆ ಮತ್ತು ಚಳಿ ಹೀಗೆ ಹವಾಮಾನದ ಎರಡೂ ಅತಿಗಳಲ್ಲಿ ಕೆಲಸ ಮಾಡಬೇಕಾಗುತ್ತದೆ'

ಎಂದು ಸೇರಿಸಿದರು. ಅವರು ಶಾಲೆಯಲ್ಲಿ ಕಲಿಯುತ್ತಿದ್ದಾಗ ಅವರ ತಂದೆ ಪ್ರತಿ ಭಾನುವಾರ ಔತಣಕೂಟಗಳನ್ನು ಏರ್ಪಡಿಸುತ್ತಿದ್ದರು ಹಾಗೂ 'ಆಚಾರ್ಯ' ಅತ್ರೆ ಎಂದೇ ಕರೆಯಲ್ಪಡುವ ಮರಾಠಿ ಲೇಖಕ ಪ್ರಹ್ಲಾದ ಕೇಶವ ಆತ್ರೇಯವರಂತಹ ಖ್ಯಾತನಾಮರೆಲ್ಲ ಅದರಲ್ಲಿ ಪಾಲ್ಗೊಳ್ಳುತ್ತಿದ್ದರು ಎಂಬುದಾಗಿ ಪಾಟೀಲರು ನನಗೆ ಹೇಳಿದರು. ಅಂತಹ ಪ್ರತಿ ಸಂಜೆಯ ಕೊನೆಗೂ ಪಾಟೀಲರು ಸರ್ರನೇ ಮೆಟ್ಟಿಲಿಳಿದು ಹೋಗಿ, ಅಲ್ಲಿದ್ದ ಅರ್ಧ ಡಜನ್ನು ಬಾಟಲಿಗಳಲ್ಲಿ ಅಳಿದುಳಿದ ಮದ್ಯವನ್ನೆಲ್ಲ ಒಂದೇ ಲೋಟಕ್ಕೆ ಬಗ್ಗಿಸಿ, ಮದ್ಯಗಳ ಆ ಅಸಹ್ಯ ಮಿಶ್ರಣವನ್ನು ಅಚ್ಚುಕಟ್ಟಾಗಿ ಕುಡಿದು ಮುಗಿಸುತ್ತಿದ್ದರಂತೆ!

ಅಂತೂ ಕೊನೆಗೆ ಮಧ್ಯಾಹ್ನವು ಸಾಯಂಕಾಲಕ್ಕೆ ಇಳಿಯಿತೆನ್ನುವಾಗ, ನಾನು ಈ ಪ್ರವಾಸದಲ್ಲಿ ಪ್ರತಿಯೊಬ್ಬರನ್ನೂ ಕೇಳುತ್ತಲೇ ಬಂದಿದ್ದ ಆ ಪ್ರಶ್ನೆಯನ್ನು ಪಾಟೀಲರಿಗೂ ಕೇಳಿಯೇ ಬಿಟ್ಟೆ: ರಾಜ್ ಠಾಕ್ರೆಯ ಪ್ರಾದೇಶಿಕ ಮೇಲರಿಮೆ ಮತ್ತು ಅತಿ ಅಭಿಮಾನದ ಸೂತ್ರಗಳ ಬಗ್ಗೆ ಅವರ ವಿಚಾರ ಏನು? ವಿಭಿನ್ನವಾದೊಂದು ಆಲೋಚನೆಯನ್ನು ನಾನು ಕೇಳಿದ್ದು ಅದೇ ಮೊದಲು ಹಾಗೂ ಏಕೈಕ ಬಾರಿಯಾಗಿತ್ತು. 'ಅವರ ವಿಚಾರವನ್ನು ನಾನು ಸಂಪೂರ್ಣವಾಗಿ ಒಪ್ಪುತ್ತೇನೆ' ಎಂದ ಪಾಟೀಲರು ಮುಂದುವರೆದು, 'ಜನ ನಿಮ್ಮ ಮದ್ರಾಸು ಶಹರಕ್ಕೆ ಬಂದರು, ನಿಮ್ಮ ಉದ್ಯೋಗಗಳನ್ನೆಲ್ಲ ತೆಗೆದುಕೊಂಡರು ಎಂತಾದಲ್ಲಿ ನೀವೇನು ಮಾಡುತ್ತೀರಿ?' ಎಂದು ಪ್ರಶ್ನೆಯೊಂದನ್ನು ಮುಂದಿಟ್ಟರು. ಉತ್ತರ ಭಾರತೀಯರು ಮೀನುಗಳನ್ನು ಸಗಟು ಖರೀದಿಸಿ, ನಂತರ ಕೋಲಿ ವ್ಯಾಪಾರಿಗಳು ಮಾರುವುದಕ್ಕಿಂತಲೂ ಕಡಿಮೆ ಬೆಲೆಗೆ ಮಾರುವ ಮೂಲಕ ಮೀನುಗಾರಿಕೆ ವ್ಯವಹಾರವನ್ನೂ ಕಲಕಿಬಿಟ್ಟಿದ್ದಾರೆ ಎಂದೂ ಸೇರಿಸಿದರು. 'ಅವರು ನಮ್ಮ ಬಹಳಷ್ಟು ವ್ಯಾಪಾರ ವಹಿವಾಟನ್ನು ವಶಪಡಿಸಿಕೊಂಡಿದ್ದಾರೆ. ಅಂದಾಗ ನಾವು ಠಾಕ್ರೆಯ ಮಾತನ್ನು ಒಪ್ಪದಿರುವುದು ಹೇಗೆ?' ಎಂಬುದು ಅವರ ಪ್ರಶ್ನೆ.

ಅವರ ತಂದೆ ಕೃಷ್ಣ ಮೋತಿರಾಮ್ ಪಾಟೀಲರು ರಾಷ್ಟ್ರೀಯ ಸ್ವಯಂಸೇವಕ ಸಂಘದ ಸದಸ್ಯರಾಗಿದ್ದರು. ಆದರೆ ಹಿಂದೂ ಮುಖಂಡನಾಗಿ ಅವರು ಹೊಂದಿದ್ದ ಸ್ಥಾನಕ್ಕಿಂತಲೂ ಹೆಚ್ಚಾಗಿ ಹಿಂದೂ ತತ್ತ್ವಶಾಸ್ತ್ರದ ಬಗ್ಗೆ ತಾವು ಹೊಂದಿದ್ದ ಜ್ಞಾನದಿಂದಾಗಿ ಗೌರವಕ್ಕೆ ಪಾತ್ರರಾಗಿದ್ದರು ಎಂದು ಪಾಟೀಲರು ಹೇಳಿದರು. 'ನನ್ನ ಅಜ್ಜ ಬ್ರಿಟಿಷರ ವಿರುದ್ಧ ಉಪಯೋಗಿಸಲು ಬಾಂಬ್‌ಗಳನ್ನು ತಯಾರಿಸುತ್ತಿದ್ದರು.' ಒಮ್ಮೆ ಅನುಮಾನಗೊಂಡ ಪೊಲೀಸರು ಮನೆಯ ಮೇಲೆ ದಾಳಿ ಮಾಡಿದಾಗ ಮಹಡಿಯಲ್ಲೇ ಇದ್ದ ಅಜ್ಜ ಗಾಬರಿಯಿಂದ ಸ್ಫೋಟಕವನ್ನು ತಯಾರಿಸಲು ಬಳಸುವ ಸಾಮಗ್ರಿಗಳನ್ನು ಮೂಟೆಕಟ್ಟಿ ಕಿಟಕಿಯಿಂದ ಸಮುದ್ರದತ್ತ ಎಸೆದುಬಿಟ್ಟರು ಎಂಬುದಾಗಿ ಕುಟುಂಬದ ಕತೆ ಹೇಳುತ್ತದೆ. ಇಂದು ಮೊಮ್ಮಗ ಅದೇ ಮನೆಯಲ್ಲೇ ವಾಸಿಸುತ್ತಿದ್ದಾನೆ.

ಇಲ್ಲಿನ ವಿವರಗಳು ಅಸ್ಪಷ್ಟವೆನ್ನಿಸಬಹುದು. ಆದರೆ ಅವರ ಅಜ್ಜನಿಗೆ, ಆ ಕಾಲದಲ್ಲಿ ಅನೇಕಾನೇಕ ಭಾರತೀಯರ ಕಲ್ಪನಾಶಕ್ತಿಯನ್ನು ಮೋಡಿಗೊಳಿಸಿದ ಅಹಿಂಸಾತತ್ತ್ವದಲ್ಲಿ, ಮಹಾತ್ಮಾ ಗಾಂಧಿಯ ಅಹಿಂಸಾ ಮಾರ್ಗದಲ್ಲಿ ನಂಬಿಕೆಯೇ ಇರಲಿಲ್ಲ ಎಂಬುದಾಗಿ ಪಾಟೀಲರು ವಿವರಿಸಿದರು. "ಅಹಿಂಸೆ? ಏನು ಅಹಿಂಸೆಯೆಂದರೆ? ಅವರು ನಿನ್ನ ಮೇಲೆ ಆಕ್ರಮಣ ಮಾಡಿದರೆ, ನೀನೂ ಅವರ ಮೇಲೆ ಆಕ್ರಮಣ ಮಾಡು" ಎಂದು ಅಜ್ಜ ಹೇಳುತ್ತಿದ್ದರೆಂದು ಪಾಟೀಲರು ನೆನಪಿಸಿಕೊಂಡರು.

ಸರಿ, ಹಾಗಾದರೆ ಪಾಟೀಲರು ಠಾಕ್ರೆಯ ಸಿದ್ಧಾಂತಗಳನ್ನು ಒಪ್ಪುತ್ತಾರೆ. ಆದರೆ ಅವರ ವಿಧಾನಗಳನ್ನೂ ಒಪ್ಪುತ್ತಾರೆಯೇ? ಎಂದು ಕೇಳಿದೆ.

ನನ್ನ ಆ ಪ್ರಶ್ನೆಗೆ ಉತ್ತರ ಎಂದೂ ಸಿಗಲೇ ಇಲ್ಲ. ಮೂರನೇ ಲೋಟ ವ್ಹಿಸ್ಕಿಯನ್ನು ಬಹುತೇಕ ಮುಗಿಸಿದ್ದರು ಪಾಟೀಲರು. ಇನ್ನು ಕಿಟಕಿಯ ಪಕ್ಕ ತನ್ನ ಕುರ್ಚಿಯಲ್ಲಿ ಕುಳಿತು ಹೊರಗೆ ಏರಿಳಿಯುತ್ತಿದ್ದ ಬೀದಿಯನ್ನು ದಿಟ್ಟಿಸುವುದರಲ್ಲಿಯೇ ತೃಪ್ತರಾಗುವ ಹಾಗೆ ಕಾಣಿಸಿತು. ಕೆಲ ನಿಮಿಷಗಳ ನಂತರ ಅವರು ಮಾತನ್ನೇನೋ ಆಡಿದರು. ಆದರೆ ಸಂಪೂರ್ಣ ವಿಷಯಾಂತರವಾಗಿಬಿಟ್ಟಿತ್ತು: 'ನಿನಗೆ ಗೊತ್ತಲ್ಲ, 1939 ರಲ್ಲಿ ಈ ಹಳ್ಳಿಯಲ್ಲಿನ ಕೋಲಿಗಳು ಎರಡು ಯಾಂತ್ರೀಕೃತ ದೋಣಿಗಳನ್ನು ತಂದರು. ಅವು ನಮ್ಮ ಮೊಟ್ಟ ಮೊದಲ ಯಾಂತ್ರೀಕೃತ ದೋಣಿಗಳಾಗಿದ್ದವು' ಹೇಳುವಾಗ ಅವರ ಧ್ವನಿ ಇನ್ನಷ್ಟು ಮೆಲುವಾಗಿತ್ತು, ಹಳೆಯ ನೆನಪಿನಲ್ಲಿ ಭಾವುಕವಾಗಿತ್ತು. 'ನಂತರ ನಮ್ಮದೊಂದು ದೊಡ್ಡ ಗುಂಪು ಬಂಗುಡೆ ಮೀನುಗಳನ್ನು ಹಿಡಿಯಲು ಮಾಲ್ವನ್‌ನತ್ತ ತೆರಳಿತು. ಅದುವರೆಗೆ ಮುಂಬೈ ಕಂಡ ಅತ್ಯಂತ ದೊಡ್ಡ ಬಂಗುಡೆ ಮೀನಿನ ಸೂರೆ ಅದಾಗಿತ್ತು.' ಕಿಟಕಿಯಿಂದ ಹೊರಗೆ ಇನ್ನಷ್ಟು ದೀರ್ಘವಾಗಿ ದಿಟ್ಟಿಸಿದ ಅವರು ಮತ್ತೆ ಮೊದಲು ಹೇಳಿದ್ದನ್ನೇ ಪುನರುಚ್ಚರಿಸಿದರು. 'ನಮ್ಮ ಮನೆಯಿಂದ ಸಮುದ್ರವನ್ನು, ಅದರಲ್ಲಿ ಸಾಲುಗಟ್ಟಿ ನಿಲ್ಲಿಸಿದ್ದ ಎಲ್ಲಾ ದೋಣಿಗಳನ್ನು, ಅವುಗಳ ಮೇಲೆ ಹಾರಾಡುತ್ತಿದ್ದ ಪತಾಕೆಗಳನ್ನು ನೋಡಬಹುದಿತ್ತು. ಅದು ತುಂಬ ಸುಂದರವಾದ ನೋಟವಾಗಿತ್ತು.'

ಅಧ್ಯಾಯ 9

ಮೀನುದೋಣಿಯನ್ನು ನಿರ್ಮಿಸುವ ಕುಶಲಕರ್ಮ...

ಗುಜರಾತಿನ ಆಕಾರಗೆಟ್ಟ ಕೆಳದವಡೆಯ ಕರಾವಳಿಯಲ್ಲಿ ಮಾಂಗ್ರೋಳ್ ಎಂಬ ಪಟ್ಟಣವಿದೆ. ಅದರ ಕೇಂದ್ರಭಾಗದಿಂದ ಹೊರಡುವ ಉದ್ದನೆಯ ಕಿರಿದಾದ ರಸ್ತೆಯು ಬಂದರಿಗೆ ಹೋಗಿ ತಲುಪುತ್ತದೆ. ಆ ಬಂದರು ನಂಬಲಸಾಧ್ಯವಾದ ರೀತಿಯಲ್ಲಿ ಕಸಕಡ್ಡಿಗಳಿಂದ ತುಂಬಿಹೋಗಿದೆ. ಹಾದಿಯುದ್ದಕ್ಕೂ ಆಚೀಚೆ ಎಲ್ಲಿ ನೋಡಿದರೂ ಆಯತಾಕಾರದ ಜಮೀನಿನ ತುಂಡುಗಳು. ಅವುಗಳ ನಡುವೆ ಒಂದರಿಂದ ಇನ್ನೊಂದನ್ನು ಬೇರ್ಪಡಿಸುವ ಎತ್ತರದ ಪಾಗಾರಗಳು. ಈ ಗೋಡೆಗಳ ಹಿಂದೆ ನಡೆಯುವ ಬಹಳಷ್ಟು ಚಟುವಟಿಕೆಗಳು ಹೊರಗಿನಿಂದ ಕಾಣುವುದಿಲ್ಲ. ಆದರೆ ಸುತ್ತಿಗೆಯಿಂದ ಬಡಿಯುವ, ಗರಗಸದಿಂದ ಕೊಯ್ಯುವ ಶಬ್ದಗಳನ್ನು ಮತ್ತು ಗಾಳಿಯಲ್ಲಿ ಎದ್ದು ನಿಂತ ಹೊಂಬಣ್ಣದ ದೈತ್ಯಾಕಾರದ ಮರದ ತೊಲೆಗಳ ದೃಶ್ಯವನ್ನು ಅವು ಅಡಗಿಸಿಟ್ಟುಕೊಳ್ಳಲಾರವು. ನೋಡಿದರೆ ಬರೀ ಬೋಳುಮರಗಳೇ ತುಂಬಿರುವ ವಿಲಕ್ಷಣವಾದ ತೋಟವೊಂದರಂತೆ ಕಾಣುತ್ತಿದ್ದವು. ಒಮ್ಮೊಮ್ಮೆ ಈ ವಿಚಿತ್ರ ಮರಗಳು ಪರಸ್ಪರರೆಡೆಗೆ ಬಾಗಿರುತ್ತಿದ್ದವು, ತಿರುಗಿ ನಿಶ್ಚಿತ ಆಕಾರದತ್ತ ವಾಲುತ್ತಿದ್ದವು, ಹಡಗಿನ ಮೂತಿಯನ್ನು ಹೋಲುವಂತಹ ಯಾವುದರದೋ ತುದಿ ಇಲ್ಲಿದೆ ನೋಡಿ, ಕಠೋರವಾಗಿ ಕಾಣುವ ಯಾವುದೋ ವಸ್ತುವಿನ ಅಗಲವಾದ ಹಿಂಭಾಗ ಅಲ್ಲಿದೆ ನೋಡಿ ಎಂದು ಯಾವುದೋ ಗುಟ್ಟನ್ನು ರಟ್ಟಾಗಿಸುವ ಹಾಗೆ ತೋರುತ್ತಿದ್ದವು. ಈ ಅಂಗಳಗಳಿಗಿರುವ ಅಗಲವಾದ ಕಬ್ಬಿಣದ ದ್ವಾರಗಳು ವರ್ಷದಲ್ಲಿ ಸುಮಾರು ನೂರಾರು ಬಾರಿ, ಬೀಸಾಗಿ ತೆರೆದುಕೊಳ್ಳುತ್ತವೆ. ಆವಾಗ ಸಂಪೂರ್ಣ ತಯಾರಾದ ದೋಣಿಗಳನ್ನು ತಮ್ಮ ಬೆನ್ನ ಮೇಲೆ ಹೊತ್ತ, ಸಪಾಟು ತಳದ ದೊಡ್ಡ ಟ್ರಕ್ಕುಗಳು ಗರ್ಜಿಸುತ್ತ ಹೊರಬಿದ್ದು, ದೋಣಿಗಳನ್ನು ಸಮುದ್ರಕ್ಕೆ ಇಳಿಸಲು ಬಂದರಿನ ದಾರಿಯಲ್ಲಿ ಸಾಗುತ್ತವೆ.

ಮಾಂಗ್ರೋಳ್‌ನ ಪಕ್ಕದಲ್ಲಿರುವ ವೇರಾವಳ್ ಪಟ್ಟಣವು ಗುಜರಾತಿನ ಮೀನು ಉತ್ಪಾದನೆಯಲ್ಲಿ ಮುಂಚೂಣಿಯಲ್ಲಿದೆ. ಅಲ್ಲಿಯೂ ಇಂತಹುದೇ ದೋಣಿ ನಿರ್ಮಾಣದ ಅಂಗಳಗಳಿವೆ. ಆದರೆ ಅವುಗಳ ಸಾಲು ಇನ್ನೂ ದೊಡ್ಡದು. ಅವುಗಳ ಅಂಗಳಗಳು ಬಿಡುಬೀಸಾಗಿವೆ. ಅವುಗಳಿಗೆ ವಿಭಾಜಕ ಗೋಡೆಗಳೂ ಇಲ್ಲ. ಅವುಗಳನ್ನು ಹೊರಗಿನಿಂದಲೇ ಸುಲಭವಾಗಿ ವೀಕ್ಷಿಸಬಹುದು. ಸಮುದ್ರದ ದಂಡೆಯಲ್ಲಿಯಂತೂ ಒಂದು ಅಂಗಳವು ಯಾವ ಎಗ್ಗಿಲ್ಲದೆ ಪಕ್ಕದ ಇನ್ನೊಂದಕ್ಕೆ ವಿಸ್ತರಿಸಿಕೊಳ್ಳುತ್ತದೆ. ಈ ಆವರಣಗಳಲ್ಲಿ ಕೆಲಸ ಯಾವಾಗಲೂ ನಡೆಯುತ್ತಿರುತ್ತದೆ. ಅವುಗಳ ಸಾಲಿನುದ್ದಕ್ಕೂ ಹಾದಿಯಲ್ಲಿ ನಡೆದು ಹೋದರೆ, ಹೆಚ್ಚೂ ಕಡಿಮೆ ಅಶ್ಲೀಲ ಎನ್ನಬಹುದಾದ, ದೋಣಿಗಳ ಬೆತ್ತಲೆ ಪ್ರದರ್ಶನವೊಂದನ್ನು ನೋಡಿದಂತೆ ಭಾಸವಾಗುತ್ತದೆ. ಕೆಲವೇ ನೂರು ಗಜಗಳ ಅಂತರದಲ್ಲಿ, ದೋಣಿಗಳು ತಾವು ಹೊದ್ದ ಹಲಗೆಗಳನ್ನು ಹಂತಹಂತವಾಗಿ ಕಳಚಿಡುತ್ತ, ತಮ್ಮ ಪೂರ್ಣಗೊಂಡ ಸ್ಥಿತಿಯಿಂದ ಅರೆಮುಗಿದ ಸ್ಥಿತಿಗೆ, ಬಟ್ಟೆಯನ್ನೇ ಧರಿಸಿರದ ಅಧೋಗತಿಗೆ ತಲುಪುತ್ತವೆ. ಎಲ್ಲೆಡೆ ಗರಗಸದ ಹುಡಿಯ ಕಟು ಮಧುರ ವಾಸನೆ. ನೋಡುವುದಕ್ಕೆ ಮರದ ದೋಣಿಗಳ ಆಕಾರವು ಹಡಗಿನಂತೆಯೇ ಇರುತ್ತದೆ. ಬೈಬಲ್ಲಿನಲ್ಲಿ ಉಲ್ಲೇಖಿತವಾದ ನೋಹನ ಹಡಗಿನ[1] ಹಾಗೆ, ನಾವೆಯ ಅಂಚಿನಿಂದ ಬಗ್ಗಿ ಕೆಳಗಿನ ಗದ್ದಲವನ್ನು ವೀಕ್ಷಿಸುತ್ತಿರುವ ಜಿರಾಫ್, ರಕ್ಕೂನ್[2] ಮತ್ತು ನೀರಾನೆ ಇತ್ಯಾದಿಗಳ ಜೋಡಿಯನ್ನು ಸುಲಭವಾಗಿ ಕಲ್ಪಿಸಿಕೊಳ್ಳಬಹುದು.

ನಾನು ವೇರಾವಳ್ ಮತ್ತು ಮಾಂಗ್ರೋಳ್‌ಗೆ ಭೇಟಿ ನೀಡಿದ ಸಮಯವು ಭಾರತ ಉಪಖಂಡಕ್ಕೇ ಅನನ್ಯವಾದ ಒಂದು ಅತಂತ್ರದ, ಅನಿಶ್ಚಿತತೆಯ ಅವಧಿಯಾಗಿತ್ತು. ಎಲ್ಲರ ಮುಖದಲ್ಲಿಯೂ ಭರಪೂರ ಮಳೆಯ ನಿರೀಕ್ಷೆ. ಮುಂಗಾರು ಕೇರಳವನ್ನು ಪ್ರವೇಶಿಸಿದೆ ಎಂಬ ಸುದ್ದಿಯು ದೇಶದ ಉಳಿದೆಲ್ಲ ಭಾಗಕ್ಕೆ ಪಸರಿಸಿದೆ. ಹಾಗಾಗಿ, ಕೇವಲ ಮುಂಗಾರಿನ ಭರವಸೆ ಮತ್ತು ಕಲ್ಪನೆಯಿಂದಲೇ ಗುಜರಾತ್‌ನಲ್ಲಿಯೂ ಗಾಳಿ ಕೆಲವು ಡಿಗ್ರಿಗಳಷ್ಟು ತಂಪಾಗಿದೆ. ಎರಡೂ ಪಟ್ಟಣಗಳಲ್ಲಿಯೂ ಕಾನೂನು ಹಾಗೂ ಲೋಕಜ್ಞಾನಕ್ಕನುಗುಣವಾಗಿ ಮಳೆಗಾಲದಲ್ಲಿ ಮೀನುಗಾರಿಕೆಯು ಸ್ಥಗಿತಗೊಳ್ಳುತ್ತದೆ. ಆಗ ತ್ವರಿತಗತಿಯಲ್ಲಿ ನಡೆಯುವುದು ಮೀನುಗಾರಿಕೆಗೆ ಸಂಬಂಧಿಸಿದಂತೆ ದೋಣಿಕಟ್ಟುವ ಕಾರ್ಯವೊಂದೇ ಆಗಿರುತ್ತದೆ. 'ಹಾಗೆ ನೋಡಿದರೆ ಅದು ಈಗ ಇನ್ನೂ ಹೆಚ್ಚು ತೀವ್ರಗೊಳ್ಳುತ್ತದೆ. ಏಕೆಂದರೆ ಎಲ್ಲಾ ಮೀನುಗಾರರೂ ದೋಣಿಗಳನ್ನು

1 ಮಹಾಪ್ರಳಯದಿಂದ ರಕ್ಷಿಸಲು ತನ್ನ ಕುಟುಂಬ ಹಾಗೂ ಭೂಮಿಯ ಮೇಲಿರುವ ಎಲ್ಲ ಪ್ರಾಣಿಗಳ ಒಂದೊಂದು ಜೋಡಿಯನ್ನು ತಾನೇ ಕಟ್ಟಿದ ಹಡಗೊಂದರ ಮೇಲೆ ತುಂಬಿಸಿಕೊಂಡು ನಲವತ್ತು ದಿನಗಳ ಕಾಲ ಹಗಲು ರಾತ್ರಿಯೆನ್ನದೇ ಅಗಾಧ ಜಲರಾಶಿಯಲ್ಲಿ ಕಳೆದ ಹಿರಿಯ, ಹೀಬ್ರೂ ಜನಾಂಗಕ್ಕೆ ಸೇರಿದ ಕುಟುಂಬದ ಯಜಮಾನ.

2 ಅಮೆರಿಕದ ಒಂದು ನಿಶಾಚರ ಮಾಂಸಾಹಾರಿ ಪ್ರಾಣಿ.

ದುರಸ್ತಿಗಾಗಿಯೋ, ಬಣ್ಣ ಬಳಿಯಲೆಂದೋ, ಹವಾಮಾನದ ವೈಪರೀತ್ಯಗಳಿಂದ ಕಾಪಾಡಿಕೊಳ್ಳಲು ಅವುಗಳಿಗೆ ನಿರೋಧಕ ಶಕ್ತಿಯನ್ನು ಒದಗಿಸಲೆಂದೋ – ಹೀಗೆ ಏನೆಲ್ಲ ಕಾರಣಗಳಿಂದಾಗಿ ತಮ್ಮ ದೋಣಿಗಳನ್ನು ನೀರಿನಿಂದ ಹೊರತಂದೇ ತಂದಿರುತ್ತಾರೆ' ಎಂದು ಅಲ್ಲಿ ದೋಣಿ ಕಟ್ಟುತ್ತಿದ್ದವನೊಬ್ಬ ಹೇಳಿದ.

ಕೆಲವು ದೋಣಿಗಳಾಗಲೇ ನೀರಿನಿಂದ ನೆಲದೆಡೆಗಿನ ಈ ಅಸಹಜವಾದ ಹಿಮ್ಮುಖ ನಿರ್ಗಮನವನ್ನು ಆರಂಭಿಸಿದ್ದವು. ಮಾಂಗ್ರೋಳ್ ಬಂದರುಕಟ್ಟೆಯಲ್ಲೊಂದೆಡೆ ದೊಡ್ಡ ಜಾಗದಲ್ಲಿ, ಭಾರ ಎತ್ತುವ ಯಂತ್ರವೊಂದು ಬೆಳಗಿನಿಂದಲೂ ಕಾರ್ಯನಿರತವಾಗಿತ್ತು. ಮೀನುಗಾರಿಕೆಯ ದೋಣಿಗಳನ್ನು ಸಪಾಟು ತಳದ ಟ್ರಕ್‌ಗಳ ಮೇಲಿನಿಂದ, ಆಧಾರಕ್ಕೆಂದು ನಿರ್ಮಿಸಿದ್ದ ಅಡಿಗಟ್ಟುಗಳ ಮೇಲೆ ಇಳಿಸಲಾಗುತ್ತಿತ್ತು. ದೋಣಿಗಳ ಚುಕ್ಕಾಣಿಯ ಅಲಗುಗಳನ್ನು ಪ್ಲಾಸ್ಟಿಕ್ ಚೀಲಗಳಿಂದ ಗಟ್ಟಿಯಾಗಿ ಕಟ್ಟಿಡಲಾಗಿತ್ತು. ದೋಣಿಗಳು ಇಲ್ಲಿ ಇನ್ನು ಮಳೆಗಾಲ ಮುಗಿಯುವವರೆಗೂ ಅಂದರೆ ಮತ್ತೆ ಕಡಲಿಗಿಳಿಯಲು ಸಾಧ್ಯವಾಗುವತನಕವೂ ತಾಡಪಾಲ್‌ನ ಕೆಳಗೆ ಕಾದು ಕುಳಿತಿರುತ್ತವೆ. ಅವುಗಳಿಗೆ ದುರಸ್ತಿ ಕೆಲಸ ಮಾಡಿಸಿಕೊಳ್ಳಲು, ಜೀರ್ಣೋದ್ಧಾರಗೊಳ್ಳಲು ಸಮಯ ಸಿಗುವುದು ಈಗಲೇ. ಹತ್ತು ಹನ್ನೆರಡು ದೋಣಿಗಳು ಅದಾಗಲೇ ಅಡಿಗಟ್ಟುಗಳನ್ನೇರಿ ಕುಳಿತಿದ್ದವು. 'ಒಂದೋ ಎರಡೋ ದಿನಗಳಲ್ಲಿ ನಾವು ನಿಂತಿರುವ ಈ ಇಡೀ ಜಾಗವು ದೋಣಿಗಳಿಂದ ತುಂಬಿಹೋಗುತ್ತದೆ' ಎಂದು ದೋಣಿ ನಿರ್ಮಾಪಕ ಭವಿಷ್ಯ ನುಡಿದ.

ಇಲ್ಲಿ ಬಹಳ ದೋಣಿಗಳಿವೆ. ಅವುಗಳಲ್ಲಿ ಮೀನು ಹಿಡಿಯುವ ಹಾಗೂ ಸರಕು ಸಾಗಿಸುವ ಕೆಲಸದಲ್ಲಿ ತೊಡಗಿಕೊಂಡಿರುವ ದೋಣಿಗಳ ಗುಂಪಿಗೆ ಗುಂಪೇ ಇದೆ. ಆದರೆ ಅರೆಬರೆ ತಯಾರಾದ, ಒಳಗಿನದೆಲ್ಲವನ್ನು ಹೊರದೆಗೆಸಿಕೊಳ್ಳಲು ಕಾದಿರುವ ಹಂದರಗಳೂ ಹಲವಾರಿವೆ. ಗುಜರಾತ್ ರಾಜ್ಯವು ಅತ್ಯಂತ ದೀರ್ಘವಾದ ಕರಾವಳಿ ತೀರವನ್ನು ಹೊಂದಿದೆ. ಆದ್ದರಿಂದ, ದೇಶದ ಅತಿ ಹೆಚ್ಚು ಮೀನು ಉತ್ಪಾದಕ ರಾಜ್ಯಗಳಲ್ಲಿ ಒಂದಾಗಿರುವುದು ಆಶ್ಚರ್ಯದ ಸಂಗತಿಯೇನಲ್ಲ. ಆದರೆ ಇದರ ಉತ್ಪನ್ನದ ಬಹುಭಾಗವನ್ನು ಆ ಕೂಡಲೇ ಶೈತ್ಯೀಕರಿಸಿ ಟ್ರಕ್‌ಗಳ ಮೂಲಕ ಭಾರತದ ಇತರ ಭಾಗಗಳಿಗೆ ಕಳುಹಿಸಲಾಗುತ್ತದೆ. ಅಂಕಿ-ಅಂಶವೊಂದರ ಪ್ರಕಾರ, ಹೆಚ್ಚಿನ ಗುಜರಾತಿಗಳು ಯಾವುದೇ ತರಹದ ಮಾಂಸಾಹಾರವನ್ನು ಸೇವಿಸುವುದಿಲ್ಲ, ಅಂದರೆ ಹತ್ತಕ್ಕೆ ಒಬ್ಬರು ಮಾತ್ರ ಮಾಂಸಾಹಾರ ಸೇವಿಸುವವರು. ಹಾಗಾಗಿ ಮೀನುಗಾರಿಕೆಯೊಡನೆ ರಾಜ್ಯದ ಸಂಬಂಧವು ಬಹುತೇಕವಾಗಿ ಶುದ್ಧ ವಾಣಿಜ್ಯ ವ್ಯವಹಾರದ್ದು. ಈಗ ಗುಜರಾತಿನ ಮೀನುಗಳು ಕೊಲಕತ್ತಾದ ಮಾರುಕಟ್ಟೆಯಲ್ಲಿಯೂ ಕಂಡುಬರುತ್ತವೆ. ಉತ್ತರ ಭಾರತದ ಬಹುತೇಕ ಉಳಿದ ಭಾಗಗಳಲ್ಲಂತೂ ಅವು ಸಿಕ್ಕೇ ಸಿಗುತ್ತವೆ ಎಂದು ಮತ್ತೆ ಉಲ್ಲೇಖಿಸಬೇಕಾಗಿಯೇ ಇಲ್ಲ. ಅಲ್ಲಿ ಮೀನು ಹಿಡಿಯುವುದರಲ್ಲಷ್ಟೇ ಅಲ್ಲ, ಮೀನು ಹಿಡಿಯುವ ದೋಣಿಗಳನ್ನು ನಿರ್ಮಿಸುವುದರಲ್ಲಿಯೂ ಉದ್ಯಮವು ವೇಗವಾಗಿ ಅಭಿವೃದ್ಧಿ ಹೊಂದುತ್ತಿದೆ. ಗುಜರಾತಿನ ಈ ಭಾಗವು ವಾಣಿಜ್ಯೋದ್ದೇಶದಿಂದ ದೋಣಿಗಳ ನಿರ್ಮಾಣವನ್ನು ಕೈಗೊಂಡಿರುವ ಭಾರತದ ಪ್ರಮುಖ ತಾಣಗಳಲ್ಲಿ ಒಂದು. 1947 ರಿಂದ, ವೇರಾವಳ್ ಮತ್ತು ಮಾಂಗ್ರೋಳ್‌ಗಳಲ್ಲಿ ಒಟ್ಟೂ 16,200 ದೋಣಿಗಳ ನೋಂದಣಿಯಾಗಿದೆ. ಆ ಸಂಖ್ಯೆಯ ಸುಮಾರು ಕಾಲುಭಾಗದಷ್ಟು ದೋಣಿಗಳು ವೇರಾವಳ್‌ನಲ್ಲಿ ಈಗಲೂ ಸಕ್ರಿಯವಾಗಿವೆ. ಇವು ಹೆಚ್ಚಾಗಿ ಮರದ ದೋಣಿಗಳಾಗಿದ್ದು ಅವೆಲ್ಲವನ್ನೂ ಬಹುತೇಕವಾಗಿ ಇಲ್ಲೇ ಎಲ್ಲೋ ಹತ್ತಿರದ ಸ್ಥಳದಲ್ಲಿ ತಯಾರಿಸುತ್ತಾರೆ. ವೇರಾವಳ್‌ನಲ್ಲಿ ಸುಮಾರು 3750 ಮರದ ದೋಣಿಗಳಿವೆ ಹಾಗೂ 1200 ಫೈಬರ್‌ಗ್ಲಾಸ್ ದೋಣಿಗಳಿವೆ. ಫೈಬರ್‌ಗ್ಲಾಸ್ ದೋಣಿಗಳನ್ನು ಅಗ್ಗ ಹಾಗೂ ಕಳಪೆಯೆಂದು ಪರಿಗಣಿಸಲಾಗುತ್ತದೆ. ಹಾಗಾಗಿ ಅವುಗಳ ಸಂಖ್ಯೆ ಕಡಿಮೆ. ವೇರಾವಳ್, ಮಾಂಗ್ರೋಳ್ ಹಾಗೂ ಇನ್ನಷ್ಟು ಉತ್ತರಕ್ಕೆ ಹೋದರೆ ಪೋರಬಂದರ್‌ನ ದೋಣಿ ನಿರ್ಮಾಪಕರು ಮೀನುದೋಣಿಗಳನ್ನು ನಿರ್ಮಿಸುವುದರಲ್ಲಿ ತಾವೇ ಶ್ರೇಷ್ಠರು, ನುರಿತವರು ಎಂದುಕೊಳ್ಳುತ್ತಾರೆ. ಮೀನುದೋಣಿಗಳ ವಿನ್ಯಾಸವನ್ನೇ ಸ್ವಲ್ಪ ಸುಧಾರಿಸಿ, ಸರಕು ಸಾಗಾಣಿಕೆಯ ಕೆಲವು ದೋಣಿಗಳನ್ನು ಅವರು ನಿರ್ಮಿಸುವುದೂ ನಿಜ. ಆದರೆ ಸರಕು ದೋಣಿಗಳನ್ನು ನಿರ್ಮಿಸುವ ಉದ್ಯಮದ ನಿಜವಾದ ಕೇಂದ್ರವಿರುವುದು ಗುಜರಾತಿನ ಇನ್ಯಾವುದೋ ಭಾಗದಲ್ಲಿರುವ ಕಚ್ಛ್ ಜಿಲ್ಲೆಯಲ್ಲಿ.

ಮೀನುದೋಣಿಗಳನ್ನು ಕಟ್ಟುವ ಕಾರ್ಯದಲ್ಲಿ ತೊಡಗಿಕೊಂಡಿರುವ ಗುಜರಾತಿನ ಬಡಗಿಗಳು ತಲೆತಲಾಂತರದಿಂದಲೂ ನಿಖರವಾಗಿ ಅದೇ ವಿನ್ಯಾಸದ ದೋಣಿಗಳನ್ನು ಕಟ್ಟುತ್ತಲೇ ಬಂದಿದ್ದಾರೆ. ಯಾವುದೇ ಯಾಂತ್ರಿಕ ಸಲಕರಣೆಗಳಿಲ್ಲದೆ ಇಡೀ ದೋಣಿಯನ್ನು ಕೈಯಿಂದಲೇ ನಿರ್ಮಿಸಲಾಗುತ್ತದೆ. ಎಂಜಿನ್ ಎನ್ನುವುದು ಮಾತ್ರ ಇತ್ತೀಚೆಗೆ ಅವರು ಒಲ್ಲದ ಮನಸ್ಸಿನಿಂದಲೇ ಆಧುನಿಕತೆಗೆ ತೋರಿದ ಏಕೈಕ ರಿಯಾಯಿತಿ ಎಂಬೆಲ್ಲ ಕತೆಗಳನ್ನು ವೇರಾವಳ್ ಮತ್ತು ಮಾಂಗ್ರೋಳ್‌ಗಳಲ್ಲಿರುವ ಮೀನುದೋಣಿ ಕಟ್ಟುವವರ ಕುರಿತು ಕೇಳಿದ್ದೆ, ಓದಿದ್ದೆ. (ಒಂದು ಮೂಲವಂತೂ ಬಹುಶಃ ಸಿಂಧೂ ಕಣಿವೆಯ ನಾಗರಿಕತೆಯಷ್ಟು ಹಿಂದಿನಿಂದಲೂ ಪ್ರಚಲಿತವಾಗಿರುವ ದೋಣಿ ವಿನ್ಯಾಸದ ಕುರಿತೇನನ್ನೋ ನುಡಿಯುತ್ತದೆ.) ಅದಕ್ಕೇ ನಾನಿಲ್ಲಿಗೆ ಬಂದಿದ್ದು. ಹಿಂದಿರುಗಿ ನೋಡಿದಾಗ, ಇಲ್ಲಿಗೆ ಬರುವುದಕ್ಕೆ ಮುಂಚೆ ನನ್ನ ನಿರೀಕ್ಷೆ ಏನಿತ್ತು ಎನ್ನುವುದನ್ನು ಈಗ ಖಚಿತವಾಗಿ ಹೇಳಲಾರೆ. ನನ್ನ ನೆನಪಿನಲ್ಲಿ ಬರುತ್ತಿದ್ದುದು, ಬಹುಶಃ ಮೆಡಿಟರೇನಿಯನ್ ಪ್ರದೇಶವೊಂದರಲ್ಲಿ ಬಿಸಿಲಿಗೆ ಮೈದೆರೆದು ಬಿದ್ದ ಯಾವುದೋ ಪುಟ್ಟದೊಂದು ಅಂಗಳದ ದೃಶ್ಯವಾಗಿರಬೇಕು. ಅದರಲ್ಲಿ ಯಾವುದೋ ಪುರಾತನ ಮನೋಧರ್ಮದ ಮುದುಕನೊಬ್ಬನನ್ನು ಭೇಟಿಯಾಗುತ್ತೇನೆ. ನೌಕಾ ಇತಿಹಾಸವನ್ನು ಆಳವಾಗಿ ತಿಳಿದಿರುವ ಆತ ಕಟ್ಟುವುದೇ ವರ್ಷಕ್ಕೊಂದು ದೋಣಿ ಎನ್ನುವ ಹಾಗೆ ನಿರುತ್ಸಾಹದಿಂದ ಕೆಲಸ ಮಾಡುತ್ತಿರುತ್ತಾನೆ ಎಂದು ಕಲ್ಪಿಸಿಕೊಂಡಿದ್ದಿರಬೇಕು. ಹೀಗೆ ದೋಣಿ ಕಟ್ಟುವ ಕಾರ್ಯದಲ್ಲಿ ನಿರತನಾಗಿದ್ದ ಅವನು ಇಳಿಮುಖವಾಗುತ್ತಿರುವ ತನ್ನ ಕುಶಲಕರ್ಮದ ಬಗ್ಗೆ, ಈಗ ಯಾಂತ್ರಿಕ ಸಲಕರಣೆಗಳು ಬಂದು ತನ್ನ ವ್ಯಾಪಾರ ವಹಿವಾಟು ಕುಂಠಿತವಾಗಿರುವ ಬಗ್ಗೆ, ಅದೂ ಕೇವಲ ಶೀಘ್ರ ಹಣಗಳಿಸುವ ಉದ್ದೇಶದಿಂದ ಈ ಹಾಳು ಯುವಕರು ತ್ವರಿತವಾಗಿ ದೋಣಿಗಳನ್ನು ನಿರ್ಮಿಸುವುದಕ್ಕಾಗಿ ಯಾಂತ್ರಿಕ ಸಲಕರಣೆಗಳನ್ನು ಬಳಸಲು ಇಷ್ಟಪಡುತ್ತಾರೆ ಎಂಬುದರ ಬಗ್ಗೆ ಹಾಗೂ ಏನೇ ಇರಲಿ ಹಣ, ಹಣ, ಹಣ ಮಾಡುವುದರಲ್ಲಷ್ಟೇ ಅವರ ಆಸಕ್ತಿಯಿದೆ ಎನ್ನುವುದರ ಬಗ್ಗೆ ದೂರುತ್ತಾನೆ ಎಂದು ಭಾವಿಸಿದ್ದೆ. ದೋಣಿ ನಿರ್ಮಾಣದ ಉದ್ಯಮವು ಹೇಗೆ ಸದ್ದು ಗದ್ದಲವಿಲ್ಲದೆ ಏಳಿಗೆ ಹೊಂದಿತು ಎನ್ನುವುದಕ್ಕಿಂತಲೂ ಹೆಚ್ಚಾಗಿ ದೋಣಿ ಕಟ್ಟುವ ಕುಶಲಕರ್ಮದ ಬೆಳವಣಿಗೆಯಲ್ಲಿನ ಸ್ವಾಭಾವಿಕ ಮೆಲು ಗತಿಯನ್ನು ನಿರೀಕ್ಷಿಸಿದ್ದೆ ಎನ್ನುವುದಂತೂ ಖಚಿತ. ಇಷ್ಟೊಂದು ದೋಣಿಗಳನ್ನು ಖಂಡಿತವಾಗಿಯೂ ನಾನು ನಿರೀಕ್ಷಿಸಿರಲಿಲ್ಲ.

ಕಳೆದ ಮೂರು ದಶಕಗಳಲ್ಲಿ, ಸರ್ಕಾರ ಹಾಗೂ ಅನುದಾನ ನೀಡುವ ಸಂಸ್ಥೆಗಳು ಮತ್ತು ಖಾಸಗಿ ಹಿತೈಷಿಗಳ ಪೋಷಣೆಯಿಂದಾಗಿ ದೋಣಿ ನಿರ್ಮಾಣದ ಉದ್ಯಮವು ವೇಗವಾಗಿ ಬೆಳೆದಿದೆ. ವೇರಾವಳ್‌ನ ಕಡಲತೀರದಲ್ಲಿ ಒಮ್ಮೆ ನಡೆದುಕೊಂಡು ಹೋಗಿದ್ದೆ.

ದೋಣಿಯಾಗುವಿಕೆಯ ಮುಂದುವರೆದ ಹಂತದಲ್ಲಿರುವ ಮೂವತ್ತು ರಚನೆಗಳನ್ನು ಲೆಕ್ಕ ಮಾಡಿದೆ. ಜೊತೆಗೆ, ಮರದಿಂದ ಮಾಡಿದ, ಸದ್ಯದಲ್ಲಿಯೇ ದೋಣಿಗಳಾಗುವ ಸ್ಥಿತಿಯಲ್ಲಿದ್ದ ಹಲವಾರು ನವೀನ, ಪ್ರಾಯೋಗಿಕ ಮಾದರಿಯ ಆಕೃತಿಗಳು ಅಲ್ಲಿದ್ದವು. ನನ್ನ ಜೊತೆಗಿದ್ದ ಗಡ್ಡಧಾರಿ, ಅಲ್ಲಾ ರಖಾ ಶೇಖ್ ಎಂಬ ಹೆಸರಿನ ನರಪೇತಲ ಉಂಡಾಡಿಯು (ಅವನ ಅಡ್ಡ ಹೆಸರು 'ಬಾಪು.' ನಾನು ಭೇಟಿಯಾದ ಪ್ರತಿ ಮೂವರು ಮಧ್ಯವಯಸ್ಕ ಪುರುಷರಲ್ಲಿ ಒಬ್ಬನ ಅಡ್ಡಹೆಸರು ಇದೇ ಆಗಿದ್ದಂತೆ ತೋರುತ್ತಿತ್ತು) ಮಹಾರಾಷ್ಟ್ರ ಅಥವಾ ಕರ್ನಾಟಕಕ್ಕೆ ಹೋಗುವ ದೋಣಿಗಳನ್ನು ತೋರಿಸಿದ ಹಾಗೂ ಹಾದಿಯಲ್ಲಿ ಎದುರಾದ ಪ್ರಮುಖ ಸುತಾರರನ್ನು ನನಗೆ ಪರಿಚಯಿಸಿದ. ಸುತಾರರು ಜಾತಿಯಿಂದ ಹಾಗೂ ವಂಶಪಾರಂಪರ್ಯವಾಗಿ ಬಡಗಿಗಳಾಗಿದ್ದು, ದೋಣಿ ನಿರ್ಮಿಸುವುದರಲ್ಲಿ ನಿಪುಣರಾಗಿದ್ದಾರೆ. ವೇರಾವಳ್‌ನಲ್ಲಿರುವ ಏಳು ಜನ ಅತ್ಯಂತ ದೊಡ್ಡ ಸುತಾರರು ಒಟ್ಟಾರೆ ಸಾವಿರಕ್ಕೂ ಹೆಚ್ಚು ಜನರನ್ನು ಕೆಲಸಕ್ಕೆ ನೇಮಿಸಿಕೊಂಡಿದ್ದಾರೆ. ಮೀನುಗಾರಿಕೆಯ ನಂತರ ಇದೇ ಅತ್ಯಂತ ದೊಡ್ಡ ಉದ್ಯಮವಾಗಿದ್ದು ಪಟ್ಟಣದ ಅತಿ ಮಹತ್ವದ ಕೈಗಾರಿಕೋದ್ಯಮಗಳಲ್ಲಿ ಒಂದಾಗಿದೆ.

ಏನೇ ಇದ್ದರೂ ನಿಜಕ್ಕೂ ಅದು ತುಂಬಾ ಮಹತ್ವದ್ದೇ. ಏಕೆಂದರೆ, ಯಾವ ಕಡೆ ಹೋದರೂ ಅಲ್ಲಿರುವುದು ಬರೀ ಬಂದರು. ಮಾಂಗ್ರೋಳ್ ಬಂದರನ್ನು, ಈ ಮೊದಲೇ ನಾನು ಹೇಳಿದ ಹಾಗೆ, 'ಕಸಕಡ್ಡಿ ತುಂಬಿದ' ಬಂದರು ಎಂದು ಹೇಳಿಬಿಟ್ಟರೆ ಸಾಕಾಗುವುದಿಲ್ಲ. ಅಲ್ಲಿ ಆಶ್ಚರ್ಯಕರವಾದ ರೀತಿಯಲ್ಲಿ ಇಡಿಕಿರಿದು ನಿಲ್ಲಿಸಿರುವ ದೋಣಿಗಳನ್ನು ಅಥವಾ ಕೆಲವೇ ಇಂಚಿನಷ್ಟು ತಗುಲಿಕೊಂಡಿರುವ ನೀರನ್ನು ನೋಡಲೂ ಕೂಡ ನಾನು ಪಡುತ್ತಿರುವ ಕಷ್ಟವನ್ನು ವರ್ಣಿಸಲು ಆ ಪದಗಳು ಸಾಲುವುದಿಲ್ಲ. ಎರಡು ಸಾವಿರ ದೋಣಿಗಳಿಗೆ ಎಂದು ಕಟ್ಟಲಾದ ವೇರಾವಳ್‌ನ ಬಂದರು ಈಗ ಹೇಗೋ ಅದರ ದುಪ್ಪಟ್ಟು ದೋಣಿಗಳಿಗೆ ನೆಲೆಯೊದಗಿಸಿದೆ. 'ಎರಡು ಮಕ್ಕಳಿರುವುದಕ್ಕೂ ಆರು ಮಕ್ಕಳಿರುವುದಕ್ಕೂ ವ್ಯತ್ಯಾಸವಿದೆಯಲ್ಲವೇ?' ಎಂದ ವೇರಾವಳ್‌ನ ಬಂದರು ಅಧಿಕಾರಿ, ಸಿ. ಎಮ್. ರಾಠೋಡ್ ನನ್ನೆಡೆಗೆ ಗೆಲುವಿನ, ಲೋಕಜ್ಞಾನದ ನಗೆ ಬೀರಿದ. ವೀರ್ಯವಂತನಾದ ತಂದೆಯೊಬ್ಬ ತನ್ನ ಸಂತಾನಕ್ಕೆ ನೆಲೆಯೊದಗಿಸಲು ಹೇಗೆ ಕಷ್ಟಪಡುತ್ತಾನೆಯೋ ಹಾಗೇ ಬಂದರಿನ ಅಧಿಕಾರಿಗಳು ಅಲ್ಲಿನ ದೋಣಿಗಳಿಗೆ ಸ್ಥಳವೊದಗಿಸಲು ಹೆಣಗಾಡುತ್ತಾರೆ ಎಂದು ವಿವರಿಸಿದ. 2003 ರಲ್ಲಿ ಗುಜರಾತ್ ಸಮುದ್ರ ಮಂಡಳಿಯಲ್ಲಾದ (ಗುಜರಾತ್ ಮ್ಯಾರಿಟೈಮ್ ಬೋರ್ಡ್) ತಿದ್ದುಪಡಿಯು ಅದಾಗಲೇ ಒಂದು ದೋಣಿಯನ್ನು ಹೊಂದಿರುವ ಮೀನುಗಾರರು ಇನ್ನೊಂದನ್ನು ಖರೀದಿಸದಂತೆ ನಿರ್ಬಂಧ ವಿಧಿಸಿತು. ಐದು ವರ್ಷಗಳ ನಂತರ, ಕರಾಚಿಯಿಂದ ಬಂದ ಉಗ್ರರು ಭಾರತೀಯ ಜಲಪ್ರದೇಶವನ್ನು ಪ್ರವೇಶಿಸಿ, ಗುಜರಾತ್

ನೋಂದಣಿಯನ್ನು ಹೊಂದಿರುವ ಕುಬೇರ್ ಎಂಬ ಹೆಸರಿನ ದೋಣಿಯನ್ನು ವಶಪಡಿಸಿಕೊಂಡು ಮುಂಬೈಯೆಡೆಗೆ ದಾಳಿ ಮಾಡಲು ಮುನ್ನುಗ್ಗಿದ ಮೇಲೆ, ಹೊಸ ದೋಣಿಗಳಿಗೆ ನೋಂದಣಿ ನೀಡುವ ಕೈ ಇನ್ನಷ್ಟು ಬಿಗಿಯಾಗಿ ಮುಚ್ಚಿಕೊಂಡಿತು. ವಾಸ್ತವಿಕವಾಗಿ ವೇರಾವಳ್‌ನಲ್ಲಿ ಭದ್ರತೆಯ ಕಾಳಜಿಯಿಂದಾಗಿ ಅದಾಗಲೇ ನಿಂತು ಹೋಗಿದ್ದ ಪ್ರಕ್ರಿಯೆಯು ಅದೃಷ್ಟವಶಾತ್ ಸ್ಥಳಾಭಾವದ ಸಮಸ್ಯೆಗೂ ಪರಿಹಾರವಾಗಿತ್ತು ಎಂದು ರಾಠೋಡ್ ಹೇಳಿದರು. ಸಹಜವಾಗಿಯೇ ಇದರಿಂದಾಗಿ ಆ ಪ್ರದೇಶದಲ್ಲಿನ ದೋಣಿ ಕಟ್ಟುವವರ ಕೆಲಸದಲ್ಲಿ, ವಿಧಾನದಲ್ಲಿ ಅಡೆತಡೆಯುಂಟಾಗಿತ್ತು. ಆದರೆ ಅದು ಎಣಿಸಿದಷ್ಟಿರಲಿಲ್ಲ. ಮತ್ತೆ ಹಳೆಯದೊಂದು ಉಪಾಯ ನೆರವಿಗೆ ಬಂದಿತು. ದೋಣಿಯ ಮಾಲೀಕರು ದೋಣಿಗಳನ್ನು ನಿರ್ಮಿಸಿ ನೀರಿಗಿಳಿಸುವ ಕಾರ್ಯವನ್ನು ಮುಂದುವರೆಸಿಯೇ ಇದ್ದರು. ತಮ್ಮ ಹಳೆಯ ದೋಣಿಗಳ ನೋಂದಣಿಯಲ್ಲಿಯೇ ಹೊಸ ದೋಣಿಗಳನ್ನು ಮುನ್ನಡೆಸಿದರು. ಅದೇ ಹೆಸರು, ಅದೇ ಗುರುತು, ಆದರೆ ಹೊಸರೂಪು. ದೊಡ್ಡಗಾತ್ರ, ಹೆಚ್ಚಿನ ಬಲ ಅಷ್ಟೇ. ಶಾಶ್ವತತೆಯೆಡೆಗಿನ ಬದಲಾವಣೆಯ ಮಾರ್ಗವು ಯಾರ ಬಾಯಲ್ಲಾದರೂ ನೀರೂರಿಸುವಂತಹದೇ ಆಗಿತ್ತು.

II

ವೇರಾವಳ್‌ನಲ್ಲಿದ್ದಾಗ ನನ್ನಷ್ಟಕ್ಕೆ ನಾನಂದುಕೊಂಡೆ; ಮೊದಲನೆಯ ಬಾರಿಗೆ ದೋಣಿಯೊಂದನ್ನು ಕಟ್ಟುವುದೆಂದರೆ, ಮೇಲ್ನೋಟಕ್ಕೆ ಅದೊಂದು ಅಸಾಧ್ಯವೆಂದೇ ತೋರುವ ಸಂಗತಿಗಳ ಸರಣಿ. ಆರಂಭದಲ್ಲಿ ದೋಣಿಯ ಚಿತ್ರಣವೆಂದರೆ, ಬರಿ ಶೂನ್ಯವಷ್ಟೇ. ನಂತರ, ಯಾವುದೇ ಚೌಕಟ್ಟು ಅಥವಾ ಅಚ್ಚುಗಳ ಮಾದರಿಯಿಲ್ಲದೆಯೂ ಗಾಳಿಯಿಂದೆಲ್ಲೋ ಸೆಳೆದು ಹಲಗೆಗಳನ್ನು ಕೂಡಿಸಿ, ದೋಣಿಯ ಆಕಾರವನ್ನು ರೂಪಿಸುವುದು. ಹಲಗೆಗಳನ್ನು ಅವುಗಳ ಸ್ವಾಭಾವಿಕ ಗುಣಕ್ಕೆ ವಿರುದ್ಧವಾಗಿ ಬಗ್ಗಿಸಲಾಗುತ್ತದೆ. ಮರದ ಹಲಗೆಯನ್ನು ಚಪ್ಪಟೆಗೊಳಿಸಿ ಕಮಾನಿನ ಆಕಾರವನ್ನು ಕೊಡಲಾಗುತ್ತದೆ. ಇಂತಹ ಹಲಗೆಯ ಬಲವು ಅದರ ಬಾಗುಗಳುದ್ದಕ್ಕೂ ಪ್ರತಿ ಬಿಂದುವಿನಲ್ಲಿಯೂ ಒಂದೇ ಸಮನಾಗಿರುತ್ತದೆ. ಹಲವಾರು ಕಡೆ ಹಲವಾರು ಜೋಡಣೆಗಳನ್ನುಳ್ಳ ರಚನೆಯೊಂದನ್ನು ಒಂದಿನಿತೂ ನೀರು ಒಳಬರದಂತೆ, ಕೂಡುಗೆರೆಗಳು ಕಾಣದಂತೆ ಮಾಡುವ ಪ್ರಯತ್ನ ನಡೆಯುತ್ತದೆ. ನಿಧಾನವಾಗಿ ದೋಣಿಯು ಮೈದುಂಬಿಕೊಳ್ಳತೊಡಗುತ್ತದೆ. ಜೊತೆಗೆ ಇಷ್ಟೊಂದು ದೊಡ್ಡ ಹಾಗೂ ಭಾರವಾದ ವಸ್ತುವೊಂದನ್ನು ನೀರಿನ ಮೇಲೆ ತೇಲಲು ಬಿಡುವ ಭೌತವಿಜ್ಞಾನದ ನಿಯಮಗಳನ್ನು ಕಂಡು ಅಚ್ಚರಿ ಮೂಡುತ್ತದೆ. ಸಾಗರ ಇತಿಹಾಸಜ್ಞ

ಬೇಸಿಲ್ ಗ್ರೀನ್‌ಹಿಲ್[1] ತನ್ನ 'ಆರ್ಕಿಯಾಲಜಿ ಆಫ್ ಬೋಟ್' ಎಂಬ ವಿದ್ವತ್ಪೂರ್ಣ, ಸಮಗ್ರ ಕೃತಿಯಲ್ಲಿ ದೋಣಿ ಕಟ್ಟುವಿಕೆಯನ್ನು 'ಶಿಲ್ಪಕಲೆಯ ಕಾರ್ಯ'ಕ್ಕೆ ತುಂಬಾ ಚೆನ್ನಾಗಿ ಹೋಲಿಸಿದ್ದಾನೆ. ಆದರೆ ನಿಜವಾಗಿ ನೋಡಿದರೆ ಅದು ಅಷ್ಟೇ ಅಲ್ಲ, ಅದಕ್ಕಿಂತಲೂ ಹೆಚ್ಚಿನದು. ಕಲಾವಿದ ರೊಡಾನ್‌ನಿಗೆ[2] ತನ್ನ ಶಿಲ್ಪಕೃತಿ 'ಥಿಂಕರ್'ನ್ನು ಸಮುದ್ರಕ್ಕೆ ತೆಗೆದುಕೊಂಡು ಹೋಗಿ, ನೀರಿನಲ್ಲಿ ತೇಲಿಸಿ ಕೊಂಡೊಯ್ದು ಟನ್ನುಗಟ್ಟಲೆ ಬಂಗುಡೆ ಮೀನುಗಳನ್ನು ಅದರಲ್ಲಿ ಹೇರಿಕೊಂಡು ಬರಬೇಕಾಗಿರಲಿಲ್ಲ.

ಮೂರ್ಜಿಭಾಯಿ ಕೋರಿಯಾ ಮೊದಲ ದೋಣಿಯನ್ನು ಕಟ್ಟಿದ್ದು ಇಪ್ಪತ್ತೈದು ವರ್ಷಗಳ ಹಿಂದೆ. ಅವನ ತಂದೆ ಬೇಸಾಯ ಮಾಡುತ್ತಿದ್ದರು. ಗುಜರಾತಿ ಭಾಷೆಯಲ್ಲಿ ಪದವಿ ಪಡೆದಿರುವ ಕೋರಿಯಾ ಸ್ವತಃ ಶಾಲಾಶಿಕ್ಷಕನಾಗಲು ಬಯಸಿದ್ದವ. 'ಆದರೆ ಇದರಲ್ಲಿ ಬದುಕಿಗೆ ಹೆಚ್ಚು ಭರವಸೆಯಿತ್ತು, ನಾನು ಹೇಳುತ್ತಿರುವುದು ನಿನಗೆ ಅರ್ಥವಾಗುತ್ತದೆ ಎಂದುಕೊಂಡಿದ್ದೇನೆ' ಮಾಂಗ್ರೋಳ್‌ನ ತನ್ನ ಅಂಗಳದಲ್ಲಿ ಅರೆಬರೆ ಕಟ್ಟಿ ನಿಲ್ಲಿಸಿದ್ದ ದೋಣಿಯೊಂದರೆಡೆಗೆ ತೋರಿಸುತ್ತ ಹೇಳಿದ ಕೋರಿಯಾ. ಗರಗಸದ ಹೊಟ್ಟು ಸೇರಿಕೊಂಡ ಬೆವರು ಅವನ ದುಂಡುಮುಖದ ಇಕ್ಕೆಲಗಳಲ್ಲಿ ಧಾರಾಕಾರವಾಗಿ ಇಳಿಯುತ್ತಿತ್ತು. ಅಂಗಳದಲ್ಲಿ ಹೆಚ್ಚು ಬಿಸಿಲು ಬೀಳುವ ಜಾಗದಲ್ಲಿ ಗರಗಸವನ್ನು ಇಡಲಾಗಿತ್ತು. ದೋಣಿಯ ಒಡಲಿಗೆ ಬೇಕಾದ ಕಮಾನಿನಾಕಾರವನ್ನು ಕೊಟ್ಟು ಸಿದ್ಧ ಮಾಡಲು, ಹಲಗೆಗಳನ್ನು ಈ ತನಕವೂ ಗರಗಸದ ಹಲ್ಲುಗಳಿಗೆ ಒಡ್ಡಲಾಗುತ್ತಲೇ ಇದೆ. (ಇದು ಅವನ ಕೆಲಸದಲ್ಲಿ ಅತ್ಯಂತ ಕುಶಲತೆಯನ್ನು ಬೇಡುವ ಕಷ್ಟಕರವಾದ ಭಾಗ ಎಂದು ಹೇಳಿದ.) ನಾವೀಗ ಅರ್ಧಂಬರ್ಧ ಕಟ್ಟಿಟ್ಟ ನಾವೆಯೊಂದು ಎಷ್ಟು ನೀಡಬಹುದೋ ಅಷ್ಟು ಚೂರುಪಾರು ನೆರಳಿನಲ್ಲಿಯೇ ನಿಂತುಕೊಂಡಿದ್ದೆವು. ಕೋರಿಯಾ ಒಂದು ಕೈಯಿಂದ ಕಣ್ಣುಗಳನ್ನು ಮರೆಮಾಡಿಕೊಂಡಿದ್ದ. ಆದರೂ ನನ್ನೊಂದಿಗೆ ಮಾತನಾಡುವಾಗ ಕಣ್ಣುಗಳನ್ನು ಅರೆಮುಚ್ಚಿದ್ದ.

ಅಲ್ಲಿ ನಿರ್ಮಾಣದ ಹಂತದಲ್ಲಿದ್ದ ದೋಣಿಯು ಮೂವತ್ತು ಟನ್ ಭಾರದ ಮೀನುದೋಣಿಯಾಗಿತ್ತು. ಸ್ಥಳೀಯನೇ ಆದ ವೇಲ್ಜಿಭಾಯಿ ಧನ್‌ಜಿಭಾಯಿ ಎಂಬ ಮೀನುದೋಣಿಗಳ ಮಾಲೀಕನೊಬ್ಬನಿಗಾಗಿ (ಎಂಜಿನ್ ಸೇರಿದಂತೆ 25 ಲಕ್ಷ ಬೆಲೆ)

---

1 1920–2003 ರಾಜತಾಂತ್ರಿಕ ಹಾಗೂ ಇತಿಹಾಸಜ್ಞ, 1967 ರಿಂದ 1983 ರವೆರೆಗೆ ಗ್ರೀನ್ವಿಚ್‌ನ ನ್ಯಾಷನಲ್ ಮ್ಯಾರಿಟೈಮ್.ಮ್ಯೂಸಿಯಮ್‌ನ ಮೂರನೆಯ ನಿರ್ದೇಶಕರಾಗಿದ್ದರು. ಅವರ ಬಹಳಷ್ಟು ಬರಹಗಳು ಸ್ಪರ್ಧೆ, ವಿಹಾರ ಅಥವಾ ಮನರಂಜನೆಗಾಗಿ ಬಳಸುವ ದೊಡ್ಡ ಗಾತ್ರದ ಹಾಯಿದೋಣಿಗಳನ್ನು ಕುರಿತಾಗಿವೆ.

2 ರೊಡಾನ್ ಫ್ರಾಂಕೋಸ್ ಅಗಸ್ತೆ ರಿನೆ : 1840–1917. ಜಗದ್ವಿಖ್ಯಾತ, ಫ್ರೆಂಚ್ ಶಿಲ್ಪಕಲಾವಿದ. ಆತನನ್ನು ಆಧುನಿಕ ಶಿಲ್ಪಕಲೆಯ ಜನಕನೆಂದು ಪರಿಭಾವಿಸಲಾಗುತ್ತದೆ. ಆದರೆ ಆತ ಹಿಂದಿನವುಗಳ ಕುರಿತು ಬಂಡೇಳಲಿಲ್ಲ. ಜೇಡಿಮಣ್ಣಿನಲ್ಲಿ ಸಂಕೀರ್ಣವಾದ ರಚನೆಗಳನ್ನು ನಿರ್ಮಿಸುವ ಅನನ್ಯ ಸಾಮರ್ಥ್ಯವನ್ನು ಹೊಂದಿದ್ದ.

ಅದನ್ನು ತಯಾರಿಸಲಾಗುತ್ತಿತ್ತು. 'ಅವನ ಬಳಿ ಅದಾಗಲೇ ನಾಲ್ಕು ದೋಣಿಗಳಿವೆ' ಎಂದ ಕೊರಿಯಾ. ನಂತರ ದೋಣಿಯ ಮೇಲಂತಸ್ತಿನೆಡೆಗೊಮ್ಮೆ ನೋಡಿ, 'ನಾನು ದೋಣಿಯನ್ನು ಮೊದಲು ಮಾಡಲು ಆರಂಭಿಸಿದಾಗ, ದೋಣಿಯೊಂದಕ್ಕೆ ಇಪ್ಪತ್ತು ಸಾವಿರ ರೂಪಾಯಿಯಂತೆ ಮಾರುತ್ತಿದ್ದೆವು ಅಂದರೆ ನೀನು ನಂಬುತ್ತೀಯಾ? ಆ ಕಾಲಕ್ಕೆ ಅದು ಎಷ್ಟೊಂದು ದೊಡ್ಡ ಮೊತ್ತವಾಗಿತ್ತು.' ಎನ್ನುವಾಗ ಅವನ ಮಾತಿನಲ್ಲಿ ತಾನು ಹಾದುಬಂದ ಬದುಕಿನ, ಬಹುತೇಕ ನಂಬಲಸಾಧ್ಯವಾದ ರೂಪರೇಖೆಗಳು ಧ್ವನಿಸುತ್ತಿದ್ದವು. 'ಒಂದು ದೋಣಿಯನ್ನು ಕಟ್ಟಿ ಮುಗಿಸಲು ಆರು ಅಥವಾ ಎಂಟು ತಿಂಗಳು ಕೆಲಸ ಮಾಡುತ್ತಿದ್ದೆವು. ಈಗ ಎರಡೂವರೆ ತಿಂಗಳು, ಕೆಲವೊಮ್ಮೆ ಮೂರು ತಿಂಗಳು ಅಷ್ಟೇ. ಆಮೇಲೆ ಸಮುದ್ರಕ್ಕಿಳಿಯಲು ದೋಣಿ ಸಿದ್ಧ.' ಬಂದರಿನಲ್ಲಿ ಅದು ಕಳೆಯುವ ಮೊದಲ ಕೆಲವು ದಿನಗಳು ತನಗೆ ತುಂಬಾ ಇಷ್ಟವಾದವುಗಳೆಂದು ನಗುತ್ತ ಹೇಳಿದ ಕೊರಿಯಾ; 'ದೋಣಿ ಹೊಸದಿರುವಾಗ ನೀರಿನಲ್ಲಿ ಮೇಲುಮೇಲಕ್ಕೆ ಇರುತ್ತದೆ. ನಾವು ಮಾಡಿದ ಬಹುತೇಕ ಎಲ್ಲ ಕೆಲಸವನ್ನೂ ನೋಡಬಹುದು. ನಂತರ ಮರವು ನೀರನ್ನು ಹೀರಿಕೊಳ್ಳತೊಡಗಿದ ಹಾಗೆ ದೋಣಿ ಕೆಳಕೆಳಗೆ ಇಳಿಯುತ್ತದೆ.'

ದೋಣಿಯನ್ನು ನೀರಿಗಿಳಿಸಿದ ಆರು ವರ್ಷದ ನಂತರ, ಅವಿಧೇಯ, ಮೊಂಡು ಮಗುವೊಂದನ್ನು ವಸತಿ ಶಾಲೆಯಿಂದ ಮನೆಗೆ ಕಳುಹಿಸುವ ಹಾಗೆ, ಕುಟ್ಟಿ ತಟ್ಟಿ ಮತ್ತೆ ಸರಿಯಾದ ಆಕಾರವನ್ನು ಪಡೆದುಕೊಂಡು ಬರುವಂತೆ ಅದನ್ನು ಅವನಿಗೆ

ಹಿಂದಿರುಗಿಸಲಾಗುತ್ತದೆ. 'ಹೊರದೇಶದ ಮತ್ತು ಸ್ಥಳೀಯ ಮರಗಳು ಅದೇನೋ ಸರಿಯಾಗಿ ಹೊಂದುವುದಿಲ್ಲ,' ಮೊದಲು ದೋಣಿಯ ಮೇಲಂತಸ್ತಿಗೆ ಬಳಸುವ ತಿಳಿಬಣ್ಣದ ಮಲೇಶಿಯನ್ ಸಾಲ್ ಮರ ಹಾಗೂ ನಂತರ ಒಳಹಂದರಗಳಿಗೆ ಬಳಸುವ ದಟ್ಟ ಕರಿಜಾಲಿಯತ್ತ ಕೈತೋರಿಸಿ ಹೇಳಿದ. 'ಹಾಗಾಗಿ ಆರೋ ಏಳೋ ವರ್ಷ ಆದ ಮೇಲೆ ಒಳಗಿನದನ್ನೆಲ್ಲ ಎಳೆದು ತೆಗೆದು ಹೊಸಮರವನ್ನು ಹಾಕಬೇಕಾಗುತ್ತದೆ' ಎಂದೂ ಸೇರಿಸಿದ. ಅದಾಗಿ ಮತ್ತೆ ಆರೇಳು ವರ್ಷಗಳಲ್ಲಿ, ತನ್ನ ಬದುಕಿನ ಹಾದಿಯನ್ನು ಕ್ರಿಯಾಶೀಲವಾಗಿ ಹಾದುಬಂದ ದೋಣಿಯು ಕೊನೆಯದಾಗೊಮ್ಮೆ ಕೊರಿಯಾನ ಬಳಿ ವಾಪಸ್ಸಾಗುತ್ತದೆ. ಅಷ್ಟರಲ್ಲಿ ಅದು ಮೀನಿನ ಕೆಟ್ಟ ವಾಸನೆಯಿಂದ ತುಂಬಿದ್ದು, ಸಂಪೂರ್ಣವಾಗಿ ಬಸವಳಿದಿರುತ್ತದೆ. ಅದರ ಬಿಡಿಭಾಗಗಳನ್ನು ಹಾಗೂ ತಕ್ಕ ಮಟ್ಟಿಗೆ ಚೆನ್ನಾಗಿರುವ ಮರದ ಭಾಗಗಳನ್ನು, ಮುಂದಿನ ರೋಗಿಯ ಚಿಕಿತ್ಸೆಗೆ ಬಳಸಲು ನೆರವಾಗುವ ಅಂಗಾಂಗಗಳ ರೀತಿಯಲ್ಲಿ, ಕೊರಿಯಾನಿಗೆ ದಾನ ಮಾಡಲಾಗುತ್ತದೆ.

ಮೀನುದೋಣಿಯೊಂದರ ಜೀವನ ಚಕ್ರದ ಮೇಲೆ ಈ ಭಾಷಣ-ಪ್ರಾತ್ಯಕ್ಷಿಕೆ ನಡೆಯುತ್ತಿದ್ದಾಗಲೇ ಮುಖದ ತುಂಬ ಕಲೆಗಳಿರುವ, ಡೊಳ್ಳು ಹೊಟ್ಟೆಯ ಹಿರಿಯರೊಬ್ಬರು ಅಂಗಳದೊಳಕ್ಕೆ ನಡೆದು ಬಂದರು. ಕೊರಿಯಾನೆಡೆಗೆ ನೋಡಿ ನಕ್ಕು ದೊಡ್ಡ ದನಿಯಲ್ಲಿ ಕ್ಷೇಮಸಮಾಚಾರ ವಿಚಾರಿಸಿ, ದಾಪುಗಾಲಿಡುತ್ತ ದೋಣಿಯ ಸುತ್ತ ಓಡಾಡಿ, ಅತೀವ ಆಸಕ್ತಿಯಿಂದ ಅದನ್ನು ಪರಿಶೀಲಿಸತೊಡಗಿದರು. ಪ್ರತಿದಿನ ಬಂದು, ಮುಂದೊಮ್ಮೆ ತನ್ನದಾಗಲಿರುವ ದೋಣಿಯನ್ನು ನೋಡುವುದೆಂದರೆ ಅವರಿಗೆ ತುಂಬಾ ಇಷ್ಟ. ದೋಣಿಯ ಸುತ್ತ ಓಡಾಡಿ ಮುಗಿದ ಮೇಲೆ ನಮ್ಮ ಬಳಿ ಬಂದ ಧನ್‌ಜಿಭಾಯಿಯೇ ('ದಯವಿಟ್ಟು ನನ್ನನ್ನು ಬಾಪು ಅಂತ ಕರೆಯಿರಿ') 'ಹಾಗೆ ಮಾಡುವುದರಿಂದ, ದೋಣಿಯನ್ನು ಅದು ನೀರಿಗಿಳಿಯುವ ಮೊದಲಿಂದಲೂ ನಾನು ಚೆನ್ನಾಗಿ ಬಲ್ಲೆ ಎಂದು ನನಗೆ ಅನ್ನಿಸುತ್ತದೆ' ಎಂಬುದಾಗಿ ಹೇಳಿದರು.

ಮೀನುಗಾರರ ವಂಶಸ್ಥರೇ ಆದ ಧನ್‌ಜಿಭಾಯಿ ತುಂಬಾ ಚಿಕ್ಕವಯಸ್ಸಿನಿಂದಲೇ ಮೀನು ಹಿಡಿಯಲು ಆರಂಭಿಸಿದ್ದರು. 'ಬಹಳ ಸಮಯದ ಹಿಂದೆ, ಎಂಜಿನ್ನುಗಳು ಬರುವುದಕ್ಕೂ ಮೊದಲು, ನಾನು ಒಂದೇ ದಿಮ್ಮಿಯಿಂದ ಮಾಡಿದ ದೋಣಿಗಳಲ್ಲಿ ಮೀನು ಹಿಡಿಯುತ್ತಿದ್ದೆ' ಎಂದರು. ಬಿಸಿಲಿನಲ್ಲಿ, ಕುಳಿಗಳಿಂದ ತುಂಬಿರುವ ಅವರ ಮುಖವು ನೆರಳು ಬೆಳಕಿನ ಕಾರಣ, ಚದುರಂಗದ ಪಟದಂತೆ ಕಾಣುತ್ತಿತ್ತು. 'ಅಂತಹ ದೋಣಿಗಳಲ್ಲಿ ಸಮುದ್ರದೊಳಕ್ಕೆ ಸುಮಾರು ನೂರು ಅಡಿ ಆಳದವರೆಗಷ್ಟೇ ಹೋಗಬಹುದು. ನಾನು ಸುಮಾರು ಇಪ್ಪತ್ತು ವರ್ಷಗಳ ಕಾಲ ಅವುಗಳಲ್ಲಿಯೇ ಮೀನು ಹಿಡಿದಿದ್ದೇನೆ' ಎಂದು ಜ್ಞಾಪಿಸಿಕೊಂಡರು. ಒಮ್ಮೊಮ್ಮೆ ರಾತ್ರಿಯ ವೇಳೆ ಮೀನು ಹಿಡಿಯಲು ಹೋದಾಗ ನೀರಿನಲ್ಲಿ ಬಲೆ ಬೀಸಿದ ನಂತರ ದೋಣಿಯು

ತೇಲಿ ಹೋಗದ ಹಾಗೆ, ಅದರ ಸುತ್ತಲೂ ಒಡ್ಡೊಡ್ಡಾಗಿ ಸುತ್ತು ಹಾಕುತ್ತಿದ್ದರು. ತಿಂದರೆ ಒಂದೇ ಕೈಯಲ್ಲಿ ತಿನ್ನುತ್ತಿದ್ದರು, ಮತ್ತೊಂದರಲ್ಲಿ ದೋಣಿಗೆ ಹುಟ್ಟುಹಾಕುತ್ತಿದ್ದರು. 'ನವಂಬರ್ ಮತ್ತು ಡಿಸೆಂಬರ್‌ಗಳಲ್ಲಿ ನಮ್ಮ ಕಂಬಳಿಗಳು ನೀರಿನ ತುಂತುರುಗಳಿಂದಾಗಿ ಒದ್ದೆಯಾಗಿಬಿಡುತ್ತಿದ್ದವು. ಆಗೆಲ್ಲ ನಂಬಲು ಅಸಾಧ್ಯವೆನ್ನುವಷ್ಟು ಚಳಿಯಾಗುತ್ತಿತ್ತು' ಎಂದವರು ಹಲ್ಲು ಕಿರಿದು ನಗೆ ಬೀರುತ್ತ 'ಒಟ್ಟಿನಲ್ಲಿ, 1960 ರ ದಶಕದಲ್ಲಿ ನಮ್ಮ ದೋಣಿಗಳಿಗೆ ಎಂಜಿನ್ನುಗಳು ಸಿಗತೊಡಗಿದಾಗ ನಮಗಾದ ಸಂತೋಷ ಅಷ್ಟಿಷ್ಟಲ್ಲ' ಎಂದು ಹೇಳಿದರು.

ಆ ದಿನ ಬೆಳಿಗ್ಗೆ ಮಾಂಗ್ರೋಳ್‌ನ ಸ್ಥಳೀಯ ಮೀನುಗಾರರ ಸಂಘಟನೆಯ ಮುಖ್ಯಸ್ಥ, ರಾಮ್‌ಜಿ ಗೋಹಿಲ್ ಅವರನ್ನು ಭೇಟಿಯಾದಾಗಲೇ ಈ ಕಿರುಗಾತ್ರದ ನಾಡದೋಣಿಗಳ ಬಗ್ಗೆ ಕೇಳಿದ್ದೆ. ಮಾಂಗ್ರೋಳ್‌ನ ಉತ್ಪಾದಕತೆಯ ಕುರಿತಾದ ಪ್ರಚಾರದ ಅಬ್ಬರದ ನಡುವೆಯೇ ಅವರು ಈ ದೋಣಿಗಳಿಗೆ ಬೇಕಾದ ದೊಡ್ಡದೊಡ್ಡ ದಿಮ್ಮಿಗಳು ಕರ್ನಾಟಕದ ಮಂಗಳೂರಿನಿಂದ ಬರುತ್ತಿದ್ದವು ಎಂಬ ಮಾಹಿತಿಯನ್ನು ಹೇಗೋ ನನಗೆ ಕೊಟ್ಟಿದ್ದರು. ಅಲ್ಲಿ ನಾಡದೋಣಿಗಳೆಂದರೆ ವಸ್ತುಶಃ ಒಂದು ರೂಢಿಗತ ಪದ್ಧತಿಯೇ ಆಗಿದೆ. ಅದನ್ನು ಗೋಹಿಲ್ ಅವರಿಂದ ಕೇಳಿದಾಗ ನನಗೆ ಗೊಂದಲವಾಗಿತ್ತು. ಈಗಲೂ ಆಯಿತು. 'ನಾಡದೋಣಿ?' ಧನ್‌ಜಿಭಾಯಿಯವರನ್ನು ಕೇಳಿದೆ; 'ನೀವು ಯಾವಾಗಲೂ ಮೀನು ಹಿಡಿದಿದ್ದು ಈ ತರಹದ ಮೀನುದೋಣಿಗಳಲ್ಲಿಯೇ ಅಲ್ಲವಾ? ಗುಜರಾತಿನಲ್ಲಿ ಯಾವಾಗಲೂ ಇಂತಹ ಮೀನುದೋಣಿಗಳನ್ನೇ ತಯಾರಿಸುತ್ತಾರೆ ಎಂದುಕೊಂಡಿದ್ದೆ.'

'ಮೀನುದೋಣಿಗಳು?' ಧನ್‌ಜಿಭಾಯಿ ಹೇಳಿದರು. 'ಇಲ್ಲ, ಇಲ್ಲ, ನಾವೆಲ್ಲರೂ ಖಂಡಿತವಾಗಿಯೂ ನಾಡದೋಣಿಗಳಲ್ಲಿಯೇ ಮೀನು ಹಿಡಿದಿದ್ದು.' ನೆನಪನ್ನು ಮತ್ತೊಮ್ಮೆ ಪರೀಕ್ಷಿಸಿ ಖಚಿತಪಡಿಸಿಕೊಳ್ಳುವವರಂತೆ, ಕೆಲವು ಕ್ಷಣಗಳ ಕಾಲ ಯೋಚಿಸಿ ಹೇಳಿದರು, 'ಈ ತರಹ ಕಾಣುವುದೆಂದರೆ ಸರಕು ದೋಣಿಗಳು ಮಾತ್ರ.'

ಅಚ್ಚುಕಟ್ಟಾಗಿ ನನ್ನ ಆಲೋಚನೆಯನ್ನು ವಿರುದ್ಧ ದಿಕ್ಕಿಗೆ ತಿರುಗಿಸಿದ ಪ್ರತ್ಯುತ್ತರವದಾಗಿತ್ತು. ವೇರಾವಳ್ ಮತ್ತು ಮಾಂಗ್ರೋಳ್‌ನ ದೋಣಿ ಕಟ್ಟುವವರು ತಮ್ಮ ಮೀನುದೋಣಿಗಳ ವಿನ್ಯಾಸವನ್ನು ಸುಧಾರಿಸಿ ಸರಕು ದೋಣಿಗಳನ್ನಾಗಿ ಮಾಡುತ್ತಿರಲಿಲ್ಲ. ಬದಲಾಗಿ, ಅವರು ತಮ್ಮ ಸರಕು ದೋಣಿಗಳ ವಿನ್ಯಾಸವನ್ನು ಮೊಟಕುಗೊಳಿಸಿ, ಮೀನುದೋಣಿಗಳನ್ನಾಗಿ ಪರಿವರ್ತಿಸುತ್ತಿದ್ದರು. ನಾನು ಈಗ ನೋಡುತ್ತಿರುವ ಈ ಮೀನುದೋಣಿಗಳ ರಾಚನಿಕ ಪೂರ್ವಜರು, ಕ್ರಿಸ್ತಪೂರ್ವ ಮೊದಲನೆಯ ಶತಮಾನದಿಂದ ಅರಬ್ಬೀ ಸಮುದ್ರದುದ್ದಕ್ಕೂ ಪರ್ಷಿಯನ್ ಕೊಲ್ಲಿಯೊಳಗೆ ಹಾಗೂ ಬಹುಶಃ ಆಫ್ರಿಕಾದ ಕೋಡಿನವರೆಗೂ (ಆಫ್ರಿಕಾದ

ಪೂರ್ವಭಾಗದಲ್ಲಿ ಅರಬ್ಬೀ ಸಮುದ್ರದಲ್ಲಿ ನೂರಾರು ಕಿಲೋಮೀಟರ್‌ಗಳವರೆಗೆ ಹಬ್ಬಿಕೊಂಡಿರುವ ಭೂಭಾಗ) ಹಬ್ಬಿದ್ದ ವ್ಯಾಪಾರಮಾರ್ಗದಲ್ಲಿ ಹಿಂದಕ್ಕೂ ಮುಂದಕ್ಕೂ ಸಂಚರಿಸುತ್ತಿದ್ದ ಸರಕುವಾಹಕಗಳಾಗಿದ್ದವು. ಇಂತಹ ದೋಣಿಗಳನ್ನು ನಿರ್ಮಿಸುವ ಪದ್ಧತಿಯು ಗುಜರಾತಿನ ಸುತ್ತಮುತ್ತ ದೋಣಿ ನಿರ್ಮಾಣದ ಅಂಗಳಗಳಲ್ಲಿ ಮುಂದುವರೆದಿದೆ, ಅದರ ತಂತ್ರಗಳನ್ನು ಅದೆಷ್ಟು ನಿಷ್ಠೆಯಿಂದ ಕಾಪಾಡಿಕೊಳ್ಳಲಾಗಿದೆಯೆಂದರೆ, ಪ್ರವಾಸಿಗಳ, ಸಂದರ್ಶಕರ ಬರಹಗಳಲ್ಲಿ ಅದು ಆಗಾಗ ಅದ್ಭುತವಾದ ಹೇಳಿಕೆಯ ರೂಪದಲ್ಲಿ ಕಾಣಿಸಿಕೊಂಡಿದೆ, ಟೀಕೆಗಳಿಗೆ ಒಳಗಾಗಿದೆ. ಜಾನ್ ಸ್ಪ್ಲಿಂಟರ್ ಸ್ಟೇವರಿನಸ್, ಅಸ್ಕ್ವಯರ್ ಅವರ ಲಿಖಿತ ನೆನಪುಗಳು ಅಂತಹ ಹಲವಾರು ಉಲ್ಲೇಖಗಳನ್ನು ಹೊಂದಿವೆ ಎಂಬುದನ್ನು ಉದಾಹರಿಸಬಹುದು.

II

ಹದಿನೆಂಟನೆಯ ಶತಮಾನದ ಉತ್ತರಾರ್ಧದಲ್ಲಿ, ಡಚ್ ನೌಕಾಸೇನೆಯಲ್ಲಿ ಅಧಿಕಾರಿಯಾಗಿದ್ದ ಸ್ಟೇವರಿನಸ್ ಏಷಿಯಾದುದ್ದಕ್ಕೂ ವ್ಯಾಪಕವಾಗಿ ಸಂಚರಿಸಿದ. ಪ್ರವಾಸದಲ್ಲಿನ ತನ್ನ ಅವಲೋಕನಗಳನ್ನು ಮೂರು ಸಂಪುಟಗಳಲ್ಲಿ ಶ್ರದ್ಧೆಯಿಂದ ದಾಖಲಿಸಿದ. ಇವುಗಳಲ್ಲಿ ಮೂರನೆಯದಾದ 'ವೋಯೇಜಸ್ ಟು ದ ಈಸ್ಟ್ ಇಂಡೀಸ್' ಎನ್ನುವುದು '1775–1778 ರ ಅವಧಿಯಲ್ಲಿ ಸೂರತ್‌ನಿಂದ ಬಟೇವಿಯಾದವರೆಗೆ, ಮಲಬಾರ್ ತೀರದವರೆಗೆ ಹಾಗೂ ಕೇಪ್ ಆಫ್ ಗುಡ್‌ಹೋಪ್‌ವರೆಗೆ' ಸ್ಟೇವರಿನಸ್ ಕೈಗೊಂಡ ಪಯಣವನ್ನು ಅನುಸರಿಸುತ್ತದೆ. ಈ ಸಂಪುಟದಲ್ಲಿ ಸೂರತ್‌ನ ಪಾರ್ಸಿಗಳ ಮೇಲೆ ಒಂದು ಅಧ್ಯಾಯವಿದೆ ಹಾಗೂ ನಗರದ ವಾಣಿಜ್ಯ ವ್ಯವಹಾರಗಳ ಮೇಲೆ ಇನ್ನೊಂದು ಅಧ್ಯಾಯವಿದೆ. ನಂತರ ತನ್ನ ಉದ್ಯೋಗದ ಕುರಿತಾಗಿ ಬರೆಯುವ ಸ್ಟೇವರಿನಸ್ 'ಇಲ್ಲಿ ಕಟ್ಟಲಾದ ಹಡಗುಗಳು ನಿಜಕ್ಕೂ ತುಂಬಾ ದುಬಾರಿಯವು. ಅವು ಸಮುದ್ರದಲ್ಲಿ ನೂರು ವರುಷಗಳ ಕಾಲ ಸಂಚರಿಸುವಷ್ಟು ಸಮರ್ಥವಾಗಿವೆ' ಎಂಬ ಮೆಚ್ಚುಗೆಯ ಮಾತುಗಳನ್ನು ಉಲ್ಲೇಖಿಸಿದ್ದಾನೆ. ಆಮೇಲೆ ಸೂರತ್‌ನಲ್ಲಿ 'ಇಂಗ್ಲಿಷ್ ಯಾರ್ಡ್' ಎಂದು ಕರೆಯಲ್ಪಡುವ ತಾಣದಲ್ಲಿ ನಾವೆಯೊಂದು ನಿರ್ಮಿತಿಯ ಯಾತನೆಯಲ್ಲಿ ನರಳುತ್ತಿರುವುದನ್ನು ಆತ ವೀಕ್ಷಿಸಿದ.

'ಅವರು ನಾವು ಮಾಡುವ ಹಾಗೆ, ಹಲಗೆಗಳನ್ನು ಅವುಗಳ ಚಪ್ಪಟೆ ಅಂಚುಗಳು ಒಂದಕ್ಕೊಂದು ಅಭಿಮುಖವಾಗಿ ಇರುವಂತೆ ಜೋಡಿಸುವುದಿಲ್ಲ. ಬದಲಿಗೆ, ಅವುಗಳಿಗೆ ಕೂರುಗಾಲುವೆಯನ್ನು ಕೊರೆದು ಹಲಗೆಗಳ ಭಾಗಗಳು ಒಂದರಲ್ಲಿ

ಇನ್ನೊಂದು ನಿಖರವಾಗಿ ಕೂರುವಂತೆ ಮಾಡುತ್ತಾರೆ' ಎಂಬುದು ಸ್ಟೇವರಿನಸ್‌ನ ಅವಲೋಕನ. (ಕೂರುಗಾಲುವೆಯೆಂದರೆ, ಹಲಗೆಯ ಅಂಚಿನುದ್ದಕ್ಕೂ ಅಡ್ಡವಾಗಿ ತೋಡು ಕೊರೆಯುವುದು ಎನ್ನುವುದನ್ನು ವೇರಾವಳ್‌ನಲ್ಲಿದ್ದಾಗ ತಿಳಿದುಕೊಂಡೆ. ಕೂರುಗಾಲುವೆಯಿರುವ ಹಲಗೆಯು ಎರಡೇ ಹಂತಗಳಿರುವ ಮೆಟ್ಟಿಲಿನಂತೆ ಕಾಣುತ್ತದೆ.) 'ಇದಕ್ಕಾಗಿ ಅವರು ಹಲಗೆಯ ಅಂಚುಗಳಿಗೆ ಕೆಂಪು ಸೀಸವನ್ನು ಬಳಿದು ನಂತರ ಕೂರಿಸಬೇಕಾದ ಹಲಗೆಗಳನ್ನು ಅದರ ಮೇಲಿಟ್ಟು ಒತ್ತುತ್ತಾರೆ. ಕೆಂಪು ಸೀಸದಿಂದಾಗಿ ಗುರುತಿಸಲು ಸಾಧ್ಯವಾದ ಏರುತಗ್ಗುಗಳನ್ನು ಸರಿಪಡಿಸಲು ಎರಡೂ ಅಂಚುಗಳಿಗೆ ಒಂದು ತರಹದ ಅಂಟನ್ನು ಹಚ್ಚುತ್ತಾರೆ. ಅದು ದಿನಗಳೆದಂತೆ ಕಬ್ಬಿಣದಷ್ಟು ಗಟ್ಟಿಯಾಗುತ್ತದೆ. ನಂತರ ಹಲಗೆಗಳನ್ನು ಚುಚ್ಚುಮೊಳೆಗಳಿಂದ ಅದೆಷ್ಟು ಗಟ್ಟಿಯಾಗಿ ಭದ್ರಪಡಿಸುತ್ತಾರೆಂದರೆ, ಜೋಡಿಸಿದ್ದನ್ನು ಗುರುತಿಸುವುದೇ ಕಷ್ಟ. ಎಲ್ಲವೂ ಒಟ್ಟಾಗಿ ಮರದ ಒಂದೇ ದಿಮ್ಮಿಯಂತೆ ಕಾಣುತ್ತದೆ.'

ಅಷ್ಟೇನೂ ಪರಿಚಿತವಲ್ಲದ ಇನ್ನೆರಡು ತಂತ್ರಗಳನ್ನು ಸ್ಟೇವರಿನಸ್ ಸೂರತ್‌ನಲ್ಲಿ ಗಮನಿಸಿದ. ದೋಣಿ ಕಟ್ಟುವವರು ಬೋಲ್ಟ್‌ಗಳ ಬದಲಾಗಿ ಕಬ್ಬಿಣದ ಚೂಪಾದ ಮೊಳೆಗಳನ್ನು ಮರದೊಳಕ್ಕೆ ಇಳಿಸಿ ಕೂರಿಸುತ್ತಿದ್ದರು. (ಆಗಲೂ ಕೂಡ ಇಂದಿನ ಮಲೇಷಿಯನ್ ಸಾಲ್ ಮರಗಳ ಹಾಗೆಯೇ 'ದಿಮ್ಮಿಗಳನ್ನು ದೂರದ ಸ್ಥಳಗಳಿಂದ ಇಲ್ಲಿಗೆ ತರಿಸಿಕೊಳ್ಳುತ್ತಿದ್ದ ಕಾರಣ ದೋಣಿ ಕಟ್ಟುವುದು ಇಲ್ಲಿ ದುಬಾರಿಯೇ ಆಗಿತ್ತು.') ಕೊನೆಯಲ್ಲಿ ದೋಣಿ ಕಟ್ಟುವವರು, ಸಿದ್ಧವಾದ ದೋಣಿಗಳ ತಳಭಾಗಕ್ಕೆ, 'ಮರದೆಣ್ಣೆ ಎಂದು ಕರೆಯಲಾಗುವ ಒಂದು ತರಹದ ಎಣ್ಣೆಯನ್ನು ಹಾಕಿ ಉಜ್ಜುತ್ತಿದ್ದರು. ಹಲಗೆಗಳು ಈ ಎಣ್ಣೆಯನ್ನು ಹೀರಿಕೊಳ್ಳುತ್ತವೆ. ಇದು ಮರಕ್ಕೆ ಪುಷ್ಟಿ ನೀಡುವುದರ ಜೊತೆಗೆ, ಹಾಳಾಗದಂತೆ ತಡೆಯಲು ಬಹಳ ಉಪಯುಕ್ತವಾಗಿದೆ,' ಮತ್ತು ಹೊರಗಿನ ಲೇಪನಕ್ಕೆ 'ಡಾಮೆಕ್ಸ್ ಎಂದು ಕರೆಯಲಾಗುವ, ಮರದ ಅಂಟನ್ನು ಬಳಸಲಾಗುತ್ತದೆ.' ನೂರು ಅಡಿಗಳಷ್ಟು ಉದ್ದದ ತಳಭಾಗವನ್ನು ಹೊಂದಿರುವ ದೋಣಿಯೊಂದರ ಮೌಲ್ಯ 75 ಸಾವಿರ ರೂಪಾಯಿಗಳಾಗಬಹುದು. ಇದು ಸ್ಟೇವರಿನಸ್ ಉಲ್ಲೇಖಿಸಿದ ಹಾಗೆ ತುಂಬಾ ದುಬಾರಿಯೇ.

ಗುಜರಾತಿನ ದೋಣಿ ನಿರ್ಮಾಣದ ಅಂಗಳಗಳಲ್ಲಿ ಇಂದಿಗೂ ಉಳಿದುಕೊಂಡು ಬಂದಿರುವುದು ಬಹುಪಾಲು ಈ ವಿಧಾನವೇ. ನಿರ್ದಿಷ್ಟವಾಗಿ ಸ್ಟೇವರಿನಸ್‌ನ ಉಲ್ಲೇಖಗಳನ್ನು ಗಮನಿಸಿದ ಜಿ. ವಿಕ್ಟರ್ ರಾಜಮಾಣಿಕ್ಕಮ್, 'ಟ್ರೆಡಿಷನಲ್ ಇಂಡಿಯನ್ ಶಿಪ್ ಬಿಲ್ಡಿಂಗ್' ಎಂಬ ಶೀರ್ಷಿಕೆಯನ್ನುಳ್ಳ ತಮ್ಮ ಪುಸ್ತಕವೊಂದರಲ್ಲಿ ಕೆಳಗಿನ ತೀರ್ಮಾನಕ್ಕೆ ಬರುತ್ತಾರೆ: 'ಈ ರೀತಿಯಾಗಿ ಇಂದು ದೋಣಿ ಕಟ್ಟುವಿಕೆಯಲ್ಲಿ ಅನುಸರಿಸಲಾಗುವ ತಂತ್ರಗಳು.... ಪಶ್ಚಿಮ ತೀರದಲ್ಲಿ ಹೆಚ್ಚೂ ಕಡಿಮೆ

(ಮೂಲದಲ್ಲಿ ಹೀಗೆಯೇ ಬರೆದಿದೆ) ನಮ್ಮ ಹಿಂದಿನ ಚರಿತ್ರೆಕಾರರು ಬಣ್ಣಿಸಿದ ರೂಪದಲ್ಲಿಯೇ ಇವೆಯೆಂಬುದು ನಮಗೆ ಕಂಡುಬರುತ್ತದೆ. ಪುರಾತನ ತಂತ್ರಗಳು ಉಳಿದುಕೊಂಡಿರುವುದಷ್ಟೇ ಅಲ್ಲ... ದೋಣಿಗಳನ್ನು ಕುರಿತಾದ ಬಹಳಷ್ಟು ತಾಂತ್ರಿಕ ಪದಗಳು ಈಗಲೂ ಬಳಕೆಯಲ್ಲಿವೆ. ಉದಾಹರಣೆಗೆ, ದೋಣಿಯ ತಳಭಾಗಕ್ಕೆ ಪಾಠಣ್, ಕಮಾನಿಗೆ ನಾಲ್, ಅಡ್ಡತೊಲೆಗೆ ವಾಕ್ ಹಾಗೂ ಅಂಚಿನ ತಡೆಗೋಡೆಗೆ ಪೆರ್ಚಾ ಎಂಬ ಪದಗಳನ್ನು ಬಳಸುತ್ತಾರೆ.'

ವೇರಾವಳ್‌ನಲ್ಲಿ ನನಗೆ ಇಬ್ಬರು ಕುಶಲ ದೋಣಿ ನಿರ್ಮಾಪಕರ ಅಂಗಳದಲ್ಲಿ ಗಂಟೆಗಟ್ಟಲೆ ಓಡಾಡಲು ಅವಕಾಶವೇನಾದರೂ ಸಿಕ್ಕಿದ್ದರೆ ಅದಕ್ಕೆ ಬಾಪುವೇ ಕಾರಣ. ಅದಕ್ಕಾಗಿ ಅವನಿಗೆ ಧನ್ಯವಾದ ಹೇಳಲೇಬೇಕು. ಅವರಲ್ಲಿ ಮೊದಲನೆಯವನಾದ ಮೊಹಮ್ಮದ್ ರಝಾಕ್, ಒಂದಿಲ್ಲೊಂದು ಕೆಲಸದಲ್ಲಿ ಸದಾ ನಿರತನಾಗಿರುವ ಮನುಷ್ಯ. ಹಾಗಾಗಿಯೇ ಸ್ವಭಾವವೂ ಕಿರಿಕಿರಿ. ಬಂದರಿನಲ್ಲಿ ನೀರಿನ ಅಂಚಿಗೇ ಇರುವ ಅವನ ಅಂಗಳದಲ್ಲಿ ದೊಡ್ಡದೊಂದು ದೋಣಿಯ ನಿರ್ಮಾಣಕಾರ್ಯ ನಡೆಯುತ್ತಿತ್ತು. ಅದಕ್ಕೆ ನಿರಂತರ ಉಸ್ತುವಾರಿಯ ಅಗತ್ಯವಿದ್ದಂತೆ ತೋರುತ್ತಿತ್ತು. ಅರೆಬರೆ ಕಟ್ಟಿ ನಿಲ್ಲಿಸಿದ್ದ ದೋಣಿಯ ಒಳಭಾಗದ ಅಡ್ಡಪಟ್ಟಿಗಳಲ್ಲೊಂದರ ಮೇಲೆ ಕುಳಿತು ನಾವು ಮಾತನಾಡುತ್ತಿದ್ದೆವು. ಆಗೆಲ್ಲ ಅವನ ಕಣ್ಣುಗಳು ಸತತವಾಗಿ ನನ್ನನ್ನು ತಪ್ಪಿಸಿ, ತನ್ನ ಸುತ್ತಲಿದ್ದ ಕೆಲಸಗಾರರಲ್ಲೊಬ್ಬನ ಮೇಲೆ ದೃಷ್ಟಿ ಹಾಯಿಸುತ್ತಲೇ ಇದ್ದವು. ಒಮ್ಮೆ, ಮಾತನಾಡುತ್ತಿದ್ದವನು ತಟ್ಟನೇ ಎದ್ದು ನಿಂತ. ಚಿಪ್ಪಿನಾಕಾರದ ದೋಣಿಯ ಮೂಲೆಯೊಂದರಲ್ಲಿ ಮರಗೆಲಸ ಮಾಡುತ್ತಿದ್ದವನ ಬಳಿ ಆ ಕೂಡಲೇ ಧಾವಿಸಿದ. ಕೆಲಸಗಾರನ ಕೈಗಳಿಂದ ಸಾಧನವನ್ನು ಕಸಿದುಕೊಂಡು ಕೆಲಸವನ್ನು ಸರಿಯಾಗಿ ಹೇಗೆ ಮಾಡಬೇಕು ಎನ್ನುವುದರ ಬಗ್ಗೆ ತಕ್ಷಣವೇ ಚುಟುಕಾಗಿ ಹೇಳಿ ತೋರಿಸಿದ.

ರಝಾಕ್‌ನ ಕುಟುಂಬವು ಮೂರು ತಲೆಮಾರುಗಳಿಂದ ದೋಣಿ ನಿರ್ಮಾಣದಲ್ಲಿ ತೊಡಗಿಕೊಂಡಿದೆ. ಅವನು ಹುಡುಗನಾಗಿದ್ದಾಗಲೇ ದೋಣಿ ಕಟ್ಟುವ ಕೆಲಸವನ್ನು ಆರಂಭಿಸಿದ್ದ. 'ನಾನು ಈ ಎಲ್ಲ ಚಾಕರಿಗಳನ್ನೂ ಮಾಡಿದವನೇ.' ತನ್ನ ಸುತ್ತಮುತ್ತ, ವಿವಿಧ ಗಾತ್ರದ ಬಾಚಿಗಳನ್ನು ಹಿಡಿದು ಮರವನ್ನು ಕೆತ್ತುತ್ತಲೋ ನುಣುಪಾಗಿಸುತ್ತಲೋ ಇದ್ದ ಜನರತ್ತ ಕೈತೋರಿ ಹೇಳಿದ. 'ಇಡೀ ಕಸುಬನ್ನು ಕಲಿಯಲು ಇರುವುದು ಇದೊಂದೇ ದಾರಿ. ಇಲ್ಲದಿದ್ದರೆ, ಈ ಕುರಿತು ಯಾವ ಔಪಚಾರಿಕ ಶಿಕ್ಷಣ, ಮಾರ್ಗದರ್ಶನವೂ ಸಿಗುವುದಿಲ್ಲ. ಕೆಲಸ ಮಾಡುತ್ತಲೇ ನಾನಿದೆಲ್ಲವನ್ನು ಕಲಿಯಬೇಕಾಗಿತ್ತು.' ಹೀಗೆ ಹೇಳುತ್ತಿರುವಾಗಲೇ ಮಾತನ್ನು ನಿಲ್ಲಿಸಿ, ಸುತ್ತಿಗೆಯಿಂದ ಮರದ ತೊಲೆಗೆ ಮೊಳೆ ಬಡಿಯುತ್ತಿದ್ದವನೊಬ್ಬನೆಡೆಗೆ ಯಾವುದೋ ಅಶ್ಲೀಲ ಪದ ಬಳಸಿ ಕೂಗತೊಡಗಿದ. ಆತ ಎಷ್ಟು ಶ್ರದ್ಧೆಯಿಂದ

ಬಡಿಯುತ್ತಿದ್ದನೆಂದರೆ, ಮೊಳೆಯು ಅದಾಗಲೇ ತೊಲೆಯೊಳಗೆ ಸೇರಿ ಹೋಗಿತ್ತು. ಅದರ ಸುತ್ತಲಿನ ಮರ ನಜ್ಜುಗುಜ್ಜಾಗತೊಡಗಿತ್ತು. 'ಇದೊಂದು ಮಧ್ಯಮ ಗಾತ್ರದ ಸರಕು ಸಾಗಣೆಯ ದೋಣಿ. ಆರೆಂಟು ಜನ ಮರಗೆಲಸದವರಿದ್ದರೆ ನಾನು ಚಿಕ್ಕದೊಂದು ಮೀನುದೋಣಿಯನ್ನು ಮೂರು ತಿಂಗಳೊಳಗೆ ಕಟ್ಟಬಲ್ಲೆ. ನೂರಾರು ಟನ್ ಭಾರವನ್ನು ಸಾಗಿಸುವ ನಿಜಕ್ಕೂ ದೊಡ್ಡದಾದ ನಾವೆಯನ್ನು ಕಟ್ಟುವುದಾದರೆ ಇಪ್ಪತ್ತು ಜನ ಮರಗೆಲಸದವರು ಇದ್ದರೂ ಎರಡು ವರ್ಷ ಹಿಡಿಯುತ್ತದೆ. ಅದಕ್ಕೇ ನಾವು ಎರಡನ್ನೂ ಸೇರಿಸಿಯೇ ಮಾಡುತ್ತೇವೆ' ಎಂದು ಕೋಪ ತುಸು ಇಳಿದ ಮೇಲೆ ರಝಾಕ್ ಮತ್ತೆ ಮಾತನ್ನು ಮುಂದುವರೆಸಿದ.

ಈ ದೋಣಿಯನ್ನು ಮರದ ಅಡಿಗಟ್ಟುಗಳ ಮೇಲೆ ಕೂರಿಸಲಾಗಿತ್ತು. ಅವು ಕೆಲವೊಮ್ಮೆ ಗಟ್ಟಿಯಾದ ಕಂಬದಂತಹ ದಿಮ್ಮಿಗಳಾಗಿದ್ದರೆ, ಬಹಳಷ್ಟು ಬಾರಿ ಅಳಿದುಳಿದ ಮರದ ತುಂಡುಗಳಾಗಿದ್ದು ಯಾವುದೇ ಕ್ಷಣದಲ್ಲಿ ಕಳಚಿ ಬೀಳುವ ಅಪಾಯ ಇದ್ದಂತೆ ತೋರುತ್ತಿತ್ತು. ಮೊದಲು ಕೂರಿಸಲಾದ, ತೇಗದ ಮರದಿಂದ ಮಾಡಿದ ತಳಭಾಗವೊಂದೇ ಎಣ್ಣೆ ಮತ್ತು ಮೆರುಗೆಣ್ಣೆ ಬಳಿದ ಮರದ ಭಾಗವಾಗಿತ್ತು. ಕಡುಗಂದು ಬಣ್ಣವನ್ನು ಹೊಂದಿದ್ದ ಆ ತಳಭಾಗವು ದೋಣಿಯ ಉಳಿದ ಭಾಗದ ಮಂದ ಬಿಳಿ–ಹಳದಿ ಬಣ್ಣಕ್ಕೆ ಹೋಲಿಸಿದರೆ ಮಿರಿ ಮಿರಿ ಮಿಂಚುತ್ತಿತ್ತು. ('ಅದು ಸಂಪ್ರದಾಯ,' ರಝಾಕ್ ಹೇಳಿದ. 'ನಾವು ಯಾವಾಗಲೂ ದೋಣಿಯ ಉಳಿದ ಭಾಗಗಳನ್ನು ಕಟ್ಟಲು ಆರಂಭಿಸುವುದಕ್ಕೂ ಮೊದಲು ತಳಭಾಗಕ್ಕೆ ಎಣ್ಣೆ ಬಳಿಯುತ್ತೇವೆ.') ಮೀನುದೋಣಿಯ ತಳಭಾಗವನ್ನು ಒಂದೇ ಒಂದು ಉದ್ದನೆಯ ಮರದ ತುಂಡಿನಿಂದ ಮಾಡಿರುತ್ತಾರೆ. ಆದರೆ ಇಂತಹ ಸರಕು ಸಾಗಣೆಯ ದೋಣಿಯಾದರೆ ತಳಭಾಗವನ್ನು ನಿರ್ಮಿಸಲು ಅಂತಹ ಮೂರು ತುಂಡುಗಳನ್ನು ಬಳಸಬೇಕಾಗುತ್ತದೆ. ಅವುಗಳನ್ನು ಉದ್ದಕ್ಕೂ ಬೋಲ್ಟ್‌ನಿಂದ ಜೋಡಿಸಿರುತ್ತಾರೆ.

ಶಕ್ತಿಚಾಲಿತ ಉಪಕರಣಗಳನ್ನು ಬಳಸುವುದಿಲ್ಲ ಎಂದು ಹೇಳುತ್ತಿದ್ದರು. ಆದರೆ ಹಾಗಿರಲಿಲ್ಲ. ದೋಣಿಯ ಹೊರಗೆ, ಹಲಗೆಗಳನ್ನು ಬೇಕಾದ ಗಾತ್ರಕ್ಕೆ ಕತ್ತರಿಸುವುದಕ್ಕೆಂದು ಒಂದು ಭಾರೀ ಶಕ್ತಿಚಾಲಿತ ಗರಗಸವಿತ್ತು. ಒಂದೆರಡು ರಂಧ್ರ ಕೊರೆಯುವ ಯಂತ್ರಗಳೂ ಬಳಕೆಯಲ್ಲಿದ್ದು ಮರದ ತಿರುಳನ್ನು ಮೆಲ್ಲುತ್ತ ಹೋದಂತೆ ಕರ್ಕಶವಾಗಿ ಅರಚುತ್ತಿದ್ದವು. ಒಂದು ವಿದ್ಯುತ್ ಮರಳುಜ್ಜುಗವೂ ಇತ್ತು. ಬಿಳಿ ಬಣ್ಣದ ವಿದ್ಯುತ್ ತಂತಿಗಳು, ಚೆಲ್ಲಿಹೋದ ಸ್ಪಾಗೆಟ್ಟಿ ಎಳೆಗಳಂತೆ ಎಲ್ಲೆಂದರಲ್ಲಿ ಹರಡಿಬಿದ್ದಿದ್ದವು. ಕೊನೆಯಲ್ಲಿ ಅವೆಲ್ಲ ಹೋಗಿ, ತಾತ್ಕಾಲಿಕವಾಗಿ ದೋಣಿಯ ತಳಭಾಗಕ್ಕೆ ತಿರುಪುಗಳನ್ನು ಬಳಸಿ ಜೋಡಿಸಲಾದ ಸ್ವಿಚ್ ಬೋರ್ಡ್ ಅಥವಾ ವಿದ್ಯುತ್ ಹೊರಹರಿವಿನ ಉಪಕರಣಗಳನ್ನು ಸೇರಿಕೊಳ್ಳುತ್ತಿದ್ದವು.

ಶಕ್ತಿಚಾಲಿತ ಉಪಕರಣಗಳನ್ನು ರಝಾಕ್ ಯಾವಾಗಿನಿಂದ ಬಳಸುತ್ತಿದ್ದಾನೆ ಎಂದು ಕೇಳಿದೆ. ನನ್ನೆಡೆ ವಿಚಿತ್ರವಾಗಿ ನೋಡಿ ಹೇಳಿದ: 'ವರ್ಷಗಳ ಹಿಂದೆ. ಇದರಿಂದ ನಮ್ಮ ಕೆಲಸದ ಸಮಯ ಎಷ್ಟೋ ಕಡಿಮೆಯಾಗುತ್ತದೆ. ನಾವ್ಯಾಕೆ ಅದನ್ನು ಉಪಯೋಗಿಸಬಾರದು?'

ಹೌದು ಯಾಕೆ? ಒಮ್ಮೆ ಪ್ರಶ್ನೆ ಎದ್ದರೆ, ನಗರಗಳಲ್ಲಿರುವ ನಮಗೆ ಅಂದರೆ, ತಂತ್ರಜ್ಞಾನದ ದಕ್ಷತೆಯ ಲಾಭಗಳನ್ನು ಉಣ್ಣಲು ಸದಾ ಸಿದ್ಧರಾಗಿರುವವರಿಗೆ, ಭಾರತದ ಚಿಕ್ಕಪುಟ್ಟ ಹಳ್ಳಿ, ಪಟ್ಟಣಗಳಲ್ಲಿ ಇನ್ನೂ ಬಳಕೆಯಲ್ಲಿರುವ ಹಳೆಯ ಕಾಲದ ವಿಧಾನಗಳ ಕತೆಗಳನ್ನು (ಹಾಗಾಗಿ ಬಹುತೇಕ ಕೆಳಮಟ್ಟದ, ನೀರಸ, ಕೌಶಲ್ಯರಹಿತ ಚಾಕರಿಗಳು) ಆಸಕ್ತಿಯಿಂದ ಕೇಳಿ ತಿಳಿಯುವುದು, ಸಂಭ್ರಮಿಸುವುದು ಬೂಟಾಟಿಕೆಯೆನಿಸುತ್ತದೆ. (ನಮ್ಮಲ್ಲಿ ಅನೇಕರು, ತಮಗೆ ಆಯ್ಕೆಗಳಿದ್ದಿದ್ದರೆ ತಾವು ನಿಜಕ್ಕೂ 'ಸರಳ' ಜೀವನವನ್ನೇ ಆಯ್ದುಕೊಳ್ಳುತ್ತಿದ್ದೆವು ಎಂದು ಆಲೋಚಿಸುತ್ತಾರೆ. ಆ ಮೂಲಕ ತಮ್ಮನ್ನೇ ತಾವು ವಂಚಿಸಿಕೊಳ್ಳುತ್ತಾರೆ. ಇದು ಹಾಗೆ ವಂಚಿಸಿಕೊಳ್ಳುವ ವ್ಯಾಪಕ ಪ್ರಯತ್ನವೊಂದರ ಭಾಗವಷ್ಟೇ ಎನ್ನುವುದು ನನಗೆ ಮನವರಿಕೆಯಾಗಿದೆ. ನಮಗೆ ನಿಜವಾಗಿಯೂ ಆಯ್ಕೆಗಳಿದ್ದು, ಪ್ರಶ್ನೆ ಉದ್ಭವಿಸಿದಾಗ, ನಾವು ನಮ್ಮ ಸೆಲ್‌ಫೋನ್‌ಗಳನ್ನು, ವಿದ್ಯುತ್‌ಚಾಲಿತ ಗರಗಸಗಳನ್ನು ಬಿಟ್ಟುಕೊಡಲು ಬಯಸುವುದಿಲ್ಲ ಅಷ್ಟೇ.) ಅಂದಹಾಗೆ, ಇಂದು ಶುದ್ಧ ಕುಶಲಕರ್ಮವು ವೃತ್ತಿಯಾಗಿ ಬದುಕುಳಿಯಲಾರದು ಎನ್ನುವುದು ಸತ್ಯ. ಕೇವಲ ಹವ್ಯಾಸವಾಗಿ ಅಥವಾ ಸಹಾಯಧನದ ಬಲದ ಮೇಲೆ ಹಿಂದಿನ ನೆನವರಿಕೆಗಳ ಪ್ರದರ್ಶನವಾಗಿ ಉಳಿದುಕೊಳ್ಳಬಹುದು ಅಷ್ಟೇ ಹೊರತು, ಮಕ್ಕಳನ್ನು ಶಾಲೆಗೆ ಕಳಿಸಲು ನೆರವಾಗುವ ಹಾಗೂ ಬ್ಯಾಂಕಿನಲ್ಲಿ ಹಣ ಉಳಿತಾಯ ಮಾಡಲು ಬೇಕಾಗುವ ವೃತ್ತಿಯಾಗಿ ಅಲ್ಲ. ಹೊಸಮಾದರಿಯ ವಿಧಾನಗಳ ಬಗ್ಗೆ ಹಳೆಯ ಆಸಾಮಿಯದು ಅರೆಮನಸ್ಸಿನ ಗೊಣಗಾಟ, ಅಸಮಾಧಾನವಿದೆ. ಆದರೆ ಅದು, ಆತನ ಉದ್ಯೋಗವನ್ನು ಅವು ಕಸಿದುಕೊಳ್ಳುತ್ತವೆ ಎಂಬ ಕಾರಣಕ್ಕಾಗಿ ಮಾತ್ರ, ವಾಸ್ತವದಲ್ಲಿ, ಮೊಹಮ್ಮದ್ ರಝಾಕ್ ಮತ್ತು ಇತರ ಸುತಾರರು ಪೂರ್ಣಪ್ರಮಾಣದಲ್ಲಿ ದೋಣಿ ಕಟ್ಟುವವರಾಗಿಯೇ ಉಳಿದುಕೊಳ್ಳಲು ಒಂದೋ ಈ ವಿದ್ಯುತ್‌ಚಾಲಿತ ಉಪಕರಣಗಳನ್ನು ಕೊಳ್ಳಬಹುದಿತ್ತು ಅಥವಾ ಅದಕ್ಕೆ ಬದಲಾಗಿ, ದಿಮ್ಮಿಗಳನ್ನು ಕೈಯಿಂದಲೇ ಕೊಯ್ಯುವ ಕೆಲಸವನ್ನು ಮುಂದುವರೆಸಬಹುದಿತ್ತು. ದೋಣಿಯೊಂದನ್ನು ಕಟ್ಟಲು ಮೂರು ಪಟ್ಟು ಸಮಯ ವ್ಯಯಿಸುತ್ತಾ ಮೀನುಗಾರರು ಫೈಬರ್‌ಗ್ಲಾಸ್ ದೋಣಿಗಳನ್ನು ಕೊಳ್ಳುವುದನ್ನು ನೋಡುತ್ತಲೂ ಇರಬಹುದಿತ್ತು. ಇಂತಹ ಸಂದಿಗ್ಧವು ಈಗ ಸಂದಿಗ್ಧವೇ ಅಲ್ಲ: ಆ ಅರ್ಥದಲ್ಲಿ ಶಕ್ತಿಚಾಲಿತ ಗರಗಸವು ಈಗ ಸಹಜ ವಿಧಾನದ ಭಾಗವೇ ಆಗಿಹೋಗಿದೆ.

ಆದರೆ ಹಿಂದಿನದೆನ್ನುವುದು ನೋಡಲಿಕ್ಕೂ ಸಿಗದು ಅಂತೇನಲ್ಲ. ವೇರಾವಳ್‌ನ ದೋಣಿ ನಿರ್ಮಾಣದ ಅಂಗಳಗಳಲ್ಲಿ ಹೆಚ್ಚು ಕಾಲ ನಿಂತರೆ, ಪಾಳಿಯಲ್ಲಿರುವ ಮರಗೆಲಸದವರೊಡನೆ ಮಾತನಾಡಿದರೆ, ಸುತ್ತಮುತ್ತಲೂ ಸೂಕ್ಷ್ಮವಾಗಿ ನೋಡಿದರೆ, ಸ್ಟೇವರಿನಸ್ ಮತ್ತು ಇತರರು ಗಮನಿಸಿದ ಅಂಶಗಳ ಅಲ್ಪಸ್ವಲ್ಪ ಉಳಿಕೆಗಳು ಕಂಡೇ ಕಾಣುತ್ತವೆ. ರಝಾಕ್‌ನ ಕೆಲಸಗಾರರು ಕೆಲವು ಉದ್ದೇಶಗಳಿಗಾಗಿ ನಟ್, ಬೋಲ್ಟ್‌ಗಳನ್ನು ಬಳಸುತ್ತಿದ್ದರೂ ಕೂಡ ಈಗಲೂ ಅಂಗೈನಷ್ಟು ಉದ್ದದ ಕಬ್ಬಿಣದ ಮೊಳೆಗಳನ್ನು ಸುತ್ತಿಗೆಯಿಂದ ಬಡಿಯುತ್ತಿದ್ದರು. ಪಾತ್ರೆಗಳಲ್ಲಿ ತುಂಬಿಟ್ಟ ಮೀನೆಣ್ಣೆಯನ್ನು ಹಾಗೂ ಡಾಮ್ಮರ್ ಗೋಂದನ್ನು (ಮರಗೆಲಸದವನೊಬ್ಬ ಅದನ್ನು 'ಡಮ್-ಡಮ್' ಎಂದ) ಕೂಡ ಅವರು ನನಗೆ ತೋರಿಸಿದರು. ಇವೆರಡನ್ನೂ ಅವರು ತಮ್ಮ ದೋಣಿಗಳ ಅಡಿಭಾಗಕ್ಕೆ ಬಳಿಯಲು ಜಲನಿರೋಧಕವಾಗಿ ಬಳಸುತ್ತಿದ್ದರು. ಡಾಮ್ಮರ್ ಎಂಬ ಅಂಟು, 'ವೋಯೇಜಸ್ ಟು ದ ಈಸ್ಟ್ ಇಂಡೀಸ್' ನಲ್ಲಿ ಉಲ್ಲೇಖಿಸಲಾದ ಡಾಮೆಕ್ಸ್ ಮರದಿಂದ ಸಿಗುತ್ತದೆ. ಆದರೆ ಸ್ಟೇವರಿನಸ್‌ಗಿಂತ ಐದು ಶತಮಾನ ಮೊದಲೇ ಅರಬ್ಬೀ ಸಮುದ್ರದಲ್ಲಿ ಸಂಚರಿಸುತ್ತಿದ್ದ ದೋಣಿಗಳಿಗೆ ಇದೇ ರೀತಿಯಲ್ಲಿ ಎಣ್ಣೆ ಬಳಿಯುತ್ತಿದ್ದರೆಂಬುದನ್ನು ಮಾರ್ಕೋ ಪೋಲೋ ತಿಳಿದಿದ್ದ; ಕೆಲವಕ್ಕೆ, 'ಮೀನಿನ ಕೊಬ್ಬಿನಿಂದ ತಯಾರಿಸಿದ ಎಣ್ಣೆಯನ್ನು ಬಳಿಯುತ್ತಾರೆ.' ಇನ್ನು ಕೆಲವಕ್ಕೆ, 'ಭಟ್ಟಿ ಸುಣ್ಣ ಮತ್ತು ಸಣ್ಣದಾಗಿ ಕತ್ತರಿಸಿದ ಸೆಣಬಿನ ನಾರನ್ನು ಒಟ್ಟಿಗೆ ಕುಟ್ಟಿ, ಅದಕ್ಕೆ ಒಂದು ನಿರ್ದಿಷ್ಟ ಮರದಿಂದ ತೆಗೆಯಲಾದ ಎಣ್ಣೆಯನ್ನು ಸೇರಿಸಿ, ಒಂದು ತರಹದ ಮುಲಾಮಿನಂತಹ ಮಿಶ್ರಣವನ್ನು ತಯಾರಿಸಿ ಲೇಪಿಸುತ್ತಾರೆ. ಇದು ಹೆಚ್ಚು ಭದ್ರವಾಗಿ ತನ್ನ ಸ್ನಿಗ್ಧತೆಯನ್ನು, ಜಿಗುಟುತನವನ್ನು ಹಿಡಿದಿಟ್ಟುಕೊಳ್ಳುತ್ತದೆ ಹಾಗೂ ರಾಳಕ್ಕಿಂತಲೂ ಉತ್ತಮವಾದ ಸಾಮಗ್ರಿಯಾಗಿದೆ.'

ರಝಾಕ್‌ನ ಅಂಗಳದಲ್ಲಿ ಅನೇಕ ಬಾರಿ ಜಾಗರೂಕನಾಗಿಯೇ ಅಡ್ಡಾಡಿದ್ದೆ. ಅಂತಹ ಒಂದು ಸಮಯದಲ್ಲಿ, ಇಬ್ಬರು ಮರಗೆಲಸದವರು ಹಲಗೆಯ ಭಾಗವೊಂದಕ್ಕೆ ಗುರುತು ಹಾಕುತ್ತಿರುವುದನ್ನು ನೋಡಿದೆ. ದೋಣಿಯ ಚೌಕಟ್ಟಿನೊಳಗಿನ ಯಾವುದೋ ಒಂದು ನಿರ್ದಿಷ್ಟ ಜಾಗಕ್ಕೆ ಹೊಂದುವಂತೆ ಅದನ್ನು ಕತ್ತರಿಸಬೇಕಿತ್ತು. ಸಪೂರ ಹುರಿಯೊಂದನ್ನು ಹಿಡಿದು ಅವರು ಆ ಜಾಗದ ಅಳತೆಯನ್ನು ತೆಗೆದುಕೊಂಡರು. ನಂತರ ಆ ಹುರಿಯನ್ನು ದಿಮ್ಮಿಯಿದ್ದಲ್ಲಿಗೆ ಕೊಂಡೊಯ್ದರು. ಒಬ್ಬ ತನ್ನ ಕೈಯಲ್ಲಿದ್ದ ಹುರಿಯ ತುದಿಯನ್ನು ಗಟ್ಟಿಯಾಗಿ ಕೆಳಗೆ ಒತ್ತಿ ಹಿಡಿದ. ಮತ್ತೊಬ್ಬ ಅಳತೆ ಮಾಡಿದಷ್ಟು ಹುರಿಯ ಉದ್ದಕ್ಕೆ ಹಲಗೆಯ ಮೇಲೆ ಸೀಮೆಸುಣ್ಣದಿಂದ ಗುರುತು ಹಾಕುತ್ತ ಹೋದ. ಅಂತೂ ಕೊನೆಗೆ, ಅವನು ಹುರಿಯ ಇನ್ನೊಂದು ತುದಿಗೆ ಬರುವಷ್ಟರಲ್ಲಿ, ಸೀಮೆಸುಣ್ಣವು ಗರಗಸಕ್ಕೆ ಒಡ್ಡಲು ಸಿದ್ಧವಾದ ಉದ್ದನೆಯ ನೇರ

ಗೆರೆಯೊಂದನ್ನು ಹಲಗೆಯ ಮೇಲೆ ಗುರುತು ಮಾಡಿತ್ತು. ಅದರ ಹೊರತಾಗಿ, ಮೊದಲ ಬಾರಿಗೆ ಅವರು ಗೆರೆ ಎಳೆದಾಗ ಅದು ಅವರಿಗೆ ಒಪ್ಪಿಗೆಯಾಗುವಷ್ಟು ನೇರವಾಗಿರಲಿಲ್ಲ. ಕೆಲವು ಕ್ಷಣಗಳ ಕಾಲ ಅವರು ಅದರ ಮೇಲೆ ನಿಂತು, ಸಣ್ಣದಾಗಿ ಚರ್ಚಿಸಿದರು. ವಿರುದ್ಧ ತುದಿಗಳಿಂದ ಮತ್ತೆ ಗೆರೆ ಎಳೆಯುವ ಕೆಲಸವನ್ನು ಆರಂಭಿಸಿದರು, ಮರದಿಂದ ಕೀಟಗಳನ್ನು ಝಾಡಿಸುತ್ತಿದ್ದಾರೇನೋ ಎನ್ನುವ ಹಾಗೆ ಕೈಗಳಿಂದ ಸೀಮೆಸುಣ್ಣವನ್ನು ಜಾಗರೂಕತೆಯಿಂದ ಒರೆಸತೊಡಗಿದರು. ಗೆರೆಯು ಸರಿಬರುವವರೆಗೂ ಬಿಡದೆ ಮತ್ತೆ ಮತ್ತೆ ಎಳೆದರು. ಅದೊಂದು ಅಳತೆಪಟ್ಟಿಗಳಿಲ್ಲದೇ ರಚಿಸಿದ ಆಕರ್ಷಕ ರೇಖಾಚಿತ್ರವಾಗಿತ್ತು.

ರಝಾಕ್‌ನ ಅಂಗಳದಿಂದ ತುಸು ದೂರ ನಡೆದುಹೋದರೆ ಅರ್ಜನಭಾಯಿಯ ಅಂಗಳ ಸಿಗುತ್ತದೆ. ಆತ ಬಾಪುನ ಇನ್ನೊಬ್ಬ ಮಿತ್ರ. ಅರ್ಜನಭಾಯಿಯ ಅಂಗಳದಲ್ಲಿ ಹೆಚ್ಚು ಸದ್ದಿರಲಿಲ್ಲ, ತೀವ್ರ ಚಟುವಟಿಕೆಗಳೂ ಇರಲಿಲ್ಲ. ಆ ಸಮಯದಲ್ಲಿ ಅರ್ಜನಭಾಯಿ ಕೇವಲ ಒಂದು ಚಿಕ್ಕ ಮೀನುದೋಣಿಯನ್ನು ಕಟ್ಟುವ ಕೆಲಸವನ್ನು ಮಾಡುತ್ತಿದ್ದ. ಸ್ವಭಾವತಃ ತಾಳ್ಮೆಯುಳ್ಳವನು ಹಾಗೂ ಜನರನ್ನು ಬರಮಾಡಿಕೊಳ್ಳುವಂತಹ ಗುಣದವನಾಗಿದ್ದ. (ಅವನಲ್ಲೊಂದು ವಿಲಕ್ಷಣ ಹಾಸ್ಯಪ್ರವೃತ್ತಿಯೂ ಇತ್ತು. 'ಮರದ ದೋಣಿಯು ಫೈಬರ್‌ಗ್ಲಾಸ್ ದೋಣಿಗಿಂತ ಉತ್ತಮ ಯಾಕೆ ಅಂತ ನಿನಗೆ ಗೊತ್ತಾ?' ಪ್ರಶ್ನೆ ಕೇಳಿದವನೇ ಉತ್ತರವನ್ನೂ ಕೊಟ್ಟ, 'ಅದೊಮ್ಮೆ ಮುಳುಗಿದರೆ, ಅದರ ಹಲಗೆಗಳನ್ನಾದರೂ ಹಿಡಿದುಕೊಂಡಿದ್ದು ಜೀವ ಉಳಿಸಿಕೊಳ್ಳಬಹುದು. ಫೈಬರ್‌ಗ್ಲಾಸ್‌ನದಾಗಿದ್ದರೆ...') ಕಟ್ಟುವ ಕೆಲಸವು ಬಹುತೇಕವಾಗಿ ಮುಗಿದಿದ್ದು, ದೋಣಿಯು ಆಯತಾಕಾರದ ಅಂಗಳದ ನಟ್ಟನಡುವೆ ಕುಳಿತಿತ್ತು. ಅದರ ಇಬ್ಬರು ಭಾವಿ ಮಾಲೀಕರು ತಮ್ಮ ಭಾರೀ ಗಾತ್ರದ ದೋಣಿಯ ಕೆಳಗೆ ಪ್ಲಾಸ್ಟಿಕ್ ಕುರ್ಚಿಗಳ ಮೇಲೆ ಕುಳಿತಿದ್ದರು. ಎಲೆಗಳನ್ನೆಲ್ಲ ಕಿತ್ತು, ಕಡಿದು ದಿಮ್ಮಿಗಳನ್ನಾಗಿಸಿದ ಎಷ್ಟೋ ಸಮಯದ ನಂತರ ಮರಗಳು ಹೀಗೆ ನೆರಳು ನೀಡುತ್ತಿದ್ದವು.

ಅಲುಗಾಡುತ್ತಿದ್ದ ಏಣಿಯೊಂದನ್ನೇರಿ, ದೋಣಿಯ ಜಗುಲಿಕಟ್ಟೆಗೆ ನನ್ನನ್ನು ಕರೆದೊಯ್ದ ಅರ್ಜನಭಾಯಿ. ಜಗುಲಿಕಟ್ಟೆಗೆ ಹೊದೆಸಿದ್ದ ಹಲಗೆಗಳಿಗೆ ಅಂದು ಬೆಳಿಗ್ಗೆಯಷ್ಟೇ ಅಗಸೆ ಎಣ್ಣೆಯನ್ನು ಲೇಪಿಸಿದ್ದರು. ಅದರಿಂದ ಕಟು ವಾಸನೆ ಬರುತ್ತಿತ್ತು. ಅಲ್ಲಿ ಆತ ತೋರಿಸಿದ ಎರಡು ಪರಿಪೂರ್ಣ ಚೌಕಾಕಾರದ ಕಿಂಡಿಗಳಲ್ಲಿ, ಒಂದು ಮಂಜುಗಡ್ಡೆಗಳನ್ನು ಸಂಗ್ರಹಿಸಿಡುವ ಜಾಗಕ್ಕೆ ಕರೆದೊಯ್ಯುತ್ತಿತ್ತು. ಮತ್ತೊಂದು, ಮೀನುಗಳನ್ನು ಸಂಗ್ರಹಿಸಿಡುವ ಜಾಗಕ್ಕೆ ಕರೆದೊಯ್ಯುತ್ತಿತ್ತು. ಆ ಜಾಗವು ಮೊದಲಿನದಕ್ಕಿಂತಲೂ ಹೆಚ್ಚು ದೊಡ್ಡದಾಗಿತ್ತು. ಅವುಗಳನ್ನು ಸದ್ಯದಲ್ಲಿಯೇ

ಲೋಹದ ಬಾಗಿಲುಗಳಿಂದ ಮುಚ್ಚುವವರಿದ್ದರು. ಜಗುಲಿಕಟ್ಟೆಯಲ್ಲಿದ್ದ ಇನ್ನೊಂದು ಕಿಂಡಿಯಲ್ಲಿ ದೋಣಿಯ ಚಕ್ರವನ್ನು ಕೂರಿಸಬೇಕಿತ್ತು. ಅದರೊಳಕ್ಕೆ ಕಷ್ಟಪಟ್ಟು ಇಣುಕಿ ನೋಡಿದೆ. ಕೆಳಗೆ ಉದ್ದನೆಯ ತೊಲೆಯಲ್ಲಿ ತೂತೊಂದನ್ನು ಕೊರೆಯಲಾಗಿತ್ತು. ಅದರೊಳಗಿಂದ ಚಕ್ರವು ದೋಣಿಯ ಚುಕ್ಕಾಣಿಗೆ ಸಂಪರ್ಕ ಹೊಂದುತ್ತಿತ್ತು. ದೋಣಿಯ ಒಳಭಾಗದಲ್ಲಿ, ಬಡಗಿಯೊಬ್ಬ ಮೊದಲೇ ಕತ್ತರಿಸಿದ ಪ್ಲೈವುಡ್ ಹಲಗೆಗಳನ್ನು ದಾಸ್ತಾನು ಕೊಠಡಿಗಳ ನೆಲಕ್ಕೆ ಹಾಸಿ ಕೂರಿಸುತ್ತಿದ್ದ.

'ಒಂದೋ ಎರಡೋ ಶತಮಾನಗಳ ಹಿಂದೆ ಮಾಡುತ್ತಿದ್ದ ರೀತಿಯಲ್ಲಿಯೇ ನಿಖರವಾಗಿ ಇಂದು ಏನನ್ನಾದರೂ ಮಾಡಲಾಗುತ್ತಿದೆಯೇ?' ಕುತೂಹಲದಿಂದ ಅರ್ಜನಭಾಯಿಯನ್ನು ಕೇಳಿದೆ.

'ಓಹ್, ಖಂಡಿತ' ಎಂದುತ್ತರಿಸಿದ ಅರ್ಜನಭಾಯಿ. ನನ್ನನ್ನು ಏಣಿಯಲ್ಲಿಯೇ ಇಳಿಸಿಕೊಂಡು ಬಂದು ದೋಣಿಯ ಮೂತಿಗೆ ಕರೆದೊಯ್ದು. ಅಲ್ಲಿ, ಹದಿನೆಂಟು ಹತ್ತೊಂಬತ್ತು ವರ್ಷದ ಹುಡುಗನೊಬ್ಬ ಹೆಣೆದ ಹತ್ತಿಯ ಎಳೆಗಳನ್ನು ಎಣ್ಣೆ ಹಾಗೂ ರಾಳದ ಮಿಶ್ರಣದಲ್ಲಿ ಅದ್ದಿ, ಉಳಿ ಮತ್ತು ಮರದ ತಲೆಯುಳ್ಳ ಸುತ್ತಿಗೆಯ ಸಹಾಯದಿಂದ ಅವುಗಳನ್ನು ಹಲಗೆಗಳ ನಡುವಿನ ಸಂದುಗಳಲ್ಲಿ ತೂರಿಸುತ್ತಿದ್ದ. ಸಂದುಗಳು ತುಂಬುವವರೆಗೂ ಆ ಜಾಗದಲ್ಲಿ ಕುಟ್ಟುತ್ತಿದ್ದ. ಆತ ತಲೆಯನ್ನು ಮೇಲಕ್ಕೆತ್ತಿ ಕೆಲಸ ಮಾಡುತ್ತಿದ್ದ. ಅವನ ಹಣೆಯ ಅಥವಾ ಕೆನ್ನೆಗಳ ಮೇಲೆ ಆಗೀಗ ಬೀಳುತ್ತಿದ್ದ ಎಣ್ಣೆ–ರಾಳದ ಮಿಶ್ರಣವು ಅವನ ಬೆವರಿನೊಂದಿಗೆ ಸೇರಿ ಕೆಳಹರಿದು ಅವನ ಅಂಗಿಯ ಕುತ್ತಿಗೆಪಟ್ಟಿಯ ಕಂದುಬಣ್ಣವನ್ನು ಮತ್ತಷ್ಟು ಗಾಢವಾಗಿಸುತ್ತಿತ್ತು. ಅವನು ಇದೇ ರೀತಿಯಲ್ಲಿ ಇಡೀ ದೋಣಿಗೆ ಜಲನಿರೋಧಕವನ್ನು ಬಳಿಯುತ್ತಿದ್ದ. ಹತ್ತಿ ಮತ್ತು ಎಣ್ಣೆ–ರಾಳಗಳ ಬಳಕೆಯನ್ನು ವಿಶೇಷವಾಗಿ ಅರಬ್ಬೀ ಸಮುದ್ರದ ದೋಣಿಗಳಲ್ಲಿ ಮಾತ್ರ ಕಾಣಬಹುದಾಗಿದೆ. ಆದರೆ ತಂತ್ರವು ಮಾತ್ರ ಮೂಲಭೂತವಾಗಿ ಮತ್ತು ನಿಖರವಾಗಿ ನೂರಾರು ವರ್ಷಗಳ ಕಾಲ ಜಗತ್ತಿನೆಲ್ಲೆಡೆ ದೋಣಿ ಕಟ್ಟುವವರು ಉಪಯೋಗಿಸುತ್ತಿದ್ದುದೇ ಆಗಿದೆ.

II

ಒಂದು ದಿನ ಮಧ್ಯಾಹ್ನದ ಸಮಯದಲ್ಲಿ, ವಿಪರೀತ ಬಿಸಿಲು, ಸೆಕೆ ಇತ್ತು. ಅಂದೇ ನಾನು ಸೋಮನಾಥದ ಶಿವ ದೇಗುಲಕ್ಕೆ ಭೇಟಿ ನೀಡಬೇಕೆಂದು ಬಾಪು ನಿರ್ಧರಿಸಿಬಿಟ್ಟ. ಅವನ ದ್ವಿಚಕ್ರವಾಹನದಲ್ಲಿ ಹೋದರೆ ಅದು ಅರ್ಧ ಗಂಟೆಗೂ ಕಡಿಮೆ ವೇಳೆಯ ಸವಾರಿಯಾಗಿತ್ತು. ಅಲ್ಲಿಗೆ ತಲುಪಿದ ತಕ್ಷಣ, 'ನಾನಿದನ್ನು

ಹತ್ತಾರು ಬಾರಿ ನೋಡಿದ್ದೇನೆ, ನೀನು ಎಲ್ಲಾ ಕಡೆ ಸುತ್ತಾಡಿ ನೋಡಿಕೊಂಡು ಬಾ. ನಾನು ಇಲ್ಲಿಯೇ ಪೆಪ್ಸಿ ಕುಡಿಯುತ್ತ ನಿನಗಾಗಿ ಕಾಯುತ್ತೇನೆ' ಎಂದ ಬಾಪು.

ಅದು ದೇಗುಲಗಳಿಗೆ ಭೇಟಿ ನೀಡುವುದಕ್ಕೆ ಸೂಕ್ತವಾದ ಸಮಯವಾಗಿರಲಿಲ್ಲ. ಮಧ್ಯಾಹ್ನದ ಮಿತಿಮೀರಿದ ಬಿಸಿಲು ಹಾಗೂ ಸೆಕೆಯ ಸ್ತಬ್ದತೆಯಲ್ಲಿ, ಸುಡುತ್ತಿದ್ದ ಹಾಸುಗಲ್ಲುಗಳ ಮೇಲೆ ಕಷ್ಟಪಟ್ಟು ಒಂದೊಂದಾಗಿ ಬರಿಗಾಲನ್ನಿಟ್ಟು ಗುಡಿಯೆಡೆಗೆ ಧಾವಿಸಿದೆ. ಆಗೀಗ ಕಣ್ಣಿಗೆ ಬೀಳುತ್ತಿದ್ದ ನೆರಳ ಜಾಗಗಳಲ್ಲಿ ಅಗತ್ಯಕ್ಕಿಂತಲೂ ಹೆಚ್ಚು ವೇಳೆ ನಿಲ್ಲುತ್ತಿದ್ದೆ. ದೇಗುಲದ ಒಳಭಾಗದಲ್ಲಿ, ಅಂದು ರಜಾದಿನವಲ್ಲದಿದ್ದರೂ ಸಂದಣಿ ಹೆಚ್ಚೇ ಇತ್ತು. ಹೇಗೇ ಇದ್ದರೂ ಸೂರ್ಯನ ತಾಪಕ್ಕೆ ಕಾಗದದಂತೆ ಕಮರಿ ಪುಡಿಪುಡಿಯಾದ ನನ್ನ ತಾಳ್ಮೆಗೆ ಅದು ಹೆಚ್ಚಿನ ಸಂದಣಿಯಾಗಿಯೇ ಕಾಣುತ್ತಿತ್ತು. ಹಾಗಾಗಿ, ನಾನು ದಕ್ಷಿಣ ದಿಕ್ಕಿನ ಪ್ರವೇಶದ್ವಾರದಿಂದ ಹೊರಬಿದ್ದೆ, ಅತ್ಯಂತ ಕೆಳಗಿನ ದಿಣ್ಣೆಯ ಮೇಲೆ ದೇಗುಲವನ್ನು ನಿರ್ಮಿಸಲಾಗಿತ್ತು. ದಿಣ್ಣೆಯ ಅಂಚಿನತ್ತ ನಡೆದು ಹೋದೆ. ಸುತ್ತಲೂ ಹಾಕಿದ್ದ ಕಟಾಂಜನದಿಂದ ಸ್ವಲ್ಪ ದೂರ ಇರುವಾಗಲೇ ಸಮುದ್ರದ ಮೊರೆತ ಕೇಳುತ್ತಿತ್ತು. ಒಮ್ಮೆ ಅಂಚನ್ನು ತಲುಪಿದ್ದೇ, ಸಮುದ್ರದ ಕಡೆಯಿಂದ ಬೀಸುತ್ತಿದ್ದ ತಾಜಾ ತಂಗಾಳಿಯು ಮೈಮನಗಳಿಗೆ ಮುದನೀಡಿತು.

ಕಟಾಂಜನದೆಡೆಯಿಂದ ಕೆಳಗೆ ನೋಡಿದರೆ, ದಿಣ್ಣೆಯ ಅಡಿಯಲ್ಲಿಯೇ ಕಪ್ಪಾದ ಮರಳಿನ ಪುಟ್ಟ ತೀರವಿತ್ತು. ಆ ಮರಳಿನ ಮೇಲೆ ತನ್ನನ್ನೇ ತಾನು ನಿಧಾನಕ್ಕೆ ಹುರಿದುಕೊಳ್ಳುತ್ತಿದ್ದ ಜನರ ದಟ್ಟ ಸಂದಣಿ. ನನಗಿಂತ ಮೇಲೆ, ಬಲಭಾಗದಲ್ಲಿ ದೊಡ್ಡದೊಂದು ಕಲ್ಲಿನ ಸ್ತಂಭವಿತ್ತು. ಅದರ ಮೇಲೆ ಸಮುದ್ರದತ್ತ ಮುಖಮಾಡಿದ ಬಾಣದ ಗುರುತೊಂದಿತ್ತು. ಕಂಬದ ಮೇಲೆ ಕೆತ್ತಿದ ದಂತಕತೆಯೊಂದು ಹೇಳುವ ಪ್ರಕಾರ, ಸಮುದ್ರದ ತೀರದಲ್ಲಿರುವ ಕಂಬದ ಮೇಲಿನ ಆ ಬಾಣದ ಗುರುತು ಮತ್ತು ಅಂಟಾರ್ಕ್ಟಿಕಾದ (ದಕ್ಷಿಣ ಧ್ರುವದ) ಉತ್ತರದಂಚಿಗೂ ನಡುವೆ ಯಾವುದೇ ಭೂಭಾಗವಿಲ್ಲ. ಪಶ್ಚಿಮ ಬಂಗಾಳದ ಡೈಮಂಡ್ ಹಾರ್ಬರ್‌ನ ಆ ಬೆಂಚಿನ ಮೇಲೆ ಕುಳಿತಿದ್ದಾಗ ಆದಂತೆಯೇ ನಾನು ಮತ್ತೆ ಸಂಧಿಬಿಂದುವೊಂದರಲ್ಲಿ ನಿಂತಿದ್ದೆ. ಬಲಕ್ಕೆ, ಅರೇಬಿಯಾ ಮತ್ತು ಆಫ್ರಿಕಾವನ್ನೂ ದಾಟಿ ಸರಿಸುಮಾರು ಜಗತ್ತಿನ ಅಡಿಭಾಗವಾದ ದಕ್ಷಿಣಧ್ರುವದವರೆಗೂ ಹರಡಿಕೊಂಡಿದ್ದ, ತೆರೆದ ಸಮುದ್ರದ ಕಲ್ಪನಾತೀತ ವಿಸ್ತಾರ. ಎಡಕ್ಕೆ, ವಿಶಾಲ ಹರಹಿನ ಭಾರತ ದ್ವೀಪಕಲ್ಪ.

ಕಟಾಂಜನದ ಬಳಿ, ಅನಂತ ದೂರದಲ್ಲಿ ದೃಷ್ಟಿ ನೆಟ್ಟು, ಇಪ್ಪತ್ತು ನಿಮಿಷಗಳ ಕಾಲ, ಪಾದಗಳು ನೋಯುವವರೆಗೂ ನಿಂತೆ. ನಂತರ ದೇಗುಲದಿಂದ ಹೊರಬಂದು, ಯಾವ ವಾಹನ ನಿಲುಗಡೆಯ ಜಾಗದಲ್ಲಿ ಬಾಪು ತನ್ನ ದ್ವಿಚಕ್ರವಾಹನದ ಬಳಿ ಕಾಯುತ್ತಿದ್ದನೋ ಅತ್ತ ಹೆಜ್ಜೆ ಹಾಕಿದೆ.

ಉಪಸಂಹಾರ

ನಾನು ಗುಜರಾತಿನಿಂದ ಹಿಂದಿರುಗಿ ಬಂದು ಕೆಲವು ವಾರಗಳಾದ ಮೇಲೆ ಯಾರೋ ಒಬ್ಬರು ಕೇಳಿದರು, ನನ್ನ ಪ್ರವಾಸಗಳಲ್ಲಿ ಅತ್ಯಂತ ಅಶ್ಚರ್ಯವನ್ನುಂಟುಮಾಡಿದ್ದು ಏನು ಎಂದು. ಆ ಪ್ರಶ್ನೆಯಲ್ಲಿ ಪದಗಳನ್ನು ಚಾತುರ್ಯದಿಂದ ಬಳಸಲಾಗಿತ್ತು. ಪರ್ಯಟನೆ ಎಂದರೆ, ನಮ್ಮದೇ ಅತ್ಯಲ್ಪ ನಿರೀಕ್ಷೆಯೆಡೆಗೂ ಕೂಡ ಕಬ್ಬಿಣದ ಗುಂಡನ್ನು ಬೀಸುವುದು ಎಂದರ್ಥ. ಒಂದು ಸ್ಥಳ ಅಥವಾ ಪ್ರದೇಶವು ಎಷ್ಟು ಉಷ್ಣತೆಯಿಂದ ಕೂಡಿರುತ್ತದೆ, ಆರ್ದ್ರವಾಗಿರುತ್ತದೆ ಅಥವಾ ತಂಪಾಗಿರುತ್ತದೆ ಅಥವಾ ಒಣಹವೆಯಿಂದ ಕೂಡಿರುತ್ತದೆ ಎಂದು ಭಾವಿಸಿರುತ್ತೇವೆಯೋ ಅದು ಅದಕ್ಕಿಂತ ಕಡಿಮೆ ಅಥವಾ ಹೆಚ್ಚು ಸೆಕೆಯಿಂದ ಕೂಡಿರಬಹುದು, ತಂಪಾಗಿರಬಹುದು. ನಾವು ಯಾವ ಕತೆಯನ್ನು ಕೇಳಲೆಂದು ಹೋಗಿರುತ್ತೇವೆಯೋ ಜನರು ಅದಕ್ಕಿಂತ ವಿಭಿನ್ನವಾದ ಕತೆಗಳನ್ನು ಹೇಳಬಹುದು. ಸಮಾಜವೊಂದು ಯಾವಾಗಲೂ ಇನ್ನೇನು ನಿಮಗೆ ಅದರ ಕುರಿತು ಒಂದು ಕಲ್ಪನೆ ಬಂತು ಎಂದು ನೀವಂದುಕೊಳ್ಳುವಷ್ಟರಲ್ಲಿ, ಕಾಲುಚೀಲವೊಂದರ ಒಳಮೈಯನ್ನು ಹೊರಗೆಳೆದು ಅದರ ಅಸ್ತವ್ಯಸ್ತವಾದ ಎಳೆ, ಜೋಡಣೆ, ಹೊಲಿಗೆಯ ವಿನ್ಯಾಸಗಳನ್ನೆಲ್ಲ ಬಿಚ್ಚಿ ತೋರಿಸಿದಂತೆ ತನ್ನ ಒಳಹೊರಗನ್ನೆಲ್ಲ ತಾನೇ ತೆರೆದಿಟ್ಟುಬಿಡುತ್ತದೆ. ಅನ್ವೇಷಣೆಯ ನಿಜವಾದ ಪ್ರಕ್ರಿಯೆಯು ನಿಮಗೆ ಏನೂ ತಿಳಿದಿರದ ಸಂಗತಿಯನ್ನು ತಿಳಿಸಿಕೊಡುವುದಲ್ಲ, ಬದಲಾಗಿ ನಿಮಗೆ ತಿಳಿದಿರುವ ಸಂಗತಿಯ ಬಗ್ಗೆ ನೀವೆಷ್ಟು ತಪ್ಪಾಗಿದ್ದಿರಿ ಎನ್ನುವುದನ್ನು ತೋರಿಸಿಕೊಡುವುದು.

ಸಾಧಾರಣ ಭಾರತದ ಕತೆಯು ಒಂದು ರಾಜ್ಯದಿಂದ ನಂತರದ್ದಕ್ಕೆ ಇರುವ ಅನೇಕಾನೇಕ ವ್ಯತ್ಯಾಸಗಳಿಗೆ ಸರಿಯಾಗಿಯೇ ಒತ್ತುನೀಡುತ್ತದೆ. ಆದರೂ ನನ್ನನ್ನು ಹೆಚ್ಚು ತಟ್ಟಿದ ಸಂಗತಿಯೆಂದರೆ, ದೇಶದ ಸುತ್ತಲೂ ನಾನು ಭೇಟಿ ನೀಡಿದ ಕರಾವಳಿ ಸಮುದಾಯಗಳಲ್ಲಿನ ಸಾಮ್ಯ. ತಮಿಳುನಾಡಿನ ಮೀನುಗಾರನೊಬ್ಬ ಗುಜರಾತಿನ ಮೀನುಗಾರನಂತೆಯೇ ಕಾಣುತ್ತಿದ್ದ, ಪಟಕಂಬದಂತೆ ಸೂರ್ಯನ ತಾಪ ಮತ್ತು ಉಪ್ಪಿನಿಂದಾಗಿ ಸುಟ್ಟು ಸಣಕಲು, ಒಣಕಲಾಗಿದ್ದ. ಅದಾಗಲೇ ನಾಜೂಕು ಸ್ಥಿತಿಯಲ್ಲಿರುವ ಜೀವನೋಪಾಯಗಳು ಮೀನುಗಾರಿಕೆಯ ದಿನಪಟ್ಟಿಯಿಂದಾಗಿ ಏರಿಳಿಯುತ್ತಿದ್ದವು. ಕಡಲು ಮಾರ್ಗದಲ್ಲಿ ಭಾರತಕ್ಕೆ ಬರುತ್ತಿದ್ದ ಅನ್ವೇಷಕರು ಮೊಟ್ಟ ಮೊದಲು ಸಂಪರ್ಕಕ್ಕೆ ಬರುತ್ತಿದ್ದ ಬಿಂದುಗಳೆಂದರೆ ಈ ಸಮಾಜಗಳು. ಇವರ ಇತಿಹಾಸಗಳನ್ನು ನೋಡಿದರೆ, ಅವೆಲ್ಲವೂ ಒಂದೇ ತೆರನಾಗಿ ವಿಭಿನ್ನ ಜನರನ್ನು, ವೈವಿಧ್ಯಮಯ ಸಂಸ್ಕೃತಿಯನ್ನು ಹೊಂದಿರುವುದು ಸ್ಪಷ್ಟವಾಗಿ ಕಂಡುಬರುತ್ತದೆ. ಹೊರಗಿನಿಂದ ಬಂದವರು ತಮ್ಮ ಸಂಪರ್ಕಕ್ಕೆ ಬಂದವರ ಪ್ರಭಾವವನ್ನು ಕೂಡಲೇ ಸರಾಗವಾಗಿ ಒಳಗಿಳಿಸಿಕೊಂಡರು. ಆಧುನಿಕ ಯುಗದ ವಿರುದ್ಧ ಮೀನುಗಾರರು ಸದ್ದಿಲ್ಲದೇ ಸ್ಪಷ್ಟವಾಗಿ ನಿರೂಪಿಸಿದ ದೂರುಗಳು ಪ್ರವಾಸದುದ್ದಕ್ಕೂ ನನಗೆ ಎದುರಾದವು. ಸಾಂಪ್ರದಾಯಿಕ ಮೀನುಗಾರ ಕುಟುಂಬಗಳು ತಮ್ಮ ವ್ಯಾಪಾರ, ಉದ್ಯೋಗದಿಂದ ದೂರ ಸರಿಯುತ್ತಿದ್ದರೂ ಬಂದರು ಹಾಗೂ ಬಂದರುಕಟ್ಟೆಗಳಲ್ಲಿ ಅವುಗಳ ಸಾಮರ್ಥ್ಯಕ್ಕಿಂತಲೂ ಹೆಚ್ಚು ಯಂತ್ರಚಾಲಿತ ಮೀನುದೋಣಿಗಳು ಹಾಗೂ ಟ್ರಾಲರ್‌ಗಳು ಕಿಕ್ಕಿರಿದು ತುಂಬಿದ್ದವು ಎನ್ನುವುದು ಸಾಮಾನ್ಯವಾಗಿ ಕಂಡುಬರುವ ಒಂದು ವಿರೋಧಾಭಾಸ. ಈ ದೋಣಿಗಳ ಮಾಲೀಕರು ಪಕ್ಕಾ ವ್ಯಾಪಾರಸ್ಥರಾಗಿದ್ದರು. ಅವರಿಗೆ ಎಲ್ಲಕ್ಕಿಂತ ಹೆಚ್ಚು ಮುಖ್ಯವಾದುದು ದೋಣಿಗಳ ಸಂಖ್ಯೆ. ಇದರ ಅನಿವಾರ್ಯ ಪರಿಣಾಮಗಳೆಂದರೆ, ಅತಿ ಮೀನುಗಾರಿಕೆ ಹಾಗೂ ಸಂಪತ್ತನ್ನೆಲ್ಲ ಕಸಿದುಕೊಂಡು ಗಡೀಪಾರು ಮಾಡಲಾದ ರಾಜನೊಬ್ಬನಂತೆ ಕಾಣುವ ಬರಿದಾದ ಕಡಲುತೀರ ಎನ್ನುವುದು ಹೋದೆಡೆಯಲ್ಲೆಲ್ಲ ನನ್ನ ಗಮನಕ್ಕೆ ಬಂದ ಸಂಗತಿ.

ವಾಸಿಸುವ ಜನರ ಬದುಕಿನ ಲಯ ಮತ್ತು ಅಭ್ಯಾಸಗಳು ಬಹುಮಟ್ಟಿಗೆ ಕರಾವಳಿಯಲ್ಲಿ ಒಂದೇ ತೆರನಾಗಿವೆ. ಏಕೆಂದರೆ, ಅವು ಒಂದೇ ಪ್ರಾಕೃತಿಕ ಶಕ್ತಿಯಿಂದಾಗಿ ರೂಪುಗೊಂಡಿವೆ. ಲವಣತ್ವ (ಕ್ಷಾರತೆ), ಪ್ರಾಣಿಸಂಕುಲ ಅಥವಾ ತಾಪಮಾನದ ಏರಿಳಿತದ ಪ್ರಮಾಣಗಳನ್ನು ಬಿಟ್ಟರೆ ಸಮುದ್ರವು ಎಲ್ಲೆಡೆಯೂ ಒಂದೇ. ಅದು ಮನಸ್ಸು ಬಂದ ಹಾಗೆ ವರ್ತಿಸುವಂಥದ್ದು, ಅಪಾಯಕಾರಿ ಹಾಗೂ ದುರ್ಬೇಧ್ಯವಾಗಿದ್ದು ಅದನ್ನು ಅವಲಂಬಿಸಿರುವವರ ಮೇಲೆ ನಿರ್ದಿಷ್ಟ ಶಿಸ್ತುಗಳನ್ನು ಹೇರುತ್ತದೆ. ವಾಸ್ತವಿಕವಾಗಿ, ಕೃಷಿಕರು ಈಗ ರಸಾಯನವಿಜ್ಞಾನ ಹಾಗೂ

ತಳಿವಿಜ್ಞಾನಗಳನ್ನು ಬಳಸಿ, ತಮ್ಮ ಭೂಮಿಯನ್ನು ನಿಯಂತ್ರಣಕ್ಕೊಳಪಡಿಸಿದ್ದಾರೆ ಅಥವಾ ನಿಮ್ಮ ದೃಷ್ಟಿಕೋನವನ್ನು ಆಧರಿಸಿ, ಅದನ್ನು ಶರಣಾಗತಿಗೆ ಒಳಪಡಿಸಿದ್ದಾರೆ ಎಂದೂ ಹೇಳಬಹುದು. ಹಾಗಾಗಿ ಈಗ ಭಾರತದಲ್ಲಿ ಪಳಗಿಸಿರದ ಪ್ರಾಕೃತಿಕ ಜಗತ್ತೊಂದರಲ್ಲಿ ನಿತ್ಯವೂ ನಿಕಟವಾಗಿ ಕೆಲಸ ಮಾಡುತ್ತ ಉಳಿದ ಕೊನೆಯ ಜನರೆಂದರೆ ಮೀನುಗಾರರೊಂದೇ. ದಿಕ್ಸೂಚಿ ಮತ್ತು ತಾರೆಗಳ ಜಾಗವನ್ನು ಜಿಪಿಎಸ್ ತೆಗೆದುಕೊಂಡಿರಬಹುದು, ಹುಟ್ಟು ಮತ್ತು ಹಾಯಿಪಟಗಳಿಗೆ ಶಾಶ್ವತ ವಿದಾಯ ಹೇಳಲು ಎಂಜಿನ್ ಸಹಾಯಮಾಡಿರಬಹುದು. ಆದರೆ ಮುಂಬೈನಲ್ಲಿ ಯಶಿ ಚಿಂಬೈಕರ್ ನನಗೆ ಬೊಟ್ಟು ಮಾಡಿ ತೋರಿಸಿದ ಹಾಗೆ, ಸಮುದ್ರದ ತಳ ಕೆರೆಯುವುದನ್ನು ಬಿಟ್ಟರೆ ದಾರಿತಪ್ಪಿದ ಮೀನೊಂದು ಅಲೆಯುತ್ತ ಬಂದು ಗಾಳಕ್ಕೆ ಸಿಕ್ಕಿಹಾಕಿಕೊಳ್ಳುವಂತೆ ಅಥವಾ ಬಲೆಗೆ ಬೀಳುವಂತೆ ಪ್ರಾರ್ಥಿಸುತ್ತ ನೀರಿನಲ್ಲಿ ದೀರ್ಘಕಾಲ ಕಳೆಯುವುದಕ್ಕೆ ಈ ತನಕವೂ ಬೇರೆ ಯಾವ ಮಾರ್ಗವೂ ಇಲ್ಲ. ಮೀನುಗಾರಿಕೆ ಎನ್ನುವುದು, ಪದದ ಅತ್ಯಂತ ಮೂಲಾರ್ಥದಲ್ಲಿಯೂ ಕೂಡ ಇಂದಿಗೂ ಮೂಲರೂಪದಲ್ಲಿಯೇ ಇದೆ – ಇದು ನೀರು, ಗಾಳಿ, ಬೆಳಕು, ಸ್ಥಳಾವಕಾಶಗಳೆಲ್ಲವನ್ನು ಒಳಗೊಂಡಿರುವ ಚಟುವಟಿಕೆಯಾಗಿದೆ ಹಾಗೂ ಇವೆಲ್ಲವೂ ಅನಿಶ್ಚಿತವಾದ ಹಾಗೂ ಅಪಾಯಕರವಾದ ಸಮತೋಲನವೊಂದರಲ್ಲಿ, ದೋಣಿಯಲ್ಲಿ ಕುಳಿತು ಬೇಟೆಯು ಗಾಳದ ಎರೆಯನ್ನು ಕಚ್ಚುವುದಕ್ಕೆ ಕಾಯುತ್ತಿರುವ ಮನುಷ್ಯನೆಂಬ ಕೇಂದ್ರದ ಸುತ್ತಲೂ ಜೋಡಿಸಲ್ಪಟ್ಟಿವೆ.

ಛಂದ ಪುಸ್ತಕ ಬಹುಮಾನ

ಪ್ರಬಂಧ

ಪೂರ್ವ ಪಶ್ಚಿಮ – ಎಂ. ಆರ್. ದತ್ತಾತ್ರಿ – ₹ 80
ರಾಗಿಮುದ್ದೆ – ರಘುನಾಥ ಚ. ಹ. – ₹ 120
ಕುಟ್ಟವಲಕ್ಕಿ / ಗೊಜ್ಜವಲಕ್ಕಿ – ಪ್ರಶಾಂತ ಆಡೂರ – ₹ 170 / ₹ 170
ಕಿಲಿಮಂಜಾರೋ – ಪ್ರಶಾಂತ್ ಬೀಚಿ – ₹ 80
ಮಿಸಳ್ ಭಾಜಿ – ಭಾರತಿ ಬಿ ವಿ – ₹ 190
ನೀ ಮಾಯೆಯೊಳಗೋ... – ವಿಕ್ರಮ ಹತ್ವಾರ – ₹ 120
ಸಾವೆಂಬ ಲಹರಿ – ಗುರುಪ್ರಸಾದ ಕಾಗಿನೆಲೆ – ₹ 140
ವೈದ್ಯ, ಮತ್ತೊಬ್ಬ – ಗುರುಪ್ರಸಾದ ಕಾಗಿನೆಲೆ – ₹ 120
ಅಪ್ಪನ ರ್ಯಾಲೀಸ್ ಸೈಕಲ್ – ದರ್ಶನ್ ಜಯಣ್ಣ – ₹ 110

ಅನುವಾದ

ದಿ ಚಾಯ್ನ್ಸ್ – ಈಡಿತ್ ಎವಾ ಎಗರ್ (ಜಯಶ್ರೀ ಭಟ್) – ₹ 280
ದೇಹವೇ ದೇಶ – ಗರಿಮಾ ಶ್ರೀವಾಸ್ತವ (ವಿಕ್ರಮ ವಿಸಾಜಿ) – ₹ 250
ಪರ್ಸೆಪೊಲಿಸ್– ಮಾರ್ಜಾನ್ ಸತ್ರಪಿ (ಪ್ರೀತಿ ನಾಗರಾಜ) – ₹ 395
ಗಾಳಿ ಪಳಗಿಸಿದ ಬಾಲಕ – ವಿಲಿಯಂ ಕಾಂಕ್ವಾಂಬಾ (ಕರುಣಾ ಬಿ ಎಸ್) – ₹ 180
ಅಮೋಸ್ ಫಾರ್ಚೂನ್ – ಎಲಿಝಬೆತ್ ಯೇಟ್ಸ್ (ಜಯಶ್ರೀ ಭಟ್) – ₹ 100
ನವ ಜೀವಗಳು – ವಿಲಿಯಂ ಡಾರ್ಲಿಂಪಲ್ (ನವೀನ ಗಂಗೋತ್ರಿ) – ₹ 250
ಮೈಕೆಲ್ ಕೆ – ಜೆ.ಎಂ. ಕುಟ್ಸೀ (ಸುನಿಲ್ ರಾವ್) – ₹ 170
ಲೇರಿಯೊಂಕ – ಹೆನ್ರಿ ಆರ್. ಓಲೆ ಕುಲೆಟ್ (ಪ್ರಶಾಂತ ಬೀಚಿ) – ₹ 140
ಅರೆಶತಮಾನದ ಮೌನ – ಯಾನ್ ರಫ್–ಒ'ಹರ್ನ್ (ಅರುಣ್) – ₹ 310
ಪರ್ವತದಲ್ಲಿ ಪವಾಡ – ನ್ಯಾಂಡೋ ಪರಾಡೋ (ಸಂಯುಕ್ತಾ ಪುಲಿಗಲ್) – ₹ 340
ಚಂದಿರ ಬೇಕೆಂದವನು – ಮಿಮಿ ಬೇರ್ಡ್ (ಪ್ರಜ್ಞಾ ಶಾಸ್ತ್ರಿ) – ₹ 180
ಬಂಡೂಲ – ವಿಕಿ ಕಾನ್ಸ್ಟಂಟೀನ್ ಕ್ರುಕ್ (ರಾಜಶ್ರೀ ಕುಳಮರ್ವ) – ₹ 425
ರೆಬೆಲ್ ಸುಲ್ತಾನರು – ಮನು ಎಸ್ ಪಿಳ್ಳೈ (ಸಂಯುಕ್ತಾ ಪುಲಿಗಲ್) – ₹ 420
ಫ್ಲೋಯಿಂಗ್ ಫಿಶ್ – ಸಮಂತ್ ಸುಬ್ರಮಣಿಯನ್ (ಸಹನಾ ಹೆಗಡೆ) – ₹ 220
ಜಗವ ಚುಂಬಿಸು – ಸುಬ್ರೊತೋ ಬಾಗ್ಚಿ (ವಂದನಾ ಪಿ ಸಿ) – ₹ 240
ಪರ್ದಾ ಅಂಡ್ ಪಾಲಿಗಮಿ – ಇಕ್ಬಾಲುನ್ನೀಸಾ ಹುಸೇನ್ (ದಾದಾಪೀರ್) – ₹ 380
ವಾಡಿವಾಸಲ್ – ಚಿ. ಸು. ಚೆಲ್ಲಪ್ಪ (ಸತ್ಯಕಿ) – ₹ 70
ನಾಲ್ಕನೇ ಎಕರೆ – ಶ್ರೀರಮಣ (ಅಜಯ್ ವರ್ಮಾ ಅಲ್ಲೂರಿ) – ₹ 100
ಮಾವೋನ ಕೊನೆಯ ನರ್ತಕ – ಲೀ ಶ್ವಿನಶಿಂಗ್ (ಜಯಶ್ರೀ ಭಟ್) – ₹ 340
ಕೋಬಾಲ್ಟ್ ಬ್ಲೂ – ಸಚಿನ್ ಕುಂಡಲ್ಕರ್ (ಸಪ್ನಾ ಕಟ್ಟಿ) – ₹ 150
ವಿದ್ಯಾವಂತ ವೇಶ್ಯೆಯ ಆತ್ಮಕಥೆ – ಮಾನದಾ ದೇವಿ (ನಾಗ ಹುಬ್ಳಿ) – ₹ 240
ದಿ ಲೈಟ್‌ಹೌಸ್ ಫ್ಯಾಮಿಲಿ – ಫಿರಾತ್ ಸುನೇಲ್ (ಮಾಧುರಿ ಕುಲಕರ್ಣಿ) – ₹ 230

ವಸುಧೇಂದ್ರ

ಮನೀಷೆ – ಕತೆಗಳು – ₹ 120 (8ನೆಯ ಮುದ್ರಣ)

ಯುಗಾದಿ – ಕತೆಗಳು – ₹ 190 (9ನೆಯ ಮುದ್ರಣ)

ಚೇಳು – ಕತೆಗಳು – ₹ 120 (8ನೆಯ ಮುದ್ರಣ)

ಹಂಪಿ ಎಕ್ಸ್‌ಪ್ರೆಸ್ – ಕತೆಗಳು – ₹ 195 (9ನೆಯ ಮುದ್ರಣ)

ಮೋಹನಸ್ವಾಮಿ – ಕತೆಗಳು – ₹ 270 (7ನೆಯ ಮುದ್ರಣ)

ವಿಷಮ ಭಿನ್ನರಾಶಿ – ಕತೆಗಳು – ₹ 280 (4ನೆಯ ಮುದ್ರಣ)

ಕೋತಿಗಳು – ಪ್ರಬಂಧ – ₹ 120 (8ನೆಯ ಮುದ್ರಣ)

ನಮ್ಮಮ್ಮ ಅಂದ್ರೆ ನಂಗಿಷ್ಟ – ಪ್ರಬಂಧ – ₹ 75 (25ನೆಯ ಮುದ್ರಣ)

ರಕ್ಷಕ ಅನಾಥ – ಪ್ರಬಂಧ – ₹ 110 (5ನೆಯ ಮುದ್ರಣ)

ವರ್ಣಮಯ – ಪ್ರಬಂಧ – ₹ 225 (5ನೆಯ ಮುದ್ರಣ)

ಐದು ಪೈಸೆ ವರದಕ್ಷಿಣೆ – ಪ್ರಬಂಧ – ₹ 280 (5ನೆಯ ಮುದ್ರಣ)

ಹರಿಚಿತ್ತ ಸತ್ಯ – ಕಾದಂಬರಿ – ₹ 200 (6ನೆಯ ಮುದ್ರಣ)

ತೇಜೋ–ತುಂಗಭದ್ರಾ – ಕಾದಂಬರಿ – ₹ 450 (13ನೆಯ ಮುದ್ರಣ)

ಮಿಥುನ – ಶ್ರೀರಮಣರ ಕತೆಗಳು – ₹ 135 (8ನೆಯ ಮುದ್ರಣ)

ಎವರೆಸ್ಟ್ – ಜಾನ್ ಕ್ರಾಕೌರ್ – ₹ 420 (4ನೆಯ ಮುದ್ರಣ)

ಕಾದಂಬರಿ

ಎನ್ನ ಭವದ ಕೇಡು – ಎಸ್ ಸುರೇಂದ್ರನಾಥ್ – ₹ 75

ನ್ಯಾಸ – ಹರೀಶ ಹಾಗಲವಾಡಿ – ₹ 250

ಗುಣ – ಗುರುಪ್ರಸಾದ್ ಕಾಗಿನೆಲೆ – ₹ 150

ದ್ವೀಪವ ಬಯಸಿ – ಎಂ. ಆರ್. ದತ್ತಾತ್ರಿ – ₹ 320

ತಾರಾಬಾಯಿಯ ಪತ್ರ – ದತ್ತಾತ್ರಿ ಎಂ ಆರ್ – ₹ 160

ಅಗೆದಷ್ಟೂ ನಕ್ಷತ್ರ – ಸುಮಂಗಲಾ – ₹ 230

ಪ್ರಿಯೇ ಚಾರುಶೀಲೆ – ನಾಗರಾಜ ವಸ್ತಾರೆ – ₹ 380

ಋಷ್ಯಶೃಂಗ – ಹರೀಶ ಹಾಗಲವಾಡಿ – ₹ 125

ಅಂತು – ಪ್ರಕಾಶ ನಾಯಕ್ – ₹ 200

ಚುಕ್ಕಿ ಬೆಳಕಿನ ಜಾಡು – ಕರ್ಕಿ ಕೃಷ್ಣಮೂರ್ತಿ – ₹ 200

ಬರೀ ಎರಡು ರೆಕ್ಕೆ – ಸುನಂದಾ ಪ್ರಕಾಶ ಕಡಮೆ – ₹ 220

ದೀಪವಿರದ ದಾರಿಯಲ್ಲಿ – ಸುಶಾಂತ್ ಕೋಟ್ಯಾನ್ – ₹ 160

ದಾರಿ – ಕುಸುಮಾ ಆಯರಹಳ್ಳಿ – ₹ 395

ಬರೀ ಎರಡು ರೆಕ್ಕೆ – ಸುನಂದಾ ಪ್ರಕಾಶ ಕಡಮೆ – ₹ 260

ಕವಿತೆ

ಮದ್ಯಸಾರ – ಅಪಾರ – ₹ 90
ಪೂರ್ಣನ ಗರಿಗಳು – ಪೂರ್ಣಪ್ರಜ್ಞ – ₹ 70
ಹಲೋ ಹಲೋ ಚಂದಮಾಮ – ರಾಧೇಶ ತೋಳ್ಪಾಡಿ – ₹ 50

ಪದಚರಿತೆ

ಸರಿಗನ್ನಡಂ ಗೆಲ್ಗೆ – ಅಪಾರ – ₹ 390

- ನಮ್ಮ ಪ್ರಕಟಣೆಯ ಎಲ್ಲ ಪುಸ್ತಕಗಳ ಪ್ರತಿಗಳೂ ಲಭ್ಯ
- ಪುಸ್ತಕದ ಪ್ರತಿಗಾಗಿ ವಾಟ್ಸಾಪ್ ಮಾಡಿ 98444 22782

ಓದಿ ಓದಿ ಮರುಳಾಗಿ!

ಛಂದ ಪುಸ್ತಕ ಬಹುಮಾನ

ಹೊಸ ಕತೆಗಾರರನ್ನು ಗುರುತಿಸುವ ಸಲುವಾಗಿ ನಮ್ಮ ಪ್ರಕಾಶನ ಸಂಸ್ಥೆಯು ಕಳೆದ ಹದಿಮೂರು ವರ್ಷಗಳಿಂದ ಕತೆಗಳ ಹಸ್ತಪ್ರತಿ ಸ್ಪರ್ಧೆಯನ್ನು ನಡೆಸುತ್ತಾ ಬಂದಿದೆ. ಈವರೆಗೆ ಒಂದೂ ಕಥಾಸಂಕಲನವನ್ನು ಪ್ರಕಟಿಸದವರು ಈ ಸ್ಪರ್ಧೆಯಲ್ಲಿ ಭಾಗವಹಿಸಬಹುದು. ಇತರ ಪ್ರಕಾರಗಳಲ್ಲಿ ಒಂದೆರಡು ಪುಸ್ತಕಗಳನ್ನು ಪ್ರಕಟ ಮಾಡಿದವರೂ ಇದರಲ್ಲಿ ಭಾಗವಹಿಸುವ ಅವಕಾಶವಿರುತ್ತದೆ. ಮೊದಲ ಸುತ್ತಿನ ಆಯ್ಕೆಯನ್ನು ಪ್ರಕಾಶನದ ಸದಸ್ಯರು ಮಾಡಿ, ಕೊನೆಯ ಆಯ್ಕೆಗಾಗಿ ಸುಮಾರು ಹತ್ತು ಹಸ್ತಪ್ರತಿಗಳನ್ನು ನಾಡಿನ ಹಿರಿಯ ಸಾಹಿತಿಗಳಿಗೆ ಒಪ್ಪಿಸುತ್ತಾರೆ. ಆಯ್ಕೆಯಾದ ಹಸ್ತಪ್ರತಿಯನ್ನು ಪುಸ್ತಕ ರೂಪದಲ್ಲಿ ಪ್ರಕಟಿಸಿ, ಪ್ರಶಸ್ತಿ ಪತ್ರ, ಫಲಕ ಹಾಗೂ ಮೂವತ್ತು ಸಾವಿರ ರೂಪಾಯಿ ಬಹುಮಾನವನ್ನು ನೀಡಲಾಗುತ್ತದೆ. ಈವರೆಗೂ ಈ ಪ್ರಶಸ್ತಿಯಲ್ಲಿ ಬಹುಮಾನ ಪಡೆದವರ ವಿವರಗಳ ಪಟ್ಟಿಯನ್ನು ಮುಂದಿನ ಪುಟದಲ್ಲಿ ನೀಡಿದ್ದೇವೆ.

ಇವರಲ್ಲಿ ಮೌನೇಶ ಬಡಿಗೇರ, ಶಾಂತಿ ಕೆ ಅಪ್ಪಣ್ಣ, ಪದ್ಮನಾಭ ಭಟ್ ಶೇವ್ಕಾರ ಮತ್ತು ಸ್ವಾಮಿ ಪೊನ್ನಾಚಿ ಅವರಿಗೆ ಕೇಂದ್ರ ಸಾಹಿತ್ಯ ಅಕಾಡೆಮಿಯ ಯುವ ಪುರಸ್ಕಾರ ದೊರೆತಿದೆ. ವಿನಯಾ, ಶಾಂತಿ ಕೆ ಅಪ್ಪಣ್ಣ ಮತ್ತು ಪದ್ಮನಾಭ ಭಟ್ ಶೇವ್ಕಾರರ ಪುಸ್ತಕಗಳಿಗೆ ಕರ್ನಾಟಕ ಸಾಹಿತ್ಯ ಅಕಾಡೆಮಿಯ ಪುಸ್ತಕ ಬಹುಮಾನ ಅಥವಾ ದತ್ತಿ ಬಹುಮಾನಗಳು ಸಂದಿವೆ. ಇನ್ನೂ ಹಲವಾರು ನಾಡಿನ ಪ್ರಮುಖ ಪ್ರಶಸ್ತಿ ಮತ್ತು ಬಹುಮಾನಗಳೂ ಈ ಕೃತಿಗಳಿಗೆ ಲಭ್ಯವಾಗಿವೆ.

ನೀವು ಈ ಸ್ಪರ್ಧೆಯಲ್ಲಿ ಭಾಗವಹಿಸಬೇಕೆ? ಹಾಗಿದ್ದರೆ ನಮ್ಮ ಮುಂದಿನ ವರ್ಷದ ಸ್ಪರ್ಧೆಯ ಆಹ್ವಾನವನ್ನು ಖ್ಯಾತ ಕನ್ನಡ ನಿಯತಕಾಲಿಕಗಳಲ್ಲಿ ಅಥವಾ ಸಾಮಾಜಿಕ ಜಾಲತಾಣಗಳಲ್ಲಿ ನಿರೀಕ್ಷಿಸಿರಿ. ಹೆಚ್ಚಿನ ವಿವರಗಳಿಗೆ 98444 22782 ಗೆ ಸಂದೇಶ ಕಳುಹಿಸಿರಿ.

ಓದಿ ಓದಿ ಮರುಳಾಗಿ!

ಛಂದ ಪುಸ್ತಕ ಬಹುಮಾನ ಪಡೆದ ಕೃತಿಗಳು

ಕತೆಗಾರರು	ಕಥಾಸಂಕಲನ	ತೀರ್ಪುಗಾರರು
ಸುನಂದಾ ಪ್ರಕಾಶ ಕಡಮೆ	ಪುಟ್ಟ ಪಾದದ ಗುರುತು	ಅಶೋಕ ಹೆಗಡೆ/ ಸುಮಂಗಲಾ
ಅಲಕ ತೀರ್ಥಹಳ್ಳಿ	ಈ ಕತೆಗಳ ಸಹವಾಸವೇ ಸಾಕು	ಕೇಶವ ಮಳಗಿ/ ಸುಮಂಗಲಾ
ಲೋಕೇಶ ಅಗಸನಕಟ್ಟೆ	ಹಟ್ಟಿಯೆಂಬ ಭೂಮಿಯ ತುಣುಕು	ಬೊಳುವಾರು ಮಹಮದ್ ಕುಂಞಿ
ವಿನಯಾ	ಊರ ಒಳಗಣ ಬಯಲು	ನೇಮಿಚಂದ್ರ
ಸಂದೀಪ ನಾಯಕ	ಗೋಡೆಗೆ ಬರೆದ ನವಿಲು	ಅಮರೇಶ ನುಗಡೋಣಿ
ಕಣಾದ ರಾಘವ	ಮೊದಲ ಮಳೆಯ ಮಣ್ಣು	ಕೆ. ಸತ್ಯನಾರಾಯಣ
ಬಸವಣ್ಣೆಪ್ಪಾ ಕಂಬಾರ	ಆಟಿಕೆ	ಕುಂ. ವೀರಭದ್ರಪ್ಪ
ಮೌನೇಶ ಬಡಿಗೇರ	ಮಾಯಾಕೋಲಾಹಲ	ಓ.ಎಲ್. ನಾಗಭೂಷಣಸ್ವಾಮಿ
ಪದ್ಮನಾಭ ಭಟ್ ಶೇವ್ಕಾರ	ಕೇಪಿನ ಡಬ್ಬಿ	ಎಂ. ಎಸ್. ಆಶಾದೇವಿ
ಶಾಂತಿ ಕೆ ಅಪ್ಪಣ್ಣ	ಮನಸು ಅಭಿಸಾರಿಕೆ	ಎಚ್.ಎಸ್. ರಾಘವೇಂದ್ರ ರಾವ್
ದಯಾನಂದ	ದೇವರು ಕಚ್ಚಿದ ಸೇಬು	ನಾ. ಡಿಸೋಜಾ
ಸ್ವಾಮಿ ಪೊನ್ನಾಚಿ	ಧೂಪದ ಮಕ್ಕಳು	ಎಂ. ಎಸ್. ಶ್ರೀರಾಮ್
ಶಶಿ ತರೀಕೆರೆ	ಡುಮಿಂಗ	ಲಲಿತಾ ಸಿದ್ಧಬಸವಯ್ಯ
ಛಾಯಾ ಭಟ್	ಬಯಲರಸಿ ಹೊರಟವಳು	ತಾರಿಣಿ ಶುಭದಾಯಿನಿ
ಕಾವ್ಯಾ ಕಡಮೆ	ಮಾಕೋನ ಏಕಾಂತ	ಟಿ.ಪಿ. ಅಶೋಕ

www.ingramcontent.com/pod-product-compliance
Lightning Source LLC
LaVergne TN
LVHW010121210825
819220LV00035B/778